காஷ்மீர்

முதல் யுத்தம்

காஷ்மீர்

முதல் யுத்தம்

ஆண்ட்ரூ வைட்ஹெட்

தமிழில்: B.R. மகாதேவன்

கிழக்கு

காஷ்மீர்: முதல் யுத்தம்
Kashmir: Mudhal Yudham
by Andrew Whitehead ©

Originally Published in English as
"A Mission in Kashmir"

First Edition: November 2011
408 Pages

ISBN: 978-81-8493-206-5
Title No: Kizhakku 664

Kizhakku Pathippagam
177/103, First Floor,
Ambal's Building, Lloyds Road
Royapettah, Chennai 600 014.
Ph: +91-44-4200-9603

Email : support@nhm.in
Website : www.nhm.in

Cover Photography of Orakzai Tribesmen
by and courtesy of Frank Leeson

Kizhakku Pathippagam is an imprint of New Horizon Media Private Limited

என் பெற்றோர்
மார்கரெட், ஆர்தர் வைட்ஹெட்
ஆகியோருக்கு.

ஆண்ட்ரூவைட்ஹெட்

பத்திரிகையாளரும் சமூக வரலாற்றாய்வாளருமான ஆண்ட்ரூ வைட்ஹெட் முதல்முறையாக இந்தியாவுக்கு பி.பி.சி. செய்தித் தொடர்பாளராக 1992-ல் வந்தார். அதன் பிறகு தில்லியிலும் லண்டனிலும் தன் வாழ்க்கையைக் கழித்து வருகிறார். இந்திய பிரதம மந்திரிகள், பாகிஸ்தானின் அதிபர்கள், காஷ்மீரின் பிரிவினைவாதத் தலைவர்கள் ஆகியோரைப் பேட்டி எடுத்திருக்கிறார். காஷ்மீரை இரண்டாகப் பிரிக்கும் கோட்டுக்கு இருபுறமும் இருந்து பார்த்திருக்கிறார்.

ஆக்ஸ்ஃபோர்ட், வார்விக் பல்கலைக்கழகங்களில் வரலாறு பாடம் படித்தவர். ஆக்ஸ்ஃபோர்ட் பல்கலைக்கழகத்தின் சார்பில் ஆண்டுக்கு இருமுறை வெளியாகும் 'ஹிஸ்ட்ரி வொர்க்ஷாப் ஜர்னல்' பத்திரிகையின் ஓர் ஆசிரியராகவும் இருக்கிறார். திருமணமாகி இரண்டு குழந்தைகள் இருக்கிறார்கள்.

B.R. மகாதேவன்

கவிஞராக ஆரம்பித்து மொழிபெயர்ப்பாளராகவும் திரை விமரிசகராகவும் இயங்கி வருபவர். தமிழக காந்திய தம்பதியான கிருஷ்ணம்மாள் ஜகந்நாதனின் வாழ்க்கை வரலாறு, 'பிரிட்டானியா' ராஜன் பிள்ளையின் வாழ்க்கை வரலாறு, 'ஏர் டெக்கான்' கேப்டன் கோபிநாத்தின் வாழ்க்கை வரலாறு உள்பட சுமார் 15 புத்தகங்கள் மொழிபெயர்த்து இருக்கிறார்.

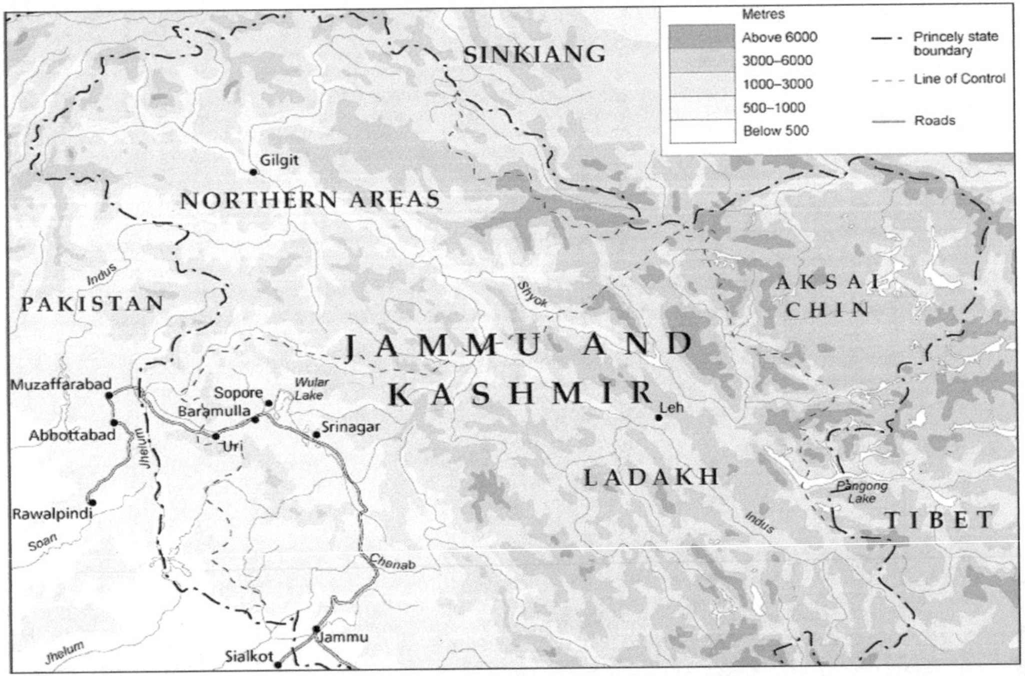

இந்திய வரைபடத்தின் மீதான சர்வதேச எல்லைக் கோடுகளை இந்திய அரசு சரி என்று
ஏற்றுக் கொள்ளவும் இல்லை; நம்பத் தகுந்தது என்று அங்கீகரிக்கவும் இல்லை.

உள்ளே

முன்னுரை

காஷ்மீரில் இருக்கும் பல மடாலயங்கள் இந்த நூலில் தங்கள் தடத்தைப் பதியவைத்திருக்கின்றன. அவற்றில் பாரமுல்லாவில் இருக்கும் செயிண்ட் ஜோசஃப் மடாலயத்தினருக்குத்தான் அதிக அளவுக்கு நன்றிக்கடன் பட்டிருக்கிறேன். அங்கிருக்கும் கான்வெண்டும் மருத்துவ மனையும்தான் 1947-ல் ஆரம்பித்த காஷ்மீர் பிரச்னையின் ஆரம்பகட்டத் தாக்குதல்களில் மிக மோசமான வன்முறை அரங்கேறிய பகுதிகளில் ஒன்றாக இருந்தன. அங்கிருந்து தான் காஷ்மீர் பிரச்னை தொடர்பான என் சொந்த ஆராய்ச்சிகளும் ஆரம்பமாகின. நான் ஒரு கத்தோலிக்கன் அல்லன். கடவுள் நம்பிக்கை உடையவனும் அல்லன். ஆனால், ஃப்ரான்சிஸ்கன் மிஷனரீஸ் ஆஃப் மேரி அமைப்பின் அருட்சகோதரிகள், மில் ஹில் மிஷனரியின் போதகர்கள் ஆகியோரின் அன்பும் பெருந்தன்மையும் என்னை நெகிழவைத்தன. அருட்சகோதரி எமிலியா, டாக்டர் மெலனி, அருட்சகோதரி ரோஸி, சகோதரி எலெய்ன் ஆகியோர் இன்முகத்துடன் என்னை உபசரித்து என்னுடன் அதிக நேரம் செலவிட்டனர். என் எல்லாக் கேள்விகளுக்கும் பதில் சொல்லி, தங்கள் நினைவில் இருந்த சம்பவங்களைப் பகிர்ந்துகொண்டனர். ஸ்ரீநகரில் இருந்த பாதிரியார் ஜிம் போர்ஸ்ட் அனைத்து ஆவணங் களையும் எடுத்துக்கொடுத்து பாரமுல்லா தாக்குதல் குறித்த என் ஆர்வத்தை அதிகப்படுத்தினார். வடக்கு லண்டனில் இருக்கும் மில் ஹில் மடாலயத்தின் ஆவணக் காப் பாளர்கள் பாதிரியார் டாம் ஓ'பிரையனும் பாதிரியார்

ஹான்ஸ் போரேக்கரும் தங்களிடம் இருந்த ஆவணங்களை எனக்காக அலசி ஆராய்ந்து, தேவையானவற்றை எடுத்துக்கொடுத்து உதவினார்கள். அவற்றை ஒளி நகல் எடுத்துக்கொள்ளவும் இந்த நூலில் மேற்கோள்களாகப் பயன்படுத்திக்கொள்ளவும் அனுமதி தந்தார்கள். இதுபோல், நான் கேட்டபோதெல்லாம் சளைக்காமல் பல உதவிகள் செய்திருக்கிறார்கள். மான்சின்யார் ஷாங்க்ஸின் உடன் பிறந்தவர்களில் உயிருடன் இருந்த மௌரீன் கார்பாய், தன் பாசமிகு சகோதரர் அனுப்பிய பரிசுப் பொருட்கள் அனைத்தையும் எனக்கு அனுப்பியதோடு அவற்றை எப்படி விரும்புகிறேனோ அப்படிப் பயன்படுத்திக்கொள்ள அனுமதியும் தந்தார்.

செயிண்ட் ஜோசஃப் மடாலயத்தில் நடந்த தாக்குதலின்போது அங்கிருந்த சிலரும், அந்தத் தாக்குதலில் கொல்லப்பட்டவர்களின் உறவினர்களும் எனக்குப் பெருமளவு உதவி செய்திருக்கிறார்கள். டக்ளஸும் டாம் டைக்ஸும் எனக்குப் பெரிதும் உற்சாகமூட்டி உதவினர். தங்கள் பெற்றோரின் படுகொலை தொடர்பான மிகவும் வேதனையான நிகழ்வுகள் குறித்து நான் அவர்களிடம் தகவல் சேகரித்தபோது தங்கள்வசம் இருந்த நில ஆவணங்கள், புகைப்படங்கள் ஆகியவற்றைத் தந்து உதவினார்கள். பாரமுல்லா மடாலயத்தின் மீதான தாக்குதலில் தப்பிப் பிழைத்த ஏஞ்செலா அரானாவைச் சந்திக்க நாக்பூரில் இருந்த அவருடைய உறவினரான டெரி பாரெட்டோ உதவினார். ஏஞ்செலா என் ஆராய்ச்சியில் பெருமளவுக்கு உதவினார். உயிர் பிழைத்தவர்களில் இன்னொருவரான ஃப்ரான்சிஸ் ராத், செயிண்ட் ஜோசஃப் மடாலயத்துக்கு வெகு அருகிலேயே தன் வாழ்நாளைக் கழித்து வந்தார். அவர், தன் கதையைச் சொன்னதோடு அந்தக் காலகட்டத்துப் புகைப்படங்களையும் தந்து உதவினார். லீலா தாம்சனும் அவருடைய மகன் இந்தர் சீமா, மருமகள் ஜேன் சீமா ஆகியோரும் மெய்ன் பகுதியில் ஓர் இலையுதிர்கால விடுமுறையின் போது என்னை வரவேற்று நன்கு உபசரித்தனர். பழங்குடித் தாக்குதல் நடப்பதற்கு முன்பாக பாரமுல்லாவில் இருந்து தப்பித்த நிகழ்வுகளை நினைவுகூர்ந்தனர். மடாலயத்தைக் காலி செய்ததை விளக்கிய ஃப்ராங்க் லீசன், கூடவே *1947*-ல் இருந்து தான் சேகரித்து வந்த புகைப்படத் தொகுப்பையும் எனக்குக் கொடுத்தார்.

இந்தியாவுடன் இணைவது தொடர்பாக காஷ்மீர் மகாராஜா எழுதிய சரித்திர முக்கியத்துவம் வாய்ந்த கடிதத்தை சுதீப் புதிராஜா எனக்குத் தந்தார். அந்தக் கடிதத்தை அவருடைய கொள்ளுத் தாத்தாதான் முதலில் பெற்றிருந்தார். நேஷனல் கான்ஃபரன்ஸ் படை தொடர்பான ஆவணங்களை பிரான் நாத் ஜலாலி எனக்குக் காட்டினார். சிட்னி ஸ்மித் சேகரித்துவைத்திருந்த தன் செய்திக் கட்டுரைகளின் தொகுப்பை

அவருடைய மகள் பெட்டா ஆதேஸ் என்னிடம் தந்தார். ரஸ்ஸல் ஹைட் சேகரித்திருந்த தொகுப்பின் நகலை அலெக்ஸாண்ட்ரா ஹைட் ஃபர் தந்தார். ஸ்ரீநகர், பாரமுல்லா, முஸாஃபராபாத், ஜம்மு, தில்லி, இஸ்லாமாபாத் போன்ற பகுதிகளில் பலரும் என்னைத் தங்கள் இல்லத்துக்கு அழைத்து, நன்கு உபசரித்து, 1947 காலகட்டத்து காஷ்மீர் தொடர்பான தங்கள் நினைவுகளைப் பகிர்ந்துகொண்டனர். அவர்கள் அனைவருக்கும் என் நன்றி.

எனக்கு ஓரளவு திறமையுள்ள பத்திரிகையியல், வரலாறு ஆகிய இரண்டு துறைகளையும் இந்த நூலில் ஒருங்கிணைத்திருக்கிறேன். ஆனால், இது செய்திப் பதிவு என்பதைவிட பெருமளவு ஒரு வரலாறுதான். காஷ்மீர் தொடர்பாக முதன்முதலில் நடந்த தாக்குதல்களில் சிக்கிக்கொண்டவர்களின் கதை இந்த நூலின் மையமாக இருக்கிறது. இவற்றில் சில, ஐம்பது வருடங்கள் கழித்து ஒலிப்பதிவு செய்யப்பட்டிருக்கின்றன. அல்லது அன்றைய காலகட்டத்தில், ஆசிரியர் பெயருடன் எழுதப்பட்ட செய்திக் கட்டுரைகளிலிருந்து எடுக்கப்பட்டிருக்கின்றன. எஞ்சியவை ஆவணக் காப்பகங்களிலிருந்து பெறப்பட்டிருக்கின்றன. பல வருடங்களுக்கு முன்பாக நடந்த சம்பவங்களை நினைவுக்குறிப்புகளிலிருந்து தொகுத்து எழுதுவதில் பல சிக்கல்கள் இருக்கின்றன. தொடர்ந்துவரும் காஷ்மீர் பிரச்னை அந்தச் சிக்கல்களைத் தீவிரப்படுத்தியுள்ளது. அதே நேரம், வெளியான படைப்புகள், அதிகாரபூர்வ ஆவணங்கள், வரலாற்றாளர்களுக்குத் தேவையான பிற தகவல் மூலங்கள் ஆகியவற்றுக்கும் இதேபோல நம்பகத்தன்மை, துல்லியம், பாரபட்சம் ஆகிய அதே சிக்கல்கள் இருக்கின்றன.

1947 காலகட்டத்து காஷ்மீர் பற்றிய அனைத்துத் தரப்பு சொந்த அனுபவங்களைச் சேகரித்துப் பயன்படுத்தியதன்மூலம் காஷ்மீர் பிரச்னையின் சிக்கலை விளக்க முயன்றிருக்கிறேன். தனிப்பட்ட குழுவினர் தங்களுக்குச் சாதகமாக முன்வைக்கும் வாதங்களிலிருந்து முற்றிலும் மாறுபட்ட சித்திரத்தை இவை வழங்குகின்றன. புவி அரசியல் சார்ந்த மிக முக்கியமான எல்லைக்கோட்டுக்கு மனிதாபிமானப் பரிமாணம் ஒன்றைக் கொடுக்க முயற்சி செய்திருக்கிறேன். சொந்த அனுபவங்களிலிருந்து சேகரித்த தகவல்களை மேற்கோள் காட்டும்போது சொன்னதையே மீண்டும் சொல்லாமல் இருக்கக் கடினமாக முயற்சி எடுத்துக்கொண்டிருக்கிறேன். என்னிடம் பேசியவர்கள் சொல்ல வந்த விஷயத்தை விட்டு விலகிச்சென்றபோது அவற்றை நீக்கியிருக்கிறேன். சொன்னதையே திரும்பச் சொன்னபோது அவற்றையும் நீக்கியிருக்கிறேன். இந்த நூலில் மேற்கோள் குறிக்குள் வந்திருக்கும் செய்திகள் எல்லாமே யாராவது சொன்னதாகவே இருக்கும். அவர்கள் சொன்ன வார்த்தைகளை இன்றைய வார்த்தைப்

பிரயோகத்துக்கு ஏற்ப மாற்றியிருக்கிறேன். பிற ஆவணங்களிலிருந்து எடுத்தவற்றை அப்படியே பயன்படுத்தியிருக்கிறேன். காஷ்மீருக்கும் அதன் கலாசாரத்துக்கும் இதயமாகவும், இந்தப் பிரச்னையின் பிரதான களமாகவும் இருக்கும் காஷ்மீர் பள்ளத்தாக்குபற்றியே கூடுதல் கவனத்தைச் செலுத்தியிருக்கிறேன். முந்தைய சமஸ்தானத்தின் பிற இரண்டு பகுதிகளைப்பற்றி அதிகம் பேசவில்லை.

காஷ்மீர் பிரச்னை தொடர்பான இரண்டாம் கட்ட ஆவணங்களையே பெரிதும் பயன்படுத்தியிருக்கிறேன். மிச்சிகன் பல்கலைக்கழகத்தில் இருக்கும் நூலகமும், அங்கிருக்கும் மலை போன்ற புத்தக, பத்திரிகைக் குவியலின் மூலை முடுக்குகளிலெல்லாம் புகுந்து புறப்பட்டு அலசிப் பார்க்க அனுமதி தந்த அதன் அன்பான பணியாளர்களின் பெருந்தன்மையும் காஷ்மீர் தொடர்பாக பத்திரிகைகளில் வெளிவந்த அனைத்தையும் அலச உதவியது. எனக்குத் தெரிந்திராத பல விஷயங்களை அறிமுகமும் செய்தது. அந்த நூலகம், இந்திய, அமெரிக்க, பிரிட்டிஷ் செய்தித் தாள்களின் நுண்பட ஆவணத் தொகுப்புகளை எனக்காகச் சேகரித்துக் கொடுக்கவும் செய்தது. 2003-ல் பிபிசியின் ஸ்பான்சர்ஷிப்பில் இதழியல் ஆராய்ச்சியாளராக மிச்சிகனில் ஒரு செமஸ்டர் இருந்தேன். அதன் பெரும்பாலான நேரத்தை 1947-ல் காஷ்மீர் எப்படி இருந்தது என்பது பற்றிய ஆராய்ச்சியில் செலவிட்டேன். வால்லேஸ் ஹவுஸின் சார்ல்ஸ் எய்செண்ட்ராத்துக்கும், நைட்-வால்லேஸ் ஃபெலோஷிப் திட்டத்துக்கும் அந்தத் திட்டத்தின் ஆராய்ச்சியாளர்களுக்கும் என் நன்றி. ஆன் ஆர்பரில் இருக்கும் தெற்காசிய நிபுணர்களில் ஒருவரான ஆஷு வார்ஷ்னி அளித்த நட்பு, அபார அறிவாற்றல், ஊக்கம் ஆகியவற்றுக்கு நன்றி.

க்யூவில் இருக்கும் பிரிட்டிஷ் தேசிய ஆவணக் காப்பகம், பிரிட்டிஷ் நூலகத்தின் இந்தியா ஆஃபீஸ் ஆவணங்கள் ஆகியவற்றை அலசி ஆராய்ந்திருக்கிறேன். அந்தப் பணியாளர்கள் மிகவும் நிபுணத்துவத்துடனும் அன்புடனும் என்னை நடத்தினார்கள். என் ஒட்டுமொத்தத் தேடலில் ஒரே ஒரு கதவு மட்டுமே திறக்காமல் மூடிக்கொண்டது. இந்தியாவுடன் சேர்ந்தது தொடர்பாக மகாராஜா எழுதிய கடிதத்தின் மூல ஆவணத்தைப் பார்க்க வேண்டும் என்று தில்லியில் ஆவணக் காப்பகத்தின் டைரக்டர் ஜெனரலிடம் அனுமதி கேட்டேன். அவர் உள்துறை அமைச்சகத்துக்குக் கடிதத்தை அனுப்பினார். அவர்கள் என் விண்ணப்பத்தை நிராகரித்துவிட்டதாகப் பின்னர் பதில் அனுப்பினார்.

பெங்குவின் இந்தியா பதிப்பகத்தின் ரவி சிங் இந்தப் புத்தகத்தை பெரும் ஆர்வத்துடன் தழுவிக் கொண்டார். எழுத்தில் தவறுகள் நேராமல் மஞ்சுளா லால் என்னைக் காப்பாற்றினார். ஊர்வசி புடாலியா, மேகி

ஹான்பரி, லாரா ஹெய்மெர்ட், வி.கே. கார்த்திகா ஆகியோர் இந்த நூல் பதிப்பகம் ஒன்றைச் சென்றடைய உதவினார்கள். முதல் கட்டப் பிரதியில் இருந்த சில அத்தியாயங்களைப் படித்துப் பார்த்து ஊர்வசி பல ஆலோசனைகள் சொன்னார். பிரிவினை தொடர்பான அவருடைய நூல் எனக்குப் பெரும் வழிகாட்டியாகவும் இருந்தது. காஷ்மீர்மீதான முழுமையான புரிதலும் ஆழமான அக்கறையும் கொண்டிருக்கும் அலெக்சாண்டர் இவான்ஸ் எனக்களித்த நட்பும் வழிகாட்டுதலும் பெரிதும் உதவியிருக்கின்றன. ஓவென் பென்னட் ஜோன்ஸ், பிரையன் கிளவ்லி, பர்வேஸ் திவான், என் நண்பரும் சக ஊழியருமான சாம் மில்லர், மிரிது ராய் ஆகியோர் இந்த நூலின் பகுதிகளைப் பல்வேறு நிலைகளில் படித்துப் பார்த்திருக்கிறார்கள். அவர்கள் தந்த உற்சாகத்துக் கும் தாராளமாகச் சொல்லப்பட்ட ஆலோசனைகளுக்கும் மிகவும் நன்றிக்கடன் பட்டிருக்கிறேன். காஷ்மீர் தொடர்பான நிபுணர்களான ஆஸ்திரேலியர்கள் பில் ரீடு, கிறிஸ் ஸ்னீடன் இருவரும் ஆலோசனை களும் கட்டுரைகளும் தேவையான நபர்களின் அறிமுகங்களும் தந்து உதவினார்கள். நேஷனல் கான்ஃபரன்ஸ் படையின் வீரர்களைச் சந்திக்க அஷிமா கவுல் உதவி புரிந்தார். இந்திய ராணுவ விமானம் காஷ்மீருக் குள் இறங்கியது தொடர்பான செய்திப் பட நகல்களை ஓமார் கான் அனுப்பித் தந்தார். தெற்கு ஆசியாவில் இருக்கும் பிரிட்டிஷ் இடுகாடு களுக்கான சங்கத்தைச் சேர்ந்த ரொனால்ட் பாண்டும் அவருடைய நண்பர்களும் 1947 காஷ்மீர் தொடர்பான என் கேள்விகளுக்குப் பல்வேறு ஆலோசனைகளையும் தொகுப்புகளையும் தந்து உதவினார்கள்.

பெஷாவரில் இருக்கும் என் சக ஊழியரான ஹாரூன் ரஷீத் 1947 காலகட்டத்தைச் சேர்ந்த லஷ்கர் போராளி ஒருவரைக் கண்டுபிடித்து எனக்காகப் பேட்டி எடுத்தார். எல்லைப் பகுதியைப்பற்றிய அத்தி யாயங்களைப் படித்துச் சரிபார்த்தார். சார்ல்ஸ் ஹாவிலேண்டும் பாவனா குமாரும் எனக்காகச் சில பேட்டிகளை எடுத்துத் தந்தனர். தில்லியில் இருக்கும் நேரு நினைவு நூலகத்தில் பாகிஸ்தானின் இன்றைய முன்னணி செய்தித்தாளான 'டான்' பத்திரிகையின் பக்கங்களை அலசிப்பார்த்து தேவையான தகவல்களை மல்லிகா மேனன் எனக்கு எடுத்துக்கொடுத்தார். ஏராளமான இந்திய ராணுவ வீரர்கள் எனக்கு உதவிசெய்தார்கள். இந்திய ராணுவக் கழகத்தின் பேட்ரிக் எமர்சன், சீக்கியப் படைப் பிரிவுக் கழகத்தின் பென் சட்டர், ஸ்டான்லி மெனிசீஸ் ஆகியோருக்கு மிகவும் நன்றிக்கடன் பட்டிருக் கிறேன். தில்லியில் இருக்கும் பாதுகாப்பு அமைச்சகத்தின் புகைப்பட ஆவணக் காப்பகத்திலிருந்து தகவல்கள் சேகரித்துக்கொள்ள கர்னல் அனில் பட் உதவினார். இந்தப் புத்தகத்தைத் தொடர்ந்து எழுதும்படி ஊக்கம் தந்த ஹிஸ்டரி வொர்க்ஷாப் ஜர்னல் பத்திரிகையின் சக ஆசிரியர்களுக்கு நன்றி தெரிவித்துக்கொள்ள விரும்புகிறேன்.

சர் ஜார்ஜ் கன்னிங்ஹாமின் நாள்குறிப்பிலிருந்து குறிப்புகள் எடுத்துக் கொள்ள அவருடைய வாரிசுகளிடமிருந்து அனுமதி பெற பிரிட்டிஷ் நூலகத்தில் இருக்கும் பென்னி புரூக் மிகுந்த சிரமம் எடுத்துக் கொண்டார். மார்கரெட் போர்க்-வைட்டின் எழுத்துகளிலிருந்து சிலவற்றைப் பயன்படுத்திக்கொள்ள டோபி வைட் அனுமதி தந்தார். டாக்டர் கரன் சிங், தன் சுயசரிதையிலிருந்து சில பகுதிகளைப் பயன்படுத்திக்கொள்ள அன்புடன் அனுமதித்தார். டெய்லி எக்ஸ்பிரஸ், தி டைம்ஸ், டைம்ஸ் ஆஃப் இந்தியா, தி நியூ யார்க் டைம்ஸ் போன்ற செய்தித்தாள்கள் அவற்றில் வெளியான கட்டுரைகள், செய்திக்குறிப்பு களைப் பயன்படுத்திக்கொள்ள அனுமதி தந்தன. அவர்களுடைய அன்புக்கு நன்றிக்கடன் பட்டிருக்கிறேன். இதுபோல் தங்கள் படைப்பு களைப் பயன்படுத்திக்கொள்ள அனுமதி தந்த பலருக்கும் என் நன்றி. காப்புரிமை யாரிடம் இருக்கிறது என்பதை சில நேரங்களில் எங்களால் கண்டுபிடிக்க முடியாமல் போய்விட்டிருக்கிறது. அந்த மேற்கோள் களைக் கையாண்டதற்காக அவர்களிடம் மன்னிப்பு கேட்டுக் கொள்கிறேன்.

இது எந்தவகையிலும் பி.பி.சியின் புத்தகம் அல்ல. ஆனால், பி.பி.சி இல்லாமல் இந்தப் புத்தகம் உருவாகியிருக்கவும் முடியாது. 1993-ல் முதன்முறையாக காஷ்மீருக்கு நான் போனதே பி.பி.சியின் செய்தி யாளராகத்தான். மேலும் பி.பி.சிக்கான செய்தியாளராக, நிகழ்ச்சித் தயாரிப்பாளராக, நிகழ்ச்சி வழங்குபவராக நான் மேற்கொண்ட பணிகள்தான் என்னை அடிக்கடி காஷ்மீருக்குப் போய்வர வைத்திருக் கின்றன. எனது இரண்டாம் சொந்த நகரான தில்லிக்கு அப்பால் தெற்கு ஆசியாவில் நான் அதிகமும் போய்வந்ததும் நேரம் செலவிட்டதும் காஷ்மீரில்தான். கட்டுப்பாட்டுக்கோட்டை இரு பக்கங்களிலிருந்தும் பார்த்திருக்கிறேன். பாகிஸ்தானில் இருக்கும் பிரிவினைவாதத் தலைவர்களைச் சந்தித்திருக்கிறேன். ஸ்ரீநகரில் பதாமி பாக்கில் இருக்கும் இந்திய ஜெனரல்களைப் பேட்டி எடுத்திருக்கிறேன். காஷ்மீர் தொடர்பான என் செய்தித் தொகுப்பில் எந்தப் பக்கமும் சாராமல் நடுநிலையாக விஷயத்தை அணுகி வந்திருக்கிறேன். இந்தப் புத்தகத்திலும் அந்த அணுகுமுறையையே பின்பற்றியிருக்கிறேன். இந்தப் புத்தகத்தில் இடம்பெற்றிருக்கும் எந்தவொரு தகவலையும் பி.பி.சி-யின் கருத்தாக எடுத்துக்கொள்ளவேண்டாம்.

பி.பி.சி-யின் ஸ்ரீநகர் செய்தித் தொடர்பாளரான அல்டாஃப் ஹுசேனின் நட்பும் ஆலோசனையும் எனக்குப் பலவகையில் உதவியாக இருந்திருக் கின்றன. அவருக்கு முன்பாக இருந்த யூசுஃப் ஜமீலும் எனக்குப் பலவகையில் உதவியிருக்கிறார். அல்டாஃப் இருமுறை என்னுடன் பாரமுல்லாவுக்கு வந்திருக்கிறார். இந்த நூலில் முதல் கட்டப்

பிரதிகளின் அத்தியாயங்களைப் படித்துவிட்டு பல ஆலோசனைகள் சொல்லியிருக்கிறார். அவர்கள் மூலமாக, பல காஷ்மீரிகளைச் சந்திக்கவும் காஷ்மீர் பள்ளத்தாக்கின் பல பகுதிகளைப் பார்க்கவும் முடிந்திருக்கிறது. காஷ்மீர் பற்றி எனக்கு எந்த அளவுக்குத் தெரிந்திருக் கிறதோ அதற்கு அவர்களே முழுக் காரணம். எதையாவது சரியாகப் புரிந்துகொள்ளவில்லை என்றால் அதற்கு நானே காரணம்.

ஒரு புத்தகத்தை எழுதுவது எந்தவொரு குடும்பத்திலும் நெருக்கடிகளை உருவாக்கவே செய்யும். என் குடும்பத்தினர் என்னை முழுமையாகப் புரிந்துகொண்டு என்னை அனுசரித்து நடந்துகொண்டார்கள். தங்களுக்குப் புரிந்தவற்றுக்கும் மேலாக என் குழந்தைகள் சமீராவும் ரோகனும் 'அப்பா, இந்த வாரம் எத்தனை அத்தியாயங்களை எழுதி முடித்துள்ளீர்கள்?' போன்ற தங்களுடைய வெகுளித்தனமான கேள்வி களால் என்னைத் துளைத்து எடுத்தார்கள். என் மனைவி அனுராதா அவஸ்தி எனக்குப் பல வகையிலும் உறுதுணையாக நின்றார். பிற நெருக்கடிகளிலிருந்து என்னைப் பாதுகாத்தார். விமர்சனபூர்வமாகக் கருத்துகள் சொல்லி உதவினார். என் பல கருத்துகளுக்கும் ஒரு தெளி வான வடிவம் கொடுத்தார். சிலவற்றை அப்படியே எடுத்து வெளியே எறிந்தார். ஒருவர் இந்தப் புத்தகத்தை எத்தனை தடவை படிக்கலாமோ அதற்குமேல் பல தடவை படித்துப் பார்த்திருக்கிறார்.

பல விஷயங்களைத் தெரிந்துகொள்ளவும் புரிந்துகொள்ளவும் உதவும் தேடல் மனோபாவத்தை என் மனத்தில் விதைத்து, வளர்த்தெடுத்த என் பெற்றோருக்கு நன்றிகள் பல. அதுவே செய்திப் பத்திரிகையாளராக என் வாழ்க்கையை முன்னெடுக்கப் பெரிதும் ஆதாரமாக இருந்திருக்கிறது. அந்தத் தேடலே இந்த நூலிலும் வெளிப்பட்டிருக்கிறது. இந்தப் புத்தகத்தை அச்சாகிப் பார்ப்பதற்குமுன் என் அம்மா இறந்துவிட்டார். ஆனால், அவரும் என் தந்தையும் இந்தப் புத்தகம் உருவாகக் காரணமாக இருந்திருக்கிறார்கள். அவர்களுக்கு இந்தப் புத்தகத்தைச் சமர்ப் பிக்கிறேன்.

ஜூன் 2007 **ஆண்ட்ரூ வைட்ஹெட்**
புது தில்லி

1

காஷ்மீரில் இருந்த கன்யாஸ்திரி

அந்த மருத்துவமனைப் புல்வெளியில் எங்களை வரிசையாக நிற்கவைத்து, துப்பாக்கியால் குறி வைத்தார்கள். அவர்கள் ஏற்கெனவே நாலைந்து பேரைக் கொன்றிருந்தனர். மருத்துவமனையில் அப்போது நாங்கள் நோயாளிகளுக்கு மருந்து கொடுத்துக்கொண்டிருந்தோம். கலவரக்காரர்கள் கையில் ஆயுதங்களுடன் பனி படர்ந்த மலைச் சரிவு வழியாக நகரை வலம் வர ஆரம்பித்திருந்தார்கள். ஆனால், அழகான தோட்டமும் அதன் நடுவில் கன்னி மேரியின் அற்புதமான சிறிய சிலையும் கொண்ட எங்கள் மருத்துவமனையை அவர்கள் தாக்கமாட்டார்கள் என்றுதான் நம்பினோம். அந்த நம்பிக்கை பொய்த்துப் போனது.

கூக்குரலிட்டபடியே அவர்கள் மருத்துவமனையைச் சுற்றி வளைத்தார்கள். அப்போது மருந்தகம் செயல் பட்டுக்கொண்டிருந்தது. உள்ளே நோயாளிகள் இருந்தனர். புல்வெளியில் தங்கள் முரட்டுப் பாதங் களைப் பதித்தபடி அவர்கள் உள்ளே நுழைந்தனர். வெட்டு, கொல்லு, சுட்டுத்தள்ளு என்று கத்திய படியே, ஒவ்வொரு வார்டாகத் துவம்சம் செய் தார்கள். கண்ணில் தென்பட்ட முதல் நோயாளியை யும் நர்ஸையும் கொன்றனர். ஸ்பெயின் நாட்டைச் சேர்ந்த கன்யாஸ்திரீ ஒருவரையும் கொன்றனர். தலைமை மருத்துவரின் கணவரை அவர் கண்

முன்னாலேயே கொன்றனர். மதர் சுப்பீரியரையும் கொன்றுவிட்டிருந் தனர். பிரிட்டிஷ் ராணுவ அதிகாரி ஒருவரும் பிரசவத்துக்காக வந்திருந்த அவருடைய மனைவியும் கொல்லப்பட்டனர். கண் மூடிக் கண் திறப் பதற்குள் எல்லாம் நடந்து முடிந்திருந்தது. கண்ணில் பட்டவர்களைக் கொன்று, கையில் கிடைத்தவற்றை அள்ளிக்கொண்டு அந்தக் கும்பல் ஒரு புயலைப் போல் புறப்பட்டுச் சென்றது.

என்னையும் பிற கன்யாஸ்திரீகளையும் புல்வெளியில் வரிசையாக நிற்க வைத்து, ஒவ்வொருவராகக் கொல்லப்போவதாகச் சொன்னார்கள். நல்ல வேளையாக அந்த நேரம் பார்த்து வாசலில் ஒரு ஜீப் வந்து நின்றது. அதிலிருந்து பாகிஸ்தான் ராணுவ அதிகாரி ஒருவர் இறங்கி வந்தார். கலவரக்காரர்களிடம், அவர்களுக்குப் புரியும் மொழியில், ஏதோ சொன்னார். அவர்கள் துப்பாக்கிகளைக் கீழே இறக்கினர். எதுவும் பேசாமல் போய்விட்டனர். அந்த ரட்சகர் வேறு யாருமல்ல, தன் சிறு வயதில் எங்கள் கான்வென்டில் படித்து வளர்ந்தவர்தான் என்பது பின்னரே தெரியவந்தது!

மெழுகுவர்த்தி வெளிச்சத்தில் அதன் சுடர் போலவே நடுங்கும் குரலில், இத்தாலியரான எமிலியா என்ற கன்யாஸ்திரீ சொன்னதைக் கேட்டபோது என் முதுகுத்தண்டு சில்லிட்டது. 1947-ல் பாரமுல்லாவில் செயிண்ட் ஜோசப் மருத்துவமனையில் நடந்த சம்பவங்களின் நேரடிச் சாட்சி அவர்.

நான் அவரை முதன்முதலாகச் சந்தித்தபோது அவருக்கு 91 வயது ஆகியிருந்தது. அறுபது வருடங்களுக்குமுன் நடந்த சம்பவங்களை நினைவுகூர்ந்தபோது சோகம் கலந்த புன்னகை அவர் முகத்தில் தவழ்ந்தது. பாரமுல்லாவில் கிறிஸ்தவ மடாலயத்தின்மீது நடைபெற்ற தாக்குதலில் அதிர்ஷ்டவசமாக உயிர் தப்பியவர்களில் எமிலியா மோண்ட்வானியும் ஒருவர். இன்றுவரை அணையாமல் எரிந்து கொண்டிருக்கும் காஷ்மீர் பிரச்னையின் முதல் தீப்பொறி அவர் கண்முன்னால்தான் பற்றவைக்கப்பட்டது. அரை நூற்றாண்டு ஆனபிறகும் அவர் காஷ்மீர் பள்ளத்தாக்கில், இந்திய பாகிஸ்தான் எல்லைக் கோட்டுக்கு அருகில் இருக்கும் அந்த மடாலயத்திலேயே வசித்து வந்தார்.

இமயமலைச் சரிவில் வசித்த அவருடைய சோகக் கதை, உலகின் புவி-அரசியல் யுத்தங்களில் மிக மோசமான ஒன்றின் சரித்திரத்தோடு பின்னிப் பிணைந்திருக்கிறது. காஷ்மீரைப் பாகிஸ்தானுக்காக வென் றெடுக்கும் நோக்கில் தாக்குதல் நடத்தியவர்கள் யார்? அவர்கள் எப்படி ஒருங்கிணைந்து செயல்பட்டனர்? யார் அவர்களுக்குத் தலைமை

தாங்கியது? தங்கள் இலக்கில் அவர்கள் எதனால் தோல்வியுற்றனர்? இவைபற்றி இதுவரை யாரும் சொல்லியிராத தகவல்களை எமிலியா என்னுடன் பகிர்ந்துகொண்டார். காஷ்மீர் பள்ளத்தாக்கின்மீது உரிமை கொண்டாடுபவர்கள் சொல்லும் சரித்திரங்களை அது சந்திக்கு இழுக்கிறது. தேசியக் கதையாடல்கள், எல்லைக் கோடுகள் என்று பொதுவாகப் பேசப்படும் விஷயங்களுக்கு மாற்றாக இருக்கிறது. காஷ்மீர் பள்ளத்தாக்கு மனிதர்களின் நினைவுகள், எதிர்பார்ப்புகள், வேதனைகள் ஆகியவற்றை மையத்துக்குக் கொண்டுவருகிறது.

அருட்சகோதரி எமிலியா அன்று சாட்சியாக நின்று பார்த்த சோக நாடகத்தின் காட்சிகள் இன்றும் தொடர்கின்றன. இப்போது அணு ஆயுத பலம் பெற்றிருக்கும் இரண்டு தேசங்களுக்கு இடையிலான கசப்பான சண்டையாக அது மாறியுள்ளது. ஆயுதம் ஏந்திய இஸ்லாமிய அடிப்படைவாதிகளுக்கும் மதச்சார்பற்ற சக்தியாகக் கருதப்படும் இந்தியப் படைகளுக்கும் இடையிலான போராக அது மாறியுள்ளது. பிரிட்டிஷாரிடமிருந்து இந்தியாவும் பாகிஸ்தானும் சுதந்தரம் பெற்ற 1947-லிருந்து, காஷ்மீரை யார் ஆள்வது என்பது தொடர்பான சண்டை இரு தேசங்களுக்கு இடையில் நடைபெற்றுவருகிறது. அந்தச் சண்டை காஷ்மீரின் வளர்ச்சியை முடக்கிப் போட்டுள்ளது. போர்களை உருவாக்கியுள்ளது. லட்சக்கணக்கான காஷ்மீரிகளின் வாழ்க்கையை நிர்மூலம் ஆக்கியுள்ளது. காஷ்மீரின் கம்பீர அழகைச் சூறையாடி யுள்ளது.

உண்மையான பிரச்னை, பிரிவினையின் கறுத்த மேகங்களால் மூடப்பட்டு, தேசியவாதத்தின் சூறைக்காற்றுக்கு நடுவே சிக்கித் தவிக்கிறது. 1947-ன் இலையுதிர் காலத்தில் பாரமுல்லாவின் நதிக்கரையில் நடந்த அந்தச் சம்பவங்கள், காஷ்மீர் பள்ளத்தாக்கு யாருக்குச் சொந்தம் என்பது தொடர்பான முதல் சண்டையின் விளைவுகளைத் தீர்மானித்தன. அங்குதான் அந்தச் சண்டை உருத்திரள ஆரம்பித்தது.

இந்தியாவிலிருந்து பிரிட்டிஷார் வெளியேறியதைத் தொடர்ந்து நடைபெற்ற கலவரங்களின் நினைவுகளைப் பதிவு செய்வதுதான் முதலில் என் நோக்கமாக இருந்தது. இந்தியப் படையினருக்கும் பிரிவினைவாதிகளுக்கும் இடையிலான சண்டைகள் பற்றிய செய்தி களைச் சேகரிக்க நான் பலமுறை அந்தப் பகுதிகளுக்குப் போயிருக் கிறேன். எந்தவொரு சம்பவம் குறித்தும் முற்றிலும் முரண்பட்ட இரு தரப்பு விவரிப்புகளை வைத்து உண்மை எதுவாக இருக்கும் என்ற முடிவுக்கு வர நான் பெரிதும் சிரமப்பட்டிருக்கிறேன். அதிலும் காஷ்மீரின் தலைநகர் ஸ்ரீநகரில் இருக்கும் அஹ்தூ ஹோட்டலில்

தொலைபேசித் தொடர்புகள் மிகவும் பிரச்னைக்கு உரியவையாக இருந்தன. எனவே, அந்த நிருபர்களுக்கான மையத்தில் இருந்து செய்திகளை உடனுக்குடன் அனுப்ப மிகவும் கஷ்டப்பட்டிருக்கிறேன். இந்த முறை போனபோது வேறு ஒரு பெரிய இலக்குடன் சென்றேன். இந்துக்கள் மிகுதியாக வாழும் இந்தியா, இஸ்லாமிய நாடான பாகிஸ்தான் ஆகிய இரண்டு நாடுகள் உருவானதை ஒட்டி நடந்த பிரிவினைக் கலவரங்களை மையமாக வைத்து ஒரு வானொலி நிகழ்ச்சி தயாரிக்கத் தேவையான தகவல்களைச் சேகரிப்பதுதான் அது.

காஷ்மீரின் பிரிவினைக்கால நிகழ்வுகள் மற்ற பகுதிகளிலிருந்து முற்றிலும் மாறுபட்டவை. பிற பகுதிகளில் அரசியல் படுகொலைகள், உள்ளூர் அதிகாரப் போட்டிகள், பழிவாங்கல்கள் என வன்முறைகள் தலைவிரித்தாடின. சுருக்கமாகச் சொல்வதானால், அந்த வன்முறை நிகழ்வுகள் இஸ்லாமியரை ஒரு பக்கத்திலும் இந்துக்களையும் சீக்கியர்களையும் அவர்களுக்கு மறு பக்கத்திலும் நிறுத்தின. பல லட்சக்கணக்கானவர்கள் விரும்பியோ கட்டாயத்தினாலோ இடம் பெயர நேர்ந்தது. இந்த நூற்றாண்டின் மிக மோசமான படுகொலை நிகழ்வான அந்தப் பிரிவினையில் ஐந்து லட்சத்துக்கும் மேற்பட்டோர் கொல்லப்பட்டனர்.[1] காஷ்மீரில் ஆரம்பத்தில் சமூக வன்முறையாக அது தொடங்கவில்லை. ஆனால், பஞ்சாபில் பிரிவினைக் கொலைகள் குறைய ஆரம்பித்ததும் காஷ்மீரில் ஆக்கிரமிப்பும், மத, அரசியல், சமூக வன்முறைகளும் தலைதூக்க ஆரம்பித்தன. அந்தக் கலவரம் புதிதாகப் பிறந்த இரு தேசங்களுக்கு இடையிலான போராக மாறியது.

காஷ்மீர், இந்தியாவுக்கும் பாகிஸ்தானுக்கும் இடையில் இருக்கிறது. முஸ்லிம்கள் பெரும்பான்மையாக வாழும் அந்த சமஸ்தானத்தை இந்து மகாராஜா ஒருவர் ஆண்டுவந்தார். இந்துக்களிடமிருந்து சகோதர இஸ்லாமியர்களை விடுவிக்கும் நோக்கில் ஆஃப்கனிஸ்தானிலிருந்து பழங்குடியின ஆக்கிரமிப்பாளர்கள் காஷ்மீருக்குள் நுழைந்தனர். முதன்முதலில் பாரமுல்லாவில் இருந்த கத்தோலிக்க மடாலயத்தைச் சூறையாடினர். பிறகு அதைத் தங்களுடைய ராணுவத்தளமாக ஆக்கிக் கொண்டனர். வான்வழி, தரை வழி என இந்திய, பாகிஸ்தான் ராணுவங்களால் தொடர்ந்து அந்த மடாலயம் தாக்குதலுக்கு உள்ளானது. அந்தப் போரின் முதல் கட்டம் இந்தியாவுக்குச் சாதகமாக அமைந்தது.

நான் முதலில் பாரமுல்லாவுக்குப் போனபோது அந்தக் கத்தோலிக்க மடாலயத்தைச் சென்று பார்க்கவில்லை. 1947-ல் நடந்தவற்றை நினைவுகூர்ந்து சொல்லும்வகையில் அங்கு யாரும் இருக்கமாட்டார்கள் என்றே நான் கேள்விப்பட்டிருந்தேன். ஆனால், எதுவும் என்

திட்டத்தின்படி நடக்கவில்லை. வயதானவர்களைச் சந்தித்துப் பேட்டி எடுக்க விரும்பியிருந்தேன். எனக்கு உதவ ஓர் உள்ளூர் நிருபர் முன்வந்திருந்தார். ஆனால், இந்திய உளவுத்துறைக்கு என் வருகை தெரிய வந்திருந்தது. நான் எதற்காக அங்கு வந்திருக்கிறேன்; யார் யாரைச் சந்திக்கப் போகிறேன் என்று தெரிந்துகொள்ள இந்திய ராணுவத்தினர் அந்த உள்ளூர் நிருபரை இரண்டு முறை அழைத்து விசாரணை செய்தனர். அதற்குப்பின், அவர் என்னிடமிருந்து விலகி ஓடுவதிலேயே குறியாக இருந்தார்.

எனவே, நான் திட்டமிட்டதற்கு முன்பாக, பகல் பொழுதிலேயே பாரமுல்லாவிலிருந்து ஸ்ரீநகருக்குத் திரும்ப வேண்டிவந்தது. வரும் வழியில் மதில் சுவருக்கு மேலாக எட்டிப் பார்த்துக்கொண்டிருக்கும் கிறிஸ்தவ தேவாலயம் ஒன்றைக் கண்ணுற்றேன். வண்டியை அங்கு ஓட்டச் சொன்னேன். அங்குதான் அழகாகப் பராமரிக்கப்பட்ட செயிண்ட் ஜோசப் மருத்துவமனை இருந்தது. முன் பக்கத்தில் சிறிய தோட்டமும் அதன் நடுவில் குகை போன்ற பீடத்தில் கன்னி மேரியின் சிலையும் இருந்தன. மேல் கூரை இடப்பட்ட நடைபாதையின் முடிவில் ஒரு வராந்தா இருந்தது. பெரிய தோட்டம் ஒன்றைச் சுற்றி அது அமைந்திருந்தது. அதனுடன் அருமையான நான்கு சிறிய மருத்துவ மனை வார்டுகள், ஓர் அறுவை சிகிச்சை அறை, முன்பு எக்ஸ் ரே மைய மாக இருந்த ஓர் அறை ஆகியவை இணைக்கப்பட்டிருந்தன. எதிர்த் திசையில் செவிலியர் படிப்பு படிக்கும் மாணவர்களுக்கான விடுதி இருந்தது. அந்தக் கட்டடங்கள் யாவுமே 1947-க்குப் பிறகு புனரமைக்கப் பட்டு விரிவாக்கப்பட்டிருப்பது பார்த்ததுமே தெரிந்தது.

அதற்குப் பக்கத்தில் ஒரு கான்வெண்ட் இருந்தது. மடாலயக் கட்டடங் களிலேயே மிகவும் பழமையானது அதுதான். கோவாவைச் சேர்ந்த கத்தோலிக்கர் ஒருவர்தான் சிஸ்டர் சுப்பீரியராக இருந்தார். அவரைச் சந்தித்தேன். பழங்குடியினரின் தாக்குதலை நேரில் பார்த்தவர்களைத் தேடி வந்திருப்பதாக அவரிடம் சொன்னேன். 'நல்லது, அந்தக் காலகட்டத்தில் இருந்தே வசித்துவரும் கன்யாஸ்திரீ ஒருவர் இங்கு இருக்கிறார். அவர் இப்போது ஓய்வெடுத்துக் கொண்டிருப்பார் என்று நினைக்கிறேன். அவரிடம் கேட்டு, உங்களைச் சந்திக்க ஏற்பாடு செய்கிறேன்' என்றார்.

அருட்சகோதரி எமிலியா, கன்யாஸ்திரீகளுக்கான வெளிர் சாம்பல் நிறச் சீருடை அணிந்திருந்தார். எந்தவித விளக்கமும் தூண்டுதலும் தேவைப் படவில்லை. அன்று கண்முன் நடந்த கோரச் சம்பவங்களையும் அதைத் துணிச்சலுடன் எதிர்கொண்டதையும் அவர் விவரிக்க ஆரம்பித் தார். 'பாதிரியார்களின், கன்யாஸ்திரீகளின் விசுவாசமும் சேவையும் கடும் சோதனைக்கு உள்ளாக்கப்பட்ட தருணங்களில் அதுவும் ஒன்று.

கிறிஸ்து ராஜாவின் விருந்து தினத்துக்கு அடுத்த நாள் அந்தப் பழங்குடியினக் கும்பல் இங்கு முற்றுகையிட்டது. நாங்கள் அப்போது மருத்துவமனையில் பணியில்தான் இருந்தோம். ஆதரவற்றவர்களுக்காக எப்போதும் திறந்தே கிடக்கும் மடாலயத்தின் கதவுகளின் வழியாக அவர்கள் உள்ளே நுழைந்தார்கள். கண்ணில் பட்டவர்களை எல்லாம் சுட்டுத் தள்ளினார்கள். கையில் கிடைத்தவற்றையெல்லாம் கொள்ளையடித்தார்கள். தேவாலயத்தை இடித்துத் தள்ளினார்கள்.'

வன்புணர்ச்சி பற்றிய விவரங்களை அருட்சகோதரியிடம் கேட்கும் மனதைரியம் அன்று என்னிடம் இல்லை. வயது முதிர்ந்த இத்தாலிய அருட்சகோதரி எமிலியா, அன்று நடந்த சம்பவங்களை பெரும் உற்சாகத்துடன் சாகசக் கதை ஒன்றைச் சொல்லும் பாணியில் விவரித்தார். ஆனால், நினைவின் கண்ணிகள் வயதின் முதிர்ச்சியினால் வலுவிழக்கத் தொடங்கியிருந்தன. இப்போதும் அந்தச் சம்பவங்கள் கொடுங்கனவுகளாக வந்து அவரது தூக்கத்தைக் கலைத்துக் கொண்டிருப்பதாக இன்னொரு கன்யாஸ்திரீ சொன்னார். 1947-ல் பாரமுல்லா கிறிஸ்தவ மடாலயத்தில் இருந்த கன்யாஸ்திரீகளில் ஒரே ஒருவரைத் தவிர மற்ற எல்லாருமே ஐரோப்பியர்களாக இருந்தனர். இப்போது, ஐம்பது வருடங்கள் கழித்து அந்த மடாலய மருத்துவமனையில் இருந்த ஒரே ஐரோப்பியர் எமிலியா மோண்ட்வானி மட்டுமே. 1930-ல் அவர் இந்தியா வந்தார். செயிண்ட் ஜோசப் மருத்துவமனைக்கு 1933-ல் வந்து சேர்ந்தார். அப்போது அவருக்கு வயது வெறும் 28. அறுபது வருடங்களுக்கும் மேலாக அதுவே அவருடைய வீடாக இருந்து வந்திருக்கிறது.

தாடியுடன், கறுப்புத் தலைப்பாகை அணிந்து, ஆயுதங்களைத் தாங்கியபடி அருட்சகோதரியின் கொடுங்கனவுகளில் வந்து மிரட்டிக்கொண்டிருப்பவர்கள் பதான் பழங்குடி இனத்தைச் சேர்ந்தவர்கள். ஆஃப்கனிஸ்தானுக்கு அருகில் இருக்கும் பாகிஸ்தானின் வட மேற்கு எல்லைப் பகுதியில் இருந்து புறப்பட்டு வந்த லஷ்கர் கொள்ளைக் கூட்டத்தினர். இஸ்லாத்தின் பெயராலும் பாகிஸ்தானின் பெயராலும் அந்த வன்முறைகளில் ஈடுபட்டனர். இந்த மலைவாழ் மக்கள் அன்றும் இன்றும் பழங்குடியினர் என்றே அறியப்படுகின்றனர். பழங்குடி இன, குல அடையாளங்கள், பழக்க வழக்கங்கள், விதிமுறைகள், மத அடையாளம், பெருமிதம் ஆகியவையே அவர்களுடைய இன்றைய வாழ்க்கையையும் தீர்மானிக்கின்றன.

பிரிட்டிஷ் காலகட்டத்தில் வேறு யாருக்கும் இல்லாத அளவுக்குச் சுதந்தரமும் சிறப்புச் சலுகைகளும் இவர்களுக்குத் தரப்பட்டிருந்தன. சுதந்தரத்துக்குப் பிறகும் அந்த நிலையே நீடித்துவந்தது. இப்போதுதான்

அந்த நிலைக்கு அச்சுறுத்தல் ஏற்பட ஆரம்பித்துள்ளது. அன்று வந்த அந்தக் கலவரக்காரர்கள், பாகிஸ்தான் ராணுவ அதிகாரி ஒருவர் சொன்னதைக் கேட்டதும் கலைந்து சென்றனர் என்று அருட்சகோதரி சொன்னார். அதிலிருந்து அவர்கள்மீது ராணுவத்தினருக்கு இருந்த அதிகாரம் தெளிவாகப் புரியவரும்.

ராணுவ அதிகாரி சவுரப் ஹயாத் கான் வந்ததைத் தொடர்ந்து அன்றைய ரத்த பலி முடிவுக்கு வந்தது. ஆனால், மடாலய உறுப்பினர்களின் துயரங்கள் அத்தோடு முடிவடையவில்லை. அருட்சகோதரிகள், பாதிரியார்கள், செவிலியர்கள், நோயாளிகள், முஸ்லிம் அல்லாத உள்ளூர் அகதிகள் எனத் தாக்குதலில் தப்பிப் பிழைத்தவர்கள் அனைவரும் மடாலய மருத்துவமனையின் சின்னஞ் சிறிய அறை ஒன்றுக்குள் அடைக்கப்பட்டனர். மொத்தம் 80 பேர் இருந்தனர். சிறுவர்கள், மூன்று பிரிட்டிஷ் குழந்தைகள் (அந்தத் தாக்குதலில் பெற்றோர்களை இழந்து அநாதை ஆகியிருந்த பிறந்து சில நாள்களே ஆகியிருந்த பச்சைக் குழந்தை ஒன்றும் அதில் அடங்கும்) ஆகியோர் அடுத்த 11 நாள்களை அந்த இடுங்கிய அறையில், பசி பட்டினியுடன் கழிக்க நேர்ந்தது. எந்த நேரமும் தலைப்பாகை கட்டிய பழங்குடியினர் வந்து தாக்கிக் கொல்லலாம் என்ற அச்சத்துடனேயே பகலும் இரவும் கழிந்தன.

பாரமுல்லாவில் நடந்த அந்த முதல் தாக்குதல் குறித்து நான் விசாரிக்க ஆரம்பித்தபோது அந்தச் சம்பவங்களை நினைவில் வைத்திருந்த மனிதர்கள் அனைவரும் பெரும்பாலும் விடைபெற்றுச் சென்றிருந்தனர். கடந்த காலத்தின் புகை மூட்டத்துக்குள் அந்த நினைவு ரயிலின் கடைசிப் பெட்டியும் மறைய ஆரம்பித்திருந்தது. வெறும் பின்புறச் சிவப்பு விளக்கு மட்டுமே மங்கலாகத் தெரிந்துகொண்டிருந்தது. நான் மட்டும் விழுந்தடித்துக்கொண்டு ஓடிப்போய் அதில் தொற்றிக்கொள்ளவில்லை என்றால் அந்த நினைவுகள் இந்த உலகில் இருந்து என்றென்றைக்குமாக மறைந்து போயிருக்கும். பழங்குடி ராணுவத்தின் கொடூரச் செயல்கள், கிறிஸ்தவ மடாலயம்மீது நடத்தப்பட்ட தாக்குதல், கொள்ளையடிப்பு, குறிப்பாக முஸ்லிம் அல்லாதோரின் கொலைகள், கடத்தல்கள் என எல்லாமே அந்த நகரத்தின் நவீனகால வரலாற்றின் மறக்கக்கூடாத பக்கங்களாக இருக்கவேண்டியவை.

செயிண்ட் ஜோசப் மருத்துவமனையின் அருட்சகோதரி எமிலியா மட்டுமே அந்தச் சம்பவங்களை நேரில் பார்த்த ஒரே சாட்சியாக இருந்தார். நகரில் வேறு பல வயோதிகர்களும் தங்கள் நினைவுகளைப் பகிர்ந்துகொள்ளத் தயாராக இருந்தனர். ஆனால், துயரமும் சரித்திர முக்கியத்துவமும் வாய்ந்த அந்தக் கடந்தகால நாடகத்தின் திரைச்சீலை

மெல்ல அவிழ்ந்து, அரங்கின் கதவுகள் ஒவ்வொன்றாக மூட ஆரம்பித்திருந்தன. அனைத்து வாய்மொழி ஆதாரங்களையும் இன்னபிற தரவுகளையும் சேகரிக்க நான் காற்றாகப் பறந்தேன். தில்லியில் இருந்து வெளிவரும் பத்திரிகை ஒன்றில் கிறிஸ்தவ மடாலய மருத்துவமனை நோக்கிய என் பயணம் குறித்து ஒரு கட்டுரையை எழுதினேன். அதைப் படித்த பலரும் எனக்குக் கடிதங்கள் அனுப்பினர்.

பழங்குடியினரை விரட்டி அடித்த இந்திய ராணுவ வீரர் ஒருவரிடமிருந்து ஒரு கடிதம் வந்திருந்தது. அந்தத் தாக்குதலில் கொல்லப்பட்ட ஒருவருடைய உறவினரிடமிருந்தும் கடிதம் வந்திருந்தது. ஏதோ ஒரு தனிப்பட்ட ஆர்வத்தில் நான் ஆரம்பித்த செய்தி சேகரிப்பு என் வாழ்க்கையின் லட்சியமாக ஆனது. செயிண்ட் ஜோசப் மருத்துவமனையில் அன்று நடந்த தாக்குதலுக்கும், காஷ்மீர் யாருக்குச் சொந்தம் என்பது தொடர்பாக நடந்த முதல் ராணுவத் தாக்குதலுக்கும் இடையிலான தொடர்பு எனக்கு ஓரளவுக்குப் புரிய ஆரம்பித்தது. காஷ்மீர் ஏன் இன்று ஒரு போர்க்களம் ஆகிக்கிடக்கிறது என்ற உண்மையைக் கண்டுபிடிக்கவும் விளக்கவும் நானே சொந்தமாக மேற்கொண்ட ஒரு மாபெரும் பயணமாக அது பரிணமித்தது.

அன்றைய தாக்குதலில் கர்னல் டைக்ஸு ம் அவருடைய மனைவியும் கொல்லப்பட்டதால் அவர்களுடைய பச்சைக் குழந்தை அநாதை ஆகியிருந்தது. அருட்சகோதரி எமிலியா அந்தக் குழந்தையைத் தான் அன்புடன் கவனித்துக்கொண்டதைச் சொன்னார். மருத்துவமனையில் சிறைப்பிடித்து வைக்கப்பட்ட நிலையிலும் குழந்தைக்குப் பால் வாங்கிக் கொடுத்திருக்கிறார். டைக்ஸின் மூத்த குழந்தைகளை (ஒரு குழந்தைக்கு 5 வயது; இன்னொன்றுக்கு 2 வயது) முடிந்தவரை ஆறுதல்படுத்தியிருக்கிறார். 'சின்னக் குழந்தை பெரிய குழந்தையின் கையைப் பிடித்தபடி அழுதது. ஆறுதலாகச் சாய்ந்துகொள்ளத் தாயோ தந்தையோ இல்லை. அந்தக் காட்சி என் மனத்தை உருக்கிவிட்டது. 'அப்பாவும் அம்மாவும் சொர்க்கத்தில் இருக்கிறார்கள். அவர்கள் நமக்காகப் பிரார்த்தனை செய்வார்கள். கவலைப்படாதீர்கள்' என்று சொன்னேன். இந்தியாவில் பிரிட்டிஷ் சாம்ராஜ்ஜியத்தின் கொடி இறக்கப்பட்ட நேரத்தில்தான் அந்தக் குழந்தைகள் பிறந்திருந்தனர். அவர்களுடைய பிஞ்சுத் தோள்களில்தான் எத்தனை பெரிய பாரம்? தங்கள் பெற்றோரின் துயரமிகு மரணத்தை அவர்கள் எப்படித்தான் மீறி வரப்போகிறார்களோ என்று கலங்கினேன்' என்றார்.

டைக்ஸ் சகோதரர்கள் இப்போது எங்கு இருக்கிறார்கள் என்பதைக் கண்டுபிடிக்கப் பல மாதங்கள் ஆனது. கர்னல் டைக்ஸின் சொந்த ஊரான எடின்பரோவில், டைக்ஸ் என்ற பெயரில் இருந்த அனை

வருடைய வீட்டுக்கும் தொலைபேசிப் புத்தகத்தை எடுத்துவைத்துக் கொண்டு முகவரிகளைச் சேகரித்துக் கடிதம் அனுப்பினேன். பலரிட மிருந்து பதில் வந்தது. ஆனால், அவர்கள் யாருமே கர்னல் டைக்ஸின் குழந்தைகள் அல்லர். மேற்கொண்டு என்ன செய்வது என்று தெரிய வில்லை. டாம் டைக்ஸ், பிட்டி டைக்ஸ் என்பது இறந்த அந்தப் பெற்றோரின் பெயர்கள் என்பது எனக்குத் தெரியும். ஆனால் குழந்தைகளின் பெயர் தெரியாது. இணையத்தளங்களில் அலசல், ராணுவ மையத் தேடல்கள் என்று எவையுமே பலன் அளிக்கவில்லை.

கடைசியாக இந்திய ராணுவப் பணியாளர்கள் சங்கத்தில் இருந்து ஒரு குறிப்பு கிடைத்தது. ஒருநாள் மாலையில் வீட்டுக்குத் திரும்பியபோது டக்ளஸ் டைக்ஸ் என்பவரிடமிருந்து தொலைபேசி அழைப்பு வந்ததாகவும் அவர் மீண்டும் தொடர்புகொள்வதாகச் சொன்னதாகவும் சொன்னார்கள். மூன்று சகோதரர்களில் அவர் இரண்டாமவர். அவர்கள் மூவருமே தங்கள் வாழ்க்கையின் பெரும்பகுதியைத் தென் ஆப்பிரிக்கா வில் கழித்திருந்தனர். மூத்தவரும் கடைசித் தம்பி டாம் டைக்ஸும் ஜொஹானஸ்பர்குக்கு அருகில் வசித்துவந்தனர். அவருடைய பெற்றோரின் கல்லறைப் புகைப்படத்தையும் தந்தையின் ராணுவப் பணி தொடர்பான ஆவணங்களையும் நான் அவருக்கு அனுப்பிவைத்தேன். பழைய குடும்பப் புகைப்படங்களையும் இறப்பதற்குப் பத்து தினங் களுக்கு முன்பாக அவருடைய அம்மா எழுதிய அரிய கடிதம் ஒன்றின் நகலையும் அவர் எனக்கு அனுப்பிவைத்தார்.

குழந்தை பிறந்தவுடனே பிட்டி டைக்ஸ் தன் சகோதரி மரியலுக்கு ஒரு கடிதம் எழுதியிருக்கிறார். குடும்ப விவகாரங்கள் பற்றி எழுதப்பட்ட அந்தக் கடிதத்தில் பதற்றத்தின் தடயங்கள் ஆங்காங்கே பதிந்திருந்தன. இந்திய பாகிஸ்தான் பிரிவினையின் காரணமாக வங்கிகள் எல்லாம் முடங்கிவிட்டிருந்தன. அவரிடம் இருந்த பணம் தீர்ந்துவிட்டிருந்தது. காசோலைகளை யாரும் வாங்கத் தயாராக இல்லை. கணவரிடமிருந்து கடிதம் வந்து ஒரு மாதத்துக்கும் மேலாகியிருந்தது. அவர் இறந்துவிட்டார் என்றே பிட்டி நினைத்திருந்தார். உள்ளூர் நிர்வாகம் முற்றாகச் சீர்குலைந் திருந்தது. மதர் சுப்பீரியர் என்ன செய்வதென்றே தெரியாமல் தவித்தபடி இருந்தார். பிட்டியும் அந்த நிலையில்தான் இருந்தார். இரண்டு சிறிய குழந்தைகள், புதிதாகப் பிறந்த ஒரு குழந்தை, ஒரு செல்ல நாய். கணவர் எப்போது வருவார், எப்படி எல்லாரையும் பாதுகாப்பாக நாட்டுக்கு அழைத்துச் செல்வார் என்ற பதற்றத்தில் அவர் இருந்தார். 'இன்று மாலைக் குள் எப்பாடுபட்டாவது அவரைப் பார்த்துவிடவேண்டும் என்று நினைக்கிறேன். இன்று வந்துவிடுவதாகத்தான் முந்தைய கடிதத்தில் எழுதியிருந்தார். ஆனால், அதற்கான வாய்ப்புகள் ஏதும் இப்போது இருப்பதாகத் தெரியவில்லை. இனியும் பணம் கேட்டுத் தந்தி அனுப்ப

என்னால் முடியாது. ஏனென்றால் தந்தி கொடுப்பதற்கான பணம்கூட என்னிடம் இல்லை.' கணவனுடன் தொடர்புகொள்ளவும் முடிந்திருக்க வில்லை. அவராலும் மனைவிக்குத் தகவல் தெரிவிக்க முடியவில்லை. கன்யாஸ்திரீகள் அனைவருமே அந்நியர்கள். யாருக்குமே ஆங்கிலம் தெரியாது. 'நிலைமை சரியாகிவிடும் என்று எனக்குத் தெரியும். ஆனால், இப்போதைய நிலையை என்னால் சமாளிக்க முடியவில்லை.'[2]

ஆனால், நிலைமை சரியாகவில்லை. தான் எழுதிய கடிதத்தில் டாம் டைக்ஸின் மகன், நடந்த சோகத்தை நினைவில் இருந்த அளவுக்கு விவரித்திருந்தார். அந்தத் தகவல்கள் நெஞ்சை உருக்குபவையாக இருந்தன. சில மாதங்கள் கழித்து அவரையும் அவருடைய மனைவி மர்லீனையும் லண்டன் புறநகரில் இருக்கும் அவருடைய சகோதரரின் வீட்டுப் புல்வெளியில் சந்தித்தேன். தனது குடும்பத்தினரிடம்கூடப் பரிமாறியிராத பெற்றோரின் மரணம் குறித்த ஞாபகங்களைப் பகிர்ந்து கொண்டார். தன் தந்தை கொல்லப்பட்டதையோ அவர்களுடைய உடல்களையோ அவர் பார்த்திருக்கவில்லை. அந்த மருத்துவமனையில் இருந்த மருத்துவரின் பெண் குழந்தை ஒருவர்தான் தன் பெற்றோர் இறந்ததைத் தன்னிடம் சொன்னதாக அவர் நினைவுகூர்ந்தார்.

அந்தப் பெண் குழந்தையின் பெயர் ஏஞ்செலா பரெட்டோ. டாமும் ஏஞ்செலாவும் அதன்பிறகு சந்தித்துக்கொள்ளவே இல்லை. தகவல் தொழில்நுட்ப நகரமான பெங்களூருவில் ஏஞ்செலா இருப்பதைத் தெரிந்துகொண்டேன்.

கண்ணாடி அணிந்திருந்த ஏஞ்செலா, மெல்லிய குரலில், கடந்த காலத்தில் நடந்தவற்றை நினைவுகூர்ந்தார். தன் பெற்றோர் மற்றும் சகோதரிகளின் புகைப்படங்களை ஆர்வத்துடன் எடுத்துக்காட்டினார். அந்தத் தாக்குதல் நடந்தபோது அவர் நான்கு வயதே ஆன ஒரு சிறுமி. பழங்குடியினர் அவருடைய தந்தையைக் கொன்றனர். கலவரக்காரர்களுக்கு சிகிச்சை அளிக்க அவருடைய தாய் கட்டாயப்படுத்தப்பட்டார். என் ஆர்வத்தினாலும் ஒன்றுவிட்ட சகோதரி ஒருவரின் தூண்டுதலாலும் தாக்குதல் குறித்த தன் நினைவுகளை ஏஞ்செலா எழுதிவைத்தார்.[3] அவர் சொன்ன பல விஷயங்களும் அந்த உணர்ச்சியும் டாமின் கடிதத்தில் இருந்தவற்றுடன் பெரிதும் ஒத்துப்போயின.

அவர்கள் சொன்ன தகவல்களில் இருந்த வேதனையும் உணர்ச்சிப் பெருக்கும் என்னை வேறு பல தரவுகளையும் சேகரிக்கத் தூண்டின. பிரிட்டிஷ் இந்திய ராணுவத்தில் பணி புரிந்த கர்னல் டாம் டைக்ஸ் என் மனத்தில் அழுத்தமானதோர் இடத்தைப் பிடித்துக்கொண்டார். பிரிவினைக் காலத்தில் உயிர் இழந்த சொற்ப பிரிட்டிஷாரில் அவரும்

ஒருவர். பிரிட்டிஷார் இந்தியாவுடன் தமது தொடர்புகளைத் துண்டித்துக்கொண்ட நேரத்தில் இந்தச் சம்பவம் நடந்தது. அவருடன் பணிபுரிந்த இந்திய, பிரிட்டிஷ் ராணுவ அதிகாரிகளையும் மனைவி பிட்டியின் தோழிகளையும் நான் தேடிக் கண்டுபிடித்தேன். சில வருடங்கள் கழித்து டாம் டைக்ஸ் பணிபுரிந்த ராணுவப் பிரிவான சீக்கிய ரெஜிமெண்ட் வீரர்களின் வருடாந்திரச் சந்திப்பு தின விருந்து இங்கிலாந்தின் சால்ஸ்பரியில் நடைபெற்றது. கர்னல் டைக்ஸின் மகன், மருமகள், பேத்தி ஆகியோருடன் நானும் கலந்துகொண்டேன். கலந்துகொண்ட முன்னாள் ராணுவ வீரர்களில் சிலர் இன்றும் ராணுவப் பணிக்குச் செல்லக்கூடிய அளவுக்கு வலுவாக இருந்தனர். 1947-ல் தங்கள் வாழ்க்கையில் நடைபெற்ற சம்பவங்களை ஞாபகத்தின் பனிமூட்டத்தின் ஊடாக நினைவுகூர்ந்தனர்.

பாரமுல்லா தாக்குதல் தொடர்பான எல்லா வாக்குமூலங்களையும் நான் சேகரிக்க விரும்பினேன். என் தொடர்முயற்சியாலும் அதிர்ஷ்டத்தாலும், தாக்குதலின்போது அந்த மருத்துவமனையில் தஞ்சம் புகுந்த மூன்று பேரைத் தேடிக் கண்டுபிடித்தேன். ஒருவர் கராச்சியில் இருந்தார். இன்னொருவர் கொல்கத்தாவில் இருந்தார். இருவரும் பேட்டி தரவோ தங்கள் பெயர் வெளியே தெரியவோ விரும்பவில்லை. ஆனால், அன்று நடந்தவற்றைத் தங்கள் கைப்பட எனக்கு எழுதிக்கொடுத்தனர். மூன்றாவது நபரான டாக்டர் ஃபிரான்சிஸ் ராத் ஒரு கத்தோலிக்கர். அவர் இப்போதும் பாரமுல்லா செயிண்ட் ஜோசப் மருத்துவமனைக்கு வெகு அருகில் வசித்துவருகிறார். தாக்குதல் நடந்தபோது அவருக்கு வயது 22. குடும்பத்துடன் செயிண்ட் ஜோசப் மருத்துவமனையில் தஞ்சம் புகுந்திருந்தார். 'இவ்வளவு பெரிய அழிவை ஏற்படுத்தும் என்று நாங்கள் நினைத்தே பார்த்திருக்கவில்லை. அவர்கள் சுற்றி வளைத்ததும் நிலைமை பயங்கரமாகிவிட்டது. எங்கு பார்த்தாலும் துப்பாக்கிச் சூடு' என்றார்.

நகரின் இன்னொரு மூலையில் வசித்த சீக்கியக் குடும்பத்தினர், தங்கள் சமூகம் சந்தித்த இன்னல்களைப் பற்றிப் பேசினர். லஷ்கர் படை, கண்ணில் பட்ட ஆண்களையெல்லாம் வெட்டிக் கொன்றது. பெண்களைக் கடத்திச் சென்றது. இரண்டு வயோதிக முஸ்லிம்கள் தங்கள் அனுபவத்தைச் சொன்னார்கள். அவர்களில் ஒருவர் லஷ்கர் தீவிரவாதி களுடன் சுமுகமான உறவையே வெளிப்படுத்தியிருக்கிறார். இருந்தும் அவர்களுடைய வீடுகளும் கடைகளும் எப்படியெல்லாம் சூறையாடப் பட்டன என்பதை அவர்கள் விவரித்தனர். லஷ்கர் தீவிரவாதிகள் காஷ் மீரை, முஸ்லிம் சகோதரர்களுக்காக, இந்து அரசரிடமிருந்து விடுவித்துக் கொடுக்க வந்திருந்தனர். ஆனால், அவர்களே முஸ்லிம்களின் வீட்டை

அடித்து நொறுக்கிவிட்டுச் செல்கிறார்கள் என்றால் எந்த அளவுக்கு வெறியில் அவர்கள் இருந்திருக்கக்கூடும்!

செயிண்ட் ஜோசப் மருத்துவமனையில் சிறைப்பிடிக்கப்பட்டிருந்தவர் களை விடுவித்த ஆங்கிலேய ராணுவ அதிகாரி ஃபிராங் லெஸன் என்பவரை இங்கிலாந்தின் தெற்குக் கடலோரப் பகுதியில் சந்தித்தேன். எப்படிப்பட்ட வெறித்தனமான உற்சாகத்துடன் பழங்குடியினர் காஷ்மீர் பள்ளத்தாக்கில் வலம் வந்தனர் என்பதை அவர் விவரித்தார். தன்னிடம் இருந்த புகைப்படங்களைக் காட்டினார். அதில் லஷ்கர் தீவிரவாதிகளின் அரிதிலும் அரிதான புகைப்படங்கள் பல இருந்தன.

அமெரிக்காவின் மெயின் மாகாணக் கடலோரப் பகுதியில் லீலா தாம்சன், அவருடைய மகன் இந்தர் சீமா ஆகியோரைச் சந்தித்தேன். அவர்களுடைய குடும்பமும் செயிண்ட் ஜோசப் மருத்துவமனையில் தஞ்சம் அடைந்திருந்தது. பாரமுல்லாவிலும் ஸ்ரீநகரிலும் நடந்த தாக்குதல்கள் குறித்து அவர்கள் விவரித்தனர்.

கடைசியாக, கான் ஷா அஃப்ரீதி என்ற லஷ்கர் ஒருவரைச் சந்திக்கும் வாய்ப்பு கிடைத்தது. அவரது கண்கள் பார்க்கும் சக்தியை இழந்து விட்டிருந்தன. பக்கவாதம் வந்து படுத்த படுக்கையாக இருந்தார். வயது 100-க்கு மேல் இருக்கும் என்று சொல்லப்பட்டது. அந்த பாரமுல்லா தாக்குதலில் தான் பங்குபெற்றது பற்றி அவர் விவரித்தார். பஷ்டோ மொழியில் பேசினார். எல்லைப் பகுதியில் இருந்த இஸ்லாமிய மதகுரு ஒருவருடைய உணர்ச்சியைத் தூண்டும் பேச்சு தன்னை எப்படி காஷ்மீர் புனிதப் போருக்குத் தயார்ப்படுத்தியது என்று சொன்னார். வட பாகிஸ்தானில் களிமண்ணால் கட்டப்பட்ட குடிசைக்கு வெளியே நார்க்கட்டிலில் படுத்துக்கொண்டு அவர் சொன் னார்: 'பாரமுல்லாவில் எங்கள் கண்ணில் பட்டவர்களை எல்லாம் சுட்டுத் தள்ளினோம். எவ்வளவு பேரைக் கொன்றோம் என்று தெரியாது.' வன்முறையின் அளவு குறித்து கொஞ்சம்போலக் கவலை அவருக்கு இருந்தது. ஆனால், காஷ்மீர் விடுவிக்கப்படவேண்டும் என்பதில் எந்தச் சந்தேகமும் அவருக்கு இல்லை.

அங்கு என்ன நடந்தது, ஏன் நடந்தது என்பதைத் தெரிந்துகொண்டே ஆகவேண்டும் என்று என்னை தூண்டிய இன்னொரு விஷயமும் இருக்கிறது. அந்தத் தாக்குதல் காஷ்மீர் பிரச்னை ஆரம்பித்த முதல் வருடத்திலோ, முதல் மாதத்திலோ, ஏன் முதல் வாரத்திலோகூட நடந்த ஒன்றல்ல. அதுதான் அந்தப் பிரச்னையின் முதல் தாக்குதலே. பிரச்னை ஆரம்பித்த அந்த நாளில் அந்த நிமிடத்தில் நடந்த தாக்குதல் அது. பார முல்லாவில் மருத்துவமனையும் கிறிஸ்தவ மடாலயமும் 27 அக்டோபர்

1947 அன்று தாக்கப்பட்டன. அதே நாளில்தான் மகாராஜா ஹரி சிங், காஷ்மீர் சமஸ்தானத்தை இந்தியாவுடன் இணைக்கச் சம்மதம் தெரிவித்துக் கடிதம் எழுதியிருந்தார். அதை இந்தியாவின் முதல் கவர்னர் ஜெனரல் மவுண்ட்பேட்டன் ஏற்றுக்கொள்ளவும் செய்திருந்தார்.

அன்றைய அதிகாலைச் சூரியனின் கதிர்கள் பூமியைத் தழுவிய நேரத்தில்தான் தில்லியில் இருந்த பாலம் விமானதளத்திலிருந்து சீக்கிய ரெஜிமெண்டை ஏற்றிக்கொண்ட விமானம் புறப்பட்டு ஸ்ரீநகரின் விமானதளத்தில் சென்று இறங்கியது. ஒவ்வொரு விமானத்திலும் அதிகபட்சமாக 20 வீரர்களையும் 225 கிலோ எடையுள்ள பொருள்களையும் மட்டுமே கொண்டுசெல்ல முடிந்தது.[4] அன்று சூரியன் மறைவதற்குள் 300 இந்திய ராணுவ வீரர்கள் காஷ்மீர் பள்ளத்தாக்கில் கால் பதித்திருந்தனர். காஷ்மீரில் கால் பதித்த முதல் இந்திய ராணுவ வீரர்கள் அவர்களே. அன்றிலிருந்து இன்றுவரை காஷ்மீரில் இந்தியாவின் ராணுவம் இருந்துவந்துள்ளது. ஆரம்பத்தில் இறங்கியவர்களைவிட ஆயிரம் மடங்கு வீரர்கள் சில நேரங்களில் அங்கு இருந்திருக்கின்றனர்.

காஷ்மீரில் இறங்கிய படையினர் சில மணி நேரங்களுக்குள் ஸ்ரீநகரில் இருந்து 35 கிலோமீட்டர் தொலைவில் இருந்த பாரமுல்லாவுக்குத் தரை வழியாகச் சென்று சேர்ந்துவிட்டனர். அங்கு நடந்த கொலைவெறித் தாக்குதலின் கூச்சல்களை அவர்களால் கேட்க முடிந்தது. ஆனால், போதிய படைபலம் இல்லாததால் அதனைத் தடுக்க முடியாமல் போய்விட்டது. அவர்களுடைய ரெஜிமெண்டின் ஆக்டிங் கமாண்டண்ட் ஆன கர்னல் டாம் டைக்ஸூம் அந்தத் தாக்குதலில் மாட்டிக்கொண்டிருந்தார் என்பது அவர்களுக்குத் தெரிந்திருக்கவில்லை. பாகிஸ்தானிலிருந்து வந்திருந்த பழங்குடிகளுடன் இந்திய ராணுவ வீரர்கள் வந்திறங்கிய மறுநாள் முதன்முறையாக நேருக்கு நேர் தாக்குதலில் ஈடுபட்டனர். காஷ்மீர் போரில் இந்தியத் துப்பாக்கியில் இருந்து முதல் தோட்டா சீறிப் பாய்ந்தது!

அந்தத் தோட்டாவின் சத்தம் அங்கிருந்த பிரிட்டிஷ் செய்திப் பத்திரிகை ஒன்றின் போர் நிருபர் காதிலும் விழுந்தது. டெய்லி எக்ஸ்பிரஸ் பத்திரிகையின் நிருபர் சிட்னி ஸ்மித், ஸ்ரீநகரில் படகு வீடு ஒன்றில் தன் மனைவியுடன் விடுமுறையைக் கொண்டாடிக்கொண்டிருந்தார். போர் முன்னணிக்குச் சென்று லஷ்கர் படை காஷ்மீருக்குள் அத்துமீறி நுழைவதை முதன்முதலாகக் கண்ணால் கண்டு எழுதினார். சில நாள்களுக்குப் பிறகு புதிதாகத் தரையிறங்கிய இந்திய அதிகாரி ஒருவருடன் பாரமுல்லாவுக்குச் சென்றார். பழங்குடியினர் அந்த அதிகாரியைக் கொன்றனர். ஸ்மித்தைச் சிறைப்பிடித்தனர். ஆனால் அவர் அதிர்ஷ்டவசமாக உயிர் பிழைத்தார்.

அதுமட்டுமின்றி இன்னோர் அதிசயமும் அவருக்கு நடந்தது. செயிண்ட் ஜோசப் மருத்துவமனையில் உயிர் தப்பியவர்களோடு சேர்த்து இவரும் அடைத்துவைக்கப்பட்டார். தான் விடுதலையாகி பாதுகாப்பான இடத்துக்கு வந்தபிறகு, மருத்துவமனையில் சிக்கிக்கொண்டவர்கள் பட்ட கஷ்டங்கள், காஷ்மீரில் நடைபெற்ற தாக்குதல், செயிண்ட் ஜோசப் மருத்துவமனைத் தாக்குதல் என அனைத்தையும் அப்படியே எழுதினார்.[5] அந்த வருடத்தின் பரபரப்பான செய்தியாக டெய்லி எக்ஸ்பிரஸ் அதற்கு முக்கியத்துவம் கொடுத்து வெளியிட்டது. பதான் பழங்குடியினர்கள் ஐரோப்பியக் கன்யாஸ்திரீகளையும் நோயாளிகளையும் கொன்றவிதம், உயிர் பிழைத்தவர்களை அடைத்துவைத்த விதம், மருத்துவமனையின் தாய் சேய் நல அறையிலிருந்து கேட்ட குழந்தைகளின் அலறல், உறைந்துபோன தாய்மார்களின் பயம் என அங்கு நடந்தவற்றை 'பத்து நாள் பயங்கரம்' என்ற தலைப்பில் வெளியான தன் கட்டுரைத் தொடரில் அவர் தத்ரூபமாக விளக்கினார்.

முந்தைய நூற்றாண்டில் இஸ்லாத்தாலும் பழங்குடிப் பெருமையாலும் உத்வேகம் பெற்ற தாடி வைத்த உள்ளூர்வாசிகள் ஐரோப்பியத் துறவிகளுக்கு எதிராக நடத்திய ஆஃப்கன் போரில் நடந்தது போன்ற சம்பவங்களை இந்தத் தாக்குதல் நினைவுபடுத்தியது. புகழ்பெற்ற எழுத்தாளரான ஹெ.ஈ.பேட்ஸ், 'தி ஸ்கார்லட் ஸ்வேர்ட்' என்ற தன் நாவலில் விவரித்திருந்த பாரமுல்லா மடாலயம்மீதான தாக்குதல் விவரணைகளுக்கு ஸ்மித்தின் செய்திக் கட்டுரையே ஆதாரமாக அமைந்தது.

அந்தத் தாக்குதல் ஆரம்பித்தபோது ஏனைய மூன்று அந்நிய நிருபர்களும் அங்கு இருந்தனர். அதில் இருவர் தால் ஏரியில் படகு வீட்டில் ரகசியக் காதலில் ஈடுபட்டிருந்தனர். அவர்களுடைய செய்திக் கட்டுரைகளும் பிற தனிப்பட்ட எழுத்துகளும் அந்தத் தாக்குதல் தொடர்பான சமகாலத் தரவுகளைத் தருகின்றன. இவை பெரும்பாலும் நாள்கள் கடந்தபின் எழுதப்பட்டிருப்பதால் சற்றே நம்பிக்கை குறைவாக உள்ளன.

இந்தியப் பத்திரிகையாளர்களும் இந்திய ராணுவ அதிகாரிகளிடம் அனுமதி பெற்று ஸ்ரீநகர் வந்திறங்கினர். ஸ்ரீநகரைச் சுற்றி நடந்த சண்டைகள், மக்களின் மனநிலை, பாரமுல்லாவில் நடந்த கொலைவெறித் தாக்குதல் ஆகியவை குறித்த முக்கியமான ஆவணங்களாக அவர்களுடைய செய்திகளும் இருக்கின்றன.

ஒரு பத்திரிகையாளனாக நானும் காஷ்மீரில் இருக்கும் பலதரப்பட்ட மக்களைச் சந்தித்தேன். அவர்களில், டச்சுக்காரரும் கேம்பிரிட்ஜில் படித்தவருமான பாதிரியார் ஜிம் போர்ஸ்ட் ஒருவர். அவர் தன்

வாழ்நாளின் பெரும்பகுதியைக் காஷ்மீரிலேயே கழித்திருக்கிறார். சாம்பல் நிற முடியுடன், வெண்ணிற அங்கியும் காஷ்மீர் சால்வையும் அணிந்து, செருப்புக் காலுடன் ஸ்ரீநகரின் தெருக்களில் அவர் நடந்து செல்வதைப் பலமுறை பார்த்திருக்கிறேன். மில்ஹில் மடாலயத்தைச் சேர்ந்த அவர், உலகில் யாரும் எளிதில் போகமுடியாத பகுதிகளில் வசிப்பவர்களுக்கு ஏசு கிறிஸ்துவின் நற்செய்தியைக் கொண்டு செல்லும் சேவையில் ஈடுபட்டிருந்தார். பாரமுல்லாவில் இருக்கும் செயிண்ட் ஜோசப் பள்ளியில் ஆசிரியராகவும் இருந்திருக்கிறார். நான் போனபோது, கான்வெண்டில் இருந்த கன்யாஸ்திரீகளுக்குப் பாவ மன்னிப்பு வழங்குபவராக இருந்தார்.

'அந்த அருட்சகோதரிகளை எனக்கு நன்றாகத் தெரியும். 1947-ல் அங்கு நடந்தது எனக்கு நன்கு தெரியும். அது என் வாழ்க்கையின் ஓர் அங்கமாகவே என்னுடன் இருக்கிறது' என்று பாதிரியார் ஜிம் போர்ஸ்ட் ஸ்ரீநகரில் இருந்த தேவாலயம் ஒன்றில் என்னுடன் பேசும்போது தெரிவித்தார். அந்தத் தாக்குதல், அதற்குப் பிந்தைய நிகழ்வுகள் ஆகியவை குறித்த அரிய ஆவணங்களை தேவாலயக் காப்பகத்தில் இருந்து எடுத்து எனக்குக் காண்பித்தார். மேலும் பல விஷயங்கள் நன்கு பராமரிக்கப்பட்டுவரும் லண்டனின் வட பகுதியில் இருக்கும் மில்ஹில் மடாலயத் தலைமை அலுவலகத்துக்கு என்னை வழிகாட்டி யும் விட்டார்.

அந்த ஆவணங்களில் 1950-களில் பாகிஸ்தானின் லாஹூரில் அச்சடிக்கப்பட்ட நாள்குறிப்புப் புத்தகம் ஒன்றும் இருந்தது. மில்ஹில் மிஷனரியைச் சேர்ந்த பாதிரியார் ஜார்ஜ் ஷாங்க்ஸ், பாரமுல்லா தாக்குதல் குறித்துத் தன் கைப்பட எழுதிய விவரங்கள் அதில் இருந்தன. பாரமுல்லாவின் தலைமைப் பாதிரியாரான அவரை டெய்லி எக்ஸ்பிரஸ் பத்திரிகையின் சிட்னி ஸ்மித், அந்த நிகழ்வுகளின் கதாநாயகராகச் சித்திரித்திருந்தார். 'இந்திய ராணுவத்தின் பீரங்கி மற்றும் எறிகணைத் தாக்குதல்களாலும் பதான் பழங்குடியினரின் கொடூரத் தாக்குதல் களாலும் இரவும் பகலும் நெருக்கடிக்கு உள்ளான எங்களுக்குத் தலைவராகவும் ஆறுதல் தருபவராகவும் ஷாங்க்ஸ் இருந்தார். பெண்களைக் கடத்திச் செல்லப்போவதாக மிரட்டிய வெறி மிகுந்த பதான்களிடமிருந்து இந்துப் பெண்களையும் சீக்கியப் பெண்களையும் பாதிரியார் காப்பாற்றினார்.' [6]

பாதிரியார் ஷாங்க்ஸின் நாள்குறிப்பு இதுவரை வெளிவரவே இல்லை. காஷ்மீர் பிரச்னை குறித்த எந்த ஒரு கட்டுரையிலும் அது பற்றி எந்தத் தகவலும் சொல்லப்பட்டிருக்கவில்லை. மில்ஹில் ஆவணக் காப்பகத் தில் இருந்த அந்த நாள்குறிப்பை, பாதிரியார் ஷாங்க்ஸைத் தவிர வேறு

யாரும் பார்த்திருந்திருக்கமாட்டார்கள் என்றே என் மனத்தில் பட்டது. சுமார் நூறுக்கும் அதிகமான பக்கங்களில் பாதிரியார் ஷாங்க்ஸ் காஷ்மீர் பிரச்னையின் மிக முக்கியமான சம்பவத்தைப் பற்றி விரிவாக எழுதியிருந்தார்.

'பழங்குடி ராணுவத்தின் வருகையைப் பற்றிக் கேள்விப்பட்டதும், முஸ்லிம் அல்லாதவர்கள் பெரும்பாலானோர் தலைதெறிக்க ஓடினர். மகாராஜாவிடமிருந்து தங்களை விடுவிக்க வந்தவர்கள் என்று பதான் பழங்குடியினரை உள்ளூர் முஸ்லிம்கள் ஆரம்பத்தில் வரவேற்றனர். அந்தப் பழங்குடிகள், அழுக்கான, ரத்தக் கறை படிந்த ஆடைகளுடன் இருந்தனர். சிலர் கம்பளி போர்த்தியிருந்தனர். எல்லையில் தயாரிக்கப் பட்ட சாதா துப்பாக்கிகள், இரட்டைக் குழல் துப்பாக்கிகள், ரிவால்வர் கள், கோடரிகள், வாள்கள், குறுங்கத்திகள், இயந்திரத் துப்பாக்கிகள் ஆகியவற்றை அவர்கள் வைத்திருந்தனர். ஒருவரை ஒருவர் முண்டி யடித்துக்கொண்டு, கூச்சலிட்டபடி, திட்டியபடி, முடிவற்ற பிரவாகமாக அவர்கள் வந்துகொண்டே இருந்தார்கள்.'[7]

அவர்களிடையே ஒருங்கிணைப்பும் கட்டுப்பாடும் இல்லாதபோதிலும் காஷ்மீர் பள்ளத்தாக்கினுள் வெகுதூரம் முன்னேறி வந்த லஷ்கர் பழங்குடியினர் மகாராஜாவின் படைகளை விரட்டியடித்தனர். ஆரம்பக்கட்டத்தில் இந்திய ராணுவத்தையும் எதிர்த்துத் தாக்குப் பிடித்தனர். ஸ்ரீநகரின் புறநகர்ப் பகுதிகள்வரை ஊருடுவிவிட்டனர். ஆனால், இந்திய ராணுவம் வலுப்பெற ஆரம்பித்ததும் பதான் பழங்குடியினர் தலைதெறிக்க காஷ்மீரை விட்டுத் திரும்ப ஓடினர். அதனால், பழங்குடியினருக்கு ஆதரவு கொடுத்த இந்திய எதிர்ப்பாளர் களும் பின்னாலிருந்து உதவிய பாகிஸ்தானியர்களும் பெரும் ஆச்சரியமும் அதிர்ச்சியும் அடைந்தனர்.

முதல் சந்திப்புக்குப் பிறகு, சகோதரி எமிலியாவை மீண்டும் செயிண்ட் ஜோசப் கான்வெண்டுக்குச் சென்று இரண்டு முறை பார்த்தேன். இரண்டு முறையும் பழங்குடிகள் தாக்குதல் குறித்து ஒரேவித சோகம் கலந்த புன்னகையுடனும் வேதனையுடனும் நினைவுகூர்ந்தார். நான் அந்த மடாலயத்தின் புல்வெளியில் நடந்து சென்று சுற்றிப் பார்த்தேன். கான்வெண்டுக்கு அருகில் முறையாகப் பராமரிக்கப்படாமல் புதர் மண்டிக்கிடந்த தோட்டம் ஒன்று இருந்தது. அங்கே காஷ்மீரின் சிறப்பம்சங்களில் ஒன்றான புல்புல் பறவைகளும் கொண்டலாத்தி பறவைகளும் உணவு தேடிச் சுதந்தரமாக உலவிக்கொண்டிருந்தன. அது ஒரு சிறிய கல்லறைத் தோட்டம். ஐந்து கல்லறைகள் மட்டுமே இருந்தன. வழிகாட்டிப் பலகையில் களைச்செடிகள் படர்ந்திருந்தன. அதற்கு அப்பால் மலை செங்குத்தாக உயர்ந்து காணப்பட்டது. அங்கு

பனிப்படலத்தினுள் ஃபிர் மரங்கள் பயமுறுத்தும்வகையில் கண் விழித்துப் பார்த்துக்கொண்டிருந்தன. அந்த மலைச்சரிவின் வழியாகத் தான் கலவரக்காரர்கள் மடாலயக் கட்டடங்களைத் தாக்க வந்தார்கள். அந்தக் கல்லறைகள் அவர்களால் கொல்லப்பட்டவர்களுடையவை.

மதில்சுவரின் மறுபக்கத்தில் காய்கறித் தோட்டத்துக்கு அப்பால்தான் (அது முன்பு சகோதரி எமிலியாவின் பொறுப்பில் இருந்தது) கன்யாஸ்திரீகளின் கல்லறைகள் இருக்கின்றன. ஜனவரி 2004-ல் அங்குதான் எமிலியா மோண்ட்வானி மீளாத்துயிலில் ஆழ்ந்தார். அவருக்கு அருகில் அவருடைய தோழியான மதர் தெரசலீனா அடக்கம் செய்யப்பட்டுள்ளார். மதர் சுப்பீரியரின் உதவியாளரும் ஸ்பெயின் நாட்டவருமான அவர் அந்த முதல் தாக்குதலில் கொல்லப்பட்டிருந் தார். தன் கண்முன்னால் ஆரம்பித்த அந்த பிரச்னையின் தீப்பொறி அறுபது ஆண்டுகள் ஆகியும் அணையாமல் காஷ்மீர் முழுவதையும் எரித்து நாசமாக்கி வருவதை மௌன சாட்சியாக எமிலியா பார்த்து வந்திருந்தார்.

சமீப காலத்தில் பாரமுல்லா மாவட்டம் பிரிவினைவாதிகளின் கோட்டையாக ஆகியுள்ளது. 1947-ல் லஷ்கர் பழங்குடியினரிடம் அனுபவித்ததைவிடப் பல மடங்கு அதிகமான உயிரிழப்பையும் உடைமை அழிப்பையும் பாரமுல்லா மாவட்டம் அதன்பின் சந்தித்து வந்துள்ளது. பிரச்னையின் முகம் இப்போது வெகுவாக மாறியுள்ளது. ஆனால், பழங்குடியினர் என்ன காரணத்துக்காக ஆயுதம் ஏந்தி அழித்தொழிப்பில் ஈடுபட்டார்களோ, அதுவே அடி ஆழத்தில் பிரச்னையின் ஆணிவேராக இருந்துவருகிறது.

காஷ்மீரில் அமைதி திரும்பவேண்டும் என்று செயிண்ட் ஜோசப் மடாலயத்தில் தினமும் பிரார்த்தனை செய்வதாகக் கன்யாஸ்திரீ ஒருவர் சொன்னார். 'ஆனால், உண்மையான அமைதி திரும்ப இன்னும் வெகு தூரம் போகவேண்டும். எனக்கு அப்படித்தான் தோன்றுகிறது' என்றார் அவர்.

2

இடையில் சிக்கிய நிலம்

உலகிலேயே மிகவும் அதிர்ஷ்டம் செய்தவர்கள் காஷ்மீர் பல்கலைக்கழக மாணவர்கள்தாம். ஸ்ரீநகரின் விளிம்பில் அமைந்திருக்கும் அந்தப் பல்கலையில் படிக்கும் மாணவர்கள், வகுப்பு இடைவேளைகளில் தால் ஏரியின் கரை ஓரங்களில் பனி மலைச் சூரியனின் இளங்கிரணங்கள் தழுவ நடக்கும் பாக்கியம் பெற்றவர்கள். வானைத் தொடும் சிகரங்கள். ஆதி சிவனின் தலை போன்ற அந்த மலை முகடுகளில் இருந்து உருகி வழியும் நீர்ப் பிரவாகம். சிறிது தூரத்தில் வெண் பளிங்கினால் ஆன ஹஸரத்பால் மசூதி. முகமது நபியின் புனித முடி பாதுகாக்கப்பட்டுவரும் புண்ணியத் தலம். விசுவாசிகளுக்கு அவ்வப்போது தரிசனத்துக்குக் காட்டப்படும் அந்த முடி பலத்த காவலில் வைக்கப்பட்டுள்ளது. 1960-களில் காணாமல் போனது. திரும்பிக் கிடைக்கும்வரை காஷ்மீர் பள்ளத்தாக்கு முழுவதுமே பதற்றத்தில் ஆழ்ந்திருந்தது.

அப்துல்லா வம்சத்தின் அதிகார மையமாக ஹஸரத்பால் ஒருகாலத்தில் விளங்கியது. நவீன காலகட்டத்தின் முன்னணித் தலைவரும் காஷ்மீரின் சிங்கம் என்று அழைக்கப்படுபவருமான ஷேக் அப்துல்லா இந்த ஏரிக் கரை ஓரத்தில்தான் புதைக்கப் பட்டுள்ளார். 1982-ல் இறந்த அவர் காஷ்மீரின் கதாநாயகனாக மதிக்கப்படுகிறார். அவருடைய

இறுதி ஊர்வலத்தில் ஆயிரக்கணக்கான காஷ்மீரிகள் கலந்துகொண்டனர். ஆனால் சில வருடங்களிலேயே அவருடைய சமாதி பிரிவினைவாதிகளால் அடித்து நொறுக்கப்பட்டது. புனரமைக்கப்பட்ட அந்தச் சமாதியை, இந்திய எதிர்ப்பாளர்களிடமிருந்து பாதுகாக்கும் பொறுப்பை இந்திய ராணுவம் ஏற்றுக்கொண்டிருக்கிறது.

சமீப காலங்களில் ஹஸரத்பால், அடிப்படைவாதக் காஷ்மீரி அமைப்புகளின் கோட்டையாக விளங்குகிறது. நான் முதலில் காஷ்மீருக்குச் சென்றபோது, ஸ்ரீநகரில் மக்கள் செல்வாக்குடன் விளங்கிய ஜம்மு காஷ்மீர் விடுதலை முன்னணியின் (ஜே.கே.எல்.எஃப்) பிரதிநிதி ஒருவரைச் சந்திக்க அழைத்துச் செல்லப்பட்டேன். இந்திய அரசு அவரைச் சிறைப்பிடிக்கத் தேடிக்கொண்டிருந்தது. ஹஸரத்பால் மசூதியின் பின்வாசலில் இருந்த சிறு வீட்டில் அவர் மறைந்திருந்தார். பேட்டி நடந்துகொண்டிருந்தபோது அந்தப் பகுதியில் இந்தியச் சீருடை அணிந்த காவலர்கள் இங்கும் அங்கும் வந்து போய்க் கொண்டிருப்பதைப் பார்த்து அதிர்ந்துபோனேன். எதிரிகளின் கண்ணில் படும்படியான ஓர் இடம். அதில் வெளிநாட்டு நிருபரைத் தொலைக்காட்சிக் குழுவோடு சேர்த்துச் சந்திக்கும் அளவுக்குத் துணிச்சலுடன் அவர் இருந்ததைப் பார்த்து வியந்துபோனேன்.

'உங்களை இந்திய அரசு தேடிக்கொண்டிருக்கிறது; இங்கோ கண் முன்னே இந்தியக் காவலர்கள் வந்து போய்க்கொண்டிருக்கிறார்களே, இது என்ன விந்தை?' என்று அவரிடம் கேட்டேன். 'அவர்கள் இந்தியக் காவலர்கள் அல்லர்; ஜம்மு காஷ்மீர் காவலர்கள்' என்றார் அவர். கூர்ந்து கவனித்தபோது, உள்ளூர்க் காவல் படையின் பெயர்ப் பட்டயம் அந்தக் காவலரது சட்டையில் இருந்ததைப் பார்க்க முடிந்தது. சிக்கலான காஷ்மீர் அரசியலில் நான் தெரிந்துகொண்ட முதல் பாடம் அது. இந்தியாவுக்கு எதிரான போராட்டத்தைத் தீவிரமாக முன்னெடுத்த ஓர் அமைப்பின் முக்கியமான பிரதிநிதி அவர். ஆனால், அவரோ இந்திய அரசால் நியமிக்கப்பட்ட காவலர்களின்முன் எந்தப் பயமும் இல்லாமல் அமர்ந்து பேசிக்கொண்டிருக்கிறார்!

அந்த அழகான சொர்க்க பூமியில், இயற்கைக் காட்சிகள் நிறைந்த பல்கலைக்கழகத்தில் படிக்கும் மாணவர்கள், ஒரு சாதாரண பொட்டல்காட்டுக்குக்கூடத் தங்கள் பல்கலைக்கழகத்தை மாற்றிக் கொள்ளத் தயாராக இருந்தனர். ஒரு கல்லூரி மாணவருக்கு இயற்கைக் காட்சிகளைவிட ஒழுங்காக நடக்கும் வகுப்புகளே முக்கியம். நெருக்கடி காலகட்டத்தில் காவல் துறையினரின் கெடுபிடிகள், பிரிவினைவாதிகள் அழைப்பு விடுக்கும் திடீர் வேலை நிறுத்தங்கள், அறிவிக்கப்படாத ஊரடங்கு நிலை, விடுதிகளுக்குள் ராணுவத்தின்

திடீர்ச் சோதனைகள் போன்றவை அவர்களுடைய கல்லூரி வாழ்க்கையை வெகுவாகப் பாதித்துள்ளன.

சுற்றிலும் அசம்பாவிதங்கள் நடந்துவந்தன. எனினும் அந்தப் பல்கலைக்கழகம் கல்விச் செயல்பாடுகளை ஒருவித கம்பீரத்துடன் மேற்கொண்டுவந்தது. ஆனால், எந்த நேரமும் உயிர் போய்விடலாம், படிப்பு முடங்கிவிடலாம் என்ற நிலையே நீடித்துவந்தது. 'ஏதாவது ஒரு காரணத்துக்காக, கல்லூரி அடிக்கடி மூடப்பட்டுவிடும்; எனவே, படிப்பை முடிப்பது மிகவும் சிரமம்தான்' என்று ஒரு மாணவி குறைப்பட்டுக்கொண்டார். வகுப்பு முடிந்ததும் வீட்டுக்குத் திரும்பி, தூங்கும்வரை பாட்டுகளைக் கேட்டபடி இருப்பது குறித்து ஒரு மாணவர் சொன்னார். ஏனெனில் நண்பர்களைப் பார்க்கவோ வேறு எந்தக் காரணத்துக்காகவோ வெளியில் எங்குமே செல்ல முடியாது. மாணவப் பருவத்துக்குத் தேவையான சுதந்தரமான வாழ்க்கை அங்கு சாத்தியமே இல்லை.

பல்கலைக்கழகத்தை நடத்துவதற்குப் படும் சிரமங்கள் பற்றி, காஷ்மீரின் விசேஷமான குங்குமப்பூ தேநீரைக் குடித்தபடியே ஒரு பேராசிரியர் சொன்னார். அவர் ஒரு காஷ்மீரி. காஷ்மீர் சரித்திரம் பற்றி அவருக்கு நிறையவே தெரியும். பேட்டி தருவதையோ தன் பெயர் வெளியில் தெரிவதையோ அவர் விரும்பவில்லை. ஏற்கெனவே இருக்கும் நிலையை அது மேலும் சிக்கலாக்கும். 'காஷ்மீரிகளிடமிருந்து காஷ்மீர் கைவிட்டுப் போய் எவ்வளவு ஆண்டுகள் ஆகிவிட்டன?' என்று கேட்டேன். பதில் உடனே வந்தது: '1586. சுமார் 400 ஆண்டுகள். அதன் பிறகு முகலாயர்கள், ஆஃப்கன்கள், சீக்கியர்கள், டோக்ராக்கள் எனப் பலர் ஆட்சி புரிந்திருக்கின்றனர். 1947-லிருந்து தில்லியின் அதிகாரத்தின் கீழ் இருந்து வருகிறது.'

நவீன காலகட்டத்தில் காஷ்மீரிகளுக்குத் தங்களைத் தாங்களே ஆள முடியாமல் போனது குறித்த கவலை அடி ஆழத்தில் இருக்கிறது. சுதந்தரத்துக்குப் பின் காஷ்மீர் பெரும்பாலான காலம், காஷ்மீரி முஸ்லிம் ஒருவரையே தன் முதலமைச்சராகக் கொண்டிருந்தது. ஆனால், இந்திய அரசு காஷ்மீர் மாநில ஆட்சியை நடத்தும் விதம், தேர்தல் முடிவுகளைத் தீர்மானிக்கும் விதம் ஆகியவை காஷ்மீரிகளுக்கு வருத்தம் தருபவை யாகவே இருந்துள்ளன. ஆட்சியில் தங்களுக்கு நேரடியாக எந்தப் பங்களிப்பும் இல்லை என்று வருந்த வைப்பவையாகவே இருந்துள்ளன.

காஷ்மீரை ஆண்ட எல்லோருமே மோசமானவர்கள் அல்லர். முகலாயர்களின் ஆட்சி காஷ்மீரைப் பொருத்தவரை ஒருவகையில் பொற்காலமாகவே இருந்திருக்கிறது. காஷ்மீரை பூலோக சொர்க்கம் என்று வருணித்தது ஒரு முகலாயப் பேரரசர்தான். அவர்கள் காஷ்மீரை

மதித்தார்கள். அடிக்கடி வந்துபோனார்கள். மிகுந்த அக்கறை செலுத்தினார்கள். பின்னால் வந்த அரச வம்சங்களுமேகூட அவ்வளவு மோசமானவை அல்ல.

நிகழ்காலத்தின் ஊடாகக் கடந்த காலத்தைப் பார்க்கும் பொதுவான மனோபாவத்தைப் போலவே, காஷ்மீரிகளும் 1586-க்கு பின்பு ஆட்சி அதிகாரம் கைவிட்டுப் போனதையே தங்களுடைய இன்றைய வீழ்ச்சிக்குக் காரணமாகப் பார்க்கிறார்கள். முகலாய ஆக்கிரமிப்பின் மூலமாக காஷ்மீர், ஆக்ரா அல்லது தில்லியின் ஆதிக்கத்தின்கீழ் அடிபணிய வேண்டி வந்துவிட்டது. இந்திய எதிர்ப்பு வளர்ந்துவரும் இன்றைய நிலையில் முகலாய ஆட்சியை யாரும் நல்லெண்ணத்தோடு பார்க்க வாய்ப்பே இல்லை.

பன்முகத்தன்மையும் அரவணைத்துச் செல்லும் பண்பும் கொண்டது காஷ்மீர் கலாசாரம் (காஷ்மீரியத்). பல்வேறு அந்நிய சாம்ராஜ்ஜியங்கள் இங்கு வேரூன்றிக் கலப்பதற்கு முன்பிருந்தே இந்தக் கலாசாரம் இருந்துவருகிறது. சூஃபியிஸத்தின் தாக்கம்கொண்ட மிதமான, ஆன்மிக, மனிதாபிமான இஸ்லாம் அதன் மையத்தில் இருக்கிறது. பெரும்பான்மையினரான இஸ்லாமியர்கள், சிறுபான்மையினரான இந்து பண்டிட்டுகள் ஆகிய இரு தரப்பையும் உள்ளடக்கிய ஒரு சமூகத்தையே 'காஷ்மீரி' என்ற பெயர் குறிக்கிறது. இந்திய, பாகிஸ்தானிய தேசியவாதக் கதையாடல்களுக்கு மாற்றாக காஷ்மீர் அடையாளம் என்பது சில நேரங்களில் மிகைப்படுத்தப்படுவதுண்டு.

காஷ்மீரி மொழி பேசும் இந்துக்களுக்கும் இஸ்லாமியர்களுக்கும் இடையிலான மத, வர்க்க வேறுபாடுகள் மிகவும் தெளிவானவை. இறுக்கமானவை. காஷ்மீர் அடையாளம் என்ற தனித்த ஒன்றை முன்வைக்கும் இயக்கங்கள், அனைவரையும் அரவணைத்துச் செல்லும் போக்குக்கு மாறாக இஸ்லாமின் ஒற்றைப்படைத் தன்மையை முன்வைத்தே வளர்ந்துள்ளன. 1947-க்கு முன்புவரை காஷ்மீரியத் என்ற பதம் பயன்படுத்தப்படவே இல்லை. அதன்பின்னும் அது ஓர் அரசியல் கோஷமாகவே முன்னெடுக்கப்பட்டது.[1] ஆனால், இஸ்லாமியர்களுக்கும் இந்துக்களுக்கும் இடையில் இருக்கும் வேறுபாடுகளை எல்லாம் தாண்டி இருவரையும் வலுவாக இணைக்கும் ஒன்றாக காஷ்மீரி என்ற அடையாளம் இருப்பதாகவே நம்பப்படுகிறது.

காஷ்மீர் மொழிக்கு இரு தரப்புமே பெரும் பங்காற்றியிருக்கின்றன. இரு தரப்பினரும் பிறருடைய மதத் திருவிழாக்கள், சடங்குகள் ஆகியவற்றை மதித்து வந்துள்ளனர். கொண்டாட்டங்களில் பங்கெடுத்து வந்துள்ளனர்.

1989 வாக்கில் தலையெடுக்கத் தொடங்கிய பிரிவினைவாதப் போக்கு களால் இந்த நல்லிணக்க அம்சங்கள் எல்லாம் சிதைய ஆரம்பித்தன. காஷ்மீரியத் என்ற அரவணைக்கும் கோட்பாட்டுக்கு மாறாக, வெளிப்படையாக, இறுக்கமான அடிப்படைவாத இஸ்லாத்துக்கே பெரும்பாலான காஷ்மீரி ஆயுதக் குழுக்கள் அதிக முக்கியத்துவம் தருகின்றன.[2]

காஷ்மீரின் மிகவும் புகழ் வாய்ந்த சூஃபி துறவியான ஷேக் நூர்தீனின் சமாதி 1995-ல் தீக்கிரையாக்கப்பட்டது. சரார்-ஏ-ஷரீஃப் என்ற கிராமத்தைத் தன் கட்டுப்பாட்டுக்குள் கொண்டுவந்திருந்த ஒரு போராளிக் குழுவை விரட்டி அடிக்க இந்திய ராணுவம் எடுத்த முயற்சியில் அந்த மசூதி தீக்கிரையாக்கப்பட்டது. அந்தப் போராளிக் குழுவில் இருந்தவர்களில் பெரும்பான்மையினர் காஷ்மீரி அல்லாத வர்கள். மசூதி எரிந்ததற்கு இரு தரப்பினருமே பழியை மற்றவர்கள்மீது போட்டனர்.

பெண்கள் பர்தா அணியவேண்டும் என்ற கட்டளையையும் தீவிரவாத இயக்கங்கள் அவ்வப்போது விதிப்பதுண்டு. அதை காஷ்மீரி இளம் பெண்கள் பொதுவாக எதிர்த்தே வந்திருக்கின்றனர்.

காஷ்மீரி பண்டிட்டுகள், காஷ்மீர் மக்கள் தொகையில் ஐந்து சதவிகிதத் துக்கும் கூடுதலாக ஒருபோதும் இருந்ததில்லை. ஆனால், தொழில் துறைகள், அரச நிர்வாகம் ஆகியவற்றில் அவர்களே பெரும்பான்மையாக இருந்துவந்திருக்கின்றனர். அதாவது அவர்கள் காஷ்மீர் பள்ளத்தாக்கை விட்டு விரட்டி அடிக்கப்படுவதற்கு முன்புவரை. 1990-களில் காஷ்மீர் பள்ளத்தாக்கின் பெரும்பான்மை இந்துக்கள் வெளியேற்றப்பட்டனர். சிலர் ஜம்மு அல்லது தில்லியில் இருக்கும் அகதிகள் முகாமில் வசிக்கின்றனர். உயர் கல்வித் தகுதி பெற்றவர்கள் இந்தியாவின் அல்லது உலகின் பிற பகுதிகளில் புதிய வாழ்க்கையை ஆரம்பித்து வாழ்ந்துவரு கின்றனர். இதற்கு, பிரிவினைவாத இயக்கம் மதவெறி மிக்கதாக ஆனது காரணமா அல்லது அப்படியான ஒரு தோற்றத்தைத் தரவேண்டும் என்று மாநில ஆளுநர் ஜக்மோகன் பெருமளவு இந்துக்களின் வெளியேற்றத்தை ஊக்குவித்தது காரணமா என்பது கசப்பான விவாதத்துக்குரிய விஷயம்.

காஷ்மீர் இந்துக்கள் பலர் படுகொலை செய்யப்பட்டதைத் தொடர்ந்து கிட்டத்தட்ட உள்ளூர் பண்டிட்டுகள் காஷ்மீர் பள்ளத்தாக்கில் இருந்து முற்றாக ஒழிக்கப்பட்டுவிட்டனர். ஒரு லட்சத்து எழுபதாயிரத்துக்கும் மேற்பட்ட காஷ்மீரி பண்டிட்டுகள் வசித்துவந்த காஷ்மீர் பள்ளத்தாக்கில் இப்போது சில ஆயிரம் பேர் மட்டுமே வசித்துவருகின்றனர்.[3] ஸ்ரீநகரிலும் அதன் சுற்றுவட்டாரங்களிலும் இப்போதும் இந்துக் கோவில்களில் வழிபாடுகள் நடந்துவருகின்றன. பிரிவினைவாதிகளின் மிரட்டல்

களையும் தாக்குதல்களையும்மீறி இப்போதும் அமர்நாத் யாத்திரை வெற்றிகரமாக நடந்துவருகிறது. என்றாலும், காஷ்மீர் பள்ளத்தாக்கில் வாழும் பண்டிட்டுகள், இந்துச் சமூக ஒற்றுமையை பலப்படுத்தும் விழாக்கள், சடங்குகள் எதுவும் இப்போது அங்கு நடப்பதில்லை என்ற வருத்தத்துடனே வாழ்கிறார்கள். பயந்தபடியே தனித்து வாழும் அவர்கள், அகதிகளாகப் புலம் பெயர்ந்த தங்களுடைய சக பண்டிட்டுகள் காஷ்மீருக்குத் திரும்பிவரும் நாளை ஆவலுடன் எதிர்பார்த்தபடிக் காத்திருக்கிறார்கள்.

காஷ்மீரிகளின் இஸ்லாம் என்பது கொஞ்சம் வித்தியாசமானது. இந்தியா, பாகிஸ்தானில் காணப்படும் மசூதிகள்போல் அல்லாமல் மத்திய ஆசிய பாணியில் காஷ்மீர மசூதிகள் வடிவமைக்கப்பட்டிருக்கின்றன. அலை அலையாகத் தவழ்ந்து வரும் பிரார்த்தனை அழைப்பின் வசீகரத்தையும் தொழுகை மந்திரங்களின் இனிமையையும் வேறு எந்தப் பிராந்தியத்திலும் நான் கேட்டதில்லை. ஸ்ரீநகரில் இருக்கும் மிகவும் பழமையான ஜும்மா மசூதி 14-ம் நூற்றாண்டில் கட்டப்பட்டது. அற்புதமான கலை அழகு மிகுந்த அந்த மசூதி மிகப் பெரிய தொழுகை மண்டபத்தைக் கொண்டது. மரம் போல் தடிமனான நூற்றுக் கணக்கான தூண்களால் அதன் கூரை தாங்கப்பட்டுள்ளது.

வெள்ளிக்கிழமை பிரார்த்தனைகளில் காஷ்மீருக்கே உரிய மற்றோர் அம்சத்தையும் காண முடியும். ஸ்ரீநகரின் பரம்பரைப் பூசாரியான மிர்வாய்ஸ் தலைமையில் பிரார்த்தனை நடைபெறும். அந்தப் பொறுப்பில் தற்போது இருக்கும் உமர் ஃபரூக் வேறு இரண்டு முக்கியப் பதவிகளையும் வகிக்கிறார். பள்ளத்தாக்கின் பிரபலமான மதத் தலைவராகவும், சுய நிர்ணயக் கோரிக்கையை ஆதரிக்கும் அனைத்துக் கட்சி ஹுரியத் அமைப்பின் பிரதானத் தலைவராகவும் இருக்கிறார். பிளவுகள், வெளி நடப்புகள், வேறுபாடுகள் போன்றவற்றால் இந்த அமைப்பு வலுவிழந்து இருக்கிறது. ஆயுதக் குழுக்களின் அதி தீவிர வெறுப்பைச் சம்பாதித்துக்கொள்ளப் பயந்து பிரிவினைவாத இயக்கத்தின் மிதமான அரசியல் அணியாக இந்த அமைப்பு மாறியிருக்கிறது.

மிர்வாய்ஸ் ஆனபோது உமர் ஃபரூக் பதின்ம வயதினராக இருந்தார். 1990-ல் அவருடைய தந்தை, ஸ்ரீநகரில் தன் வீட்டில் இருந்தபோது கொல்லப்பட்டார். யார் கொன்றது என்பது தொடர்பாகப் பல ஊகங்கள் நிலவுகின்றன. காஷ்மீர் அரசியல் களத்தில் பாகிஸ்தானுக்கு ஆதரவான நிலைப்பாட்டையே மிர்வாய்ஸ் குடும்பத்தினர் எடுத்து வந்துள்ளனர். இருந்தபோதிலும் பாகிஸ்தானுக்கு ஆதரவான ஆயுதக் குழுவினர்தான் அவருடைய படுகொலைக்குக் காரணம் என்றே ஸ்ரீநகரில் பரவலாக நம்பப்படுகிறது.

உள்ளூர் மக்களின் மற்றோர் அடையாளம் மொழி. பெரும்பாலான வர்கள் பேசுவது காஷ்மீரி மொழியையே. அந்த மொழியில் கவிதைகள், கதைகள், பாடல்கள் என ஏராளம் இருக்கின்றன. ஆனால், எழுத்து வடிவில் இருப்பது வெகு சொற்பமே. இன்று இந்த மொழியின் வரிவடிவம், உருதுவைப் போன்ற அரபி வழியிலான எழுத்துகளே. காஷ்மீரி மொழிக்கு எப்போதுமே மரியாதை குறைவாகவே இருந்துவந்துள்ளது. அது ஒருபோதும் ஆட்சி மொழியாகவோ பயிற்று மொழியாகவோ இருந்ததில்லை. காஷ்மீர தேசியவாத அமைப்புகள் தங்கள் பொதுக்கூட்டங்களில் காஷ்மீரி மொழியையே பயன்படுத்து கின்றன. என்றாலும் காஷ்மீரி மொழியை ஒரு பிரதான போராட்ட அம்சமாகப் பயன்படுத்தவில்லை. இந்த அமைப்புகள், தமது கொள்கைப் பிரசுரங்களில்கூட அந்த மொழி எழுத்துகளைப் பயன் படுத்துவதில்லை.

காஷ்மீர் மாநிலத்தின் அதிகாரபூர்வ மொழி உருதுதான். ஸ்ரீநகரிலும் ஜம்முவிலும் இருக்கும் பத்திரிகைகளில் ஒன்றுகூட காஷ்மீரி மொழி யில் வெளியாவதில்லை. இளைஞர்கள் காஷ்மீரி மொழியைப் பயன் படுத்துவதற்கு ஸ்ரீநகர அறிவுஜீவிகள் பெரிதாக ஆதரவு ஏதும் தருவ தில்லை. அதைவிட, லௌகீகத் தேவைகளைப் பூர்த்தி செய்யும் பலம் கொண்ட ஆங்கிலம், உருது போன்ற மொழிகளைப் பயன்படுத்தவே ஊக்குவிக்கின்றனர். காஷ்மீரி மொழியைப் பேசும் உள்ளூர் மக்கள் லட்சக்கணக்கில் இருக்கிறார்கள் . எனவே, அது அழிய வாய்ப்பு இல்லை. ஆனால், அந்த மொழி இப்போது வளர்ச்சி அடையும் ஒன்றாக இல்லை என்பது மட்டும் நிச்சயம்.

சோஃபி குலாம் முகமது தொடங்கிய ஸ்ரீநகர் டைம்ஸ் என்ற உருது மொழிப் பத்திரிகையே காஷ்மீர் பள்ளத்தாக்கில் அதிக விற்பனை ஆகும் பத்திரிகையாக இருக்கிறது. சோஃபி, பரிவும் ஆழ்ந்த சிந்தனையும் உடையவர். அவரை நான் முதல்முறையாகச் சந்தித்தபோது தீவிரவாத அமைப்பின் அச்சுறுத்தல் காரணமாகப் பத்திரிகை நிறுத்தப்பட்டிருந் தது. கடந்த ஏழு வருடங்களில் ஏதாவது ஓர் அமைப்பின் மிரட்டலினால் இதுபோல் ஒன்பது தடவை அந்தப் பத்திரிகை நிறுத்தப்பட்டிருக்கிறது. பத்திரிகையின் ஆசிரியருக்குப் பல கொலை மிரட்டல்கள் வந்திருக்கின்றன. பல முறை தாக்கப்பட்டிருக்கிறார்.

ஷேக் அப்துல்லா புகழின் உச்சியில் இருந்ததிலிருந்து ஆரம்பித்து இந்திய எதிர்ப்பு அலை ஓங்கி ஒலித்தது வரையிலான காலகட்டத்தை சோஃபி குலாம் முகமது கடந்துவந்துள்ளார். தன் இளமைக்கால அனு பவங்களை என்னிடம் பகிர்ந்துகொண்டார். இந்தியாவுடன் காஷ்மீர் இணையவேண்டும் என்ற ஷேக் அப்துல்லாவின் விருப்பத்துக்குப்

பெரும்பாலான காஷ்மீரிகள் ஆதரவு தெரிவித்திருந்தனர். ஆனால், அரை நூற்றாண்டுக்குப் பிறகு நிறைய மாற்றங்கள் ஏற்பட்டிருக் கின்றன.

தால் ஏரிக்கு அருகில் இருக்கும் தன் அருமையான வீட்டின் தோட்டத்தில் அமர்ந்துகொண்டு பேசும்போது அவர் சொன்னார்:

> பெரும்பாலான காஷ்மீரிகள் இப்போது சுதந்தரமான ஒரு நாட்டில் வாழவே விரும்புகிறார்கள். காஷ்மீர் மீது கண் பதித் திருக்கும் பிராந்தியச் சக்திகளான இந்தியாவும் பாகிஸ்தானும் காஷ்மீரிகளின் உணர்ச்சிகளுக்கு மதிப்பு கொடுத்தால்தான் அது சாத்தியம் ஆகும். இந்திய ஆட்சி அவ்வளவு நல்லதாக இல்லை. பாகிஸ்தானின் உரிமை கோரலோ சுயநலனை அடிப்படையாகக் கொண்டதாகவே இருக்கிறது.
>
> பாகிஸ்தான், காஷ்மீர் என்ற இரண்டு இஸ்லாமிய நாடுகள் இருக்கின்றன. இரண்டுமே வித்தியாசமானவை. காஷ்மீர் முஸ்லிம்களாகிய நாங்கள், எங்களுக்கென்று தனி அடை யாளத்தைக் கொண்டவர்கள். எங்களுடைய பிரார்த்தனை வழிமுறைகள் வித்தியாசமானவை. எங்கள் சிந்தனைப் போக்கு, நிறம், உடை எல்லாமே பாகிஸ்தானிகளிடமிருந்து மாறுபட்டது. காஷ்மீரிகளை அவர்களால் ஒருபோதும் புரிந்துகொள்ள முடிந்ததில்லை. காஷ்மீரி முஸ்லிமுக்குத் தனித்த அடையாளமும் கலாசாரமும் இருப்பதை அவர்கள் உணரவே இல்லை. நான் கொல்கத்தாவுக்கு, கேரளாவுக்கு, கராச்சிக்குப் போயிருக்கிறேன். என் தோற்றத்தையும் பேசும் விதத்தையும் வைத்து எல்லாருமே நான் ஒரு காஷ்மீரி என்பதை எளிதில் புரிந்துகொண்டுவிடுகின்றனர். நான் பேசும் உருது வித்தியாசமானது. கலாசாரமும் மதமும் இரு வேறுபட்ட அம்சங்கள். காஷ்மீரிகள் தங்களுடைய கலாசாரத்தை மிகவும் பெருமையோடு மதிக்கிறார்கள். இந்தியாவும் பாகிஸ்தானும் அதை மதிப்பதில்லை. இரு நாட்டினருமே எங்கள்மீது ஆதிக்கம் செலுத்தவும் ஆக்கிரமிக்கவுமே விரும்புகிறார்கள்.

காஷ்மீரை டோக்ரா வம்சத்தினர் *1947* வரை ஆண்டனர். அந்த வம்சத்தைச் சேர்ந்த இளவரசர் குலாப் சிங் பஞ்சாப் சமவெளியின் வடக்குப் பகுதியில் இருந்த ஜம்முவைத் தலைமையிடமாகக் கொண்டிருந்தார். அவர் பிரிட்டிஷாரிடமிருந்து காஷ்மீர் பள்ளத் தாக்கின் ஆளும் உரிமையை *1846*-ல் வாங்கியிருந்தார். பிரிட்டிஷா ருக்கும் லாஹூரில் இருந்த சீக்கிய அரசுக்கும் இடையிலான சண்டையில் அவர் நடுநிலை வகித்த காரணத்தால்தான் பிரிட்டிஷாரால்

வெற்றி பெற முடிந்தது. தோற்ற சீக்கியர்கள் கையிலிருந்து காஷ்மீர் பள்ளத்தாக்கு நழுவிப்போனது. குலாப் சிங் 75 லட்ச ரூபாய் கொடுத்து பிரிட்டிஷாரிடமிருந்து அந்தப் பகுதியின் ஆட்சி உரிமையை வாங்கிக் கொண்டார்.

இந்தப் புதிய அரச வம்சத்தினர், இந்துக்கள். டோக்ராக்கள். டோக்ரி மொழி பேசுபவர்கள். பஞ்சாபி மொழியின் ஜம்மு வடிவம் என்று அதைச் சொல்லலாம். ஆனால், இவர்கள் எவ்வகையிலும் காஷ்மீரிகள் அல்லர். அந்தப் பகுதி மக்களைப் பொருத்தவரை அந்நியர்களாகவே கருதப்பட்டனர். ஆனால், இவர்கள் தொலைவில் இருந்து ஆட்சி செய்யாமல் உள்ளூரிலிருந்தே ஆட்சி செய்தனர். இளவரசர்கள் ஜம்மு காஷ்மீரின் ஆட்சியாளர்களாக அறியப்படாமல் காஷ்மீரின் மகாராஜா என்றே அறியப்பட்டனர்.

அந்த சமஸ்தானம் இரண்டு அச்சுகளைக் கொண்டிருந்தது. தலைமை இடமாக ஜம்மு இருந்தாலும் காஷ்மீர் பள்ளத்தாக்கே அவர்களுடைய சாம்ராஜ்ஜியத்தின் இதயப் பகுதியாக இருந்தது. ஜம்முவில் ஓர் அரண் மனை இருந்தது. எனினும் ஸ்ரீநகரில் இருந்த அரண்மனையையும் அவர்கள் பயன்படுத்திக்கொண்டனர். அந்த வழக்கம் இன்றும் தொடர்கிறது. அரசுத் தலைமையகங்கள் கோடைக்காலத்தில் ஸ்ரீநகரி லிருந்து செயல்படும். குளிர்காலத்தில் ஜம்முவிலிருந்து செயல்படும்.

பரம்பரை உரிமையாகவும் பிரிட்டிஷாரின் நல் அனுமதியோடும் டோக்ரா அரச வம்சம் ஒருங்கிணைத்துக்கொண்ட பகுதிகளுக்கு அதன் மகாராஜா ஒருவரைத் தவிர வேறு எந்தப் பொது அம்சமும் கிடையாது. ஐ.நா மத்தியஸ்தக் குழுவின் பிரதான உறுப்பினரும் ஆஸ்திரேலிய சட்ட நிபுணருமான சர் ஓவன் டிக்ஸன், ஐ.நா பாதுகாப்புக் குழுவுக்கு 1950-ல் ஓர் அறிக்கையைச் சமர்ப்பித்தார். அதில், ஜம்மு - காஷ்மீர் பொருளா தாரரீதியாகவோ, புவியியல் ரீதியாகவோ, மக்கள்திரள்ரீதியாகவோ ஒற்றை அலகு அல்ல என்று தெளிவாகக் குறிப்பிட்டிருக்கிறார். மகாராஜா தன் அரசியல் செல்வாக்கின்மூலம் விலைக்கு வாங்கி ஒன்று சேர்த்த தனித்தனியான இரு நிலப்பரப்புகள் அவை. அந்த இரு பகுதிகளுக்கு இடையே இருக்கும் ஒரே ஒற்றுமை, அந்த ஓர் அம்சம் மட்டுமே.[4]

இப்படி இணைக்கப்பட்ட ஜம்மு காஷ்மீர் பகுதி, 1947-க்கு முன்பு வரை 77% இஸ்லாமியர்கள் இருந்த ஒரு பகுதியாக இருந்தது. அதில் முற்றிலும் வித்தியாசமான ஐந்து பகுதிகள் இருந்தன.

அந்த மாநிலத்தின் மையத்தில் காஷ்மீர் பள்ளத்தாக்கு இருந்தது. 90 சதவிகிதத்தினர் (இப்போது 98%) முஸ்லிம்கள். சன்னி முஸ்லிம்கள்

பெரும்பான்மையாகவும் ஷியா, அஹமதியா பிரிவினர் சிறிய அளவிலும் இருக்கின்றனர். பெரும்பாலானவர்கள் காஷ்மீரி மொழி பேசுபவர்கள். இது பெரிய, தட்டையான அடிப்பகுதி கொண்ட பள்ளத்தாக்கு. 5,000 அடி உயரத்தில் இருக்கிறது. 80 மைல் நீளமும் சில இடங்களில் 30 மைல் அகலமும் கொண்டது. பனி மூடிய சிகரங்களைக் கொண்டது. இந்த நிலப்பகுதி வளம் நிறைந்தது. பழங்கள், கொட்டைகள், குங்குமப்பூ, சிலவகை உணவுப் பயிர்கள் என அனைத்தும் மிகுதியாக விளையக்கூடிய பகுதி. ஆனால், சமீபகாலத்தில்தான் விவசாயிகளால் இதன் பயனை அனுபவிக்க முடிந்திருக்கிறது. மகாராஜாக்கள் ஆட்சி புரிந்தபோது அவர்கள் விதித்த வரிகளாலும் உயர்த்திப் பிடித்த நிலப்பிரபுத்துவ அமைப்புகளாலும் காஷ்மீர் விவசாயிகள் பெரிதும் ஏழைகளாகவே இருந்துள்ளனர். அவர்களிடம் அரசியல் வலிமை இருக்கவில்லை.

பாகிஸ்தானில் இருக்கும் பஞ்சாப் சமவெளிகளை அடைவதற்கு முன்பாக ஜீலம் ஆறு காஷ்மீரின் முக்கிய நகரங்கள் வழியாகப் பாய்ந்து செல்கிறது. ஸ்ரீநகரில் இருக்கும் தால் ஏரி, நாகீன் ஏரி, மிகப் பெரியதான வூலர் ஏரி ஆகியவை இதன் வழித்தடத்தில்தான் அமைந்திருக்கின்றன. இந்த ஏரிகளில் விடுமுறைக் கொண்டாட்டத்துக்கான படகு வீடுகள் நூற்றுக்கணக்கில் மிதந்துகொண்டிருக்கும். காஷ்மீரின் மயக்கும் பேரழகுக்கு இவை மிகப் பெரிய வசீகரத்தைக் கொடுக்கின்றன. இப்போது ஸ்ரீநகரில் இருந்து தில்லி, மும்பை, ஜம்மு பகுதிகளுக்கு தினசரி விமானப் போக்குவரத்து இருக்கிறது. இருந்தும், காஷ்மீர் இப்போதும் இந்தியாவின் பிற பகுதிகளில் இருந்து துண்டிக்கப்பட்ட ஒன்றாகவே இருக்கிறது.

பல்வேறு மலைப்பாதைகள் வழியாக காஷ்மீர் பள்ளத்தாக்குக்குச் செல்ல முடியும். எனினும் ஜீலம் நதிக்கரை ஓரமாக அமைந்திருக்கும் பாதையே பெரிதும் பயன்படுத்தப்படுகிறது. மலை நதியின் குடைவின் ஊடாக அமைக்கப்பட்ட ஜீலம் நெடுஞ்சாலையைக் கட்டி முடிக்கப் பத்தாண்டு களுக்குமேல் ஆனது. 1890-ல் டோமெலுக்கும் பாரமுல்லாவுக்கும் இடை யிலான பாதை திறக்கப்பட்டது. இதனால் பஞ்சாப் வியாபாரிகளுக்கும் பல நாட்டு யாத்திரிகர்களுக்கும் போக்குவரத்து எளிதானதாக மாறியது. அதைத் தொடர்ந்து காஷ்மீரின் அரசியல்ரீதியாகவும் அறிவுரீதியாகவும் தனிமைப்படுத்தப்படுவது வெகுவாகக் குறைந்தது.[5]

ஆங்கிலேய மிஷனரி ஒருவர் ஸ்ரீநகருக்கு முதன்முதலாக வந்தபோது அங்கு சக்கரங்களில் ஓடும் வாகனங்கள் எவையுமே இல்லாததைக் குறிப்பிட்டிருக்கிறார். அதே நேரம் அந்தப் பகுதி, மத்திய ஆசியா, தெற்கு ஆசியா, சீனப் பேரரசின் எல்லைப் பகுதி என்ற மூன்று பெரும் சக்திகளின் சங்கமப் பகுதியாக இருந்தது. அந்த நிலப்பரப்பின் இருப்பு,

அழகு ஆகியவற்றால் பெருமளவு முக்கியத்துவம் வாய்ந்ததாக இருந்தது. ஆக்கிரமிப்புச் சக்திகளின் கண்களிலிருந்து தப்ப முடியாத ஒன்றாகவும் இருந்தது.

மகாராஜாவின் ஆளுகைக்கு உட்பட்ட பிற பகுதிகளில் மிகவும் முக்கியமானது ஜம்மு. காஷ்மீர் பள்ளத்தாக்குக்குத் தென்பகுதியில் இது உள்ளது. பயங்கரமான மலைத்தொடர்களால் இது பள்ளத்தாக்கிலிருந்து பிரிக்கப்பட்டிருக்கிறது. இந்தப் பகுதி புவியியல்ரீதியாகவும் கலாசார ரீதியாகவும் பஞ்சாப் சமவெளியின் நீட்சியாகவே இருக்கிறது. 1947-க்கு முன்பாக, இங்கு மூன்றில் இரண்டு பங்கு முஸ்லிம்கள் இருந்தனர். இப்போது இந்தப் பகுதி இந்தியாவின் கட்டுப்பாட்டில் இருக்கிறது. காஷ்மீர் பள்ளத்தாக்கைவிட இங்கு மக்கள்தொகை சிறிது குறைவாகவே இருக்கிறது. இந்துக்கள் மிகுதியாக இருக்கின்றனர். எனினும் சிறு பான்மையினரில் இஸ்லாமியர்கள் கணிசமாக இருக்கின்றனர். பள்ளத்தாக்கை அடுத்திருக்கும் மலைப் பகுதிகளில் சிலவற்றில் மட்டுமே காஷ்மீரி மொழி பேசப்படுகிறது. இந்திய காஷ்மீரின் ஓர் அங்கம் என்ற நிலையை ஜம்மு வேண்டாவெறுப்பாகவே ஏற்றுக்கொண்டிருக்கிறது. காஷ்மீருக்கும் ஜம்முவுக்கும் இடையிலான பிணைப்பு வலுவானதல்ல. மொழி, கலாசாரம், மத அடையாளம் ஆகியவற்றில் ஜம்முவுக்கும் ஸ்ரீநகருக்கும் இடையில் பொதுவான அம்சம் எதுவுமே இல்லை.

சமஸ்தானத்தின் மூன்றாவது பகுதி லடாக். இந்தியக் கட்டுப்பாட்டில் இருக்கும் இது மிகவும் உயரமான, வறண்ட, மலைப் பிரதேசம். இங்கு மக்கள்தொகை மிகவும் குறைவாகவே இருக்கிறது. லே, கார்கில் என லடாக் இரு பகுதிகளைக் கொண்டிருக்கிறது. லேயில் பவுத்தர்கள் அதிக அளவில் இருக்கிறார்கள். இந்த பவுத்தர்கள் பேசும் மொழி, மாநிலத்தின் பிற பகுதிகளில் பேசப்படும் மொழிகளைவிட திபெத்திய மொழியுடனே நெருக்கம் கொண்டிருக்கிறது. சிறிய கார்கில் பகுதியில் ஷியா முஸ்லிம்கள் இருக்கின்றனர். லடாக்கின் கிழக்குப் பகுதி சீனாவின் ஆக்கிரமிப்பில் இருக்கிறது. காஷ்மீர் பள்ளத்தாக்கு, ஜம்மு பகுதி, லடாக் ஆகிய மூன்றும் சேர்ந்ததுதான் இந்திய மாநிலமான ஜம்மு காஷ்மீர்.

இந்த சமஸ்தானத்தின் இரு பகுதிகள் பாகிஸ்தானின் கட்டுப்பாட்டில் இருப்பதைக் கருத்தில் கொள்ளவேண்டும். மேற்கு இமயமலைத் தொடரில் இருக்கும் பல்டிஸ்தான், கில்கித் மாவட்டங்கள், 'வட பகுதிகள்' என்று அறியப்படுகின்றன. மிகவும் பரந்து விரிந்த, சென்று வர மிகவும் கடினமான, இந்தப் பகுதியில் மக்கள் குறைவாகவே வசிக்கின்றனர். இந்தப் பகுதியை இரண்டாகப் பிரித்தபடி காரகோரம் நெடுஞ்சாலை செல்கிறது. இந்தச் சாலை பாகிஸ்தானின் வட

பகுதியில் ஆரம்பித்து இந்தியா வழியாக சீனாவரை செல்கிறது. இம்மாவட்டங்களில் வசிப்பவர்கள் பெரும்பான்மையினர் முஸ்லிம் கள். இவர்கள் பலதரப்பட்ட மொழிகளைப் பேசுகின்றனர். ஆனால், அந்த மொழிகளுக்கு காஷ்மீரி மொழியுடன் எந்தவிதத் தொடர்பும் இல்லை.

ஆஸாத் காஷ்மீர் பகுதி (பாகிஸ்தான் ஆக்கிரமித்த பகுதி) இந்தியாவின் ஜம்முப் பகுதிக்கு மேற்கே இருக்கிறது. காஷ்மீர் பள்ளத்தாக்கின் வடக்கு மற்றும் வட மேற்கு எல்லையோரமாக நீண்டு செல்கிறது. 1947-ல் மகாராஜாவின் கட்டுப்பாட்டில் இருந்து கை நழுவிப்போனது. உள்ளூர் பிரிவினைவாதத்தாலும் பழங்குடியின ஆக்கிரமிப்பாலும் இந்தியாவிடமிருந்து பறிக்கப்பட்ட இந்தப் பகுதியை அதன்பிறகு இந்திய ராணுவத்தால் மீட்க முடியவில்லை.

இந்தப் பகுதி, முழுமையாக ஒருங்கிணைக்கப்பட்ட ஒரு பகுதியே அல்ல. இதன் தலைமை இடமான முஸாஃபராபாத்தில் இருந்து இன்னொரு முக்கியப் பகுதியான மீர்பூருக்குப் போகவேண்டுமானால், பாகிஸ்தானின் ராவல்பிண்டி வழியாகத்தான் போயாகவேண்டும்! பள்ளத்தாக்கில் இருக்கும் காஷ்மீரிகளைப் பொருத்தமட்டில் பாகிஸ்தான் ஆக்கிரமிப்புப் பகுதியில் இருப்பவர்கள் கலாசாரரீதியாக அந்நியமானவர்களே. காஷ்மீர் பள்ளத்தாக்கில் இருந்து அங்கு இடம் பெயர்ந்த அகதிகள், அவர்களுடைய வம்சாவளியினர் ஆகியோரைத் தவிர வெகு சிலரே பாகிஸ்தான் ஆக்கிரமிப்பு காஷ்மீரில் காஷ்மீரி மொழியைப் பேசுகின்றனர். ஆனாலும், ஆஸாத் காஷ்மீரில் இருக்கும் மக்கள் தங்களை காஷ்மீரிகள் என்றே அடையாளப்படுத்திக் கொள்கின்றனர். காஷ்மீரின் நிலை குறித்து மிகுந்த கவலை கொண்டவர்களாகவும் இருக்கின்றனர்.

மிகவும் குறுகிய வரையறையின்படிப் பார்த்தால், காஷ்மீர் என்றால் சுமார் ஐம்பது லட்சத்துக்கும் மேலான மக்கள்தொகை கொண்ட காஷ்மீர் பள்ளத்தாக்கு மட்டும்தான். விரிவான வரையறையின்படிப் பார்த்தால், அதைவிட மூன்று மடங்கு மக்கள் தொகையும் 14 மடங்கு அதிகமான நிலப்பரப்பையும் உள்ளடக்கிய பகுதி.[6]

முன்னாள் சமஸ்தானத்தின்மீது இந்தியாவும் பாகிஸ்தானும் முழு உரிமை கோருகின்றன. இது தொடர்பாகக் குழப்பமே நிலவுகிறது. இப்போது பாகிஸ்தானின் ஆக்கிரமிப்பில் இருக்கும் காஷ்மீர் பகுதியில் முஸ்லிம் அல்லாதவர்களின் எண்ணிக்கை சொற்ப அளவிலேயே இருக்கிறது. எனவே, அவர்கள் இந்தியாவுடன் இணைவதை விரும்பவே மாட்டார்கள். அதுபோல, இந்துக்கள் அதிகமாக இருக்கும் ஜம்மு பகுதியிலும் சரி, பவுத்தர்கள் அதிகமாக இருக்கும் லடாக் பகுதியிலும் சரி, பாகிஸ்தானுடன் சேர ஒருவருக்குமே விருப்பம்

கிடையாது. பல்வேறு பிரிவினைவாத அமைப்புகளைச் சேர்ந்தவர்கள், காஷ்மீரை துண்டாடக்கூடாது என்பதிலும் அது சுயாட்சி அதிகாரம் கொண்ட ஒரே பகுதியாகவே இருக்கவேண்டும் என்பதிலும் மிக உறுதியாக இருக்கின்றனர். இந்த நிலப்பரப்பின் சிக்கலான அரசியலையும் மக்கள் பரவலையும் பொருத்தவரையில் இது மிகவும் அபாயகரமான ஒரு செயல்.

காஷ்மீர் தொடர்பாக இந்தியா-பாகிஸ்தான் இடையே நடைபெற்ற முதல் போரைத் தொடர்ந்து காஷ்மீரை ஒன்றிணைப்பது தொடர்பாகச் சில சர்வதேச முயற்சிகள் எடுக்கப்பட்டன. மகாராஜாவின் சமஸ்தானமாக இருந்த பகுதிகளைப் பழையதுபோலவே ஒருங்கிணைத்து ஒவ்வொரு பகுதிக்கும் சிற்சில விசேஷ அதிகாரங்கள் தர முயற்சிகள் மேற்கொள்ளப்பட்டன. அந்த முயற்சிகள் வெற்றிகரமாக நடந்திருந்தால் காஷ்மீர் ஒன்றாகியிருக்கக்கூடும்.

1990-களில் பாகிஸ்தானின் அதிகாரபூர்வமற்ற தூதுவரான நியாஸ் நாயக், இரு அரசாங்கங்களும் செனாப் ஆற்றின் கரையை ஒட்டி காஷ்மீரைப் பிரித்துக்கொள்ள ஓர் ஒப்பந்தத்தை முன்வைத்தார். உடனே, இந்தியத் தூதர் அவரிடம், இந்தியாவின் பகுதிகளாக எவையெல்லாம் இருக்கும் என்று விரிவான வரைபடம் ஒன்றைச் சமர்ப்பிக்குமாறு கேட்டுக்கொண்டார். அப்படியான ஒரு பிரிவினையை இந்தியா ஏற்றுக் கொள்ளத் தயாராக இருந்ததாகவே நியாஸ் நாயக் தெரிவித்தார். ஆனால், அவர்கள் மட்டும் வரைபடத்தைப் பார்த்திருந்தால் அதிர்ச்சி அடைந்திருப்பார்கள். அந்தப் பிரிவினையின்படிப் பார்த்தால் காஷ்மீர் பள்ளத்தாக்கு முழுவதும் பாகிஸ்தான் வசம் செல்வதோடு ஜம்முவின் பெரும்பாலான எல்லைப் பகுதிகளும் பாகிஸ்தான் வசமாகியிருக்கும்![7]

காஷ்மீரி அடையாளம், விசுவாசம் ஆகியவை தொடர்பாகச் சில குழப்பங்கள் உள்ளன. தாங்கள் ஒருபோதும் மதித்திராத ஒரு மகாராஜாவினால் நிர்ணயிக்கப்பட்ட எல்லைக் கோட்டைப் பிரிவினைவாதச் சக்திகள் என்றுமே ஏற்றுக்கொள்ள மாட்டார்கள். அமெரிக்காவிலும் பிரிட்டனிலும் வசிக்கும் புலம்பெயர் காஷ்மீரிகளில், பாகிஸ்தான் ஆக்கிரமிப்பு காஷ்மீரில், அதுவும் குறிப்பாக மீர்பூர் பகுதியில் இருந்தவர்களே அதிகமாக இருக்கிறார்கள். அவர்கள் யாருமே காஷ்மீரி மொழி பேசுபவர்கள் அல்லர். அத்துடன், அவர்களுக்குக் காஷ்மீரி பள்ளத்தாக்குடன் எந்த நெருங்கிய சம்பந்தமும் கிடையாது. இருந்தபோதிலும் உலகம் முழுவதிலும் புலம் பெயர்ந்திருக்கும் காஷ்மீரிகள், காஷ்மீர் பள்ளத்தாக்கின் நிலைமை குறித்தும் அந்த மக்களின் வேதனைகள் குறித்தும் மிகுந்த கவலை கொண்டவர்

களாகவே இருக்கிறார்கள். பிரிவினை இயக்கம் தொடர்ந்து நடைபெறப் பலவகைகளிலும் உதவி செய்துவருகின்றனர்.

காஷ்மீர் மக்களின் நல்லெண்ணத்தைச் சம்பாதிக்க டோக்ரா மன்னர்கள் எந்த முயற்சியும் எடுக்கவில்லை. பள்ளத்தாக்குக் காஷ்மீரிகளுக்குக் கூடுதல் வரிகள் விதிக்கப்பட்டன. அவர்கள் கட்டாய வேலைகளுக்கு உட்படுத்தப்பட்டனர். சமஸ்தான நிர்வாகத்தில் எந்தக் கருத்தையும் சொல்லும் உரிமை அவர்களுக்கு இருக்கவில்லை. நிர்வாகத்தின் உயர்பதவிகளில் அவர்களில் யாருமே இருக்கவில்லை. இரண்டாம் உலகப் போரில் பிரிட்டன் சார்பாகப் போரிட 60,000 முதல் தர ராணுவ வீரர்களைக் காஷ்மீர் மகாராஜா ஹரி சிங் அனுப்பிவைத்தார். ஆனால், அவர்களில் ஒருவர்கூட காஷ்மீரி கிடையாது என்று பிரிட்டிஷ் பிரதிநிதி ஒருவர் குறிப்பிட்டிருந்தார்.[8] அதிகார வர்க்கத்தில் இந்துக்களே பெரும்பான்மையாக இருந்தனர். அவர்கள் காஷ்மீரி பண்டிட்டுகளாக அல்லது ஜம்மு டோக்ராக்களாக இருந்தனர். இன்னும் ஆச்சரியப்படும் வகையில் அந்த மாநிலத்தையே சேராத பஞ்சாபிகள் அதிகமாக இருந்தனர்!

சிறு, பெரு வணிகர்களில் இந்துக்களே அதிகம் இருந்தனர். வளமான நிலங்களும் அவர்கள் வசமே இருந்தன. கல்வி அறிவும் உத்வேகமும் கொண்ட இஸ்லாமியர்கள் அந்த சமஸ்தானத்தை விட்டு வெளியேற நேர்ந்ததை வருத்தத்துடன் சகித்துக்கொண்டனர். அதனால்தான் ஆரம்பகட்ட அரசியல் போராட்டத்தில், பஞ்சாபில் குடியேறியிருந்த காஷ்மீரிகள் அதிக ஆர்வம் காட்டினர்.

1930-களில்தான் காஷ்மீரி முஸ்லிம்களின் அணி வலுவாக உருத்திரள ஆரம்பித்தது. அடக்குமுறைகளாலும் லேசான சலுகைகள் மூலமாகவும் மகாராஜா அவர்களை முதலில் எதிர்கொண்டார். காஷ்மீரில் உருவாகி வரும் அரசியல், சமூகப் பதற்றநிலை குறித்து ஆராய பிரிட்டிஷார் ஒரு குழுவை நியமித்தனர். அந்தக் குழுவின் பரிந்துரையின்பேரில் முதல்முறையாக 1932-ல்தான் அரசியல் பொதுக்கூட்டங்களை நடத்தவும் பத்திரிகைகளை வெளியிடவும் பொதுமக்களுக்கு அனுமதி தரப்பட்டது.[9]

பள்ளத்தாக்கு முஸ்லிம்களின் பிரதான தலைவராக ஷேக் முகமது அப்துல்லா 1930-களின் மத்தியில் உருவானார். மிகவும் சாதாரணப் பின்னணி கொண்ட குடும்பத்தில் பிறந்தவர் அவர். வட இந்தியாவின் அலிகர் முஸ்லிம் பல்கலைகழகத்தில் பட்டம் பெற்றிருந்தார். அக்பர் ஜஹான் என்பவரைத் திருமணம் புரிந்தார். அவர், ஸ்விஸ் நாட்டில் பிறந்து ஸ்ரீநகரில் ஹோட்டல் தொழிலில் ஈடுபட்டவரின் மகனான ஹாரி நெடூ என்பவரின் மகள் ஆவார். 1930-களில் ஷேக் அப்துல்லா, இந்திய தேசிய காங்கிரஸின் முக்கியத் தலைவரும் இந்தியாவின் முதல் பிரதமருமான

ஜவாஹர்லால் நேருவுடன் தனிப்பட்ட நட்பையும் அரசியல்ரீதியான உறவையும் உருவாக்கிக்கொள்ள ஆரம்பித்தார். நேரு காஷ்மீரி பண்டிட்டுகள் குடும்பத்தில் பிறந்தவர். ஆனால், பல தலைமுறைகளுக்கு முன்பாகவே அவருடைய குடும்பத்தினர் காஷ்மீர் பள்ளத்தாக்கில் இருந்து இடம் பெயர்ந்துவிட்டனர்.

இந்த இரு காஷ்மீரிகளும் (சில நேரங்களில் பத்திரிகைகள் அப்படித் தான் அவர்களைக் குறிப்பிட்டன) மதச் சார்பற்றவர்களாக இருந்தனர். தெளிவான இடதுசாரிச் சிந்தனை கொண்டிருந்தனர். நிலப்பிரபுத்துவத் துக்கு எதிரான தேசியவாதக் கருத்துகள் கொண்டிருந்தனர். அரசியல் வாழ்வின் உச்சத்தில் ஷேக் அப்துல்லாவைப் பார்த்தவர்கள் அவருடைய கம்பீரம், வசீகரம் ஆகியவை குறித்துப் பெருமையாகப் பேசினார்கள். ஆனால், அவருடைய அரசியல் சாமர்த்தியம் அவ்வள வாக வெளிப்படவில்லை. எனினும் தெற்கு ஆசியாவின் சுதந்தரப் போராட்ட காலகட்டத்தின் முக்கியமான தலைவர்களில் ஒருவராக அவர் இருந்தார். பல வருடங்களைச் சிறையிலேயே கழித்தார். ஆரம் பத்தில் மகாராஜாவின் சிறையில். நேருவுடனான நட்பு கசந்தபிறகு, இந்தியச் சிறைகளில்.

இந்திய சுதந்தரப் போராட்டம் உச்சத்தை அடைவதற்கு முன்பாகவே, காஷ்மீர் முஸ்லிம் அரசியல், பல பிளவுகளை அடைந்தது. ஷேக் அப்துல்லாவின் கட்சி முதலில் முஸ்லிம் கான்ஃபரன்ஸ் என்று அறியப் பட்டது. மதவாதத்துடனான தொடர்பை உதறித் தள்ளும் நோக்கில், தேசிய கான்ஃபரன்ஸ் என்று தன் கட்சியின் பெயரை அவர் 1939-ல் மாற்றினார். எனினும் அதன் உறுப்பினர்களில் பெரும்பான்மையினர் முஸ்லிம்களாகவே இருந்தனர். இஸ்லாமிய அடையாள அடிப்படை யிலேயே ஷேக் மக்களை ஒன்று திரட்டியும் வந்தார். காஷ்மீரில் பொறுப்பான அரசாங்கம் உருவாகவேண்டும்; மகாராஜா மற்றும் அவருடைய மந்திரிகளின் முறைகேடுகளிலிருந்து காஷ்மீர் மக்கள் பாதுகாக்கப்படவேண்டும் என்பவையே இந்தக் கட்சியின் பிரதான நோக்கமாக இருந்தது.

1944-ல் இருந்து இந்தக் கட்சி, இடதுசாரிச் சமூக, அரசியல் செயல் திட்டத்தின் அடிப்படையில் இயங்க ஆரம்பித்தது. நிலச் சீர்திருத்த மசோதாக்கள் அமல்படுத்தப்பட்டன. இந்தியாவுடன் காஷ்மீர் இணைந்ததைத் தொடர்ந்து ஷேக் அப்துல்லாவின் வழிகாட்டுதலின் பேரில் இந்தச் சீர்திருத்தங்கள் அமலாகின. தேசிய கான்ஃபரன்ஸ் கட்சியின் கொடியிலும் சோஷலிசத் தாக்கம் இருப்பதைப் பார்க்க முடியும். சிவப்புப் பின்னணியில் அமைந்த வெண்ணிற ஏர் என்பதுதான் அதன் கொடி.

ஒரு சிறிய பிரிவினர் மட்டும் முஸ்லிம் கான்ஃபரன்ஸ் என்ற பெயரில் தொடர்ந்து இயங்கிவந்தனர். அவர்கள் பாகிஸ்தான் நிறுவனரான முகமது அலி ஜின்னாவுடனும் அவருடைய முஸ்லிம் லீக் கட்சியுடனும் இணைந்து செயல்பட்டனர்.

1940-களின் ஆரம்பத்தில் காஷ்மீர் அரசியல் குழப்ப நிலையில் இருந்தது. காங்கிரஸ் கட்சி, அந்நியச் சக்தியாகவும் இந்துக்கள் பெரும்பான்மையாக இருக்கும் அமைப்பாகவும் பார்க்கப்பட்டது. எனவே, இந்திய காங்கிரஸ் கட்சியுடன் நெருக்கமாக இருந்த ஷேக் அப்துல்லா, அவருடைய தேசிய கான்ஃபரன்ஸ் கட்சி ஆகியோரின் செல்வாக்கு சரிய ஆரம்பித்தது. ஆனால், முஸ்லிம் கான்ஃபரன்ஸ் கட்சி தனக்குள் பல பிரிவுகளாகப் பிரிந்துகிடந்தது. பிற கட்சிகளை ஓரங்கட்டி விட்டு மக்கள் மத்தியில் செல்வாக்கு பெற அதனால் முடியவில்லை. காஷ்மீர் பள்ளத்தாக்கைவிட ஜம்மு, பூஞ்ச் பகுதிகளில் இந்தக் கட்சி மிகவும் வலிமையுடன் விளங்கியது. *1947*-ன் இலையுதிர் காலத்தில், ஷேக் அப்துல்லாவின் கட்சி பள்ளத்தாக்கு இஸ்லாமியர்களிடையே மிகுந்த செல்வாக்கு பெற்ற கட்சியாக ஆகிவிட்டிருந்தது.

இந்த இரு முக்கிய கட்சிகளும் பிரிவினைக்கு முன்புவரை காஷ்மீர் எந்த நாட்டுடன் சேரவேண்டும் என்ற கொள்கையில் ஒருமித்த கருத்தை எட்டவில்லை. இந்தியாவுடனோ பாகிஸ்தானுடனோ சேர வேண்டிய தில்லை; மகாராஜாவின்கீழ் தனி நாடாகவே காஷ்மீர் இருக்கவேண்டும் என்று முஸ்லிம் கான்ஃபரன்ஸ் கட்சித் தலைமை விரும்பியது. ஆனால் கட்சிக்குள் இந்த நிலைப்பாட்டுக்குப் பெரும் எதிர்ப்பு ஏற்பட்டது. எதிர்ப்பாளர்கள் பாகிஸ்தானுடன் சேரவேண்டும் என்று விரும்பினர். தேசிய கான்ஃபரன்ஸ் கட்சியும் ஒரு பொறுப்பான அரசு அமைய வேண்டும் என்றுதான் விரும்பியது. ஆனால், 'காஷ்மீரை விட்டு வெளியேறு' (வெள்ளையனே வெளியேறு என்ற இயக்கத்தின் எதிரொலியாக) என்ற கோஷத்துடன் *1946*-ல் போராட்டம் நடத்தியது. அதன் மூலம் டோக்ரா வம்சத்தின் ஆட்சியை காஷ்மீரில் இருந்து அகற்றவேண்டும் என்ற தன் விருப்பத்தை அது வெளிப்படையாகத் தெரிவித்தது.[10]

1925-ல் மகாராஜா ஹரி சிங், ஜம்மு காஷ்மீரின் அரசராக அரியணை ஏறினார். ஆனால், இவர் திறமை குறைவானவராகவே இருந்தார். அரியணை ஏறுவதற்கு ஒரு வருடத்துக்கு முன்பாக, லண்டனில் சூதாட்டக்காரர் ஒருவருடைய மனைவியின் அழகில் மயங்கி, ஏடாகூடமாக நடந்துகொண்டு, பிளாக்மெயில் வழக்கு ஒன்றில் மாட்டியிருந்தார். பிரிட்டிஷ் நீதிமன்றத்தில் 'மிஸ்டர் ஏ' என்ற பெயரில் சாட்சியம் அளித்திருந்தார். எனினும், இது ரகசியமாக இல்லை. எல்லோருக்கும் தெரிந்திருந்தது.[11]

மக்களுக்குக் கல்வி வசதிகள் செய்துகொடுத்து ஒரு நல்ல, திறமையான அரசராக இருக்கவேண்டும் என்றே ஹரி சிங் விரும்பினார். ஆனால், அவருடைய துரதிர்ஷ்டம், அவர் ஆட்சிக்கு வந்த காலகட்டத்தில் மக்கள் வேறோர் அடையாளத்தின்கீழ் அணி திரள ஆரம்பித்திருந்தனர். அத்துடன், அவரைவிடத் திறமை வாய்ந்த ஷேக் அப்துல்லா மக்களிடையே செல்வாக்கு பெற ஆரம்பித்துவிட்டார். பிரிட்டிஷார் இந்தியாவை விட்டு வெளியேறத் தீர்மானித்த செய்தியை மகாராஜா ஹரி சிங்கின் மகன், தந்தையுடன் அமர்ந்துகொண்டு,வானொலியில் கேட்டதை நினைவுகூர்ந்தார். டாக்டர் கரன் சிங் இந்திய அரசியலில் முக்கியத் தலைவராகச் செயல்படுபவர். 'பிரிட்டிஷார் இந்தியாவை விட்டுவிட்டு அப்படி எளிதில் போய்விடுவார்கள் என்று என் தந்தை நம்பியிருக்கவில்லை. காஷ்மீர் ஒருவகையில் பிற சமஸ்தானங்களில் இருந்து துண்டிக்கப்பட்டதாகவே இருந்தது. நிலப்பிரபுத்துவத்தின் ஒரு பிரச்னை என்னவென்றால், நீங்கள் தனிமைப்படுத்தப்பட்டுவிடுவீர்கள்.'

காஷ்மீர் சமஸ்தானத்தில் பிரிட்டிஷாரின் பிரதிநிதியும் ராணுவத்துக்கான பிரிட்டிஷ் அதிகாரியும் நியமிக்கப்பட்டிருந்தனர். மகாராஜா வேட்டையாடி ஓய்வாகக் காலத்தைக் கழிக்க போதிய கால அவகாசமும் நிறையப் பணமும் இருந்தது. தனக்குப் பிடிக்கவில்லை என்றால் எந்தச் சந்திப்பையும் உடல் நலக் குறைவைக் காரணம் காட்டி மகாராஜா தவிர்த்துவிடுவார். மக்களின் போராட்டங்களுக்கும் புகார்களுக்கும் எதிர்வினையாக அதிகாரப் போக்கை அவ்வப்போது மிதப்படுத்துவார். எனினும் பிற சமஸ்தான அரசர்களைப் போலவே, பிரதிநிதித்துவ அரசியல் அமைப்புகளை வளர்த்தெடுப்பதில் அவர் எந்தப் பெரிய அக்கறையையும் காட்டவில்லை.

இந்தியாவில் இருந்த ஐம்பத்தாறு சமஸ்தானங்களில் மிகவும் பெரியதும் அதிக மக்கள் தொகை கொண்டதுமாக காஷ்மீர் இருந்தது. பிரிட்டிஷ் இந்தியாவின் முழுக் கட்டுப்பாட்டின்கீழ் இந்த சமஸ் தானங்கள் ஒருபோதும் இருந்ததில்லை. ஆனால், உண்மையில், சமஸ்தான மன்னர்கள் பிரிட்டிஷாரின் மேலாண்மையை ஏற்றுக் கொண்டார்கள். அதே நேரம் உள்ளூர் விவகாரங்களில் பெருமளவு அதிகாரம் கொண்டவர்களாகவும் ஓரளவுக்கு இறையாண்மை கொண்டவர்களாகவும் இருந்தனர். தேவைப்பட்டால் மட்டுமே தில்லியில் அல்லது லண்டனில் இருந்த பிரிட்டிஷ் நிர்வாகம், சமஸ்தானத்தில் இருக்கும் தனது பிரதிநிதி மூலம் கட்டுப்பாடு விதிக்க முடியும் என்ற நிலை இருந்தது. ஒத்துழைக்க மறுத்த மன்னரையும் பிரிட்டிஷாரின் பார்வையில் சீர்திருத்தமாகக் கருதப்பட்டவற்றை அமுல்படுத்தத் தவறியவர்களையும் ஆட்சியில் இருந்து நீக்கியிருக் கிறார்கள்.

இந்தியாவில் பிரிட்டிஷ் ராஜ்ஜியம் முடிவுக்கு வரப்போவதை ஒட்டி, சுதந்தரம் தருவது தொடர்பான வேலைகள் தொடங்கப்பட்டன. அதன் இறுதிக் கட்டமாகத்தான், கடைசி வைஸ்ராயான மவுண்ட்பேட்டன் பிரபு, கிட்டத்தட்ட 9 கோடி மக்களைக் கொண்ட இந்திய சமஸ்தானங்களைக் கவனித்தார். ஜூன் 1947-ல் அதிகாரப் பரிமாற்றம் தொடர்பான கால அட்டவணை வெளியிடப்பட்டது. அடுத்த மாதத்தின் மத்தியில் இந்திய சுதந்தரச் சட்டம் அமல்படுத்தப்பட்டது. இதனால், சமஸ்தானங்களுக்கு முழுச் சுதந்தரம் தரப்பட்டது. ஒரு சமஸ்தானம் தன்னைச் சுற்றிலும் வேறொரு நாடு இருந்தபோதிலும் இன்னொரு நாட்டுடன் சேர விரும்பினால் சேர்ந்துகொள்ள அந்தச் சட்டம் அதிகாரம் தந்தது.

சில நாள்களிலேயே மவுண்ட்பேட்டன் ஒவ்வொரு சமஸ்தான அரசருக்கும் கடிதம் ஒன்றை அனுப்பினார். அதில் அவர்களை இந்தியா அல்லது பாகிஸ்தானில், இரண்டில் ஒன்றுடன் சேர்ந்துகொள்ளும்படிக் கேட்டுக்கொண்டிருந்தார். சுதந்தர தினமான ஆகஸ்ட் 14-க்குள் அதைச் செய்து முடிக்கும்படியும் கேட்டுக்கொண்டார். இது மிகவும் கடுமையான காலக் கெடு. பஞ்சாப், வங்காளம் ஆகிய இரு இடங்களிலும் எல்லைக் கோடு எந்த வழியாகச் செல்லும் என்பது சுதந்தரத்துக்குப் பிறகும்கூடத் தீர்மானம் ஆகாமலேயே இருந்தது. சமஸ்தான மன்னர் தன் விருப்பப்படி எந்த நாட்டுடன் வேண்டுமானாலும் சேர்ந்துகொள்ளலாம் என்று மவுண்ட்பேட்டன் தெரிவித்திருந்தாலும், சில புவியியல் நிர்பந்தங்கள் தவிர்க்கமுடியாததாக இருந்தன. அதாவது, இந்தியாவின் எந்தவொரு மாநிலமும் பாகிஸ்தானுக்கு நடுவில் இருக்க முடியாது. அது போலவே பாகிஸ்தானின் எந்தவொரு மாநிலமும் இந்தியாவுக்குள் இருக்க முடியாது.

எதிர்பார்த்ததைவிட மிகவும் சுமுகமாகவே சமஸ்தானங்கள் அணி பிரிந்தன. பாகிஸ்தானில் சொற்ப சமஸ்தானங்களே இருந்தன. சில சமஸ்தானங்கள் சுதந்தரம் கிடைத்த சில வாரங்கள் கழிந்தபிறகும் இந்தியாவுடனோ பாகிஸ்தானுடனோ சேராமல் தனித்தே இருந்தன. ஆனால், காஷ்மீர் நீங்கலாக, இரு சமஸ்தானங்கள் மட்டுமே குழப்பத்தை விளைவித்தன. மேற்கு இந்தியாவில் இருந்த ஜுனாகத் (தற்போது குஜராத் மாநிலத்தில் இருக்கிறது), தெற்கு இந்தியாவில் இருந்த ஹைதராபாத் (தற்போது ஆந்திரப்பிரதேச மாநிலத்தில் இருக்கிறது).

இந்த இரண்டு சமஸ்தானங்களும் அரசியல் அம்சங்களின் அடிப்படையில் பார்த்தால், காஷ்மீரின் கண்ணாடி பிம்பம்போல இருந்தன. அந்த சமஸ்தானங்களில் இந்துக்கள் பெரும்பான்மையாக இருந்தனர்.

மன்னர் முஸ்லிமாக இருந்தார். இரண்டு சமஸ்தானங்களுக்கும் பாகிஸ்தானுக்கும் இடையில் நிலரீதியான தொடர்ச்சி இருக்கவில்லை. ஜுனாகத்தின் கடற்கரை கராச்சியை நோக்கியதாக இருந்தது. ஜுனாகத் பாகிஸ்தானுடன் இணைய விருப்பம் தெரிவித்தது. ஹைதராபாத் நிஜாமோ யாருடனும் சேராமல் இந்தியா, பாகிஸ்தான் போலத் தனி நாடாக இருக்க விரும்பினார். மக்கள் தொகை மிகவும் அதிகமான ஹைதராபாத் இந்தியாவுடன் சேரக் கூடாது; அப்படியே சேர்வதானால், அதற்கு ஈடான பகுதி தமக்கு வேறு எங்காவது தரப்படவேண்டும் என்று முகமது அலி ஜின்னாவும் முஸ்லிம் லீக் கட்சியினரும் விரும்பினர்.

அதாவது காஷ்மீர், பாகிஸ்தானுடன் சேர்க்கப்படவேண்டும் என்று விரும்பினர்.

சுதந்தரம் கிடைத்த சில நாள்களில் இந்தியா, ஜுனாகத் பகுதியைத் தன்னுடன் சேர்த்துக்கொண்டது. அடுத்த வருடத்தில் ஹைதராபாத்தை யும் அது தன்னுடன் இணைத்துக்கொண்டது. அது தொடர்பாகச் சிறிது சலசலப்பு ஏற்பட்டது. ஆனால், அரசியல்ரீதியாக, ராஜதந்திரரீதியாக தொடர்ந்து எந்தப் பிரச்னையும் இருக்கவில்லை.

ஆனால், காஷ்மீர் விஷயத்தில் பிரச்னை வலுவாக இருந்தது. அதன் ஒரு பக்கம் இந்தியாவும் இன்னொரு பக்கம் பாகிஸ்தானும் இருந்தன. எந்த நாட்டுடன் இணையவேண்டும் என்ற குழப்பம் வலுவாக இருந்தது. மகாராஜா ஹரி சிங்கிடம் கை வந்த கலை ஒன்று இருந்தது: அதாவது, காலம் தாழ்த்துதல். தபால் தொடர்பு, எரிபொருள் போன்றவை தடையின்றிக் கிடைக்க, காஷ்மீர் மகாராஜா, இந்தியாவுடனும் பாகிஸ்தானுடனும், 'யார் பக்கமும் சேராத நிலை' என்ற ஒப்பந் தத்தைச் செய்துகொள்ள விரும்பினார். இந்தியா அந்த ஒப்பந்தத்தை இறுதி செய்யவில்லை. ஆனால், அப்படிச் செய்ததுபோல் நடந்து கொண்டது. அந்த ஒப்பந்தம் பாகிஸ்தானுடன் கையெழுத்தானது. ஆனால், அது ஒருபோதும் மதிக்கப்படவில்லை.

எதிர்காலத்தை எதிர்கொள்ளத் தயாராக இருக்கும்படி மகாராஜாவுக்கு அறிவுரை தரப்பட்டது. 1947-ல் மவுண்ட்பேட்டன் ஸ்ரீநகருக்குப் போனார். நேருவின் வேண்டுகோளுக்கு இணங்கி, காஷ்மீரை இந்தியாவுடன் சேரச் சொல்லிப் பேசவே அங்கு அவர் போனதாகப் பேச்சு அடிபட்டது. நேருவுக்குக் காஷ்மீர்மீது மிகுந்த ஈடுபாடு இருந்தது. சொந்த உறவும் ஷேக் அப்துல்லாவுடனான நட்பும் அதற்கு வலு சேர்த்தன. காஷ்மீர் இந்தியாவுடன்தான் சேரவேண்டும் என்று அவர் மிகவும் விரும்பினார். ஜின்னாவைவிட நேரு வெளிப்படையாக அதில் ஆர்வம் கொண்டவராக இருந்தார். காஷ்மீர் மகாராஜா பிரச்னையை வளரவிடாமல் சீக்கிரம் ஒரு

முடிவு எடுக்கவேண்டும் என்று மவுண்ட்பேட்டன் விரும்பினார். ஆனால், வைஸ்ராயின் காஷ்மீர் பயணம் கால விரயத்திலேயே முடிந்தது. முதலில் ஹரி சிங் மவுண்ட்பேட்டனை மீன் பிடிக்க அனுப்பிவைத்தார். அதன் பிறகு உடல் நலம் சரியில்லை என்று சொல்லிச் சந்திப்பைத் தவிர்த்தார்.

காஷ்மீரை ஆசியாவின் ஸ்விட்சர்லாந்தாக ஆக்கவேண்டும் என்ற கனவு மகாராஜாவுக்கு இருந்தது. அண்டை நாடுகளுடன் நட்புறவைக் கொண்டிருக்கும், சுதந்தரமான, நடுநிலை வகிக்கும் மலை நாடாகக் காஷ்மீர் இருக்கவேண்டும் என அவர் விரும்பினார். காஷ்மீர் கடல் பகுதியில் இருந்து வெகு தொலைவில் இருக்கிறது; எளிதில் வந்து போக முடியாது; இந்தக் காரணங்களால் அது பக்கத்தில் இருக்கும் பெரிய நாடு ஒன்றின் கட்டுப்பாட்டுக்குள்தான் இருக்க முடியும் என்று சில காரணங்கள் சொல்லப்பட்டன. ஆனால், மகாராஜாவோ, காஷ்மீர் செல்வச் செழிப்பும் இயற்கை வளமும் மிகுந்த பகுதி; சுதந்தர நாடாக இருக்கத் தேவையான அளவு பெரிய பகுதியும்கூட என்று நம்பினார். பிரச்னை மேகங்கள் வலுப் பெற ஆரம்பித்தபிறகும் அவர் தன் சுயாட்சிக் கொள்கையில் உறுதியாகவே இருந்தார். 1947 அக்டோபரின் நடுப்பகுதியில், அதாவது ஆங்கிலேயர் வெளியேறிச் சென்ற இரண்டு மாதங்களுக்குப் பிறகு, பதான் பழங்குடியினர் தாக்குதல் நடத்துவதற்குப் பத்து நாள்கள் முன்னதாக மகாராஜாவின் துணைப் பிரதமரான ஆர்.எல். பாத்ரா, சுதந்தரம் குறித்த கருத்தை வெளிப்படையாக முன் வைத்தார்.

> இந்திய கூட்டமைப்புடனும் பாகிஸ்தானுடனும் நாங்கள் நட்புடனேயே இருக்க விரும்புகிறோம். இந்தியாவுடனோ பாகிஸ்தானுடனோ சேர்ந்துவிடப்போவதாகச் வதந்திகள் பரப்பப்படுகின்றன. ஆனால், எங்களுக்கு அதில் விருப்பம் இல்லை. காஷ்மீரில் அமைதி நிலவும்வரை அப்படியான ஒரு பேச்சுக்கே இடமில்லை என்று மகாராஜாவும் மந்திரி சபையும் முடிவு செய்துள்ளன.
>
> பழங்கள், காய்கறிகள், கலைப் பொருள்கள், கைவினைப் பொருள்கள், மரங்கள் ஆகியவற்றின் ஏற்றுமதியையே காஷ்மீர் நம்பி இருக்கிறது. எந்தவொரு முடிவாக இருந்தாலும் இந்த விஷயங்களைக் கருத்தில் கொண்டே எடுக்கவேண்டும். நாங்கள் இந்தியாவுடன் சேர்ந்துவிடுவோம், பாகிஸ்தானுடன் சேர்ந்துவிடுவோம் என்று அப்படி யாரும் போகிறபோக்கில் எதையும் சொல்லிவிட முடியாது.
>
> நிலைமை மிகவும் சிக்கலாக இருக்கிறது. காஷ்மீரின் பெருமளவிலான மரப்பொருள் வர்த்தகம் இந்தியாவுடன்தான்

நடக்கிறது. ஆனால், சமவெளிக்கு மரங்களை எடுத்துச் செல்ல உதவும் ஜீலம் நதி பாகிஸ்தானில் சென்று முடிகிறது.

இரு நாடுகளுடனும் சேராமல், ஆசியாவின் ஸ்விட்சர் லாந்தாகக் காஷ்மீரை ஆக்கவேண்டும் என்பதே தன் லட்சியம் என்று மகாராஜா என்னிடம் தெரிவித்தார். எங்கள் வாழ்க்கை என்பது சுற்றுலாப் பயணிகளைச் சார்ந்ததாக இருப்பதால், நாங்கள் அது குறித்தும் சிந்தித்தாகவேண்டும். சண்டை சச்சரவுகள் நிறைந்த ஒரு பகுதிக்கு யாரும் வர விரும்ப மாட்டார்கள்.

காஷ்மீரின்முன் இருக்கும் ஒரே எதிர்காலம் இதுதான். நாங்கள் புவியியல்ரீதியில் மிகவும் முக்கியத்துவம் வாய்ந்த ஓர் இடத்தில் இருக்கிறோம் என்பதை உலக வரைபடத்தைப் பார்த்தாலே தெரிந்துகொண்டுவிட முடியும். இந்தியா, பாகிஸ்தான், திபெத், ரஷ்யா, ஆஃப்கனிஸ்தான், சிங்கியாங் ஆகிய ஆறு தேசங்களுடன் காஷ்மீரின் எல்லைகள் தொட்டுக் கொண்டிருக்கின்றன.[12]

காஷ்மீரின் துணைப் பிரதமர் இந்தப் பேட்டியில், இந்தியாவோ பாகிஸ்தானோ பலத்தைப் பிரயோகிக்காமல் இருப்பதுவரை தங்கள் முடிவில் மாற்றம் இருக்காது என்று ஒருவித தீர்க்கதரிசனத்துடன் கருத்து தெரிவித்திருந்தார். காஷ்மீர் இந்தியாவுடன் சேர்ந்தது ஒரு திட்டமிட்ட, நீண்ட காலச் சதி என்று ஜின்னா குறை கூறினார். ‘மகாராஜா தனித்து இருக்கவே விரும்புகிறார் என்பது எனக்குத் தெரியும். ஆனால், வன்முறை குறித்த பயமே அவர் இந்தியாவுடன் சேர முடிவெடுக்கக் காரணம்’ என்று அப்போது மவுண்ட்பேட்டன் சொன்னார்.[13]

காஷ்மீர் இறையாண்மை மிகுந்த நாடாக இருக்கவேண்டும் என்று மகாராஜா விரும்பியது ஒருவகையில் ஆச்சரியத்தையே ஏற்படுத்தியது. காஷ்மீர் பள்ளத்தாக்கில் இருந்த பெரும்பான்மை முஸ்லிம்களின் விருப்பத்தை இந்து மன்னர் எதிரொலித்தார். காஷ்மீர் தனியாக இருப்பது தொடர்பாக எந்த அளவுக்கு ஆதரவு இருக்கிறது என்பதை அன்றும் சரி, இன்றும் சரி கணிப்பது மிகவும் கடினமாகவே இருக் கிறது. மகாராஜாவின் தலைமை அதிகாரியாக 11 வருடங்கள் இருந்த ஜெனரல் ஹெச்.எல். ஸ்காட், 1947 அக்டோபரில் பிரிட்டிஷ் அதிகாரிகள் மாநாட்டில் பேசும்போது சொன்னார்: ‘காஷ்மீரில் இருக்கும் பெரும்பான்மையினருக்கு இந்தியாவுடனோ பாகிஸ்தானுடனோ சேர்வதில் எந்தவிதப் பெரிய ஆர்வமும் கிடையாது. தனியாக இருந்து தங்கள் வாழ்க்கையை நல்லவிதமாக அமைத்துக்கொள்ளவேண்டும் என்றே விரும்புகிறார்கள்.’[14]

இந்தியாவுடன் காஷ்மீர் இணைவதற்கு மிகவும் முக்கியக் காரணமாக இருந்தவர் ஷேக் அப்துல்லா. இவருக்குத் தன் வாழ்க்கையின் பல்வேறு காலகட்டங்களில் காஷ்மீர் தனி நாடாக இருக்கவேண்டும் என்ற ஆர்வமும் இருந்திருக்கிறது.[15] சமீபகாலங்களில் ஜம்மு காஷ்மீர் விடுதலை முன்னணி அமைப்பு, பிரிவினையை முன்னிறுத்தித் தீவிரமாகச் செயல்பட்டுவருகிறது. அந்த அமைப்பு தேர்தல்களில் இதுவரை போட்டியிட்டதில்லை. மக்களிடையே அந்த அமைப்புக்கு இருக்கும் செல்வாக்கு, தெளிவாக கணிக்கப்பட முடியாததாகவே இருக்கிறது. காஷ்மீர் பள்ளத்தாக்கில் இருக்கும் பலரும் நடைமுறைச் சாத்தியம் இல்லாத நிலையிலும் சுதந்தரத்தை விரும்புவதாகவே தெரிகிறது.

அதிகாரப் பரிமாற்றம் நிகழ்ந்த நேரத்தில் பாகிஸ்தானுக்குக் காஷ்மீர் மீதோ அதன் மக்கள் மீதோ பெரிய ஆர்வம் இருந்திருக்கவில்லை. பாகிஸ்தான் என்பதன் ஆங்கில எழுத்துகளில் வரும் 'கே' என்பது காஷ்மீரைக் குறிக்கும் என்றே பாகிஸ்தான் ஆதரவாளர்கள் கூறிவந்துள்ளனர். ஆனாலும் பஞ்சாப் மற்றும் வங்காள முஸ்லிம் பகுதிகள்போல பாகிஸ்தானின் பிரதான இலக்கில் அப்போது காஷ்மீர் இருக்கவில்லை. மேலும், பாகிஸ்தான் என்ற தனி நாடு உருவாகிவரும் நிலையில் காஷ்மீர் விஷயம் அவ்வளவு முக்கியமான ஒன்றாக இருந்திருக்க முடியாது. பெரிய சமஸ்தானங்கள் தனி நாடாகவே இருக்கும் என்றே முஸ்லிம் லீக் தவறாகக் கணக்கு போட்டது. காஷ்மீர் இந்தியாவின் ஓர் அங்கமாக ஆகும் என்று ஜின்னா ஒருபோதும் நினைத்திருக்கவில்லை. பாகிஸ்தானுக்கு ஆதரவான முஸ்லிம் கான்ஃபரன்ஸ் கட்சிக்கு காஷ்மீர் பள்ளத்தாக்கில் சொற்ப ஆதரவே இருந்தது. அந்தக் கட்சியும்கூட பாகிஸ்தானுடன் சேரவேண்டும் என்று கடைசிக் கட்டத்தில்தான் முடிவெடுத்தது.

1944 கோடைக் காலத்தில் முகமது அலி ஜின்னா காஷ்மீர் பள்ளத் தாக்குக்கு வந்தார். இரண்டு மாதங்களுக்கும் மேலாக அங்கு இருந்தார். இந்தியாவுக்குச் சாதகமாகச் செயல்படுபவர் என்ற முத்திரை குத்தப் பட்ட ஷேக் அப்துல்லா, ஜின்னாவை ஸ்ரீநகருக்கு வரச் சொல்லிச் சந்தித்தார். உள்ளூர் அரசியல் ஒரு தீர்மானமான வடிவத்தை எட்டி யிராத நேரம் அது. ஸ்ரீநகரில் ஒரு மிகப் பெரிய கூட்டத்தில் ஜின்னா கலந்துகொண்டு பேச ஷேக் அப்துல்லா ஏற்பாடு செய்திருந்தார். 'இந்திய முஸ்லிம்களின் அன்புக்குரிய தலைவர்' என்று முகமது அலி ஜின்னாவை அவர் பாராட்டியிருந்தார்.[16] தேசிய கான்ஃபரன்ஸ், முஸ்லிம் கான்ஃபரன்ஸ் ஆகிய கட்சிகளுக்கு இடையே ஒற்றுமையை ஏற்படுத்துவதே ஜின்னா காஷ்மீருக்கு வந்ததன் நோக்கமாக இருந்தது. ஆனால் அது கைகூடவில்லை.

இரண்டு கட்சிகளையும் ஒன்று சேர்க்க முடியாது என்பது தெரிந்ததும், காஷ்மீர் மக்கள் முஸ்லிம் கான்ஃபரன்ஸுக்கு ஆதரவு தரவேண்டும் என்று ஜின்னா வெளிப்படையாகத் தெரிவித்தார். காஷ்மீர் பள்ளத் தாக்கில் ஜின்னா கலந்துகொண்ட இறுதிக் கட்டக் கூட்டங்களில் ஷேக் அப்துல்லாவின் ஆதரவாளர்கள் உள்ளே புகுந்து குழப்பத்தை ஏற்படுத்தினர். ஜின்னா மகாராஜாவைச் சந்திக்கவில்லை. அவருடைய மந்திரிகள் யாரையும் பார்த்ததாகவும் தெரியவில்லை.

ஜின்னா தரப்பிலிருந்து, காஷ்மீரிகளின் நம்பிக்கையை வென்றெடுக்க முயற்சிகள் மேற்கொள்ளப்பட்டன. காஷ்மீர் அரசுடனும் தேசிய கான்ஃபரன்ஸ் தலைவர் ஷேக் அப்துல்லாவுடனும் பேச்சுவார்த்தைகள் நடத்தவும் முயற்சிகள் மேற்கொள்ளப்பட்டன. பதான் பழங்குடியினர் காஷ்மீரில் கலவரத்தில் ஈடுபட்டபோது ஜின்னாவின் அந்தரங்கக் காரியதரிசி ஸ்ரீநகரில்தான் இருந்தார். 11 ஜூலை 1947 வாக்கில் மகாராஜாவின் தலைமையில் காஷ்மீர் தனி நாடாக இருக்கவேண்டும் என்று முஸ்லிம் கான்ஃபரன்ஸ் தலைவர்களுக்கு ஜின்னா அறிவுரை கூறினார். அதிகார மாற்றம் நடப்பதற்குச் சுமார் இரண்டு வாரங்களுக்கு முன்பாக, அதாவது 29 ஜூலை அன்றுதான் காஷ்மீர் பாகிஸ்தானுடன் சேரவேண்டும் என்ற விருப்பத்தை முஸ்லிம் லீக் வெளிப்படையாகத் தெரிவித்தது.

காஷ்மீர் பழுத்த பழம் போல் மடியில் வந்து விழும் என்று ஜின்னா தன் எண்ணத்தைச் சொல்லி வந்தார். ஆனால், சுதந்தரத்துக்கு முன்பாக அதை நடைமுறைப்படுத்த அவர் பெரிதாக எந்த முயற்சியையும் எடுக்கவில்லை.[17] மகாராஜாவும் அவருடைய மந்திரி சபையினரும் பாகிஸ்தானுடன் சேர்வது தொடர்பாகப் பேசத் துளியும் விரும்பி யிருக்க மாட்டார்கள் என்றே முஸ்லிம் லீகும் பாகிஸ்தான் அதிகாரி களும் முடிவு செய்திருந்தனர்.

எனினும் காஷ்மீர் தொடர்பான பாகிஸ்தானின் வருத்தம் ஆழமான ஒன்றாகும். அதன் அடிப்படையில் இருந்தது மதமே. இந்திய சுதந்தரச் சட்டம் எதைச் சொல்லியிருந்தாலும் பிரிவினையின் தர்க்கப்படிப் பார்த்தால் முஸ்லிம்கள் பெரும்பான்மையாக அடுத்தடுத்து இருக்கும் பகுதிகள் புதிதாக உருவாகும் முஸ்லிம் நாட்டில்தான் இணைக்கப் பட்டிருக்க வேண்டும். அந்த அடிப்படையில் பாகிஸ்தான், காஷ்மீரைச் சொந்தம் கொண்டாடுவது வலுவான அடிப்படையைக் கொண்ட ஒன்றுதான். மக்களுடைய விருப்பத்துக்கு ஏற்ப காஷ்மீர் இந்தியா வுடன் சேர்க்கப்படுகிறது என்ற தீர்மானம் பாகிஸ்தானைப் பொருத்த வரையில் ஆழமான வடுவை ஏற்படுத்திவிட்டது. எனவேதான்

மவுண்ட்பேட்டன் அதை ஏற்றுக்கொண்டதைப் பாகிஸ்தான் வரவேற்க வில்லை.

காஷ்மீரைச் சொந்தம் கொண்டாட பாகிஸ்தானுக்கு இன்னொரு காரணமும் இருந்தது. இது இந்தியாவில் பொதுவாக விவாதிக்கப்படாத ஒன்று. அதுதான் காஷ்மீரின் புவியியல் அமைப்பு. பிரிவினையின் போது, எல்லாப் பருவ காலத்திலும் காஷ்மீருக்கு போக முடிந்த பாதை ஒன்றே ஒன்றுதான் இருந்தது. அந்தப் பாதை தற்போது பாகிஸ்தானின் ராணுவத் தலைமையகம் இருக்கும் ராவல்பிண்டியில் இருந்து பாரமுல்லா வழியாக ஸ்ரீநகருக்குச் செல்கிறது. இந்தப் பாதை பெருமளவுக்கு ஜீலம் நதிக் கரை ஓரமாகவே செல்கிறது. பதான் பழங்குடியினர் யூரியிலும் பாரமுல்லா விலும் அத்துமீறி நுழைந்தபோது காஷ்மீரின் வர்த்தகம், தபால் மற்றும் எரிபொருள் போக்குவரத்துக்கான இந்தப் பாதையை அடைத்து விட்டனர். இந்துஸ்தான் டைம்ஸ் பத்திரிகை, காஷ்மீர் பள்ளத்தாக்கு உலகின் பிற பகுதிகளில் இருந்து முற்றாகத் துண்டிக்கப்பட்டுவிட்டது என்றுதான் அப்போது செய்தி வெளியிட்டிருந்தது.[18]

வேறு பாதைகளும் இருந்தன. ஆனால், அவை மலைக் கணவாய்கள் வழியாகச் சென்றன. பனிஹால் பாதை 9,000 அடி உயரத்தில் உள்ளது. எந்தப் பாதையும் ஆண்டு முழுவதும் பயணம் செய்ய உகந்ததாக இல்லை.

ராவல்பிண்டி - ஸ்ரீநகர் பாதை திறந்திருந்தால் பாகிஸ்தானின் தலை நகரான இஸ்லாமாபாத்தில் இருந்து காஷ்மீரின் தலைநகருக்கு வந்து சேர ஆறு அல்லது ஏழு மணி நேரம் மட்டுமே ஆகும். 1950-களில் கட்டப்பட்ட பனிஹால் குகைப்பாதை வழியாக ஸ்ரீநகரில் இருந்து ஜம்முவுக்கு வந்து சேர 11 மணி நேரம் ஆகும். குளிர்காலத்தில் இந்தப் பாதை பெரும் பனிப் பொழிவினால் மூடப்பட்டுவிடும்.இந்திய ரயில்வே துறையினர் காஷ்மீருக்கு ரயில் பாதைத் திட்டத்தை அறிவித் திருக்கின்றனர். பணிகள் ஆரம்பிக்கப்பட்டுள்ளன. ஆனால், எப்போது முடியும் என்று தெரியவில்லை. காஷ்மீர், தில்லியைவிட இஸ்லாமா பாத்துக்குத்தான் அருகில் இருக்கிறது.

1947-க்கு முன்புவரை, யாத்திரிகர்கள் தற்போது பாகிஸ்தானாக இருக்கும் பகுதியின் வழியாகத்தான் காஷ்மீருக்கு வந்துபோனார்கள். தில்லிக்கும் ஸ்ரீநகருக்கும் இடையில் முறையான விமானப் போக்கு வரத்து இருந்திருக்கவில்லை. ஸ்ரீநகரில் இருக்கும் விமானதளம் (காஷ்மீரில் இருந்த ஒரே ஒரு தளம்) தார் போடப்பட்ட ஒன்றல்ல. எரிபொருள் நிரப்பும் மையமோ, பழுது பார்க்கும் மையமோ அங்கு கிடையாது. பலரும் பொதுவாக ராவல்பிண்டி வழியாகத்தான்

காஷ்மீருக்குச் சென்றார்கள். ரயிலில் ராவல்பிண்டிக்கு முதலில் செல்வார்கள். அதன்பிறகு காஷ்மீருக்கு கார் அல்லது பேருந்தில் செல்வார்கள்.

ஷேக் அப்துல்லா 1946-ல் கைது செய்யப்பட்டு சிறையில் அடைக்கப் பட்டிருந்தார். அவரைப் பார்க்க நேரு முதலில் ராவல்பிண்டிக்கு விமானத்தில் சென்றார். ஜீலம் ஆற்றோரப் பாதை வழியாக டோமெலுக்கு காரில் சென்றார். ஜம்மு வழியாகவும் பனிஹால் கணவாய் வழியாகவும் ஸ்ரீநகருக்குச் செல்பவர்களும்கூட லாஹூர் அல்லது சியால்கோட் வழியாகவே போய் வந்தனர். இரண்டுமே பாகிஸ்தானில்தான் இப்போது இருக்கின்றன.

1947-ல் பழங்குடியினர் ஆக்கிரமிப்பு செய்தபோது ஸ்ரீநகரில் இருந்த பிரிட்டிஷார்கூட விமானத்தில் செல்ல விருப்பம் தெரிவிக்கவில்லை. அப்போது ராயல் ஏர்ஃபோர்ஸில் வளர்ப்புப் பிராணிகளைக் கொண்டு செல்ல வசதி இல்லை. பெட்டி படுக்கைகளையும் கொண்டுசெல்ல முடியாது. எனவே தரைவழிப் பாதையில் தெற்கில் ஜம்முவை நோக்கிச் சென்றார்கள். அங்கிருந்து அப்போதுவரை அனுமதி மறுக்கப்படாத பாதை வழியாக லாஹூருக்குச் சென்று சேர்ந்தார்கள். அதுதான் அவர்கள் பாதுகாப்பாகப் போய்ச் சேர முடிந்த ஒரே இடம்.

இந்திய பஞ்சாபில் இருந்து ஜம்முவுக்கும் அதைத் தாண்டியும் செல்லும் ஒரு பாதை இருந்தது. ஆனால், அதில் பயணம் செய்யவேண்டுமானால் அசாத்திய மனதிடம் தேவைப்படும். அந்தப் பாதை ராவி ஆற்றின் துணை நதிகளாலும் பாலங்கள் இல்லாத சிற்றோடைகளாலும் மறிக்கப் படும் ஒன்று என்று பதான் ஆக்கிரமிப்பாளர்களை எதிர்த்து விரட்டி யடித்த ஓர் இந்திய ராணுவ அதிகாரி சொன்னார். அதைப் படகுகளில் தான் கடக்க முடியும். சிறிய மழை பெய்தாலும் தார்ச்சாலை சிதிலம் அடைந்துவிடும். கொஞ்சம் வேகமாகப் போனாலும்கூட ஆபத்துதான். அத்துடன், அங்கு இரண்டே இரண்டு படகுகள்தான் இருந்தன. நாள் ஒன்றுக்கு அதிகபட்சமாக ஒரு பட்டாலியனும் 30 ஜீப்களும் மட்டுமே மறு கரைக்குச் செல்ல முடியும்.[19] 27 அக்டோபர் 1947 அன்று அதிகாலையில் இந்தியப் படைகள் காஷ்மீரில் இறங்க ஆரம்பித்ததும் சில படைகளும் ஆயுதங்களும் ஸ்ரீநகருக்கு தரை வழியாகக் கொண்டு செல்லப்பட்டன. முதல் விமானம் சில மணி நேரங்களிலேயே ஸ்ரீநகரை அடைந்துவிட்டது. ஆனால், கவச வாகனங்களும் துப்பாக்கி வாகனங்களும் வந்து சேர ஒன்பது நாள்கள் (5 நவம்பர்) பிடித்தன.

பழங்குடியினரின் தாக்குதலுக்கு முன்பாகவே இந்திய அதிகாரிகள் இந்தச் சாலையை மேம்படுத்த விரும்பியிருந்தனர். காஷ்மீர் யார் பக்கம் என்ற இழுபறி நீடித்துவந்ததால், வேலைகள் மந்தமாகவே நடந்தன.

இந்தியாவிலிருந்து காஷ்மீருக்குச் செல்ல ஒரு நல்ல சாலை போடப்பட வேண்டியதன் அவசியத்தை வலியுறுத்த 1947 நவம்பரில் ஷேக் அப்துல்லா தில்லி சென்றார். ராணுவ நோக்கிலும் வர்த்தக நோக்கிலும் இந்தியாவிலிருந்து காஷ்மீருக்கு ஒரு வலுவான சாலை போடப்பட வேண்டியதன் அவசியத்தை யாரும் குறைத்து மதிப்பிடவே முடியாது என்றார் ஷேக்.[20] சர்வதேச எல்லை வகுக்கும் குழு, முஸ்லிம்கள் சற்றே பெரும்பான்மையாக இருந்த குர்தாஸ்பூர் மாவட்டத்தை இந்தியாவுடன் இணைத்து எல்லை வரைந்தனர். இதனால் ஜம்முவுக்குச் செல்லும் அழுக்கான, கரடுமுரடான அந்தச் சாலை இந்தியாவின் பக்கத்தில் வந்துவிட்டது. இதனால் பதான்கோட்டில் இருந்த ரயில் நிலையமும் இந்தியாவுக்குக் கிடைத்துவிட்டது.

இதுமட்டும் கிடைத்திருக்கவில்லை என்றால் காஷ்மீருக்குச் செல்ல இந்தியாவிலிருந்து சாலையே இல்லாமல் போயிருக்கும். உடனடியாக வேறு வழியாக ஒரு சாலை போர்க்கால வேகத்தில் போடப்பட வேண்டிய அவசியம் எழுந்திருக்கும். காஷ்மீரை உரிமை கொண்டாடும் பாகிஸ்தானின் கை மேலும் ஓங்கியிருக்கும். குர்தாஸ்பூரின் பெரும்பகுதியை இந்தியாவுக்கு வழங்கும்படி எல்லை தீர்மானிப்புக் குழுவை மவுண்ட்பேட்டன் முறைகேடாகக் கேட்டுக்கொண்டார் என்று குற்றச்சாட்டுகள் கிளம்பின. ஆனால், ஆதாரங்கள் வேறுவிதமாக உள்ளன. பஞ்சாப் மாகாணத்தில் காஷ்மீருக்குச் சம்பந்தமில்லாத ஓர் எல்லைப் பகுதியை இந்தியாவுக்கு வழங்க மவுண்ட்பேட்டன் முயன்றதாகவே அவை காட்டுகின்றன.[21]

காஷ்மீர்மீது பாகிஸ்தானுக்கு இருக்கும் உரிமைகளைப் பற்றிப் பார்த்துவிட்டோம். இப்போது, இந்தியாவுக்கு இருக்கும் உரிமைகள் பற்றிப் பார்ப்போம். சமஸ்தானங்களின் மன்னர் எந்த நாட்டுடன் சேர விரும்புகிறாரோ அதுவே சட்டப்படி செல்லும் என்பதுதான் பிரிட்டிஷார் முன்வைத்த கொள்கை. காஷ்மீரின் மன்னர் ஹரி சிங் இந்தியாவுடன் சேர விரும்பினார். முடிவு எடுக்கவேண்டியவரும் அவர்தான். மக்களிடம் அந்தப் பொறுப்பை மகாராஜா விடவேண்டுமா, வேண்டாமா என்பது வேறு விஷயம். மகாராஜா அந்த ஒப்பந்தத்தில் எப்போது கையெழுத்திட்டார்? இந்தியப் படைகள் காஷ்மீரில் இறங்கிய பிறகா அல்லது அதற்கு முன்பாகவா? இந்தியா பொது வாக்கெடுப்பு நடத்துவதாகக் கொடுத்த வாக்குறுதியை ஏன் நிறைவேற்றவில்லை? இவை குறித்தெல்லாம் நாம் இந்தப் புத்தகத்தில் விரிவாகப் பார்க்க இருக்கிறோம். ஆனால், அவையெல்லாம் மகாராஜா காஷ்மீரை இந்தியாவுடன் இணைக்க விரும்பினார் என்ற உண்மையை எந்தவகையிலும் மாற்றப்போவதில்லை.

இந்தியாவுக்குக் காஷ்மீர்மீது உரிமை கோர இன்னொரு வலுவான காரணமும் இருக்கிறது. காஷ்மீரில் இருந்த முஸ்லிம் மக்களின் சக்தி வாய்ந்த தலைவரான ஷேக் அப்துல்லா, காஷ்மீர் இந்தியாவுடன் சேர்வதையே விரும்பினார். அது நடைமுறை யதார்த்தத்தைக் கணக்கில் எடுத்துக்கொண்டு செய்த தீர்மானமாக இருக்கலாம். வேறு கட்சியோ பிரதிநிதித்துவ அமைப்புகளோ இல்லாத நிலையில் ஷேக் அப்துல்லாவின் தீர்மானத்தைக் காஷ்மீர் மக்களின் தீர்மானமாகவே எடுத்துக்கொள்ளவேண்டும். அது மட்டும் இல்லாமல் போயிருந்தால் இந்தியாவின் காஷ்மீர்மீதான உரிமை வலுவிழந்து போயிருக்கும்.

பூஞ்சிலும் அதைச் சுற்றியுள்ள பகுதிகளிலும் பாகிஸ்தானுக்கு ஆதரவாகக் குரல் எழுந்தன. எனினும் காஷ்மீர் பள்ளத்தாக்கிலிருந்து அத்தகைய ஆதரவு ஏதும் கிடைக்கவில்லை.

பழங்குடியினர் காஷ்மீரை ஆக்கிரமித்தபோது உள்ளூர் முஸ்லிம்கள், தங்களை விடுவிக்க வந்த படை என்று அவர்களைக் கருதி, கத்தி கம்புகளை எடுத்துக்கொண்டு அவர்களுடன் தெருவில் இறங்கிவிடவில்லை. அதற்கு நேர்மாறாகவே நடந்துகொண்டனர். ஷேக் அப்துல்லாவின் தேசிய கான்ஃபரன்ஸ் கட்சியினர் நூற்றுக்கணக்கான தன்னார்வத் தொண்டர்களை ஒன்றுதிரட்டி, பதான் பழங்குடியினருக்கு எதிரான தற்காப்பு நடவடிக்கைகளை மேற்கொண்டனர். காஷ்மீர் மக்கள், பதான் பழங்குடிகளை விரட்டி அடிக்க வந்த இந்திய ராணுவத்தைத்தான் தங்களை விடுவிக்க வந்த ரட்சகர்களாகப் பார்த்தனர். 1947 அக்டோபர், நவம்பரில் மகாராஜாவின் டோக்ரா படையா, பதான்களின் லஷ்கர் படையா, இந்திய ராணுவமா என்ற கேள்வி எழுந்தபோது காஷ்மீரி மக்கள் இந்திய ராணுவத்தையே தங்கள் நேச சக்தியாகப் பார்த்தனர். அவர்களை ஆக்கிரமிப்புச் சக்தியாகப் பார்க்கவில்லை.

காஷ்மீர்மீதான இந்தியாவின் அல்லது பாகிஸ்தானின் உரிமை தொடர்பான வாதங்களை யாரால்தான் மறுக்க முடியும்? இஸ்லாமியர் பெரும்பான்மையாக இருக்கும் ஒரு பகுதியை பாகிஸ்தானுக்குத் தராமல் எப்படி மறுக்க முடியும்? அதுவும் காஷ்மீரின் ஊடகத் தொடர்புகள், பொருளாதாரத் தொடர்புகள் என அனைத்துமே மேற்கை நோக்கி இருக்கும் நிலையில் பாகிஸ்தானுக்குத்தானே உரிமை இருக்கிறது? முடிவு எடுக்கவேண்டிய மகாராஜா இந்தியாவுடன் சேர்வதையே விரும்பி இருக்கிறார். காஷ்மீர் மக்களின் பேராதரவு பெற்ற மிகப் பெரிய அரசியல் தலைவரும் முஸ்லிமுமான ஷேக் அப்துல்லா இந்தியாவுடன்தான் காஷ்மீர் சேரவேண்டும் என்று விரும்பியிருக்கிறார். அந்த நிலையில் காஷ்மீர் இந்தியாவுக்குத்தானே சொந்தம்?

ஆனால், இந்த வாதங்கள் ஒன்றை ஒன்று மறுதலிக்கக்கூடியவை. காஷ்மீர் மக்கள் இரண்டு பெரிய சக்திகளுக்கு இடையில் சிக்கிக்கொண்டு தவிக்கின்றனர். இரண்டு சக்திகளுக்குமே காஷ்மீரை வென்றெடுப்பது தங்கள் அடையாளத்தை நிலைநிறுத்திக்கொள்ள உதவும் மிக முக்கியமான அம்சமாகிவிட்டது. இரண்டு நாடுகளுக்குமே காஷ்மீர்தான் தேவைப்படுகிறது; காஷ்மீரி மக்கள் அல்ல என்று ஸ்ரீநகரின் குடிமக்கள் வேதனையுடன் சொல்வதைப் பலமுறை கேட்டிருக்கிறேன்.

பாகிஸ்தானியர்களுக்குக் காஷ்மீர்மீதான உரிமையைக் கைப்பற்றுவது மிகவும் முக்கியமானதாகியுள்ளது. காஷ்மீருக்கு நியாயம் வேண்டும், காஷ்மீர் போராட்டத்துக்கு நன்கொடை கொடுங்கள் போன்ற முழக்கங்களைக் கேட்டபடித்தான் பாகிஸ்தானின் புதிய தலைமுறைகள் பிறந்து வருகின்றன. இந்தியாவுடனான பகைமைக்கும் அதுவே காரணமாக இருந்துவருகிறது. பாகிஸ்தானில் ராணுவத்தின் செல்வாக்கு அதிகரிக்கவும் இந்தக் காஷ்மீர் பிரச்னையே காரணமாக இருந்துவருகிறது. காஷ்மீர் பிரிவினைவாதிகளுக்கும் ஆயுதக் குழுக்களுக்கும் பாகிஸ்தான் புகலிடமாக இருந்துவருகிறது. அதுமட்டுமல்லாமல், இந்திய அரசை எதிர்த்துச் சண்டை போடுவதற்காகப் பாகிஸ்தான் பலருக்குப் பயிற்சி அளித்து, ஆயுதங்களும் கொடுக்கிறது. கட்டுப்பாட்டுக் கோட்டைத் தாண்டிச் செல்ல ஊக்குவித்தும் வருகிறது. 1947-ல் தானாக நிகழ்ந்த லஷ்கர் படையெடுப்பை எப்படி பாகிஸ்தானின் ராணுவமும் அதன் உளவு அமைப்பான ஐ.எஸ்.ஐ.யும் வளர்த்தெடுத்தனவோ, அதேபோல, காஷ்மீரில் தானாக உருவான பிரிவினைவாதத்தையும் இந்த இரு அமைப்புகளும் ஒருங்கிணைத்து வருகின்றன. இந்தியாவுக்கு எதிரான பாகிஸ்தானின் போரின் முக்கிய ஆயுதமாக அது ஆகியுள்ளது.

காஷ்மீரை இந்தியாவுடன் சேர்க்கவேண்டும் என்ற தீர்மானமும் அரசியல் முயற்சிகளும் நேருவுக்குக் காஷ்மீருடன் இருக்கும் சொந்த உறவின் அடிப்படையில்தான் நிகழ்ந்தன. நேரு 1916-ல் தனது தேனிலவுக்குக் காஷ்மீர் சென்று வந்ததோடு சரி. அதன் பிறகு 24 வருடங்கள் கழித்தே அங்கு சென்றார். மயக்கும் அழகினாலும் பழங்காலத் தொடர்புகளினாலும் இந்தியாவின் ஒரு கோடியில் இருக்கும் காஷ்மீர் தன்னைக் கவர்ந்திழுப்பது குறித்து இந்திரா காந்திக்கு எழுதிய கடிதத்தில் நேரு குறிப்பிட்டுள்ளார். 'காஷ்மீர் என்னை விசித்திரமான முறையில் பாதிக்கிறது. இசையைப்போல், அன்பான ஒருவருடைய நெருக்கத்தைப்போல் எனக்குள் ஒருவித போதையை ஏற்றுகிறது' என்று எட்வினா மவுண்ட்பேட்டனிடம் நேரு தெரிவித்திருக்கிறார்.[22]

காஷ்மீர் பாகிஸ்தானின் ஓர் அங்கம் அல்ல; இந்தியாவின் ஒரு பகுதிதான் என்று நேரு தன் சொந்த உறவின் அடிப்படையில் மட்டும் சொல்லவில்லை. ஷேக் அப்துல்லாவுடனான நெருங்கிய நட்பும் அதற்கு ஒரு காரணமாக விளங்கியது. காஷ்மீரின் மிக முக்கிய அரசியல் தலைவராக ஷேக் அப்துல்லாவை நேரு சரியாகவே கணித்திருந்தார்.

இந்தியாவில் இஸ்லாமியர்கள் மிகுதியாக வாழும் ஒரே மாநிலம் ஜம்மு காஷ்மீர்தான். அது இந்தியாவின் மதச்சார்பற்ற தன்மைக்குச் சிறந்த உதாரணமாகத் திகழ்கிறது. அங்கு இஸ்லாமியர்கள் அதிகமாக வசிக்கிறார்கள் என்பதால் அந்தப் பகுதி இந்தியாவில் இருந்து பிரிந்து செல்வதுதான் நல்லது என்று சொன்னால், மதம்தான் தேசத்தின் அடையாளத்தைத் தீர்மானிக்கிறது என்பதை ஏற்றுக்கொள்வதாகி விடும். 1950-களில் ஷேக் அப்துல்லா இந்தக் கருத்தைத் தெரிவித்தார்: ‘காஷ்மீரில் இஸ்லாமியர்கள் அதிகமாக இருக்கிறார்கள் என்பதால் அது பாகிஸ்தானுடன்தான் சேரவேண்டும் என்று மதவாத அடிப்படையில் இந்தியா ஒருபோதும் சொல்லாது. இந்தியா மட்டும் அப்படிச் சொன்னால் அதன் ஆதாரத் தத்துவமான மதச்சார்பற்ற தன்மை என்பது அடியோடு நொறுங்கிப் போய்விடும்.’[23]

இந்திய அரசியல் வட்டாரங்களில் இந்த வாதம் இப்போதும் வலுவான தாக்கத்தைச் செலுத்திவருகிறது. சுய அதிகாரம் தொடர்பான விசேஷ சலுகைகள் குறித்தோ மனித உரிமை மீறல்கள் குறித்தோ இந்தியாவில் எங்கு பேசப்படுவதாக இருந்தாலும் காஷ்மீர்மீதான இந்தியாவின் இறையாண்மை குறித்து எந்த ஒரு வார்த்தையும் பேசப்படக்கூடாது என்பதில் ஓர் ஒற்றுமை இருக்கிறது.

இந்தியா சுதந்தரம் அடைந்த தினத்திலிருந்து பதான் பழங்குடியினர் காஷ்மீர்மீது தாக்குதல் நடத்த ஆரம்பிக்கும்வரை இருந்த பத்து வாரங்களில், காஷ்மீரில் பெரும் பதற்றம் நிலவியது. மகாராஜாவின் ஆட்சியைத் தூக்கி எறிய ஆயுதம் தாங்கிய கிளர்ச்சிகள் பரவலாக நடக்க ஆரம்பித்தன. மகாராஜாவின் படைகளால் ஜம்முவில் இருந்த பல ஆயிரம் முஸ்லிம்கள் கொல்லப்பட்டனர் என்று குற்றம் சாட்டப் பட்டது. அரசியல் நடவடிக்கைகள் தீவிரம் அடைய ஆரம்பித்ததும் காஷ்மீரின் பெரும்பாலான தலைவர்கள் சிறையில் அடைக்கப் பட்டனர். டோக்ரா அரச வம்சத்தைக் காஷ்மீரை விட்டு வெளியேறச் சொல்லி ‚காஷ்மீரை விட்டு வெளியேறு’ என்ற அரசியல் இயக்கத்தை ஷேக் அப்துல்லா ஆரம்பித்தார். எனவே, அவரை மகாராஜா 1946-ல் சிறையில் அடைத்தார்.

ஸ்ரீநகரின் பதாமிபாக் சிறையில் இருந்த தன் தந்தையைப் பார்க்க ஃபரூக் அப்துல்லா போய் வந்ததை இப்போதும் நினைவுகூர்கிறார். அந்தப் பகுதி இப்போது இந்திய ராணுவ மையமாக இருக்கிறது. நேருவும் ஷேக் அப்துல்லாவைச் சிறையில் சென்று பார்க்க விரும்பினார். ஆனால், சமஸ்தானத்துக்குள் நுழையவிடாமல் தடுக்கப்பட்டார். யூரியில் இருந்த விருந்தினர் மாளிகையில் தடுத்து நிறுத்தப்பட்டு பிறகு திருப்பி அனுப்பப்பட்டார். காஷ்மீரின் இன்னொரு முக்கியக் கட்சியான முஸ்லிம் கான்ஃபரன்ஸின் தலைவரான சவுத்ரி குலாம் அப்பாஸும் 1946 குளிர்காலத்தில் சிறையில் அடைக்கப்பட்டார்.

பாகிஸ்தானைப் பொருத்தவரை சுதந்தரத்துக்குப் பிறகு ஒரு ராணு வத்தை உருவாக்குவது, நிர்வாக இயந்திரத்தை அமைப்பது, தேசிய அடையாளத்தை வளர்த்தெடுப்பது போன்ற மிகப்பெரிய கடமைகள் இருந்தன. அண்டை நாட்டுடனான பகைமை அதற்கு எந்தவகையிலும் உதவியாக இருக்கவில்லை. இரண்டு புதிய தேசங்களும் பஞ்சாபில் நடந்த படுகொலையைச் சமாளிக்கவேண்டியிருந்தது. இந்த நூற்றாண்டிலேயே போர் அல்லாது நடைபெற்ற மிகப் பெரிய புலம் பெயர்தல் பிரிவினையின்போதுதான் நடந்தது. அக்டோபர் வாக்கில் படுகொலைகள் வெகுவாகக் குறைந்துவிட்டன. ஆனால், மக்கள் புலம் பெயர்வது தொடர்ந்து நடந்துகொண்டிருந்தது. அதற்குப் போக்கு வரத்தும் ராணுவ உதவியும் தேவையாக இருந்தது.

அகதிகளில் சிறிய தொகையினர்தாம் காஷ்மீர் வழியாகப் புலம் பெயர்ந்தனர். ஆனால் அந்த எண்ணிக்கையுமே காஷ்மீரில் ஒருவித பதற்றத்தை உருவாக்கப் போதுமானதாக இருந்தது. பெஷாவரிலும் எல்லையின் பிற பகுதிகளிலும் இருந்த சீக்கியர்களில் பலர் காஷ்மீர் வழியாக இந்தியாவுக்கு வந்தனர். இப்படி இடம் பெயர்ந்து வந்த சீக்கியர்கள் பாரமுல்லாவிலும் முஸாஃபராபாத்திலும் உள்ள குருத்வாராக்களில் ஆயுதங்களைப் பதுக்கிவைத்துள்ளதாகச் செய்திகள் வெளியாகின. இஸ்லாமியர்கள் காஷ்மீர் வழியாகப் பாகிஸ்தானுக்குச் செல்ல விரும்பவில்லை. ஆனால், பெரும்பாலானவர்கள் மேற்கு பஞ்சாபுக்குச் செல்ல ஜம்மு மாவட்டம் வழியாகப் போனார்கள். ஜம்மு முஸ்லிம்கள் பலரும் அந்தக் குழுவில் இருந்தனர்.

இந்திய கிழக்கு பஞ்சாபில் இருந்த 45 லட்சம் முஸ்லிம்கள் (கிட்டத்தட்ட அங்கிருந்த அனைவருமே) பாகிஸ்தானுக்குச் செல்ல முடிவெடுத்திருந்ததாக தி டைம்ஸ் பத்திரிகை அக்டோபர் 1947-ல் தெரிவித்திருந்தது. ஆனால், பத்து லட்சம் பேர்தான் எல்லையைக் கடந்து செல்ல முடிந்திருந்தது. அக்டோபர் கடைசி வாரத்தில் மட்டும் 5,70,000 முஸ்லிம் அகதிகள் பாகிஸ்தானின் மேற்கு பஞ்சாபுக்குப் புலம்

பெயர்ந்தனர். சுமார் 4,71,000 முஸ்லிம் அல்லாதோர் இந்தியாவுக்கு இடம் பெயர்ந்தனர்.[24]

சுதந்தரம் கிடைத்த முதல் சில வாரங்களில் எந்த சமஸ்தானம் யாருடன் சேர்கிறது என்பதைவிட தில்லிக்கும் கராச்சிக்கும் வேறு அதிமுக்கிய மான வேலைகள் இருந்தன. பஞ்சாபில் நடைபெற்ற படுகொலைகள் மூலமாக உருவான பதற்றம் உச்சத்தை எட்டியிருந்தது. இரு தேசங்களிலும் இருந்த அதிகாரிகளின் செயலின்மை வெந்த புண்ணில் மேலும் வேலைப் பாய்ச்சியது. இந்தியா-பாகிஸ்தான் போர் மூளும் என்று பேச்சு அடிபட்டதாக வெளிநாட்டு நிருபர் ஒருவர் செப்டெம்பர் மாத நடுவில் சொன்னார்.[25] காஷ்மீர் பிரச்னை உருவானபோது இந்திய, பாகிஸ்தானிய அரசுகள் ஒருவரை ஒருவர் மிகவும் பகைமை உணர்ச்சி யுடன் நடத்தினர்.

சமஸ்தானங்கள் என்ன முடிவெடுக்கின்றன என்பது குறித்து செய்தித் தாள்கள் கவனம் செலுத்த ஆரம்பித்தபோது ஹைதராபாத்தும் ஜுனாகத்தும் முக்கிய இடத்தைப் பிடித்துக்கொண்டன. ஆனால், காஷ்மீர் குறித்தும் செய்திகள் வெளிவர ஆரம்பித்திருந்தன. காஷ்மீரைத் தன் பக்கம் இழுக்கப் பாகிஸ்தான் தன் அரைகுறையான முயற்சிகளை ஆரம்பித்திருந்தது. காங்கிரஸின் சில மூத்த தலைவர்களே ஆச்சரியப் படும்வகையில் நேரு காஷ்மீர்மீது அளவுக்கு அதிகமான ஆர்வத்தை வெளிப்படுத்தினார். சர்தார் வல்லபபாய் படேல் மகாராஜாவைச் சம்மதிக்க வைக்கும் பொறுப்பை ஏற்றுக்கொண்டார். ஆனால் மகா ராஜாவுக்கு காங்கிரஸ்மீதும் ஷேக் அப்துல்லாவுடனான காங்கிரஸின் நட்புறவுமீதும் கொஞ்சம் அவநம்பிக்கை இருந்தது. பாகிஸ்தானின் பக்கமாகக் காஷ்மீரின் பிரதமர் சாய ஆரம்பித்ததைத் தொடர்ந்து ஆகஸ்ட் மாதத்தில் மஹாராஜா அவரைப் பதவி நீக்கம் செய்திருந்தார். அந்த இடத்தில் இந்திய நீதிபதி ஒருவரை நியமனம் செய்திருந்தார். அது தில்லியின் வெற்றியாகக் கருதப்பட்டது.

காஷ்மீர் தொடர்பாக இந்தியா இன்னொரு பெரிய வெற்றியையும் அடைந்தது. 29 செப்டெம்பர் 1947-ல் மகாராஜா 16 வார சிறை யடைப்புக்குப் பிறகு ஷேக் அப்துல்லாவை விடுதலை செய்தார். அந்தச் சமயத்தில் ஷேக் அப்துல்லா இந்தியாவுக்கு சார்பாக எந்தப் பெரிய அறிவிப்பையும் வெளியிட்டிருக்கவில்லை. லஷ்கர் பழங்குடியினத் தாக்குதல் நடப்பதற்குச் சற்று முன்புவரை அதாவது, அக்டோபர் 21 வரை, யாருடன் சேர்வது என்று முடிவெடுக்க இன்னும் கால அவகாசம் தேவை என்றே ஷேக் அப்துல்லா சொல்லிவந்தார்.[26] ஆனால், தில்லிக்குப் பறந்து சென்று நேருவுடனும் பிற காங்கிரஸ் தலைவர் களுடனும் நடத்திய உரையாடல்கள் ஷேக் அப்துல்லாவின் மனத்தில் இருந்த தீர்மானத்தைக் கோடிட்டுக் காட்டுவதாக இருந்தன.

இந்துஸ்தான் டைம்ஸ் பத்திரிகை அக்டோபர் 17 அன்று, நேருவும் ஷேக் அப்துல்லாவும் அருகருகே நிற்கும் புகைப்படம் ஒன்றை வெளியிட்டிருந்தது.

அதே நேரம், முஸ்லிம் லீகின் பத்திரிகையான டான், ஷேக் அப்துல்லாவின் நடவடிக்கைகள் குறித்துச் செய்தி வெளியிட்டிருந்தது. அத்துடன், முஸ்லிம் கான்ஃபரன்ஸின் தலைவர்கள் சிலர் கைது செய்யப்பட்ட விவரம், பாகிஸ்தானுக்கு ஆதரவான அரசியல் தலைவர்கள் காஷ்மீருக்குள் நுழைய விதிக்கப்பட்டிருந்த தடை ஆகியவை பற்றியும் குறிப்பிட்டிருந்தது. பாகிஸ்தானுக்கு ஆதரவாகச் செயல்படும் காஷ்மீர் ஊடகங்கள்மீதும் பத்திரிகையாளர்கள்மீதும் விதிக்கப்பட்டுள்ள கட்டுப்பாடுகள் குறித்தும் செய்தி வெளியிட்டிருந்தது.[27]

ஏற்கெனவே காஷ்மீர் சமஸ்தானத்துடன் செய்துகொண்ட ஒப்பந்தப்படி நடந்துகொள்வதில் பாகிஸ்தானுக்கு விருப்பம் இல்லை அல்லது அவர்களால் முடியவில்லை. இது காஷ்மீர் விஷயத்தை மேலும் சிக்கலாக்கியது. எரிபொருளும் உணவுப் பொருள்களும் சரியாக வந்து சேரவில்லை; மேற்கு பஞ்சாப் நிர்வாகம் ஒருவித பொருளாதாரத் தடையை விதித்திருக்கிறது என்று காஷ்மீர் புகார் செய்தது. பெருமளவிலான மக்கள் இடம் பெயர ஆரம்பித்துள்ளதால் எதையும் திட்டமிட்டபடிச் செய்ய முடியவில்லை; எனவே அது ஒப்பந்த மீறல் அல்ல என்று பாகிஸ்தான் அதிகாரிகள் பதில் அளித்தனர். மகாராஜாவின் படையினருக்குப் பயந்துகொண்டு பல முஸ்லிம் வாகன ஓட்டுநர்கள் காஷ்மீருக்குள் நுழைய மறுப்பதாக பாகிஸ்தான் மேலும் தெரிவித்தது.

பாகிஸ்தான் பஞ்சாபில் இருந்து காஷ்மீர் நோக்கி வடக்காகப் பயணிக்கும் வாகனங்களின் ஓட்டுநர்கள், மகாராஜாவுக்கு எதிராக உள்ளூர்க் கலகம் அதிகமாக இருக்கும் பகுதிகளுக்குச் செல்வதைத் தவிர்த்தார்கள். உள்ளூர் முஸ்லிம்களுக்கு எதிராக மகாராஜாவின் படையினர் கொடும் தாக்குதலை நிகழ்த்துவதாகச் செய்திகள் பரவிய வண்ணம் இருந்தன. 1947 அக்டோபர் நடுப்பகுதியில் மார்கரெட் பார்ட்டன் என்ற பத்திரிகையாளர் ராவல்பிண்டி நெடுஞ்சாலையில் பயணம் மேற்கொண்டபோது, முஸ்லிம்கள் மகாராஜாவின் படையினரின் தாக்குதலுக்குப் பயந்து ஓடுவதைப் பார்த்ததாகக் குறிப்பிட்டிருக்கிறார்.

பாகிஸ்தானைச் சேர்ந்த வரலாற்றாசியர் ஒருவர் சொன்னார்: 'ராவல்பிண்டியில் இருந்த உள்ளூர் அதிகாரிகள் அல்லது காஷ்மீர் தலைவர்களின் நெருக்குதலால்தான் காஷ்மீருக்குப் பொருள்கள் முறையாகக் கிடைக்கவிடாமல் செய்யப்பட்டது. அதே சமயம் அந்தப் பாதையில் நடந்துவந்த குழப்பங்கள், கலவரங்களால் பயந்துபோன

வாகன ஓட்டுநர்களும் வர்த்தகர்களும் தங்கள் உடைமைக்கும் உயிருக்கும் ஊறு விளைவித்துக்கொள்ளத் தயாராக இருக்கவில்லை.'[28]

தி டைம்ஸ் பத்திரிகை காஷ்மீர் எதிர்கொண்டுவரும் பிரச்னை குறித்தும் மக்கள் விருப்பம் எதுவாக இருக்கிறது என்பது தொடர்பான குழப்பம் குறித்தும் ஒரு கட்டுரை எழுதியிருந்தது. தில்லியில் இருந்த அந்த பத்திரிகையின் செய்தித் தொடர்பாளர் எரிக் பிரிட்டர், தில்லியில் இருந்த வெளிநாட்டுச் செய்தியாளர்களில் அதிக விவரம் தெரிந்தவர். மார்கரெட் பார்ட்டனின் நண்பராகவும் பின்னர் கணவராகவும் ஆனவர்.

> *காஷ்மீர். 40 லட்சம் பேர் வசிக்கும் இந்தப் பின்தங்கிய பகுதி ஒரு காலத்தில் இந்தியாவின் புகழ் பெற்ற சுற்றுலா மையமாக இருந்தது. இப்போது அதன் சிறப்பம்சம் தொலைந்துபோய் விட்டது. காஷ்மீர் தலைநகரிலிருந்து வெளிவரும் செய்திகள் மிகவும் சொற்பமாகவே இருக்கின்றன. தகவல் தொடர்பு, பஞ்சாப் நிர்வாகத்தால் தடை செய்யப்பட்டிருக்கிறது. ஒரு வகையான தணிக்கையும் விதிக்கப்பட்டிருக்கிறது. முஸ்லிம் பத்திரிகையான காஷ்மீர் டைம்ஸ் முடக்கப்பட்டுள்ளது.*
>
> *சமஸ்தானத்தின் எதிர்காலம் குறித்து மகாராஜா மௌனம் சாதித்துவருகிறார். ஆனால், ஷேக் அப்துல்லாவைச் சமீபத்தில் விடுதலை செய்திருப்பது முக்கியமான ஒரு நிகழ்வாகும். மகாராஜாவின் விருப்பமும் ஷேக் அப்துல்லாவின் விருப்ப மும் வித்தியாசமானவை. ஆனால் இருவருமே பாகிஸ் தானுக்கு எதிரானவர்கள்.*
>
> *காஷ்மீரில் இருக்கும் இன்னொரு முக்கியமான கட்சியான முஸ்லிம் கான்ஃபரன்ஸ் எண்ணிக்கை அளவில் மிகவும் பலவீனமான நிலையில் இருக்கிறது. சிறையில் இருந்த இந்தப் பதினாறு மாதங்களில் ஷேக் அப்துல்லா தன் ஆதரவை இழந்துவிட்டிருக்கிறார். இஸ்லாமிய இந்தியா என்ற கோஷம் அவரைத் தோற்கடிக்கக்கூடும். பொது வாக்கெடுப்பு நடத்தப்பட்டால், காஷ்மீரின் அப்பாவி மலைவாசி, புதிய அரசியல் கோஷங்களையெல்லாம் பின்னுக்குத் தள்ளிவிட்டு மத அடிப்படையிலான ஒரு முடிவையே எடுப்பார்.*[29]

உலகளாவிய கருத்துக்கு இது மாறானதாக இருந்தது. 1940-களில் இருந்து காஷ்மீரில் வீசும் அலைகளைக் கவனித்து வந்த ஒரு வரலாற்று ஆய்வாளர் சொன்னார்: 'இந்தியாவுடனோ பாகிஸ்தானுடனோ சேராமல் மகாராஜாவின்கீழ் ஒரு சுயாட்சி அதிகாரம் கொண்ட தனி நாடாக இருப்பதையே மக்கள் விரும்புகிறார்கள். அது சாத்தியமில்லை

என்றால், ஷேக் அப்துல்லாவின் தலைமையை ஏற்று இந்தியாவுடன் சேரவே விரும்புகிறார்கள்.'[30]

1947 அக்டோபர் மாதத்தின் பாதிவரை வர்த்தகத் தொடர்புகளும் தகவல் தொடர்பும் தடைப்பட்ட நிலையே நீடித்து வந்தது. ஷேக் அப்துல்லாவும் தில்லி அரசியல் தலைவர்களும் மகாராஜாவின் பிரதமரும் துணைப் பிரதமரும் காஷ்மீரின் அரசியல் அமைப்பு நிலை குறித்துத் தெளிவாக ஒரு முடிவை மகாராஜா விரைவிலேயே எடுக்கவேண்டும் என்று வற்புறுத்தினார்கள்.

பாகிஸ்தானில் இருப்பவர்களுக்கு நிலைமை இந்தக் கோணத்தில் முன்னேறுவது நன்கு தெரியவந்தது. காஷ்மீர் அரசு, பாகிஸ்தானின் கவர்னர் ஜெனரல் ஜின்னாவுக்கு 1947 அக்டோபர் 18 அன்று தந்தி மூலம் புகார் ஒன்றை அனுப்பியது. பாகிஸ்தான் விதித்துள்ள தடைகள், தொடரும் ஆயுத ஊடுருவல் ஆகியவை காரணமாக, காஷ்மீர் அரசு தன் அடிப்படை உரிமைகளைப் பாதுகாத்துக்கொள்ள, நட்புச் சக்திகளின் உதவியை நாடவேண்டியிருக்கும் என்று அந்தப் புகார் தெரிவித்தது.

இரண்டு நாள்கள் கழித்து ஜின்னா தந்தி மூலமாக மகாராஜாவை விமரிசித்து ஒரு பதிலை அனுப்பினார். ஒரு குழப்ப நிலையை உருவாக்கி இந்திய அரசின் உதவியைக் கேட்டுப் பெற்று, அதன் மூலம் இந்தியாவுடன் சேரவேண்டும் என்பதே காஷ்மீர் அரசின் உண்மையான நோக்கமாக இருக்கிறது என்று அதில் குற்றம் சாட்டியிருந்தார்.[31]

பாகிஸ்தானைப் பொருத்தவரை காஷ்மீர் கை நழுவிப் போக ஆரம்பித்துவிட்டது; இந்தியாவுடன் சேர முடிவெடுத்துவிட்டது என்பது தெளிவானது. ஜீலம் ஆற்றுப் பள்ளத்தாக்கு வழியாக பாரமுல்லா, ஸ்ரீநகர் நோக்கிய பதான் பழங்குடியினரின் ஆக்கிரமிப்பை எப்போது நிகழ்த்தவேண்டும் என்பதும் அவர்களுக்குத் தெளிவாகத் தெரிந்து போனது!

3

தாடி வைத்த மிருகங்கள்

லஷ்கர்-இ-தோய்பா என்றால் தூய்மையானவர்களின் படை என்று பொருள். காஷ்மீரில் இந்திய ராணுவத்துக்கு எதிராகப் போராடும் வலிமை மிகுந்த ராணுவப் படை. அதன் தகவல் தொடர்புச் செயலாளரான அப்துல்லா முண்டாஸர் தனது அமைப்பு குறித்தும் அதன் இலக்குகள் குறித்தும் என்னிடம் பேச முன்வந்தார். மிகவும் துடிப்பான இளைஞர். முகத்தில் தாடி, தலையில் டிரேட்மார்க் பதான் தொப்பி. பாகிஸ்தானின் வட மேற்குப் பகுதியில் இருக்கும் அபோட்டாபாத்தைச் சேர்ந்தவர். பாகிஸ்தானின் தலைநகரான இஸ்லாமாபாத்தில் அவரை முதன்முதலாகச் சந்தித்தபோது, கொஞ்சம் கூச்ச சுபாவம் கொண்டவராகத் தெரிந்தார். கேள்விகள் கேட்கும் புதிய நபரைச் சந்தேகக் கண்களுடன் பார்ப்பவராக இருந்தார்.

1990-களில் இந்தியா காஷ்மீரில் இருந்த பிரிவினைவாத ஆயுதக் குழுக்களை அடக்கிக் கட்டுக்குள் கொண்டுவரத் தொடங்கியிருந்தது. அப்போது பிரிவினைவாத இயக்கத்துக்குப் புத்துணர்ச்சி ஊட்ட 1990-களின் பிற்பகுதியில் புதிய அலையாக லஷ்கர்-இ-தோய்பா களத்தில் குதித்தது.

ஹர்கத்-உல்-அன்ஸார், அதன் அடுத்தகட்ட அமைப்பான ஜெய்ஷ்-ஏ-முகமது போன்ற

அமைப்புகளுடன் சேர்ந்து லஷ்கர்-இ-தோய்பா இன்று செயல் படுகிறது. இந்த அமைப்பு காஷ்மீர் பிரச்னையில் மதத்தை வலுவாகப் புகுத்தி இருக்கிறது. ஆயுதத் தாக்குதல்களிலும் தீவிரமான பாணியை வெளிப்படுத்திவருகிறது.

காஷ்மீர் பிரச்னையில் மதவாத அம்சம் ஆரம்பத்திலிருந்தே இருந்து வந்துள்ளது என்றாலும் அதன் ஆரம்ப நிலைகளில் சுயாட்சி கோரும் அரசியல் இயக்கமாகவே பெரிதும் முன்னெடுக்கப்பட்டது. ஸ்ரீநகர் முஸ்லிம்களின் தலைமை மதகுருவும் பிரிவினைவாதத் தலைவருமான உமர் ஃபரூக்கூட, காஷ்மீர் பிரச்னை என்பது அடிப்படையில் ஓர் அரசியல் பிரச்னைதான் என்றே சொல்லி வந்தார். ஆனால், லஷ்கர், ஹர்கத் போன்றவர்கள் அதை வெறும் மதப் பிரச்னையாகவே பார்த்தனர். அவர்களைப் பொருத்தமட்டில், அது ஒரு ஜிஹாத், அதாவது புனிதப் போர். இந்த ஜிஹாத் கருத்தாக்கம் 1980-களில் தெற்கு ஆசிய முஸ்லிம்களிடையே அமெரிக்க, பாகிஸ்தானிய ஆதரவுடன் மீண்டும் கிளறிவிடப்பட்டது. சோவியத் ஆதரவு பெற்ற ஆஃப்கனிஸ்தான் அரசுக்கு எதிராக ஜிஹாத் என்ற பெயரில் கெரில்லாத் தாக்குதல் நடவடிக்கைகள் மேற்கொள்ளப்பட்டன.

காஷ்மீர் ஆயுதப் போராட்டத்தின் ஆரம்பகட்டங்களில் தாக்கிவிட்டுத் தப்பித்து ஓடும் வழிமுறையே பின்பற்றப்பட்டது. தீவிரவாதிகள் இந்திய ராணுவ மையங்கள்மீது வெடிகுண்டுகளை வீசிவிட்டு, மக்கள் திரளுக்குள் பதுங்கித் தப்பிவிடுவார்கள். அல்லது ராணுவ வாகனங் களைக் கண்ணி வெடி வைத்துத் தகர்ப்பார்கள். எப்போதாவது மறைந்திருந்து தாக்குதலில் ஈடுபடுவார்கள். சில நேரங்களில் உளவாளி என சந்தேகிக்கப்படுபவரைக் கொல்வார்கள்.

ஆஃப்கன் பிரச்னையில் கற்றுக்கொண்ட சில பாடங்களை லஷ்கரும் ஹர்கத்தும் காஷ்மீரில் புகுத்தினர். ஹர்கத்-உல்-அன்சார், அதன் மறு அவதாரமான ஜெய்ஷ்-ஏ-முகமது ஆகிய இரு அமைப்புகளுமே தாலிபனுடன் தொடர்புகொண்டவை. தாலிபன்கள் ஆட்சியில் இருந்தபோது இந்த அமைப்புகளுக்கு ஆஃப்கனிஸ்தானுக்குள்ளேயே முகாம்கள் இருந்தன. இந்த அமைப்புகள் ஏற்கெனவே காஷ்மீரில் இருந்த ஆயுதக்குழுக்களைவிடத் தைரியம் மிகுந்தவை. இந்திய ராணுவத்தை நேருக்கு நேர் நின்று எதிர்க்கும் திறன் கொண்டவை. ராணுவ மையங்களுக்குள் அதிரடியாக நுழைந்து, தங்களால் முடிந்தவரை தாக்குதலை நீடிக்கச் செய்துப் பலரைக் கொன்றிருக் கிறார்கள். காஷ்மீர் பள்ளத்தாக்கிலேயே மிகவும் பெரிய இந்திய ராணுவத்தளமான ஸ்ரீநகரில் இருக்கும் பதாமிபாக் பகுதிக்குள்ளேயே ஊடுருவித் தாக்குதல் நடத்தியிருக்கிறார்கள்.

லஷ்கர், ஹர்கத், ஜெய்ஷ் அமைப்பினர் காஷ்மீர் பள்ளத்தாக்கிலும் அதன் சுற்று வட்டாரங்களிலும் வசிக்கும் முஸ்லிம் அல்லாத கிராம மக்களைக் கொன்று குவித்திருக்கின்றனர். இந்திய அதிகார அமைப்பின் மையத் துக்கே தம் தாக்குதலைக் கொண்டுசென்றுள்ளனர். ஜிஹாதிக் குழுக்கள் ஸ்ரீநகரின் மாநில சட்டமன்றக் கட்டடத்தின் மீதும் தில்லியில் இருக்கும் இந்திய நாடாளுமன்றக் கட்டடத்தின் மீதும் தாக்குதல் நடத்தியுள்ளனர். இந்தத் தாக்குதல்கள் அனைத்தும் தற்கொலைத் தாக்குதல்களாகவே இருந்தன. நாடாளுமன்றத்தின்மீது நடத்தப்பட்ட தாக்குதல் காரணமாக இந்தியா - பாகிஸ்தான் இடையே போர் மூளும் அபாய நிலை ஏற்பட்டது.

இந்தத் தாக்குதலுக்கும் தனக்கும் எந்தச்சம்பந்தமும் இல்லை; தனக்கு அது பற்றி எதுவுமே தெரியாது என்று பாகிஸ்தான் அரசு திட்டவட்டமாக மறுத்துவருகிறது. இந்திய அரசு, தன் மதச் சார்பற்ற ஜனநாயகத் தன்மைக்கும் தேசிய அடையாளத்துக்கும் விடப்பட்ட பெரும் சவாலாகவே இந்தத் தாக்குதல்களைக் கருதுகிறது. பாகிஸ்தான் அரசின் பெரும் ஆதரவுடன் பாகிஸ்தான் மண்ணில் இருந்தபடி இயங்கும் அமைப்புகளே இந்தத் தாக்குதலை நடத்தியுள்ளதாக இந்தியா ஆணித்தரமாக நம்புகிறது. இத்தகைய தாக்குதல்களுக்கு இந்திய அரசியல் மையத்திலிருந்தும் மக்களிடமிருந்தும் அழுத்தமான எதிர்ப்பு எழுந்தது. இதன் காரணமாக ஜிஹாதிக் குழுக்களைத் தடை செய்யும்படி பாகிஸ்தான் அதிபருக்கு அமெரிக்கா நெருக்கடி கொடுத்தது.

ஜனவரி 2002-ல், அதாவது நான் அப்துல்லா முண்டாஸரைச் சந்தித்து இரண்டு வருடங்கள் கழித்து, பாகிஸ்தான் அதிபர் பர்வேஸ் முஷரஃப், லஷ்கர், ஜெய்ஷ் போன்ற அமைப்புகளைத் தடை செய்தார். ஆனால், அந்த அமைப்புகள் வேறு பெயர்களில் இப்போதும் இயங்கி வருகின்றன. 2005 அக்டோபரில் காஷ்மீரில் நிலநடுக்கம் ஏற்பட்ட போது இந்தத் தீவிரவாத அமைப்புகள் நிவாரணப் பணிகளில் அதிக ஆர்வத்துடன் ஈடுபட்டன. இதனால் மக்கள் மத்தியில் இவற்றின் செல்வாக்கு மேலும் உயர்ந்தது. ஆனால், நன்கொடை திரட்டுவது, ஆட்களைச் சேர்ப்பது, தீவிரவாதப் பயிற்சிகள் அளிப்பது போன்ற வற்றுக்கு இப்போதும் தடைகள் இருந்துவருகின்றன.

காஷ்மீர் போல் ஒடுக்கப்படும் தேசங்களுக்கு உதவவேண்டும் என்று எங்கள் இஸ்லாம் எங்களுக்குக் கற்பிக்கிறது என்று அப்துல்லா முண்டாஸர் சொன்னார். ஆஃப்கனிஸ்தானில் அவர் ஆயுதப் பயிற்சி பெற்றிருக்கிறார். பாகிஸ்தான் ஆக்கிரமிப்பு காஷ்மீரில் இருக்கும் லஷ்கர்-இ-தோய்பா முகாம்கள் குறித்து வெளிப்படையாகவே பேசி னார். தங்கள் கட்டுப்பாட்டுக்குள் இருக்கும் பகுதியில் அப்படி எந்தத் தீவிரவாத முகாம்களும் இல்லை என்று பாகிஸ்தான் அரசு தொடர்ந்து

மறுப்பு தெரிவித்து வந்துள்ளது. ஆனால், அத்தகைய பொய்யுரைகளைப் பரப்பவேண்டிய அவசியம் ஏதும் இந்த அமைப்புகளுக்கு இல்லை.

இந்திய காஷ்மீரில் 1995-ல் மேற்கொண்ட தாக்குதல்கள் குறித்தும் அப்துல்லா சொன்னார். 'கெரில்லாத் தாக்குதல் பயிற்சியின்போது எப்படி ஊடுருவது, எப்படித் தப்பிப்பது போன்றவை சொல்லித் தரப்பட்டது. ஆனால், இது மிகவும் சிரமமான வேலை. கட்டுப்பாட்டுக் கோட்டைக் கடந்தபோது (பாகிஸ்தான் ஆக்கிரமிப்பு காஷ்மீரில் இருந்து இந்திய காஷ்மீருக்குள் நுழைவது) நள்ளிரவு ஒரு மணி ஆகியிருந்தது. இரவு முழுவதும் நடந்தோம். மலை உச்சியை அடைந்தபோது எங்களுக்கு மிகவும் பசி எடுத்தது. அங்கு ஒரு காஷ்மீரி எங்களுக்கு உணவு கொடுத்தார். பசித்துச் சாப்பிடும் உணவின் ருசியே அலாதியானதுதான். மூன்று நாள் பயணம் அது.'

இந்திய ராணுவத்தின் கண்ணில் மண்ணைத் தூவிவிட்டு இந்திய காஷ்மீருக்குள் நுழைந்த அப்துல்லா முண்டாஸரும் அவருடைய தோழர்களும் கண்ணிவெடித் தாக்குதல், ஏவுகணைத் தாக்குதல் போன்றவற்றைக் காஷ்மீரி மக்களின் உதவியுடன் மேற்கொண்டிருக்கிறார்கள்.

'அவர்களுக்கு உதவவே அங்கு போனோம். அவர்களுடைய விருந்தாளிகள் நாங்கள். காஷ்மீர் மக்கள் எங்களை வெகுவாக மதிக்கிறார்கள். நாங்கள் காஷ்மீரிகள் அல்லர். எங்களுக்கு இந்த ஊரின் அமைப்பு குறித்து ஏதும் தெரியாது. அவர்கள்தான் எங்களுக்கு உதவுவார்கள். இந்திய ராணுவ முகாம்கள் எங்கு இருக்கின்றன, அவற்றுக்கு எப்படிப் போகவேண்டும் என்று அவர்கள்தான் வழிகாட்டுவார்கள். இந்திய ராணுவம் அங்கு அவர்களை அடக்கி ஒடுக்கி வைத்திருந்தது. நாங்கள் ராணுவத்தினரை விரட்டி அடிக்க அங்கு போனோம். அவர்கள் கொலைகாரர்கள். உலகின் எந்தப் பகுதியை எடுத்துக்கொண்டாலும் கொலைகாரனுக்குத் தண்டனை மரணம்தான்.'

அப்துல்லா முண்டாஸர் காஷ்மீர் பள்ளத்தாக்கைச் சேர்ந்தவர் அல்லர். அவருக்குக் காஷ்மீரி மொழி பேசத் தெரியாது. பஞ்சாபி, பஷ்டோ மொழிகளுடன் தொடர்புடைய ஹிந்த்கோ என்ற மொழியைப் பேசுபவர். ஜிஹாதித் தாக்குதல்களில் ஈடுபடுபவர்களில் காஷ்மீரிகள் வெகு சொற்பமானவர்களே. பதான்கள் நிறைய இருக்கிறார்கள். பாகிஸ்தானில் மிகுதியாக இருக்கும் பஞ்சாபிகளே இந்த ஜிஹாத் குழுக்களிலும் அதிகமாக இருக்கிறார்கள். காஷ்மீரி அல்லாத ஒருவர் ஏன் இன்னொருவருடைய சுதந்தரத்துக்காகப் போராடவேண்டும் என்று நான் அவரிடம் கேட்டேன். இதே கேள்வியை நான் பல ஆயுதக் குழுத் தலைவர்களிடமும்

கேட்டிருக்கிறேன். அனைவரிடமிருந்தும் ஒரேவிதமான பதில்தான் கிடைத்திருந்தது. அகண்ட இஸ்லாமியப் பார்வை! ஒரு முஸ்லிமுக்கு அநீதி இழைக்கப்படுகிறது என்றால், அது எல்லா முஸ்லிமுக்கான அநீதிதான் என்பது போன்ற வசனங்கள்.

ஆனால், அப்துல்லாவிடமிருந்து வித்தியாசமான பதில் கிடைத்தது. 'எங்களுடைய குடும்பம் ஒரு ஜிஹாதிக் குடும்பம். 1948-ல் எங்கள் குடும்பத்தினர் காஷ்மீரின் விடுதலைக்காக ஆயுதம் ஏந்தினார்கள். என் உடலிலும் ஜிஹாதி ரத்தம் ஓடுகிறது. எங்கள் கிராமத்திலிருந்து நான்கு மணி நேரம் நடந்தால் காஷ்மீர் வந்துவிடும். 1948-ல் ஒரு கட்டத்தில் எங்கள் கிராமத்தில் ஓர் ஆண்கூட இல்லாமல் வெறிச்சோடிக் கிடந்தது. இருந்த அனைத்து ஆண்களும் இந்தியாவுக்கு எதிரான சண்டையில் பங்கெடுக்கப் போய்விட்டார்கள். அவர்கள் பழங்குடியினப் படையில் இருந்தார்கள். நாங்கள் 1948-ல் அந்தக் குழுவில் சேர்ந்தோம். இன்றுவரை இந்தியா கைப்பற்றி வைத்திருக்கும் காஷ்மீரில் இருக்கும் இந்து சக்திகளுக்கு எதிராகப் போராடி வருகிறோம்.'[1]

குடும்ப வரலாறு குறித்தும் கிராம வரலாறு குறித்தும் அவர் பெரு மிதத்துடன் சொன்ன விஷயங்கள் என்னை வியப்பில் ஆழ்த்தின. காஷ்மீர் தொடர்பாக இந்தியாவை எதிர்த்து நடத்தும் போருக்கு ஒரு வலுவான காரணத்தை அது அவருக்கு வழங்கியிருக்கிறது.

லஷ்கர் பாரம்பரியம் என்பது நீடித்த ஒன்று. 1947-ல் அது வலிமையோடு வெளிப்பட்டது. அதற்கு வெகு காலத்துக்கு முன்பிருந்தே அது இருந்து வருகிறது. லஷ்கர்-இ-தோய்பாவும் இதே பாரம்பரியம் கொண்ட ஆயுதப் படைதான். இஸ்லாத்தின் பெயரால் உலகெங்கிலும் பயணம் செய்து போரிட அந்தப் படை தயாராக இருக்கிறது.

அப்துல்லா முண்டாஸர் மூலமாக எனக்கு லஷ்கர்-இ-தோய்பாவின் தலைமையகம் செல்ல வாய்ப்பு கிடைத்தது. பாகிஸ்தானில், லாஹூரின் புறநகர்ப் பகுதியில் முரிட்கே என்ற இடத்தில் இந்த இடம் அமைந் துள்ளது. முண்டாஸரின் தலைவர் என்னை எல்லா இடங்களுக்கும் அழைத்துச் சென்று சுற்றிக்காட்டினார். வாட்டசாட்டமாக இருந்தார். அவருடைய தாடி நரைத்துக் காணப்பட்டது. யாஹ்யா முஜாஹித் என்ற புனைப்பெயரை சூட்டிக்கொண்டிருந்தார். முரிட்கே, ஆயிரக்கணக்கான ஆண் மாணவர்களைக் கொண்ட இஸ்லாமியப் பல்கலைக்கழகம் என்று என்னிடம் சொல்லப்பட்டது. பார்ப்பதற்கும் அப்படித்தான் இருந்தது. புதிதாகக் கட்டப்பட்டிருந்தது. பச்சைப் பசேல் என்ற சுற்றுப்புறம். அங்கு அரபு, ஆங்கிலம் போன்ற மொழிகளும் கணினி தொடர்பான பாடங் களும் கற்றுக்கொடுக்கப்படுகின்றன. முஜாஹித், அதாவது மதப் போராட்ட வீரர்களைப் புகழ்ந்து பாடப்படும் ஒலி நாடாக்கள் வளாகக்

கடையில் விற்கப்படுகின்றன. நான் அவற்றில் சிலவற்றை வாங்கிக் கொண்டேன். வளாக மசூதிக்கு வெளியே, வயதான ஆங்கில ஆசிரியர் ஒருவரைச் சந்தித்தேன். அவருடைய முன்னாள் மாணவர்கள் பலர் காஷ்மீர் போரில் கொல்லப்பட்டதைப் பெருமையுடன் நினைவுகூர்ந்தார். தாக்குதலில் கொல்லப்பட்டவர்களின் பெயர்ப் பட்டியலை முரிட்கே ஆவணப்படுத்தி வைத்திருந்தது. அதுவரையில், 600-க்கும் மேற்பட்ட லஷ்கர் உறுப்பினர்கள் கொல்லப்பட்டிருந்தனர். அவர்களில் 40 பேர் முரிட்கே மாணவர்கள். இந்திய காஷ்மீரில் விடுமுறைக்கு (தாக்குதலுக் கான குறியீட்டுப் பெயர்) சென்றிருந்தபோது கொல்லப்பட்டனராம்.

அந்த இடத்தைச் சுதந்தரமாகச் சுற்றிப் பார்க்க அனுமதிக்கப்பட்டேன். அறைகளுக்குள் நுழையவும் வராந்தாவில் உலவவும் அனுமதிக்கப் பட்டேன். புல்வெளியில் ராணுவச் சீருடை அணிந்து பாடம் படித்துக் கொண்டிருந்த சில மாணவர்கள்மீது என் கவனம் குவிந்தது. பாடத்தின் தொனி மிகவும் பரவசமூட்டுவதாக இருந்தது. இதுதான் ராணுவப் பயிற்சியா என்று ஆச்சரியப்பட்டேன். 'இல்லை, இல்லை. அவர் களுக்குத் திறந்தவெளியில் மதப் பிரசாரம் செய்யப் பயிற்சி வழங்கப் படுகிறது' என்றனர். 'பாகிஸ்தான் காஷ்மீரில் என்னவெல்லாமோ பயிற்சிகள் வழங்கப்படுகின்றன. ஆனால், முரிட்கேயில் ஆயுதப் பயிற்சி எதுவும் வழங்கப்படுவதில்லை' என்றார் யாஹ்யா முஜாஹித். ஆனால், அந்த வளாகத்தின் கடைகளில் விற்பனைக்குக் கிடைக்கும் ராணுவச் சீருடைகளைப் பார்த்தபோது அங்கு ராணுவப் பயிற்சி தரப்படுவதாகவே தோன்றியது.

பாகிஸ்தான் ஆக்கிரமிப்பு காஷ்மீரில் இருக்கும் லஷ்கர்-இ-தோய்பா வின் பிற பயிற்சி மையங்களுக்குப் போய்ப் பார்க்க விரும்பினேன். ஆனால், அது முடியாமல் போனது. பாகிஸ்தானில் தீவிரவாதப் பயிற்சி முகாம்கள் இல்லை என்று அதிகாரபூர்வமாக அறிவிக்கப்பட்டிருந்தது. பாகிஸ்தானின் வலிமை மிகு உளவுத்துறையான ஐ.எஸ்.ஐ., ஒரு அந்நிய நாட்டு நிருபரை ராணுவப் பயிற்சி மையங்களைப் பார்க்க ஒருபோதும் அனுமதிக்காது என்று ஒரு மூத்த நிருபர் என்னை எச்சரித்தார். எல்லாத் தீவிரவாத மையங்களும் ஐ.எஸ்.ஐ.யின் அனுமதியுடனும் நல்லாதரவுடனுமே இயங்கி வருகின்றன.

பாகிஸ்தான் காஷ்மீரின் தலைநகரும் தூங்கி வழியும் சிற்றூருமான முஸாஃபராபாத்தில் இருக்கும் தம் அலுவலகத்தின் சுற்றுப்புறங்களை மட்டும் காட்டவே லஷ்கர் அமைப்பினரும் விரும்பினர். பயிற்சி முகாம்களுக்கு அழைத்துச் செல்வது குறித்து தலைமையகத்தில் கேட்டுவிட்டுச் சொல்வதாக உற்சாகத்துடன் கூறினர். நான் தங்கியிருக்கும் முஸாஃபராபாத் ஹோட்டலுக்கு அவர்களே வந்து

என்னை அழைத்துச் செல்வதாகவும் சொல்லிவிட்டுப் போனார்கள். ஆனால், போனவர்களிடமிருந்து ஒரு பதிலும் வரவில்லை. லஷ்கர் அலுவலகத்துக்கு போன் செய்தபோது ஒருவரும் தொலைபேசியை எடுக்கவும் இல்லை. எப்போது அழைத்துச் செல்வார்கள் என்றும் சொல்லவில்லை. சொன்னபடி என்னை ஏன் அழைத்துச் செல்ல வில்லை என்பதற்கான காரணத்தையும் சொல்லவில்லை.

கடைசியாக நான் முஸாஃபராபாத்தில் இருந்து புறப்படுவதற்கு முன்பாக அவர்களுடைய அலுவலகம் இருந்த திசை நோக்கி வாகனத்தை ஓட்டச் சொன்னேன். அது ஒரு கரடுமுரடான சாலை. வழியில் இருந்த கடைகளில் ராணுவச் சீருடைகள் விற்பனைக்கு வைக்கப்பட்டிருந்தன. இந்தியா, இஸ்ரேல், அமெரிக்கா ஆகிய வற்றைத் தாக்கச் சொல்லும் சுவரொட்டிகள் அடுக்கி வைக்கப் பட்டிருந்தன. நாங்கள் சரியான திசையில்தான் போகிறோம் என்பதை அது உறுதிப்படுத்தியது. பாதையில் நாங்கள் பார்த்த பதின்ம வயதுச் சிறுவன், கையில் தானியங்கித் துப்பாக்கியுடன் இருப்பதைப் பார்த்ததும் இருந்த கொஞ்சநஞ்ச சந்தேகமும் தீர்ந்துபோனது. நாங்கள் இன்னும் முன்னேறிச் செல்ல விரும்பினோம். ஆனால், ஒரு மோட்டார் பைக் எங்களை முந்திச்சென்று பாதையை மறித்தபடி நின்றது. அதை ஓட்டி வந்தவர் ராணுவச் சீருடை அணிந்திருக்கவில்லை. பஞ்சாபி உடை அணிந்திருந்தார். விசேஷப் படைப் பிரிவைச் சேர்ந்தவராகத் தன்னை அறிமுகப்படுத்திக்கொண்ட அவர், எங்களை அப்படியே திரும்பிச் சென்றுவிடும்படி உத்தரவிட்டார். அவர் எங்களுடன் வேறு எதையும் பேசத் தயாராக இருக்கவில்லை என்பதை அவர் பேசிய தொனியே காட்டியது. வேறு வழியில்லாமல் திரும்பினோம்.

சொந்த மண்ணில் அந்நியர்கள் சண்டையிடுவது காஷ்மீருக்குப் பழகிப் போன ஒன்றுதான். பெஷாவரைச் சுற்றியுள்ள பகுதிகளிலும் ஆஃப் கனிஸ்தான் வரையிலும் இருந்த துரானிகள் எனப்படும் பதான்கள் 18-ம் நூற்றாண்டின் பின்பாதியில் காஷ்மீரைத் தங்கள் கட்டுப்பாட்டில் வைத்திருந்தனர். அவர்கள் மிகவும் கொடுங்கோலர்கள். மதக் கொடுமைகள், அழிப்பு வேலைகள், கொலை, கொள்ளை, வன் புணர்ச்சி என அன்று நடந்த அட்டூழியங்கள் இன்றும் காஷ்மீரத்து வீடு களில் கதை கதையாகச் சொல்லப்படுகின்றன என்றார் சர்தார் இப்ராஹிம் கான் என்ற காஷ்மீரத் தலைவர்.[2] 'காஷ்மீரிகள் பதான் களுடன் எந்த உறவும் வைத்துக்கொள்ள விரும்பாமல் இருந்திருக் கலாம். ஆனால், பதான்கள் அப்படியில்லை.'

'காஷ்மீரை பதான்கள் தங்களுடைய ஆசை நாயகியாகவே பார்க் கிறார்கள். காஷ்மீரின் வசீகரிக்கும் அழகை ஒருவித குற்ற உணர்ச்சி

யுடன் நுகர்கிறார்கள். காஷ்மீரின் அழகில் மயங்கும் அதே நேரத்தில் அவர்களுடைய மனத்துக்குள் தம் சொந்த நாடு மீதான பெருமிதமே நிறைந்து கிடக்கிறது' என்கிறார் எல்லை மாகாணத்தில் பிரிட்டிஷ் காலத்தில் ஆளுநராக இருந்த ஓலாஃப் காரோ.[3] பதான்களின் ஒரு பழமொழி இதை நன்கு புலப்படுத்துகிறது: 'எல்லா மனிதருக்கும் அவரவர் சொந்த நாடுதான் காஷ்மீர்!' இஸ்லாம் என்ற ஒற்றைப் பிணைப்பைத் தவிர காஷ்மீரிகளுக்கும் பதான்களுக்கும் இடையில் எந்த ஒற்றுமையும் கிடையாது. அவர்களுடைய மொழிகள் வேறு வேறானவை. கலாசாரங்கள் வித்தியாசமானவை. காஷ்மீரிகளுக்குப் போர் பாரம்பரியம் என்பதே கிடையாது. பதான்கள் வறண்ட மலைப் பிரதேசங்களிலிருந்து வந்தவர்கள். காஷ்மீரோ வளமான, பரந்து விரிந்த பூமி. மலைப்பகுதி என்பது பெரும்பாலான காஷ்மீரிகளுக்கு தூரத்தில் இருந்து பார்க்கும் ஒன்று. பதான்களோ மலைமீதே வசிப்பவர்கள்.

ஜீலம் ஆற்றுப் பள்ளத்தாக்குக்கும் ஆஃப்கனிஸ்தானின் எல்லைப்புறப் பழங்குடிப் பகுதிகளுக்கும் இடையில் கணிசமான தொலைவு இருக்கிறது. என்றாலும், பதான்களுக்கு காஷ்மீர்மீது ஒருவித ஈர்ப்பு எப்போதுமே இருந்து வந்திருக்கிறது. காஷ்மீரை ஆள்வது தொடர்பான நினைவுகளே, 1947-ல் பதான்களை காஷ்மீரை நோக்கி முடுக்கிவிட்டது. அந்த நினைவு இப்போதும் அந்தப் பள்ளத்தாக்கில் அரூபமாக உலவி வருகிறது. பதான்களைப் பற்றியும் அவர்களுடைய பண்பாடு பற்றியும் எழுதிய ஒருவர், பதான்கள் 1948-லிருந்தே, காஷ்மீருக்குச் செல்லத் தங்களுக்கு அனுமதி வேண்டும் என்று கோரிக்கை விடுத்துவருவதைக் குறிப்பிட்டிருக்கிறார். அந்த ஆக்கிரமிப்பு முடிந்து இரண்டு தலைமுறை ஆகிவிட்டது. காஷ்மீர் பிரச்னை ஓய்ந்துவிட்டதா என்று அவர்களிடம் கேட்டால், 'இல்லை. முன்னோர்களை அந்தப் போரில் இழந்துவிட்டிருக்கிறோம். ஆனால், போரில் வென்றுவிடவில்லை. அங்கு திரும்பவும் போகவேண்டியிருக்கிறது' என்ற பதிலே வருகிறது.[4] அந்த அபிப்ராயம் எழுப்பப்பட்டபிறகு, உண்மையிலேயே அப்துல்லா முண்டாஸர் போன்ற பலர் காஷ்மீருக்குத் திரும்பியும் இருக்கிறார்கள்.

தெற்கு ஆசியா குறித்து எழுதும் நிபுணர்கள், வரலாற்றாசிரியர்கள், காலனிய கால நிர்வாகிகள் எனப் பலரும் பதான்கள் குறித்துப் புகழ்ந்து எழுதியிருக்கிறார்கள். இருந்தாலும் பதான்கள் குறித்த எதிர்மறையான பதிவுகளே அதிகம். ஆஃப்கனிஸ்தானில் பதான்களே மிகுதியாக வாழ்கின்றனர். தாலிபன் இயக்கத்துக்கு முழு ஆதரவு கொடுக்கும் இவர்கள் தெற்கு மற்றும் கிழக்குப் பகுதிகளில் வசிக்கின்றனர். பாகிஸ்தானின் வட மேற்கு எல்லைப் பகுதியிலும் சுற்றுப்புற மலைப் பகுதிகளிலும் இவர்களே மிகுதியாக இருக்கின்றனர். பக்தூன்கள் அல்லது

பஷ்டூன்கள் என்று இவர்கள் அறியப்படுகின்றனர். இவர்கள் ஒரு மொழியால் இணைக்கப்பட்டவர்கள். வீரம், விருந்தோம்பல், பழி வாங்கல் போன்ற குணங்கள் நிறைந்தவர்கள். தந்தை வழிச் சமுதாய அமைப்பு கொண்டவர்கள். மிகவும் மோசமான, வாழ லாயக்கில்லாத பகுதிகளில் வசித்து வருபவர்கள்.

இவர்களை இணைக்கும் மற்றோர் அம்சம் மதம். இவர்களுடைய இஸ்லாம், இயல்பில் அடிப்படைவாதத் தன்மை கொண்டது அல்ல. ஆனால், பாரம்பரியமாக உள்ளூர் மதகுருக்கள் சொல்படி நடப்ப வர்கள். இதனால் பிர் எனப்படும் இந்த மதகுருக்களுக்கு நல்ல அரசியல் செல்வாக்கு உண்டு. இவர்களிடையே பழங்குடி அல்லது இனக்குழு சார்ந்த பிரிவினைகள் பல உண்டு. இவர்கள் அவ்வப்போது ஒற்றுமை யாக, ஒரு குழுவாகப் போரிட்டாலும், பெரும்பாலும் இவர்களுக் குள்ளே கடுமையான பகைமை உணர்ச்சியும் போட்டியுமே இருந்து வந்துள்ளது.

பதான்கள் எப்போதுமே வன்முறை, பழிவாங்கல், கொடூர மனநிலை ஆகியவற்றுடன் இருந்தவர்கள் அல்ல. 1940-களில் குதாயி கித்மத்கார் என்ற அகிம்சை வழியிலான தேசியவாத இயக்கம் எல்லைப்புறப் பதான்களிடையே பிரபலமாக இருந்தது.[5] சமவெளிகளில் நிலையான வாழ்க்கை வாழ ஆரம்பித்திருந்த பதான்களே இந்த இயக்கத்தின் முதுகெலும்பாக இருந்தனர். இந்த இயக்கத்தில் மலைவாழ் பதான்கள் குறைவாகவே இருந்தனர். எந்த நேரமும் சண்டைக்குத் தயாராக இருக்கும் இவர்கள் பழிவாங்கல் நோக்கத்துடன் அரசியல் எதிரி களுடன் போரிடுவார்கள். அல்லது இஸ்லாத்தின் பெயரால் வன்முறை யில் ஈடுபடுவார்கள்.

பழங்குடியினர் என்ற பதம் எல்லைப்பகுதிகளில் பெருமிதத்துடன் உச்சரிக்கப்படும் ஒன்றாகவே இருக்கிறது. இழிவாகவோ தரக் குறைவாகவோ கருதப்படும் ஒன்றாக இல்லை. அதிலும் மசூத்கள், வாசிர்கள் போன்றோர் பிரிட்டிஷ் ஆட்சிக் காலத்தில் பொதுவாகவே அடக்கி ஆள முடியாத ஒரு பிரிவினர் என்ற பெருமையைப் பெற்றனர். ஆயுதம் தாங்கிய புரட்சியில் எப்போது வேண்டுமானாலும் ஈடுபடக் கூடியவர்களாகக் கருதப்பட்டனர். அவர்களை அடக்குவது கடினம், அதிகச் செலவாகும் என்று பிரிட்டிஷ் ராணுவத்தினர் கருதினர். ஆனால், நிலையான வாழ்க்கை வாழ ஆரம்பித்திருந்த பகுதியில் இருந்த பதான்கள், அரசின் அங்கமாக ஆனார்கள். மேற்குப் பக்கமாக இருந்த மலைப்பிரதேசங்கள் பழங்குடியினப் பகுதியாக அறிவிக்கப் பட்டன. பிரிட்டிஷ் இந்தியாவுக்கும் ஆஃப்கனிஸ்தானுக்கும் இடை யிலான இடைப் பகுதியாக இது விளங்கியது.

அந்தப் பகுதி மக்கள் இனக்குழுத் தலைவர்களுக்கே விசுவாசமாகக் கட்டுப்பட்டு வாழ்ந்தனர். நிர்வாகமும் உள்ளூர் தலைவர்களாலேயே சாத்தியமானது. பிரிட்டிஷ் சட்டத்துக்கு பதிலாக பழங்குடியினப் பாரம்பரியச் சட்டமே வழக்கத்தில் இருந்தது. பழங்குடியினர்கள் இந்தச் சட்டங்களைமீறி நடக்காமல் பார்த்துக்கொள்ள இனக்குழுத் தலைவர்களுக்குச் சலுகைகள் வழங்கப்பட்டன. நிலப்பிரபுத்துவ காலகட்டத்துக் குறுநில மன்னர்கள்போல் அந்த இனக்குழுவினர் தங்களுக்கான சட்ட திட்டங்களோடு, சுயாட்சி அதிகாரத்துடன் வாழ்ந்துவந்தனர். இந்த விசேஷ நிலை இந்தியாவுக்கும் பாகிஸ்தானுக்கும் சுதந்தரம் கிடைக்கும் காலம்வரை நீடித்துவந்தது.

பாகிஸ்தானின் வலிமை வாய்ந்த ராணுவம்கூட இந்தப் பகுதிகளுக்குள் நுழைய அனுமதி இல்லாமல்தான் இருந்தது. இது போன்ற ஒப்பந்தம் உலகில் வேறு எங்கும் இத்தனை காலம் நீடித்து இருந்ததாகச் சரித்திரம் இல்லை.[6] பாகிஸ்தானுக்குச் சுதந்தரம் கிடைத்ததும், பாகிஸ்தான் ராணுவம் இந்தப் பழங்குடியினப் பகுதியில் இருந்து முற்றிலுமாக விலகிக்கொண்டது. பெருமளவுக்கு எந்த விஷயத்திலும் தலையிடாமலேயே இருந்தது. ஆனால், 9/11 அமெரிக்க இரட்டை கோபுரத் தாக்குதலுக்குப் பிறகு ஒசாமா பின் லேடன், முல்லா உமர் போன்றோரைத் தேடும் முயற்சிகளும் தாலிபனை அடக்கும் முயற்சிகளும் தீவிரப்படுத்தப்பட்டன. வாசிரிஸ்தானுக்கும் பிற பழங்குடியினப் பகுதிகளுக்கும் பாகிஸ்தான் ராணுவம் அனுப்பப்பட்டது.

மேற்கத்தியப் படைகளை எதிர்கொண்டு இந்தப் பழங்குடியினர் ஏற்படுத்திய இழப்புகளையும் அவமானங்களையும் பார்க்கும்போது இரு நூற்றாண்டுகளுக்குமுன் நடந்தவை நினைவுக்கு வரக்கூடும். ஆஃப்கனில் 1830-களின் ஆரம்பகட்டத்தில் பிரிட்டிஷ் ராணுவம் ஆஃப்கன் படைகளிடம், குறிப்பாகப் பதான்களிடம், மரண அடி வாங்கியிருந்தது. பல பிரிட்டிஷ் ஆண்களும் பெண்களும் ஆஃப்கன்களால் சிறைப்பிடிக்கப்பட்டனர். விடுதலை ஆன பிறகு அவர்கள் எழுதிய கண்ணீர்க் கதைகள் ஆஃப்கன்கள் எந்த அளவு கொடூரமான காட்டுமிராண்டிகள் என்பதை உலகுக்கு வெளிச்சமிட்டுக் காட்டின.[7] ஒரு நூற்றாண்டு கழித்து, காஷ்மீர் ஆக்கிரமிப்பின்போது நடந்தவை பற்றி எழுதப்பட்ட விஷயங்களில் எந்த மாற்றமும் இல்லை. அதே கொடூரம். அதே கோரம்.

ஹெச்.ஈ. பேட்ஸ் எழுதிய 'தி ஸ்கார்லட் ஸ்வேர்ட்' என்ற நாவலில் பாரமுல்லா மடாலயத்தின்மீது நடைபெற்ற தாக்குதல் குறித்து விவரிக்கப்பட்டிருக்கிறது. ஐரோப்பியர்கள் பதான் ஆக்கிரமிப்பாளர்களிடம் சிக்கியபோது என்னவெல்லாம் துயரங்களை அனுபவிக்க நேர்ந்தது

என்பது குறித்து அந்த நாவல் விவரிக்கிறது. வன்புணர்ச்சி, படு கொலை, கொள்ளைகளில் கண்மூடித்தனமாக ஈடுபடும் வெறியர்கள், பயங்கரவாதிகள், காட்டுமிராண்டிகள் என்று அந்த நாவலில் பதான் பழங்குடியினரைப் பற்றிச் சொல்லப்பட்டிருக்கிறது. நேரடி சாட்சி களிடமிருந்து கிடைத்த தகவல்களைப் பிரசுரித்த டெய்லி எக்ஸ்பிரஸ் அவர்களை கொள்ளைக்கூட்டப் பதான்கள், முரட்டுத்தனமான ரவுடிகள், போர் வெறி பிடித்தவர்கள் என்று வருணித்திருந்தது. பதான் கள் முரடான, காட்டுத்தனமான, கறுப்பு மிருகங்கள் என்று மூத்த பாதிரி யார் ஷாங்க்ஸ் சொன்னதாகப் பத்திரிகையில் சொல்லப்பட்டிருந்தது.

'கொள்ளை, கொலையில் ஈடுபட்ட பதான் பழங்குடியினக் கூட்டத்தினர் கொள்ளை நோய் போல் காஷ்மீரில் பரவினர்' என்று ராபர்ட் ட்ரம்புல் குறிப்பிட்டார். 'காட்டுமிராண்டி முஸ்லிம் நாடோடிக் கூட்டம்' என்று மார்கரெட் பர்க்-வைட் எழுதினார். காஷ்மீரின் புகழ்பெற்ற புராட்டஸ்டண்ட் மிஷனரியான கேனன் டிண்டேல்-பிஸ்கோ அவர்களை 'சாத்தான்கள்' என்று குறிப்பிட்டார்.[8] மடாலயத்தில் அடைக்கலம் புகுந்து தப்பித்திருந்தவர்கள், பதான் கலவரக்காரர்களைக் காட்டுமிராண்டிகள் என்று தங்கள் சாட்சியத்தில் பல தடவை குறிப்பிட்டனர். தங்கள் பெற்றோரை அந்தத் தாக்குதலில் இழந்த டாம் டைக்ஸும் ஏஞ்செலா அரான்ஹாவும் அப்படித்தான் குறிப்பிட்டனர்.

பதான் பழங்குடிகளால் சிறைப்படுத்தப்பட்ட பிரிட்டிஷார் குறித்த செய்திக் குறிப்புகளில் இன்னொரு முக்கிய அம்சமும் இடம் பெற் றிருந்தது. அந்தப் பழங்குடியினரில் காயம்பட்டவர்கள் எந்தவித மயக்க மருந்தும் தேவைப்படாமலேயே அறுவை சிகிச்சைகள் செய்து கொண்டனர்; வலியில் துடிக்கவே இல்லை என்று சிலர் புகழ்ச்சியாகக் குறிப்பிட்டிருந்தனர். ஹெச்.இ. பேட்ஸ்கூட இது போன்ற செய்திகளின் அடிப்படையில்தான் பதான் பழங்குடியினரைப் பற்றிப் புகழ்ச்சியாகத் தன் நாவலில் குறிப்பிட்டிருந்தார். டாம் டைக்ஸும் ஏஞ்செலாவும்கூட, தங்களிடம் அன்பாக நடந்துகொண்ட பல பதான்களைப் பற்றிக் குறிப்பிட்டிருந்தனர். 'அவர்கள் எங்களை மிகவும் நேசித்தனர். குழந்தைகளை அவர்களுக்கு மிகவும் பிடித்திருந்தது' என்று தன் தந்தையைக் கொன்றவர்களைப் பற்றி ஏஞ்செலா அரான்ஹா சொன்னார். 'எங்களை அவர்கள் எந்தவகையிலும் துன்புறுத்தவில்லை. நாங்கள் எதுவும் சாப்பிடாமல் பசியால் துடிப்பது அவர்களுக்குத் தெரிந்திருந்தது. எங்களிடம் உணவுப் பொருள்கள் எதுவும் இல்லை. பழங்குடிகளில் சிலர் எங்களுக்கு ஆப்பிள்கள் கொடுத்தனர். அதை அவர்கள் எங்கிருந்து பெற்றனர் என்பது தெரியவில்லை. ஆனால், அவர்கள் எங்களுடன் அன்பாக நடந்துகொண்டது மட்டும் எனக்கு நன்கு நினைவில் இருக்கிறது' என்றார் ஏஞ்செலா.

நேரடியாக பாதிக்கப்பட்டவர்களிடமிருந்து இப்படி இரண்டுவிதமான தகவல்கள் கிடைத்திருக்கின்றன. மிகவும் கொடூரமான காட்டுமிராண்டிகள் என்று சொல்லப்படும் அதே நபர்கள் அன்பாகவும் கருணையோடும் நடந்துகொண்டிருக்கிறார்கள். எனவே, இவர்களை வெறுமனே மோசமானவர்கள் என்று முத்திரை குத்துவதைவிட சூழ்நிலையின் பின்னணியில் வைத்துப் பார்த்துப் புரிந்துகொள்வதே சரியாக இருக்கும்.

1890-களில் மலைவாழ் பழங்குடிகளைக் கட்டுப்பாட்டுக்குள் கொண்டுவர பிரிட்டிஷ் இந்தியா முயற்சிகள் எடுக்க ஆரம்பித்திருந்தது. அப்போதிருந்தே பதான் லஷ்கர் பிரிவினர் ஒரு பெரும் தலைவலியாகவே இருந்துவந்திருக்கின்றனர். அவர்களை ஓரளவு கட்டுப்பாட்டுக்குள் வைக்கவே ஆயிரக்கணக்கான பிரிட்டிஷ் இந்தியப் படைகள் தேவைப்பட்டன. மலைவாழ் பழங்குடிகளின் கொள்ளையடிக்கும் மனோபாவத்தைக் கட்டுக்குள் கொண்டுவர விரும்பினார்களே ஒழிய, அவர்களை அடக்கி ஒடுக்கவோ சமாதானப்படுத்தவோ பிரிட்டிஷ் காலனி ஆட்சியாளர்கள் விரும்பவில்லை. 1930-களின் இடைப்பகுதியில், பதான் பழங்குடியினர் ஒரு பெரிய ஆயுதப் புரட்சியை மேற்கொண்டனர். 1857-க்குப் பிறகு அது ஒரு மிகப் பெரிய நிகழ்வாக இருந்தது. பதான்கள் ஆயிரக்கணக்கான பிரிட்டிஷ் ராணுவத்தினரைச் சிறைப்பிடித்தனர்.[9] மலைப்பகுதிகளில் நடக்கும் சண்டைகளில் லஷ்கர்கள் எப்போதுமே திறமையுடன் விளங்கினர். சமவெளிகளில் சண்டை இடுவதையோ, முறையான போர் வியூகங்களின்படிச் சண்டையிடுவதையோ அவர்கள் பின்பற்றவில்லை. மறைந்திருந்து, எதிர்பாராமல் தாக்குதல் நடத்துவதையே அவர்கள் மேற்கொண்டனர். உத்தி, வழிமுறை இரண்டுமே சிறப்பாக வடிவமைக்கப்பட்டிருந்தாலும் செயல்முறையில் இரண்டுமே சரியானவையாக இல்லை. போராளிகள் அவர்களுடைய சமூகத்தில் மதிப்பைப் பெற்றிருந்த சில தலைவர்களுடைய பேச்சுக்கு மட்டுமே கீழ்ப்படிந்து நடப்பவர்களாக இருந்தனர். இருந்தும், சில நேரங்களில், போதுமான பொருள்களைக் கொள்ளையடித்ததாக நினைத்தாலோ, அல்லது சிக்கலில் மாட்டிக்கொள்ளக்கூடும் என்று தோன்றினாலோ, உடனே திரும்பிவிடுவார்கள்.

‘அவர்களுடைய பாணியிலான சண்டை என்பது குறுகிய நேரக் கொள்ளையடிப்புதான். பொதுவாக சூரிய உதயத்தின்போது அல்லது அஸ்தமனத்தின்போது இந்தக் கொள்ளை மேற்கொள்ளப்படும். ஒரு கிராமத்தைச் சிறைப்பிடிப்பார்கள் அல்லது கால்நடைகளைக் கொள்ளையடிப்பார்கள்’ என்று பழங்குடியினரின் இதயப் பகுதியான வாசிரிஸ்தானில் பல வருடங்கள் இருந்த பாகிஸ்தானிய அதிகாரி

ஒருவர் தெரிவித்தார். ஒரு நிலப் பகுதியைக் கைப்பற்றுவதைவிட கொள்ளையடித்தலில் ஈடுபடுவது அவர்களுக்கு மிகப் பெரிய உத்வேகத்தைத் தந்திருக்கிறது. எனவே, 'கடந்த நூறு வருடங்களில் வாசிரிஸ்தானில் இருந்து மேற்கொள்ளப்பட்ட முக்கியமான தாக்குதல்கள், அது காபூலின்மீது இருந்தாலும் சரி, காஷ்மீரின்மீது இருந்தாலும் சரி, எல்லாமே ஒரே மாதிரியாகவே இருந்திருக்கின்றன. மின்னல்போல் தாக்குதல். அதிரடி ஊடுருவல். வேலை முடிந்ததும் கண் மூடிக் கண் திறப்பதற்குள் லஷ்கர் கலைந்துபோய்விடுதல்.'[10]

வேலை முடிந்ததும் எந்தவித ஒருங்கிணைப்பும் இல்லாமல், அவர்கள் நேராக தங்கள் இடங்களுக்குத் திரும்பிவிடுவார்கள். இந்தப் பழங்குடியின ஜனநாயகம் அல்லது ஒழுங்கின்மையைப் பார்க்கும் போது ஒரு விஷயம் புரியவரும். இவர்களால் தங்கள் பகுதிக்கு அருகில், அதிரடி கெரில்லாத் தாக்குதலை மட்டுமே திறமையாகச் செய்ய முடியும். அந்நியப் பகுதியில் நீண்ட காலத்துக்கு இவர்களால் ஒரு தாக்குதலைச் சமாளிக்க முடியாது. ஜிஹாத் அறைகூவல், பழங்குடிகளை உடனடியாக ஆயுதத்தைத் தூக்கிக்கொண்டு புறப்பட வைத்துவிடும். ஆனால், நீண்ட காலத்துக்கு நீடிக்கவைக்காது.

காஷ்மீர் ஆக்கிரமிப்புக்குப் பத்து வருடம்முன் நடைபெற்ற சண்டையில் லஷ்கர் படையின் பலமும் பலவீனமும் நன்கு வெளிப்பட்டது. பழங்குடியினர், குறிப்பாக வாசிர்கள், சொந்த மண்ணில் போரிட்டார்கள். உள்ளூரில் தயாரிக்கப்பட்ட துப்பாக்கிகள் போதுமானவையாக இருந்தன. மறைந்திருந்து மேற்கொண்ட தாக்குதல்களும் சிறப்பாகவே இருந்தன. ஆனால், அவர்களுடைய ராணுவ அமைப்பு முறையற்று இருந்தது. அந்தப் புரட்சி குறித்து சமீபத்தில் எழுதிய ஒரு வரலாற்றாளரின் கருத்தின்படி, படையினரின் கட்டுப்பாடும் பொருள்கள் தொடர்ந்து கிடைப்பதுமே அவர்களுக்கு பெரும் பிரச்னையாக இருந்தன. 'படைவீரர்கள் தன்னார்வலர்கள் என்பதால், முதலில் போருக்கு வருபவர்கள் சிறந்த வீரர்களாக இருந்தார்கள். அதனால், ஆரம்பக் கட்டத்தில் பிரிட்டிஷ் ராணுவத்துக்குப் பெரும் சவாலாக விளங்கினார்கள். ஆனால், அந்த முதல் தாக்குதல்களில் அவர்களுடைய சிறந்த வீரர்கள் அனைவரும் இறந்துவிட்டார்கள். அதனால் அடுத்தகட்டப் போர்களில் பழங்குடியினரால் தாக்குப்பிடிக்க முடியவில்லை. ராணுவத்தில் இருக்கும் வீரர்கள் ஒருவரை ஒருவர் நம்புவதுபோல, பெரும் லஷ்கர் படையில் இருந்த பல்வேறு இனக்குழுப் பிரிவுகள் ஒருவரை ஒருவர் நம்பவில்லை.'[11] இதனால், லஷ்கர் படையில் இருந்த பல்வேறு பிரிவுகளால் மிகப் பெரிய போர் வியூகங்களைத் திட்டமிட முடியவில்லை.

காஷ்மீர் ஆக்கிரமிப்பின்போது, லஷ்கர் படையில் இருந்த அமைப்பு சார்ந்த பலவீனங்கள் வெளிப்படையாகத் தெரிந்தன: முறையற்ற முன்னேற்றம், வேகமாக முன்னேறிச் செல்லாமை, மலைகளிலிருந்து பள்ளத்தாக்குக்குள் நுழைந்ததும், அடுத்து என்ன செய்வது என்று தெரியாத நிலை, ஸ்ரீநகரின் வெளிப்புறத்தில் முறையாகப் பதுங்கியிருந்த, நன்கு பயிற்சி பெற்ற இந்திய ராணுவத்துடனான மோதலை எதிர்கொள்ள முடியாது நிலைகுலைந்து திரும்பியது. அதேநேரம் ஆயிரக்கணக்கான பதான்கள் காஷ்மீர்மீது ஏன் தாக்குதல் நடத்தினர் என்பதை விவரிக்க லஷ்கர் என்ற அமைப்பும் ஜிஹாத் என்ற கோட்பாடும் மட்டுமே போதும். வேறு எந்த விரிவான சதித்திட்டங்களும் தேவையில்லை. அரசாங்கமோ, அரசியல்வாதிகளோ யாரும் தூண்டிவிடாமலேயே பழங்குடியினர் தாக்குதலுக்குக் கிளம்பிவிடுவார்கள்.

எனினும் 1947-ல் பதான் பழங்குடியினரை காஷ்மீர்மீது தாக்குதல் நடத்த எது தூண்டியது என்பதைத் தெரிந்துகொள்வது அவசியமே. அதுவும் அவர்கள் தங்களுடைய சொந்த மண்ணில் இருந்து வெகு தொலைவில் இருக்கும் பகுதிக்கு புறப்பட்டு வந்திருந்தார்கள். அப்துல்லா முண்டாஸரின் முன்னோர்களுக்கு வேண்டுமானால் காஷ்மீர் என்பது சில மணி நேர நடை தூரத்தில் இருக்கலாம். ஆனால், மலைவாழ் பதான் பழங்குடியினர் 200 மைல் கடந்து வந்தாகவேண்டும். இந்த இடத்தில்தான் பதான் பழங்குடியினருக்கு பாகிஸ்தானின் ஆதரவு எந்த அளவுக்கு இருந்தது என்ற கேள்வி எழுகிறது.

1947 கோடைக்காலத்திலும் குளிர்காலத்திலும் தெற்காசியா முழுவதுமே கலவரம் நிறைந்ததாக இருந்தது. பஞ்சாபில் மதக் கலவரம் உச்சத்தில் இருந்தது. அத்துடன் அது வடமேற்கு எல்லை மாகாணத்திலும் ஊடுருவியிருந்தது. பெஷாவரில் இருந்த பெரும்பாலான இந்துக்களும் சீக்கியர்களும் கொல்லப்பட்டனர் அல்லது துரத்தியடிக்கப்பட்டனர். டேங்க் போன்ற பழங்குடிப் பகுதிகளிலும் இது போன்ற (ஆனால் சற்றே சிறிய) இடப்பெயர்ச்சிகள் நடைபெற்றன. பஞ்சாபில் ஆயிரக்கணக்கான முஸ்லிம்கள் கொல்லப்பட்டதான செய்திகள் அதி விரைவாகப் பரவியது. படுகொலைகள், வன்புணர்ச்சிகள், எக்கச்சக்கமான எண்ணிக்கையில் மக்கள் அகதிகள் ஆக்கப்பட்டது, ரயில் வண்டிகளில் சென்ற அனைவரும் கொல்லப்பட்டது போன்ற செய்திகள் பெருமளவு உணர்ச்சிகளைத் தூண்டிவிட்டன.

காஷ்மீர் மகாராஜா, தன் இஸ்லாமியப் பிரஜைகளை மோசமாகவே நடத்திவந்திருந்தார். அவருடைய படையினர் ஜம்மு மாகாணத்தில் முஸ்லிம்களுக்கு எதிரான தாக்குதல்களில் ஈடுபட்டதாகச் செய்திகள் பரவின. அத்துடன், எந்த நாட்டுடன் சேர்வது என்ற முடிவை உடனே

எடுக்காமல் மகாராஜா தாமதித்ததும் பிரச்னைக்கு முக்கியக் காரணமாக இருந்தது. காஷ்மீரில் பெரும்பான்மையினர் முஸ்லிம்கள். புவியியல் அமைப்பின்படி, அது பாகிஸ்தானுடன்தான் நெருங்கியுள்ளது. என்றாலும், மகாராஜா இந்தியாவுடன்தான் இணையப்போகிறார் என்ற வதந்திகள் பரவிக்கொண்டிருந்தன.

மகாராஜாவுக்கு எதிரான முதல் கட்ட எதிர்ப்பு உள்ளூரிலிருந்தே உருவானது. பழங்குடிகளுக்கும் அதற்கும் எந்தத் தொடர்பும் இல்லை. ஜம்முவுக்கு வடமேற்கில், காஷ்மீர் பள்ளத்தாக்குக்கு வெளியில் இருக்கும் பூஞ்ச் பகுதியில் இருந்த மக்களுக்கு மகாராஜாவின் ஆட்சியின்மீது பல்வேறு குறைகள் இருந்தன. அந்தப் பகுதியினரின் சுய அதிகாரம் வெகுவாகக் குறைக்கப்பட்டிருந்தது. பெருமளவு வரிகள் விதிக்கப்பட்டிருந்தன. ஜம்மு காஷ்மீரின் பாரம்பரியத்துக்கு முற்றிலும் மாறாக, இந்தப் பகுதியில் வலுவான ராணுவப் பின்னணியும் இருந்தது. இரண்டாம் உலகப் போரில் பங்கெடுத்துவிட்டு ஊர் திரும்பி யிருந்த பூஞ்சிகளின் (பூஞ்ச் மக்களின்) எண்ணிக்கை சுமார் 60,000 இருக்கும்.[12] காஷ்மீர் படைகூட இந்தப் பகுதி வீரர்களையே பெரிதும் கொண்டிருந்தது.

ஆகஸ்ட் 1947-ன் இறுதியில் மகாராஜாவுக்கு எதிரான கலகம் ஆரம்பித்தது. பூஞ்ச் புரட்சியைத் தூண்டிவிட்டவர்களில் முக்கியமானவரும் பாகிஸ் தானில் காஷ்மீர் அரசியலின் முதுபெரும் தலைவருமான அப்துல் கயூம் கான் நடந்தவற்றை நினைவுகூர்ந்தார்: 'ஆகஸ்ட் 1947 வாக்கில் எங்கள் படையைத் திரட்ட ஆரம்பித்தோம். மகாராஜாவின் டோக்ராப் படைகளை சில குறிப்பிட்ட இடங்களுக்குள் நெருக்க ஆரம்பித்தோம். ஆகஸ்ட் 23 அன்று எங்கள் ஆயுதப் புரட்சியை அறிவித்தோம். 26 அன்று டோக்ராப் படைகளுடன் நேருக்கு நேர் துப்பாக்கிச் சூட்டில் ஈடுபட்டோம். அதிலிருந்து எல்லாம் ஆரம்பமாயிற்று. செப்டெம்பர் முடிவுக்குள் பெருமளவிலான பகுதி எங்கள் வசம் வந்துவிட்டது. எங்கள் பகுதியை பஞ்சாபுடன் இணைத்துவிட்டோம். என் சொந்த மாவட்டமான பூஞ்சில் நடந்த கிளர்ச்சியை நான்தான் நிர்வகித்தேன். அப்போது அரசரின் படைகளை நாங்கள்மட்டுமே எதிர்த்துப் போரிட்டோம். எல்லைப் பகுதியிலிருந்து யாரும் இங்கு வரவில்லை.'

பூஞ்ச் பகுதியை நன்கு அறிந்த நிவாரணப் பணியாளர் ரிச்சர்ட் சைமண்ட்ஸ், தன் அறிக்கையில் இவ்வாறு எழுதினார்: 'ஓர் இளம் ஜமீன் தாரான அப்துல் கயூம், நான்கு பேருடனும் மூன்று துப்பாக்கிகளுடனும் மலைப் பகுதிக்குச் சென்று, அங்கிருந்தபடி டோக்ரா ரோந்துப் படைகளுடன் சண்டையில் ஈடுபட்டார்... கயூம் அடுத்தடுத்துப் பெற்ற வெற்றிகளுக்குக் காரணம் அவருடைய ராணுவத் திறமை அல்ல; ஆனால், டோக்ராப் படைகள் மக்கள்மீது நடத்திய வரைமுறையற்ற

கடுமையான தாக்குதலே.' 1947 டிசம்பரில் சைமண்ட்ஸ் இவ்வாறு எழுதினார்: 'பூஞ்சின் விடுதலைப் படை, போதிய ஆயுதங்களோ, சரியான சீருடையோ இல்லாதபோதிலும் மிகுந்த உற்சாகத்துடன் இருந்தது. சுமார் 75% வீரர்கள் முன்னாள் ராணுவத்தினர். ஒவ்வொரு நாள் அணிவகுப்பும் பிரார்த்தனையுடன் ஆரம்பமாகும். சம்பளம் வாங்காத, கெரில்லாப் படைவீரர்களிடையே இருந்த கட்டுப்பாடு, மிக அரிதானது.' டோக்ரா மகாராஜாவின் ஆதிக்கத்திலிருந்து விடுதலை பெறவேண்டும் என்ற எண்ணம்தான் அந்தப் படையினரிடம் இருந்ததே ஒழிய, பாகிஸ்தானுடன் சேர விருப்பம் ஏதும் அவர்களிடம் இல்லை என்று சைமண்ட்ஸ் தன் குறிப்பில் எழுதினார்.[13]

பாகிஸ்தானின் சுவாரசியமான காஷ்மீர் அரசியல்வாதிகளில் சர்தார் கயூமும் ஒருவர். ஆஸாத் காஷ்மீரிடம் பெயரளவில் நிறைய சுயாட்சி அதிகாரம் உள்ளது. ஆனால், உண்மையில் பாகிஸ்தான் அரசாங்கமே அதை நேரடியாகக் கட்டுப்படுத்தி வருகிறது. காஷ்மீர் அரசியல் வாதிகளில் வெகு சிலரே அந்தப் பகுதியில் முன்னுக்கு வந்துள்ளனர். சிந்தனைக்கும் புதுமைக்கும் பெயர்போன சர்தார் கயூம் கான், ஒரு விதிவிலக்கு. அவர் பாகிஸ்தான் காஷ்மீரின் பிரதமராகவும் அதிபராக வும் இருந்திருக்கிறார். வெறுமனே பாகிஸ்தானுடன் சேர்ந்திருப் பதைப் பற்றி மட்டும் அவர் பேசுவதில்லை; காஷ்மீர் பிரச்னைக்கான பலவகைத் தீர்வுகளைப் பற்றிப் பேசவும் அவர் தயாராக இருக்கிறார். இந்திய அரசையும் அதன் படைகளையும் வெறும் வில்லன்களாகச் சித்திரிப்பதைத் தாண்டியும் அவர் சிந்திக்கிறார். 1947 முதலான பாகிஸ் தானின் காஷ்மீர் கொள்கையில் உள்ள குறைபாடுகளை அவர் ஏற்றுக்கொள்கிறார். எந்த மகாராஜா ஆட்சியின் கொடுமைகளுக்கு எதிராக அவர்கள் ஆயுதம் ஏந்தினார்களோ, அதைவிட மோசமான அளவுக்குச் சமீபகாலங்களில் காஷ்மீரில் வன்முறைகள் அதிகரித்துள்ளன என்று அவர் வெளிப்படையாகவே பேசியும் உள்ளார்.[14]

பூஞ்ச் பகுதியில் கிளர்ச்சி அதிகமாக ஆரம்பித்ததும், பாகிஸ்தானில் இருந்த சில அரசியல்வாதிகளுடன் தொடர்புகள் ஏற்படுத்திக் கொள்ளப்பட்டன; ஆனால், பாகிஸ்தானிடமிருந்து ஆயுத உதவி பெறும் நோக்கம் ஏதும் இருந்திருக்கவில்லை என்கிறார் சர்தார் கயூம். 'பாகிஸ்தான் அரசுடன் எங்களுக்கு எந்தத் தொடர்பும் இருக்கவில்லை. எல்லையோரத்தில் இருந்த மக்கள்தான் நாட்டுத் துப்பாக்கிகளை வாங்க எங்களுக்கு உதவினார்கள். ஆனால், விரைவிலேயே, எதிரிகளைத் தோற்கடித்து, அவர்களுடைய ஆயுதங்களைக் கைப்பற்றி, அவற்றை நாங்கள் பயன்படுத்த ஆரம்பித்தோம்.'

பூஞ்ச் புரட்சிக்கும் ஆஸாத் காஷ்மீர் இயக்கத்துக்கும் தான்தான் காரணம் என்று வேறு சிலரும் உரிமை கொண்டாடுகின்றனர். சர்தார் முகமது

இப்ராஹிம் கான், பூஞ்சுக்கு அருகில் உள்ள ராவல்கோட்டைச் சேர்ந்த வழக்கறிஞர். இவர் ஸ்ரீநகரில் பணி புரிந்துவந்தார். பாகிஸ்தானுக்கு ஆதரவாகச் செயல்படும் முஸ்லிம் கான்ஃபரன்ஸ் கட்சியின் முக்கியப் பிரமுகராக இருந்தார். இவர், பாகிஸ்தான் எல்லைப் பகுதியில் இருக்கும் மூரீயில் இருந்துகொண்டு செயல்பட ஆரம்பித்தார். அங்கே, மகாராஜாவின் படையில் இருந்து விலகிய சில அதிகாரிகள் இவருடன் சேர்ந்துகொண்டனர்.

1947 செப்டெம்பரில் ஆயுதப் புரட்சியைத் தாங்கள்தான் ஆரம்பித்ததாக அவர் சொல்கிறார். ஆயுதங்களும் வெடிமருந்துகளும் எப்படிச் சேகரிக்கப்பட்டன, ஆட்டுத் தோலுக்குள் பொதித்து வைக்கப்பட்டு, ஜீலம் நதி வழியாக காஷ்மீருக்குள் எப்படிக் கொண்டுசெல்லப்பட்டன என்பது பற்றி அவர் விளக்கினார். ஒவ்வொரு கிராமத்திலிருந்தும் வீரர்கள் சேர்க்கப்பட்டனர். ஆயுதங்களும் தகவல் தொடர்புச் சாதனங் களும் இல்லாவிட்டாலும், பல போர்களில் ஈடுபட்டிருந்த இந்த முன்னாள் போர்வீரர்கள் வலிமையான ஒரு படையாக விளங்கினர்.[15] அக்டோபர் கடைசியில் ஆஸாத் ஜம்மு காஷ்மீரின் அதிபராக சர்தார் இப்ராஹிம் கான் அறிவிக்கப்பட்டார். (விநோதமாக, ஒரே நேரத்தில் அப்படி அறிவிக்கப்பட்ட இரண்டாவது நபர் அவர்.)

★★★

மகாராஜாவுக்கு எதிரான ஆயுதப் புரட்சியை யார் ஆரம்பித்தது, யார் அனைத்தையும் நிர்வகித்தது என்பது தொடர்பாக இரண்டு கான்களுக்கும் இடையில் போட்டி இருந்தாலும் ஒரு விஷயத்தில், அதாவது இந்தக் கிளர்ச்சியில் பதான் பழங்குடிகளின் பங்கு குறைவானதுதான் என்பதில், இருவரிடையேயும் ஒருமித்த கருத்து நிலவுகிறது. தன் மதிப்பீட்டில் மிகவும் கடுமை காட்டுகிறார் சர்தான் கயூம் கான். ‘அவர்கள் கட்டுப்படுத்த முடியாதவர்களாக இருந்ததால், எங்கள் இயக்கம் கடுமையான பின்னடைவைச் சந்தித்தது’ என்றார் அவர்.

> என் பகுதிக்கு அவர்கள் வந்தபோது, அவர்களுள் சிலர் ஓரளவுக்குக் கட்டுப்பாட்டுடன் இருந்தனர். அதனால் நான் ஒரு கிராமத்தைக் காலி செய்து, அதில் அவர்களைத் தங்க வைத்து, கிராமத்தைச் சுற்றிக் காவலுக்கு ஆட்களை நியமித்தேன். சண்டையில் பங்கெடுக்க அவர்களை நான் அனுமதிக்க வில்லை. ஆனால், பிற பகுதிகளில் அவர்கள் மிகவும் மோசமாக நடந்துகொண்டு எங்களுக்குப் பெரும் இழப்பை ஏற்படுத்தினர்.

அவர்களுடைய கொள்ளையடிப்பு முஸ்லிம்களிடையே பெரும் அதிருப்தியை ஏற்படுத்தியது. முஸ்லிம், முஸ்லிம் அல்லாதோர் என்று அவர்கள் எந்தப் பாகுபாடும் பார்க்க வில்லை. முஸ்லிம் அல்லாதோரைக் கொள்ளையடிப்பதும் ஏற்றுக்கொள்ள முடியாததே. ஏனெனில் நாங்கள் அந்த முறையைப் பின்பற்றவில்லை. எந்தவிதக் கட்டுப்பாடும் இல்லாமல், வழிகாட்டவோ நடத்திச் செல்லவோ யாரும் இல்லாமல் அவர்கள் கொள்ளையடித்துக்கொண்டே சென் றார்கள். வேண்டிய அளவு எடுத்துக்கொண்டதும் அவர்கள் திரும்பிச் சென்றுவிட்டனர். அவர்களுக்கு ஒட்டுமொத்தத் தலைவர் என்று யாரும் இல்லை. மனம் போனபடி, தன்னிச்சையாக நடந்துகொண்டனர். ஒவ்வொரு பழங்குடிக் குழுவுக்கும் ஒரு பழங்குடித் தலைவர் இருந்தார். மசூதுகளுக்கு ஒரு தலைவர், வாசிர்களுக்கு ஒரு தலைவர், கட்டக்குகளுக்கு ஒரு தலைவர்.

குறிப்பாக, வாசிர்களும் மசூதுகளும் சிறிதும் கட்டுப்படுத்த முடியாதவர்களாக இருந்தனர். முஸாஃபராபாத்தில் நான் அவர்களுடன் துப்பாக்கிச் சண்டை போட வேண்டியிருந்தது.

அவர்கள் இப்படிச் சூறையாடியது படுமோசமான முட்டாள் தனம்.

சர்தார் இப்ராஹிம் கான், கொஞ்சம் பெருந்தன்மையுடன் பேசினார். பழங்குடியினர்கள் சிறந்த படைவீரர்கள் என்றார். ஆனால், அவர் களுடைய உதவியை ஆஸாத் காஷ்மீர் தலைவர்கள் கேட்கவும் இல்லை, எதிர்பார்க்கவும் இல்லை என்பதை வலியுறுத்தினார். 'பழங் குடிகள் உதவிக்கு வந்தபோதும், அவர்களை நிர்வகிப்பது மிகவும் கடினமாக இருந்தது. ஓரிடத்தில் போர் புரிந்து, வெற்றி பெற்று, அந்த இடத்தை அவர்கள் கைக்குள் வைத்துக்கொள்வார்கள் என்று எதிர் பார்ப்பது கடினம். இங்குதான் நாங்கள் மாபெரும் தவறு செய்தோம். பழங்குடியினர்கள் தண்ணீரைப் போன்றவர்கள். ஓடிக்கொண்டே இருப்பார்கள். அவர்கள் கைப்பற்றிய பகுதியைத் தக்கவைத்துக் கொள்ள என்று பழக்கப்பட்ட படை ஒன்று இருந்திருக்கவேண்டும். லஷ்கர் படைகள் ஸ்ரீநகரிலிருந்து திரும்பியபோது, அவர்கள் கைப்பற்றிய பகுதிகளைத் தக்கவைத்துக்கொள்ள எங்களிடம் வேறு படைகள் எதுவும் இருக்கவில்லை.'[16]

1947-ல் காஷ்மீரில் செல்வாக்குடன் இருந்த பலருடனும் பேசும்போது, அவர்கள் பழியை இன்னொருவர்மீது போடுவதையே மிகவும் விரும்பு கிறார்கள் என்பது தெரியவந்தது. இந்திய ராணுவ அதிகாரிகளாக

இருந்தாலும் சரி, பாகிஸ்தான் ஆதரவு காஷ்மீரிகளாக இருந்தாலும் சரி, 'அவர்கள் மட்டும் சொன்னதைக் கேட்டிருந்தால்...' என்றுதான் சொல்கிறார்கள். ஏனெனில், 1947-48 காஷ்மீர் பிரச்னை, யாருக்கும் பெருமை தராதவகையில் முடிவுக்கு வந்தது. இந்தியாவால் ஒட்டு மொத்த சமஸ்தானத்தையும் கைப்பற்ற முடியவில்லை. பாகிஸ்தானால் காஷ்மீர் பள்ளத்தாக்கின் எந்தப் பகுதியையும் பெற முடியாமல் போனது. மகாராஜாவின் ஆட்சி அகற்றப்பட்டது; ஆனால் காஷ்மீர் முஸ்லிம்கள் விரும்பிய சுய அதிகாரம் அவர்களுக்குக் கிடைக்க வில்லை. இதில் ஆச்சரியம் என்னவென்றால், 1947-ல் ஆயுதப் போராட்டத்தில் ஈடுபட்ட இரண்டு கான்களுமே, பழங்குடியினர் மகாராஜாவுக்கு எதிரான போரில் ஈடுபட்டதை, 'படுமோசமான முட்டாள்தனம்' என்றும் 'மாபெரும் தவறு' என்றும் வெளிப்படை யாகவே சொல்கிறார்கள்.

பாகிஸ்தானின் கோணத்திலிருந்து பார்த்தால், பூஞ்ச் கிளர்ச்சி அவர் களுக்குச் சாதகமான ஒன்றாகவே இருந்தது. அது மகாராஜாவின்மீது ராணுவரீதியில் நெருக்கடியை உருவாக்கியது. கிளர்ச்சிக்காரர்களும் பாகிஸ்தானுடன் சேரவேண்டும் என்று விரும்பினர். மகாராஜாவின்கீழ் இருந்த முஸ்லிம் பிரஜைகளின் மனநிலையை எடுத்துக்காட்டுவதாக வும் இந்தியாவுடன் சேர்ந்தால் என்னென்ன பின்விளைவுகளைச் சந்திக்க நேரும் என்ற எச்சரிக்கையை விடுக்கும் ஒன்றாகவும் அது இருந்தது. ஆனால், அந்தக் கிளர்ச்சி விதை, பெரும் மரமாக வளர்ந்து காஷ்மீர் சமஸ்தானம் முழுவதையும் பாகிஸ்தானுடன் சேர்த்துவிடும் அளவுக்கு வலிமை கொண்டதாக இருக்கவில்லை.

பூஞ்சில் ஆரம்பித்த கிளர்ச்சி, அடுத்துள்ள மீர்பூர் போன்ற பகுதி களுக்குப் பரவினாலும், அதைத் தாண்டி விரிவடையவில்லை. டோக்ராக்களும் இந்துக்களும் அதிகமாக இருந்த ஜம்முவிலும் அதன் சுற்று வட்டாரங்களிலும் எந்தக் கிளர்ச்சியும் இருக்கவில்லை. காஷ்மீர் பள்ளத்தாக்கு பூஞ்சிலிருந்து தனித்தே இருந்தது. தொலைவினால் அல்ல, ஆனால் அணுகுமுறையிலும் கலாசாரரீதியிலும் தனித் திருந்தது. பூஞ்ச் பகுதியினர் பேசிய மொழி காஷ்மீரி அல்ல; மாறாக, பஞ்சாபி மொழியின் மலைப் பகுதித் திரிபு வடிவம் என்று சொல்லப் படும் பூஞ்சி அல்லது பஹாரி. பூஞ்ச் பகுதியில் நடந்த கிளர்ச்சி வலிமையானதாக இருந்தது. மகாராஜாவிடமிருந்து பெருமளவு நிலப் பகுதியைத் துண்டித்தது. ஆனால், அதனால் தன் முன்னிருந்த அனைத்தையும் அடித்துச் செல்ல முடியவில்லை. பூஞ்ச் நகரில் இந்துக்கள் கணிசமான அளவில் இருந்தனர். முற்றுகையிடப்பட்ட மகாராஜாவின் படையினரும் சுமார் 20,000 முதல் 40,000 அகதிகளும்

அங்கு சிக்கியிருந்தனர். 1948-ல் இந்திய ராணுவம் வந்து அவர்களை விடுவித்தது. இப்போது அந்தப் பகுதி இந்தியாவில் இருக்கிறது.

காஷ்மீர் பள்ளத்தாக்கின் மக்கள்தொகை குறைவாக இருந்த காரணத்தால் எந்தவொரு தாக்குதலும் வெளியில் இருந்துதான் நடத்தப்பட்டாக வேண்டும் என்ற நிலை இருந்தது. அதுவும் ஜீலம் ஆற்றுப் பாதை வழியாகத்தான் வரவேண்டும். ஜிஹாதில் குதிக்கத் தயாராக இருந்த சில பதான் பழங்குடியினர், அந்தப் பங்கை வகிக்க ஆர்வத்துடன் முன் வந்தனர். மலைவாழ் பதான்களிடையே கடுமையான பிரிவினைகள் இருந்தன. வாசிர்களின் மதத் தலைவரான இப்பி ஃபகிர் 1936-37 புரட்சிக்குத் தலைமை தாங்கியிருந்தார். பிரிட்டிஷார் அவரைச் சிறந்த போர்வீரராகக் கருதியிருந்தனர். அவர் பாகிஸ்தான் உருவாக்கத்தை விரும்பவில்லை. 1947 காஷ்மீர் ஜிஹாத் போருக்குப் போகவேண்டாம் என்று அவர் தன் ஆதரவாளர்களுக்கு அறிவுரை கூறினார்.[17]

வாசிர்களிலேயே அவருக்குச் சில எதிர்ப்பாளர்கள் இருந்தனர். அவர்கள் மாற்றுக் கருத்தை முன்வைத்தனர். 1945 வரை தெற்கு வாசிரிஸ்தானின் பழங்குடியினரிடையே அதிகம் பிரபலம் ஆகியிருக்காத ஒரு மதத் தலைவரான வானாவின் பிர், இப்பி ஃபகிரை எதிர்த்ததன்மூலம் பிரபலமானார். 'இஸ்லாமிய வரலாற்றின் மிக முக்கியமான இந்தக் காலகட்டத்தில் பாகிஸ்தானுடன் சேர்ந்து களத்தில் இறங்கவேண்டும்' என்று அவர் தன் ஆதரவாளர்களுக்கு உத்தரவிட்டார். அவர் பெஷாவருக்கு வந்து, அம்மாநிலத்தின் முதல்வரைச் சந்தித்து, எந்த வகையில் இந்த உதவி இருக்கவேண்டும் என்பது பற்றி ஆலோசனை செய்தார்.[18] பாக்தாதி பிர் என்று அழைக்கப்பட்ட இவர், மாநிலத் தலைநகரில் இருந்தபோது, நியூ யார்க் ஹெரால்ட் டிரிப்யூன் பத்திரிகையின் நிருபர் மார்கரெட் பார்ட்டனுக்கு ஒரு பேட்டி கொடுத்தார். கறுப்புக் கண்ணாடியும், சிவப்புத் தொப்பியும், சாம்பல் நிற பைஜாமாவும் அணிந்து, பைஜாமா மேல் மாட்டிய துப்பாக்கியுடன் இருந்த 40 வயது பிர், 'காஷ்மீர் இந்தியாவுடன் சேர முடிவெடுத்தால், நான் 10 லட்சம் பழங்குடிப் படையுடன் காஷ்மீர்மீது புனிதப் போர் தொடுப்பேன்' என்றார்.

> 'பாகிஸ்தான் வழியாகப் போக முடியவில்லை என்றால், வடக்கில் சித்ரால் மலைகள் ஊடாக அணிவகுத்துச் செல்வோம். துப்பாக்கிகளும் வெடி மருந்துகளும் ஏந்திச் சென்று, எங்கள் இஸ்லாமியச் சகோதரர்களை இந்து மகாராஜாவிடமிருந்து மீட்போம்' என்றார் பிர்.
>
> பிர் சொன்னதை 90 சதவிகிதம் குறைத்துப் பார்த்தாலும், பெஷாவரில் இருக்கும் அதிகாரிகள் கவலைப்படுகிறார்கள்.

> வானாவின் பிர் அல்லது அவரைப் போன்ற பிற பழங்குடி மதத்தலைவர்கள் அறைகூவல் விடுத்தால், துல்லியமாகச் சுடத் தெரிந்த ஒரு லட்சம் பழங்குடியினராவது தங்களது சொந்த ஆயுதங்களுடன் அணி வகுத்து நிற்பார்கள் என்று பலரும் ஒப்புக்கொண்டுள்ளனர்.
>
> காஷ்மீர் இந்தியாவுடன் சேர முடிவெடுத்தால், தீவிர மதநம்பிக்கை கொண்ட பழங்குடிகளைத் தூண்டுவதில் பெரிய சிரமம் ஒன்றும் இருக்காது என்று பாகிஸ்தான் அதிகாரிகள் நினைக்கிறார்கள்.[19]

பழங்குடித் தலைவர்களில் பலர் இது போன்ற உறுதியான மனநிலை யில் இருந்தனர். மான்கி ஷரீஃபின் பிர், காஷ்மீரில் ஜிஹாத் போரை முன்னெடுக்க முக்கியக் காரணமாக விளங்கிய மற்றொருவர். ஜின்னாவின் முஸ்லிம் லீக் கட்சியின் உள்ளூர்ப் பிரமுகராக இவர் இளம் வயதிலேயே பிரபலம் அடைந்தார். எல்லைப் பகுதியில் சிறிய சக்தியாக இருந்த முஸ்லிம் லீக், 1946-47-ல் வலிமையான கட்சியாக உருவெடுத்தபோது, இந்தப் பிர்தான் முக்கியமான பிராந்தியத் தலைவராக இருந்தார். சுதந்தரத்துக்கு முன்பாக நடத்தப்பட்ட வாக் கெடுப்பில் எல்லைப் பகுதியை பாகிஸ்தானுக்கு வென்று தருவதில் இவர் முக்கியப் பங்காற்றினார். மான்கி முல்லா என்று பிரிட்டிஷாரால் கேவலமாகப் பேசப்பட்ட இவருடைய ஆதரவாளர்களின் எண் ணிக்கை சுமார் 2 லட்சம் என்று கணிக்கப்பட்டிருந்தது. காஷ்மீருக்கு லஷ்கர் படையை அனுப்பவேண்டும் என்று அறைகூவல் விடுத்த மதத் தலைவர்களிடையே இவரே மிகவும் செல்வாக்கு மிகுந்தவராகக் கருதப்பட்டார். இவருடைய செல்வாக்கு, இவரது ஆதரவாளர் களையும் தாண்டி இருந்தது.[20]

லஷ்கர் வீரர்களில் பெரும்பாலானோர், பழங்குடித் தலைவர்களாலும் உள்ளூர் மதத் தலைவர்களாலும் சேர்க்கப்பட்டிருந்தனர். இவர்கள் பழங்குடி மரபாலும் ஜிஹாத் கருத்தாக்கத்தாலும் ஈர்க்கப்பட்டவர்கள். இதனால், சுதந்தரம் கிடைத்த சில வாரங்களுக்குள்ளாகவே, பாகிஸ் தான் அதிகாரிகள், தாங்கள் இணைத்துக்கொள்ள விரும்பிய ஒரு சமஸ்தானத்தில் ஒரு கலகம் நடப்பதைக் கண்கூடாகப் பார்க்க முடிந்தது. பாகிஸ்தான் பகுதியில் இருந்து இந்தக் கலவரங்கள் ஒருங் கிணைத்து நடத்தப்பட்டன. அவர்களுடைய நாட்டைச் சேர்ந்த பலர் ஆயுதம் தாங்கி, காஷ்மீரைக் கைப்பற்றும் முயற்சியில் ஈடுபட்டனர்.

பிரிட்டிஷ் இந்திய ராணுவத்தின் வீரர்களும் ஆயுதங்களும், புதிதாக உருவான இரண்டு தேசங்களிடையே பிளவுபட்டுக் கிடந்தது. எனவே, புதிய தேசத்தின் தலைவர்கள் கேட்ட ராணுவ உதவியை முழு அளவில்

வழங்க முடியாத நிலையில் ராணுவத் தளபதிகள் இருந்தனர். பாகிஸ்தானின் கமாண்டர்-இன்-சீஃப் ஆக இருந்தவர் ஒரு பிரிட்டிஷ் தளபதி. ஆனால், அவர் பாகிஸ்தான் அரசுக்கு மட்டுமல்லாமல், தில்லியில் இருந்த சுப்ரீம் கமாண்டர், ஃபீல்ட் மார்ஷல் க்ளாட் ஆச்சின்லெக்குக்கும் பதில் சொல்லக் கடமைப்பட்டிருந்தார். பாகிஸ்தான் ராணுவத்தில் முக்கியப் பதவிகளில் இருந்த அனைவருமே பிரிட்டிஷ் அதிகாரிகள்தான். எனவே, அண்டையில் இருக்கும் பெரிய நாட்டுடன் சண்டை போடுவதற்கு, காஷ்மீருக்குப் படைகளை அனுப்புவது மட்டுமல்ல, ரகசியமான முறையில், வெளியார் யாருக்கும் தெரியாத வகையில், திட்டங்களைக்கூடத் தீட்டமுடியாத நிலையில் புதிய தேசம் இருந்தது.

எனவே பதான் பழங்குடிகளின் போர்வெறியைத் தன் நலனுக்கு இசைவாகப் பயன்படுத்திக்கொள்வதே பாகிஸ்தானுக்குச் சிறந்த வழிமுறையாக இருந்தது. பழங்குடி ஆக்கிரமிப்புக்குத் தாங்கள் எந்தவகையிலும் உதவவில்லை என்றே பாகிஸ்தான் அதிகாரிகள் தொடர்ந்து மறுத்துவந்துள்ளனர். அத்துடன் அந்தத் தாக்குதல்களைத் தடுத்து நிறுத்தவே தாங்கள் முயன்றதாகவும் சொல்லிவருகிறார்கள். ஆனால், வெளியான செய்திக் குறிப்புகளும் ஆவணங்களும் அது உண்மை அல்ல என்றே சுட்டிக்காட்டுகின்றன.

பிரிகேடியர் அக்பர் கான், லண்டனுக்கு வெளியே உள்ள சாந்தர்ஸ்ட்டில் இருக்கும் ராயல் மிலிட்டரி கல்லூரியில் பயின்றவர். கேடட் வீரராக இவருடைய பணிக்காலமும் டாம் டைக்ஸின் பதவிக் காலமும் ஒன்றுடன் ஒன்று இணைந்திருந்தது. இருவருமே இந்திய ராணுவத்தில் பணியாற்றினர். இரண்டாம் உலகப் போரின்போது, பர்மாவில் ஜப்பானுக்கு எதிரான சண்டையில் ஈடுபட்டிருந்தனர். 1947 இலையுதிர் காலத்தில் டாம் டைக்ஸும் அவருடைய மனைவியும் அக்பர் கானுக்கு விசுவாசமான பழங்குடியினரால் பாரமுல்லாவில் கொல்லப்பட்டனர்.

பத்திரிகையாளர் ஆண்டி ராத், அக்பர் கானை நன்கு அறிவார். இந்திய ராணுவத்தில் அனுபவம் வாய்ந்த அக்பர் கான், பாகிஸ்தானின் முதல் பிரதமரை ‘பிரவுன் நிற ஆங்கிலேயர்’ என்று வெறுத்தார். பாகிஸ்தான் பிரதமர், கோழைத்தனமாக, பிரிவினையின்போது பாகிஸ்தானுக்குக் கிடைத்த பகுதிகளை முரண்டுபிடிக்காமல் அப்படியே ஏற்றுக் கொண்டுவிட்டார் என்பது அக்பர் கானின் குற்றச்சாட்டு. எனவே, காஷ்மீர் விவகாரத்தைத் தானே கையில் எடுத்துக்கொள்ள அக்பர் கான் முடிவு செய்தார்.[21] 1947 செப்டெம்பரில் பாகிஸ்தான் ராணுவத் தலைமையகத்தில் ஆயுதங்கள் மற்றும் படைக்கருவிகள் இயக்குனராக இருந்த பிரிகேடியர் அக்பர் கான், மூரீயில் இருந்த சர்தார் இப்ராஹிம்

கானுடனும் வேறு பலருடனும் இணைந்து செயல்பட்டார். பூஞ்ச் பகுதியில் பாகிஸ்தானுக்கு ஆதரவாக ஆரம்பித்த கிளர்ச்சிக்கு உதவ அக்பர் கான் முடிவெடுத்தார்.

பஞ்சாப் போலீஸுக்குத் தருவதற்கு என்று ஒதுக்கப்பட்டிருந்த 4,000 ராணுவத் துப்பாக்கிகளை அவர் பூஞ்சுக்கு அனுப்பியதாக அவரே எழுதுகிறார் (ஆனால், எல்லைப் பகுதிக்கு வருவதற்கு முன்பே பெரும்பாலானவை கொள்ளையடிக்கப்பட்டு, அவற்றுக்கு பதிலாக வலிமை குறைந்த உள்ளூர்த் துப்பாக்கிகள் அனுப்பப்பட்டன). மேலும் அவர், கடலில் கொட்டி அழிக்கப்படவேண்டிய நிலையில் இருந்த வீணாகிப்போன வெடி மருந்துகளைப் பெருமளவில் கைப்பற்றி, அவற்றையும் கிளர்ச்சிக்காரர்களுக்கு அனுப்பிவைத்தார். ஜின்னாவின் முஸ்லிம் லீகில் இருந்த பெரிய தலைவர் ஒருவரின் தூண்டுதலின்பேரில் அக்பர் கான் மும்முனைத் தாக்குதல் திட்டம் ஒன்றைத் தயாரித்தார்: பூஞ்சில் நடக்கும் கிளர்ச்சியைத் தொடர்தல்; அத்துடன் ஜம்முவில் இருந்து தென் திசையில் இந்தியா நோக்கிச் செல்லும் பாதையின்மீது தாக்குதல் நடத்துதல்; மூன்றாவதாக, இத்தனை களேபரத்துக்கு இடையிலும் அமைதியாக இருக்கும் காஷ்மீர் பள்ளத்தாக்கில் உள்ள ஸ்ரீநகர் விமானதளத்தின்மீது தாக்குதல் நடத்துதல்.[22]

1947 செப்டெம்பர் 12 அன்று, தான் பெரிதும் வெறுத்த பாகிஸ்தான் பிரதமர் லியாகத் அலி கானையும் பஞ்சாபின் முக்கியத் தலைவர்களுள் ஒருவரான சர்தார் சவுக்கத் ஹயாத் கானையும் சந்திக்க லாஹூருக்கு வருமாறு அக்பர் கான் அழைக்கப்பட்டார். சவுக்கத் கான் காஷ்மீரைக் கைப்பற்ற தானே ஒரு திட்டத்தைத் தீட்டியிருந்தார். ஜப்பான் உதவியுடன் இயங்கிய இந்திய தேசிய ராணுவத்தில் பணி புரிந்த ஜமான் கியானி, முஸ்லிம் லீகின் ஆயுதப்படையில் கமாண்டராக இருந்த மேஜர் குர்ஷித் அன்வர் ஆகிய இருவரின் துணையுடன் அந்தத் திட்டத்தை அவர் தீட்டியிருந்தார். பிரதமர் தலைமை தாங்கிய கூட்டத்தில், நிதி அமைச்சரும் இருந்தபோது இந்தத் திட்டத்துக்கு ஒப்புதல் வழங்கப்பட்டது. ஆனால், அந்தத் திட்டம் தெளிவற்றதாக இருந்தது. சவுக்கத் ஹயாத் கான் பற்றி அவருடைய மருமகன், அவர், 'செயல் திறம் அற்றவர், தற்பெருமைக்காரர், புகழ்ச்சிக்கு எளிதில் மயங்கிவிடுபவர்' என்று சொல்லியிருக்கிறார். ஆனால், காஷ்மீரில் முறையற்ற படைகளைப் பயன்படுத்துவது குறித்த தன் எதிர்ப்பை சவுக்கத் ஹயாத் கான் வெளிபடுத்தியிருந்தாராம்.[23]

பல வருடங்கள் கழித்து, அக்பர் கான், ஜெனரல் பதவியை அடைந்து, பாகிஸ்தானின் முதல் சதிக் குற்றத்துக்காக நான்கு ஆண்டுகள் சிறையிலும் இருந்தபிறகு, 'இது ஒரு கசப்பான உண்மை. ராணுவத்

திட்டம் குறித்து ஒரு தெளிவும் இருக்கவில்லை' என்று எழுதினார். அரசியல் தளத்தில் இருந்த சவுக்கத் கானுக்கும் ராணுவத்தில் இருந்த குர்ஷித் அன்வருக்கும் இடையில் மிகப்பெரிய அவநம்பிக்கை இருந்த தகவல் தெரிந்ததும், அக்பர் கானின் நம்பிக்கை மேலும் குலைந்தது.[24] காஷ்மீர் தாக்குதல் திட்டத்தில் ஒருவித அபத்தமே நிலவியது. 'தாக்கு தலுக்காக செப்டெம்பர் மாதத்தில் ஒரு குறிப்பிட்ட நாளைத் தேர்ந்தெடுத்தோம். ஆனால், அன்று பார்த்து குர்ஷித் அன்வரைக் காண வில்லை. பெஷாவரில் இருந்த முஸ்லிம் லீக் பணியாளர் ஒருவரைத் திருமணம் செய்துகொண்ட அன்வர், தன் தேனிலவுக்காக எங்கேயோ போயிருந்தார். அதனால் தாக்குதல் தள்ளிப்போடப்பட்டது' என்று சவுக்கத் ஹயாத் கான் குறிப்பிட்டுள்ளார்.

இது போன்ற சம்பவங்கள், பாகிஸ்தானின் முதன்மையான வரலாற் றாளர் ஹஸன் ஜாகீரை இவ்வாறு எழுத வைத்தது: 'தகுதியற்ற, பிரிந்து கிடந்த தலைமை; திட்டத்துக்கான தேவைகளைப் புரிந்துகொள்ளாத தன்மை; முக்கியமான விவரங்கள்மீது கவனம் செலுத்தாத, நிபுணர் களின் அறிவுரைகளைக் கேட்கும் பொறுமையற்ற அரசியல்வாதிகள்... இவை அனைத்தும் ஒன்றுசேர்ந்து, ஓர் அந்நிய தேசத்தின்மீது படை யெடுப்பதன் தீவிரத் தன்மையைப் புரிந்துகொள்ள முடியாமல் செய்துவிட்டது.'[25]

எது எப்படி இருந்தாலும், மகாராஜாவுக்கு எதிராகக் கிளம்பிய கிளர்ச்சிக்கு உதவவேண்டிய கட்டாயத்தில் பாகிஸ்தான் இருந்தது. அதே நேரம் இது ஓர் அதிகாரபூர்வமற்ற உதவியாகவே இருக்கவேண்டும் என்று தீர்மானிக்கப்பட்டது என்று சவுக்கத் ஹயாத் கான் சொல்கிறார். அந்த நேரத்தில் கைக்கு எட்டிய நிலையில் இருந்த அதிகாரபூர்வமற்ற ஒரே படை, பதான்களின் லஷ்கர்தான். ஆனால், அந்த நேரத்தில் பதான் பழங்குடிகளை வைத்து காஷ்மீரை ஆக்கிரமிக்கும் திட்டம் இறுதி செய்யப் பட்டிருக்கவில்லை என்றே தோன்றுகிறது. லாஹூர் கூட்டத்தில் கலந்துகொண்ட பலரும், பின்னர் லஷ்கர் தாக்குதல் குறித்து தங்கள் அதிர்ச்சியைத் தெரிவித்ததோடு, அதனைக் கண்டிக்கவும் செய்தனர்.

சவுக்கத் ஹயாத் கான் பழங்குடிகளைப் பற்றி நன்கு அறிந்திருந்தார். 1930-களில் வாசிரிஸ்தானில் அவர் இப்பி ஃபகிருக்கு எதிராகப் போராடியிருக்கிறார். அக்பர் கானுக்கும் பழங்குடிகளைப் பற்றி நன்கு தெரியும். ஒரு விசித்திரமான விஷயம் என்னவென்றால், பதான் பழங்குடிகளின் திறமையைப் பற்றி பாகிஸ்தானிகள் தெரிந்து கொண்டது, லஷ்கருக்கு எதிராக அவர்கள் சண்டையிட்டபோதே. தேர்ந்தெடுக்கப்பட்ட சிறிய லஷ்கர் படை ஒன்றை மட்டுமே காஷ்மீரில் களமிறக்கி, எதிர்பாராத, அதிரடித் தாக்குதலை நிகழ்த்தவேண்டும்

என்று சவுக்கத் ஹயாத் கான் விரும்பினார். எல்லைப்புறப் பழங்குடி களைப் படையில் சேர்க்ககூடாது என்ற தடையை குர்ஷித் அன்வர் மீறியதாக சவுக்கத் ஹயாத் கான் குறிப்பிட்டார். 'ராவல்பிண்டி தலைமையகத்துக்குத் திடீரென்று ஒரு செய்தி வந்தது. எங்கள் தடை உத்தரவை மீறி, குர்ஷித் அன்வர், வாசிரிஸ்தானின் மசூத் பழங்குடி களைக் காஷ்மீருக்கான புனிதப் போரில் கலந்துகொள்ளுமாறு அழைப்பு விடுத்திருக்கிறார் என்பது தெரிந்தது... பாகிஸ்தான் ராணு வத்தில் இருந்து விலகியிருக்கும்படி அளித்த ஆணையையும் குர்ஷித் அன்வர் மீறினார் என்பது தெரியவந்தது. இந்திய ராணுவம் ஏற்படுத்திய இழப்புகள் அனைத்தையும்விட இது அதிக இழப்பை ஏற்படுத்தியது.'[26]

பழங்குடிகள் தாக்குதல் நடத்தக்கூடும் என்று மேஜர் ஜெனரல் ஸ்காட்டுக்குத் தகவல் கிடைத்திருந்தது. அவர், காஷ்மீர் மகாராஜாவின் படைகளின் சீஃப்-ஆஃப்-ஸ்டாஃப் ஆக இருந்து, 1947 செப்டெம்பர் இறுதியில் விலகியிருந்தார். வெறிகொண்ட ஹஸாரா மற்றும் கறுப்பு மலைப் பழங்குடிகள், ஜீலம், ராவல்பிண்டி முஸ்லிம்களுடன் ஒன்று சேர்ந்து காஷ்மீர்மீது போர் தொடுக்கப்போகிறார்கள் என்றும் அப்படி நடந்தால், காஷ்மீர் அரசப் படைகளால் அதை நிச்சயமாக எதிர்கொள்ள முடியாது என்றும் அவர் பாகிஸ்தானில் இருந்த பிரிட்டிஷ் தூதரகத்துக்கு தீர்க்கதரிசனம் பொருந்திய தகவல் ஒன்றை அனுப்பியிருந்தார்.[27] கிட்டத்தட்ட அதே நேரத்தில், முகமது அலி ஜின்னா, நியூ யார்க் டைம்ஸ் பத்திரிகை நிருபர் ராபர்ட் ட்ரம்புல்லுக்கு அளித்த பேட்டியில், 'இந்துக்களுக்கும் சீக்கியர்களுக்கும் எதிராகப் புனிதப் போரை ஆரம்பிக்கவேண்டும் என்று முஸ்லிம் பழங்குடிகள் துடிக்கிறார்கள். அவர்களை முடிந்தவரை கட்டுக்குள் வைத்திருக்க அனைத்து முயற்சிகளையும் மேற்கொண்டு வருகிறேன். ஆனால், அவர்களை எத்தனை காலம் அப்படி வைத்திருக்க முடியும் என்று தெரியவில்லை' என்று சொல்லியிருந்தார்.[28]

இது குறித்த தகவல், வட மேற்கு எல்லை மாகாண ஆளுநர் ஜார்ஜ் கன்னிங்ஹாமுக்கும் கிடைத்திருந்தது. தன் பதவியிலிருந்து ஓய்வு பெற்றுச் சென்றிருந்த இந்த முன்னாள் காலனிய அதிகாரியை ஜின்னா தான் மிகவும் வற்புறுத்தி மீண்டும் அதே பணிக்கு அழைத்து வந்திருந் தார். அவருடைய மிகவும் விரிவான நாள்குறிப்பு (தற்போது பிரிட்டிஷ் நூலகத்தில் இருக்கிறது), லஷ்கர் படை அணி திரளுவது பற்றியும் காஷ்மீர் நோக்கி அவர்கள் முன்னேறப் போவது குறித்தும் நிறையத் தகவல்களை நமக்கு அளிக்கிறது. செப்டெம்பர் 23 அன்று அவர் எழுதியது: 'கிழக்கு பஞ்சாபில் இருக்கும் சீக்கியர்களைக் கொல்ல அனுமதி கோரி, எல்லைப்புறத்தில் இருக்கும் ஒவ்வொரு பழங்குடிப் பிரிவிலிருந்தும் எனக்கு வேண்டுகோள்கள் வந்துள்ளன. என்

சுண்டுவிரலை அசைத்தால் போதும், 40,000 முதல் 50,000 வரையிலான லஷ்கர் தயாராகிவிடும்.' இரண்டு வாரம் கழித்துக் காணப்படும் குறிப்பில், பாகிஸ்தான் அரசு எப்படி 'தங்கள் பகுதி வழியாக காஷ்மீருக்குள் சிறு சிறு முஸ்லிம் குழுக்கள் செல்வதைக் கண்டு கொள்ளாமல் இருக்கிறது' என்று எழுதியிருந்தார். சில நாள்கள் கழித்து அவர் எழுதிய குறிப்பில், ஆயுதம் ஏந்திய பழங்குடிகளின் ஊடுருவல் குறித்த ஆதாரபூர்வமான தகவல்கள் உள்ளன.

> அக்டோபர் 13: காஷ்மீர் ஜிஹாதுக்கான உண்மையான தடயங்கள் ஹஸாராவில் காணப்படுகின்றன என்று க்ரேஸி மதிய உணவுக்கு முன்பாகச் சொன்னார். அவர்கள் துப்பாக்கிகளைச் சேகரித்துவருகிறார்கள். தாக்குதலுக்கான தெளிவான திட்டத்தைத் தீட்டியிருக்கிறார்கள். டோமெலுக்கு மேற்புறத்தில் இருக்கும் ஜீலம் பள்ளத்தாக்குப் பகுதியைக் கைப்பற்றப் போகிறார்கள். இதுபோன்ற ஒரு தாக்குதல் நடந்தால் இந்தியாவுக்கும் பாகிஸ்தானுக்கும் இடையில் போர் மூளும் அபாயம் இருப்பதாக, அஃப்ரீதிகள், மொஹ்மாண்டுகள் உட்பட அனைவரையும் நான் எச்சரித்திருக்கிறேன்.[29]

கன்னிங்ஹாமின் எச்சரிக்கைக்கு எந்தப் பலனும் இருக்கவில்லை. இரண்டு நாள்கள் கழித்து அவர் எழுதினார்: 'காஷ்மீர் பிரச்னை கொதிநிலையை எட்டிவிட்டது. இஸ்லாமிய தேசியப் படை என்ற ஒன்றைச் சேர்ந்த குர்ஷித் அன்வர் எனும் பஞ்சாபி ஒருவர் ஹஸாரா எல்லைப்புறத்தில் முகாம் இட்டிருக்கிறார். மும்முனைத் தாக்குதல் என்று அவர்கள் சொல்லும் ஏதோ ஒரு திட்டத்தை ஒருங்கிணைத்துக் கொண்டிருக்கிறார்.' அதற்கும் மேலாக, லஷ்கருக்கு உதவும் நோக்கில் முஸ்லிம் லீக் மாகாண அரசு மாவையும் பெட்ரோலையும் வண்டி வண்டியாக அனுப்பிக்கொண்டிருக்கும் விஷயம் அவருக்குத் தெரியவந்தது. அத்துடன், மாகாண முதல்வர் கான் அப்துல் கயூம் கான் (இவருடன்தான் வானாவின் பிர் காஷ்மீர் ஜிஹாத் குறித்து ஆலோசனை நடத்தியிருந்தார்) ஆயுதம் ஏந்திய முஸ்லிம்கள் காஷ்மீருக்குள் செல்வதைத் தான் ஆதரிப்பதாகவும் ஆனால் காவலர்களும் ஆயுதப் படைகளும் இதில் நேரடியாக ஈடுபடக்கூடாது என்று விரும்புவதாகவும் சொன்னதும் அவர் காதுக்கு எட்டியிருந்தது.

முதல்வரின் உள்நோக்கம் என்னவாக இருந்தாலும் அவர் வெளியிட்ட அறிவிப்பு வேறு மாதிரியாக இருந்தது. அக்டோபர் 23 அன்று லஷ்கர் படை தன் பயணத்தை நன்கு ஆரம்பித்திருந்த நிலையில், அவர் இவ்வாறு சொன்னார்: 'எனது பிரஜைகள் காஷ்மீருக்குள் நுழையக் கூடாது. வட மேற்கு எல்லை மாகாணத்திலிருந்து மகாராஜாவின் ஆட்சியில் இருக்கும் காஷ்மீருக்குள் யார் நுழைய முயன்றாலும்

ஆயுதங்களைக் கொண்டுசெல்ல முயன்றாலும் அவர்களைத் தடுத்து நிறுத்தும்படி எனது அதிகாரிகளுக்கு உத்தரவிட்டிருக்கிறேன்.'

அதே நேரம், அவரது அரசு, காஷ்மீர் அரசப் படைகளால் கொடூரமான தாக்குதலுக்கு ஆளாகி பாகிஸ்தானுக்கு அடைக்கலம் தேடிவரும் முஸ்லிம் அகதிகள் குறித்த பயங்கரமான கதைகளை வெளியிட்டு வந்தது. இவை பழங்குடிகளின் தாக்குதலை நியாயப்படுத்துவதுபோல் இருந்தன. ஒரு வாரத்துக்குள்ளாக, இந்தியப் படைகள் காஷ்மீரில் கால் பதித்ததும், முதல்வரின் தொனி மாறிவிட்டது: 'காஷ்மீர்மீதான (இந்தியாவின்) படையெடுப்பைத் தடுக்க, கடைசி பதான் உயிருடன் இருக்கும்வரை போராடுவோம். காஷ்மீர் ஒரு முஸ்லிம் பெரும் பான்மை நாடு. அது பாகிஸ்தானுடன் சேர்வதுதான் நியாயம்.'[30]

காஷ்மீரில் பழங்குடியினரின் தாக்குதலை ஊக்கப்படுத்தியதிலும் அவர்களது ஊடுருவலுக்கு வழி ஏற்படுத்திக்கொடுத்ததிலும் முக்கிய மான இடத்தை முதல்வர் வகித்தார் என்பதில் எந்தச் சந்தேகமும் இல்லை. பல வருடங்கள் கழித்து அக்பர் கான் காஷ்மீர் ஆக்கிரமிப்பில் அரசியல்வாதிகளின் பங்கைச் சற்றே தயக்கத்துடன் ஒப்புக்கொண்டார்: '1947 செப்டெம்பரில் காஷ்மீர் போராட்டம் தொடர்பாக பிரதமர் ஓர் இயக்கத்தை ஆரம்பித்தபோது, வடக்குப் பகுதியின் தளபதியாக குர்ஷித் அன்வர் நியமிக்கப்பட்டார். குர்ஷித் அன்வர் நேராகப் பெஷாவர் சென்று, அங்கு கான் கயூம் கானின் (எல்லை மாகாண முதல்வர்) உதவியுடன் லஷ்கர் படையைத் திரட்டி, அதனை அபோட்டாபாத்தில் ஒருங் கிணைத்து, அந்தப் படையுடன் முஸாஃபராபாத் சென்றார்.'[31]

குர்ஷித் அன்வர் எல்லைப் பகுதிகளை நன்கு அறிந்தவர். 1947 வசந்த காலத்திலும் கோடைக் காலத்திலும், குர்ஷித் அன்வர் மான்கி ஷரீஃப் பிருடன் சேர்ந்து, பெஷாவரிலும் அதைச் சுற்றியுள்ள பகுதிகளிலும் முஸ்லிம் லீகின் சட்ட மறுப்பு இயக்கத்தை நடத்தியிருந்தார். சதித் திட்டங்களில் வெடிமருந்துகளைப் பயன்படுத்துவதில் அவர் ஈடுபட்டிருந்தார் என்று செய்திகள் தெரிவித்தன. அவர் திரைமறைவு இயக்கம் ஒன்றை நடத்தியதாகவும் அந்த இயக்கத்துக்காக ரகசியப் பத்திரிகை ஒன்றை நடத்தியதாகவும், கம்பியில்லா டிரான்ஸ்மிட்டர்கள் கொண்ட முழுக் கட்டமைப்பு ஒன்றை வைத்திருந்ததாகவும் தகவல்கள் கிடைத்துள்ளன.

'அந்த ஆசாமி ஒரு பெரும் சாகசக்காரர்' என்று அந்த நேரத்தில் அங்கு பணியாற்றிய ஒரு பிரிட்டிஷ் அதிகாரி ஒரு குறிப்பில் எழுதியிருந்தார்: 'கடந்த செப்டெம்பரில் பெஷாவரில் நடைபெற்ற கொள்ளையடிப் பின்போது அவர் கணிசமான தொகையைக் கைப்பற்றிச் சென்றார். காஷ்மீரில் இருந்து லாரிகளில் ஏராளமான பொருள்களைத் தன் சொந்த

ஊருக்கு அனுப்பியும் வைத்திருக்கிறார்.[32] பிரிட்டிஷாரால் மோசமானவர் என்று கருதப்பட்ட ஒருவருக்கு, எல்லையில் ஏமாற்றத்திலும் பதற்றத் திலும் இருந்த மக்களிடையே நல்ல செல்வாக்கு இருந்ததில் ஆச்சரியம் ஏதும் இல்லை. 'அன்வர் அசாதாரணத் திறமை கொண்டவர். அவரிடம் ஒருவிதக் கவர்ச்சி இருந்தது. அவருடைய கவர்ச்சிகரமான தோற்றத்தால் பல இளைஞர்கள் வசீகரிக்கப்பட்டனர்' என்று எல்லைப்புற தேசிய இயக்கம் குறித்து எழுதிய வரலாற்றாய்வாளர் ஒருவர் குறிப்பிடுகிறார்.[33] காஷ்மீர்மீதான ஜிஹாத் போருக்குத் தயாராக இருந்த லஷ்கர் வீரர்களை ஒருங்கிணைக்கும் அளவுக்கு குர்ஷித் அன்வரிடம் செல்வாக்கும், நல்ல அனுபவமும், மனநிலையும் இருந்தன.

எல்லை மாகாண அதிகாரிகள், ஏதோ ஒருவகையில் காஷ்மீர் மீதான தாக்குதலுக்குத் தங்கள் ஆதரவைத் தெரிவித்துவந்தனர். அதிகார வர்க்கத்தின் ஆதரவு இல்லாமல், (அந்தப் பகுதியில் பற்றாக்குறையாக இருந்த) எரிபொருள், வாகன வசதிகள் கிடைக்காமல், பழங்குடிகளால் இவ்வளவு தூரம் வந்து தாக்குதலை நடத்தியிருக்கவே முடியாது. கஸாதார்களின் (வாசிரிஸ்தானில் உருவாக்கப்பட்ட துணை ராணுவப் படை) தலைமைப் பொறுப்பில் இருந்த பிரிட்டிஷ் ராணுவ அதிகாரி ஃப்ராங்க் லீஸன் அந்தச் சம்பவம் பற்றிக் கூறுகிறார்:

> வட மேற்கு எல்லை மாகாணப் பழங்குடியினர் இது போன்றதொரு வாய்ப்புக்காகக் காத்திருந்தனர். வாழ்நாளில் ஒரே ஒரு முறை கிடைக்கும் அபாரமான வாய்ப்பாக இது வந்து சேர்ந்தது. சிலருக்கு அது புனிதப் போர். வேறு சிலருக்கு, இது போர் புரிய ஓர் அரிய வாய்ப்பு. பெரும்பாலானவர்களுக்கோ இது எந்தக் குற்ற உணர்ச்சியும் இல்லாமல் கொள்ளையடிக்க ஓர் அற்புதமான வாய்ப்பு என்பதை ஒப்புக்கொள்ளத்தான் வேண்டும்.
>
> புனேரிலிருந்தும் பஜாவுரிலிருந்தும், ஸ்வாட்டிலிருந்தும் தெற்கு வாசிரிஸ்தானிலிருந்தும், கைபரிலிருந்தும் கோஸ்த்தி லிருந்தும் மொஹ்மாண்டுகளும் மசூதுகளும், அஃப்ரீதிகளும் ஆஃப்கன்களும் பேருந்துகளில் கூட்டம் கூட்டமாகச் சென்றனர். போரின் ஒளி அவர்கள் கண்களில் மின்னியது. பாதி மறந்துபோயிருந்த போர் முழக்கங்கள் அவர்களது உதடுகளில் இருந்தன. வாசிர்கள் கொஞ்சம் ஒதுங்கியே இருந்தனர். அவர்கள் ஈடுபட விரும்பினாலும், இப்பியின் ஃபகிர் அவர் களைத் தடுத்து வைத்திருந்தார். ஆனால், பன்னுவில் இருந்து பனூச்சிகளையும் ஆஃப்கன்களையும் ஃபகிருக்கு எதிரான வாசிர்களையும் ஏற்றிக்கொண்டு லாரிகள் வடக்கிலும்

கிழக்கிலும் அபோட்டாபாத்தையும் ராவல்பிண்டியையும் நோக்கி விரைந்தன.[34]

1947 அக்டோபரில் லீஸனும் அவருடைய சக அதிகாரிகளும் பதான் பழங்குடிகளைக் கட்டுப்படுத்தி வைப்பதிலேயே நேரத்தைச் செலவிட வேண்டியிருந்தது. 'வடக்கு வாசிரிஸ்தானிலிருந்து கூட்டம் கூட்டமாக, சமவெளிப் பகுதிகளைச் சூறையாடும் நோக்கத்தோடு வந்துகொண் டிருந்த மசூதுகளைத் தடுத்து நிறுத்தவேண்டியிருந்தது. பல மசூதுகள் காஷ்மீருக்குப் போகவேண்டும் என்ற எண்ணத்தில் வந்திருந்தனர். அங்கு, தங்களுக்கு ஆற்றவேண்டிய ஒரு முக்கியமான கடமை இருப்பதாக அவர்கள் நம்பினார்கள். அதே நேரம், கொள்ளையடிக்கக் கிடைத்த வாய்ப்பும் அவர்கள் மனத்தில் இருந்தது என்று எனக்கு உறுதியாகத் தெரியும்.' மேலும் அவர் என்னிடம் சொன்னார்: 'அந்த மசூதுகள், தொளதொளவென்ற கால்சட்டைகள், வெளியே நீட்டிக்கொண்டிருக்கும் சட்டைகள், அவற்றுக்கு மேலாக ஒரு மேலாடை, தாறுமாறாகக் கட்டப்பட்ட தலைப்பாகைகள் ஆகியவற்றை அணிந்திருந்தனர். அவர்கள் கைகளில் அந்தக் காலகட்டத்து என்ஃபீல்ட் அல்லது அதன் நகலான துப்பாக்கிகள் இருந்தன.'

அக்டோபர் மாதக் கடைசிவாக்கில் பணிமாற்றத்தில் அங்கிருந்து வெளியேறிச் செல்லும்போதுதான், லஷ்கர்கள் எந்த அளவுக்குத் திரண்டிருந்தனர் என்பதை அவரால் புரிந்துகொள்ள முடிந்தது. 'காஷ் மீருக்குப் பழங்குடிகளை அழைத்துச் செல்லும் வாகனங்களை எதிர்பார்த்தபடி வழியில் அவர்கள் கூட்டம் கூட்டமாகக் காத்துக் கொண்டிருந்தனர். எங்கள் வாகனத்தில் பிறைச் சந்திரனும் நட்சத்திரங் களும் பொறிக்கப்பட்டிருந்ததால், அதைப் பார்த்த மக்கள், அது பழங்குடிகளை அழைத்துவரும் வண்டி என்று நினைத்து, எங்கள்மீது பூக்களைத் தூவி வாழ்த்தத் தொடங்கினர்... பழங்குடியினர் முஸாஃபராபாத் சாலை வழியாக மட்டுமல்ல, பூஞ்ச் வழியாகவும் வாரக்கணக்கில் காஷ்மீருக்குள் நுழைந்தபடி இருந்தனர்.'[35]

பழங்குடி ஆக்கிரமிப்பு ஏற்பாடுகளை, லாஹூரில் இருந்த பிரிட்டிஷ் அதிகாரி ஒருவரும் பார்த்திருக்கிறார். லாஹூரில் இருந்த தாற்காலிகத் துணை ஹை கமிஷனர் சி.பி. ட்யூக், செனாப் ஆற்றுக் கரையோரம், ஜம்முவுக்கு மேற்கே, இருபது கிராமங்கள் எரிக்கப்பட்டதைத் தான் கண்டதாக லண்டனுக்குத் தகவல் தெரிவித்தார். உள்ளூர் முஸ்லிம்கள் தாக்குதலுக்கு உள்ளாகியிருந்ததில் அவருக்கு எந்தச் சந்தேகமும் இருக்கவில்லை. 'இது மகாராஜா ஆடும் அபாயகரமான ஆட்டம். காஷ்மீரில் பெருமளவிலான பதற்றத்தை இது தோற்றுவிக்கும். பக்கத்தில் இருக்கும் முஸ்லிம் பழங்குடியினர் காஷ்மீருக்குள் ஊடுருவித் தாக்க நேரிடும். வடக்கு, வட மேற்கு எல்லைப்பகுதியில்

ஏற்கெனவே ஏராளமான பழங்குடியினர் அணி திரள ஆரம்பித்துள்ளனர். தொலைதூரங்களில் உள்ள மசூதுகள், அஃப்ரீதிகள்கூடக் காஷ்மீர் நோக்கி அணி திரள ஆரம்பித்துள்ளனர். அதே நேரம், வட மேற்கு எல்லை மாகாண அரசு தன்னால் முடிந்த அளவுக்கு இதைத் தடுக்க முயற்சி செய்துவருகிறது. ஆனால், காஷ்மீரில் பதற்றம் தொடர்ந்தபடி இருந்தால், பழங்குடிகளைத் தடுக்க முடியாது என்றே நினைக்கிறேன். ஏனெனில், வளம் அதிகம் இல்லாத வட மேற்கு எல்லை மாகாணப் பழங்குடிகள், காஷ்மீரைப் பாலாறும் தேனாறும் ஓடும் பகுதியாகவே காண்கின்றனர். கொள்ளையடிக்க அருமையான வாய்ப்பு என்பதோடு, முஸ்லிம் சகோதரர்கள் துன்புறுத்தப்படுகிறார்கள் என்ற செய்தியும் சேர்ந்துவிட்டால் அவர்களை யாராலும் தடுக்கவே முடியாது.' [36]

ட்யூக் சிந்தித்தது போன்றே, சர் ஜார்ஜ் கன்னிங்ஹாமும் ஆயுதம் தாங்கிய பழங்குடிகளின் செயல்பாடுகள் குறித்துச் சிந்தித்தார். அக்டோபர் 20 அன்று அவர் எழுதியது: 'காஷ்மீர் பிரச்னை மிகவும் மோசமான நிலைக்குப் போய்க்கொண்டிருப்பதாக எனக்குத் தோன்றுகிறது. டாங்க் பகுதியில் இருந்து 900 மசூதுகள் இன்று காலை லாரிகளில் ஏறி காஷ்மீர் முனைக்குப் புறப்பட்டுப் போயிருப்பதாகத் தகவல்கள் வந்துள்ளன. கோஹாத் பகுதியில் அவர்களைத் தடுத்து நிறுத்த முயற்சி செய்தோம். ஆனால், அவர்கள் குஷால்கர் வழியாகப் பஞ்சாபுக்குள் நுழைந்து விட்டனர். சுமார் 200 மொஹ்மாண்டுகளும் கூடவே போயிருப்பதாகத் தெரிகிறது.' பாகிஸ்தான் பிரதமர் லியாகத் அலி கானுக்கு தொலைபேசி மூலம் இந்தத் தகவலை அவர் தெரிவித்தார். அடுத்து வந்த நாள்களில் நேரடியாகவோ மறைமுகமாகவோ லியாகத் அலி கானுடன் பலமுறை அவர் பேசியதிலிருந்து, காஷ்மீர் ஆக்கிரமிப்பு விஷயத்தில் பாகிஸ்தான் அரசின் நிலை குறித்துத் தெரிந்துகொள்ள முடிகிறது. அக்டோபர் 23 அன்று முஸாஃபராபாத்தில் லஷ்கர் படை அட்டூழியம் செய்ததை அடுத்து வானொலியில் பேசிய பிரதமர், காஷ்மீர் விஷயத்தில் பாகிஸ்தான் நடுநிலை வகிப்பதாகச் சொன்னதை கன்னிங்ஹாம் கேட்டார்.

> ஒரு நாளின் ஆரம்பத்திலேயே என்ன ஒரு கூத்து! லாஹூரில் இருக்கும் லியாகத்தின் செயலரிடம் என் தலைமைச் செயலர், நம் ஆட்கள் காஷ்மீருக்குள் ஆக்கிரமிப்பு நடத்துகிறார்கள் என்று தெரிவித்தபோது, பிரதமரின் செயலர் இரண்டே இரண்டு கேள்விகள்தான் கேட்டிருக்கிறார்: எத்தனை பேர் போயிருக்கிறார்கள்? அவர்களுக்குத் தேவையானவை ஒழுங்காகக் கிடைக்கின்றனவா?

கன்னிங்ஹாம் நாள்குறிப்பின் மிக முக்கியமான தகவல்கள், அவர் மூன்று நாள்கள் கழித்து எழுதிய குறிப்பில் இடம்பெற்றுள்ளன. பாகிஸ்தானின்

முக்கியத் தலைவர்களில் ஒருவரான கர்னல் இஸ்கந்தர் மிர்ஸா (இவர் பின்னாள்களில் பாகிஸ்தான் அதிபராக ஆனார்) கன்னிங்ஹாமைப் பெஷாவரில் சந்தித்து, பழங்குடித் தாக்குதலில் பாகிஸ்தான் அரசின் பங்களிப்பு குறித்துப் பேசினார்.

> காஷ்மீர் தொடர்பாக நடந்த அனைத்துத் திரைமறைவு வேலைகள் குறித்தும் அவர் என்னுடன் பேசினார். இந்த விஷயங்கள் குறித்து முன்கூட்டியே என்னிடம் சொல்லாததற்காகப் பிரதமர் லியாகத் அலி மன்னிப்பு கேட்டுக்கொள்வதாக அவர் சொன்னார். போன வாரமே லியாகத் இங்கு வந்து என்னிடம் நேரடியாக விஷயங்களைச் சொல்வதாக இருந்ததாம். ஆனால், அவருடைய இதய நோய் காரணமாக முடியவில்லையாம். என்ன நடக்கிறது என்பது ஜின்னாவுக்கே 15 நாள்கள் முன்பாகத்தான் தெரியவந்ததாம். ஆனால், 'என்னிடம் எதுவும் சொல்லாதீர்கள்; என் மனச்சாட்சி தூய்மையாக இருக்கட்டும்' என்று ஜின்னா பதில் சொல்லியிருக்கிறார். மூன்று மாதத்துக்குள்ளாக பதான்கோட்டிலிருந்து சாலை போடப்பட்டு முடிந்ததும், மகாராஜா ஹரி சிங் இந்தியாவுடன் சேர்ந்துவிடுவார் என்று இஸ்கந்தர் தெரிவித்தார். பூஞ்சிலும் ஜம்முவிலும் ஏராளமான சீக்கியர்களும் டோக்ராக்களும் நுழைந்திருக்கிறார்கள். அவர்கள் இந்தியா பொதுவாகப் பின்பற்றும் உத்தியின்படி, அங்கிருக்கும் முஸ்லிம்களைப் பாகிஸ்தானுக்குத் தள்ளிவிட முயற்சிக்கிறார்கள். எனவே, பூஞ்ச் மக்கள் கலவரத்தில் ஈடுபட வேண்டும் என்றும் அதற்கு எல்லா உதவிகளும் செய்துதரப்பட வேண்டும் என்றும் ஒரு மாதத்துக்கு முன்னர் முடிவு செய்யப்பட்டது. அப்துல் கயூம் (எல்லை மாகாண முதல்வர்) இந்த முயற்சிகளில் ஆரம்பத்தில் இருந்தே ஈடுபட்டு வருகிறார். பிரிட்டிஷ் அதிகாரிகளுக்குத் தர்மசங்கடம் ஏற்பட்டுவிடக் கூடாது என்பதால் அவர்கள் இதில் சேர்த்துக்கொள்ளப்படவில்லை.

கன்னிங்ஹாம், பாகிஸ்தான் அரசுக்குச் சாதகமானவராகத்தான் இருந்தார். அந்த அரசுதான் அவருடைய எஜமானர். அவர் ஒன்றும் அவர்களுக்கு எதிரி கிடையாது. காஷ்மீர் தாக்குதலிலும் பூஞ்ச் கலவரத்திலும் பாகிஸ்தான் அரசின் பங்கு பற்றி எந்தச் சந்தேகமும் இல்லை என்பது அவருடைய நாள்குறிப்பிலிருந்து தெரிய வருகிறது. இரு சம்பவங்களுமே பாகிஸ்தான் அதிகாரிகளின் பங்கு இல்லாமலேயே ஆரம்பித்திருக்கக்கூடும். ஆனால், எல்லைக்கு அப்பால் நடந்த கலவரத்தையும் அண்டை நாட்டின் மீதான படையெடுப்பையும் ஊக்குவிப்பதிலும் கலவரக்காரர்களுக்கு உதவி செய்வதிலும் பிரதமரும் எல்லை மாகாண

முதல்வரும் நேரடியாக, முக்கியப் பங்கு வகித்துள்ளனர். கவர்னர் ஜெனரலுக்கும் இது தெரிந்திருக்கிறது. தன் ராணுவத்தை வெளிப்படையாக அனுப்ப அவர்கள் தயாராக இல்லையேதவிர காஷ்மீர் மகாராஜாவுடன் ஒரு சண்டைக்குப் பாகிஸ்தான் தயாராகவே இருந்திருக்கிறது. பாகிஸ்தானின் வரலாறு குறித்துச் சொல்லப்பட்ட முக்கியமான வாக்கியங்களில் ஒன்று இது: 'லியாகத் அலி கான் ஒரு கொள்கையை வடிவமைத்தார். அது அன்று தொடங்கி, ஐம்பது ஆண்டுகளுக்கும் மேலாகத் தொடர்ந்துவருகிறது. காஷ்மீரில் பாகிஸ்தான் நேரடியாக அன்றி, மறைமுகமாகவே போரில் ஈடுபடும் என்பதே அது.'[37]

அக்டோபர் கடைசிவாக்கில் ஆக்கிரமிப்பு முழு அளவில் நடைபெற்றது. அப்சர்வர் பத்திரிகையின் செய்தியாளர் ஆலன் மூர்ஹெட் (சில நாள்களுக்குமுன் ஸ்ரீநகரில் இருந்தவர்), பதான் பழங்குடியினர் எப்படி ஒருங்கிணைக்கப்படுகிறார்கள், எப்படி தாக்குதலுக்கு அனுப்பப்படுகிறார்கள் என்பதை அறிய, ராவல்பிண்டியில் இருந்து பெஷாவருக்கும் கைபர் கணவாய்க்கும் சென்று வந்தார். 'அனைத்து இடங்களிலும் படைக்கு ஆட்களைச் சேர்த்துக்கொண்டிருக்கிறார்கள். முஸ்லிம்களின் வெற்றி குறித்த உற்சாகமும் பரபரப்பும் எங்கும் காணப்படுகிறது' என்று எழுதினார்.

> ஒவ்வொரு கிராமத்தினரும் காஷ்மீர் முனையில் போரிடுவதைப் பெருமையாகக் கருதுகிறார்கள். பாகிஸ்தான் கட்டுப்பாட்டில் இல்லாத பழங்குடிப் பகுதியில் மட்டுமல்ல, பாகிஸ்தானுக்கு உள்ளும் இதுதான் நிலைமை.
>
> ஒரு கிராம ஆயுதத் தொழிற்சாலைக்குப் போனேன். அங்கு கைத்துப்பாக்கிகள் மட்டுமல்லாமல் பீரங்கிகளையும் கைகளாலேயே தயாரித்துக்கொண்டிருந்தனர். அதே கிராமத்தில், காஷ்மீர் போரில் உயிரிழந்த இரு இளைஞர்களின் உடலை நல்லடக்கம் செய்ய ஏற்பாடுகள் நடந்துகொண்டிருந்தன. இறந்தவர்களின் உடலை, சொந்த மண்ணில், கைபர் கணவாய்ப் பகுதியில் புதைப்பதற்காக, லாரிகளில் கொண்டு வந்திருந்தனர்.
>
> இறந்தவர்கள் உடலை மீட்டுக்கொண்டுவருவது பழங்குடிகளுக்கு மிகவும் உணர்ச்சிபூர்வமான விஷயம். மேலும், இந்த உடல்கள், அவர்களுடைய போரிடும் வெறியை அதிகப்படுத்தின. இவர்கள் அஃப்ரீதிகள். இதேபோன்ற ஆக்ரோஷத்துடனேயே ஹஸாராக்களும் பிற பழங்குடியினரும் போர் முனைக்குச் சென்றிருப்பதாகக் கேள்விப்பட்டேன். [38]

பழங்குடிகள் பல காலமாகவே இந்தத் தாக்குதலைத் திட்டமிட்டபடி இருந்தனர்; தங்களுக்குள்ளாகக் கூடிப் பேசி வந்தனர் என்ற தகவலை மூர்ஹெட், பிரிட்டிஷ் அதிகாரி ஒருவரிடம் தெரிவித்தார். அவரைப் பொருத்தவரை அந்தப் பழங்குடியினர் யாராலும் கட்டுப்படுத்த முடியாத நிலையில் இருந்தனர். பாகிஸ்தானின் அபோட்டோபாத் பகுதியில் பழங்குடியினத் தலைவர்களின் போர்க் குழு ஒன்று உருவாக்கப்பட்டிருந்தது. காஷ்மீர் சமஸ்தானத் துணைப் பிரதமர் ஆர்.எல். பாத்ரா, பழங்குடிகளைக் கட்டுப்படுத்துவது சாத்தியமில்லை என்றே ஆரம்பக் கட்டத்திலேயே கூறியிருந்தார். 'ஆக்கிரமிப்பாளர்கள், பாகிஸ்தான் அரசின் கட்டுப்பாட்டைமீறிச் செயல்படக்கூடிய பழங்குடியினர்' என்று அவர் கூறியிருந்தார். இந்தியாவிடம் நட்புறவு கொண்ட ஓர் அரசியல்வாதியே சொன்ன வார்த்தைகள் இவை.

காஷ்மீர்மீதான தாக்குதல் இரு மாதங்களுக்கு முன்பாகவே, பாகிஸ்தான் அரசால் திட்டமிடப்பட்டு, பாகிஸ்தான் ராணுவத்தில் இருக்கும் பிரிட்டிஷ் அதிகாரிகளுக்கு நன்கு அறிவிக்கப்பட்டு, அவர்களுடைய சம்மதத்துடனேயே நடந்தது என்று இந்திய ராணுவம் புகார் செய்தது. வடமேற்கு எல்லை மாகாணத்தில் ஆகஸ்ட் 1947-ல் பிரிகேட் மேஜராகப் பணிபுரிந்துவந்த ஓ.எஸ். கல்கத்தின் ஆவணங்களில் இது காணப்படுகிறது. 20 ஆகஸ்ட் அன்று, தன் பிரிட்டிஷ் உயர் அதிகாரிக்கு, பரம ரகசியம் என்ற முத்திரையுடன் அனுப்பப்பட்ட கடிதம் ஒன்றை அவர் பிரித்துப் பார்த்திருக்கிறார்.

ஃப்ராங்க் மெஸ்ஸர்வி என்ற பாகிஸ்தான் தலைமைத் தளபதி, ஆபரேஷன் குல்மார்க் என்ற காஷ்மீரை ஆக்கிரமித்துக் கைப்பற்றும் திட்டம் பற்றி அந்தக் கடிதத்தில் விவரித்திருந்தார். தாக்குதலுக்கான நாளாக அக்டோபர் 22, 1947 தீர்மானிக்கப்பட்டிருந்தது. அந்தத் தேதியில் பல்வேறு லஷ்கர் பழங்குடியினர் ஜம்மு காஷ்மீர் பகுதியில் ஊடுருவுவார்கள் என்று அதில் எழுதப்பட்டிருந்தது.[39] அவரும் அவருடைய குடும்பத்தினரும் பாகிஸ்தானில் வீட்டுக் காவலில் வைக்கப்பட்டது பற்றியும் அதிலிருந்து அவர்கள் எப்படித் தப்பித்து தில்லிக்கு வந்து சேர்ந்தனர் என்பது பற்றியும் ஓ.எஸ். கல்கத் எழுதியுள்ளார். அக்டோபர் 19 அன்று இந்திய ராணுவத்திடம், ஊடுருவல் குறித்த தகவலைத் தெரியப்படுத்தி இருக்கிறார். 'நான் ஏதோ மிகைப்படுத்திச் சொல்வதாக அவர்கள் நினைத்தார்கள். ஆனால், நான் சொன்னதுபோலவே நடந்ததைப் பார்த்ததும் தங்கள் முடிவுகளை மாற்றிக்கொள்ள வேண்டி வந்தது.'

கல்கத், அவரது புத்தகத்தில், ஆபரேஷன் குல்மார்க் பற்றி தன் நினைவில் இருந்தவற்றைத் தொகுத்து எழுதியிருக்கிறார். அதில் இடம் பெற்றுள்ள

பல விஷயங்களும் வேறு பல ராணுவ வரலாற்றுக் குறிப்புகளில் இடம்பெற்றுள்ளன. ஆனால், அவை அனைத்துக்கும் கல்கத்தின் புத்தகம் தவிர வேறு எந்த ஆதாரங்களும் கிடையாது.[40] இந்தக் குற்றச்சாட்டு சாத்தியமற்ற ஒன்றாகவே தோன்றுகிறது. இந்தத் தாக்குதல் நடைபெற்ற நேரத்தில், ஆக்கிரமிப்பு குறித்த அக்பர் கானின் மேலோட்டமான திட்டம் கூட எழுத்தில் இருக்கவில்லை. பழங்குடி லஷ்கர்களை ஒருங்கிணைப் பதற்கு நிறையக் காலம் பிடிக்கும் என்பதால், திட்டவட்டமான கால அட்டவணையைத் தயாரிக்க முடியாமல் இருந்தது. அண்டை நாட்டின்மீதான தாக்குதல் திட்டத்தில் ஒரு பிரிட்டிஷ் அதிகாரி தன் பெயரைப் பொறிப்பார் என்பது கற்பனைசெய்துகூடப் பார்க்க முடியாது. ஏனெனில், அமைதியான முறையில் அதிகாரத்தைக் கைமாற்றித் தரவேண்டும் என்ற பிரிட்டிஷ் அரசின் கொள்கைகளுக்கு அது முற்றிலும் விரோதமாக ஆகிவிடும்.

அக்டோபர் 1947 காஷ்மீர் தாக்குதல் திட்டம் குறித்த தகவல்கள் பனி மூட்டத்துக்குள் மறைந்தே கிடந்தாலும், அடுத்தடுத்து நடந்த சம்பவங் களை ஒருமாதிரியாக ஒன்றுகூட்டிப் பார்க்க முடிகிறது. லஷ்கர் தாக்குதல், தொடர்ந்து அவர்கள் பின்வாங்கியது ஆகியவை தெளிவாகப் பதிவாகியுள்ளன. ஆனால், பிற விஷயங்கள் தெளிவற்றே உள்ளன. காஷ்மீர் ஆக்கிரமிப்பு குறித்து முதல்நிலைத் தகவல்களை எழுதியவர்கள் அனைவருமே விருப்பு வெறுப்பு கொண்டவர்களாகவே இருந்துள்ளனர். வரலாற்று, அரசியல் ஆய்வாளர்களும் பெரும்பாலும் பக்கச் சார்பு உடையவர்களாகவே இருந்துள்ளனர். காஷ்மீர் போர் இப்போதும் நடைபெற்று வரும் நிலையில், எந்தத் தகவலாக இருந்தாலும் அதில் சுய நோக்கமும் கலந்திருப்பதில் ஆச்சரியப்பட ஒன்றுமில்லை.

காஷ்மீர் பள்ளத்தாக்கு மீதான தாக்குதலின் தளபதி என்று சொல்லத் தகுந்த குர்ஷித் அன்வர், தாக்குதலுக்கான நாள் அக்டோபர் 21, செவ் வாய்க் கிழமை என்று தீர்மானிக்கப்பட்டதாகவும், ஆனால், அடுத்த நாள் காலை வரை தாமதிக்க வேண்டியிருந்ததாகவும் சொன்னார். முஸ்லிம் லீகின் டான் பத்திரிகைக்கு அளித்த பேட்டியில் அவர், தன்னிடம் 4,000 வீரர்கள் இருந்ததாகவும் காஷ்மீருக்கு வெகு உள்ளே ஊடுருவும்வரை தங்களுக்கு எந்தவிதப் பெரிய எதிர்ப்பும் எழவில்லை என்றும் கூறினார்.[41] பெஷாவர் ஆளுநர் மாளிகையில் இருந்த சர் ஜார்ஜ் கன்னிங்ஹாம் சொல்வதுடன் இது வெகுவாக ஒத்துப்போகிறது. பழங்குடிகள் காஷ்மீருக்குள் ஊடுருவியது பற்றிய முதல் பதிவை அவர் தன் அக்டோபர் 22-ம் தேதிக்கான நாள்குறிப்பில் எழுதுகிறார்:

> ஆயுதம் ஏந்திய சில ஆயிரம் பழங்குடியினரும் பிறரும் ஹஸாரா விலிருந்து காஷ்மீருக்குள் புகுந்து, முஸாஃபராபாத்தையும்

டோமெல்லையும் கைப்பற்றிவிட்டதாகக் கேள்விப்பட்டேன். காஷ்மீரும் இந்தியாவும் இதற்கு என்ன எதிர்வினை ஆற்றுவார்கள் என்பதை விரைவிலேயே பார்க்கலாம். அது மிகவும் கடுமையான எதிர்வினையாக இருக்கும் என்றே நான் கருதுகிறேன். என் சொந்த நிலைப்பாடு அவ்வளவு எளிதாக இல்லை. இந்தப் போராட்டத்துக்கு நான் ஆதரவு கொடுத்தால் இன்னும் ஆயிரக்கணக்கானோர் ஆக்கிரமிப்பில் ஈடுபடுவார்கள். அது பெரும் ஊடுருவலாக இருக்கும். இதைத் தடுத்தாலோ, போதிய உதவி இன்றி, தாக்குதல் தோற்றுப்போய், அதற்கான விலையை நான் கொடுக்க வேண்டியிருக்கும்.

பஞ்சாபில் இருந்து காஷ்மீருக்குப் போகும் வழியில் முதலில் தென்பட்ட, குறிப்பிடத் தகுந்த நகரம் டோமெல்தான். அங்குதான், ஜீலம் ஆற்றின் குறுக்கே ஒரு முக்கியமான பாலம் அமைந்துள்ளது. அதற்கு அடுத்ததாக, ஜீலம்-நீலம் ஆறுகள் சங்கமிக்கும் இடத்தில் இன்னும் பெரிய நகரமான முஸாஃபராபாத் அமைந்துள்ளது. அந்த நேரத்தில் அங்கு முஸ்லிம்கள் தான் பெரும்பான்மையாக இருந்தார்கள். அதே நேரம் செல்வத்தில் சிறந்து விளங்கும் பல சீக்கியர்களும் கணிசமான அளவு இந்துக்களும் அந்நகரில் இருந்தனர். ஆனால், இன்று இவர்கள் அங்கு இருந்த தடயம் கூட இல்லை. பழங்குடியினர் வருவதற்கு முன்பே பல இந்துக்களும் சீக்கியர்களும் அங்கிருந்து ஓடிவிட்டனர். சிலர் மட்டும் அங்கே தங்கி, சண்டைக்குத் தயாராக இருந்தனர். ராவல்பிண்டியில் இருந்து ஸ்ரீநகருக்குச் செல்லும் கடைசிப் பேருந்தாக தான் நினைத்த ஒன்றில் பயணம் செய்த பிரிட்டிஷ் அதிகாரி, முஸாஃபராபாத்தில் ஏராளமான மத்திய வயது சீக்கியர்கள் பல்வேறு வகையான துப்பாக்கிகளுடன் வலம் வந்ததைத் தான் பார்த்ததாகச் சொன்னார். காஷ்மீர் அரசு சீக்கியர்களுக்கு ஆயுதம் கொடுத்து அணி திரட்டிவருகிறது என்றும் அதே நேரம் முஸ்லிம் கள் எந்த ஆயுதத்தையும், சிறு கத்தியையும்கூட, வைத்துக்கொள்ளக் கூடாது என்று சொல்லியிருப்பதாகவும் தான் கேள்விப்பட்டதாகச் சொன்னார். [42]

இருட்டில்தான் இந்த ஊடுருவல் ஆரம்பித்தது. முஸாஃபராபாத்தில் புதிதாக நியமிக்கப்பட்ட மாவட்ட ஆணையரின் இந்து மனைவி கிருஷ்ணா மேத்தா இது குறித்து விரிவாக எழுதியுள்ளார். '(22 அக்டோபர்) அதிகாலை ஐந்து மணிக்கு, வீட்டுக்கு அருகில் மலைப் பகுதிகளில் துப்பாக்கிச் சூடு சத்தம் கேட்டு எழுந்தேன். என் குழந்தை களுடன் வராந்தாவுக்குச் சென்று, துப்பாக்கிக் குண்டுகள் வந்த திசையைப் பார்த்தேன். அதிகாலை இருட்டில் எதுவும் தெரியவில்லை. குண்டுச் சத்தம் மட்டும் இடைவிடாமல் கேட்டுக்கொண்டே இருந்தது. சில குண்டுகள் வேலியைத் துளைத்துக்கொண்டு பங்களாவுக்குள் வந்து

விழுந்தன. கிருஷ்ண-கங்கா பாலத்தைக் கடந்து எதிரிகள் நகருக்குள் நுழைந்துவிட்டிருந்தனர்.' [43]

ஆரம்பத்தில் இருந்தே கொள்ளையடிப்பும் நடந்தது. இந்தத் தாக்கு தலைத் திட்டமிட்டு நடத்தியவர்களுள் ஒருவரான அக்பர் கான் பின்னர் இதனை வெளிப்படையாகவே எழுதினார். 'தாக்குதலுக்குப் பரிசாக, தாங்கள் கொள்ளையடிப்பதை எல்லாம் அவர்கள் எடுத்துக்கொள்ள லாம் என்று வாக்குறுதி தரப்பட்டிருந்தது. அவர்களுடைய தலைவரான முஸ்லிம் லீக் தேசியப் பாதுகாப்புப் படை கமாண்டர் மேஜர் குர்ஷித் கானுடன் அவர்கள் செய்துகொண்ட ஒப்பந்தத்தின்படி, முஸ்லிம் அல்லாதவர்களிடமிருந்து அவர்கள் கொள்ளையடித்துக்கொள்ளலாம். அவர்களுக்கு வேறு சம்பளம் எதுவும் கிடையாது.' [44]

காஷ்மீர் அரசப் படை மிதமான எதிர்ப்பையே காட்டியது. அந்தப் படையில் இருந்த பெரும்பான்மை முஸ்லிம்கள், பெரும்பாலும் பூஞ்ச் பகுதியைச் சேர்ந்தவர்கள், படையிலிருந்து விலகியிருந்தனர். சீக்கியர் களும் இந்துக்களும் பெருமளவில் கொல்லப்பட்டனர். பல பெண்கள் சிறைபிடிக்கப்பட்டு, வன்புணரப்பட்டனர். தாக்குதலிலிருந்து தப்பிக்க, பல இந்துப் பெண்கள் தங்கள் குழந்தைகளை ஆற்றில் போட்டுவிட்டு தாங்களும் குதித்ததாகவும், தானே அப்படி நடந்த ஒரு சம்பவத்தை நேரில் பார்த்ததாகவும் கிருஷ்ணா மேத்தா குறிப்பிடுகிறார். ஆரம்பகட்ட வன்முறையில் சில பிரிட்டிஷ் குடிமக்கள் (அதில் விடுமுறையில் இருந்த இரு ராணுவ அதிகாரிகளும் அடங்குவர்) மாட்டிக்கொண்டனர். 'பழங் குடிக் குழுக்கள், பழங்குடியினர் அல்லாதோரின் தலைமையின்கீழ் தாக்குதலில் ஈடுபடுகின்றனர். அவர்கள் தலைமைக்குக் கட்டுப்பட்டு நடப்பதாகத் தெரியவில்லை. இந்தத் தலைவர்கள், வடமேற்கு எல்லை மாகாண மற்றும் பஞ்சாப் பகுதிகளின் முஸ்லிம் லீக் தன்னார்வலர்கள் என்று அப்போது சொல்லப்பட்டு, பின் நிரூபிக்கவும் பட்டுள்ளது' என்று ஒரு பிரிட்டிஷ் அதிகாரி எழுதினார்.[45]

சர் ஜார்ஜ் கன்னிங்ஹாம், பழங்குடியினரின் அதிரடி முன்னேற்றத்தை மிகுந்த ஆர்வத்துடன் பதிவு செய்துள்ளார். அக்டோபர் 24-க்கான குறிப்பு: 'காஷ்மீர் ஆக்கிரமிப்பில் நல்ல முன்னேற்றம் காணப்படு கிறது. எங்கள் பழங்குடியினர் சிலர் கார்ஹி பகுதியில் காணப்பட்ட தாகவும் ஸ்ரீநகரை நோக்கிப் போய்க்கொண்டிருப்பதாகவும் தகவல்கள் கிடைத்துள்ளன. கிட்டத்தட்ட 2,000 கலவையான எல்லை வாழ் பழங்குடியினரும் (இரவுகளில் சிறு சிறு குழுக்களாக) மேலும் 2,000 ஹஸாராக்களும் காஷ்மீருக்குள் ஊடுருவி இருக்கிறார்கள் என்று நினைக்கிறேன். மேற்கு பஞ்சாபிலிருந்து மேலும் பல்லாயிரக்கணக் கானோர் சென்றுள்ளனர்; ஆனால் அவர்களிடம் சரியான ஆயுதங்கள்

இல்லை.' அதற்கு அடுத்த நாள், பழங்குடியினர் ஊரி பகுதிக்குப் போய்ச் சேர்ந்ததாக எழுதியுள்ளார். அன்று மாலையே, அவர்கள் பாரமுல்லாவை நெருங்கிவிட்டதாக எழுதியுள்ளார்: 'இதுவரை அவர்களை யாரும் எதிர்க்கவில்லை என்பது எனக்கு ஆச்சரியத்தைத் தருகிறது.'

மகாராஜாவின் படைகள் அவர்களுக்கு லேசான எதிர்ப்பைக் காட்டி யுள்ளது. ஆனால் அது தீவிரமானதாக இல்லை. காஷ்மீர் தலைநகர் ஸ்ரீநகரில் ஈத் பண்டிகையைக் கொண்டாடவேண்டும் என்று சில பழங்குடியினர் கொண்டிருந்த இலக்கை அடைந்துவிடலாம் என்றே அவர்கள் கருதியிருப்பர். ஸ்ரீநகர், முஸாஃபராபாத்தில் இருந்து 100 மைல் தொலைவில்தான் இருந்தது. அக்டோபர் 26 அன்றுதான் ஈத் பண்டிகை. ஜீலம் ஆற்றுப் பாதை வழியாக மிக வேகமாக முன்னேறிச் சென்றால்தான் அது சாத்தியமாகும். ஏனெனில், மலைப் பகுதிகளில் சிறிய எதிர்ப்பு இருந்தாலும் முன்னேறிச் செல்வது கடினம்.

இந்தியத் தரப்பின்படி, ஊடுருவல் செய்தி கிடைத்தவுடனேயே, காஷ்மீர் அரசப் படையின் புதிய தலைவரான பிரிகேடியர் ரஜீந்தர் சிங், ஸ்ரீநகரில் இருந்து 200 வீரர்களை அழைத்துக் கொண்டு புறப்பட்டார். ஜீலம் பள்ளத்தாக்குச் சாலையில், முஸாஃபராபாத்துக்கும் பாரமுல்லா வுக்கும் சம தூரத்தில் இருந்த ஊரியில் உள்ள முக்கியமான பாலத்தைத் தகர்க்க ரஜீந்தர் சிங் தயாரானார். 23 அக்டோபரில் ஆக்கிரமிப்பாளர்கள் அந்த இடத்தை அடைந்தபோது, அவர் பாலத்தைத் தகர்த்திருந்தார்.[46] அந்த அரசப் படையுடன், திறமைமிக்க டெய்லி எக்ஸ்பிரஸ் செய்தியாளர் சிட்னி ஸ்மித்தும் இருந்தார். போர் முனைக்குச் சென்ற முதல் செய்தியாளரும் அவர்தான். அவர் அனுப்பிய விரிவான செய்தி:

> சர் ஹரி (சிங்கின்) படையின் சீஃப்-ஆஃப்-ஸ்டாஃப் பிரிகேடியர் ரஜீந்தர் சிங்குடன் சென்ற நான், ஊரியின் உடைந்து கிடக்கும் இரும்புப் பாலத்தின் ஊடாகப் பார்த்தபோது, 4,500 அடி உயரத்தில் இருக்கும் கணவாயைக் கைப்பற்றி, நகருக்குள் நுழைய முயலும் ஆக்கிரமிப்பாளர்களை மலைப் படையினர் எதிர்த்துத் தாக்குவது தெரிந்தது.
>
> ஒரு மணி நேர, இடைவிடாத துப்பாக்கிச் சூட்டுக்கு இடையே, பழங்குடிகள் நகரை அடைவதற்கான கடைசி மூன்று மைல் களைக் கடந்தனர். துப்பாக்கிகள் பின்வாங்கி, பின்னர் 10,000 அடி உயரப் பனி மூடிய சிகரங்களிலிருந்து மீண்டும் தாக்கத் தொடங்கியது.
>
> அவர்கள் வந்த பாதையில் இருந்த வீடுகள் தீக்கிரையாக்கப் பட்டன. பசுமைப் பள்ளத்தாக்கில் கரும்புகை மேகங்கள்

மண்டின. எதிர்த் தாக்குதல் நடத்த ஆயுதங்களுடன் இருந்த எஞ்சிய சீக்கிய, இந்துக்களை ஆக்கிரமிப்பாளர்கள் எளிதில் அகற்றினர்.

துப்பாக்கிச் சூடு முடிவடைந்து, கொள்ளையடித்தல் ஆரம்பமானது. ஊரி கடைத்தெரு வழியாக தாடி வைத்த, கம்பளி போர்த்திய கும்பல் பாய்ந்து சென்றதை தூரத்திலிருந்து தொலைநோக்கிகள் வழியாகப் பார்த்தேன். பிரிகேடியர் ரஜீந்தர் சிங், தன் வீரர்களை ஐந்து லாரிகளில் ஏற்றி மீண்டும் ஊரிக்கு அனுப்பினார்.

ஆக்கிரமிப்பாளர்கள், தொடர்ந்து மூன்று மணி நேரம் துப்பாக்கிச் சூடு நடத்தினர். இருள் சூழத் தொடங்கியதும் அவர்கள் ரோந்துக்கு ஆட்களையும், அருகில் உள்ள மலைப் பகுதிகளுக்கு நீண்ட தூரம் சுடுபவர்களையும் அனுப்பினர். இதனால் அரசப் படைகள் தப்பிப்பது எளிதாக இல்லை.

முகப்பு விளக்குகள் போடாமல், எதிரிகள் இருக்கும் திசையில் சரமாரியாகச் சுட்டபடி, நிலவொளியில் நனைந்த குறுகிய சாலையில், ஸ்ரீநகரை நோக்கி அரசப் படைகள் விரைந்தன.

ஸ்ரீநகரை நோக்கிப் போகும் பாதை அகதிகளால் நிரம்பி வழிந்தது. அதில் சீக்கியர்களும், இந்துக்களும், முஸ்லிம்களும் இருந்தனர். பெரும்பாலான கிராமங்கள் வெறிச்சோடிக் கிடந்தன. ஊரிக்கும் ஸ்ரீநகருக்கும் இடையில் இருந்த இரு நகரங்களின் அதிகாரிகளும் காவலர்களும் ஓடிப் போய் விட்டனர்.[47]

பாலத்தைத் தகர்த்தது, லஷ்கர் படைகளின் முன்னேற்றத்தை மட்டுப் படுத்தியது. காஷ்மீர் படை, தாக்குதல் மற்றும் பின்வாங்குதல் நடவடிக்கைகளால் ஆக்கிரமிப்பாளர்களைப் பெரிதும் தாமதப்படுத்தியது. ஆனால், இவை வெறும் தாமதப்படுத்துதல் மட்டுமே. பழங்குடியினர் ஊரியைத் தாண்டி முன்னேறி, 25 அக்டோபரில் ஸ்ரீநகருக்கு மின்சாரம் வழங்கும் நீர் மின்நிலையம் இருக்கும் மஹூராவை அடைந்தனர். காஷ்மீர் தலைநகர், இருளில் மூழ்கடிக்கப்பட்டது. இதனால், மகாராஜாவும் அவருடன் இருந்தவர்களும் தெற்கே ஜம்மு நோக்கி நகர்ந்தனர்.

காஷ்மீர் சமஸ்தானத்தின் நிர்வாகம் சீர்குலைய ஆரம்பித்ததுபோலவே, அதன் முன்னணி ராணுவமும் நிலைகுலைந்தது. லஷ்கர் வீரர்களின் வேகத்தைப் பெரிதும் மட்டுப்படுத்திய பிரிகேடியர் ரஜீந்தர் சிங், மஹூராவில் நடந்த தாக்குதலில் உயிர் துறந்தார். மகாராஜாவின்

படையிலிருந்து ஏற்கெனவே நிறைய வீரர்கள் வெளியேறியிருந்தனர். பெரும்பாலான வீரர்கள், முதலில் கலவரம் வெடித்த பூஞ்ச் பகுதியில் இருந்தவர்கள். ('அரசாங்கப் படைகளைத் திசை திருப்பிவிட இதை விடச் சிறந்த திட்டம் இருந்திருக்க முடியாது' என்று பூஞ்ச் கலவரம் பற்றி எழுதிய, இந்தியாவின் பத்திரிகைகளிலேயே அதிக விவரம் அறிந்திருந்த, ஸ்டேட்ஸ்மென் குறிப்பிட்டது.) ஏற்கெனவே கட்டுப் பாடும் உற்சாகமும் குறைந்த படையில், புதிதாக நியமிக்கப்பட்ட தலைவர் கொல்லப்பட்டதால், எதிர்த் தாக்குதலைத் திறம்படச் செய்ய முடியாமல் போனது.

காஷ்மீர் பள்ளத்தாக்கு, ஆக்கிரமிப்பாளர்களின் முன்னால் திறந்து கிடந்தது. பழங்குடிகள் பாரமுல்லாவை அடைந்தபோது, அவர்கள் இதுவரை கடந்துவந்த காஷ்மீர் பகுதிகளிலேயே செல்வச் செழிப்பு மிக்க மிகப் பெரிய மாவட்டம் அவர்கள் கண்முன் இருந்தது. கொள்ளையடிக்க அங்கு ஏராளமான வாய்ப்புகள் இருந்தன. அங்குதான் அவர்கள் கணிசமான அளவில் ஐரோப்பியர்களை முதன் முதலாகச் சந்திக்க நேர்ந்தது. செயிண்ட்ஜோசப் கான்வெண்ட், கல்லூரி, மிஷன் மருத்துவமனை ஆகியவற்றின் பாதிரியார்கள், கன்னிகாஸ்திரிகள், பணியாளர்கள் மற்றும் வேறு சிலர்.

முஸாஃபராபாத்தைப் போலவே இங்கும் கணிசமான சீக்கியர்களும் இந்துக்களும் இருந்தனர். எல்லாவற்றுக்கும் மேலாக, ஸ்ரீநகருக்கான பாதை அகலத் திறந்து கிடந்தது. மலைப் பகுதி முடிவுக்கு வந்து ஒருவித சமதளமாக ஆகியிருந்ததால், மலைப் பாதைகளில் அவர்கள் கஷ்டப்பட்டு முன்னேற வேண்டிய நிலை இருக்கவில்லை. இனி அவர்கள் எளிதாக, சுதந்தரமாக முன்னேறலாம். ஆனால், நிலப்பரப்பில் ஏற்பட்ட மாற்றம் லஷ்கருக்குச் சில பிரச்னைகளையும் சில வாய்ப்பு களையும் அளித்தது. அவர்களுக்குப் பரிச்சயமான மலைப் பகுதியை விடுத்து, திறந்தவெளிக்கு வந்திருந்தார்கள். மலையில் இருந்தவரை மறைந்திருந்து தாக்குவது அவர்களுக்கு எளிதாக இருந்தது. இப்போது திறந்தவெளியில் அவர்களுக்கு மறைவிடம் கிடையாது.

4

காஷ்மீர் மடாலயம்

லண்டனின் வட கோடிப் பகுதியில் அமைதியான சூழலில் இருக்கும் மில் ஹில் மடாலயத்தின் செயிண்ட்ஜோசப் கல்லூரியிலிருந்து, கிறிஸ்துவின் நற்செய்தியை உலகம் முழுதும் பரப்ப இளைஞர்கள் அனுப்பப்படுகின்றனர். எதிரொலிக்கும் அதன் வராந்தா ஒன்றில் இருந்தபடி, மில் ஹில் மடாலயத்தின் அனுபவம் மிகுந்த பாதிரியார் ஜெர்ரி டன், நூற்றுக்கணக்கான பாதிரியார்களின் படங்களை வரிசையாகக் காட்டினார். அந்தப் படங்கள், தம் வாழ்நாள் பயணத்தை அவர்கள் தொடங்குமுன் எடுக்கப்பட்டவை. அவரால் பெரும்பாலானோர் பெயர்களைச் சொல்லமுடிந்தது. பலரை அவருக்குத் தெரிந்தும் இருந்தது. அந்தப் படங்களில், பாரமுல்லாவில் தாக்குதல் நடைபெற்றபோது இருந்த கத்தோலிக்கப் பாதிரியார்களான ஜார்ஜ் ஷாங்க்ஸ், ஜெர்ரி மால்லெட் ஆகியோருடையதும் இருந்தன. இருவரில் வயதில் குறைந்த மால்லெட், சிந்தனைவயப்பட்டவராக, முனிவர்போலத் தோன்றினார். பாதிரியார் ஷாங்க்ஸ் புத்துணர்ச்சியும் உற்சாகமும் மிகுந்தவராக, திடகாத்திரமான உடல் கொண்டவராகத் தோன்றினார்.

வட கிழக்கு இங்கிலாந்தில் டைன்சைட் பகுதியில் இருந்த ஷாங்க்ஸின் குடும்பம் டன்னுக்குத் தெரிந்ததுதான். ஷாங்க்ஸ் துறவு மேற்கொண்டபோது,

இருவரும் மீண்டும் சந்தித்துக்கொண்டனர். 'அமைதியானவர். நிறையப் பேசமாட்டார். ஆனால் துடிப்பானவர். மொழி வல்லமை படைத்தவர். உடலைத் துன்புறுத்திக்கொள்ளும் மனோபாவம் கொண்டவர் அல்லர். ஆனாலும் கடினமாக உழைப்பவர். புத்திசாலி.' திறமையாக நீச்சலடிப்பார். மோட்டர் பைக் ஓட்டுவார். பியானோ வாசிப்பார். அவருக்குத் தெரிந்த பக்திப் பாடல்கள் குறைவுதான். அவர் அதிகம் வாசித்தது பிரபலமான மெல்லிசைப் பாடல்களே.

ஜெர்ரி டன்னும் ஜார்ஜ் ஷாங்க்ஸுᵐம் மில் ஹில் மிஷனரியிலிருந்து வெவ்வேறு திசைகளில் பயணமானார்கள். பாதிரியார் டன் தன் வாழ்நாளின் பெரும்பகுதியை போர்னியோ, உகாண்டா, கத்தார் ஆகிய நாடுகளில் கழித்தார். பாதிரியார் ஷாங்க்ஸ் முதலில் பஞ்சாபுக்கு அனுப்பப்பட்டார். அவர் படித்த ஃபிரெஞ்சுக்கு இது பொருத்தமான இடம் இல்லைதான். தன் சுப்பீரியர் ஜெனரலுக்கு தனது பணி இடம் குறித்து மனப்பூர்வமாக நன்றி தெரிவித்து அவர் ஒரு கடிதத்தை எழுதியிருந்தார்: 'எதிர்பாராத இடம் என்பதால், இது எனக்கு மேலும் மகிழ்ச்சியைத் தருகிறது.' அதன்பிறகு அவர் காஷ்மீருக்கு அனுப்பப் பட்டார். மில் ஹில் பட வரிசையைப் பார்த்து முடித்தவுடன் பாதிரியார் டன், கல்லூரிக் கட்டட நிழலில் அமைந்திருக்கும் இடுகாட்டுக்கு என்னை அழைத்துச் சென்றார். மான்சின்யார் ஷாங்க்ஸ் அங்குதான் புதைக்கப் பட்டிருந்தார். (தேவாலய அதிகாரப் படிநிலையில் படிப்படியாக முன்னேறி, 1952-ல் ஷாங்க்ஸ், ஜம்மு காஷ்மீரின் அப்போஸ்தலர் ஆகி யிருந்தார்.)

இந்தியாவில் இருந்து திரும்பி வந்த சில மாதங்களில், தன் 53-வது வயதில், டிசம்பர் 1962-ல், ஷாங்க்ஸ், நுரையீரல் நோயினால் லண்டனில் உயிர் துறந்தார். இந்தியாவுக்குத் திரும்பி, அங்குதான் உயிர் துறக்க வேண்டும் என்று அவர் விரும்பியிருந்தார். ஆனால், லண்டனின் குளிர் காலப் புகைப்பனி அவர் உயிரை அதற்குள் எடுத்துச் சென்றுவிட்டது. பாதிரியார் மால்லெட், 1970-ல் பாகிஸ்தானில் பயணம் மேற்கொண் டிருந்தபோது வெப்பத்தை தாங்க முடியாமல் இறந்திருந்தார்.[1]

அவர்கள் இருவரும் பாரமுல்லாவின் செயிண்ட் ஜோசப் கல்லூரிக்கு, ஆசிரியர் பொறுப்பேற்று வந்திருந்தனர். அந்தக் கல்லூரியில் வேலைக்குச் சேர்ந்த, கல்லூரிப் பட்டம் பெற்ற முதல் ஆசிரியர் ஷாங்க்ஸ்தான். செயிண்ட் ஜோசப்பில் பட்டக் கல்வி வழங்குவதை ஆரம்பித்தவரும் அவர்தான். 1947-ல் அவர் கல்லூரியின் முதல்வர் ஆனார். தொலை தூர நகரில், குடும்பத்திலிருந்து விலகி, பத்தாண்டு களுக்கும் மேலாகச் சேர்ந்து பணிபுரிய நேர்ந்த இரு பாதிரியார் களிடையே ஆழமான நட்பு உருவாகியிருக்கும் என்பதில் எந்தச்

சந்தேகமும் இருக்க முடியாது. மால்லெட், ஷாங்க்ஸ், பிற மில் ஹில் பாதிரியார்கள் ஆகியோர் உலகின் மிகக் கடுமையான பகுதிகளில் கிறிஸ்துவின் நற்செய்தியைப் பரப்பும் பணியில் ஈடுபட்டிருந்த போது பட்ட துன்பங்களை பாதிரியார் டன் என்னிடம் பகிர்ந்து கொண்டார்.

மில் ஹில் மூலம், பாதிரியார் ஷாங்க்ஸின் உறவினர்களில் எஞ்சியிருக்கும் கடைசி நபர் குறித்த தகவல் கிடைத்தது. ஷாங்க்ஸின் சகோதரி, 90 வயது ஆன மௌரீன் கார்பாய், கார்ன்வால் பகுதியில் வசித்து வந்தார். தன் ஆருயிர்ச் சகோதரரின் நினைவு குறித்து மிகுந்த பெருமையுடன் பேசினார்: 'நல்லவர். எளிமையானவர். பலராலும் விரும்பப்பட்டவர். அன்பானவர். பிறரைப் புரிந்துகொண்டு நடப்பவர்.' மிகுந்த தாராள மனத்துடன், அவருடைய சகோதரன் அவருக்கு அனுப்பியிருந்த கடிதங்கள், குடும்பப் படங்கள் என அனைத்தையும் சேர்த்துக் கட்டி, எனக்கு அனுப்பி வைத்தார். அவருக்குக் கண் அறுவை சிகிச்சை நடக்க இருந்தது. 'நீங்கள் விரும்பும்வரை இவற்றை உங்களிடமே வைத்துக்கொள்ளுங்கள். அறுவை சிகிச்சையின்போது என் உயிர் போய்விட்டால் இவற்றை மில் ஹில்லுக்கு அனுப்பிவிடுங்கள்' என்று கடிதக் கட்டின் வெளியில் எழுதியிருந்தார்.

மௌரீன் அனுப்பியிருந்த அற்புதமான, அரிய புகைப்படங்கள், கடிதங்கள், பிரார்த்தனை அட்டைகள், செய்தித் தாள் துணுக்குகள் ஆகியவை, துறவி ஒருவரின் உயிர்த்துடிப்பும் நகைச்சுவை உணர்வும் மிகுந்த மறுபக்கத்தைச் சித்திரமாகக் காட்டியது. ஜீலம் நதியில் பாதிரியார் ஜார்ஜ் நீச்சல் அடிக்கும் படம், மோட்டர் சைக்கிள் ஓட்டும் படம், புதுவகை துறவு அங்கிகளை அணிந்து பார்க்கும்போது எடுக்கப்பட்ட படங்கள் ஆகியவை அவற்றில் இருந்தன.[2] அவற்றுள், பழங்குடிகளின் தாக்குதலுக்கு ஒரு மாதம் முன்பாக, பாதிரியார் ஷாங்க்ஸ் பாரமுல்லாவிலிருந்து தன் மற்றொரு சகோதரிக்கு அனுப்பிய ஏர்மெயில் கடிதம் ஒன்றும் இருந்தது.

> இந்தக் கடிதம் உன்னை வந்து சேருமா என்பதே சந்தேகம். இந்தியாவும் பாகிஸ்தானும் ஒன்றோடு ஒன்று கட்டிப் புரண்டு அடித்துக்கொண்டிருக்கின்றன. இந்த நேரத்தில் தபால் சேவையைக் கவனிக்க அவர்களுக்கு நேரம் இருக்குமா என்று தெரியவில்லை. ஒரு வாரம் முன்புவரை எனக்குக் கடிதங்கள் ஒழுங்காக வந்துகொண்டிருந்தன. ஆனால், அதன்பிறகு ஒன்றும் சரியில்லை. காஷ்மீருக்கு வெளியிலிருந்து வரும் தபால்கள் முற்றிலுமாக நின்றுவிட்டன. பாகிஸ்தானிகள் ராவல்பிண்டி சாலையில் ஆயுதங்களுடன் உட்கார்ந்து

> கொண்டு, காஷ்மீருக்குள் எதுவும் நுழையாமல் தடுத்து வருகிறார்கள். முகமதியர்களையும் ஐரோப்பியர்களையும் தவிர வேறு யாரும் பயணம் செய்ய முடியாது. இதற்கிடையில் மகாராஜா எந்த முடிவும் எடுக்காமல் அப்படியே உட்கார்ந் திருக்கிறார். அதனால் இதுவரை இங்கு அமைதியாக உள்ளது. ஆனால், ஒருவித பதற்றம் கூடிக்கொண்டே வருகிறது. எந்த நேரத்திலும் ஏதேனும் பிரச்னை நிகழலாம். அப்படி ஒன்று நடந்தாலும் அது உள்ளூர் ஆட்களுக்கு இடையே நடக்கும் சிறு பிரச்னையாக மட்டுமே இருக்கும். நமக்கு எந்தப் பிரச்னையும் இருக்காது. எனவே, காஷ்மீர் குறித்து ஏதாவது செய்திகளில் பார்த்தால், பயப்படவேண்டாம்.[3]

ஆனால், பிரச்னை 'சிறியது' அல்ல, மிகவும் பயப்படவேண்டிய ஒன்று என்பதை அதே கட்டில் இருந்த ஒரு கறுப்பு வெள்ளைப் புகைப்படம் காட்டியது. பாதிரியார் ஷாங்க்ஸ் தன் அங்கியை அணிந்தபடி நின்றுகொண்டிருக்கிறார். அவருக்கு அருகில் தோளுக்குக் குறுக்காக குண்டுகள் கட்டப்பட்ட பெல்ட்டுடன், தாடி வைத்த பதான் பழங்குடி ஒருவர் நின்றுகொண்டிருக்கிறார். தாடிவைத்த ஆள், தரையைக் குனிந்து பார்த்தபடி நிற்கிறார். அந்தப் படம் பாரமுல்லாவில் எடுக்கப்பட்டிருக்க வேண்டும். அதன் பின்பக்கத்தில் எழுதப்பட்ட குறிப்பு, அந்தப் பழங்குடி ஆள் முதலில் பாதிரியாரைக் கொன்றுவிடத் தீர்மானித்திருந்ததாகத் தெரிவிக்கிறது. ஜார்ஜ் அந்தத் தாக்குதல் குறித்து எதுவும் பேசவில்லை என்று மௌரீன் சொன்னார். ஆனால், அந்த பயங்கரத்தில் இருந்து அவர் வெளியேறவே இல்லை என்று தான் நினைப்பதாகவும் சொன்னார். அந்தத் தாக்குதல் குறித்து மௌரீனும் அவருடைய சகோதரியும் செய்தித்தாள் மூலமே முதலில் தெரிந்து கொண்டார்களாம். 'டெய்லி எக்ஸ்பிரஸ் பத்திரிகையைத் திறப்பதற்கு முன் எங்களுக்கு எதுவுமே தெரியாது. அந்தப் பத்திரிகையின் முதல் பக்கத்தில் ஜார்ஜ் ஷாங்க்ஸ் பற்றியே முழுவதும் இடம்பெற்றிருந்தது. ஒரு புகைப்படமும்கூட இருந்தது.'

மத மாற்றத்துக்கு அந்த மடாலயம் எதை நம்பியிருந்ததோ அதற்கு நல்லதொரு வாய்ப்பை லஷ்கர் அவர்களுக்கு உருவாக்கிக்கொடுத்தனர். ஒரு கன்யாஸ்திரீயைக் கொன்றதன்மூலம் அவர்கள் பள்ளத்தாக்குக்கு ஒரு கிறிஸ்தவத் தியாகியைக் கொடுத்தனர். ஆனால், அது மத மாற்றத்துக்குப் பெரிய அளவில் உதவவில்லை. இருபது ஆண்டுகள் தீவிர மதப் பிரசாரம் செய்தபிறகும் அங்கு ஒரே ஒரு நபரை மட்டுமே ஜார்ஜ் ஷாங்ஸினால் மதம் மாற்ற முடிந்தது என்று அவருடைய சகோதரி சொன்னார். 1887-ல், இறைச் செய்திப் பிரசார புனிதக் கூட்டமைப்பு நிர்மாணிக்கப்பட்டு, அதன்மூலம் காஷ்மீருக்கு நற்செய்தி பரப்பும் பொறுப்பு மில் ஹில் வசம்

ஒப்படைக்கப்பட்டது. 1891-ல் பாரமுல்லாவில் தேவாலயம் ஒன்று அமைக்கும் பணியில் அது ஈடுபட்டது. அந்தப் பகுதி, மத மாற்றப் பணிகளுக்குத் தோதான ஒன்றல்ல.

மில் ஹில்லின் சுப்பீரியர் ஜெனரல் 1960-ல் காஷ்மீருக்கு வந்தபோது, அங்கு பணி புரிந்தவர்களுக்கு ஆறுதல் சொல்லி, பாராட்டி உரையாற்றி னார். 'உங்கள் சேவை எளிதானதல்ல. பிற மடாலயங்களில் காணப்படாத ஒருவகைத் தனிமை இங்கு நிலவுகிறது. உங்கள் கடும் முயற்சிகளின் விளைவாக தேவாலயம் செழிப்படைந்து விரிவடைவதைப் பார்க்கும் பாக்கியம் உங்களுக்கு கிடைக்க வாய்ப்பு இல்லை. ஏராளமானோர் மதம் மாறி வருவதைப் பார்ப்பதால் கிடைக்கும் சந்தோஷமும் உற்சாகமும் உங்களுக்குக் கிடைப்பதில்லை. நீங்கள் சிரமப்பட்டுக் கற்பாறையில் விதைகளைத் தூவி வருகிறீர்கள். கடவுளின் விருப்பப்படி வரும் காலங் களில் மற்றவர்கள் அவற்றை அறுவடை செய்வார்கள்.'[4]

மில் ஹில் பாதிரியார்கள், கன்னி மேரி ஃப்ரான்சிஸ்கன் மிஷனரிகள், எண்ணற்ற பல்வேறு புராட்டஸ்டண்ட் குழுக்கள் ஆகியோர் ஒரு நூற்றாண்டுக்கும் மேலாக காஷ்மீரில் மதமாற்றத்தில் ஈடுபட்டிருந் தாலும், அதற்கான பலன் மிகவும் குறைவுதான். 1941 மக்கள்தொகைக் கணக்கெடுப்பின்போது, ஒட்டுமொத்த காஷ்மீர் சமஸ்தானத்திலும் 3,000 கிறிஸ்தவர்கள் மட்டுமே இருந்தனர். அதாவது, மொத்த மக்கள் தொகையில் ஆயிரத்தில் ஒருவருக்கும்கீழ் என்ற அளவு.

நான் ஸ்ரீநகரில் இருந்தபோது ஞாயிற்றுக்கிழமையில் ஹோலி ஃபேமிலி தேவாலயத்துக்கு வந்திருந்தோரில் பெரும்பாலானோர் தென்னிந் தியர்களே. அவர்கள் அரசு வேலை அல்லது ராணுவச் சேவைக்காகக் காஷ்மீரில் தங்கி இருப்பவர்கள். பாரமுல்லாவின் கான்வெண்ட் தேவாலயத்திலும் இதே கதைதான். பாரமுல்லாவிலும் அதனைச் சுற்றியும் 10-12 கிறிஸ்தவக் குடும்பங்கள் மட்டுமே உள்ளன. அவர்கள் பலரும் காஷ்மீர் பள்ளத்தாக்குக்கு வெளியிலிருந்து வந்தவர்கள். பல தலைமுறைக்கு முன்பே மதம் மாறியவர்கள் . சமீபத்தில் மதம் மாறிய வர்கள் அதிகம் வெளியில் தெரியாமலேயே அடங்கி இருப்பார்கள்.

மதமாற்றத்தில் ஈடுபடுவது சிக்கலானது. அதுவும் இஸ்லாமிய அடிப் படைவாதம் தலைதூக்க ஆரம்பித்திருக்கும் நிலையில் மேலும் சவாலானது. செயிண்ட் ஜோசப் கல்லூரியில் படிக்கும் இந்துக்கள், சீக்கியர்கள், இஸ்லாமியர்கள் ஆகியோர், 'வெளியேறும்போது கிறிஸ்தவர்களாகச் செல்வதில்லை. கிறிஸ்தவ மதத்தை அவர்கள்மீது திணிக்க நாங்கள் முயல்வதில்லை' என்று பாதிரியார் ஷாங்க்ஸ் குறிப்பிட்டிருக்கிறார். பல ஆண்டுகளுக்குப் பிறகு, பாதிரியார் ஷாங்க் ஸுக்குப் பிந்தைய தலைமுறையைச் சேர்ந்த அந்தக் கல்லூரியின்

பொறுப்பில் இருக்கும் தென்னிந்தியப் பாதிரியார் ஒருவர், யாராவது ஒருவர் பைபிளின் புதிய ஏற்பாட்டைக் கேட்டாலும் தான் கொடுப்ப தில்லை; மதமாற்றம் என்பதன் சாயம்கூடப் படுவதைத் தாங்கள் விரும்பவில்லை என்றார். 'அப்படி நாங்கள் செய்ய நேரிட்டால், அதுவே எங்களுக்கு இங்கே கடைசி தினமாக இருக்கும்.'

கிறிஸ்தவர்களும் கிறிஸ்தவ மத அமைப்புகளும் மிகவும் குறைவாக உள்ளன என்பதாலேயே, காஷ்மீரில் கிறிஸ்தவ தேவாலயத்தின் செல் வாக்கு குறைவாக இருக்கும் என்று சொல்லமுடியாது. ஆரம்பகால ஆங்க்லிகன், கத்தோலிக்க மிஷனரிகள் கல்வித் துறையில் பெரும் கவனத்தைச் செலுத்தினார்கள். 1891-ல் பாரமுல்லாவில் ஒரு கிறிஸ்தவப் பள்ளி தொடங்கப்பட்டது. செயிண்ட் ஜோசப் உயர் நிலைப் பள்ளி 1909-ல் தொடங்கப்பட்டது. செயிண்ட் ஜோசப் பள்ளி களுடன் ஸ்ரீநகரில் இருக்கும் பர்ன் ஹால், பிரசண்டேஷன் கான் வெண்ட், ஸ்ரீநகரிலும் அனந்தநாகிலும் இருக்கும் புராட்டஸ்டண்ட் டிண்டேல்-பிஸ்கோ ஆண்கள் மற்றும் பெண்கள் பள்ளி ஆகியவை காஷ்மீர் பள்ளத்தாக்கில் இருக்கும் உயர் மட்டத்தினர் பலருக்கும் கல்வி அளித்துள்ளன. இப்போதும் அந்தப் பணியைத் தொடர்ந்துவரு கின்றன. ஷேக் அப்துல்லா, தன் மகன்களையும் மகள்களையும் டிண்டேல்-பிஸ்கோ பள்ளிக்குத்தான் அனுப்பினார். மகாராஜா ஹரி சிங், தன் பட்டத்து மகனைச் சிறிது காலம் பிரசண்டேஷன் கான் வெண்டுக்கு அனுப்பினார். அதனால் பாதிரியார் ஷாங்க்ஸுக்கு மகாராஜாவைச் சந்திக்கும் வாய்ப்பு கிடைத்தது. காஷ்மீரின் மத்திய தர வர்க்கத்தினர் பெரும்பாலானோரின் விருப்பத்துக்குரிய தேர்வாக இந்தப் பள்ளிகளே இருக்கின்றன.

கல்வியைப் போன்றே, பெண்களை அணுகி, அவர்களுக்கு மருத்துவச் சேவை அளிப்பதிலும் கத்தோலிக்க மிஷனரிகள் அதிக ஆர்வம் செலுத்தினர். ஏற்கெனவே, பஞ்சாபில் நிலைபெற்றிருந்த ஃப்ரான்சிஸ் கன் கன்யாஸ்திரீகளின் உதவியுடன் இந்தப் பணிகள் காஷ்மீரில் மேற்கொள்ளப்பட்டன. 1916-ல் இரண்டு கன்யாஸ்திரீகள் பாரமுல்லா வுக்குச் சென்று, 'அது மிகவும் அழகுடனும் துடிப்புடனும்' உள்ள நகரமாக இருப்பதைக் கண்டனர். 'உங்களுடைய பெண் பிள்ளைகள் தான் காஷ்மீரில் கால் பதித்த முதல் பெண் மதப் பிரசாரகர்கள்' என்று தங்கள் மடத்தின் சுப்பீரியர் ஜெனரலுக்கு அவர்கள் கடிதம் எழுதினர். 'என்ன மிஷன் இது? இதில் ஓர் உள்ளூர் கிறிஸ்தவர்கூட இல்லையே?' என்று அவர்கள் எழுதியிருந்தனர்.

பாரமுல்லாவிலும் ஸ்ரீநகரிலும் ஊருக்கு ஒன்று என்று இரு கத்தோலிக்க மிஷனரிகள் மட்டுமே இருந்தனர். பாரமுல்லாவில், ஐந்தாறு ஐரோப்பியக்

குடும்பங்கள் மட்டுமே இருந்தன என்றும் அவற்றில் நான்கு மட்டுமே கத்தோலிக்கக் குடும்பங்கள் என்றும் அந்தக் கன்யாஸ்திரீகள் எழுதி யிருந்தனர். ‘மிஷனரிகள், அந்தப் பகுதியில் உள்ள பெண்களை அணுக கன்யாஸ்திரீகள் தேவை என்று கருதுகின்றனர். கன்யாஸ்திரீகள் இல்லாமல், மதமாற்றம் மிகவும் கடினம். நாங்கள் நான்கு கிராமங் களுக்குச் சென்றுவந்தோம். அங்குள்ள பெண்கள் அனைவரும் எங்களை அங்கேயே தங்கிவிடும்படிக் கேட்டுக்கொண்டனர்... இந்த அடித்தளத்தை நாம் ஆரம்பிக்கவேண்டும் என்று இறைஞ்சுகிறோம். ஏனெனில், இது ஒரு கன்னி நிலம். இங்கு கடந்த பத்துப் பதினைந்து வருடங்களுக்கு முன்புவரை எந்த ஒரு கிறிஸ்தவ அமைப்பும் வந்து பார்த்ததில்லை. மதமாற்றத்தில் ஈடுபட்டதில்லை.’[5]

அடுத்த ஐந்து ஆண்டுகளுக்குப் பிறகுதான், நான்கு கன்யாஸ்திரீகளுடன் ஒரு கான்வெண்ட் பாரமுல்லாவில் நிர்மாணிக்கப்பட்டது. அவர்கள் ஒரு மருத்துவமனையை நடத்தினர். நோயாளிகளின் வீடுகளுக்கே சென்று சிகிச்சை அளித்தனர். சில நேரங்களில் தொலை தூரக் கிராமங்களுக்கு குதிரை மேல் ஏறி அல்லது ஷிகாரா எனப்படும் உள்ளூர்ப் படகுகளில் சென்று சிகிச்சை அளித்தனர். ஓர் அநாதை விடுதியை நிர்மாணித்தனர். அது பின்னர் ராவல்பிண்டிக்கு மாற்றப் பட்டது. 1920-களின் மத்தியில் ஒரு தேவாலயம் கட்டப்பட்டது. பெண்களுக்கும் குழந்தைகளுக்குமான பதினைந்து படுக்கைகள் கொண்ட மருத்துவமனை ஒன்று 1920-களின் இறுதியில் கட்டப்பட்டது.

‘கன்யாஸ்திரீகள் அந்த மாவட்டத்தின் பெண்களுக்காகக் கடுமையாகப் பாடுபட்டனர்’ என்று பாதிரியார் ஷாங்க்ஸ் எழுதினார். ‘அவர் களுடைய மருத்துவமனையில் தினமும் 200-க்கும் மேற்பட்டவர்கள் சிகிச்சை பெற்றுவந்தனர். வருடம் முழுவதும் அந்தச் சிறிய மருத்துவமனையில் நோயாளிகள் குழுமியிருந்தனர் . கைவிடப்படும் குழந்தைகளுக்கான தொட்டில்கள் காலியாக இருந்ததே கிடையாது. சுற்றியுள்ள உள்ளூர்ப் பெண்கள், சுகாதாரமான குழந்தை பிறப்புக்காக மேலும் மேலும் அந்த மருத்துவமனையை நாடி வருகின்றனர். பெரும் பாலான தாய்மார்கள், தங்கள் உயிருக்கும் தங்கள் குழந்தைகளின் நல்வாழ்வுக்கும் இந்த வெள்ளையுடைப் பெண்களுக்குப் பெரிதும் நன்றிக்கடன் பட்டுள்ளனர்.’

1947-ல் இந்த கான்வெண்டில் 16 கன்யாஸ்திரீகள் இருந்தனர். ஒருவர் மட்டுமே இந்தியர். பிறர் பல ஐரோப்பிய நாடுகளைச் சேர்ந்தவர்கள். பழங்குடியினர் தாக்குதலில் கொல்லப்பட்ட மதர் தெரசலீனாவும் அப்போதுதான் வந்திருந்த ஸ்பானிய கன்யாஸ்திரீ ஒருவரும் மட்டுமே 30 வயதுக்குக் குறைந்தவர்கள். பெரும்பாலானோர், 40 அல்லது

அதற்கும் மேலான வயதினர். அவர்களில் பலர் செவிலியர் பணியிலும் மருந்து கொடுப்பதிலும் முறையான பயிற்சியும் அனுபவமும் பெற்ற வர்கள். பிறர் தோட்டங்களைக் கவனித்துக்கொள்ளுதல், உடைகளைப் பராமரித்தல், அருகில் உள்ள கிராமங்களில் மருத்துவப் பணி செய்தல் ஆகியவற்றில் ஈடுபட்டனர்.

உயர்ந்து கம்பீரமாக விளங்கிய செயிண்ட் ஜோசப் கல்லூரிக்கு அடுத்தாற்போல மருத்துவமனை இருந்தது. கல்லூரியுடன் சேர்ந்து கான்வெண்ட், மருத்துவமனை ஆகிய மூன்றும் பாரமுல்லாவின் முக்கியமான கட்டடங்களாக இருந்தன. காஷ்மீர் பிரச்னை முற்றி, லஷ்கர் பழங்குடிகள் உள்ளே நுழைய ஆரம்பித்தபோது, இந்த மூன்று கத்தோலிக்க நிறுவனங்களில் வசித்தவர்களும், பதான் பழங்குடி யினரால் தாங்கள் கொல்லப்படுவோம் என்றே நினைத்தனர். தாக்குதல் குறித்த பாதிரியார் ஷாங்க்ஸின் விவரிப்பு, தமது மதக்குழுவுக்குள்ளாகத் தனிச்சுற்றுக்கு விடத் தகுந்த தொனியில், சுய கழிவிரக்கத்துடன் எழுதப்பட்டிருந்தது.

> *அக்டோபர் 27 காலையில், எங்கள் பாரமுல்லா மையம் பழங்குடிகளின் தாக்குதலுக்கு இலக்காகும் என்பது எங்கள் அனைவருக்குமே நன்கு தெரிந்திருந்தது. அங்கேயே தங்கி யிருந்து, எது நடந்தாலும் அதை ஏற்றுக்கொள்வது என்று நாங்கள் எடுத்திருந்த முடிவு அர்த்தமற்றதாக இருந்தது. உடல் ரீதியாக எங்களுக்கு எந்தப் பாதிப்பும் ஏற்படாது என்றே நாங்கள் நினைத்திருந்தோம். எனவே, எதுவும் நடக்காதது போல வேலைகளைப் பார்த்துக்கொண்டு இருப்பதே சிறந்தது என்ற முடிவுக்கு வந்தோம். கன்யாஸ்திரீகள் மருத்துவமனை யில் காலைச் சுற்றைத் தொடங்கியிருந்தனர். கல்லூரியும் பள்ளியும் மூடப்பட்டிருந்ததால் எங்களுக்கு வேலை ஏதும் இருக்கவில்லை. வேலை ஏதும் இல்லாத ஆங்கிலேயர்கள் வழக்கமாக செய்வதுபோல, நாங்களும் தேநீர் கொண்டுவரச் சொல்லியிருந்தோம்.*
>
> *மிகச் சரியாக 10.30-க்குத் துப்பாக்கிச் சூடு ஆரம்பித்தது. மடாலயத்தின் மேல்மாடத்தில் ஒரு வசதியான இடத்தில் உட்கார்ந்துகொண்டு எங்களுக்கு எதுவுமே நடக்காததுபோல, நிகழ்வுகளை வேடிக்கை பார்க்கத் தொடங்கினோம்.*[6]

பாதிரியார் ஷாங்க்ஸ் விட்டேற்றியாக இப்படி எழுதுவதிலிருந்து, முதல் நாள், அதாவது அக்டோபர் 26 அன்று மாலையே பழங்குடிகள் பாரமுல்லா வந்து அந்தப் பகுதியைக் கைப்பற்றிய விவரம் அவருக்குத் தெரிந்திருக்கவில்லை என்று புரிகிறது. கத்தோலிக்க நிறுவனங்கள்

ஸ்ரீநகர் போகும் பாதையில் இருந்தன. எனவே, அடுத்த நாள் காலை வரை அந்தப் பகுதியில் எந்தத் துப்பாக்கிச் சூடும் இருக்கவில்லை.

உண்மையில் மடாலயத்துக்கு என்ன நடந்தது என்பது குறித்த முழு விவரங்களும் பாதிரியார் ஷாங்ஸின் குறிப்புகளில் இருந்தே தெரிய வருகிறது. தாக்குதலுக்குப் பல வருடங்கள் கழித்து பாதிரியார் ஷாங்க்ஸ் எழுதிய அந்த விவரங்கள், லண்டனில் மில் ஹில் செயிண்ட் ஜோசப் கல்லூரியின் அடித்தளத்தில், ஒரு டயரியில் யார் கண்ணிலும் படாமல் அடைந்து கிடந்தது.[7] அந்த டயரியை நான் முதன்முதலில் பார்க்கச் சென்றபோது, அது இருக்கும் அறைக்கு எதிர் அறையில் ஒரு சவப்பெட்டி இருந்தது. அதைக் கண்டு பயந்துவிடாமல் இருக்குமாறு ஆவணக் காப்பாளர் என்னை எச்சரித்திருந்தார். அந்த அமைப்பின் நிறுவனரான கார்டினல் வானின் உடல் முதலில் கல்லூரி வளாகத்தில் புதைக்கப்பட்டிருந்தது. வெஸ்ட்மின்ஸ்டர் கதீட்ரலில் புதைப்பததற்காக அதனைக் கல்லூரியில் இருந்து தோண்டி எடுத்து, கல்லூரி தேவாலயம் பாதுகாப்பற்றது என்பதால், தாற்காலிகமாக ஆவணக் காப்பகத்தில் வைத்திருந்தனர்.

டயரியைப் புரட்டி வாசிக்கத் தொடங்கியபோது, ஷாங்க்ஸின் வேக மான கையெழுத்தைப் புரிந்துகொள்வது சிரமமாக இருந்தது. ஆனால் பக்கங்கள் தாண்டத் தாண்ட, அதில் இருந்த விஷயங்கள், அந்த அறையை இறந்த கார்டினல் ஒருவருடன் பகிர்ந்துகொள்ள வேண்டி யிருந்த அசௌகரியத்தை முற்றிலுமாக மறக்கச் செய்தது. சரித்திர முக்கியத்துவம் வாய்ந்த நிகழ்வு ஒன்றைக் கண்ணால் கண்ட ஒருவ ருடைய விவரணையை, அதுவும் இதுவரை எங்குமே வெளிவந்திருக் காத ஒன்றை, நான் படித்துக்கொண்டிருந்தேன். செயிண்ட்ஜோசப் மடாலயத்தில் 1947-ல் என்ன நடந்தது என்பதை அது தெளிவாக விளக்கியது. அத்துடன் காஷ்மீர்மீதான ஆக்கிரமிப்பு குறித்தும், காஷ்மீர் பிரச்னையின் தொடக்க காலக் காரணங்களைக் குறித்தும் சம காலத் தகவல்கள் பலவற்றை அது அளித்தது.

லாஹூரில் இருந்த கடை ஒன்றில் வாங்கப்பட்டிருந்த அடர் பச்சை நிற அட்டை போடப்பட்ட, 1952-ம் ஆண்டு டயரியில்தான் பாதிரியார் ஷாங்க்ஸ் பாரமுல்லா தாக்குதல் குறித்து எழுதியிருந்தார். பாதிரியார் ஷாங்க்ஸின் நண்பர் ஒருவர் எழுதிய வாசகம் அந்த டயரியின் முகப்பில் உள்ளது: '1947-ல் பாரமுல்லாவில் நடைபெற்ற தாக்குதல் குறித்து புத்தகம் எழுதும் நோக்கில் 1953-ல் மான்சின்யார் ஷாங்க்ஸ் தொடங்கியுள்ள முயற்சி'. அந்த வருட ஆரம்பத்தில்தான் ஷாங்க்ஸுக்கு எலும்புருக்கி நோய் வந்து, அடுத்த ஒன்பது மாதங்கள் அவர் முழு ஓய்வில் இருந்தார் என்று அவரது மரணக்குறிப்பு எழுத்தாளர் குறிப்பிட்டிருந்தார். அந்தக்

காலகட்டத்தில்தான் அவருக்கு நாள்குறிப்பு எழுத நேரம் கிடைத்திருக் கிறது. நாளுக்கு நாள் நடந்தவற்றைப் பதிவு செய்யும் வகையைச் சார்ந்ததல்ல அது. தாக்குதலின்போதும் அதன் பின்னும் நடந்தவை குறித்து ஒரு புத்தகம் எழுதுவதற்கான முதல் வரைவைப் பதிவு செய்ய பாதிரியார் ஷாங்ஸ், எழுதப்படாத ஒரு டயரிப் புத்தகத்தைப் பயன் படுத்தியுள்ளார். அந்தத் தாக்குதல் பற்றிய பல்வேறு வடிவங்களை அவர் எழுதியிருக்கிறார். மதத் தலைமைக்காக ஒரு கோணத்தில் கடிதம் எழுதியிருக்கிறார். புத்தக வெளியீட்டுக்கு என்று வேறொரு வடிவத்தில் எழுதியிருக்கிறார். இந்த டயரியில் எழுதியது, பரவலான வாசகர்களை மனத்தில் கொண்டு எழுதப்பட்டது.

புத்தகத்துக்கான அத்தியாயத் தலைப்புகள், நூலின் கரு தொடர்பான சுருக்கமான குறிப்பு ஆகியவற்றை பாதிரியார் ஷாங்க்ஸ் இந்த டயரியில் எழுதியிருந்தார். டயரியின் முதல்பக்கத்தில் இருந்து நூலின் மையக் கதையை ஆரம்பித்திருந்தார். அறிமுக உரையை டயரியின் இறுதிப் பகுதியில் எழுதியிருந்தார். 100-க்கும் சற்று அதிகமான, கையால் எழுதப்பட்ட பக்கங்களில் பல இடங்களில் அடித்தும் புதிதாக எழுதிச் சேர்த்தும் இருந்தார். அவை முழுமையானதாக இல்லை; ஆங்காங்கே ஒன்றுக்கு ஒன்று முரணாகவும் இருந்தன. சில இடங்களில் கதா பாத்திரங்களின் பெயர் குறிப்பிடப்பட்டுள்ளது. வேறு சில பக்கங்களில் அதே நபர்களுக்கு வேறு புனைப்பெயர் கொடுக்கப்பட்டுள்ளது. வாசகர்களைக் கவரும் நோக்கில் உரையாடல்கள், நிகழ்ச்சிகளில் மெருகூட்டல் ஆகியவை காணப்படுகின்றன. விற்பனையில் சாதனை படைத்த ஹெச்.ஈ. பேட்ஸின் பாரமுல்லா தாக்குதல் பற்றிய 'தி ஸ்கார்லெட் ஸ்வேர்ட்' நாவலை ஒருவேளை மிஞ்சவேண்டும் என்ற எத்தனம் தெரிகிறது.

சம்பவம் நடந்த ஆறு வருடங்கள் கழிந்தபிறகு அவற்றை எழுதத் தூண்டியது எது என்று தெரியவில்லை. ஆனால், முழுமை பெறாத அந்த டயரிக் குறிப்புகளே அந்தத் தாக்குதல் குறித்த கண்ணால் கண்ட சாட்சி ஒருவரின் நேரடி விவரிப்புகளைக் கொண்டிருக்கும் ஒரே ஆவணம்.

ஆக்கிரமிப்பாளர்கள் எந்த நேரமும் தாக்க ஆரம்பிக்கலாம் என்ற பதற்றம் ஏற்பட்ட 26 அக்டோபர் 1947-ல் இருந்து ஷாங்க்ஸ் தன் விவரணையை ஆரம்பிக்கிறார். 'பாரமுல்லாவில் ஓர் அசாதாரண அமைதி கவிழ்ந்திருந்தது. போக்குவரத்து முற்றாக நின்றுபோயிருந்தது. மடாலயம் வழியாக ஸ்ரீநகருக்குப் போகும் பிரதான சாலையின் ஓரத்தில் மக்கள் சிறு குழுக்களாகக் கூடி நின்றுகொண்டிருந்தனர். சூழல்

முழுவதுமே ஒருவித மயான அமைதியும் அடுத்து என்ன நடக்குமோ என்ற பயமும் கவிந்திருந்தது.’

> அதற்கு முந்திய நாள் அந்தப் பிரதான சாலை நிச்சயமாக வேறுவிதமாகக் காட்சி அளித்தது. ஏராளமான சீக்கிய, இந்துக் குடும்பங்கள் சாரைசாரையாகப் புறப்பட்டுச் சென்றபடி இருந்தனர். வழியில் போன எல்லா லாரிகளையும் நிறுத்தி ஏறிக்கொண்டனர். பதான்கள் கையில் சிக்கினால் என்ன ஆகும் என்று அவர்களுக்கு நன்கு தெரிந்திருந்ததால், சீக்கியக் கணவர்களும் தந்தைகளும் தங்கள் குழந்தைகளையும் முதியவர்களையும் மனைவிகளையும் வண்டியில் எவ்வளவு முடியுமோ அவ்வளவு அடைத்து ஏற்றிவிட்டனர். ஸ்ரீநகர் செல்வதற்கான கட்டணம் சாதாரணமாக ஒரு ரூபாய் என்று இருப்பது, ஐம்பது ரூபாய்க்கும் மேலாக அதிகரித்துவிட்டது. 25 பேர் அமர்ந்து செல்லும் பேருந்து, குறைந்தது 1,500 ரூபாய் சம்பாதித்தது. பணக்கார சீக்கிய நிலப்பிரபுக்கள் லாரி ஓட்டுநர்களிடம் கைகூப்பிக் கெஞ்சி, எவ்வளவு பணம் வேண்டுமானாலும் தரத் தயாராக இருந்தனர். முடியாதபோது, இறுதியில், மாட்டுவண்டிகளில் ஏறிச் சென்றனர். இவையெல்லாம் அங்கிருந்த உள்ளூர் முஸ்லிம்களுக்குக் குரூரமான மகிழ்ச்சியைக் கொடுத்தது. அத்துடன் நில்லாது, முஸாஃபராபாத்திலும் பிற பகுதிகளிலும் சீக்கியர்களுக்கு நடந்த கொடூரங்களைப் பற்றிச் சொல்லி நிலைமையை மேலும் கலவரப்படுத்தினர்.[8]

இந்தக் கலவரங்கள் குறித்த செய்தி காரணமாக, செயிண்ட்ஜோசப் பள்ளி நிர்வாகத்தினர் ஹாஸ்டலில் தங்கிப் படித்துக்கொண்டிருந்தவர்களை வீடுகளுக்கு அனுப்பிவைத்தனர். மடாலய மருத்துவமனையில் இருந்த நோயாளிகளும் கலைந்துசென்றிருந்தனர்.

> ...மருத்துவமனை அன்று காலை முற்றிலுமாகக் காலி செய்யப்பட்டிருந்தது. பலரும் அங்கிருந்து வெளியேறிய வண்ணம் இருந்தனர். பிரசவ காலம் நெருங்கிவிட்ட தாய்மார்கள், புற்றுநோய் அல்லது எலும்புருக்கி நோய் முற்றிய பெண்கள், பச்சிளம் குழந்தையைக் கையில் வைத்திருக்கும் இளம் தாய்மார்கள், காங்கிரியால் (குளிரைப் போக்க காஷ்மீரிகள் கையில் வைத்திருக்கும் சிறிய நெருப்புச் சட்டி) வயிற்றில் சூடுபட்ட சிறுவர்கள், நோயுற்றவர்களைப் படுக்கையோடு டோங்காவில் ஏற்றிச் செல்வோர் அல்லது தரதரவென இழுத்துச் செல்வோர்... வாசிரிஸ்தானில் இருந்து

வரும் காட்டுமிராண்டிகளின் வன்புணர்ச்சித் தாக்குதல் பயம், இந்து, சீக்கிய, முஸ்லிம் பெண்களைக் குதிகால் பிடறியில் பட ஓட வைத்தது. ஒருசில நோயாளிகள் மட்டுமே மருத்துவ மனையில் மிச்சம் இருந்தனர். ஓர் இந்துப் பெண் சுற்றத்தாரால் கைவிடப்பட்டிருந்தார். பாதிரியார் எக்ஸின் கல்லூரிப் பணியாளரின் சீக்கிய மனைவி பூனம் சிங், எலும்புருக்கி நோய் முற்றிய நிலையில் இருந்தார். ஒன்பது மாத கர்ப்பமாக இருந்த ஒரு பெண்ணை லாரியில் அத்தனை கூட்டத்தின் நடுவில் கொண்டுசென்றால் கருக் கலைந்துவிடும் என்பதால் அவளுடைய கணவர் அவளை மடாலயத்தின் பொறுப்பில் மிகுந்த தயக்கத்துடன் ஒப்படைத்துவிட்டுச் சென்றிருந்தார். திருமதி டைக்ஸ், அப்போதுதான் பிறந்த குழந்தை, தன் பிற இரு சிறு பிள்ளைகள், அவரது கணவர் ஆகியோருடன் இருந்தார். அவர்களுக்கு இங்கிலாந்து செல்லக் கப்பல் டிக்கெட் கிடைத்திருந்தது. ஸ்ரீநகரில் இருந்து தப்பிச் செல்ல விமான டிக்கெட்டுக்காகக் காத்திருந்தனர். சீக்கியர்களும் இந்துக்களும் கூட்டம் கூட்டமாக வெளியேறுவதை கர்னல் டைக்ஸ் மகிழ்ச்சியுடன் பார்த்துக்கொண்டிருந்தார். ('இரு பிரிட்டிஷ் வீரர்கள் இந்தப் பிச்சைக்காரர்களை பன்னுவின் தெருவிலிருந்து விரட்டியடித்தனர், பாதிரியாரே!') தான் பிரிட்டிஷ் ராணுவத்தைச் சேர்ந்த ஒருவன் என்ற பெருமையில், நடக்கப்போகும் நிகழ்வுகளை எதிர்பார்ப்புகள் ஏதுமின்றி அவர் கவனித்துவந்தார். மருத்துவமனையில் மீதம் இருந்த நோயாளி திருமதி லால். அவர் மன உளைச்சலில், கிட்டத் தட்ட அழும் நிலையில் இருந்தார். அவர் ஒரு பாவ ஆத்மா என்று பாதிரியார் எக்ஸ் நினைத்தார். அவருக்காவது பயப்படு வதற்கு ஒரு நியாயமான காரணம் இருந்தது. காஷ்மீர் அரசில் பணிபுரிந்த இந்து ஒருவரின் ஆங்கிலேய மனைவி அவர். அவருடைய கணவர் நிச்சயமாகத் தாக்குதலுக்கு உள்ளாகும் வாய்ப்பு இருக்கிறது.[9]

திருமதி லாலின் உண்மைப் பெயர் சீலியா பாஸ்ரிச்சா. லண்டனில் பிறந்த அவர், பஞ்சாபி இந்துவான பிரிஜ் லால் பாஸ்ரிச்சா என்பவரை மணம் செய்திருந்தார். பிரிஜ் லால் பிரிட்டனில் எலக்ட்ரிக்கல் எஞ்சினியராகப் பயிற்சிபெற்று, மஹுராவில் இருந்த நீர் மின் நிலையத்தில் பணி புரிந்துவந்தார். பழங்குடியினர் முன்னேறி வர ஆரம்பித்ததும் லால் குடும்பத்தைச் சேர்ந்த பலர் மடாலயத்தில் தஞ்சம் புகுந்திருந்தனர். 30 வயதுக்குமேற்பட்ட அவர்களது முதல் பெண் லீலா, தன் குழந்தையையும் சகோதரியின் இரு குழந்தைகளையும் பாதுகாப்பாக அப்புறப்படுத்துவதற்காக ஸ்ரீநகருக்குப் பேருந்தில் சென்றிருந்தார்.

அந்தத் தாக்குதல் நடந்து முடிந்து அறுபது ஆண்டுகள் கழித்து நான் லீலாவைச் சந்தித்தேன். அழகிய, சிறிய, தன்னம்பிக்கை மிகுந்த தோற்றம் கொண்ட அவர் அமெரிக்காவில் மெய்ன் கடற்கரை ஓரத்தில் ஒரு கிராமத்தில் வசித்துவந்தார். காஷ்மீரில் வாழ்ந்தது தொடர்பான எந்தப் படமோ நினைவுப் பொருளோ அவரிடம் இல்லை. அவருடைய அழகான புலித் தோல் மேலாடைகள் , புடைவைகள், பிற பொருள்கள் என அனைத்துமே கொள்ளையடிக்கப்பட்டன. பல வருடங்கள் கழித்துத் தன் குடும்ப வக்கீல் வீட்டுக்குச் சென்றபோது, தன் வீட்டிலிருந்த சிறிய மேஜை ஒன்றைக் கண்டு அதைமட்டும் மீட்டெடுத்திருந்தார்.

'ஏதோ ஒன்று நடக்கப் போகிறது என்று வதந்திகள் பரவின. எனவே, நான் ஒரு பேருந்தில் ஏறிக்கொண்டேன். என் வேலையாட்களை அனுப்பி, பேருந்தில் எனக்கு ஓர் இடம் பிடிக்குமாறு சொல்லியிருந் தேன். ஸ்ரீநகரில் இருக்கும் ஹோட்டல் நெடூவுக்குப் போய் ஓர்அறை யில் தங்கிக்கொண்டேன்' என்றார் லீலா. அவர் அந்தப் பள்ளத்தாக்கில் மிகுந்த செல்வாக்கு பெற்ற பெண்மணி. தன் வசீகரத்தையும் அதி காரத்தையும் பயன்படுத்தி மூன்று குழந்தைகளுக்கும் காஷ்மீரிலிருந்து வெளியேற ஒரு வழியைத் தேடினார். இறுதியில் அதைச் சாதிக்கவும் செய்தார். 'பாரமுல்லாவில் இருந்த என் சகோதரியை அழைத்து, ஒரு டோங்காவைப் பிடித்துக்கொண்டு, எதையெல்லாம் எடுத்துக் கொள்ள முடியுமோ எடுத்துக் கொண்டு, உடனே புறப்பட்டுவிடு என்றேன்.'

லீலாவின் மகனான இந்தர் சீமாவுக்கு அப்போது பத்து வயதுதான் ஆகியிருந்தது. காஷ்மீர் தலைநகருக்கு மேற்கொண்ட ஒரு நாள் பயணம் குறித்த தன் நினைவுகளை என்னிடம் பகிர்ந்துகொண்டார். மகாராஜாவின் படைவீரர்கள் தாக்குதலில் இருந்து தப்பித்து பாரமுல்லா வழியாக ராணுவ வாகனங்களில் ஸ்ரீநகரை நோக்கிப் போய்க் கொண்டிருப்பதை விவரித்தார்.

> வாகனங்கள் கிடைப்பது மிகவும் சிரமமாக இருந்தது. பெரும் பாலானோர் அங்கிருந்து தப்பிக்க முயன்றார்கள். கடைசியாக ஒரு டோங்கா (இரு சக்கர குதிரை வண்டி) கிடைத்தது. என் சித்தி பாம், அவருடைய இரு குழந்தைகள், நான் ஆகிய நால்வரையும் டோங்கா ஏற்றிக்கொண்டு புறப்பட்டது. அந்தக் குதிரை வண்டியில் ஏறி ஸ்ரீநகருக்குச் சென்று சேர ஒரு நாள் ஆனது. நாங்கள் வந்து சேர்ந்தபோது இரவு ஆகிவிட்டது. வழியில் பல இடங்களில் குதிரைக்கு உணவு கொடுக்க வண்டிக்காரர் வண்டியை நிறுத்தியது ஞாபகத்தில் உள்ளது. கடைசியாக வந்து சேரும்போது, இரவாகியிருந்தது. கடும் இருட்டாகவும் குளிராகவும் இருந்தது. நெடூ ஹோட்டலில்

அம்மா இருந்தார். தீ மூட்டியிருந்தது. உணவு உண்டோம். மகிழ்ச்சியாக இருந்தது.

இந்தராலும் அவருடைய ஒன்றுவிட்ட சகோதரர்களாலும் ஸ்ரீநகரை விட்டுப் பாதுகாப்பான இடத்துக்கு போக முடிந்தது. ஆனால், பெரும் பாலான காஷ்மீரிகளுக்கு, அவர்கள் மத்திய வர்க்கத்தினராக இருந் தாலும்கூட, அந்த அதிர்ஷ்டம் வாய்க்கவில்லை.

பழங்குடியினப் படையைப் பார்த்துப் பெரும்பாலான முஸ்லிம்கள் பயந்து ஓடவில்லை. மகாராஜா மீதான வெறுப்பு அதிகமாக இருந்தது. இஸ்லாத்தின் பெயரால் காஷ்மீர் பள்ளத்தாக்கில் இருக்கும் முஸ்லிம் களை இந்து அரசிடமிருந்து விடுவிக்க வந்திருக்கும் லஷ்கர் படைக்கு நிச்சயமாக அவர்களிடையே வரவேற்பு இருக்கத்தான் இருந்திருக்கும். ஓய்வு பெற்ற ஆசிரியரான ஷேக் குலாம் முகமதுக்கு ஆக்கிரமிப்பு நடந்தபோது பத்து வயது இருந்திருக்கும். லீலா பாஸ்ரிச்சாவின் மகனுடைய அதே வயதுதான். பாரமுல்லாவில், நன்கு அலங்கரிக்கப் பட்ட அவருடைய வீட்டில் அவரைச் சந்தித்தேன். அவர் என்னை இதமான புன்னகையுடனும் காவா என்ற காஷ்மீரின் பிரத்தியேகத் தேநீருடனும் வரவேற்றார்.

1947 அக்டோபரில் ஊரியில் அவர் தன் மாமாவுடன் வசித்துவந்தார். பாரமுல்லா நோக்கிப் போன பழங்குடியினர் ஊரி வழியாகத்தான் சென்றார்கள். 'அவர்கள் ராணுவச் சீருடை ஏதும் அணிந்திருக்க வில்லை. சாதாரண மனிதர்கள்தாம். ஆனால் கையில் துப்பாக்கி வைத்திருந்தனர். மகாராஜாவின் ஆட்சியிலிருந்து எங்களை விடுவிக்க வந்திருப்பதாகச் சொன்னார்கள். இதுதான் எனக்கு நினைவிருக்கிறது. உள்ளூர் மக்கள் சிலரும் இவர்களுடன் சேர்ந்துகொண்டதைப் பார்த்த ஞாபகம் இருக்கிறது. மகாராஜா ஹரி சிங்கின் கோரப்பிடியில் இருந்து உங்களை விடுவிக்கப் போகிறோம் என்பதுதான் இவர்களது கோஷம். மக்களுக்கு, குறிப்பாக கிராமத்தவர்களுக்கு, மகாராஜாமீது கடும் அதிருப்தி இருந்தது' என்று அவர் தன் ஞாபகத்தின் அடுக்குகளிலிருந்து பேசினார். பள்ளத்தாக்கில் முன்னேறும்போது, வெகு சில உள்ளூர் காஷ்மீரிகள் மட்டுமே லஷ்கருடன் சேர்ந்துகொண்டனர். அப்போது நடந்த எல்லாக் கொள்ளையடிப்புக்கும் காஷ்மீரிகள் பழங்குடிகளையே காரணமாகச் சொன்னாலும், உண்மையில் சில விவகாரங்கள் உள்ளூர்ப் பகையைக் கணக்கு தீர்ப்பதாகவே இருந்தன.

இஸ்லாமியர் அல்லாதாரின் பயமும் இஸ்லாமியர்களின் உற்சாகமும் பாதிரியார் ஷாங்க்ஸின் குறிப்புகளிலிருந்து நன்றாகவே தெரியவருகிறது. பாரமுல்லாவுக்குள் பழங்குடியினர் நுழைவதற்கு முன்பாக நடந்த ஓர் உரையாடலை அவர் பதிவு செய்துள்ளார்.

முகமது யூசுஃப் எனும் பி.ஏ. மாணவன் பாதிரியார்களை எச்சரிக்க வந்திருந்தான்.

'இன்று மாலை பதான்கள் பாரமுல்லாவுக்குள் நுழைந்து விடுவார்கள் என்பதை நீங்கள் கேள்விப்படவில்லையா?' என்று அவன் கவலையுடன் கேட்டான்.

'அந்த வதந்தி பற்றி நானும் கேள்விப்பட்டிருக்கிறேன் யூசுஃப். அதனால் என்ன? நீ ஒன்றும் பதற்றப்படவேண்டிய தில்லையே? அவர்கள் இந்துக்களிடமிருந்து உங்களை விடுவிக்க வருகிறார்கள் என்பது உனக்கு மகிழ்ச்சியைத்தானே தரவேண்டும்?முனிசிபல் அலுவலகத்தில் அவர்களுக்கு ஒரு பெரிய விருந்து தர நீ இன்னும் தயாராகவில்லையா? வரவேற்புக் குழுவின் மாணவர் பிரிவில் நீயும் ஒருவன் என்றல்லவா நினைத்தேன்?'

'உண்மைதான் பாதிரியாரே. ஆனால், அவர்கள் ஒரு பெரும் காட்டுமிராண்டிக் கூட்டம். சிலராவது கட்டுப்பாட்டை மீறி ஏதேனும் விஷமம் செய்துவிடுவார்களோ என்று அஞ்சு கிறேன்.'

சாதாரண விஷமமா என்ன! எல்லையின் இந்தப் பக்கத்தில் முஸாஃபராபாத்தில் இருக்கும் அனைத்துக் கட்டடங்களும் தீக்கு இரை! இங்கிருந்து வெறும் 27 மைல் தொலைவில் இருக்கும் ஊரியின் பிரபலமான சந்தை முழுவதுமாக அழிவு. இதையா இவன் வெறும் விஷமம் என்று சொல்கிறான்? தனக்குள்ளேயே சிரித்துக்கொண்டு பாதிரியார் எக்ஸ் நினைத்தார்: 'என்னவிதமான விடுதலை இது? விடுவிக்கப் படுபவர்களின் கிராமங்களை எல்லாம் தீ வைத்துக் கொளுத்தி அவர்களை வீடற்றவர்களாக ஆக்குவதா விடுதலை?'

'ஊரியில் கொஞ்சம் பிரச்னை என்று கேள்விப்பட்டேன்' என்று யூசுஃப் தொடர்ந்தான்.

'ஓ அதுவா? பதான்களைப் பொருத்தவரை அது சந்தோஷமான ஒரு விளையாட்டு. கொஞ்சம் கூடுதலாகியிருக்கலாம்... ஆனால்...'

'இங்கும் அப்படி நடந்ததென்றால்?'

'அது எப்படி நடக்கும்? உங்களுடைய பதான் நண்பர்கள், காஷ்மீரை விடுவிக்க வருகிறார்கள், இல்லையா? ஏன்,

சொல்லப்போனால், கிறிஸ்தவ மடாலயமும் கடந்த 40 வருடங்களில் அதைத்தானே செய்ய முயன்றுவருகிறது? பள்ளிக்கூடம், மருத்துவமனை ஆகியவற்றைக் கட்டி உங்களை அறியாமையில் இருந்து மீட்க முயன்று வருகிறது. எங்களை துன்புறுத்த அவர்களுக்கு ஒரு காரணமும் இருக்காது. ஸ்ரீநகருக்குப் போவதற்கு முன்னால் லேசாகக் கொஞ்சம் கொள்ளையடிக்கலாம். ஆனால், எங்கள் உடலில் கத்தியைச் செருகி, மடாலயத்தைத் தீக்கிரையாக்கி அழிப்பார்கள் என்று நினைக்கிறாயா?'

'எல்லாம் சரிதான் பாதிரியாரே. ஆனால், நீங்களும் பாதிரியார் ஒய்யும் இரண்டு நாள்களுக்காவது காட்டுப் பகுதிக்குப் போய், குறைந்தபட்சம் முக்கியமான பழங்குடிப் படைகள் கடந்து போவது வரையாவது அங்கே இருப்பது நல்லது.'

'காட்டுக்குள் ஓடி ஒளியவேண்டுமா? நான் அந்த அளவுக்கு கோழை அல்லன். மேலும் அப்படிச் செய்தால், அதன்பிறகு எந்த முகத்துடன் பாரமுல்லாவுக்குள் நான் மீண்டும் நுழையமுடியும்?'

'சரி. அப்படியே ஆகட்டும். ஆனால் பின்னர் வருத்தப் படமாட்டீர்கள் என நினைக்கிறேன்.' அதன்பின் யூசுஃப், பழங்குடிகளை வரவேற்பதற்கான அலங்கார வளையம் அமைக்கச் சென்றுவிட்டான்.

அவன் போவதையே பார்த்துக்கொண்டிருந்த பாதிரியார் எக்ஸ், தங்கள் பாதுகாப்பு குறித்து அவன் ஏன் திடீரென அஞ்சுகிறான் என்று யோசித்தார். காஷ்மீரிகள் மத்தியில் கடந்த பத்து ஆண்டுகளாக அவர் செய்துவந்த சேவைக்குப் பலனாக எதையுமே தான் எதிர்பார்க்கக்கூடாது என்பதை அவர் அறிந் திருந்தார். மேலும் அப்படி எதிர்பார்த்தால் அதற்குப் பெயர் சேவையும் கிடையாது. இந்தக் காஷ்மீரிகள் அய்யோ பாவம் என்று நினைத்தார் அவர். நீண்ட காலமாக வேதனையில் உழல் பவர்கள். நல்ல நகைச்சுவை உணர்வு கொண்டவர்கள். பிரச்னை வந்தால் விதியை அப்படியே சந்தோஷமாக ஏற்றுக் கொள்பவர்கள்.[10]

அந்தத் தாக்குதலை அவர்கள் எப்படி எதிர்கொண்டார்கள் என்பதைச் சொல்வதோடு, எந்த மக்களிடையே மதப் பணிகள் செய்துவந்தாரோ அவர்களைப் பற்றி தான் என்ன நினைத்தார் என்பதையும் பாதிரியார் தெளிவாகவே பதிவு செய்திருந்தார். அவை மிகவும் தெளிவான

பதிவுகள். பாரமுல்லாவில் இருந்த படித்த இஸ்லாமியர்கள் பழங்குடிப் படையினரை ஆதரித்தனர்.

பாதிரியார் ஷாங்க்ஸ் குறிப்பிட்டிருக்கும் யூசுஃப் என்பது, முகமது யூசுஃப் சராஃப் என்பவராக இருக்க வாய்ப்பிருக்கிறது. அவர் 1923-ல் பாரமுல்லாவில் பிறந்தார். செயிண்ட் ஜோசப் கல்லூரியில் படித்தார். அங்கு மாணவர் அணியின் தலைவராக இருந்தார். முதலில் ஷேக் அப்துல்லாவின் தேசிய கான்ஃபரன்ஸ் கட்சியிலும் பின் அதன் போட்டிக் கட்சியான முஸ்லிம் கான்ஃபரன்ஸ் கட்சியிலும் தீவிரமாக ஈடு பட்டிருக்கிறார். 1970-களில், பாகிஸ்தான் காஷ்மீரின் உயர் நீதிமன்ற நீதிபதியாக இருந்த அவர், பாரமுல்லா தாக்குதலுக்கு உள்ளானதைப் பற்றி விவரமாக எழுதியிருக்கிறார். அதில், ஆரம்பத்தில் லஷ்கர் படைகளுக்குக் கிடைத்த ஏகோபித்த ஆதரவும், உடனடியாகவே அந்த ஆதரவு சரிந்த விதமும் விளக்கப்பட்டுள்ளது. சராஃப் எழுதுகிறார்:

> எவ்வளவு ஆர்வத்துடன் லஷ்கர் வருகையை முஸ்லிம்கள் எதிர்பார்த்து நின்றனர்! நூற்றுக்கணக்கானோர் பல மைல்கள் நடந்து சென்று பதான் பழங்குடிகள் தம் நகரத்துக்குள் நுழைவதை உற்சாகத்துடன் வரவேற்றனர். டோக்ரா வம்சத்தின் அடிமைகளாக நூறு ஆண்டு காலம் வாழ்ந்த வாழ்க்கையிலிருந்து விடுதலை பெற தங்களுக்கு உதவ வந்தவர்களுடன் தாங்களும் சேர்ந்து செயல்பட்டதைத் தம் குடும்ப உறுப்பினர்களிடம் பிற்காலத்தில் பெருமையாகச் சொல்லி மகிழ அவர்கள் விரும்பியிருக்கலாம். சில நூறு ஆண்டுகால வரலாற்றில் இதுபோல் ஓர் எழுச்சியையும் உற்சாகத்தையும் அந்த ஊர் அதுவரை கண்டதில்லை. ஒட்டுமொத்த மக்களும் மகிழ்ச்சியில் பித்துப் பிடித்ததுபோல் ஆனார்கள். நூறு ஆண்டுகளாக அனுபவித்த வேதனையிலிருந்து விடுதலை கிடைக்கும்போது எந்த ஒரு முகத்தில்தான் ஒளி வீசாது? அது கண்கொள்ளாக் காட்சியாக இருந்தது. உணர்ச்சிகளுக்கு இடமில்லாத ஒரு பள்ளியில் படித்த என்னைப் போன்ற ஒருவனால் எப்படி அந்தக் களிப்பையும் கொண்டாட்டத்தையும் வார்த்தைகளால் வடிக்க முடியும்? சோபோர் வரையிலான பகுதிகளில் இருந்த எல்லா முஸ்லிம் ஆண்களும் தங்களிடம் இருப்பதிலேயே அதி உயர்ந்த ஆடைகளை அணிந்துகொண்டு தங்களுக்கு விடுதலை தர வந்தவர்களை வரவேற்க கான்புராவில் அணி திரண்டார்கள். மேஜர் குர்ஷித் அன்வர்தான் நிகழ்வுகளின் மையமாக இருந்தார். ஒவ்வொருவரும் அவருக்குத் தனிப்பட்ட முறையில் நன்றி சொல்ல விரும்பினர்.[11]

செயிண்ட் ஜோசப் கல்லூரியிலிருந்து இதே காட்சியைப் பார்த்த பாதிரியாருக்கு லஷ்கர் படையின் நுழைவு விடுதலையைத் தரும் என்று தோன்றவில்லை. தம் சேவைகள் பாதிக்கப்பட்ட கன்யாஸ்திரீகள், முதலில் மடாலயத்திலேயே தங்கியிருக்க முடிவு செய்தனர். ஆனால், பாதிரியார் ஷாங்க்ஸ் கடைசி நேரத்தில் அனைவரையும் அங்கிருந்து தப்பிச் செல்லவைக்க முயன்றிருக்கிறார். மரத் தொழிற்சாலை ஒன்றில் வேலை செய்துவந்த ஜே.இ.தாம்சன் என்ற பிரிட்டிஷ் பணியாளர், லீலா பாஸ்ரிச்சாவைக் காதலித்து, பிறகு திருமணமும் செய்துகொண்டார். அவர்மூலமாக காஷ்மீர் அரச அதிகாரிகளுடன் தொடர்புகொள்ளப் பாதிரியார் ஷாங்க்ஸ் முயன்றார்.

தாம்சன் பின்னர் பிரிட்டிஷ் அதிகாரிகளிடம் இவ்வாறு சொன்னார்: 'நான் பாரமுல்லாவில்தான் வசித்து வந்தேன். பாதிரியார் ஷாங்க்ஸின் வேண்டுகோளுக்கு இணங்க, சம்பவத்துக்கு முதல் நாள் ஸ்ரீநகருக்கு சைக்கிளில் போனேன். மடாலயத்தில் இருந்தோரைப் பாதுகாப்பான இடத்துக்குக் கொண்டுசெல்ல ஏற்பாடுகளை மேற்கொண்டேன்.' கூடவே, கர்னல் டைக்ஸ் தன் குடும்பத்தினரையும் பணியாளர் ஒருவரையும் அங்கிருந்து வெளியே அழைத்துச் செல்ல உதவுமாறு எழுதி அனுப்பியிருந்த கடிதத்தையும் அவர் எடுத்துச் சென்றிருக்கிறார்.[12] ஆனால், அந்நேரத்தில் நிலைமை வெகுவாக முற்றியிருந்ததால், காஷ்மீர் படைகளும் அதிகாரிகளும் ஆக்கிரமிப்பாளர்களை எதிர்கொள்வதிலேயே குறியாக இருந்தனர். இந்திய ராணுவம் தன் தாக்குதல்களை ஆரம்பிக்கும் தயார் நிலையில் இருந்ததால், பாரமுல்லாவுக்கு டிரக் ஒன்றை எடுத்துச் சென்று மடாலயத்தில் இருப்பவர்களைக் காப்பாற்ற முடியாமல் போனது. தப்பிக்கும் முயற்சி மிகவும் தாமதமாக மேற்கொள்ளப்பட்டதால், மடாயலத்தில் இருந்தோரின் விதி லஷ்கர் பழங்குடிகளிடம் விடப்பட்டது.

அப்டோபர் 27, திங்கள்கிழமை அன்று பழங்குடிப் படைகள் வந்து சேர்ந்த கடைசிக் கட்டத் தகவல்களைப் பாதிரியார் ஷாங்க்ஸ் பதிவு செய்திருக்கிறார். பழங்குடியினர் பிரதான சாலையில் வருவதற்கு பதிலாக மடாலயத்தின் மறு பக்கத்தில் இருந்த மலைப்பாதை வழியாக வந்து சேர்ந்தனர்.

> 'அதோ அவர்கள் வருகிறார்கள். மலை உச்சி வழியாக வருகிறார்கள்.' அவர் காட்டிய திசையில் அனைவரும் பார்த்தனர். மலையின் முகட்டில் நேற்று இரவு ஜம்மு காஷ்மீர் ராணுவம் பதுங்கி இருந்த பகுதிகள், புதர்களிடையே மெல்லிய வெள்ளைக் கோடுகள்போலத் தெரிந்தன. அவ்விடங்களுக்கு மேலே வெண் புகை பரவியிருந்தது. அவ்வப்போது அந்தக் கோடு மறையும். பிறகு கீழே, சிறிது நேரத்தில் தென்படும்.

> பாவப்பட்ட ஜம்மு காஷ்மீர் படை நல்ல அடி வாங்கியிருக்கும்; அவர்களால் இந்தக் கூட்டத்தை நீண்ட நேரத்துக்குத் தாக்குப் பிடிக்க முடியாது என்றார் ஆண்டனி.
>
> மலை அடிவாரத்தில் மரங்களினூடே அந்த வெள்ளைக் கோடுகள் மறைந்தன. ஒன்றன் பின் ஒன்றாக வரிசைகள் கீழே இறங்கின. மலையிலிருந்து இறங்க அவர்களுக்குப் பத்து நிமிடம்கூட ஆகவில்லை.
>
> துப்பாக்கிச் சூடு இப்போது வெகு அருகில் கேட்டது. இரு தரப்பையும் தனித்தனியாக அடையாளம் காணமுடியவில்லை. ஆனால், இருபக்கக் கூச்சல்களையும் தெளிவாக இனம் பிரிக்க முடிந்தது. பழங்குடிப் படையினர் தங்களுடைய வேட்டையைக் கண்டுபிடித்ததும் வெற்றிக் கூச்சல் போட்டனர். இப்போது அவர்கள் மடாலயத்தில் இருந்து 200-300 அடிக்கு உள்ளாக இருக்கவேண்டும்.[13]

சில நிமிடங்களுக்குள்ளாக பல பிரிவுகளாக இருந்த கலவரக்காரர்கள் மடாலயத்தில் இருந்த வெவ்வேறு கட்டடங்களைத் தாக்கி, யார் அதிகம் கொள்ளையடிப்பது என்று போட்டி போட ஆரம்பித்தனர். கொள்ளைக்காரர்கள் உள்ளே நுழைந்தபோது, கல்லூரிக்கு அருகில் இருந்த தத்தம் வீடுகளுக்கு வெளியே பாதிரியார்கள் நின்றுகொண்டிருந்தனர்.

> நான் இதுவரை சந்தித்ததிலேயே மிகவும் மோசமான பத்துப் பதினைந்து ரவுடிகள் எங்களைச் சுற்றி வளைத்தனர். துப்பாக்கி, வாள், குறுவாள் ஆகியவற்றோடு மட்டுமின்றி கையில் கோடரியும் வைத்திருந்தனர். திருத்தப்படாத கறுந்தாடி, சீவப்படாத நீண்ட தலைமுடி, அழுக்கான கறுப்புத் தலைப்பாகைகள், ரத்தம் தோய்ந்த கிழிந்த அழுக்கான உடைகள், வெறியில் சிவந்த கண்கள் ஆகியவற்றைப் பார்த்து எங்களுக்குக் குலை நடுங்கியது. ஒருவன் தன் கறைபடிந்த கையை என்னை நோக்கி நீட்டினான். நான் அந்தக் கையைப் பணிவாகக் குலுக்கினேன். ஆனால், அவன் எதிர்பார்த்தது வேறு என்று தெரிந்தது. பஷ்டோ மொழியில் ஏதோ பேசி எங்களிடம் விளக்கிச் சொல்லப் பொறுமை இல்லாததால், நேராக என் பைக்குள் கையை நுழைத்து வேண்டியதை எடுத்துக்கொண்டான். பிறரும் என்னைப் போன்றே நடத்தப்பட்டனர். பணம், கடிகாரங்கள், சாவிகள் ஆகியவற்றை எங்களிடமிருந்து பறித்துக்கொண்டனர்.

என்னையும் பாதிரியார் மால்லெட்டையும் இழுத்துச் சென்று இரு அறை கொண்ட என் வீட்டுக்குள் பிடித்துத் தள்ளிக் கதவைப் பூட்டினர். எங்கள் கலக்கம் மேலும் அதிகமானது. விளக்க முடியாத குழப்பம் சூழ்ந்துகொண்டது. பூட்டுகள் கோடரியால் அடித்து நொறுக்கப்பட்டன. அலமாரிகள் காலி செய்யப்பட்டன. அறையில் இருந்த பொருள்கள் எல்லாம் தலை கீழாகக் கவிழ்க்கப்பட்டன, கிழித்து எறியப்பட்டன. பத்து வருடங்களில் சிறுகச் சிறுகச் சேர்க்கப்பட்டவை எல்லாம் அவர்களுடைய பெரிய பைகளுக்கு இடம் மாறின. கோடரி வீச்சுகளுக்கும் துப்பாக்கிக் குண்டுகளுக்கும் பயந்து அங்குமிங்கும் ஓடி ஒளிந்துகொண்டிருந்த நாங்கள் இதைப் பற்றியெல்லாம் கவலைப்படும் நிலையில் இல்லை. இத்தனை அமளிகளுக்கு நடுவிலும் கொள்ளையடிப்பதில் சிறந்து விளங்கிய அவர்களது திறமையைப் பற்றி வியக்காமல் இருக்கமுடியவில்லை. சிறுவயதிலிருந்தே கொள்ளைத் தொழிலில் பயிற்சி பெற்றிருந்த அவர்கள் அரை மணி நேரத்தில் எட்டு அறைகளில் நுழைந்து சென்றபின் மிச்சம் இருந்ததைக் காயலான் கடைக்காரன்கூடத் தொடமாட்டான்.

கொள்ளைப்பொருள்களை எங்கள் கம்பளிகளில் சுருட்டி, தூக்கமுடியாமல் அவர்கள் தூக்கிச் சென்றனர். ஒருவன் தன் தலைப்பாகைக்குமேல் என் தொப்பியை அணிந்திருந்தான். நான் பாவ மன்னிப்பின்போது அணியும் துண்டை ஒருவன் பெருமையுடன் தன் கழுத்துப் பட்டியாக அணிந்திருந்தான். பெரும்பாலானோர் நாங்கள் கல்லூரிகளுக்குச் செல்லும்போது அணிந்திருக்கும் கழுத்து டையை எடுத்துச் சென்றிருந்தனர். இறுதியாக அவர்கள் வெளியேறியதும், நாங்கள் வெளியே வந்தோம்.[14]

பாதிரியார்களின் பொருள்கள் வெற்றிக் கோப்பைகள் போல் எடுத்துச் செல்லப்பட்ட வேடிக்கைக்கு, ஒரு சுவாரசியமான பின்கதையும் உண்டு. தங்க இழையால் வேயப்பட்ட பளபளக்கும் விசேஷ உடை ஒன்று பல வருடங்கள் கழித்து பாகிஸ்தானின் மூரியில் ஒரு பள்ளிக் கூடத்தில் காணக்கிடைத்தது. பள்ளியின் ஆங்கிலேயத் தலைமை ஆசிரியருக்கு அவருடைய பதான் மாணவன் அதனை அன்பளிப்பாகக் கொடுத்தானாம். அந்தத் தலைமை ஆசிரியர், அந்த இடத்துக்கு வருகைதந்த ஓர் அமெரிக்கருக்கு அதனைப் பெருமையோடு காட்டியுள்ளார். ‘அந்த மாணவன் முக்கியமான பதான் பழங்குடித் தலைவர் ஒருவருடைய மகன். என் ஆடையை அலங்கரித்துக்கொள்ள இதை அவன் அன்பளிப்பாகக் கொடுத்தான். அது பாரமுல்லாவில்

இருந்து வந்திருக்கிறது. பழங்குடியினர் காஷ்மீர் ஜிஹாதுக்காக 1947-ல் போனபோது அது கிடைத்திருக்கிறது. வெறிகொண்ட பதான்கள், அவர்களுடைய தலைவர்கள் அங்கு வந்து சேர்வதற்குமுன் நிறைய நாசம் விளைவித்திருக்கவேண்டும். அப்போதிலிருந்து இது வாசிரிஸ்தானில் இருந்திருக்கிறது' என்று அந்தத் தலைமை ஆசிரியர் அந்த அமெரிக்கரிடம் விளக்கிச் சொன்னாராம்.[15]

பாதிரியார் ஷாங்க்ஸ் சொன்னதோடு இது அப்படியே ஒத்துப் போகிறது. அந்தக் கொள்ளையடித்தலில் ஈடுபட்டவர்கள் வாசிரிஸ் தானில் இருந்து வந்தவர்கள்தாம் என்பதை இது தெரிவிக்கிறது. ஆனால், இந்த இரு பாதிரியார்களும் தங்களுடைய சொந்தப் பொருள்கள் கொள்ளையடிக்கப்படுவதைப் பார்த்துக்கொண்டிருந்த அதே நேரம், அருகில் இருந்த மருத்துவமனையில் மிகப் பெரிய கொடூரம் ஒன்று அரங்கேறிக்கொண்டிருந்தது.

5

மடாலயத் தாக்குதல்

'காலையில் கண் விழித்தபோது சுற்றிலும் துப்பாக்கிச் சூட்டின் சத்தம் கேட்டது. அக்கம்பக்கம் எல்லாம் துப்பாக்கிச் சூடு நடந்துகொண்டிருந்தது. நான் எழுந்து, மருத்துவமனைத் தோட்டத்துக்குச் சென்றேன். அங்கே சில கன்யாஸ்திரீகள் மிகுந்த கவலையுடனும் பயத்துடனும் தங்களுக்குள் பேசிக் கொண்டிருந்தனர். என்னை அருகில் வருமாறு அழைத்தனர். உடனேயே அந்தப் பகுதி முழுவதுமே துப்பாக்கிச் சூடு, மரண ஓலங்கள், கதறல்கள் ஆகியவற்றால் நிரம்பியது. கன்யாஸ்திரீகள் என்னை இழுத்துக்கொண்டு தோட்டத்தின் அருகில் இருந்த அறைக்குப் போனார்கள். அது மருந்துகள் வைக்கப் படும் அறை என்று நினைக்கிறேன். உள்ளே நுழைந்து கதவைத் தாளிட்டுக்கொண்டோம்.'

இது நடந்தது அக்டோபர் 27, திங்கள்கிழமை காலை. பழங்குடிகள் மடாலயத்தில் நுழைந்து சுடத் தொடங்கியிருந்தனர். இந்தக் களேபரத்தின் நடுவே, டாம் டைக்ஸ் தன் பெற்றோரிடமிருந்தும் சகோதரர் களிடமிருந்தும் தனிமைப்படுத்தப்பட்டான். 'அதன் பின் அவர்கள் நாங்கள் ஒளிந்திருந்த அறையின் கதவை உடைக்க ஆரம்பித்தார்கள். மரத் துண்டுகள் அறை முழுதும் தெறித்தன. கதவின் உடைசல்கள் வழியே அவர்களது பயங்கரமான முகங்கள் தெரிய ஆரம்பித்தன. அப்போது, அந்த அறையின்

பின்பக்கம் இன்னொரு கதவு இருப்பதைக் கண்டேன். அதைத் திறக்க முயன்றேன். நல்லவேளையாக அது தாழிடப்படவில்லை. கதவைத் திறந்துகொண்டு, கன்யாஸ்திரீகளை அங்கேயே விட்டுவிட்டு, நான் மட்டும் வெளியே ஓடிவிட்டேன். கன்யாஸ்திரீகள் ஒரு மூலையில், ஒருவரை ஒருவர் இறுகப் பிடித்தபடி, பயத்தில் உறைந்துபோயிருந்தனர். அவர்களுக்கு என்ன ஆனது என்று தெரியாது. அவர்களில் சிலரை நான் பிறகு பார்க்கவே இல்லை.வேறு சிலர், உடைகள் கிழிந்த நிலையில் அங்கும் இங்கும் அலைந்தனர். அவர்கள் சிலர் பலாத்காரம் செய்யப் பட்டிருக்கலாம். ஆனால், உண்மையில் என்ன நடந்தது என்று எனக்குத் தெரியாது.'

அவனது பெற்றோர்கள் பழங்குடிகளால் கொல்லப்பட்டபோது, டாம் டைக்ஸுக்கு ஐந்து வயதுதான். மூன்று டைக்ஸ் சகோதரர்களில் கடைசிப் பையன் பிறந்து இரண்டு வாரங்கள்தான் ஆகியிருந்தன. அவர்கள் மூவரையும் அவர்களது சித்தி எடுத்து வளர்த்தார். தம் பெற்றோர் பற்றியோ, அவர்கள் எப்படி இறந்தார்கள் என்பது பற்றியோ கேள்வி கேட்க அவர்கள் அனுமதிக்கப்படவில்லை. அவர்கள் மீண்டும் காஷ்மீருக்குத் திரும்பவே இல்லை. பிரிட்டிஷ் சாம்ராஜ்ஜியத்தின் மற்றொரு சோகமான அங்கமான தென் ஆப்பிரிக்காவிலேயே அவர்களது வாழ்க்கை கழிந்தது. ஜோஹான்னஸ்பர்குக்கு அருகில் ஓர் இடத்தில் டாம் வசிக்கத் தொடங்கினார். தன் சகோதரரைப் பார்க்க அவர் லண்டனுக்கு வந்தபோது நான் அவரைச் சந்தித்தேன்.

தென் ஆப்பிரிக்காவில் ஏற்பட்டிருந்த மாற்றங்களுக்கு ஏற்றவாறு டாம் தன்னை மாற்றிக்கொண்டிருந்தார். அந்த நாட்டிலிருந்து தப்பிச் செல்லும் வெள்ளையர் கூட்டத்தில் ஒருவராக அவர் இருக்க விரும்பவில்லை. பிரதான நகரத்தின் மையத்தைவிட்டுக்கூட விலகிச் செல்ல அவர் விரும்பவில்லை. ஜோஹான்னஸ்பர்கை, அதன் எல்லாக் குறைகளுட னும் அவர் நேசித்தார். மிதமான, ஆனால் உறுதியான தொனியில் பேசினார். இதமான, சிறிய, உறுதியான முகம். சற்றே பருமனானவர். நிறையத் தலை முடி. அவரது குரலில் தென்னாப்பிரிக்க உச்சரிப்பு சிறிது மட்டுமே இருந்தது. அவருடைய அடக்கமும் உள்ளொடுங்கிய தன்மையும் அவர்மீது ஒருவித நம்பிக்கையைக் கொடுத்தது. அவருடைய வார்த்தைகள் ஆணித்தரமாக இருந்தன.

அவர் தன் சகோதரர்களிடம் ஒருபோதும் பெற்றோரின் மரணம் குறித்துப் பேசியதில்லை என்று அவருடைய சகோதரர் கூறினார். டாம் அதைப்பற்றி அதிகம் பேசியதில்லை என்றாலும் அவரது ஞாபகம் தெளிவாகவும் உறுதியாகவும் இருந்தது. பெற்றோர் குறித்த அவரது நினைவு பிரத்தியேகமானது. குடும்பப் படங்கள், நினைவுப் பொருள்கள் ஆகியவற்றால் வலுவூட்டப்பட்டது. 'பெற்றோரின்

படங்களைப் பார்க்கும்போது விசித்திரமாக இருக்கும். ஏனெனில், அவர்கள் தங்கள் முப்பதுகளிலேயே இறந்துவிட்டிருந்தனர். உங்கள் பெற்றோரை இள வயதினராக, அதுவும் உங்களைவிட இள வயதினராகப் பார்க்க நேர்வது மிகவும் வேடிக்கையானது. அவர்களைப் பற்றி என்னால் அப்படி மட்டுமே நினைத்துப்பார்க்க முடிகிறது. அவர்கள் எப்போதுமே நிரந்தர இளைஞர்கள்! அது மிகவும் வித்தியாசமானது தான்.'

பாரமுல்லா, அவருடைய பெற்றோர்கள் கொல்லப்பட்ட இடம் மட்டுமல்ல, டாம் பிறந்த இடமும்கூட. அதுவும், அதே மடாலய மருத்துவ மனையில்தான் அவர் பிறந்தார். செயிண்ட்ஜோசப் மருத்துவமனை, பிரசவத்துக்குச் சிறந்த இடம் என்று பெயர் பெற்றிருந்தது. இந்த இடம் ராவல்பிண்டி-ஸ்ரீநகர் வழித்தடத்தில் இருந்த காரணத்தால், பிரிவினைக்கு முந்தைய காலகட்டத்தில் அங்கு வந்து போவது மிகவும் எளிதாக இருந்தது. காஷ்மீரில் விடுமுறை நாள்களில் படகு வீடுகளில் இருந்தது, தந்தையுடன் மீன் பிடித்தது போன்ற இனிமையான நினைவுகள் டாமின் மனத்தில் பதிந்திருக்கின்றன.

'ராணுவத்திலிருந்து விலகியபிறகு என் தந்தை என்ன செய்திருப்பார் என்பது குறித்து என்னால் ஊகிக்கமுடியவில்லை. எடின்பரோவில் பிறந்து வளர்ந்த அவருடைய பேச்சில் ஸ்காட்லாந்தின் சாயல்கூட இருக்குமா என்பது சந்தேகமே' என்றார் டாம். 'பல வருடங்களுக்குமுன் நடந்த விஷயங்களை நான் ஏற்றுக்கொள்கிறேன். ஆனால், எனக்கு ஒரு வருத்தம் உண்டு. நான் குழந்தையாக இருந்த போது அந்தக் கெட்ட சம்பவங்கள் பற்றிப் பேச முயல்வேன். அவை என் மனத்தில் ஆழமாகப் பதிந்திருந்தன. ஆனால், யாரும் என்னுடன் அது பற்றிப் பேசத் தயாராக இல்லை. என் குடும்பத்தினரையும் சேர்த்துத்தான் சொல்கிறேன். எங்கள் குடும்பத்தில் யாருமே அது பற்றிப் பேசிக்கொண்டதை நான் கேட்டதில்லை. அதை மறப்பதுதான் சிறந்த வழி என்று அவர்கள் நினைத்திருக்கலாம். ஆனால், என்னால் அதனை ஏற்க முடியவில்லை.'

டாம் ஜூனியர், அவருடைய சகோதரர்கள், உயிருடன் இருக்கும் சக அதிகாரிகள், கர்னல் டைக்ஸின் பணி ஆவணங்கள், பிற அலுவலக ஆவணங்கள் ஆகியவற்றில் இருந்து டாம்-பிட்டி தம்பதிகளின் வாழ்க்கை குறித்த முழுச் சித்திரத்தைப் பெற முடிகிறது.[1] டாம் **1914**-ல் எடின்பரோவில் பிறந்து, அங்கேயே கல்வி கற்றார். சாந்தர்ஸ்ட்டில் இருந்த ராயல் மிலிட்டரி கல்லூரியில் படித்தார். விஷய ஞானம் இருந்தாலும், அதிக வசீகரம் இல்லாதவராக இருந்திருக்கிறார். தன் **21**-வது வயதில் இந்திய ராணுவ அதிகாரியாக நியமிக்கப்பட்டிருக்கிறார். லாஹூரில்

இருக்கும் ராயல் ஸ்காட்ஸ் ரெஜிமெண்டில் இரண்டாம் நிலை லெப்டி னண்டாக முதல் வருடம் பணிபுரிந்திருக்கிறார். இந்திய ராணுவத்தில் ஃபீல்ட் மார்ஷலாக மிக உயர்ந்த பதவியை எட்டிய சாம் மானெக்ஷா, டாமின் சம காலத்தவர், நண்பர். 'அவர் மிக உயரமானவர். 6.2 அல்லது அது போன்ற ஏதோ உயரம் கொண்டவர். வெளிர்நிற முடி, அழகானவர் என்று ஞாபகம் உள்ளது' என்று மானெக்ஷா நினைவுகூர்ந்தார். கவலையற்றுத் துள்ளித் திரியும் இளைஞர்களுக்கு 1930-களில் லாஹூரில் வாழ்வது எளிதாகவே இருந்தது. 'எங்கள் வாழ்க்கையை ரசித்து வாழ்ந்தோம். பெண் நண்பர்களுக்குக் குறைவே இல்லை. உணவு விடுதிகள் பல இருந்தன. நடன அரங்கங்கள் இருந்தன. 'சாம், உன் காரை எடுத்துச் செல்லலாமா?' என்று நண்பர் ஒருவர் வந்து கேட்பார். 'தாராள மாக எடுத்துச் செல். ஆனால், பத்திரமாகப் பார்த்துக் கொள்' என்பேன்.'

முதலாம் ஆண்டு முடியும்போது, இளம் வீரர்கள் தாம் பணிபுரிய வேண்டிய ரெஜிமெண்டைத் தேர்ந்தெடுக்க வேண்டும். சாம் மானெக்ஷா எல்லைப் படையைத் தேர்ந்தெடுத்தார். டாம் டைக்ஸ், சீக்கிய ரெஜிமெண்டைத் தேர்ந்தெடுத்தார். எனவே அவர் உருதுவும் பஞ்சாபியும் கற்றுக்கொள்ள வேண்டியிருந்தது. இரண்டாம் உலகப் போர் காரணமாக வேகமான பதவி உயர்வும் நிஜமான யுத்தத்தில் பங்கெடுக்கும் வாய்ப்பும் கிடைத்தன. முக்கியமாக, இந்தியாவின் கிழக்கு எல்லையில் பர்மிய முன்னணியில், வேகமாக முன்னேறிவரும் ஜப்பானியர்களை எதிர்த்துப் போரிடவேண்டியிருந்தது. வேதியியல் போர், காட்டில் புரியும் போர் ஆகியவற்றில் டைக்ஸ் பயிற்சி பெற்று, போர் முடிந்தபோது பல பதக்கங்களையும் பெற்றிருந்தார். போர் முடிந்தபோது அவருக்கு மணமும் ஆகிக் குழந்தைகளும் பிறந்திருந்தன. பிட்டி கிளார்க் குடும்பத்தினர் இந்திய ராணுவத்தில் நீண்ட காலம் பணி புரிந்த பாரம்பரியம் கொண்டவர்கள். பிட்டி, ராணுவத்தில் நர்ஸாக இருந்தார். டாமுக்குத் தன் வனப்பு மிக்க கால்களைக் காட்டி மயக்கத் திட்டமிட்ட பிட்டி கிளார்க், தன் சைக்கிளிலிருந்து கீழே விழுந்து நாடகமாடினார் என்று வேடிக்கையாக ஒரு கதை அவர்கள் குடும்பத்தில் சொல்லப் படுவதுண்டு.

தாஜ் மஹால் இருக்கும் நகரமான ஆக்ராவில், அவர்கள் 1940 செப்டெம்பரில் மணம் புரிந்துகொண்டனர். கிழக்கிந்திய கம்பெனி கட்டியிருந்த மாபெரும் செயிண்ட் ஜார்ஜ் தேவாலயத்தில் திருமணம் நடைபெற்றது. எப்படிப் பார்த்தாலும் அது ஒரு கோலாகலமான திருமணம். சக ராணுவ அதிகாரிகள் தங்கள் வாள்களைத் தூக்கிப் பிடித்தபடி வரிசையாக நின்று புதுமணத் தம்பதிகளுக்கு ஓர் அலங்கார வளைவை அமைத்தனர். போர்க் காலத்தில், பிரிட்டிஷ் ராணுவ வீரர்களின் கேளிக்கை மையமாக இருந்த காஷ்மீருக்குப் புதுமணத்

தம்பதியினர் தேனிலவுக்குச் சென்றனர். 1942 ஜூனில் ஸ்ரீநகரில் ஒரு படகு வீட்டின் படிகளில் அமர்ந்தபடி, பிட்டியும் அவரது இரு தோழிகளும் எடுத்த புகைப்படம் ஒன்று உள்ளது.[2] அந்தப் படத்தில், பிட்டியின் மடியில் அவரது கர்ப்ப வயிறை மறைத்தபடி ஸ்பேனியல் வகை நாய் ஒன்று காணப்படுகிறது. அவர்களது முதல் குழந்தை டாம் ஜூனியர், பாரமுல்லாவில் மூன்று மாதங்கள் கழித்துப் பிறந்தது.

பிரிட்டிஷார் இந்தியாவிலிருந்து வெளியேறியதும், பாகிஸ்தானில் இருக்கும் நவ்ஷேராவில் இருந்து சீக்கிய ரெஜிமெண்ட்டைத் தில்லிக்கு வடக்கில் இருக்கும் அம்பாலாவுக்கு மாற்றும் பொறுப்பு லெப்டினண்ட் கர்னல் டாம் டைக்ஸிடம் ஒப்படைக்கப்பட்டது. அந்தப் படைப் பிரிவின் தாற்காலிக கமாண்டர் ஜெனரலாக அவர் ஆனார். சுதந்தரத்துக்குப் பிறகும் சில பிரிட்டிஷ் அதிகாரிகள் இந்திய ராணுவத்தில் தொடர்ந்து பணி புரிய விரும்பினாலும், புதிய இடத்தில் தன் ரெஜிமெண்ட்டை நிலைநிறுத்துவதற்காக ஒரு சில மாதங்கள் மட்டுமே இந்தியாவில் இருக்கலாம் என்று டாம் டைக்ஸ் முடிவெடுத்திருந்தார்.

நவ்ஷேராவில் டாம் டைக்ஸுடன் பணியாற்றிய மேஜர் பென் சட்டர், 'அவர் உயரமானவர், அமைதியானவர், கொஞ்சம் கடுமையானவர்' என்று டாம் டைக்ஸைப் பற்றிச் சொன்னார். பென் சட்டரின் மனைவி மார்கரெட் சட்டருக்கு பிட்டி டைக்ஸை நன்கு தெரிந்திருந்தது. 'தாய்மை உணர்வு மிகுந்தவர். வட்டமான, மகிழ்ச்சியான முகம் கொண்டவர். அடர் நிறத்திலான கூந்தல். அருமையான புன்னகை கொண்டவர்' என்று அவரைப் பற்றிச் சொன்னார். 1947 இலையுதிர் காலத்தில் டைக்ஸ் தம்பதிகளின் மூன்றாவது குழந்தை பிறப்புக்காக, அவர்களுடன் பாரமுல்லா வருவதாக இருந்தார் மார்கரெட். ஆனால், எதிர்பார்த்ததைவிடச் சீக்கிரமாக அவர்களுக்கு இங்கிலாந்து திரும்பக் கப்பல் டிக்கெட் கிடைத்துவிட்டது. எனவே சட்டர் தம்பதிகள் மும்பைக்குச் சென்றுவிட்டனர்.

காஷ்மீரில் பிரச்னை மேகங்கள் சூழ ஆரம்பித்திருந்தபோதிலும், டைக்ஸ் தம்பதிகள் குழந்தை பிறப்புக்காக பாரமுல்லாவுக்குச் செல்ல முடிவெடுத்தது ஒருவகையில் ஆச்சரியம்தான். அதைவிட ஆச்சரியம், ஆக்கிரமிப்பாளர்கள் படையெடுத்து வருவது தெரிந்தபிறகும் அங்கிருந்து தப்பித்து ஸ்ரீநகருக்குப் போக பெரிய அளவில் எந்த முயற்சியையும் அவர்கள் எடுக்காதது. அந்நியர்கள் நடத்தும் மடாலயத்துக்கு எந்தவித ஆபத்தும் வராது என்ற தவறான எண்ணம் இருந்த காரணத்தால், எந்தவிதமானத் தற்காப்பு நடவடிக்கைகளும் எடுக்கப்பட்டிருக்கவில்லை. அந்த இடம், முழுவதுமாகக் காலி செய்யப்படவில்லை. பாதுகாப்புக்காகப் பதுங்கு குழிகள் தோண்டப்படவில்லை. பாது

காப்பான கட்டடமாகப் பார்த்து அனைவரும் அங்கு சென்று குழுமி யிருக்கவும் இல்லை.

தாக்குதல் நடந்தபோது, அது பெரும் அழிவை ஏற்படுத்தியது. டாம் ஜூனியர், தன் பெற்றோரை அதன்பிறகு, உயிருடனோ, உடல் களாகவோ பார்க்கவே இல்லை. தன் தந்தை உடனடியாக இறக்க வில்லை என்பது டாமுக்குத் தெரியும். ஆனால் அவரைப் பார்க்க டாம் அனுமதிக்கப்படவில்லை. தாக்குதல் ஆரம்பித்தவுடன் மருந்து அறை யின் பின் வாசல் வழியாகத் தப்பித்து ஓடிய டாம், மருத்துவமனையின் வார்ட் ஒன்றில் பதுங்கி ஒளிந்துகொண்டான்.

> பழங்குடியினர் அந்த இடத்தைக் கொள்ளையடிக்க ஆரம் பித்தனர். எல்லாவற்றையும் உடைத்து நொறுக்கினர். கொள்ளை யடித்த பொருள்களைத் தரைவிரிப்புகளில் போட்டுச் சுருட்டி எடுத்துக்கொண்டனர். என்னளவில் அவர்கள் நல்லவர்களாகவே இருந்தனர். அதாவது எனக்கு எந்தக் கெடுதலையும் செய்ய வில்லை. மூட்டையாகக் கட்டி எடுத்துக்கொண்ட பொருள் களுடன் என்னையும் தூக்கிக்கொண்டு மருத்துவமனையின் முன் பக்கத்துக்கு வந்தனர்.
>
> அதிர்ஷ்டவசமாக, எங்கள் பணியாளர்... அவர் பெயர் எனக்கு நன்கு நினைவில் உள்ளது... ஃபெரோஸ்... நான் அவர் களுடன் இருப்பதைப் பார்த்தார். தெருவில் அலைந்து கொண்டிருந்த அவர், பழங்குடியினரிடம் வந்து என்னை விட்டுவிடும்படிக் கேட்டுக்கொண்டார். அவர் என்னிடம், ‘வா, நாம் நம் குடும்பத்தினரைத் தேடுவோம்’ என்றார். அப்படியே செய்தோம். மருத்துவமனையின் மையப்பகுதி யிலும் சுற்றி உள்ள தோட்டத்திலும் தேடினோம். ரத்தத்தில் நனைந்த உடல்கள் கிடப்பதைப் பார்த்தோம். அங்கே ஓரிடத்தில் என் தம்பி டக்ளஸ் அழுதபடி உட்கார்ந்திருந்தான். மிக மோசமான காட்சி அது.
>
> அங்கே இள வயதுப் பெண் ஒருத்தியின் உடல் இருந்ததைப் பார்த்த ஞாபகம் உள்ளது. மருத்துவமனைப் பணியாளர் யாருக்காவது சொந்தமானவரா என்று தெரியாது. ஆனால் பதின்ம வயதுக்காரி. அந்த ஒருத்தியைத்தான் எனக்கு ஞாபகம் இருக்கிறது. நான் அப்போது சிறிய பையன்தானே. எனவே, என் ஞாபகம் அவ்வளவு தெளிவாக இல்லை. ஆனாலும், அன்று நடந்தவை என் மனத்தில் மிக ஆழமாகப் பதிந்து விட்டிருக்கின்றன.

அப்போது ஓர் இளம் பெண் எங்களை நோக்கி வந்தார். அவர் ஓர் இளம் பெண் என்றுதான் நான் நினைக்கிறேன். அவர் என்னிடம், 'இதோ பார்... உன் தாயும் தந்தையும் இறந்து விட்டார்கள்' என்றார். அப்போது நான் அதிகம் உணர்ச்சி வசப்படவில்லை. கொஞ்சம் அதிர்ச்சியாக இருந்தது. ஆனால், பெரிதாக மனத்தில் ஏதும் தோன்றவில்லை. அவர் பெண் மருத்துவர் ஒருவரின் மகள் என்று நினைக்கிறேன். அவ்வளவு தான் என் நினைவில் இருக்கிறது.

அந்த 'இளம் பெண்' ஏஞ்செலா பரெட்டோ. அவருடைய தாய் க்ரேட்டா சமீபத்தில்தான் அந்த மடாலயத்தில் அறுவை சிகிச்சை மருத்துவராகப் பணி புரிய ஆரம்பித்திருந்தார். டாக்டரின் குட்டி மகள் டாமுக்கும் டக்ளஸுக்கும் தோழியாகக் கிடைத்துள்ளதையும் எப்படி மூவரும் மருத்துவமனை எங்கும் ஓடிப்பிடித்து விளையாடுகிறார்கள் என்பதையும் பிட்டி டைக்ஸ் தன் சகோதரிக்கு எழுதிய கடிதத்தில் தெரிவித்திருந்தார். ஏஞ்செலா அரான்ஹாவாகப் பின்னர் ஆன அவர், பாரமுல்லா மருத்துவமனையில் அவருடைய பெற்றோர் எப்படி வீரத்துடன் நடந்துகொண்டனர் என்பதைப் பெருமிதத்துடன் நினைவு கூர்ந்தார். கோவாவைச் சேர்ந்த கத்தோலிக்கக் குடும்பத்தில் அவர் பிறந்திருந்தார். அவருடைய ஒன்றுவிட்ட சகோதரி ஒருவர், ஆஸ்தி ரேலியாவில் கன்யாஸ்திரீயாக இருந்திருக்கிறார். பெங்களூரில், கதீட்ரலுக்கு அருகில் இருந்த அவர்களுடைய வீட்டில், தன் தாய் தந்தையர் திருமணத்தின்போது எடுத்த புகைப்படங்கள், நண்பர் களுடன் சுற்றுலாவுக்குப் போனபோது எடுத்த படங்கள், கோரச் சம் பவம் நடந்த பல வருடங்களுக்குப் பிறகு எடுக்கப்பட்ட அவருடைய தாயின் படங்கள் என குடும்பப் படங்கள் பலவற்றை என்னிடம் காட்டினார்.

டாமைவிட ஏஞ்செலா வயது குறைந்தவர். அந்தத் தாக்குதல் நடப் பதற்கு இரு வாரங்களுக்குமுன் நடந்த தனது நான்காவது பிறந்த நாள் கொண்டாட்டத்தை அவர் நினைவுகூர்ந்தார். அந்தத் தாக்குதல் குறித்த தனது நினைவுகளையும் தன் தாயும் பிறரும் பின்னர் குறிப்பிட்ட வற்றையும் அவரால் பிரித்தறிய முடியவில்லை என்றார். டாமிடம் அவனது பெற்றோர் இறந்ததைப் பற்றிச் சொன்னது அவரது நினைவில் இல்லை. ஆனால், மடாலய வளாகத்தில் சிறுவர்களுடன் விளை யாடியது அவருக்கு லேசாக நினைவில் இருக்கிறது. தானாகவே, என் தூண்டல் ஏதும் இல்லாமலேயே, ஒரு சிறுவனுடைய பெயர் டக்ளஸ் என்று சொன்னார். (டாமின் இளைய சகோதரர். அப்போது அவருக்கு இரண்டு வயதுதான் ஆகியிருந்தது.)

கான்வெண்ட், மருத்துவமனை ஆகியவை மீதான தாக்குதல் குறித்து ஏஞ்செலா சொன்னவை, டாம் டைக்ஸ் சொன்னவற்றை மேலும் உறுதிப்படுத்தின. 'திடீரென்று எக்கச்சக்கமான சத்தம், கூச்சல், குழப்பம், கதறல்கள்' என்று அவர் நினைவுகூர்ந்தார்.

> அவர்கள் எல்லாப் பக்கங்களிலிருந்தும் வந்தார்கள். மதில் சுவர்மீது ஏறிக் குதித்து வந்தார்கள். அந்தக் காட்டுமிராண்டிகள் கத்திகள், கோடரிகளுடன் எல்லாக் கதவுகளையும், குறிப்பாக மடாலயத்தில் இருந்தவற்றை, வெட்டித் தள்ளியபடிச் சென்றதாகக் கேள்விப்பட்டேன். கண்ணில் பட்டதையெல்லாம் நொறுக்கித் தள்ளினார்கள். படுக்கையில் இருந்தவர்களைக் கூடத் தாக்கினார்கள். பெரியவர்களை எல்லாம் கத்தியால் குத்தினார்கள், அல்லது துப்பாக்கியால் சுட்டார்கள். எங்கும் கதறல்கள் கேட்டுக்கொண்டே இருந்தன. யார் என்று தெரியாது, யாரோ என்னை ஓர் அறைக்குள் தள்ளினார். பயந்து போயிருந்த நிறைய நர்ஸ்கள் அங்கே இருந்தனர். அவர்கள் ஒரு பெரிய அலமாரியை வாசல் கதவுக்குப்பின் தடுப்பாக நகர்த்திவைத்தனர். வெளியில் இருந்து ஆவேசக் கூச்சலுடன் பலர் அந்தக் கதவை உடைக்க ஆரம்பித்தனர். நான் அந்த அறையில்தான் இருந்தேன். சிறிது நேரத்தில் குரல்கள் அங்கிருந்து விலகி, அடுத்த அறைக்குச் சென்றுவிட்டன. அவர்கள் என்ன செய்தார்கள் என்று எனக்குத் தெரியாது. ஆனால், எல்லா இடத்திலும் கத்தல், கதறல், அடித்து நொறுக்கும் சத்தம் என்று கேட்டுக்கொண்டே இருந்தது. என் அறையில் இருந்த நர்ஸ்கள் மிகவும் பயந்துபோயிருந்தாலும், என்னை ஆறுதல் படுத்தினார்கள்.
>
> தாடி வைத்த அந்த ஆசாமிகள் பற்றி எனக்கு இவை மட்டும் தான் நினைவில் உள்ளன. இவை எல்லாம் என் கனவில் அடிக்கடி வந்து பயமுறுத்தும். நள்ளிரவில் திடீரென்று எழுந்து நடுங்குவேன். மதில் சுவருக்குமேலாக ஏறிக் குதித்து வந்தார்கள். அது எனக்கு நன்றாக நினைவிருக்கிறது. பெரிய தாடி, கையில் துப்பாக்கிகள். சிலர் தலைப்பாகை அணிந்திருந்தனர். காட்டுக் கூச்சல் போட்டபடி வந்தனர். மிகவும் கொடூரமாக நடந்துகொண்டனர். முறையான ராணுவத்தைச் சேர்ந்தவர்கள் போல் இல்லை.

டாம், ஏஞ்செலா ஆகியோரின் விவரணைகள் சற்றே தயங்கியவையாக, அதே நேரம் பூசி மெழுகாமல், உண்மையாக, உணர்ச்சிபூர்வமாக உள்ளன.

சிஸ்டர் எமிலியாவின் நினைவுகளும் குழந்தைகள் சொன்னவற்றின் முக்கிய அம்சங்களை அப்படியே எதிரொலிப்பவையாக இருந்தன. அதே அதிர்ச்சி, கொடூரம், கொள்ளையடிப்பதற்காகப் பொருள்களைத் தேடி நடத்தப்பட்ட வன்முறை.

'பழங்குடியினர் எல்லா இடங்களிலும் நிறைந்திருந்தனர்' என்று அவர் என்னிடம் சொன்னார். 'அவர்கள் பாகிஸ்தானில் இருந்து அனுப்பி வைக்கப்பட்டிருந்தனர். ஒவ்வொரு வீட்டிலும் யார் யாரெல்லாம் இருக்கிறார்களோ அவர்கள் அனைவரையும் கொன்று குவிக்கும்படி சொல்லி அனுப்பப்பட்டிருந்தனர்.' மருத்துவமனை வராந்தாவில் எங்கும் திரிந்த ஆயுதம் ஏந்திய பழங்குடியினர், கண்ணில் பட்டவர்களை வெட்டியது, கையில் கிடைத்ததை எடுத்துச் சென்றது, கிடைப்போரை எல்லாம் அடித்தது போன்ற விஷயங்களை அவர் திரும்பத் திரும்பச் சொல்லியபடி இருந்தார். நாள் ஆகிப்போனதால் இந்த விஷயங்கள் அவற்றின் கூர்மையை இழந்துவிட்டிருந்தன. மேலும், வயதான காரணத்தால், சொன்னதையே அவர் சொல்லிக் கொண்டிருந்தாரே ஒழிய அவை தவிர வேறெதையும் புதிதாக அவர் சொல்லவில்லை.

'எங்களில் சிலர் இளவயதினர்' என்றார் கண்ணாடி அணிந்த, இதமாகப் பேசும் தென்னிந்தியரான ரோஸி ஜோசப். 2003-ல் நான் போய்ப் பார்த்தபோது இவர் பாரமுல்லாவில் சிஸ்டர் சுப்பீரியராகப் பணி புரிந்து வந்தார். அந்த ஆண்டுதான் சிஸ்டர் எமிலியாவின் வாழ்கையின் கடைசி ஆண்டாகவும் இருந்தது. '1947-ல் நடந்தவை எல்லாம் அவருக்கு நீண்ட நாள்களாக நல்ல நினைவில் உள்ளன. இப்படித்தான் நடந்தது... தெரசலீனாவுக்கு இதுதான் நடந்தது... முந்தின நாள் அவளுடன் சேர்ந்து இதையெல்லாம் செய்தேன்... அடுத்த நாள் பார்த்தால் அவள் இறந்துவிட்டாள்... என் கண் முன்னாலேயே அவளுடைய உயிர் பறிக்கப்பட்டுவிட்டது... என்று அவர் சொல்லிக்கொண்டே இருந்தார்.' எமிலியா சொன்ன விஷயங்கள் ஒரு செவிவழிக் கதையாக ஆகி, அந்நிய மண்ணில் மதச் சேவை செய்வதற்கான உத்வேகத்தை அவர்களுக்கு அளித்துவிட்டது.

பழங்குடியினரின் தாக்குதல் குறித்துப் பேசிய சிஸ்டர் ரோஸி, 'அது ஒரு சோகமான நிகழ்ச்சி' என்றார். 'அதே நேரம் அது அருட்சகோதரிகளின் தைரியத்தை வெளிக்காட்டும் ஒரு நிகழ்வாகவும் அமைந்தது. எனவே, நாங்கள் அதைப் பெருமிதத்துடன் நினைவுகூர்கிறோம். பழங்குடிகளிடமிருந்து தப்பிச் செல்வதற்கான வாய்ப்புகள் இருந்தும் அப்படிச் செய்யாமல், அவர்கள் மக்களுக்கு சேவை செய்வதற்காக அஞ்சாமல் அங்கேயே உறுதியுடன் நின்றார்கள். அதன் பயனாக அருட்சகோதரி

ஒருவரை இழக்கவும் நேர்ந்தது. அதனால் நாங்கள் அதை ஒரு வீர நிகழ்வாகவே கருதுகிறோம்.'

தப்பிப் பிழைத்தோர் சொல்லும் கதைகளில் இந்த வீரமும் தியாகமும் வெளிப்படுவதைப் பார்க்கலாம். அனைவருமே கண் மூடிக் கண் திறக்கும் நேரத்துக்குள் நடைபெற்ற அந்தத் தாக்குதலின் வேகம் குறித்தும் அது ஏற்படுத்திய அதிர்ச்சி குறித்தும் கூறினார்கள். நடந்த சம்பவங்கள் யாருக்குமே கோர்வையாகத் தெரிந்திருக்கவில்லை. அதிரடித் தாக்குதல் பெரும் குழப்பத்தை ஏற்படுத்தியிருந்தது. அந்தத் தாக்குதலில் ஈடுபட்டது யார் என்பது குறித்த ஒருமித்த கருத்து யாரிடமும் இருக்கவில்லை. தப்பிப் பிழைத்த பலரும் மசூதுகள்தான் அதற்குக் காரணம் என்றனர். ஆனால் சிலர், வாசிர்களும் அந்தக் கூட்டத்தில் இருந்ததாகச் சொன்னார்கள். ஆக்கிரமிப்பாளர்கள் சிறு சிறு குழுவாக வந்தார்கள். ஒரு குழு வந்து அடித்துப் போட்டுவிட்டு, பணத்தைக் கேட்டுச் சென்றபிறகு, மற்றொரு குழு வந்து அதையே மீண்டும் செய்தது என்றே பலரும் தெரிவித்தனர். கொள்ளைக் காரர்களுக்குப் பல இலக்குகள் இருந்தன. மருந்துப் பொருள்கள், துணிகள், மதிப்புள்ள பொருள்கள் எவையாக இருந்தாலும் சரி!

மருத்துவமனையில் எஞ்சியிருந்த நோயாளிகளிடம் இருந்தவற்றையும் சில பழங்குடியினர் கொள்ளையடித்தனர். ஒரு நோயாளி அதைத் தடுத்திருக்கவேண்டும் அல்லது ஏதோ விதத்தில் பழங்குடியினரைக் கோபத்துக்கு ஆளாக்கியிருக்கவேண்டும். அதனால் அந்தப் பெண் கொல்லப்பட்டார். அவளைக் கத்தியால் குத்தியிருக்கவேண்டும் என்றே பலரும் சொன்னார்கள். கான்வெண்டில் இருக்கும் கல்லறைக் குறிப்பிலிருந்து அவர் ஓர் இந்து என்று தெரியவருகிறது: 'வட இந்திய மலைப்பகுதியில் ஆல்மோரா என்ற இடத்திலிருந்து வந்திருக்கும் திருமதி மோதியா தேவி கபூர்.' இன்னொரு நோயாளி மிக மோசமாகக் காயப்படுத்தப்பட்டார். தென்னிந்திய நர்ஸும், கான்வெண்டில் சேர இருந்தவருமான ஃபிலோமினா அவருக்கு உதவ வந்தபோது சுட்டுக் கொல்லப்பட்டார். கர்னல் டைக்ஸ் ஆக்கிரமிப்பாளர்களுடன் வாதாட முயன்றபோது சுடப்பட்டுப் படுகாயம் அடைந்தார். அவருடைய மனைவி பிட்டி அவரைக் காப்பாற்ற ஓடினார். அவரும் சுட்டுக் கொல்லப் பட்டார்.

இந்தக் கூச்சல் குழப்பங்களைக் கேட்டு பெல்ஜிய நாட்டைச் சேர்ந்த வரான மதர் சுப்பீரியர் ஆல்டிட்ரூட் அந்த இடத்துக்கு விரைந்திருக் கிறார். அவருடன் அவருடைய ஸ்பானிய உதவியாளரான 29 வயது மதர் தெரசலினாவும் வந்திருக்கிறார். அவர் பாரமுல்லாவுக்கு வந்து ஒரு சில வாரங்களே ஆகியிருந்தன.[3] ஒரு பழங்குடி, மதர் சுப்பீரியரை நோக்கிச்

சுட்டார். இரு கன்யாஸ்திரீகளும் குண்டடி பட்டனர். உதவியாளரின் காயம் அவரது உயிரைப் பறித்தது.

மடாலய வளாகத்தில் ஏஞ்செலாவின் தந்தை ஜோஸ் பரெட்டோ வயதான சில கன்யாஸ்திரீகளைப் பாதுகாப்பான இடத்துக்கு அழைத்துச் சென்றுகொண்டிருந்தார். 'நாங்கள் தேவாலயத்தை நோக்கி ஓடிக்கொண்டிருந்தபோது ஜோஸ் பரெட்டோ, பதான் பழங் குடிகளுடன் வாக்குவாதம் செய்துகொண்டிருந்தார். பழங்குடியினர் ஸ்பானிய கன்யாஸ்திரீ பெலன் என்பவரை இழுத்துச் சென்று கொண்டிருந்தனர்' என்று அந்தச் சம்பவத்தைக் கண்ணால் கண்ட ஒருவர் சொன்னார். 'கன்யாஸ்திரீயை விட்டுவிடும்படிக் கத்தினோம். அப்போது பழங்குடி ஒருவர் ஜோஸ் பரெட்டாவைத் துப்பாக்கியால் சுட்டார். பெலனை விட்டுவிட்டு அவர்கள் தேவாலயத்துக்குள் ஓடினார்கள். நாங்கள் பரெட்டோவை அடைந்தபோது அவர் அசைவற்று இறந்து கிடந்தார். அவர் உடலில் இருந்து வழிந்த ரத்தம் அந்த வளாகத்தில் இருந்த ஒரேயொரு செஸ்ட்நட் மரத்துக்கு அருகில் தரையில் வழிந்து ஓடியது.'[4]

சில நிமிடங்களுக்குள் ஆறுபேர் கொலை செய்யப்பட்டனர். பலர் படுகாயமுற்றனர்.

40 வயதான இத்தாலிய கன்யாஸ்திரீ பிரிசில்லா இந்தத் தாக்குதலின் மையத்தில் சிக்கிக்கொண்டிருந்தார். அவர் இந்தத் தாக்குதல் பற்றி உணர்ச்சிபூர்வமான ஓர் ஆவணத்தை விட்டுச் சென்றுள்ளார்.

> துப்பாக்கிச் சத்தம் கேட்டபோது அருட்சகோதரி பெலனும் நானும் மருந்தகத்தில் இருந்தோம். உடனே அந்த இடத்தை மூடிவிட்டு, நோயாளிகளுக்கு ஆறுதல் சொல்ல நான் மருத்துவமனைக்குச் சென்றேன். பெலன் கான்வெண்டுக்குச் சென்றார். திடீரென்று மசூதுகள் புயல்போல உள்ளே நுழைந் தனர். தங்கள் மொழியில் கூச்சலிட்டுக்கொண்டு துப்பாக்கி யால் சுட்டபடியே வந்தனர். வராந்தாவில் வந்துகொண்டிருந்த நான் என்னை நோக்கி வந்த தோட்டாவிலிருந்து நகர்ந்து தப்பித்தேன். திரு டைக்ஸூம் தூண் ஒன்றின்பின் மறைந்து கொண்டு தன்னை நோக்கி வந்த தோட்டாவிலிருந்து தப்பித் தார். அதன் பிறகு என்னைப் பார்த்து, 'நீங்கள் உள்ளே போவ தானால், குழந்தைகள் அறைக்குச் செல்லுங்கள்' என்றார். பழங்குடி ஒருவரிடம் அவர், 'இது ஒரு மருத்துவமனை. இங்கு என்ன செய்கிறீர்கள்?' என்று வாதாடிக்கொண்டிருப்பதை ஜன்னல் வழியாகப் பார்த்தேன்.

குழந்தைகள் அறையில் ஜெபமாலையை உருட்டியபடி நாங்கள் பிரார்த்தனை செய்துகொண்டிருந்த போது தாழிட்ட அறையைக் கோடரியால் உடைத்துக்கொண்டு பழங்குடி ஒருவன் உள்ளே நுழைந்தான். குழந்தைகள் அனைவரும் பயத்தில் கதறினர். குழல் துப்பாக்கி, கத்தி, கைத்துப்பாக்கி ஆகியவற்றை வைத்திருந்த அவன் என் கழுத்தை இறுக்கிப் பிடித்து, 'பணம் எங்கே இருக்கிறது?' என்று மிரட்டினான். என் உடம்பில் எல்லா இடங்களையும் தொட்ட அவன், என் பாக்கெட்டில் கையை நுழைத்தான்...

சிறிது நேரத்துக்குப் பிறகு, வராந்தாவில் சென்று பார்த்தேன். நோயாளிகள் பலரது உடல்களும் அங்கே கிடந்தன. மதர் ஆல்டிட்ரூட், மதர் தெரசலீனா, கடைசியாக ஃபிலோமினா... அவர் ஏற்கெனவே இறந்திருந்தார். ரத்த வெள்ளத்தில் மிதந்தபடி இருந்தார். திரும்பிப் பார்த்தால், திருமதி டைக்ஸ் அவருடைய அறைக்கு முன்பாக இறந்துகிடந்தார். தைரியத்தை வர வழைத்துக்கொண்டு, உள்ளே யாராவது காயத்துடன் இருக்கிறார் களா, யாரையாவது குழந்தைகள் அறைக்கு அழைத்துச் செல்லவேண்டுமா என்று பார்க்கச் சென்றேன். போகும் வழியில் கர்னல் டைக்ஸ் பாதி இறந்தபடி இருப்பதைப் பார்த்தேன். படுமோசமாகக் காயம் பட்ட அவர், தன்னைத் தானாகவே இழுத்துக்கொண்டு அங்கே சென்றிருந்தார்.[5]

அருட்சகோதரி பிரிசில்லா காயம்பட்டவர்களுக்கு உதவப் போன போது பழங்குடிகளின் தலைமைஅதிகாரி ஒருவரைப் பார்த்ததாகச் சொன்னார். அவர் மேஜர் சவுரப் ஹயாத் கான். அவருடைய குறுக்கீடுதான் மடாலயத்தில் நிகழ்ந்த கோரமான வன்முறையை முடிவுக்குக் கொண்டுவந்தது.

சவுரப் ஹயாத் கானின் அதிர்ஷ்டமான வருகையைப் பாதிரியார் ஷாங்க்ஸ் தன் விவரணையில் திரட்டி எழுதியிருக்கிறார். பாரமுல்லாவுக்குள் பழங்குடியினர் ஆவேசத்துடன் ஊடுருவியது தொடர்பாக டயரியில் அவர் எழுதியிருக்கும் அத்தியாயத்தில், மோட்டார் பைக்கில் வந்த மேஜர் ஹயாத் கான், செயிண்ட் ஜோசப் கல்லூரியில் பணி புரிந்த உள்ளூர் முஸ்லிம் ஆசிரியர் ஒருவருடைய வீட்டில் வண்டியை நிறுத்தியது பற்றி எழுதுகிறார்.

'பயப்படாதீர்கள் முதியவரே, உங்களைக் கொள்ளையடிக்க நான் வரவில்லை. ஒரு கோப்பை தேநீர் கிடைக்குமா? இன்று காலையில் இருந்து நான் ஒன்றுமே சாப்பிடவில்லை. என்

ஆட்களை கிளப்பிக்கொண்டு செல்வதற்கே நேரம் போதவில்லை.'

வந்தவர் திடகாத்திரமாக ஆறு அடிக்கு மேல் உயரமாக இருந்தார். அவரது கம்பீரமான உருவத்தை அவரது தொந்தியும் சதை தொங்கிய முகமும் சற்றே கெடுத்திருந்தன. அந்தச் சிறிய அறை முழுவதையும் அவர் அடைத்துக்கொண்டிருந்தார். அடர்த்தியாக முறுக்கிவிடப்பட்ட மீசை, பதான் பழங்குடியின் தோற்றமான கூர்மையான கண்கள், கழுகு மூக்கு, அடர்த்தியான புருவம் ஆகியவை அவரது தோற்றத்தை மேலும் கடுமையாக ஆக்கியது. முஸ்லிம்கள் அணிவது போன்ற சல்வாரைக் கீழாடையாக அணிந்திருந்தார். அதற்குமேல், சட்டையும் ஜாக்கெட்டும் அணிந்திருந்தார். அவை அழுக்காக இருந்தாலும், நன்கு தைக்கப் பட்டவை என்று காட்டின. தலைப்பாகை கட்டாத அவருடைய முடி குறைவாக இருந்தது. அவரிடம் ஒருவித அதிகார தோரணை தென்பட்டது. அந்த அதிகாரம், அவர் தோளில் கட்டியிருந்த துப்பாக்கியாலோ, இடுப்பில் வைத்திருந்த கைத்துப்பாக்கி யாலோ வந்ததல்ல.

'அவர்கள் மலைப்பகுதியிலிருந்து மிக வேகமாக, அரை மணிக்கு முன் இறங்கி வந்தனர்' என்றார் யூனுஸ்.

'ஓ அந்தக் குழுவா?' என்றார் அவர் வெறுப்புடன். 'தெற்கு வாசிரிஸ்தானிலிருந்து வந்த கூட்டம். சில காஷ்மீரிகளைத் துடைத்து அழிக்க வந்துள்ளது. என் குழுவில் இருக்கும் ஓர் அஃப்ரீதி அந்தக் கூட்டத்தில் இருக்கும் மூன்று பேருக்குச் சமம்.'

'நீங்கள் ஓர் அஃப்ரீதியா சார்?'

'ஆமாம். இப்போது நடக்கும் படையெடுப்பை மேற்பார்வை செய்யும் தலைவன். உங்களுக்காக, இந்த மகாராஜாவை ஒழித்துக்கட்ட வந்திருக்கிறோம். உங்கள் பகுதியைப் பாகிஸ் தானுடன் சேர்க்க வந்துள்ளோம். நீங்கள் அதிக நேரத்தை வீணடிக்கவில்லை என்றால்...'[6]

சவுரப் ஹயாத் கான், பாகிஸ்தான் ராணுவத்தில் ஓர் அதிகாரியாகவோ அல்லது பாகிஸ்தான் ராணுவத்தில் சேரும் நிலையிலோ இருந்தார். ஆனால், அவர் தன்னை ஒரு பெரிய தளபதிபோலக் காட்டிக்கொண்டார். பழங்குடிகளும் அவரை அப்படியே மதித்தனர். பாகிஸ்தான் ராணு வத்தின் உத்தரவின் பேரில் அவர் அங்கு வந்தாரா அல்லது பதான் பழங் குடியினரை உற்சாகப்படுத்துவதற்காக அனுப்பப்பட்டாரா அல்லது

பிரிவினையை ஒட்டி நடந்த சம்பவங்களால் தானாகவே லஷ்கர் படையில் சேர்ந்துகொண்டாரா என்பது தெரியவில்லை. ஆனால், பாரமுல்லாவில் அவர் நடந்துகொண்டவிதம், அந்தப் படையெடுப்பை பாகிஸ்தான் ராணுவம் வழிநடத்திச் செல்லாவிட்டாலும், பழங் குடிகள்மீது அவர்களுக்கு இருந்த ஆதிக்கத்தையும், பழங்குடிகள் காஷ்மீருக்குள் ஊடுருவுவதற்குப் பாகிஸ்தான் அதிகாரிகள் செய்த உதவியையும் எடுத்துக் காட்டுபவையாக இருக்கின்றன.

பாதிரியார் ஷாங்க்ஸ் தன் டைரியில் எழுதியதன்படி, அந்த மேஜர் பாரமுல்லாவுக்குள் நுழைந்து, அங்கு மடாலயமும் மருத்துவமனையும் இருப்பதைத் தெரிந்துகொண்டதும், பழங்குடிகள் அங்கு போய் அசம்பாவிதம் எதையும் செய்துவிடாமல் தடுப்பதற்காகத் தன் பைக்கில் ஏறி அங்கு சென்றிருக்கிறார். ஆனால், அவர் அங்கு போய்ச் சேர்வதற் குள் முதல் கட்டத் தாக்குதலும், கொள்ளையடிப்பும், துப்பாக்கிச் சூடும் நடந்து முடிந்திருந்தது. ஆனால், அதற்குமேல் எதுவும் நடக்காமல் தடுக்க அவரால் முடிந்தது. ஜோஸ் பரெட்டோ சுடப்பட்டுத் தரையில் வீழ்த்தப்பட்டதும், பழங்குடியினர் கன்யாஸ்திரீகளை மருத்துவமனை வளாகத்தில் வரிசையாக நிற்க வைத்துள்ளனர். தங்களைச் சுட்டுக் கொல்லப் போகிறார்கள் என்று அந்த கன்யாஸ்திரீகள் பயந்திருந்தனர். ஆனால், ஒரு கன்யாஸ்திரீயின் தங்கப் பல்லைப் பிடுங்கி எடுக்கப் பழங்குடிகளுக்குச் சிறிது நேரம் எடுத்தது. அதனால் அவர்களைச் சுட்டுக் கொல்வது தாமதப்படுத்தப்பட்டது என்றே பலரும் கூறினர்.

> ‘ஒரு நிமிடம்... ஒரே ஒரு நிமிடம் அவகாசம் தாருங்கள்’ என்று அந்த அருட்சகோதரி தன் பல்லைப் பிடுங்க முற்பட்டார். ‘கொஞ்ச நேரம் பொறுங்களேன்...’ அந்தப் பல்லைப் பிடுங்க முடியாது என்பது அவருக்கும் நன்றாகவே தெரியும். ஆனால் எதையாவது செய்து நேரத்தைக் கடத்தவேண்டுமே... ‘தூய மரியே... கொஞ்சம் கருணை காட்டம்மா...’ பழங்குடியினர் பொறுமை இழக்க ஆரம்பித்தனர். துப்பாக்கிகளை உயர்த்தினர்.
>
> ‘என் சகோதரிகளே, தைரியமாக இருங்கள்...’
>
> அப்போது நுழைவாயில் பகுதியில் இருந்து அழுத்தமான ஒரு குரல் கேட்டது. அனைவரும் அந்தத் திசையை நோக்கித் திரும்பினர். மாபெரும் தோற்றம் கொண்ட பழங்குடி ஒருவர், அவர்களை நோக்கி வேகமாக வந்துகொண்டிருந்தார். அவருடைய முகம் கோபத்தில் சிவந்திருந்தது. கையில் பிடித் திருந்த ஸ்டென் கன் சுடும் நிலையில் இருந்தது. பழங்குடிகளை ஒரே தள்ளில் தூரத் தள்ளினார். கன்யாஸ்திரீகளை நோக்கி இறைத்தபடியே பேசினார்:

> ‘என்னை மன்னித்துவிடுங்கள் அருட்சகோதரிகளே... இந்த முரடர்கள் உங்களைத் தொந்தரவு செய்துவிட்டார்களா?’
>
> ‘இவர்கள் எங்களைக் கொல்ல இருந்தார்கள். பாருங்கள், ஏற்கெனவே ஒரு அப்பாவியைக் கொன்றுவிட்டார்கள்’ என்றார் அருட்சகோதரி பேட்ரீஷியா.
>
> வந்தவர் பழங்குடிகளைக் கோபத்துடன் திரும்பிப் பார்த்தார். அவர்களைச் சரமாரியாகத் திட்டினார். அவருடைய ஆட்கள் அவருக்குப் பின் நின்றபடி, துப்பாக்கிகளைத் தயாராகப் பிடித்தபடி இருந்தனர். பழங்குடிக் கூட்டத்தில் ஒருவன் கன்யாஸ்திரீகள் பக்கமாக லேசாக நகர்ந்தான். ஸ்டென் கன் அவனது வயிறை நோக்கி உயர்ந்தது. அவன் அப்படியே உறைந்து நின்றான். மேஜர் மற்றுமோர் உத்தரவை இட்டார். மீண்டும் சரமாரியாகத் திட்டினார். பழங்குடிக் கூட்டம் சிறிதும் நகரவில்லை. ஸ்டென் கன் உயர்ந்தது. ஆக்கிரமிப்பாளர்கள் அங்கிருந்து விலகத் தீர்மானித்தனர். வந்த வழியே திரும்பினர். பலர் கொலைவெறியுடன் முறைத்தபடியே சென்றனர்.[7]

இந்தச் சம்பவத்தைத்தான் கன்யாஸ்திரீகள் நன்கு நினைவில் வைத் திருந்தனர். ஸ்காட்லாந்து கன்யாஸ்த்ரீ, மதர் கான்வால், இது பற்றி விளக்கமாகச் சொன்னார். எப்படி டாக்டர் திருமதி பரெட்டோவும் நான்கு கன்யாஸ்திரீகளும் வரிசையாக நிற்கவைத்து சுடப்பட இருந்தனர் என்றும் ஒரு பதான் அதிகாரி வந்து அவர்களைக் காத்தார் என்றும் வாக்குமூலம் கொடுத்திருந்தார். கன்யாஸ்திரீ ஒருவரிடமிருந்து ஒரு தங்கப் பல்லை பழங்குடியினர் பறிக்க முயன்ற காரணத்தால் கால அவகாசம் கிடைத்தது என்று அவரும் சொல்லியிருந்தார்.[8]

சுடுவதற்காக நிறுத்தி வைக்கப்பட்ட கன்யாஸ்திரீகளில், அருட் சகோதரி எமிலியாவும் ஒருவர். மேஜரின் வருகை அவர் மனத்தில் அழுத்தமாகப் பதிந்திருந்தது.

> அவர்களில் ஒருவர் வித்தியாசமான உடையை அணிந்திருந்தார். பாரமுல்லாவில் நுழைந்ததும் தேநீர் அருந்த ஓர் இடத்தில் நிறுத்தியிருக்கிறார். பாரமுல்லாவில் என்னவெல்லாம் இருக் கின்றன என்று கேட்டிருக்கிறார். ஒரு பள்ளிக்கூடமும் ஒரு மருத்துவமனையும் இருப்பதாக அவர்கள் சொல்லியிருக்கி றார்கள். உடனே ஒரு மோட்டார் சைக்கிளை எடுத்துக்கொண்டு அவர் எங்களை நோக்கிப் பறந்து வந்தார். ஏனெனில் பழங் குடிகள் அனைவரையும் கொல்லப்போவதாகச் சொல்லி யிருந்தனராம். மடாலயத்தின் வாசலுக்கு வந்ததும் அவர் உள்ளே இருந்த பழங்குடிகளைப் பார்த்து ஏதோ சொன்னார். உடனே

> அவர்கள் ஆயுதங்களைக் கீழே போட்டுவிட்டனர். இல்லா விட்டால் அவர்கள் எங்களைச் சுட்டிருப்பார்கள். அவர் பாகிஸ் தானைச் சேர்ந்தவர் என்று நினைக்கிறேன். ராணுவ உடை அல்ல, சிவிலியன் உடைதான் அணிந்திருந்தார். பழங்குடி களுக்குப் புரியும் மொழியில் அவர்களிடம் அவர் எதையோ சொன்னதால்தான், அவர்கள் ஆயுதங்களைக் கீழே போட்டனர். அதனால்தான் எங்களால் தப்பிக்க முடிந்தது.

சவுரப் ஹயாத் கான் அந்தக் களேபரத்தின் இடையில் கொஞ்சம் ஒழுங்கைக் கொண்டுவந்தார். மடாலயத்தில் இருந்த அனைவரும் குழந்தைகள் அறைக்கு அனுப்பப்பட்டனர். ஊரில் இருந்த சில இந்துக்களும், சீக்கியர்களும், கிறிஸ்தவர்களும் பாதுகாப்புத் தேடி அங்கு அடைக்கலம் புகுந்திருந்தனர். அந்த அறை இப்போதும் இருக்கிறது. அங்கே கொடிமரத்துக்குக் கீழே, இறந்தவர்கள் நினைவாக ஒரு கல்வெட்டு பதிக்கப்பட்டுள்ளது. அந்த அறையில் மிகக் குறைவான வசதிகள் கொண்ட 13 படுக்கைகள் இப்போது உள்ளன. 1947 அக்டோபர் 27 அன்று அந்த அறை 80 பேருக்கு அடைக்கலம் கொடுத்திருந்தது. சிலர் காயம் பட்டவர்கள். சிலர் இறந்துகொண்டிருந்தவர்கள்.

பிற பழங்குடிகள் வந்து கொலை, கொள்ளையடிப்பில் ஈடுபடாமல் பார்த்துக் கொள்ள மேஜர் ஹயாத் கான் தன் ஆட்கள் சிலரைக் காவலுக்கு வைத்தார். ஜோஸ் பரெட்டோ, ஃபிலோமினா, திருமதி கபூர் ஆகியோரின் உடல்கள் இன்னோர் அறைக்கு எடுத்துச் செல்லப்பட்டன. பிட்டி டைக்ஸின் உடலைச் சில மசூத் பழங்குடிகள் எடுத்துச் சென்றிருந்தனர். இரண்டு நாள்கள் கழித்து, அந்த உடல் மடாலய வளாகத்தில் கண்டெடுக்கப்பட்டது. திருமதி டைக்ஸின் விலை உயர்ந்த மேலாடைகள் எடுத்துச் செல்லப்பட்டிருந்தன. ஆனால், அவரது உடல் உள்ளாடை அணிந்த நிலையிலேயே இருந்தது.

பாதிரியார் ஷாங்க்ஸ் அந்தக் கொலைகளை நேரில் பார்க்கவில்லை. மேஜர் ஹயாத் கானின் வருகையையும் அவர் பார்க்கவில்லை. பாதிரியார்களின் குடியிருப்பில் பழங்குடிகளின் தாக்குதலிலிருந்து தப்பிக்க முயன்றுகொண்டிருந்தார். அருட்சகோதரிகளுக்கு இருந்த அபாயம் நீங்கியதும் சிஸ்டர் பிரிசில்லா, பாதிரியார்களுக்கு என்ன ஆனதோ என்ற கவலையில், மேஜரை அவர்கள் இருக்கும் இடத்துக்கு அழைத்துவந்தார். உள்ளே நுழையும்போது துப்பாக்கிக் குண்டுகளின் முழக்கம் கேட்டது. வாசலில் ரத்த வெள்ளம் தென்பட்டது. அதைப் பார்த்து, பாதிரியார்கள்தான் சுட்டுக்கொல்லப்பட்டார்களோ என்று அருட்சகோதரி பயந்துவிட்டார். ஆனால் அது அங்கிருந்த நாய் ஒன்று சுடப்பட்டதால் கொட்டியிருந்த ரத்தம். பாதிரியார் ஷாங்க்ஸையும்

பாதிரியார் மால்லெட்டையும் மேஜர் ஹயாத் கான் மருத்துவமனைக்கு அழைத்துவந்தார். அங்குதான் தாக்குதலில் இருந்து தப்பித்தவர்கள் அனைவரும் இருந்தனர்.

> கண்ணில் வேறு எதுவுமே தென்படவில்லை. எங்கும் சுருண்டு குவிந்து கிடந்த மனித உருவங்கள் மட்டும்தான். அவற்றைத் தனித்தனி மனிதர்களாகக் காண்பதற்கு மனத்தை ஒருமுகப் படுத்த வேண்டியிருந்தது. அமைதியும் ஒழுங்கும் குலைந் திருந்தது. குழந்தைகளின் படுக்கைகள் அறையின் இடது பக்கத்தில் குவிக்கப்பட்டிருந்தன. ஜன்னல்களுக்குக் கீழே சுவர் ஓரத்தில் ஒடுங்கியபடி மலையாளி நர்ஸ்கள் அந்தக் கட்டில் களை முன்னும் பின்னும் ஆட்டியபடி, அழுதுகொண்டிருந் தனர். மற்றொரு மூலையில் பெண்கள் சிறு கூட்டமாக ஒடுங்கிக் கிடந்தனர். ஆனால், நடந்த நிகழ்வுகளின் முழுக் கொடுமையையும் எங்களுக்கு உணர்த்தியது, காயங்களுடன் இருந்த அந்த நான்கு உடல்கள்தாம்.
>
> வலது பக்கச் சுவர் ஓரமாக மோகன் லாலின் மனைவி இருந்தார். அவரது தோள்பட்டையில் ஆழமான குண்டுக் காயம் இருந்தது. மன வளர்ச்சி குறைந்த அவருடைய மகள் அவரையே வெறித்துப் பார்த்தபடி அமர்ந்திருந்தார். அங்கிருந்து சில அடி தொலைவில், ரெவரண்ட் மதர் உடல் வெளிறிக் கிடந்தார். அவ்வப்போது வலியில் முனகினார். உயிர் இன்னமும் இருப்பதைக் காட்டும்வகையில் கண்கள் படபடவென அடித்துக்கொண்டன. அறையின் நடுவில் கர்னல் டைக்ஸின் உடல்மீது கையில் ஊசியுடன் ஓர் அருட்சகோதரி குனிந்த நிலையில் இருந்தார். டாக்டர் பி.யும் இன்னொரு அருட் சகோதரியும் மதர் தெரசலீனாவுக்கு அருகில் இருந்தனர். இவர்கள் அனைவருக்கும் அருகில், ரத்தம் குளமாகத் தேங்கிக் கிடந்தது. அருட்சகோதரிகளின் ஆடைகளில் ரத்தக்கறை காணப்பட்டது. பலரது முகத்தின்மேல் போடப்படும் சல்லாத் துணி காணாமல்போயிருந்தது. உடைகளின் கிழிசல், அவர்கள் எப்படி நடத்தப்பட்டிருந்தனர் என்பதைக் காண்பித்தது. அனைவரும் தமக்கு நடந்தவற்றை விதிப் பயன் என்று எடுத்துக்கொண்டு, அமைதியாகத் தத்தம் வேலைகளில் ஈடுபட்டிருந்தனர். இளம் சூட்டில் வெந்நீரும் பஞ்சும் கொண்டு வந்து காயம் பட்டவர்களுக்குக் கட்டுப் போட்டனர். தொண்டை வறண்டிருந்தவர்களுக்கு நீர் கொண்டுவந்து கொடுத்தனர். சிலர் ஜபமாலையைச் சத்தமாக உருட்டிப் பிரார்த்தனை செய்தனர். பச்சிளம் குழந்தைகளின் வீல் வீல்

என்ற அலறல்கள், அவர்களது வழக்கமான பணி கடுமையாக பாதிக்கப்பட்டிருப்பதைச் சொல்லிக் காட்டின.

இந்தக் காட்சிகள் எங்களை அதிர்ச்சியில் உறையச்செய்தன. மேஜரின் கம்பீரமான, சாதாரணமான குரல் எங்களைச் சுய நினைவுக்குக் கொண்டுவந்தது.

'எந்தக் காரணம் கொண்டும் உங்கள் ஆட்கள் யாரும் இந்த இடத்தைவிட்டு வெளியே செல்லவேண்டாம் என்று சொல்லி வையுங்கள். ஜன்னல்கள் வழியாக யாரும் எட்டிப் பார்க்கக் கூடாது; முக்கியமாகப் பெண்கள். அனைவரும் தரையில் உட்கார்ந்துகொள்ள வேண்டும். என் ஆட்கள் இரண்டு வாசல்களிலும் காவல் காத்தபடி இருப்பார்கள். உங்களுக்கு ஏதேனும் தேவை என்றால் உடனே அவர்களைக் கூப்பிடுங்கள்.'

வெளியே இருந்த தன் ஆட்களை உள்ளே வரும்படி அவர் அழைத்தார். முதல் முறையாக என்னால் அவர்களைக் கூர்ந்து பார்க்கமுடிந்தது. நல்லவேளை... நான் அதுவரை பார்த்த பழங்குடிகளைவிட இவர்கள் நல்லவர்களாகத் தெரிந்தார்கள். இவர்கள் போர் புரிபவர்கள், கொள்ளைக்காரர்கள் அல்லர். பெரும்பாலும் முழுதாகச் சவரம் செய்தவர்கள். வெறுக்கத்தக்க கறுப்புத் தலைப்பாகைக்கு பதில், துணியால் ஆன வட்டமான தொப்பி அணிந்திருந்தனர். அவர்கள் தங்களைச் சுற்றி ஆர்வத்துடன் பார்த்தனர். ஓரிருவர் தங்கள் முணுமுணுப்பின் வழியாகப் பரிதாபத்தை வெளிப்படுத்தினர். காது மடல்வரை தலைமுடி கொண்டிருந்த, சிறிய ஒருவன், வெளிப்படையாகத் தன் மகிழ்ச்சியை வெளிப்படுத்தினான். எனக்கு அவனைக் கண்டாலே பிடிக்கவில்லை.

'இவர்களை மட்டும்தான் நீங்கள் மருத்துவமனைக்குள் அனுமதிக்கலாம்' என்றார் மேஜர். 'இதோ இவன்தான் இவர்களுக்கெல்லாம் தலைவன். இவனுக்கு ஆங்கிலம் தெரியும்' என்று சொல்லி, அழகான, உயரமான அஃப்ரீதி ஒருவனைக் கை காட்டினார். 'இவர்கள் என் ஆட்கள். தங்களால் முடிந்தவரை உங்களைப் பாதுகாப்பார்கள். அதற்குமேல் என்னால் எந்த உத்தரவாதமும் தர முடியாது.'[9]

சவுரப் ஹயாத் கான் ஒரு கத்தோலிக்கப் பள்ளியில் படித்திருந்தார் என்பது பின்னர் தெரியவந்தது. பெஷாவரில் இருக்கும் ப்ரசண்டேஷன் சிஸ்டர்ஸ் பள்ளியில் தான் படித்ததாக அவர் பாதிரியார் ஷாங்க்ஸிடம்

சொன்னார். 'அங்கு அவர்கள் காட்டிய அன்பை என்னால் மறக்கவே முடியாது' என்றார். நம்பிக்கையே அளிக்காத பகுதியில் இடைவிடாமல் மேற்கொண்ட கல்விப் பணிகளுக்கான பரிசாக அந்த மடாலயத்தை அவர் காப்பாற்றிய நிகழ்வைச் சொல்லலாம்.

குழந்தைகள் அறையில் இருந்தோருக்கு உடனடித் தேவையாக இருந்தது, காயம்பட்டவர்களுக்கு மருந்து கொடுப்பதுதான். டாக்டர் க்ரேட்டா பரெட்டோ அவர்களைப் பரிசோதித்து, யாருக்கெல்லாம் உயிர் பிழைக்கும் வாய்ப்பு உள்ளது என்று பாதிரியார் ஷாங்க்ஸிடம் அடையாளம் காட்டிக்கொண்டிருந்தார். 'மதர் தெரசலீனாவும் கர்னல் டைக்ஸூம் இறந்துகொண்டிருக்கிறார்கள்... மதர் சுப்பீரியர் உடலிலிருந்து ரத்தம் வெளியேறுவது நின்றுவிட்டால் அவர் உயிர் பிழைக்கலாம். ஆனால், அவரது உடலில் பாய்ந்திருக்கும் தோட்டாத் துண்டுகளை எடுக்க என்னால் முடியாது... அதற்கான கருவிகளோ, மருந்துகளோ, ஊசிகளோ, பேண்டேஜ்களோ இங்கு கிடையாது... திருமதி பாஸ்ரிச்சாவுக்குத் தோளில் காயம்பட்டிருக்கிறது. அதிர்ச்சியில் அவர் மிகவும் பாதிப்படைந்திருக்கிறார். ஆனால், அவர் பிழைத்து விடுவார்...'

அவருடைய கணிப்புகள் மிகச் சரியாக இருந்தன. ஆனால், அவற்றை அந்த மருத்துவர் சொன்னவிதம்தான் பாதிரியார் ஷாங்க்ஸை அதிசயப்பட வைத்தது. 'அவருடைய நிதானத்தைப் பார்த்து ஆச்சரியப் பட்டேன். இந்தப் பெண்ணின் கணவர் ஒரு மணி நேரத்துக்கு முன்னால் தான் அவர் கண் முன்னாலேயே சுடப்பட்டு இறந்திருக்கிறார். கண்களில் நீர் வற்றிய அவர், உயிருடன் இருப்பவர்களைக் காப்பாற்றத் தன் பணியைத் தொடர ஆரம்பித்துவிட்டார். அவரது கண்களைச் சுற்றியிருந்த சுருக்கம்தான், வேலை செய்வதன்மூலம் அந்தக் காட்சியை மீறிவர அவர் முயற்சி செய்கிறார் என்பதைக் காட்டியது.'

மாலை நேரத்தில் முதலில் கர்னல் டைக்ஸ் இறந்தார். அடுத்ததாக மதர் தெரசலீனா இறந்தார். பாதிரியார் ஷாங்க்ஸ் அருகிலேயே இருந்து, அந்த இரு மரணங்கள் குறித்தும் எழுதியிருக்கிறார்.

> கர்னல் டைக்ஸ் நான்கு மணிக்கு இறந்தார். கடந்த இரு மணி நேரங்கள் அவர் மார்ஃபீன் இல்லாமல் இருந்தார். அதில் பெரும்பான்மைக்கு, சுய நினைவுடன் இருந்தார். முறை வைத்து நாங்கள் அவர் அருகில் இருந்தோம்.
>
> 'என் மனைவி எப்படி இருக்கிறாள், பாதிரியாரே?'
>
> 'கவலைப்படாதீர்கள் கர்னல். அவர் நலமாக இருக்கிறார். சீக்கிரமே வந்துவிடுவார்.'

வலி தாங்கமுடியாமல் அவர் மார்ஃபீன் கேட்டபோது, அதை ஒருவர் வாங்கப் போயிருப்பதாகப் பொய் சொன்னேன். அவரது கடைசி மூச்சின்போது அவருக்கு அருகே மண்டியிட்டு அமர்ந்தேன். அருகில் இருந்த ஜன்னல் வழியாக நிழல் உருவங்களாக நான்கு பேர் திருமதி டைக்ஸின் உடலைத் தூக்கிச் சென்றது தெரிந்தது.

அவரது இறுதி மூச்சு விரைவிலேயே நின்றது. அருகில் இருந்த அறையில், திரு பி.யின் உடலுக்கு அருகில் அவரது உடலைக் கிடத்தினோம்.

டைக்ஸின் குழந்தைகள் டாம், டக்ளஸ், ஜேம்ஸ் ஆகிய மூவரும் லில்லி போல் என்ற பிரிட்டிஷ் புராட்டஸ்டண்ட் மிஷனரியின் பொறுப்பில் ஒப்படைக்கப்பட்டனர். பள்ளத்தாக்கில் இருந்த அவரும் அங்கு அடைக் கலம் தேடி வந்திருந்தார். பின்னர், இரு குழந்தைகள் பிரிட்டனுக்குப் புறப்பட்டுப் போனபோது அவரும் கூடவே துணையாகச் சென்றார்.

கடைசி மரணம் சில மணி நேரங்கள் கழிந்து நடந்தது.

மதர் தெரசலீனா இரவு பத்து மணிக்கு இறந்தார். கடைசி நேரத்தில் அவருக்கு உதவியாக இருந்தவர்களால் ஒரு போதும் மறக்க முடியாத மரணம் அது. மரணப்படுக்கையில் படுத்தபடி பிரார்த்தனை செய்துகொண்டிருந்த அந்த அருட்சகோதரியின் குரல் மெல்ல மெல்லத் தேய, தன் சுய நினைவை கொஞ்சம் கொஞ்சமாக அவர் இழந்தார். கண்ணீர் தோய்ந்த முகங்கள். ரத்தம் படிந்த, கிழிந்த ஆடைகளை அணிந்தபடி சுற்றிலும் மண்டியிட்டிருக்கும் சகோதரிகள். அடுத்த வேளை உணவைக் கேட்கும் குழந்தைகளின் அழு குரல்கள். அறை முழுவதிலும் அகதிகள். தன் உதவியாளரின் கடைசிக் கட்டத்தை மௌன மாகப் பார்த்தபடி இருக்கும் அரிக்கேன் விளக்கொளியில் தெரிந்த ரெவரன்ட் மதரின் வெளிறிய முகம். வெளியே காவலுக்கு இருப்போரிடமிருந்து எழும் முணு முணுப்புப் பேச்சுகள், சிரிப்புகள். தூரத்திலிருந்து கேட்கும் ஆக்கிரமிப் பாளர்களின் கூச்சல்கள். நிலவொளியில் நனைந்த புல்வெளி யில் அவ்வப்போது இருள் கோடாகத் தெரியும் ஆக்கிரமிப் பாளர்களின் உருவங்கள். உயிர் துறந்துகொண்டிருக்கும் அருட் சகோதரியின் பின்னால் இருக்கும் சுவரில், தூரத்தில் எரிந்துகொண்டிருக்கும் கிராமத்தின் நெருப்பொளி.

இப்படியாகத்தான் காஷ்மீர் தன் முதல் கத்தோலிக்கத் தியாகியைப் பெற்றது. 'மரணத் தறுவாயில் இருக்கும் ஒரு துறவிக்குப் பணிவிடை

செய்ய வாய்ப்பு கிடைத்தது எங்களுடைய பாக்கியமே. எங்கள் மரணத்துக்கு எங்களைத் தயார்ப்படுத்திக்கொள்ள அது பெரிதும் உதவியது' என்று பாதிரியார் ஷாங்க்ஸ் எழுதியிருந்தார்.

அந்த உடல்கள் அடுத்த நாள் புதைக்கப்பட்டன. சாலைக்கு அருகில் மடாலயத்தின் முன்பகுதியில் இருக்கும் கல்லறைத் தோட்டம் அபாயகரமான இடம் என்று கருதப்பட்டதால், பாதிரியார் ஷாங்க்ஸ் கட்டடத்தின் பின்புறம், கண்ணுக்கு எளிதில் தெரியாத ஓர் இடத்தைத் தேர்ந்தெடுத்தார்.

> இறந்தவர்களை அருட்சகோதரிகளின் தோட்டத்தில் புதைக்க விரும்பினேன். சையது சர்வர் ஷா எனும் மசூத் ஒருவர், தன்னை ஒரு மருத்துவர் என்றும் மசூதுகளின் புனிதத் தலைவர் என்றும் அறிமுகப்படுத்திக்கொண்டார். பயந்துபோயிருந்த ஐந்தாறு காஷ்மீரிகளை உடன் அழைத்து வந்திருந்தார். ஒரு பெரிய குழி வெட்டப்பட்டது. நரிகள் பறித்து எடுக்கமுடியாத ஆழம் மட்டுமே வெட்டப்பட்டது. நான் இதுவரை செய்ததி லேயே விசித்திரமான சவ அடக்கம் ஒன்றைச் செவ்வாய்க் கிழமை மாலை செய்யவேண்டி நேர்ந்தது. சவப் பெட்டிகள் கிடையாது. கைக்குக் கிடைத்த துணிகளைக் கொண்டு இறந்த வர்களின் உடல்களை மூடியிருந்தோம். சர்ச் வழக்கப்படி யான எந்தப் பிரார்த்தனையும் கிடையாது. பாதிரியார் மால்லெட் மருத்துவமனையிலிருந்து ஒவ்வோர் உடலாகக் கொண்டுவர அவற்றின்மீது புனித நீர் தெளிக்கப்பட்டது. வேத வார்த்தைகள் அவசர அவசரமாகச் சொல்லப்பட்டு, ஓர் உடலைக் குழிக்குள் இறக்கிய அடுத்த நிமிடமே இன்னோர் உடல் கொண்டுவரப்பட்டது. சையது ஷா, ஒவ்வோர் உடல் தன்னைத் தாண்டிச் சென்றபோதும், குனிந்து மரியாதை செலுத்தியபடி இருந்தார்.

பிட்டி டைக்ஸின் உடல் கண்டுபிடிக்கப்பட்டபின், அதுவும் தோட்டத் திலேயே புதைக்கப்பட்டது. அவரது உடல் தாமதமாகக் கண்டெடுக்கப் பட்டதால், அதனை அவரது கணவரின் உடலுக்கு அருகில் புதைக்கவில்லை. மதர் தெரசலீனாவின் உடல் பின்னர் தோண்டி எடுக்கப்பட்டு, மடாலயக் கல்லறைத் தோட்டத்தில் பிற அருட் சகோதரிகள் புதைக்கப்பட்ட இடத்துக்கு அருகில் புதைக்கப்பட்டது.

தோட்டத்தில் இப்போதும் அந்த ஐந்து கல்லறைகளும் இருக்கின்றன. கர்னல் டைக்ஸ் புதைக்கப்பட்ட இடத்தின்மீது, காமன்வெல்த் போர்வீரர் சின்னம் ஒன்று எழுப்பப்பட்டுள்ளது. காஷ்மீரில் இருக்கும்

அந்த வகையிலான ஒரே கல்லறை அது மட்டும்தான். பிற கல்லறைத் தூண்கள் மிகவும் எளிமையானவை. நடுவில் மரத்தால் ஆன ஒரு சிறிய சிலுவை ஆக்கிரமிப்பில் அவர்கள் கொல்லப்பட்டதை நினைவுகூரும் வகையில் உள்ளது. காமன்வெல்த் போர்வீரர்களுக்கான பிற கல்லறைத் தோட்டங்கள்போல் அது விசாலமானதல்ல. ஆனால், அதே நேரம் அது புறக்கணிக்கப்படவும் இல்லை. கல்லறைகளின் எளிமை, சுருக்கமான கல்லறை வாக்கியங்கள், அந்த இடத்தின் வனப்பு ஆகியவை அந்தக் கல்லறைகளை விசேஷமானவையாக ஆக்கியிருக்கின்றன. காஷ்மீர் பள்ளத்தாக்கின் எழில் கொஞ்சும் மலையடிவாரத்தில் இருக்கும் அந்தக் கல்லறைத் தோட்டம் அதே நேரம், ஓர் இனம் புரியாத சோகத்தைத் தூண்டுவதாகவும் அமைந்திருக்கிறது.

மடாலயத்தின்மீது பழங்குடியினர் நடத்திய தாக்குதலின் ஆரம்ப மணித்துளிகள் தொடர்பான ஒரு குழப்பத்தை விளக்கியே ஆக வேண்டும். பரபரப்பு அம்சத்துக்காக அல்ல, ஆனால் தாக்குதல் எப்படிப்பட்டது என்பதைத் தெரிந்துகொள்ளும் நோக்கில். காஷ்மீர்மீதான பழங்குடியினர் ஆக்கிரமிப்பில் பாலியல் பலாத்காரங்கள் ஏராளம் அரங்கேறின. எல்லாத் தரப்பிலிருந்தும் கிடைத்த தகவல்களை அலசிப் பார்க்கும்போது அந்தக் கொடூரங்கள் பரவலாக நடந்திருக்கும் என்றே தோன்றுகிறது.

சர்தார் ஷேர்பாஸ் கான் மஸாரி எனும் தாக்குதலில் ஈடுபட்டிருந்த பலூச்சி இனக்குழுவின் பதின்ம வயதுத் தலைவர், பெண்களுக்கு எதிராக நடத்தப்பட்ட வன்முறையைக் கண்டு அதிர்ந்துபோயிருந்தார். 'வாசிரிஸ்தானில் இருந்து வந்த வாசிர்களும் மசூதுகளும் கொள்ளை யடிப்பதில் தீவிரமாக ஈடுபட்டனர். ஆனால், என்னை மிகவும் வேதனைப்படுத்தியது எது தெரியுமா? இஸ்லாத்தின் பெயரால் இஸ்லாமியச் சகோதரர்களை விடுவிக்க வந்த கூட்டத்தினர், முஸ்லிம் பெண்களைக்கூட விட்டுவைக்காமல் வன்புணர்ச்சியில் ஈடுபட்டது தான். இது என்னை மிகவும் வருத்தமடையச் செய்தது' என்றார் மஸாரி. 'வழியில் சில இஸ்லாமியப் பெண்களையும் குழந்தைகளையும் பார்த் தோம். அவர்கள் கதறி அழுதபடியே, 'பாருங்கள், முஸ்லிம் சகோதரர்கள் எங்களுக்கு இழைத்த அநியாயத்தைப் பாருங்கள்' என்றனர். என்ன நடந்தது என்று நான் அவர்களிடம் கேட்கவில்லை. ஏனெனில் என்ன நடந்திருக்கும் என்பது தெளிவாகவே தெரிந்தது. பின்னர் விசாரித்து அறிந்துகொண்டதில், அவர்கள் அனைவருமே வன்புணர்ச்சிக்கு உட்படுத்தப்பட்டனர் என்பது தெரியவந்தது.'[10]

ஆனால், செயிண்ட் ஜோசப் கல்லூரியிலும் மருத்துவமனையிலும் நிகழ்ந்த பாலியல் பலாத்காரம் பற்றிக் கிடைத்த தகவல்கள் முன்னுக்குப்

பின் முரணானவை. இந்தியா சார்பான தகவல்கள் அனைத்துமே கொலை, கொள்ளை, பாலியல் பலாத்காரம் ஆகியவற்றை மிகைப் படுத்திச் சொல்லின. பாகிஸ்தான் ஆதரவுத் தகவல்கள், அங்கொன்றும் இங்கொன்றுமாகச் சில அசம்பாவிதங்கள் நடந்திருக்கலாம் என்றும், இந்தியா வேண்டுமென்றே அவற்றை ஊதிப் பெரிதாக்குவதாகவும் சொல்லின.

தாக்குதலில் இருந்து தப்பியவர்கள் கொடுத்த வாக்குமூலத்திலும் சிட்னி ஸ்மித், ஜான் தாம்சன் போன்ற நேரடி நிருபர்கள் கொடுத்த தகவல்களிலும் பாலியல் பலாத்காரம் பற்றி எந்தக் குறிப்பும் இல்லை. டெய்லி எக்ஸ்பிரஸ் பத்திரிகையில் சிட்னி ஸ்மித் எழுதிய அறிக்கைகளில், பதான் பழங்குடிகளின் பாலியல் வெறி குறித்த பயம் இருந்தது வெளிப்படுகிறது. ஆனால், மடாலயத்தில் அப்படி ஒரு சம்பவம் நடந்ததாகச் சொல்லப்படவில்லை. பாதிரியார் ஷாங்க்ஸின் எழுத்திலும் பாலியல் பலாத்காரம் குறித்த பயம் மட்டுமே வெளிப்படு கிறது. அதாவது, பெண்கள் மீதான அசிங்கமான பார்வை, முகத் திரையைப் பற்றி இழுத்தல், நகை அல்லது விலை மதிப்பு மிகுந்த பொருள்களைத் தேடும் சாக்கில் பெண்களின் உடலைத் தடவுதல், உடைகளைக் கிழித்தல் ஆகியவை தாண்டி வேறெதுவும் குறிப்பிடப் படவில்லை. மில் ஹில் சுப்பீரியர் ஜெனரலுக்குப் பின்னர் எழுதிய கடிதத்தில் பாலியல் பலாத்காரம் ஏதும் நடக்கவில்லை என்று ஷாங்க்ஸ் அழுத்தமாகத் தெரிவித்திருக்கிறார்.

> வெறிபிடித்த பழங்குடிகளின் முதல் கட்டத் தாக்குதலுக்குப் பிறகு எங்கள் உடலுக்குப் பெரிதாக எந்தப் பிரச்னையும் ஏற்படவில்லை. ஆயுதம் தாங்கியோர், ஆர்வம் காரணமாகக் கண்ட கண்ட நேரத்தில் உள்ளே நுழைவது மகிழ்ச்சி தருவதாக இல்லை. அவர்கள் திடீரென்று வெறிகொண்டு பெண்களிடம் மோசமாக நடந்துகொண்டுவிடுவார்களோ என்ற பயம் இருக்கத்தான் செய்தது. ஒரே ஒரு முறை அதுவும் நிகழ இருந் தது; நல்லவேளையாக அது தவிர்க்கப்பட்டது. உண்மையில் நம் அருட்சகோதரிகளின் தைரியமும் கருணையுமே அனை வரையும் பாதுகாத்தது என்றுதான் சொல்லவேண்டும். பகல் முழுவதும் மட்டுமின்றி, இரவில் பெரும்பாலும்கூட அவர்கள் விழித்திருந்து, சிறிதும் தளராமல் காயம்பட்டவர்களுக்கு கட்டுக் கட்டி, மருந்துகள் போட்டனர். சாதாரண நாள்களில் என்றால் அவர்களைக் கண்டாலே பயந்து ஓடிவிடக்கூடிய அருட்சகோதரிகள், அந்தப் பழங்குடிகளின் காயங்களுக்குத் துணிச்சலுடன் மருந்து போட்டுக் குணப்படுத்தினர்.[11]

பாதிரியார் ஷாங்க்ஸ் சொன்னதை உறுதிப்படுத்தும் வகையில், தாக்குதல் நடந்தபோது மடாலயத்தில் குடும்பத்துடன் தஞ்சம் புகுந்திருந்த பாரமுல்லாவைச் சேர்ந்த இந்து ஒருவரும் வாக்குமூலம் அளித்தார். நான் கேட்டிருந்த கேள்விக்கு பதிலாக, 'எனக்குத் தெரிந்தவரை மடாலயத்தில் இருந்த எந்த அருட்சகோதரி மீதும் அல்லது பிற பெண்கள்மீதும், நாங்கள் அங்கிருந்து பத்திரமாக அழைத்துச் செல்லப் படும்வரையில் எவ்வித பாலியல் பலாத்காரமோ வன்முறையோ பிரயோகிக்கப்படவில்லை' என்று எழுதியிருந்தார். ஆனால், இந்தச் சான்றுக்கு முரணாக, மில் ஹில் காப்பகத்தில் இருந்த இன்னோர் ஆவணத்தில் வேறுவிதமாகக் குறிப்பிடப்பட்டுள்ளது. வேறு ஒரு பாதிரியார் எழுதியிருந்த இந்த ஆவணத்தில், மேலே குறிப்பிடப் பட்டுள்ளவரின் மகள் சிலரால் ஓர் அறைக்குள் இழுத்துச் செல்லப் பட்டு, அங்கு மோசமான முறையில் வன்புணர்ச்சிக்கு உட்படுத்தப் பட்டிருக்கலாம் என்று குறிப்பிடப்பட்டிருந்தது.[12]

சகோதரி எமிலியா, சில விஷயங்களைத் தெளிவாகச் சொல்லாமல், சுற்றி வளைத்து விவரித்திருந்தார். முதல் முறை நான் அவரைச் சந்தித்த போது, அவர் தன் உடைந்த ஆங்கிலத்தில், சிலர் சில பெண்களைக் கடத்த முயன்றது பற்றிச் சொல்லியிருந்தார். 'அவர்கள் கையில் சிக்குவதைவிட இறப்பதே மேல் என்று நாங்கள் நினைத்தோம். முதலில் அவர்கள் எங்களைக் கடைத்தெருவுக்கு வரச் சொன்னார்கள். யாரும் செல்லத் தயாராக இல்லை.' அவரைப் பின்னர் சந்தித்தபோது, ஒரு கன்யாஸ்திரீக்கு நடந்த வன்முறை குறித்துச் சொன்னார். 'ஒருவன் கன்யாஸ்திரீ ஒருத்தியை இழுத்துச் சென்றான். எங்கே போகிறீர்கள் என்று அவனைக் கேட்டேன். அவன் அவளை ஏதோ செய்யப் போகிறான் என்று எனக்குப் பயமாக இருந்தது. அவள் ஒன்றும் அப்படி இளம் வயதினள்கூட இல்லை.' அவர் சொன்னது தெளிவாக இல்லை. மேலும் மேலும் தோண்டித் துருவிக் கேட்பது முறையல்ல என்பதால் நான் விட்டுவிட்டேன்.

சமகால இந்தியச் செய்தித்தாள்கள் பாரமுல்லாவில் நடைபெற்ற கடத்தல், பாலியல் பலாத்காரம் ஆகியவற்றுக்கு முக்கியத்துவம் கொடுத்துச் செய்திகளை வெளியிட்டிருந்தன. ஆனால், மடாலயத்தில் இருந்த கன்யாஸ்திரீகள் அல்லது பிற பெண்களுக்கு எதுவும் நடந்த தாகக் குறிப்பாகச் சொல்லவில்லை. ஆனால், 1947 நவம்பரில் இந்தியத் துணைப் பிரதமர் சர்தார் வல்லபபாய் படேல் விடுத்த அறிக்கையில், 'பாரமுல்லா மடாலயத்தில் இருந்த பிரிட்டிஷ் கன்யாஸ்திரீகளுக்கு ஏற்பட்ட கொடுமைகளை வெளியில் சொல்லவே முடியாது' என்று குறிப்பிட்டிருந்தார். அது பாலியல் பலாத்காரத்தைச் சுட்டுவதாக

இருந்தது. இதுவே பின்னர் ஏற்றுக்கொள்ளப்பட்ட ஆதாரமாக ஆனது. ஹெ.ஈ. பேட்ஸ் தன் நாவல் 'ஸ்கார்லெட் ஸ்வேர்ட்' -இல் மடாலயத்தில் நடந்த பாலியல் பலாத்காரங்கள் பற்றிப் போகிற போக்கில் சொல்லிச் சென்றிருந்தார். லாரி காலின்ஸூம் டாமினிக் லாப்பியரும் பிரிட்டிஷ் சாம்ராஜ்ஜியத்தின் முடிவு குறித்த தங்களுடைய விறுவிறுப்பான படைப்பில், பாரமுல்லாவில் 'பதான்கள் தங்கள் பாலியல் பசிக்கும் கொள்ளையடிக்கும் வெறிக்கும் வடிகால் அமைத்துக் கொண்டனர். கன்யாஸ்திரீகளிடம் அத்துமீறி நடந்துகொண்டனர். நோயாளிகளைக் கொன்றனர். மடாலய தேவாலயத்தின் வெண்கலத் தாழ்ப்பாளைக்கூட விடாமல் கொள்ளையடித்துச் சென்றனர்' என்று எழுதியுள்ளனர்.[13]

அதைவிட வலுவான ஆதாரமாக, ஜெனரல் ஸ்டான்லி மெனிசெஸ், இந்திய ராணுவம் குறித்த வரலாற்றுக் குறிப்பில், பாரமுல்லாவில் சில கன்யாஸ்திரீகள் பாலியல் பலாத்காரம் செய்யப்பட்டதாக எழுதியிருந்தார். அவர் 1947-ல் தில்லியில் வசித்த ராணுவ அதிகாரி. கர்னல் டைக்ஸின் மரணம் குறித்து நடைபெற்ற அதிகாரபூர்வ விசாரணையில் பங்கெடுத்தவர். அந்த விசாரணை முடிவடைந்தால்தான் டைக்ஸின் குடும்பத்துக்கு ஓய்வூதியம் கிடைக்கும். மெனிசெஸ் 1950-ல் பாரமுல்லாவில் இருந்தார். பாதிரியார் ஷாங்க்ஸூடனும் சில கன்யாஸ்திரீகளுடனும் அவருக்கு நல்ல பரிச்சயம் இருந்தது. நான்கு கன்யாஸ்திரீகள் பாலியல் பலாத்காரத்துக்கு உட்படுத்தப்பட்டதாகவும் அதில் இருவர் கொல்லப்பட்டதாகவும் (மதர் தெரசலீனா, நர்ஸ் ஃபிலோமினா) ஒரு வயதான கன்யாஸ்திரீ தன்னிடம் சொன்னதாக மெனிசெஸ் நினைவுகூர்ந்தார்.[14]

ராணுவ வரலாற்று ஆசிரியர் பிரையன் க்ளாக்லியும் இது குறித்து எழுதி இருக்கிறார். ஐக்கிய நாடுகளின் ராணுவப் பார்வையாளர்கள் குழுவில் பணி புரிந்தபோது இவர் பாரமுல்லா கன்யாஸ்திரீகளைச் சந்தித்திருக்கிறார். சகோதரி பிரிசில்லாவின் நுட்பமான உரையாடல் ஒன்றை இவர் பதிவு செய்திருக்கிறார்: 'அது ஒரு கனவைப் போன்று இருக்கிறது. என்னால் அனைத்தையும் நினைவுபடுத்திக்கொள்ள முடியவில்லை. அவர்களில் இளவயதினரும் இருந்தனர். முதியவர்களும் இருந்தனர். சிலருக்குத் தாடி இருந்தது. ஆனால் பெரும்பாலானோர் சிறு பையன்கள்தான். அவர்கள் மருந்துகள் அனைத்தையும் நாசம் செய்தனர். பாலியல் பலாத்காரமா? எனக்கு நினைவில்லை. அந்த மனிதர்களைப் பார்த்து நான் பரிதாபப்படுகிறேன். ஒவ்வொரு நாளும் அவர்களுக்காக நான் பிரார்த்தனை செய்கிறேன்.'[15] அத்துடன் அந்த விஷயம் கைவிடப்பட்டது. நடந்தது எதுவாக இருந்தாலும்,

மடாலயத்திலோ மருத்துவமனையிலோ இருந்த பெண்கள்மீது பாலியல் பலாத்காரம் நடந்ததற்கான நம்பத் தகுந்த, தெளிவான ஆதாரங்கள் இல்லை.

பழங்குடியினர் செயிண்ட்ஜோசப் கட்டடங்களின் மதில்மீது ஏறிக் குதித்த அதே நேரம், அவர்கள் மீதான பயம் அதைவிட விரைவாகப் பிற இடங்களுக்குப் பரவியிருந்தது. காஷ்மீர் தலைநகரம்மீதான அவர்களுடைய தாக்குதல் குறித்த அபாயம் தெற்கு ஆசியாவில் ஆழமானதொரு தாக்கத்தை ஏற்படுத்தியிருந்தது.

6

இந்தியாவுடன் இணைதல்

கரன் சிங்கின் வாழ்க்கையில் விதி விளையாடி யிருக்கிறது. பிரெஞ்ச் சுற்றுலா நகரான கானில் மகாராஜா சர் ஹரி சிங்கின் நான்காவது மனைவிக்கு மகனாகப் பிறந்து அரச வாரிசான அவர், டோக்ரா வம்சம் நீடித்திருந்தால் காஷ்மீரின் மன்னர் ஆகி யிருப்பார். 'நிலப்பிரபுத்துவ மாதிரியில் மன்னர் ஆகவேண்டும் என்ற விருப்பம் எனக்கு நிச்சயமாக இருக்கவில்லை. மரணத்தைவிடக் கொடிய நிகழ் வான அதிலிருந்து காப்பாற்றப்பட்டு, ஒரு ஜன நாயக நாட்டில் சொந்தக் காலில் முன்னேறும் வாய்ப்பைப் பெற்றுள்ளேன்' என்று அவர் குறிப்பிட்டுள்ளார். [1] தெளிவாகப் பேசும் திறன், தன்னம்பிக்கை, புத்திசாலித்தனம் என தன் தந்தை யிடம் இருந்திராத பல குணங்களைத் தன் வாழ்க்கை யில் காண்பித்தவர் கரன் சிங். இந்திய நாடாளுமன்ற உறுப்பினராகவும் கேபினட் அமைச்சராகவும் இருந்தவர். இந்தியாவின் ஜனாதிபதி ஆகும் கனவும் ஒருகாலத்தில் அவரிடம் இருந்திருக்கிறது. பல துறைகளில் இருக்கும் ஆர்வம், கம்பீரமான மேதைமை ஆகியவற்றின் மூலம் இந்தியாவின் முதிய ராஜதந்திரியாக இருந்தார். இந்தக் காரணத் தாலேயே, காஷ்மீர் குறித்துப் பேச மிகவும் தயங்கி னார். தன் தந்தை ஒரு காலத்தில் ஆட்சி செய்த சமஸ்தானத்தைத் தாண்டியே தன் கவனங்கள் இருப்பதாக அழுத்தமாகச் சொன்னார்.

ஆனால், அவர் வெறுத்த நிலப்புரபுத்துவம்தான் அவரது வாழ்க்கையை உயர்த்தியது என்பதை மறுக்க முடியாது. அவருடைய சுய சரிதையின் முதல் தொகுப்பின் தலைப்பு 'வாரிசு'. அவர் வகித்த முதல் அரச பதவி முற்றிலும் பிறப்பின் காரணமாகவே அவருக்குத் தரப்பட்டது. 1949-ல் ஜம்மு காஷ்மீர் ஆட்சியில் இருந்து அவரது தந்தை நீக்கப்பட்டதும், கரன் சிங் அந்த இடத்தில் பிரதிநிதியாக நியமிக்கப்பட்டார். மூன்று ஆண்டுகள் கழிந்து, இந்திய காஷ்மீரின் புதிய அரசியல் அமைப்புச் சட்டத்தின்படி, கரன் சிங் காஷ்மீரின் புதிய ஆட்சித் தலைவராக (சாதர்-இ-ரியாசத்) நியமிக்கப்பட்டார். டோக்ரா அரச வம்சம் கலைக்கப்பட்டது. ஆனாலும், ஒருவிதத்தில், அவருடைய தந்தை ஒருபோதும் இருந்திராதவகையில் சட்டபூர்வமான தலைவராக மகன் பதவியேற்றார். அந்தப் பதவி, வெறும் 21 வயதிலேயே அவருக்குக் கிடைத்துவிட்டது. 35 வயதானால்தான் அந்தப் பதவியை வகிக்க முடியும் என்று இருந்த சட்டத்தை அவருக்கு சாதகமாக எப்படி மாற்றினார்கள் என்பது குறித்து அவரே தன் நூலில் குறிப்பிட்டிருக்கிறார்.[2]

ஒரு வருடத்துக்குப்பின், தில்லியின் ஆசியுடன் அவர்தான் ஷேக் அப்துல்லாவைப் பிரதமர் பதவியிலிருந்து நீக்கினார். காஷ்மீரின் சிங்கம், அடுத்த 22 வருடங்களின் பெரும்பகுதியை சிறையிலேயே கழிக்க நேர்ந்தது. ஆட்சிப் பொறுப்புக்காக தயார்ப்படுத்தப் பட்டிருந்தாலும் கரன் சிங் அதற்கு முழுவதுமாகத் தயாராக இல்லை. 1947-ன் இறுதியில் நியூ யார்க்குக்கு மருத்துவ சிகிச்சைக்காகப் போனபோதுதான் முதன் முதலாகத் தான் ஒரு பனிப் பொழிவைப் பார்த்ததாக அவர் தன் சுயசரிதையில் குறிப்பிடுகிறார். குழந்தையாக இருந்தபோது காஷ்மீரில் அவர் குளிர்காலத்தைக் கழித்ததே இல்லை. அதுமட்டுமின்றி, அந்த நியூ யார்க் பயணத்தின்போதுதான் அவர் ஷேக் அப்துல்லாவை முதன் முதலாகச் சந்தித்தார். ஷேக் அப்துல்லா அப் போது ஐக்கிய நாடுகள் சபைக்கான இந்தியக் குழுவில் பிரதிநிதியாகச் சென்றிருந்தார். அவர்கள் காஷ்மீரில் இருந்தபோது சந்தித்துக் கொண்டதே இல்லை!

தான் தன் தந்தையுடன் நெருக்கமாக இருந்ததில்லை என்பதைக் கரன் சிங் வெளிப்படையாகவே பதிவு செய்துள்ளார். தந்தை, கடுமை நிறைந்தவ ராகவும் தொலைவானவராகவுமே அவருக்குத் தோற்றம் அளித்தார். பழங்குடிகளின் தாக்குதல்தான் சுதந்தர காஷ்மீர் குறித்த அவருடைய தந்தையின் கனவை கைவிடச் செய்தது; இந்தியாவுடன் சேரவும் வைத்தது என்று கரன் சிங் என்னிடம் சொன்னார். 'இப்படியான ஓர் ஆக்கிரமிப்பு நடக்கும் என்று அவர் ஒருபோதும் நினைத்திருக்கவில்லை. ஆனால்,

உண்மையில் அவர் அதை எதிர்பார்த்திருக்க வேண்டும். அப்படிச் செய்யவில்லை. அது, பாகிஸ்தானால் தூண்டப்பட்டு, பண உதவி அளிக்கப்பட்ட ஒரு நிகழ்வு. எல்லைப் பகுதிப் பழங்குடியினரை ஊடுருவச் செய்து காஷ்மீரைக் கைப்பற்ற முயன்றனர். பறித்து விடும்படித் தூண்டும்வகையில் பழுத்த பழமாக காஷ்மீர் இருந்தது. நேராக உள்ளே நுழைந்து எடுத்துச் சென்றுவிடலாம் என்று அவர்கள் நினைத்தார்கள். ஆனால் மாறாக, என் தந்தையை இந்தியாவுடன் சேரும்படி அது வற்புறுத்தியது. நிச்சயமாக, பாகிஸ்தான் விரும்பியது அதுவாக இருந்திருக்காது என்று நினைக்கிறேன்.' பெரும் குரலில் சிரித்தபடி இவ்வாறு அவர் சொன்னார். 'அந்த ஆக்கிரமிப்புதான் கட்டாயமாக இந்தமாதிரி ஒரு முடிவை எடுக்க வைத்தது.' முடிவே எடுக்காமல் குழப்பத்திலேயே எப்போதும் இருக்கக்கூடிய மகாராஜாவை இந்த நிகழ்வு, ஒரு முடிவை எடுக்கவைத்தது.

புதிதாக உருவான நாடுகளுடன் சர் ஹரி சிங் சேர விரும்பாமல் இருந்ததன் காரணத்தை ஊகிப்பது கடினமல்ல. சமஸ்தான மன்னர்களுக்கு நெருக்கமாக இருப்பதுபோல் பாகிஸ்தான் தன்னைக் காட்டிக் கொண்டது. என்றாலும், அதன் வலுவான மத அடையாளம் பெரும் பிரச்னையாக இருந்தது. அதன் அடிப்படையே, முஸ்லிம்கள் ஒரு மதத்தினர் என்பதைத் தாண்டி, ஒரு தேசம் என்ற கட்டமைப்பைக் கொண்டவர்கள் என்று சிந்தித்ததுதான். பெரும்பாலான காஷ்மீரிகள் முஸ்லிமாக இருந்தாலும், மகாராஜா ஓர் இந்து. அவருடைய அரசவையின் மூத்த மந்திரிகள் அனைவருமே முஸ்லிம் அல்லாதவர்கள். அவருடைய படை பெரும்பாலுமே முஸ்லிம் அல்லாதது. அதிலும், அதன் மூத்த அதிகாரிகள் மேலும் அப்படிப்பட்டவர்கள். அவருடைய பிரஜைகளில் கால்வாசிப் பேர், முஸ்லிம் அல்லாதவர்கள். அந்தக் கால்வாசியில்தான் ராஜாவின் சமூகமான ஜம்மு டோக்ரா பிரிவினர் அடங்குவர்.

ஆரம்பத்தில் இருந்தே பாகிஸ்தான், முஸ்லிம்கள் அல்லாதோருக்கு ஏற்ற இடமாக இருக்கவில்லை. பிரிவினையின்போது உயிர் பிழைத்த சீக்கியர்கள் அனைவருமே இந்தியாவுக்கு இடம்பெயர்ந்தனர். எல்லைப் பகுதியில் இருந்தவர்கள் காஷ்மீர் வழியாகவே இந்தியாவுக்குச் சென்றனர் அல்லது காஷ்மீரிலேயே தங்கிவிட்டனர். பாகிஸ்தானில் இருந்த இந்துக்களில் பெரும்பான்மையோரும் இந்தியாவுக்கு வந்துவிட்டிருந்தனர். ஒரு காலத்தில் பல சமூகங்கள் இணைந்து வாழ்ந்த மேற்கு பஞ்சாப், இப்போது ஒற்றைத்தன்மை கொண்டதாக ஆகியிருந்தது. இந்துக்கள் சொற்ப அளவிலேயே இருந்தனர். சீக்கியர்கள் இல்லவே இல்லை. லாஹூர் போன்ற பகுதிகளில் இருந்த கோவில்களிலும் குருத்வாராக்களிலும் பிரார்த்தனை செய்ய யாருமே

இல்லை. அதேபோல் இந்திய பஞ்சாபில் இருந்த பெரும்பாலான முஸ்லிம்களும் பாகிஸ்தானுக்கு இடம்பெயர்ந்துவிட்டனர். எஞ்சிய மக்கள்தொகையில் 1% பேரே முஸ்லிம்கள்.

1947 இலையுதிர் காலத்தின் பின்பகுதியில் பிரிவினை காரணமாக நடைபெற்ற இடப்பெயர்ச்சி மிகப் பெரிதாக இருந்தது. காஷ்மீர் சமஸ்தானம் பாகிஸ்தானின் அங்கமானால், இஸ்லாமியர் அல்லாத பிரஜைகள் பாகிஸ்தானின் குடிமக்களாகப் பாதுகாப்பாக இருக்கமுடியுமா என்பதில் மகாராஜா ஹரி சிங்குக்குச் சந்தேகம் இருந்தது. சில முஸ்லிம் பிரஜைகள், குறிப்பாக பூஞ்ச், ஜம்மு, முஸாஃபராபாத் பகுதியில் இருந்தவர்கள் பாகிஸ்தானுடன் இணைவதை விரும்பியிருக்கக்கூடும். ஆனால், காஷ்மீர் பள்ளத்தாக்கில் என்ன மனநிலை நிலவியது என்பதை ஊகிப்பது கடினமாக இருந்தது.

வழக்கறிஞரும் 1947 அக்டோபர் நடுவில் காஷ்மீரின் பிரதமராக ஆனவருமான மெஹர் சந்த் மஹாஜன், காஷ்மீரை பாகிஸ்தானுடன் இணைப்பதற்கு மகாராஜா எந்த நிலையிலும் சம்மதிக்கமாட்டார் என்று நம்பினார். 'பாகிஸ்தானில் இந்துக்களுக்கு ஏற்பட்ட கதியையும், இந்துக்களின் சொத்துகள் எப்படிக் கொள்ளையடிக்கப்பட்டன என்பதையும், ஒட்டுமொத்த இந்துக்கள் படுகொலை செய்யப்பட்டதையும் அவர் மறக்கக்கூடாது. பாகிஸ்தானில் படுகொலைகள் நடந்துகொண்டிருந்த அதே நேரம், இந்துக்களும் முஸ்லிம்களும் சகோதரர்களாக வாழ்ந்துவரும் காஷ்மீரிலும் இதே வன்முறைச் சம்பவங்கள் நடந்துவிடக்கூடாது என்று மகாராஜா நினைக்கிறார்' என்று மஹாஜன் எழுதினார்.[3]

காஷ்மீர் அரசரின் நன்மதிப்பைப் பெற்று அந்த சமஸ்தானத்தை பாகிஸ்தானுடன் இணைப்பதற்காக, பாகிஸ்தான் பிரதிநிதியாக மேஜர் ஏ.எஸ்.பி. ஷா ஸ்ரீநகருக்கு வந்தார். ஷேக் அப்துல்லாவின் தேசிய கான்ஃபரன்ஸுடனும் பேச்சுவார்த்தைக்கான வழிகளை பாகிஸ்தான் திறந்துவைத்திருந்தது. தன் கோரிக்கை முற்றிலுமாக நிராகரிக்கப்பட்டதாக மேஜர் ஷா பாகிஸ்தான் அரசுக்குத் தெரிவித்தார். 'மூன்று, நான்கு நாள்கள் எல்லாம் சுமுகமாக இருந்தன. ஆனால், புதிதாக நியமிக்கப்பட்ட பிரதமர் (மஹாஜன்), ஷாவை அங்கிருந்து கிளம்பும்படிச் சொல்லிவிட்டார். காஷ்மீர்மீதான தாக்குதல் ஹரி சிங்கை இந்தியாவுடன் இணையவைக்கும்; அதைத் தொடர்ந்து அடுத்த மூன்று நான்கு மாதங்களில் ஒரு பெரும் போரில்போய் அது முடியும் என்று ஷா நினைக்கிறார்' என்று பெஷாவரில் ஷாவைச் சந்தித்த எல்லை மாகாண ஆளுநர் சர் ஜார்ஜ் கன்னிங்ஹாம் குறிப்பிட்டிருந்தார்.[4] மேஜர் ஷா சொன்னது, சொன்னபடியே நடந்தது.

இந்தியாவுடன் இணைவது என்பதும் மகாராஜாவுக்கு உவப்பானதாக இருக்கவில்லை. மகாராஜாவைக் கடுமையாக விமரிசனம் செய்யும் ஷேக் அப்துல்லாவின் நெருங்கிய நண்பரான ஜவாஹர்லால் நேருதான் இந்தியாவின் பிரதமராக இருந்தார்.ஷேக் அப்துல்லா கைது செய்யப்பட்டதும், அவரைச் சந்திக்க 1946-ன் கோடைக்காலத்தில் நேரு காஷ்மீர் வர முற்பட்டபோது, மகாராஜா அவரைத் தடுத்து நிறுத்த முயன்றார். அது முடியாமல் போனதும், நேருவை வீட்டுக் காவலில் வைக்க மகாராஜா உத்தரவிட்டார். அது நயமான செயலாக இருக்க வில்லை. இந்தியாவுக்கும் காஷ்மீருக்கும் இடையிலான நட்புறவுக்கு அது எந்தவகையிலும் உதவவில்லை. ஹரி சிங்கின் மகன் கரன் சிங், நேருவின் அரசியல் எழுத்துகளால் கவரப்பட்டு அவரைத் தன் வழிகாட்டியாக மதித்தார். அவரது தந்தையின் செய்கை அவரை அதிர்ச்சி அடையச் செய்தது: ‘அவரை வரவேற்று, அவருடைய உதவியைக் கேட்ப தற்கு பதிலாக அவரைக் கைது செய்துள்ளோம். காஷ்மீர் வரலாற்றில் இது முக்கியமான திருப்புமுனை என்பதில் எனக்கு எந்தச் சந்தேகமும் இல்லை.’[5]

டோக்ரா ஆட்சியை அகற்றவேண்டும் என்று காங்கிரஸின் தோழமைக் கட்சியாக இருந்த தேசிய கான்ஃபரன்ஸின் தலைவர் ஷேக் அப்துல்லா போராட்டம் நடத்தியதால்தான், அவர் சிறையில் அடைக்கப்பட்டிருந் தார். ஷேக் அப்துல்லாவுக்கு நேரு தன் ஆதரவை வெளிப்படையாகவே தெரிவித்தார். காஷ்மீரில் பொறுப்பான அரசு அமையவேண்டும் என்றும் அவர் சொன்னார். எனவே, ஹரி சிங்கைப் பொருத்தவரை, இந்தியாவுடன் இணைவது என்பது தன் அரசியல் எதிரியிடம் அதிகாரத்தை ஒப்படைப்பதைப் போன்றது. அதுதான் இறுதியில் நடந்தது என்பது வேறு விஷயம்.[6]

பாறைக்கும் கடினமான பகுதிக்கும் இடையில் சிக்கியிருந்த மகா ராஜாவை, சுதந்தரமாக இருக்கவேண்டும் என்ற எண்ணமும் அலைக்கழித்துக்கொண்டிருந்தது. எனவே, அவர் இறுதி முடிவு எடுப் பதைத் தள்ளிப்போட்டபடியே வந்தார். 1947 கோடைக்காலத்தில் ஸ்ரீநகர் வந்த மவுண்ட்பேட்டன் பிரபு, சுதந்தரம் குறித்த கனவுகளை ஓரங்கட்டிவிடும்படி சர் ஹரி சிங்கிடம் தெரிவித்தார். ஒருவேளை அவர் பாகிஸ்தானுடன் சேர்ந்துகொண்டால் இந்தியா அதைப் பொறுத்துக் கொள்ளாது என்று மவுண்ட்பேட்டன் பிரபு மகாராஜாவிடம் தெரிவித்ததாக, பத்திரிகைகளுக்கான அவருடைய செய்திக் குறிப்பும் இந்தியாவுக்கான பிரிட்டன் அமைச்சருடைய செய்திக் குறிப்பும் தெரிவிக்கின்றன.[7] காஷ்மீரின் மிகுதியான முஸ்லிம்கள் தொகையையும் பாகிஸ்தானுடனான அதன் வர்த்தகத் தொடர்புகளையும் கணக்கில் வைத்துப் பார்த்தால், காஷ்மீர் பாகிஸ்தானுடன் சேரவே வாய்ப்புகள்

அதிகம் என்று பிரிட்டிஷ் அதிகாரிகளும் அரசியல் நோக்கர்களும் நினைத்தனர்.

மவுண்ட்பேட்டனுக்கு முன்பு வைஸ்ராயாக இருந்த வேவல் பிரபுவின் கருத்தும் அதுதான். அவர், காஷ்மீர் பாகிஸ்தானுடன்தான் சேரும் என்றே, தான் எப்போதும் நினைத்திருந்ததாகத் தெரிவித்தார். மவுண்ட்பேட்டனின் உள் வட்டத்தைச் சேர்ந்த அதிகாரியான ஆலன் கேம்பெல் ஜான்சனின் எதிர்பார்ப்பும் அதுவாகவே இருந்திருக்கிறது. மார்ச் 1947-ல் அவர் இந்தியா வந்தபோது, மகாராஜா ஜின்னாவுடன் சேரவே விரும்புவார் என்று அவருக்குத் தகவல் வந்திருந்தது.[8] 1947 கோடைக்காலத்தின் பெரும் பகுதி முழுவதும் காஷ்மீரின் பிரதமராக இருந்த ராம் சந்திர கக் என்ற காஷ்மீரி பண்டிட்டும் மகாராஜா பாகிஸ்தானுடன் சேர்வதே சரியாக இருக்கும் என்று ஆலோசனை கூறியதாகத் தெரிகிறது. சுதந்தர நாடாக இருக்கவேண்டும் என்ற மகாராஜாவின் விருப்பத்தை அவரும் பகிர்ந்துகொண்டார். என்றாலும் தில்லியைவிடக் கராச்சி (பாகிஸ்தானின் அப்போதைய தலைநகர்) பக்கமே அவர் சாய்ந்திருக்கிறார்.

பிரிவினை மட்டும் முறையாக, நிதானமாக நடந்திருந்தால், மகா ராஜாவும் அப்படியே நடந்துகொண்டிருப்பார். ஆனால், அதிகாரக் கை மாற்றம் நடந்ததை அடுத்து நிகழ்ந்த கோர வன்முறை காரணமாக, மகாராஜாவால் தானாகவே முன்வந்து பாகிஸ்தானுடன் இணைய முடியாமல் போய்விட்டது.

1947 கோடைக் காலத்திலும் இலையுதிர் காலத்திலும் மகாராஜா வரிசையாக எடுத்த சில முடிவுகள், அவர் இந்தியா பக்கம் நகர ஆரம்பித்ததை எடுத்துக்காட்டின. அவற்றில் முக்கியமானது பாகிஸ் தான் ஆதரவு ராம் சந்திர கக்கைப் பிரதமர் பதவியில் இருந்து நீக்கி, இரு மாதங்கள் கழித்து அந்த இடத்தில் இந்தியா ஆதரவு மஹாஜனைப் பிரதமராக நியமித்தது. மெஹர் சந்த் மஹாஜன், பஞ்சாபைப் பிரிக்கும் பொறுப்பில் இருந்த எல்லை வரைவுக் குழுவில் காங்கிரஸ் தரப்பில் உறுப்பினராக நியமிக்கப்பட்டவர். இந்தியாவுக்குச் சாதகமாக அதிகப் பகுதியை வென்றெடுக்க நியமிக்கப்பட்ட ஒருவர், சில வாரங்கள் கழித்து காஷ்மீரைத் தில்லியின் கைகளில் இருந்து நழுவவிடுவார் என்று எதிர்பார்ப்பது முட்டாள்தனம்.

வேறு பல தடயங்களும் இருக்கத்தான் செய்தன. பதவியை ஏற்பதற்கு முன் மஹாஜன் தில்லியில் பல இந்தியத் தலைவர்களைச் சந்தித்துப் பேசியிருந்தார். ஆனால், லாஹூருக்கு வரும்படி பாகிஸ்தான் விடுத்த அழைப்பை நிராகரித்துவிட்டார். மகாத்மா காந்தி போன்ற இந்தியத் தலைவர்களின் வருகையை மகாராஜா விரும்பி வரவேற்றார். ஆனால்,

ஜின்னா பலமுறை காஷ்மீர் வர விரும்பியபோதும், மகாராஜா அனுமதி தர மறுத்துவிட்டார். காஷ்மீரின் ராணுவத்துக்குத் தலைமை தாங்கிய பிரிட்டிஷ் அதிகாரிக்கு பதிலாக இந்தியர் ஒருவரை அந்தப் பதவியில் நியமித்தார். காஷ்மீர் படைகளுக்கு ஆயுதங்களையும் தளவாடங்களையும் இந்தியாவிடமிருந்து வாங்க மகாராஜா விரும்பினார். இந்திய அதிகாரிகளும் ஆர்வத்துடன் அதற்கு முன்வந்தனர். ஆனால், பிரிட்டிஷ் தலைமையகம் அதற்கு அனுமதி தர மறுத்துவிட்டது.

இந்தியாவுக்கும் காஷ்மீருக்கும் இடையில் இருந்த ஒரே வழித்தடமான பதான்கோட்- ஜம்மு சாலை, பாகிஸ்தான் அதிகாரிகளின் கண்டனத்தையும் மீறி, அவசரகதியில் மேம்படுத்தப்பட்டது. பாகிஸ்தான் வழியாகக் காஷ்மீருக்கு வந்திருக்கவேண்டிய பெட்ரோலை இந்திய அரசு தானே கொடுக்க முன்வந்தது. அத்தியாவசியப் பொருள்களைத் தராமல் போனது தொடர்பாக ஸ்ரீநகருக்கும் கராச்சிக்கும் இடையே நடந்த வார்த்தை யுத்தம், தபால், தந்தி மற்றும் வங்கிச் சேவைகள் முடக்கப்பட்டது ஆகியவற்றுடன் சேர்ந்து மத வன்முறையில் ஈடுபட்டதாக இரு பக்கத்திலும் எழுந்த குற்றச்சாட்டுகள் ஆகியவை காஷ்மீர் பாகிஸ்தானுடன் இணைய எந்தவகையிலும் உதவுபவையாக இல்லை.

1947 ஆகஸ்ட் அல்லது செப்டெம்பர் இடையில் மகாராஜா இந்தியாவுடன் இணைய முடிவெடுத்துவிட்டார் என்று சொல்லப்பட்டது. இந்தியாவுடன் சேர்வதைத் தவிர வேறு வழியில்லை என்றும் ஒரு சரியான சந்தர்ப்பத்துக்காகவும் கூடுதல் சலுகைகளுக்காகவும்தான் அவர் காத்துக்கொண்டிருந்தார் என்றும் பேசப்பட்டது. இதை உறுதி செய்ய சிலபல ஆதாரங்களும் இருக்கின்றன. அப்போது காஷ்மீர் பிரதமராக இருந்த மஹாஜன் செப்டெம்பர் நடுவில் தில்லியில் நேருவைச் சந்தித்து காஷ்மீரின் எதிர்காலம் குறித்துப் பேசியிருக்கிறார். ‘இந்தியாவுடன் பேச்சுவார்த்தை நடத்த மகாராஜா என்னென்ன நிபந்தனைகள் விதித்திருக்கிறார் என்பது பற்றி நேருவுடன் பேசினேன். இந்தியாவுடன் இணையவும் அரசு நிர்வாகத்தில் சீர்திருத்தங்களைப் புகுத்தவும் மகாராஜா விருப்பம் தெரிவித்திருக்கிறார். ஆனால் நிர்வாகச் சீர்திருத்தங்களைச் சிறிது காலம் கழித்தே விவாதிக்க மகாராஜா விரும்பினார். ஆனால் நேருவோ உள்நாட்டு நிர்வாகத்தில் உடனடி மாற்றங்களைக் கொண்டுவர விரும்பினார். மகாராஜாவின் எண்ணங்கள் அவருக்கு உவப்பானதாக இருக்கவில்லை. ஷேக் அப்துல்லாவை விடுதலை செய்யுமாறும் பண்டிட் நேரு கேட்டுக் கொண்டார்’ என்று மஹாஜன் குறிப்பிட்டார்.

இதைப் பார்க்கும்போது, மகாராஜா இந்தியாவுடன் இணைய முழுமையாகத் தயாராக இல்லை என்றும் இந்தியாவின் மனநிலை என்ன

என்பதை ஆழம் பார்க்க முயற்சி செய்தார் என்றும் தெரியவருகிறது. நேருவுக்கு இந்த உரையாடலின்போது உறுதியான நம்பிக்கை ஏற்படவில்லை என்பதும் தெரிகிறது. ஆனால், மகாராஜா ஹரி சிங் ஏதேனும் ஒரு நாட்டுடன் இணைவதாக இருந்தால் அது இந்தியாவாகத் தான் இருக்கும் என்பது தெளிவாகத் தெரிய ஆரம்பித்தது.[9] ஜின்னா நிறுவிய டான் பத்திரிகை அக்டோபர் 14-ல் வெளியிட்ட ஒரு கட்டுரை யின் தலைப்பு: 'காஷ்மீர் இந்தியாவுடன் சேர்வது முடிவாகிப்போன ஒரு தீர்மானம்.'

பெஷாவரில் இருந்து காஷ்மீருக்கு வந்திருந்த நியூ யார்க் ஹெரால்ட் டிரிப்யூனின் நிருபர் மார்கரெட் பார்ட்டன், அதற்கு அடுத்த வாரம் தலைமையகத்துக்கு அனுப்பிய குறிப்பில், 'இந்து மகாராஜா இந்தியா வுடன் சேர்வதில் தீர்மானமாக இருக்கிறார்... அப்படி நடந்தால், காஷ்மீர்மீது எல்லைப் பகுதியின் பழங்குடிகள் தாக்குதல் நடத்துவதைத் தடுக்க முடியாமல் போய்விடும். அந்தத் தாக்குதலை அவர்கள் அடுத்த வசந்த காலத்தில்தான் செய்ய முடியும். ஆனால் அப்போது கட்டாயமாகச் செய்வார்கள்' என்று எழுதியிருந்தார்.[10] ஆனால், தாக்குதல் ஆரம்பிக்க மாதக்கணக்கு ஆகவில்லை. இதை எழுதிய இரண்டே நாள்களில் ஆரம்பித்துவிட்டது. பழங்குடியினரின் தாக்குதல் நடக்காமல் இருந்திருந் தாலும், சர் ஹரி சிங் இந்தியாவுடன்தான் காஷ்மீரை இணைத்திருப்பார். பழங்குடியினரின் தாக்குதல், இணைப்பைத் துரிதப்படுத்தியது மட்டுமின்றி, பேரம் பேச வாய்ப்பில்லாமல் அவசரகதியில் ஒரு முடிவை எடுக்கவேண்டிய நிலைக்கு அவரைத் தள்ளியது.

ஜம்முவில் வன்முறை வெடித்த பகுதிகளைப் பார்வையிட்டு முடித்த பின்பு மகாராஜாவும் அவருடைய புதிய பிரதமரும் 23 அக்டோபர் அன்று ஸ்ரீநகர் விமானநிலையத்துக்கு வந்து சேர்ந்தனர். ஜம்மு பகுதி யில் மகாராஜாவுக்கு எதிராக ஆயுதம் ஏந்திய புரட்சி வெடித்திருந்தது. இஸ்லாமியர்களுக்கு எதிரான வன்முறையில் மகாராஜாவின் படையினரும் ஈடுபட்டதாகச் சொல்லப்பட்டது.[11] ஸ்ரீநகரில் அவர்கள் வந்து இறங்கியதும், முந்தைய நாள் அதிகாலையில் பழங்குடிப் படையினர் நடத்திய பரவலான தாக்குதல் பற்றி அவர்களுக்குச் சொல்லப்பட்டது. ஆக்கிரமிப்பாளர்களைத் தம் சொந்தப் படை கொண்டே சமாளித்துவிட முடியும் என்று அவர்கள் ஆரம்பத்தில் நினைத்திருந்ததாகத் தெரிகிறது. ஆனால், ஏற்கெனவே அரச படையில் இருந்த கணிசமான முஸ்லிம்கள் மகாராஜாவுக்கு எதிராகத் திரும்பி இருந்ததை அல்லது படையிலிருந்து விலகியிருந்ததை அவர்கள் புரிந்துகொண்டிருக்கவில்லை. பழங்குடித் தாக்குதலின் தீவிரம் புரிய ஆரம்பித்ததும் ராஜாங்கச் செயல்பாடுகளைப் பதற்றத்துடன் மேற் கொள்ள ஆரம்பித்தனர்.

மகாராஜா, தன் அமைச்சரவையின் மூத்த உறுப்பினரான ஆர்.எல். பாத்ராவைத் தில்லிக்கு அனுப்பி இந்திய அரசாங்கத்தின் உதவியைக் கோரினார். பாத்ரா மேற்கொண்ட பயணத்தின் நோக்கம் புதிராகவே இருக்கிறது. 'அக்டோபர் 24-ல் பாத்ரா, மூன்று கடிதங்களுடன் ஸ்ரீநகரிலிருந்து தில்லிக்குக் கிளம்பினார். ஒன்று, இந்தியாவுடன் இணையச் சம்மதம் தெரிவித்து மகாராஜா எழுதிய கடிதம். இரண்டாவது, தனிப்பட்ட முறையில் மகாராஜா நேருவுக்கு எழுதிய கடிதம். மூன்றாவது, வீரர்கள், ஆயுதங்கள், தளவாடங்கள் போன்ற ராணுவ உதவி கேட்டு வல்லபபாய் படேலுக்கு மகாராஜா எழுதிய கடிதம்' என்று மஹாஜன் தன் சுய சரிதையில் எழுதினார்.[12] மகாராஜா காஷ்மீரை இந்தியாவுடன் எப்போது இணைத்தார் என்பது பல விவாதங்களைக் கிளப்பியுள்ளது. ஆனால், அக்டோபர் 24-லேயே மகாராஜா இந்தியாவுடன் காஷ்மீரை இணைத்துவிட்டதாக யாரும் எங்கும் குறிப்பிடவில்லை.

2003-ம் ஆண்டுவரை பாத்ரா கொண்டுசென்ற கடிதம் பற்றிய தகவல் ஏதும் இல்லை. ஆனால், 2003-ல், பிபிசி உலக சேவையில் வேலை செய்த என் சக ஊழியர் ஒருவருக்கு மின்னஞ்சல் இணைப்பாக அந்தக் கடிதம் எதிர்பாராத வகையில் வந்து சேர்ந்தது. அது எந்த அளவுக்கு அதிகாரபூர்வமானது என்பது தெளிவாகத் தெரியாவிட்டாலும், அது உண்மையாக இருக்கும் வாய்ப்புகள் அதிகம். அதிகாரபூர்வக் காகிதத்தில், சற்றே தாறுமாறாகத் தட்டச்சு செய்யப்பட்ட, 23 அக்டோபர் 1947 என்று தேதியிடப்பட்ட கடிதம் அது.

> காஷ்மீர் மாநிலத்தை இந்தியாவுடன் இணைப்பது தொடர்பான ஒப்பந்தத்தில் என் சார்பில் கையெழுத்திட எனது துணைப் பிரதமர் ஆர்.பி. ராம் லால் பாத்ராவை இதன் மூலம் நியமிக்கிறேன். இந்தியாவுடன் இணைவது தொடர்பாக மாண்புமிகு ஹைதரா பாத் நிஜாமுடன் என்னவிதமான ஒப்பந்தம் செய்துகொள்ளப் படுமோ அதே போன்ற விதிமுறைக்கு உட்பட்டே இந்த இணைப்பு இருக்கவேண்டும் என்ற ஒரே ஒரு நிபந்தனையின் பேரில் இந்த இணைப்புக்குச் சம்மதிக்கிறேன்.[13]

இந்தக் கடிதம் மகாராஜா ஹரி சிங்கின் கையொப்பம் தாங்கியுள்ளது. அதற்குக் கீழே 'ஜம்மு காஷ்மீர் மகாராஜா' என்று எழுதப்பட்டுள்ளது.

இவ்வளவு முக்கியத்துவம் வாய்ந்த கடிதம், ஏதோ தலைபோகிற அவசரத்தில் கைக்குக் கிடைத்த ஒரு காகிதத்தில் எழுதிக்கொடுத்தது போல் மிகவும் சாதாரணமாக இருக்கிறது. ஆனால், அப்படியான ஒரு நெருக்கடி அப்போது இருந்ததென்னவோ உண்மைதான். இருந்தும், இந்தக் கடிதம் இந்தியாவுடனான காஷ்மீரின் அதிகாரபூர்வ

இணைப்பைச் சாத்தியமாக்கிய ஒன்றல்ல. ஏனெனில், இந்தியாவுடன் இணைவதற்காக என்று சமஸ்தான மன்னர்களுக்குப் பிரத்தியேகமாக ஒரு விண்ணப்பப் படிவம் தயாரிக்கப்பட்டிருந்தது. மேலும் இந்தக் கடிதம் இணைப்புக்கான விருப்பத்தை மட்டுமே தெரிவித்தது. அதுவும் ஒரு நிபந்தனையுடன். அந்த நிபந்தனையின் அடிப்படை அம்சமான, ஹைதராபாத்தை இந்தியாவுடன் இணைத்திருக்கவேண்டும் என்பது கடைசிவரை நடக்கவே இல்லை.

என்னதான் இருந்தாலும், இந்த ஆவணம் மிகவும் முக்கியமானது என்பதில் எந்தச் சந்தேகமும் இல்லை. காஷ்மீர் மகாராஜா இந்தியாவுடன் எப்போது, எப்படி இணைய முடிவு செய்தார் என்ற புதிரை அவிழ்க்க உதவிய முக்கியமான ஆவணம் அது. சில ஆய்வாளர்களால் இந்த ஆவணம் இணைப்புச் சாசனம் என்று தவறாகக் குறிப்பிடப் படுகிறது. இது வரலாற்றாளர்களைக் பெருமளவு குழப்பியுள்ளது.

பழங்குடியினரின் தாக்குதலின் தீவிரத்தைப் புரிந்துகொண்டதுமே மகாராஜா இந்தியாவிடம் வெறும் ராணுவ உதவியை மட்டும் கேட்கவில்லை; இந்தியாவோடு இணைவது தொடர்பான தன் விருப்பத்தையும் தெரிவித்திருந்தார் என்பதை ஆர்.எல். பாத்ரா எடுத்துச் சென்ற கடிதம் உறுதிப்படுத்துகிறது. சுதந்தர காஷ்மீர் என்ற அவரது கனவு விரைவிலேயே கைவிடப்பட்டது. இந்தியாவுடன் இணைவது தொடர்பான தெளிவான, எழுத்துபூர்வமான முதல் ஆவணமாக அது இருக்கிறது. இந்தியாவுடன் இணைந்துவிட அந்தக் கடிதம் ஒன்றே போதும் என்று மகாராஜா அப்பாவித்தனமாக நினைத்தாரா அல்லது அந்தக் கடிதம், தன் விருப்பத்தை வெளிப்படுத்தும் ஒன்றுதான் என அவர் நினைத்தாரா என்பது தெளிவாகத் தெரியவில்லை.

23 அக்டோபர் 1947-ல் ஹைதராபாத் இந்தியாவுடன் இணைவது தொடர்பான ஒப்பந்தம் ஒன்று ஏறத்தாழ முடிவடைந்த நிலையை எட்டி இருந்தது என்பது உண்மையே. எனவே மகாராஜா அதைக் கூறிப்பிட்டிருப்பது சாத்தியமான ஒன்றுதான். அதே நேரம், காஷ்மீரில் நடைபெற்ற வன்முறைச் சம்பவங்களைக் காரணம் காட்டியே ஹைதராபாத் நிஜாமின் ஆலோசகர்கள், அந்த சமஸ்தானம் இந்தியாவுடன் இணைவதைத் தடுத்தனர் என்பது ஒரு நகைமுரண். அதன்பின் இந்தியா தன் பலத்தைப் பிரயோகித்து 1948 செப்டெம்பரில் ஹைதராபாத்தை இணைத்துக் கொண்டது.[14]

இந்தியப் பிரதமர் ஜவாஹர்லால் நேரு நவம்பர் ஆரம்பத்தில் காஷ்மீர் பிரச்னை குறித்து வானொலியில் உரை நிகழ்த்தும்போது, 'அக்டோபர் 24 இரவுதான் ராணுவ உதவி கேட்டும் இந்தியாவுடன் இணைவது தொடர்பாகச் சம்மதம் தெரிவித்தும் காஷ்மீர் சார்பில் முதல்முறையாக

விண்ணப்பம் விடுக்கப்பட்டது' என்றார்.[15] அந்த வெள்ளிக்கிழமை மாலையே, சயாம் நாட்டு வெளியுறவுத்துறை அமைச்சரின் வருகையை ஒட்டி தில்லியில் நடைபெற்ற விருந்தின்போது, காஷ்மீர் பிரச்னை பற்றி மவுண்ட்பேட்டனிடம் நேரு தகவல் அளித்தார். அடுத்த நாள் காலை 11 மணிக்கு, இந்திய கேபினட்டின் பாதுகாப்புக் குழுவைக் கூட்டினார். அந்தக் குழு, ஒரு மாதத்துக்கு முன்பாகத்தான் உருவாக்கப் பட்டிருந்தது. மவுண்ட்பேட்டன் அதன் தலைவராக நியமிக்கப் பட்டிருந்தார். தெற்கு ஆசியாவில் போர்க்காலத்தில் ராணுவத் தலைவராக இருந்தவர்தான் என்றாலும் ஒரு கவர்னர் ஜெனரலுக்கு அந்தப் பொறுப்பு கொஞ்சம் புதுமையான ஒன்றுதான். உயர் ராணுவ விஷயங்களில் அவருக்கு இருக்கும் அறிவு மற்றும் அனுபவத்தின் காரணமாக அவரை அந்தக் குழுவின் தலைமைப் பொறுப்பை ஏற்கச் சொல்லியிருந்தனர்.

இந்தக் குழுவின் கூட்டத்தில்தான் அமைச்சர்கள், பழங்குடியினத் தாக்குதலின் தீவிரம் குறித்துத் தெரிந்துகொண்டனர். அடுத்து எடுக்கவேண்டிய ராணுவ நடவடிக்கைகள் குறித்தும் விவாதித்தனர். இந்திய ராணுவத்தை உடனடியாக அனுப்பிவைப்பதா அல்லது காஷ்மீர் இந்தியாவுடன் இணைய ஒப்புதல் அளித்தபின் ராணுவத்தை அனுப்புவதா அல்லது காஷ்மீர் தாற்காலிகமாக இணைப்பை ஏற்றுக்கொண்டதும், பின்னர் மக்கள் வாக்கெடுப்பின்வழியே இணைப்புக்கான ஆதரவை உறுதி செய்துகொள்வதா போன்ற விஷயங்களும் விவாதிக்கப்பட்டன.

கூட்டத்தின் குறிப்புகள், மவுண்ட்பேட்டன் இந்தக் கூட்டத்தில் என்ன சொன்னார் என்பதைத் தெளிவாகத் தெரிவிக்கவில்லை. 'ஒரு நடுநிலை நாட்டுக்கு ராணுவத்தை அனுப்புவது மடத்தனமானது. அப்படிச் செய்ய நமக்கு எந்த அதிகாரமும் கிடையாது. நாளை இதேபோல பாகிஸ்தானும் தன் ராணுவத்தை அனுப்பலாம். அது பெரும் போரில்தான் போய் முடியும்' என்று மவுண்ட்பேட்டன் அந்தக் கூட்டத்தில் சொன்னதாக அவரது பத்திரிகைச் செயலர் எழுதினார். 'எனவே, படைகளை அனுப்பவேண்டும் என்றால், அதற்கு முன்பாக இந்தியாவுடன் காஷ்மீர் இணைந்தாக வேண்டும் என்றும் அப்படி இணைவது முழு மனத்தோடு இணைந்ததாக இருக்கவேண்டும்; இந்தியா காஷ்மீரை அபகரித்ததாக இருக்கக்கூடாது; இல்லையென் றால் இதுவே போரை ஆரம்பித்துவிடும் என்று மவுண்ட்பேட்டன் விவாதித்தார்.'[16]

பாதுகாப்புக் குழு அன்றே செயலர் வி.பி. மேனனை ஸ்ரீநகருக்கு அனுப்பி வைத்தது. மகாராஜா இந்தியாவுடன் இணையச் சம்மதித்தால்தான்

இந்தியா படைகளை அனுப்பும் என்றும் ஷேக் அப்துல்லாவின் ஆதரவையும் பெறவேண்டும் என்றும் மகாராஜாவுக்கு எடுத்துச் சொல்லும் பொறுப்பு மேனனிடம் ஒப்படைக்கப்பட்டது. அதே நேரம், ஸ்ரீநகருக்கு எந்த நேரமும் படைகளை விமானம் மூலம் அனுப்பி வைக்கும் திட்டத்தைத் தீட்டுமாறு ராணுவத் தலைமைத் தளபதிகளுக்கு உத்தரவிடப்பட்டது.

வி.பி. மேனனுடன் தரைப்படை, விமானப் படைப் பிரதிநிதிகளும் ஸ்ரீநகர் சென்றனர். அங்கு நிலைமை என்னவாக இருக்கிறது, காஷ்மீர் படைகளின் பலம் எந்த அளவில் இருக்கிறது ஆகியவற்றை மதிப்பிடுவது அவர்கள் வேலை. மேனன் காஷ்மீருக்குப் போனபோது, காஷ்மீர் மக்களின் மனநிலை, அதுவும் குறிப்பாக அரண்மனையில் உள்ளோரின் மனநிலை மிகவும் பரிதாபகரமாக இருந்தது. பழங்குடியினர் ஸ்ரீநகரை நோக்கி வந்துகொண்டிருந்தாலும், வழக்கமாக ஆண்டுக்கு இருமுறை நடக்கும் விசுவாசம் தெரிவிக்கும் கூட்டத்தை அந்த நகரில் மகாராஜா கூட்டியிருந்தார். மகாராஜா ஹரி சிங் தன் தலைநகருக்குத் திரும்பிவந்த மறுநாள், வெள்ளிக்கிழமை, 24 அக்டோபர் அன்று, இந்தக் கூட்டம் நடந்ததாகத் தெரிகிறது. கிட்டத்தட்ட அந்த நேரத்தில்தான் பழங்குடியினர், ஊரிக்கும் பாரமுல்லாவுக்கும் இடையிலான மஹுராவில் இருந்த காஷ்மீர் முழுமைக்கும் மின்சாரம் வழங்கும் நீர் மின் நிலையத்தைக் கைப்பற்றியிருந்தனர் அல்லது அதன் பணியாளர்கள் பயந்து ஓடக்கூடியபடிக்கு, அந்த இடத்துக்கு மிக அருகில் வந்திருந்தனர்.

எதுவாயினும், அந்த வெள்ளிக் கிழமை இரவு, மஹுராவில் இருந்து மின்சாரம் உற்பத்தியாவது தடைப்பட்டது. பள்ளத்தாக்கு முழுவதுமே இருளில் மூழ்கியது.

அ ந்த அரசவைக் கூட்டத்தில்தான் டி.என். கவுலும் இருந்தார். நான் அவரை அவரது தில்லி வீட்டில் சந்தித்தேன். மெலிந்த உருவம் கொண்ட ஓய்வு பெற்ற காவல்துறை அதிகாரியான இவர், 1948-ல் ஸ்ரீநகரில் துணை கண்காணிப்பாளராக இருந்தார். காஷ்மீரி இந்துவான இவர், இந்துக்கள் பெருமளவில் புலம் பெயர்ந்த 1990 வரை காஷ்மீர் பள்ளத்தாக்கிலேயே இருந்தார். மஹுரா கைப்பற்றப்பட்டபோது இவர் அரண்மனையில் இருந்தார்.

> தசரா கூட்டத்தை மகாராஜா கூட்டியிருந்தார். மகாராஜா மீதான விசுவாசத்தை வெளிப்படுத்தும் நோக்கில் எல்லா அதிகாரிகளும் அவரவர் நிலைக்கு ஏற்றவாறு, ஒரு சவரன் அல்லது அரை சவரன் காசை மகாராஜாவுக்குக் கொடுக்கவேண்டும்.

அந்தக் கூட்டத்தில் நானும் இருந்தேன். தர்பார் ஹாலிலிருந்து நாங்கள் வெளியே வரும்போது சட்டென அனைத்து விளக்கு களும் அணைந்துவிட்டன. 'யாரங்கே? என்ன நடக்கிறது?' என்று கேட்டேன் நான். 'ஏன் அதிர்ச்சி அடைகிறாய்? மஹூரா மின்நிலையத்தைப் பழங்குடியினர் கைப்பற்றியிருப்பார்கள்' என்று யாரோ சொன்னார்கள். அதுதான் உண்மையில் நடந்ததும்கூட. ஸ்ரீநகரில் இருந்து 60 மைல் தொலைவில் இருந்த அந்த நீர் மின் நிலையத்தை அவர்கள் கைப்பற்றி யிருந்தார்கள். ஒட்டு மொத்த நகரமே இருளில் மூழ்கியது.

காஷ்மீரின் இளவரசர் கரன் சிங்கும் இந்த மின் வெட்டு ஏற்படுத்திய பீதியை நினைவுகூர்ந்தார்.

இடுப்பு வலி காரணமாக என்னால் நகர முடியவில்லை. நான் ஒரு சக்கர நாற்காலியில் அமர்ந்திருந்தேன். தர்பார் நடந்து கொண்டிருந்தது. ஆண்டுக்கு இருமுறை நடக்கும் நிகழ்வில், என் தந்தை தங்கத்தால் ஆன சிம்மாசனத்தில் அமர்ந்திருந்தார். ஒவ்வொருவராக வந்து, காணிக்கை தந்து, வணக்கத்தைத் தெரிவித்துக்கொண்டிருந்தார்கள். அனைவருமே அரண் மனைக்கு வெளியே இருந்தனர். நான் மட்டும் அரண்மனை யில் தனியாக இருந்தேன். திடீரென்று அனைத்து விளக்கு களும் அணைந்துபோயின. நாங்கள் இருளில் மூழ்கினோம். நரிகள் இருளில் ஊளையிட ஆரம்பித்தது எனக்கு நன்றாக நினைவிருக்கிறது. ஒருவித பயத்தை ஊட்டும் மோசமான சூழல் அது. ஏதோ பிரச்னை என்று எல்லாருமே கேள்விப் பட்டிருந்தோம். ஆனால், ஆக்கிரமிப்பு நடக்க ஆரம்பித் துள்ளது என்பதை அனைவரும் உணர்ந்த நேரம் அதுதான்.[17]

அந்தக் குறிப்பிட்ட கட்டடத்துக்குப் பிரத்தியேக மின் வசதி இருந்ததால் தர்பார் கூட்டம் திட்டமிட்டதுபோல் தொடர்ந்து நடந்தது என்று பிரதமர் எம்.சி. மஹாஜன் பின்னர் தெரிவித்தார். ஆனால், மாநிலத்தில் மின்சாரம் தடைப்பட்டதையும், பழங்குடியினரின் தாக்குதல் குறித்த பயம் அதிகரித்ததையும், அரச நிர்வாகத்தினர் பலர் ஊரைவிட்டு ஓடத் தொடங்கினார்கள் என்பதையும் அவர் நினைவுகூர்ந்தார்.

தெருக்களைவிட அரண்மனையில்தான் பெரும் அமளி ஏற்பட்டது. பழங்குடியினர் ஸ்ரீநகருக்கு வந்தால், டோக்ரா வம்சம் கவிழ்ந்துவிடும் என்பது மட்டுமல்ல, முஸாஃபராபாதிலும் பிற பகுதிகளிலும் நடை பெற்றதுபோல, தலைநகரிலும் முஸ்லிம் அல்லாதோர்மீது தாக்குதல்கள் நிகழும், தலைநகர் கொள்ளையடிக்கப்படும், ராஜ வம்சமே தாக்குதலுக்கு இலக்காகும் என்ற பீதி எங்கும் பரவியிருந்தது.

ஆனால், வி.பி. மேனன் ஸ்ரீநகருக்கு வந்தபோது, நகரம் அமைதியாக ஆனால் உள்ளூரப் பதற்றத்துடன் இருந்தது. அரச நிர்வாகம் செயலிழந் ததைத் தொடர்ந்து ஏற்பட்ட வெற்றிடத்தை, ஷேக் அப்துல்லாவின் ஆதரவாளர்கள் முன்வந்து நிரப்பியிருந்தனர். எல்லாவற்றுக்கும் மேலாக, விரைவில் நடக்கவிருந்த அழிவு அந்த இடத்தின்மீது கவிழ்ந்திருந்தது.

> விமானநிலையத்தில் இருந்து நாங்கள் நேராகக் காஷ்மீர் பிரதமருடைய வீட்டுக்குச் சென்றோம். விமானநிலையத்தி லிருந்து ஸ்ரீநகருக்குப் போகும் பாதை வெறிச்சோடிக் கிடந் தது. சில தெரு முனைகளில் ஷேக் அப்துல்லாவின் தேசிய கான் ஃபரன்ஸ் கட்சி ஆர்வலர்கள், கையில் லத்தியுடன் ரோந்துப் பணியில் ஈடுபட்டிருந்தனர். அரசக் காவலர்கள் யாரையும் காண முடியவில்லை. மெஹர் சந்த் மஹாஜன், அபாய நிலையை எடுத்துக் கூறி இந்திய அரசு உடனடியாக உதவிக்கு வரவேண்டும் என்று கேட்டுக்கொண்டார். எப்போதும் திடமான மனநிலை கொண்ட மஹாஜன் தன் சமநிலையை இழந்ததுபோலக் காணப்பட்டார். அவருடைய வீட்டிலிருந்து நாங்கள் மகாராஜாவின் அரண்மனையை நோக்கிப் போனோம். நடந்திருந்த சம்பவங்களாலும் தனது இயலாமையாலும் மகாராஜா முற்றிலுமாக நிலைகுலைந்து போயிருந்தார்.[18]

மறுநாள் காலை, மேனன் இந்திய கேபினட் குழுவுக்கு, 'மகாராஜா வுக்குப் பைத்தியம் பிடிக்கவில்லையே தவிர, கிட்டத்தட்ட முழுவது மாகக் குலைந்துபோயிருக்கிறார்' என்று செய்தி அனுப்பினார். மேன னுடன் லெப்டினண்ட் கர்னல் சாம் மானெக்ஷாவும் அரண்மனைக்குச் சென்றிருந்தார். 'இத்தகைய சீர்குலைவை என் வாழ்க்கையில் நான் ஒருபோதும் கண்டதில்லை. மகாராஜா ஒவ்வோர் அறையாக இங்கு மங்கும் ஓடிக்கொண்டிருந்தார். என் வாழ்நாளில் நான் இத்தனை நகை களை ஒருசேரப் பார்த்ததே இல்லை. முத்து மாலைகள், நவரத்தினம் பதித்த நகைகள் என எல்லாம் ஓர் அறையில் குவிந்துகிடந்தன. ஏகப் பட்ட பெட்டிகள் அடைக்கப்பட்டபடி இருந்தன. ஏராளமான வாகனங் கள் வாசலில் நின்றுகொண்டிருந்தன. மகாராஜா ஒவ்வோர் அறையாகச் சென்று, 'நல்லது, இந்தியா உதவிக்கு வரவில்லை என்றால், நானே நேராகப் படையுடன் சென்று போரிடுவேன்' என்று சொல்லிக் கொண்டிருந்தார்.'[19]

இந்தச் சூழ்நிலையில், இந்தியாவுடன் இணைவது பற்றி மேனனால் மகாராஜாவுடன் ஏதேனும் பேச முடிந்ததா என்பது சந்தேகமே. ஆனால், குடும்பத்தினரையும் நகர்த்தக்கூடிய சொத்துகளையும் எடுத்துக்கொண்டு உடனே ஸ்ரீநகரை விட்டுக் கிளம்பி, தெற்கில்

ஓரளவுக்குப் பாதுகாப்பான, குளிர்காலத் தலைநகரான ஜம்முவுக்குப் போகும்படி மேனன் மகாராஜாவை கேட்டுக்கொண்டார்.

26 அக்டோபர், ஞாயிற்றுக் கிழமையன்று ஏராளமான வாகனங்கள் அரண்மனையிலிருந்து பனிஹால் கணவாய் நோக்கி அணிவகுத்துப் புறப்பட்டன. ஜம்முவை நோக்கிய மிக மெதுவான, சோகமான அந்தப் பயணத்தைக் குறித்து கரன் சிங் நினைவுகூர்ந்தார்:

> கடைசியாக எங்கள் வாகனங்கள் புறப்பட ஆரம்பித்தன. என் தந்தை தன் காரைத் தானே ஓட்டிச் சென்றார். அவருக்கு அருகில் விக்டர் ரோஸந்தால் ஏறிக்கொண்டார். இரண்டு அதிகாரிகள் குண்டுகள் நிரம்பிய கைத்துப்பாக்கியுடன் பின் பக்கம் ஏறிக்கொண்டனர். என் தாய், பிற பெண்களுடன் வேறு கார்களில் வந்தார். எனக்குப் பெரிதாகக் கட்டு போட்டிருந்த தால் என்னால் காருக்குள் ஏற முடியவில்லை. எனவே என் அப்பா வேட்டைக்குச் செல்லும்போது பயன்படுத்தும் பெரிய வண்டியின் பின்பக்கத்தில் சக்கர நாற்காலியோடு சேர்த்து ஏற்றப்பட்டேன். அதிகாலையில் கிளம்பவேண்டியிருந்ததால், கடும் குளிராக இருந்தது. வழியில் நின்று நின்று போகவேண்டியிருந்தது...
>
> எங்கள் முன்னோர்கள் தலைமுறை தலைமுறையாக ஆட்சி செய்த அந்த அழகான பள்ளத்தாக்கை விட்டுப் பிரிய மனமில்லாததுபோல், நிறுத்தி நிறுத்தி எங்கள் பயணம் மெதுவாகத் தொடர்ந்தது. அதிகாலையின் முதல் சூரிய ஒளி பூமியைத் தொட்டபோது நாங்கள் 9,000 அடி உயர பனிஹால் கணவாய்ப் பாதையில் போய்க்கொண்டிருந்தோம்... பயணம் முழுவதிலும் என் தந்தை ஒரு வார்த்தைகூடப் பேசவில்லை என்று விக்டர் பின்னர் என்னிடம் சொன்னார். அடுத்த நாள் மாலை ஜம்முவை அடைந்து அங்கிருக்கும் அரண்மனைக்குள் நுழைந்ததும் அவர் ஒரே ஒரு வாக்கியத்தைத்தான் சொன்னார்: 'நாம் காஷ்மீரை இழந்துவிட்டோம்.'[20]

உண்மையிலேயே டோக்ரா வம்சம் காஷ்மீரை இழந்துதான் விட்டது. ராஜ வம்சம் காஷ்மீரை விட்டுத் தப்பி ஓடியதை, பெரும்பாலான காஷ்மீரிகள் மன்னிக்கமுடியாத குற்றமாகப் பார்த்தனர். ராஜ வம்சத்தினர் காஷ்மீரைக் கைவிட்டுவிட்டதாகவே அவர்கள் கருதினர். 'அனைவரும் கடுமையான கோபத்தில் இருந்தனர்' என்று நினைவுகூர்ந்தார் அப்போது ஸ்ரீநகரில் இருந்த லீலா தாம்சன். 'மகாராஜா எல்லாரையும் கைவிட்டுவிட்டு ஓடிப்போய்விட்டார். தன் குடும்பத்தினரை மட்டும் காப்பாற்றிக் கூட்டிக்கொண்டு போய்

விட்டார். அவர் ஒரு கோழை. அவர் தன்னை மட்டும்தான் காப்பாற்றிக் கொண்டார் என்றே நாங்கள் அனைவரும் நினைத்தோம்.'

அரச அதிகாரிகளும் உயர் வர்க்கத்தினரும் விழுந்தடித்துக்கொண்டு ஓட முற்பட்டதால், போக்குவரத்து நெரிசல் ஏற்பட்டது. இத்தனைக்கும் சிலரிடம்தான் வாகனங்களே இருந்தன. அதிலும், குறைவான வாகனங்களுக்குத்தான் எரிபொருள் கிடைத்திருந்தது. வி.பி. மேனனும் பிரதமர் மஹாஜனும் அக்டோபர் 26 அன்று தில்லி செல்வதற்காக ஸ்ரீநகர் விமான நிலையத்தை அடைய மிகவும் சிரமப்பட்டதாக மேனன் குறிப்பிட்டார். 'மகாராஜா எல்லா வாகனங்களையும் எடுத்துச் சென்றுவிட்டார். மிச்சம் இருந்தது ஒரே ஒரு பழைய ஜீப்தான். அதில்தான் நானும் மஹாஜனும் விமானப்படையைச் சேர்ந்த ஆறேழு பேரும் எங்களைத் திணித்துக்கொண்டோம்.' விமானநிலையத்தில், காஷ்மீரிலிருந்து தப்பித்துச் செல்ல முயலும் ஏராளமான பேர் கூடியிருந்தனர்.

ஞாயிறு அன்று தில்லி போய்ச் சேர்ந்ததும், காலை உணவு நேரத்தில், நேருவையும் அவரது துணைப் பிரதமர் சர்தார் வல்லபபாய் படேலையும் சந்திக்க வி.பி. மேனன் மஹாஜனை உடன் அழைத்துச் சென்றார். ஸ்ரீநகரைக் காப்பாற்ற இந்தியா உடனே ராணுவ உதவி செய்யவேண்டும் என்று மஹாஜன் கேட்டுக்கொண்டார். நேரு பிடிகொடுக்காமல் பேசுவதுபோலத் தோன்றவே, மஹாஜன் கொஞ்சம் கோபமாகப் பேசினார்: 'எங்களுக்குத் தேவையான ராணுவ உதவியைத் தாருங்கள். காஷ்மீரை இணைத்துக்கொள்ளுங்கள். எந்தக் கட்சிக்கு வேண்டுமோ வேண்டிய அதிகாரத்தைக் கொடுத்துக்கொள்ளுங்கள். ஸ்ரீநகரைக் காப்பாற்ற இன்று மாலைக்குள் இந்திய ராணுவம் பறந்துசெல்லவேண்டும். இல்லாவிட்டால் நான் நேராக லாஹூருக்குச் சென்று ஜின்னாவுடன் பேச ஆரம்பித்துவிடுவேன்.'

இந்தக் கடுமையான வார்த்தைகள் நேருவைக் கோபம் கொள்ள வைத்தன. ஆனால், உடனே அவர் தன் தொனியை மாற்றிக்கொண்டார். 'அப்போது ஒரு சிறிய துண்டுக் காகிதம் நேருவிடம் கொடுக்கப்பட்டது. அதைப் படித்துவிட்டு நேரு உரத்த குரலில், ஷேக் சாஹிபும் இதையே தான் சொல்கிறார் என்றார்.'[21] ஷேக் அப்துல்லா அருகில் ஓர் அறையில் உட்கார்ந்துகொண்டு இந்த உரையாடலைக் கேட்டுக்கொண்டிருந்தார். அவரும், மஹாஜனைப்போலவே, ராணுவ உதவியை உடனே வழங்கும்படிக் கேட்டிருந்தார்.

நேருவின் நண்பர் சரியான நேரத்தில் இடையிட்டதால், நேரு காஷ்மீருக்கு உடனே ராணுவத்தை அனுப்ப முடிவெடுத்தார். பின்னர் அன்று காலை நடைபெற்ற கேபினட் பாதுகாப்புக் குழுச் சந்திப்பில்

மேனனும் சாம் மானெக்ஷாவும் காஷ்மீர் நிலையை எடுத்துச் சொன்னார்கள். ராணுவத் தலைமைத் தளபதி ஜெனரல் லாக்கார்ட், நடக்கவிருக்கும் ராணுவ நடவடிக்கைகளில் உள்ள சிக்கல்களை விளக்கினார். இருந்தும், இந்திய அரசு அடுத்த நாள் காலை அக்டோபர் 27 அன்று ஸ்ரீநகருக்குத் தரைப்படை வீரர்களை விமானம் மூலம் அனுப்பிவைக்க முடிவெடுத்தது. அதற்காக, விமானப் படை விமானங்கள் மட்டுமின்றி, போக்குவரத்து விமானங்களையும் கையகப்படுத்திப் பயன்படுத்த முடிவெடுத்தது. காஷ்மீர் இந்தியாவுடன் இணைவது தொடர்பான ஒப்பந்தத்தை உருவாக்குமாறு அமைச்சரவையிடம் கேட்டுக்கொள்ளப் பட்டது. மகாராஜா கையெழுத்திட்டதும், ஒப்பந்தம் தாற்காலிகமாகச் செயல்பாட்டுக்கு வரும். பின்னர் பொதுமக்களிடம் வாக்கெடுப்பு நடத்தப்பட்டதும், அது நிரந்தரமானதாகும். ஒப்பந்தம் கையெழுத் தாகும் அதே நேரம், ஷேக் அப்துல்லா தலைமையில் ஓர் இடைக்கால அரசு உருவாக்கப்படுவது தொடர்பாக சர் ஹரி சிங்கிடம் பேச்சு வார்த்தை நடத்துவதாகவும் முடிவானது.

இந்தக் கட்டத்துக்குப் பிறகு, இந்தியாவுடன் காஷ்மீர் இணைந்தது தொடர்பான விஷயங்கள் முன்னுக்குப் பின் முரணாகவும் குழப்ப மானவையாகவும் இருக்கின்றன. அக்டோபர் 27, திங்கள் கிழமையன்று இந்திய ராணுவம் ஸ்ரீநகரில் கால் பதித்தபிறகு மகாராஜா இந்தியாவுடன் இணையும் ஒப்பந்தத்தில் கையெழுத்திட்டாரா அல்லது அதற்கு முன்பாகவே கையெழுத்திட்டாரா என்பது விவாதத்துக்குரிய ஒன்றாக இருக்கிறது. ஏற்கெனவே அவர் இந்தியாவுடன் இணைய முடிவெடுத்து விட்ட நிலையில் இந்த விஷயம் அவ்வளவு முக்கியமான ஒன்றல்ல என்று ஒருவர் சொல்லக்கூடும். இந்தியா இன்னொரு நாட்டின்மீது அத்துமீறி ஊடுருவவில்லை. அந்நாட்டு அரசரின் அவசர வேண்டு கோளின் பேரிலேயே ராணுவத்தை அனுப்பியிருக்கிறது. அவர் இந்தியா வுடன் இணைய விரும்புவதை ஏற்கெனவே எழுத்துபூர்வமாக எழுதிக்கொடுத்திருக்கிறார். ஜம்மு நோக்கி காரில் இரவும் பகலுமாக அவர் மேற்கொண்ட பயணத்துக்கு 24 மணிநேரம் முன்னதாகவோ பின்னதாகவோ அவர் இந்தியாவுடனான இணைப்பு ஒப்பந்தத்தில் கையெழுத்து இட்டிருக்கிறார் என்பதில் சந்தேகம் இல்லை. தார்மீக ரீதியில் இல்லாவிட்டாலும், அந்த ஒப்பந்தம் சட்டரீதியாகச் செல்லு படியாகும் ஒன்றுதான்.

இன்னொரு கோணத்தில் பார்த்தால், மகாராஜா முன்னதாகவே அந்த ஒப்பந்தத்தில் கையெழுத்திட்டதாகவே வைத்துக்கொள்வோம். ஆனால், இந்திய ராணுவம் அனுப்பப்படுவதற்கு முன்பாக அந்த இணைப்பு முழுமை அடைந்திருக்கவில்லை. இணைப்பு தொடர்பான விண்ணப் பத்தை ஏற்றுக்கொண்டதாக மவுண்ட்பேட்டன் கையெழுத்திட்ட

கடிதத்தில் அக்டோபர் 27 என்று தேதியிடப்பட்டிருக்கிறது. இந்தியப் படைகள் தில்லியிலிருந்து அன்று அதிகாலையில் புறப்படுவதற்கு முன்பாக அவர் அதில் கையெழுத்து இட்டிருக்க வாய்ப்பில்லை. சொல்லப்போனால், ஸ்ரீநகரில் படைகள் கால் பதிப்பதற்கு முன்பாக, அதாவது காலை 9 மணிக்கு முன்பாக, அவர் கையெழுத்து இட வாய்ப்பே இருக்கவில்லை என்றே தோன்றுகிறது. மகாராஜாவின் கையெழுத்துக்கு அதிக முக்கியத்துவம் தரப்படும் காரணம், ஒப்பந்தம் கையெழுத் தானபிறகுதான் படையை அனுப்பினோம் என்று இந்தியா தன் தரப்பை நியாயப்படுத்தி வாதிடுவதுதான். அப்படி இல்லை என்றால் இந்தியாவின் வாதத்துக்குப் பின்னடைவு ஏற்படும். ஏனெனில், எந்த நேரத்தில் இணைப்பு ஒப்பந்தம் கையெழுத்தானது என்பது பற்றிய பிழையான தகவலை இந்திய அரசில் இருப்பவர்கள்தான் தந்திருப்பார்கள். அப்படியானால், இந்தியா தன் பகுதிக்குள் தன் ராணுவத்தை அனுப்புவதில் பிழை ஒன்றும் இல்லை என்ற இந்தியத் தரப்பின் வாதம் வலுவற்றதாகிவிடும்.

1948 மார்ச்சில் வெளியிடப்பட்ட ஜம்மு காஷ்மீர் பற்றிய இந்திய அரசின் வெள்ளை அறிக்கையில் இந்தியாவின் அதிகாரபூர்வத் தரப்பு தெளிவாகச் சொல்லப்பட்டிருக்கிறது.

> இந்தியப் படைகள் காஷ்மீருக்கு 27-ம் தேதி அன்று அனுப்பப்பட்டன. இந்தியாவுடன் இணைவது தொடர்பான ஒப்பந்தம் அதற்கு முந்தைய நாள் இரவில் கையெழுத்தானது.
>
> காஷ்மீர் மகாராஜாவினால் அந்த இணைப்பு சட்டபூர்வமாக மேற்கொள்ளப்பட்டது. அத்துடன், மிக அதிக அளவு மக்கள் ஆதரவு பெற்ற அனைத்து ஜம்மு காஷ்மீர் தேசிய கான்ஃபரன்ஸ் கட்சியின் தலைவரான ஷேக் அப்துல்லாவின் அறிவுரையின் பேரிலேயே இந்த இணைப்பு மேற்கொள்ளப்பட்டது. இந்த இணைப்பு தாற்காலிகமானதுதான்; அந்தப் பகுதி மக்களின் முறையான சம்மதத்தைப் பெற்றபின்னரே இந்த இணைப்பு நிரந்தரமானதாகும் என்பதை இந்திய அரசு ஏற்றுக் கொள்கிறது.[22]

வி.பி. மேனன், 'இந்திய சமஸ்தானங்களை இணைத்தல்' என்ற தன் புத்தகத்தில் இது தொடர்பாக ஓர் அத்தியாயத்தையே ஒதுக்கியுள்ளார். அக்டோபர் 26, ஞாயிறு அன்று பாதுகாப்புக் குழுவின் சந்திப்பு முடிந்தபிறகு நடந்ததை அவர் சொல்கிறார்:

> மஹாஜனுடன் சேர்ந்து நான் ஜம்முவுக்குப் பறந்து சென்றேன். அரண்மனை ஒரே களேபரமாக இருந்தது. விலை மதிப்பு மிக்க

பொருள்கள் எங்கும் சிதறிக்கிடந்தன. மகாராஜா தூங்கிக் கொண்டிருந்தார். முந்தைய நாள் மாலையில்தான் ஸ்ரீநகரி லிருந்து புறப்பட்டு இரவு முழுவதும் பயணம் செய்து வந்திருந் தார். அவரை எழுப்பி, பாதுகாப்புக் குழுச் சந்திப்பில் எடுக்கப் பட்ட முடிவைத் தெரிவித்தேன். இந்தியாவுடன் இணைய அவர் உடனே சம்மதித்தார். காஷ்மீரின் பரிதாபகரமான நிலையை எடுத்துச்சொல்லி, ராணுவ உதவி உடனே தேவை என்று ஒரு கடிதம் எழுதி கவர்னர் ஜெனரலுக்கு அனுப்பினார். அந்தக் கடிதத்தில், தான் ஓர் இடைக்கால அரசை உடனே அமைப்பதாகவும், பிரதமர் மெஹர் சந்த் மஹாஜனும் ஷேக் அப்துல்லாவும் இணைந்து பொறுப்புகளைக் கவனித்துக் கொள்வார்கள் என்றும் தெரிவித்தார். அவரது நாடு காப் பாற்றப்படவேண்டுமானால், ஸ்ரீநகருக்கு உடனே உதவி வந்து சேர்ந்தாக வேண்டும் என்றும் எழுதினார். இணைப்புக்கான ஒப்பந்தத்திலும் கையெழுத்திட்டார்.

மகாராஜா கையெழுத்திட்ட இணைப்பு ஒப்பந்தத்தையும் அவர் எழுதிய கடிதத்தையும் எடுத்துக்கொண்டு நான் உடனே தில்லிக்குப் பறந்தேன். சர்தார் (படேல்) விமான நிலையத்தில் காத்துக்கொண்டிருந்தார். நாங்கள் இருவரும் நேராக மாலை யில் நடந்த பாதுகாப்புக் குழுக் கூட்டத்துக்குப் போனோம். நீண்ட விவாதத்துக்குப்பின், இணைப்பு, ஒரே ஒரு நிபந்தனை யுடன் ஏற்றுக்கொள்ளப்பட்டது. சட்டம் ஒழுங்கு நிலைமை சீரானதும் மக்களிடையே வாக்கெடுப்பு நடத்தியபிறகே ஜம்மு காஷ்மீரின் இணைப்பு நிரந்தரமாகப்படவேண்டும் என்பதுதான் அந்த நிபந்தனை. அடுத்த நாளே, தரைப்படை ஸ்ரீநகருக்கு அனுப்பப்படவேண்டும் என்றும் முடிவானது.[23]

இப்படித்தான் மேனன் எழுதியிருக்கிறார். ஆனால் உண்மையில் ஞாயிறு அன்று மேனன் ஜம்முவுக்குச் செல்லவில்லை. அமைச்சர் களுக்கு இடையில் என்ன பேசப்பட்டதோ தெரியாது. ஆனால் அன்று மாலை அதிகாரபூர்வமாக பாதுகாப்புக் குழுக் கூட்டம் கூட்டப்பட வில்லை. இவை எல்லாவற்றையும்விட, மகாராஜா ஞாயிறு காலை ஜம்முவில் இல்லை. ஸ்ரீநகரில் இருந்து நீண்ட நெடும் பயணத்தை முடித்துக்கொண்டு அவர் அன்று மாலைதான் ஜம்முவுக்கே வந்து சேர்ந்தார். வெளிப்படையாகச் சொல்வதானால், மேனன் சொல்வது முற்றிலும் பொய்.

காஷ்மீர் இணைப்பு ஒப்பந்த நாடகத்தின் வெவ்வேறு பாத்திரங்கள், அந்தக் குறிப்பிட்ட தினத்தில் எங்கெங்கெல்லாம் இருந்தனர் என்பதை

ஆராய்ச்சியாளர்கள் மிக விவரமாக ஆராய்ந்து கண்டுபிடித்துள்ளனர். விரிவாக அலசி ஆராயப்பட்ட வரலாற்றுக் குறிப்புகளிலிருந்து, இந்தியச் சார்பு கொண்டவர்களும் பாகிஸ்தான்மீது பரிவுள்ளவர்களும் ஒருமித்த கருத்துக்கே வந்துள்ளனர். அதாவது அக்டோபர் 26 அன்று, மேனன் ஜம்முவுக்கு சென்று சேரவில்லை. எனவே, அவர் தன் புத்தகத்தில் விளக்கியுள்ளதுபோல் மஹாராஜாவிடம் இணைப்பு ஒப்பந்தத்தில் கையெழுத்து வாங்கியிருக்கவில்லை.[24]

புது தில்லியில் இருந்த பிரிட்டன் துணை ஹை கமிஷனர் அலெக் ஸாண்டர் சைமன் கொடுத்துள்ள வாக்குமூலம் மிகவும் முக்கியமானது. மேனன் ஜம்முவுக்கு அன்று மதியம் செல்ல இருந்ததற்குமுன், சைமன் அவரைப் பார்க்க முயன்றிருக்கிறார். 'அவர் பாலம் விமானநிலையத் திலிருந்து புறப்பட்டுச் செல்வதாக எனக்குத் தகவல் கிடைத்தது. உடனே நான் அங்கு சென்றேன். ஆனால் மேனன் தில்லிக்குத் திரும்பச் செல்வதைப் பார்த்தேன். ஏனெனில், காஷ்மீரில் இரவுக்கு முன்பாக விமானம் போய்ச்சேரத் தேவையான அவகாசம் அவரிடம் இருக்க வில்லை. எனவே, அவரை அவரது வீட்டில் மாலை ஐந்து மணிக்குச் சந்திப்பதாகச் சொன்னேன்.' திட்டமிட்ட நேரத்தில் சைமன் மேனனைச் சந்தித்திருக்கிறார். இது பாலம் விமான நிலையத்தில் அவர்கள் இருவரும் ஒருவரை ஒருவர் பார்த்துக்கொண்டபின் ஒன்றரை மணி நேரம் கழித்து நடந்த சந்திப்பு. 'மறுநாள் காலை தான் ஜம்முவுக்குப் போக இருப்பதாகவும் அங்கிருந்து மதிய உணவு நேரத்தில் மீண்டும் தில்லி திரும்ப இருப்பதாகவும் மேனன் என்னிடம் தெரிவித்தார்' என்று சைமன் குறிப்பிட்டார். அடுத்த நாள் மாலை நான்கு மணிக்கு சைமன், மேனனின் அலுவலகத்துக்கு போன் செய்திருக்கிறார்.ஆனால் மேனன் ஜம்முவிலிருந்து இன்னும் திரும்பவில்லை என்ற பதிலே கிடைத் திருக்கிறது.[25]

காஷ்மீர் பிரதமர் எம்.சி. மஹாஜன் சொல்பவையும் மேனன் சொல் வதிலிருந்து முரண்படுகின்றன. '26 அக்டோபர் மாலை நடந்த இந்திய கேபினட் கூட்டத்தில் பழங்குடிகளை விரட்டியடிக்க மகாராஜாவுக்கு ராணுவ உதவி தர முடிவு எடுக்கப்பட்டது' என்று மஹாஜன் தன் சுயசரிதையில் எழுதுகிறார்.

> இரவு உணவு நேரத்தில் பிரதமர் நேரு எனக்கு ஒரு செய்தி அனுப்பினார். நானும் வி.பி. மேனனும் ஜம்முவுக்கு விமானத் தில் சென்று மகாராஜாவிடம் கூட்டத்தில் எடுத்த முடிவுகளைத் தெரிவிக்கவேண்டும். கூடவே, இணைப்பு தொடர்பான சில ஆவணங்களில் கையெழுத்து வாங்கிக்கொள்ளவேண்டும். ஆனால், இந்தியப் படைகள் ஸ்ரீநகரில் இறங்கியதாக எனக்குத்

தகவல் வந்து சேராதவரை நான் ஜம்முவுக்குப் போகத் தயாராக இல்லை என்று அவரிடம் தெளிவாகச் சொல்லிவிட்டேன். பண்டிட்ஜி என்னைக் கட்டாயப்படுத்தவில்லை. 'நீங்கள் நாளைக் காலை ஜம்முவுக்குச் சென்றால் போதும்' என்று மட்டும் சொன்னார். [26]

மஹாஜனும் மேனனும் அதைத்தான் செய்தனர். பாதுகாப்புத்துறை அமைச்சர் பல்தேவ் சிங்கின் தில்லி வீட்டில்தான் மஹாஜன் தங்கி யிருந்தார்.

அக்டோபர் 27 அன்று அதிகாலையில் சர்தார் பல்தேவ் சிங்கின் வீட்டின் மேலாக விமானங்கள் ராணுவ வீரர்களை ஸ்ரீநகருக்கு அழைத்துக்கொண்டு செல்லும் சத்தத்தைக் கேட்டேன். காலை 9 மணி வாக்கில் இந்தியப் படைகள் ஸ்ரீநகரில் இறங்கி விட்டதாகவும் அவை சண்டையிடச் சென்றுள்ளன என்றும் ஸ்ரீநகர் விமானநிலைய அதிகாரியிடமிருந்து எனக்குத் தகவல் கிடைத்தது. அந்தச் செய்தி கிடைத்ததும் நான் வி.பி. மேனனுடன் ஜம்முவுக்குப் புறப்பட்டேன்...

சிறிது நேர உரையாடலுக்குப் பிறகு சில ஆவணங்களில் சம்பிரதாயமாகக் கையெழுத்திடப்பட்டன. அவற்றை மேனன் தில்லிக்கு எடுத்துச் சென்றார்.[27]

இதிலிருந்து, இந்திய அதிகாரபூர்வத் தரப்பு சொல்லும் நாளுக்கு அடுத்த நாள்தான் இந்த ஒப்பந்தம் கையெழுத்தானதாகத் தெரியவருகிறது. ஒப்பந்தம் கையெழுத்தாவதற்கு முன்பே இந்தியப் படைகள் ஸ்ரீநகரில் நுழைந்தாலும், ஒப்பந்தத்துக்குப் பிறகுதான் இந்திய ராணுவம் ஸ்ரீநகரில் நுழைந்தது என்று இந்தியத் தரப்பில் சொல்லப்பட்டதற்கு ஏற்ப மேனன் தன் வாக்குமூலத்தைத் திருத்தி அமைத்துள்ளார் என்பதையே இது காட்டுகிறது.

இந்திய வரலாற்றாய்வாளர் பிரேம் ஷங்கர் ஜா இது குறித்து விரிவாக எழுதியிருக்கிறார். வி.பி. மேனன் ஜம்முவுக்கு அக்டோபர் 26 அன்று போகவில்லை; ஆனால், இந்திய ராணுவம் ஸ்ரீநகரில் இறங்குவதற்கு முன்பாகவே மகாராஜா கையெழுத்து போட்டுவிட்டார் என்று ஜா சொல்கிறார். அதாவது அக்டோபர் 25 அன்று அல்லது அடுத்தநாள் அதிகாலையில் ஸ்ரீநகரில் இருந்து ராஜ வம்சம் ஜம்முவுக்குப் புறப்படு வதற்கு முன்பே மேனன் மகாராஜாவிடமிருந்து இணைப்புக்கான ஒப்பந்தத்தில் கையெழுத்து பெற்றுவிட்டார். மேனன் அந்த ஆவணத்தை தில்லிக்கு அடுத்த நாள் காலை கொண்டுவந்தார். ஆனால் அதனை பாதுகாப்புக் குழுவின் கூட்டத்தில் வைக்கவில்லை என்று ஜா எழுதுகிறார்.

ஏனெனில் நேருவுக்கும் படேலுக்கும் இடையில் கருத்து வேற்றுமை இருந்தது. காஷ்மீர் இந்தியாவுடன் எவ்வளவு சீக்கிரம் இணைகிறதோ அவ்வளவுக்கு நல்லது; நிர்வாகச் சீர்திருத்தங்களைப் பிறகு பார்த்துக் கொள்ளலாம் என்பது படேலின் கருத்து. ஆனால், இந்திய உதவி கிடைக்கவேண்டும் என்றால், ஷேக் அப்துல்லாவை ஆட்சிப் பொறுப்பில் நியமிக்க மகாராஜா ஒப்புக்கொள்ளவேண்டும் என்று நேரு வற்புறுத்தினார். அந்தக் கூட்டத்தில் மகாராஜா கையெழுத்திட்ட ஒப்பந்தத்தைக் கொடுத்தால், காஷ்மீரின் எதிர்கால அரசு குறித்து எதுவும் தெளிவாக இல்லை என்ற காரணத்தால் நேரு ஒப்பந்தத்தை நிராகரித்துவிடுவார் என்று மேனன் நினைத்தார். எனவே, ஒப்பந்தத்தில் மகாராஜா கையெழுத்திட்டதை மேனன் சொல்லவில்லை. நேருவுக்கு திருப்தி தரும் வகையில் மகாராஜாவிடம் முகப்புக் கடிதத்தில் கையெழுத்து வாங்க ஜம்முவுக்கு அக்டோபர் 27, திங்கட்கிழமை புறப்பட்டுப் போனார். இந்திய அரசுக்குள் நடந்த சாணக்கிய தந்திரம் அது. இந்தியாவுடன் சேரவேண்டும் என்ற மகாராஜாவின் தெளிவான முடிவு, மஹாஜன் மற்றும் ஷேக் அப்துல்லாவின் வேண்டுகோள்கள் ஆகியவை நேருவைச் சம்மதிக்க வைக்கப் போதுமானவையாக இருந்தன. எனவே பாதுகாப்புக் குழு இந்தியப் படைகளை வான்வழியாக உடனடியாக அனுப்ப முடிவெடுத்தது.

ஜா சொல்பவை முழுதும் புனையப்பட்டதல்ல; ஆனால் ஒரு கற்பிதத்தை நிரூபிக்க நடந்த சம்பவங்களை அவர் வேண்டியபடி வளைப்பதுபோலத் தெரிகிறது. ஜவாஹர்லால் நேருவுக்கும் சர்தார் படேலுக்கும் காஷ்மீர் தொடர்பாக வேறுபாடுகள் இருந்தன. படேல் மகாராஜாவுடன் சுமுகமான உறவை உருவாக்கியிருந்தார். நேருவுக்கோ, மகாராஜா ஒரு பொருட்டே அல்ல. நிலையான ஜனநாயக ஆட்சியைத் தர வல்லவராக நேரு ஷேக் அப்துல்லாவையே ஆதரித்தார். ஆனால், இந்திய ராணுவத்தை அவசரமாக அனுப்பி காஷ்மீரைக் காக்கவேண்டியிருந்தது. அதுவும் குறிப்பாக, இரண்டரை லட்சம் மக்கள் வசித்த ஸ்ரீநகரில் 400 பிரிட்டிஷ் குடும்பங்கள் வசிப்பது மவுண்ட்பேட்டனுக்கு நன்கு தெரியும். ஆனால் மவுண்ட்பேட்டன் சொன்னதுபோல், ராணுவத்தை அங்கு அனுப்புவதற்கு முன்பாக இணைப்பு ஒப்பந்தத்தில் கையெழுத்து வாங்கவேண்டிய அவசியம் இருந்தது. இந்தச் சூழ்நிலையில் மேனன் பாதுகாப்புக் குழுக் கூட்டத்தில் ஏற்கெனவே கையெழுத்து வாங்கியதைச் சொல்லாமல் அமைதியாக உட்கார்ந்திருந்தார் என்பதும், செய்த காரியத்தையே மீண்டும் செய்ய மற்றொரு கடிதத்தை உருவாக்க முனைந்தார் என்பதும் நம்பும்படியாக இல்லை.

ஸ்ரீநகரை விட்டுப் புறப்படும் முன்பாகவே மகாராஜா இணைப்பு ஒப்பந்தத்தில் கையெழுத்திட்டார் என்ற தன் வாதத்துக்கு வலுவூட்ட ஜா

மேலும் பல ஆதாரங்களைக் காட்டுகிறார். மவுண்ட்பேட்டனின் உதவியாளர் ஆலன் கேம்பெல் ஜான்சனின் குறிப்புகளும் மஹாஜனின் குறிப்புகளும் ஒன்றுக்கொன்று முரணாகவும் மேலோட்டமாகவும் இருக்கின்றன. ஆனால், மேனனுடன் ஸ்ரீநகருக்குச் சென்ற கர்னல் மானெக்ஷாவின் குறிப்பை ஜா மிகவும் நம்புகிறார். மானெக்ஷா அந்தப் பயணம் குறித்துச் சொல்கிறார்: 'இறுதியாக மகாராஜா இணைப்பு ஒப்பந்தத்தில் கையெழுத்திட்டார். அதை வாங்கிக்கொண்டு நாங்கள் அன்று இரவே டகோட்டா விமானத்தில் திரும்பினோம். மகாராஜா கையெழுத்திடுவதை நான் கண்ணால் பார்க்கவில்லை. மஹாஜனையும் நான் பார்க்கவில்லை. வி.பி. மேனன் என் பக்கமாகத் திரும்பி, 'சாம்... இணைப்பைப் பெற்றுவிட்டோம்' என்று சொன்னது மட்டும்தான் எனக்குத் தெரியும்.'[28]

மானெக்ஷாவின் வாக்குமூலம் இந்தச் சம்பவம் நடந்து 47 வருடங்கள் கழிந்தே சொல்லப்பட்டிருக்கிறது. மேலும் விவாதத்துக்கு உரியவையாக இல்லாத பிற விஷயங்களிலும் அவரது வாக்குமூலம் நம்பத்தகுந்ததாக இல்லை. குறிப்பாக எந்தத் தேதியில் இந்தியப் படைகள் காஷ்மீருக்கு அனுப்பப்பட்டன, அவர் காஷ்மீருக்குப் போனபோது பழங்குடி ஆக்கிரமிப்பாளர்கள் எங்கு இருந்தார்கள் என்பது போன்ற விஷயங்களில் மானெக்ஷா சொல்பவை பிழையாகவே இருக்கின்றன. எனவே அவருடைய கூற்றின்மீது அதிக நம்பிக்கை வைப்பது சரியாக இருக்காது.

மேலும் அந்த இணைப்பு ஒப்பந்தமே ஒருவகையில் விவாதத்துக்கு உரியதாக இருக்கிறது. அசல் ஒப்பந்தம் எங்கு இருக்கிறது என்பது தொடர்பாகக் குழப்பமே நிலவுகிறது. மகாராஜா ஹரி சிங்கின் கையெழுத்தும் மவுண்ட்பேட்டனின் கையெழுத்தும் தாங்கிய அந்த அதி முக்கிய ஆவணத்தின் பிரதி, 1970-ல் வெளியான சர்தார் வல்லபபாய் படேலின் கடிதத் தொகுப்புப் புத்தகத்தின் அட்டையில் காணப்பட்டது. இந்த ஆவணம், சமீபத்தில்தான் இந்திய உள்துறை அமைச்சகத்தின் இணையத்தளத்தில் வெளியிடப்பட்டது. ஆனால், அதை விரிவான ஆய்வுக்கு உட்படுத்த அனுமதி தரப்படவில்லை.[29] இணைப்பு ஒப்பந்தத்தில் மகாராஜாவின் கையெழுத்து ஸ்ரீநகரிலிருந்து புறப்படும் நேரத்தில், அதாவது அக்டோபர் 26 அன்று போடப் பட்டதாகத் தெரிகிறது. அதனுடன் இணைக்கப்பட்ட கடிதமும் அக்டோபர் 26 என்றே தேதியிடப்பட்டிருக்கிறது. ஆனால் அது ஜம்மு அரண்மனையிலிருந்து எழுதப்பட்டிருக்கிறது. அங்கு மகாராஜா பிந்தியே வந்து சேர்ந்தார். என்றைக்குக் கையெழுத்திடப்பட்டதோ அந்தத் தேதியைப் போடாமல் ஒரு நாள் முன்கூட்டியே கையெழுத் தானதுபோல் காட்டும்படி மேனன் மகாராஜாவைச் சம்மதிக்க வைத்திருப்பார்.

மவுண்ட்பேட்டனுக்கு சர் ஹரி சிங் அனுப்பிய கடிதம், ராணுவ உதவி யின் தேவையை அழுத்தம் திருத்தமாகக் கேட்டு எழுதப்பட்டிருந்தது. 'கடத்தப்பட்டு பலாத்காரம் செய்யப்பட்ட பெண்களின் எண்ணிக் கையை நினைத்தால் நெஞ்சில் ரத்தம் கசிகிறது. காஷ்மீர்மீது கட்ட விழ்த்துவிடப்பட்டிருக்கும் இந்தக் காட்டுமிராண்டிக் கூட்டம் ஒட்டு மொத்த தேசத்தையும் சீர்குலைக்கும் முயற்சியின் முதல்கட்டமாக என் ராஜ்ஜியத்தின் கோடைக்காலத் தலைநகரான ஸ்ரீநகரைக் கைப்பற்ற முன்னேறி வருகிறது' என்று ஹரி சிங் அதில் எழுதியிருந்தார். மகாராஜா இந்தியாவின் உதவியைக் கேட்டு, இந்தியாவுடன் சேர முழுச் சம்மதத்தையும் தெரிவித்து எழுதினார்: 'இணைப்பு ஒப்பந்தம் ஒன்றை உங்கள் அரசின் ஒப்புதலுக்காக இத்துடன் இணைத்துள்ளேன். இதைத்தவிர ஒரே மாற்றுவழி என் நாட்டையும் மக்களையும் கொள்ளைக்கூட்டத்தின் கையில் ஒப்படைத்துவிடுவதுதான்.' இந்த நெருக்கடி காலகட்டத்தில் காஷ்மீரை நிர்வகிக்க ஓர் இடைக்கால அரசை நிறுவவும், அதில் காஷ்மீர் பிரதமருடன் சேர்ந்து ஷேக் அப்துல்லாவும் பொறுப்புகளைக் கவனித்துக்கொள்ளவும் அவர் ஒப்புக்கொண்டிருந்தார்.

இந்தக் கடிதம் பெரும்பாலும், பாதுகாப்புக் குழுவின் ஆலோசனையின் பேரில், தில்லியில் வைத்து எழுதப்பட்டிருக்கலாம். 26 அக்டோபர் அன்று மேனன் மகாராஜாவைச் சந்திப்பார் என்ற அனுமானத்தின் பேரில் இது நடந்திருக்கலாம். ஆனால், மேனன் அதற்கு அடுத்த நாள் புறப்பட்டுப் போனபோதுதான் அந்தக் கடிதத்தை எடுத்துக் கொண்டுசென்றார். இந்தக் கடிதத்தில் திங்கள் அன்று கையெழுத்து போட்டு, தேதியை ஒரு நாள் முன்னதாக ஆக்கியிருந்தார் என்றால், இணைப்பு ஒப்பந்தத்திலும் அதேபோலச் செய்திருக்க வாய்ப்பு இருக்கிறது.

நேருவைப் பொருத்தமட்டில், அவர் அக்டோபர் 27 அன்று ஜம்முவில் வைத்துத்தான் மகாராஜாவிடமிருந்து கையெழுத்து பெறப்பட்ட தாகவே நடந்துகொண்டார். அன்று அவர் மகாராஜாவுக்கு ஒரு கடிதம் எழுதினார்:

> ஸ்ரீ வி.பி. மேனன் இன்று மாலை ஜம்முவில் இருந்து திரும்பி வந்து, உங்களுடன் பேசிய விவரங்களைத் தெரிவித்தார். நீங்கள் கையெழுத்திட்ட இணைப்பு ஒப்பந்தம், ஸ்டாண்ட் ஸ்டில் ஒப்பந்தம் ஆகியவற்றை அவர் கொடுத்தார். இந்திய கவர்னர் ஜெனரலுக்கு நீங்கள் எழுதிய கடிதத்தையும் பார்த்தேன். நீங்கள் எடுத்திருக்கும் விவேகமான முடிவுக்கு என் வாழ்த்துகளைத் தெரிவித்துக்கொள்கிறேன்.[30]

அதே நாளில் நேரு ஷேக் அப்துல்லாவுக்கு எழுதிய கடிதத்தில், 'இன்று மாலை ஜம்முவிலிருந்து வி.பி. மேனன் வந்து சேர்ந்தார். காஷ்மீர் மகாராஜாவால் முறையாகக் கையெழுத்திடப்பட்ட இணைப்புக்கான ஒப்பந்தத்துடன் வந்து சேர்ந்திருக்கிறார்' என்று குறிப்பிட்டுள்ளார். மிகத் துல்லியமாகச் சொல்லமுடியாவிட்டாலும், இந்தியப் படைகள் ஸ்ரீநகரில் இறங்குவதற்கு முன்பாக மகாராஜா முறையாகக் கையெழுத் திடவில்லை என்றே நாம் கருதவேண்டியிருக்கிறது. ஒருவேளை இந்தியப் படைகள் கால் பதித்த சில மணி நேரங்கள் கழித்தபிறகு கையெழுத்து இடப்பட்டிருக்கலாம். ஆனால், முதல் கட்டத் தாக்கு தலை ஆரம்பித்த சீக்கிய ரெஜிமெண்டுகள் அங்கே கால் பதித்தபோது, காஷ்மீர் இந்தியப் பகுதியாக இருந்திருக்கவில்லை.[31]

மகாராஜாவின் வேண்டுகோளுக்கு மவுண்ட்பேட்டன் அனுப்பிய பதிலும் பிரச்னைக்கு உரியதாகவே இருக்கிறது. காஷ்மீர் இணைப்பைத் தாற்காலிகமானதாகவும் நிபந்தனைக்கு உட்பட்டதாகவும் ஏற்றுக் கொள்வதாகவே அந்தக் கடிதம் தெரிவிப்பதாக அப்போதும், அதற்குப்பிறகும்கூடக் கருத்து சொல்லப்படுகிறது.

> ... இந்தியாவுடன் காஷ்மீர் இணைவதை என் அரசாங்கம் ஏற்றுக்கொள்ள முடிவெடுத்துள்ளது. இணைப்பு குறித்து, அப்பகுதி மக்களின் விருப்பத்துக்கு ஏற்பவே தீர்மானிக்கப் படவேண்டும் என்ற என் அரசின் கொள்கைக்கு ஏற்ப, ஆக்கிரமிப்பாளார்கள் அகற்றப்பட்டு காஷ்மீரில் சட்டம் ஒழுங்கு சீரடைந்ததும் மக்கள் விருப்பத்தின்மூலமே இணைப்பு ஏற்றுக்கொள்ளப்படவேண்டும்.

சில நாள்கள் கழித்து, நேரு, சர்வதேசக் கண்காணிப்பின்கீழ் காஷ்மீரில் பொது வாக்கெடுப்பு நடத்தப்படும் என்று உறுதி அளித்தார். இது பின்னர் ஐ.நா சபைக்குக் கொண்டுசெல்லப்பட்டு, பாதுகாப்புச் சபை தீர்மானத்தில் இணைக்கப்பட்டது. ஆனால், வாக்கெடுப்பு நடத்தப்படவே இல்லை. மவுண்ட்பேட்டனின் நோக்கம் நிறைவேறவில்லை என்பதால், காஷ்மீரின் இணைப்பு சட்டப்படிச் செல்லாது என்பது அர்த்தமல்ல. அக்டோபர் 26, ஞாயிறு அன்று நடைபெற்ற கேபினட்டின் பாதுகாப்புக் குழுக் கூட்டத்தில் வாக்கெடுப்பு பற்றி விவாதம் நடந்தது. கூட்டத்தின் குறிப்பைப் பார்க்கும்போது, அந்நிலையிலும்கூட சுதந்தரமான காஷ்மீர் குறித்த பேச்சும் அங்கு விவாதிக்கப்பட்டதாகத் தெரிகிறது:

> சட்டம் ஒழுங்கு சீரடைந்ததும் மக்களிடம் வாக்கெடுப்பு நடத்தவேண்டும் என்ற நிபந்தனையின் பேரில் காஷ்மீரின் இணைப்பு ஏற்றுக்கொள்ளப்படுவதாகத் தீர்மானிக்கப்பட்டது. அந்த வாக்கெடுப்பில் மூன்று கேள்விகள் - இந்தியாவுடன்

> சேர்வதா? பாகிஸ்தானுடன் சேர்வதா? தனி நாடாக இருப்பதா? - இருக்கவேண்டும் என்று கவர்னர் ஜெனரல் ஆலோசனை கூறினார்... இந்தியாவின் செல்வாக்கின்கீழ் உள்ள தனி நாடாக காஷ்மீர் இருப்பதில் இந்திய அரசுக்கு எந்த ஆட்சேபணையும் இருக்காது என்று இந்தியப் பிரதமர் தெரிவித்திருந்தார்.[32]

காஷ்மீர் தனி நாடாக இருப்பது பற்றி தில்லியிலும் கராச்சியிலும் பேச்சு எழுந்தது அதுவே கடைசி தடவை.

பாகிஸ்தானும் இந்தியாவும் காஷ்மீர் தொடர்பாக, ஒருவரை ஒருவர் மிகவும் மோசமாகவே கருதிவந்துள்ளனர். அக்டோபர் 1947-க்கு வெகு முன்னதாகவே, காஷ்மீரைத் தன்னுடன் இணைத்துக்கொள்ளும் எண்ணத்துடன் சதி வேலைகளில் ஈடுபட்டதாக இருவரும் பரஸ்பரம் ஒருவரை ஒருவர் குற்றம் சாட்டிவந்துள்ளனர். ஸ்ரீநகரில் இந்தியா தன் படைகளை இறக்கிய செய்தியும் இந்தியாவுடன் காஷ்மீர் இணைந்து விட்டது என்ற செய்தியும் ஒரே நேரத்தில் பாகிஸ்தானுக்குக் கிடைத்தது. இதனால், பாகிஸ்தான் அதிகாரிகள் கடும் கோபம் அடைந்தனர். வெறும் 48 மணி நேரத்துக்குள்ளாகத் துருப்புகளைத் தயார்படுத்தி காஷ்மீருக்கு இந்தியா அனுப்பியதை மவுண்ட்பேட்டன் தன் ராணுவ வாழ்க்கையில் தான் எங்குமே கண்டதில்லை என்றார். ஆனால் ஜின்னா அதனை நம்பத் தயாராக இல்லை. வெகு காலமாகவே இது திட்டமிடப் பட்டிருந்தது என்று அவர் நம்பினார். இதனை எதிர்கொள்ள, மவுண்ட் பேட்டன் இந்திய ராணுவத்தின் மூன்று பிரிவுத் தலைவர்களையும் (அனைவருமே பிரிட்டிஷார்) அழைத்து காஷ்மீருக்கு ராணுவத்தை அனுப்பியது தொடர்பான உண்மைகளை ஓர் அறிக்கையாக எழுதிக் கையெழுத்திட்டுக் கொடுக்குமாறு கேட்டுக் கொண்டார். அந்த அறிக்கையை லாஹூரில் நவம்பர் 1 அன்று ஜின்னாவைச் சந்தித்த போது அவரிடம் காட்டினார். அதில் அந்த ராணுவத் தலைவர்கள் இவ்வாறு எழுதியிருந்தனர்:

> முஸாஃபராபாத்தைப் பழங்குடியினர் கைப்பற்றிவிட்டதாக 24 அக்டோபர் அன்று இந்திய ராணுவத்தின் தலைமைத் தளபதிக்குச் செய்தி கிடைத்தது. ஆக்கிரமிப்பு தொடர்பான முதல் தகவல் இதுதான்.
>
> அந்தத் தேதிக்கு முன்புவரை காஷ்மீருக்கு இந்திய ராணுவத்தை அனுப்புவது தொடர்பாக எந்தத் திட்டமும் இருக்கவில்லை. அப்படி ஒன்று பற்றி ஆலோசிக்கப்படவும் இல்லை.
>
> 26 அக்டோர்பர் மதியத்தில்தான் காஷ்மீருக்குப் படைகளை அனுப்பும் திட்டம் முடிவு செய்யப்பட்டது.

> காஷ்மீர் இந்தியாவுடன் இணைவது தொடர்பான ஒப்பந்தம் கையெழுத்தானபிறகு, 27 அக்டோபர் அதிகாலையில்தான், இந்தியப் படைகள் காஷ்மீருக்கு அனுப்பப்படுவது ஆரம்ப மானது.[33]

பழங்குடியினரின் ஊடுருவல் குறித்த தகவல், இந்திய ராணுவத் தலைமைத் தளபதி ஜெனரல் ராப் லாக்ஹார்ட்டுக்கு, பாகிஸ்தான் ராணுவத்திடமிருந்து தந்தி மூலம் கிடைத்துள்ளது. இரண்டு ராணு வத்திலும் இருந்த பிரிட்டிஷ் அதிகாரிகளுக்கிடையே இருந்த ரகசிய, நேரடித் தொடர்பு ஆச்சரியம் தரத்தக்கதாக இருக்கிறது. லாக் ஹார்ட்டும் விமானப் படைத் தலைவர் மார்ஷல் எல்ம்ஹர்ஸ்டும், அக்டோபர் 26-ல் நடைபெற்ற கேபினட் பாதுகாப்புக் குழுக் கூட்டத்தில் காஷ்மீருக்கு ராணுவத்தை வான்வழியாக அனுப்புவதில் இருக்கும் அபாயங்கள் குறித்து விளக்கிச் சொன்னார்கள்.

> படைகளை அங்கு கொண்டுசெல்ல, போதிய விமானங்கள் கிடைப்பது சிரமம். அவை கிடைக்கும்வரையில், ஸ்ரீநகர் விமானத்தளம் தம் கட்டுப்பாட்டில் இருக்குமா என்பது தெரியாது. காஷ்மீருக்கு ராணுவத்தை அனுப்பிவிட்டால், பஞ்சாபில் நடக்கும் நிவாரணப் பணிகள் முடங்கிவிடும். ஸ்ரீநகருக்கு ராணுவத்தை அனுப்பியபின், அவர்களுக்குத் தேவையான உணவு, பிற தளவாடங்களை அனுப்புவது சாத்தியமல்ல. தரைவழிப் போக்குவரத்து சாத்தியமில்லை. காஷ்மீரில் பொதுமக்கள் கொந்தளிக்கத் தொடங்கினால், அவர்களைச் சமாளிக்க வேண்டிய அளவு துருப்புகள் அங்கே இருக்கமாட்டார்கள்.

இந்த ராணுவத் திட்டம், பலவீன இதயம் கொண்டவர்களுக்கான தல்ல. இந்தியா சுதந்தரம் பெற்றபிறகு நடக்கும் முதல் ராணுவச் சோதனை. சாகசங்கள் நிறைந்த, சிக்கலான, அரசியல்ரீதியில் அபாய கரமான ஒரு ராணுவ நடவடிக்கை. அந்தக் கூட்டத்தில் என்ன வெல்லாம் விவாதிக்கப்பட்டது என்பதைக் கூட்டத்தின் குறிப்புகள் தெரிவிக்கின்றன. இறுதியாக, காஷ்மீர் பிரச்னை எந்த அளவுக்கு இந்தியாவுக்கு முக்கியமானது என்று ஜெனரல் லாக்ஹார்ட் கேட்டார். காஷ்மீரின் எதிர்காலம் இந்தியாவின் இருப்புக்கு மிகவும் முக்கியமானது என்று பிரதமரும் துணைப் பிரதமரும் ஒருசேரத் தெரிவித்தனர்.

முதலில் கூர்க்கா ரைஃபிள்ஸின் ஒரு பிரிவைக் காஷ்மீருக்கு அனுப் பலாம் என்று தீர்மானிக்கப்பட்டது. இதில் இரண்டு பிரச்னைகள் எழுந்தன. நேபாளப் படையைவிட இந்தியப் படையை அனுப்புவதே

சிறந்தது என்று பாதுகாப்புக் குழு விரும்பியது. மேலும், கூர்க்கா பிரிவில் நிறைய பிரிட்டிஷ் அதிகாரிகள் இருந்தனர். இதனால், அவர்களுக்கு லண்டனிலிருந்து சிக்கல்கள் எழ வாய்ப்பு இருந்தது. சுதந்தரம் கிடைத்த சில மாதங்கள்வரை இந்திய, பாகிஸ்தானிய தலைமைத் தளபதிகள் இருவரும் பிரிட்டனின் சுப்ரீம் கமாண்டர் ஃபீல்ட் மார்ஷல் ஆச்சின்லெக் என்பவர்கீழ் பணியாற்றிவந்தனர். அவர் பிரிட்டிஷ் பாதுகாப்பு அமைச்சகத்திடம், 'காஷ்மீரிலோ வேறு எந்த வோர் இடத்திலோ பிரிட்டிஷ் வீரர்கள் இந்தியாவுக்கோ பாகிஸ் தானுக்கோ ஆதரவாக எந்தச் சூழ்நிலையிலும் உதவி புரிய மாட்டார் கள். இது தொடர்பான ஆணை ஆகஸ்ட் 15-ல் இருந்தே அமலில் இருந்துவருகிறது' என்று தெளிவாகச் சொல்லியிருந்தார். [34] எனவே, தில்லிக்கு வெளியே கூர்கானில் இருந்த சீக்கிய ரெஜிமெண்டை காஷ்மீருக்கு அனுப்புவது என்று தீர்மானிக்கப்பட்டது.

பிரிவினையின்போது பஞ்சாபில் நடந்த மத வன்முறை காரணமாக, முஸ்லிம் பழங்குடிகளுக்கு சீக்கியர்கள்மேல் கடும் வெறுப்பு இருந்து வந்த நிலையில், சீக்கியப் படையைக் காஷ்மீருக்கு அனுப்பியது தவறு என்ற குற்றச்சாட்டு, குறிப்பாக லண்டனில் இருந்து, முன்வைக்கப் பட்டது. அது எரியும் நெருப்பில் எண்ணெயை ஊற்றுவதாகக் கருதப் பட்டது. ஆனால், நேரம் இல்லாத காரணத்தால், இந்திய ராணுவ அதிகாரிகளுக்கு வேறு வழி இல்லாமல் போனது.

சீக்கிய ரெஜிமெண்டின் முதலாம் சீக்கியர் பிரிவுத் தலைவர் லெப்டி னண்ட் கர்னல் ரஞ்சித் ராயிடம் ஸ்ரீநகருக்குப் போகத் தயாராக இருக்கும்படி உத்தரவு தரப்பட்டது. அதைத் தொடர்ந்து தெளிவான செயல்திட்டமும் வகுத்துத் தரப்பட்டது. அதில், இந்தியப் படைகள் அங்கு போனதும் எதிர்கொள்ள வேண்டியிருக்கும் தெளிவற்ற நிலை குறித்தும் குறிப்பிடப்பட்டிருந்தது:

1. காஷ்மீர் இந்திய யூனியனுடன் சேர முடிவெடுத்துள்ள தாகவும் ஷேக் அப்துல்லா தலைமையில் ஓர் அரசு அமைக்கப்பட இருப்பதாகவும் தெரியவந்துள்ளது.

2. கணிசமான பழங்குடிகள் - எண்ணிக்கையும் அவர்களிடம் இருக்கும் ஆயுதங்களும் சரியாகத் தெரியவில்லை - மேற்கு மற்றும் வடமேற்குப் பகுதியிலிருந்து ஸ்ரீநகரை நோக்கிப் போவதாகத் தெரியவந்துள்ளது. அக்டோபர் 26-ல் கிடைத்த நம்பத்தகுந்த தகவல்களின்படி ஸ்ரீநகரின் நிலைமை மிகவும் மோசமாக இருக்கிறது...

4. ...ஸ்ரீநகருக்குப் போனதும் நீங்கள்

a. ஸ்ரீநகர் விமானநிலையத்தையும் சிவில் ஏவியேஷன் வயர்லெஸ் மையத்தையும் கைப்பற்றவேண்டும்.

b. ஸ்ரீநகரில் இருந்து பழங்குடிகளை விரட்டியடிக்க முயற்சி மேற்கொள்ளவேண்டும். ஸ்ரீநகரில் சட்டம் ஒழுங்கு சீரடைய உள்ளூர் நிர்வாகத்துக்கு ஒத்துழைப்பு கொடுக்கவேண்டும்...

16. உங்களுக்கும் ஸ்ரீநகர் சிவில் ஏவியேஷன் மையத்துக்கும் இடையில் தகவல் தொடர்பு சாத்தியமாகவில்லை என்றால், அல்லது ஸ்ரீநகரில் இறங்க உங்களுக்கு அனுமதி கிடைக்கவில்லை என்றால் நீங்கள் அங்கு இறங்கக் கூடாது. பதிலாக, ஜம்முவுக்குப் போய் அங்கு இறங்க வேண்டும்...

17. ஜம்முவில் இறங்கினால், உள்ளூர்ப் போக்குவரத்தைத் தயார் செய்துகொண்டு, பாதுகாப்பாக எவ்வளவு அருகில் ஸ்ரீநகரை நெருங்கமுடியுமோ அவ்வளவு தூரம்வரை முன்னேறவேண்டும். ஜம்முவிலிருந்து வடக்கு நோக்கிச் செல்லும் பாதையைக் கைப்பற்றவேண்டும்.[35]

விமானங்களை இறக்கமுடியுமா அல்லது முடியாதா என்பதே தெரியாமல்தான் விமானங்கள் அனுப்பப்பட்டன. தில்லியில் இருக்கும் பாலம் மற்றும் வில்லிங்டன் விமான நிலையங்களிலிருந்து விமானங்கள் புறப்பட்டுச் சென்றன. முதலாம் சீக்கியர் படையை 27 அக்டோபர், திங்கள்கிழமை அதிகாலை நான்கு மணிக்கு பாலம் விமான நிலையத்துக்கு வரச்சொல்லி உத்தரவு பிறப்பிக்கப்பட்டது. ஸ்ரீநகரின் விமான ஓடுதளத்தைப் பொருத்தவரை, டகோட்டா வகை விமானங்கள் மட்டுமே அங்கே தரை இறங்கமுடியும். ராயல் இந்தியன் விமானப் படையில் அத்தகைய விமானங்கள் போதிய அளவு இல்லை. எனவே, டி.சி.3 வகை டகோட்டா விமானங்கள், பொதுப் போக்குவரத்திலிருந்து பெறப்பட்டன. இதனால் இந்தியாவில் பல உள்நாட்டு விமானச் சேவைகள் நிறுத்தப்பட்டன. சிவில் விமானங்களை மட்டுமல்ல, விமான ஓட்டிகளையும் ராணுவம் பயன்படுத்திக் கொண்டது. இதனால் ஸ்ரீநகருக்கு இந்திய ராணுவத்தை ஏற்றிச் சென்ற முதல் கட்ட விமானங்களை ஆஸ்திரேலிய, பிரிட்டிஷ் மற்றும் அமெரிக்க விமானிகள் ஓட்டிச் சென்றனர்.

ஸ்ரீநகரில் இருந்த பிரிட்டிஷ் குடிமக்களை விமானம் வழியாக வெளியே கொண்டுவர பிரிட்டிஷ் ஹை கமிஷன் ஏற்பாடு செய்திருந்தது. இதற்கான பணிகள் சில வாரங்களுக்கு முன்பிருந்தே மேற்கொள்ளப்பட்டிருந்தன.

அந்த அளவுக்கு தீர்க்கதரிசனம், அரசியல் தளத்தில் இல்லை என்றே சொல்லவேண்டும்.

சீக்கியப் படையின் செயல் திட்டத்தை உருவாக்கியதில் பெரும்பங்கு வகித்தவர் ஸ்டாஃப் ஆபீசர் எஸ்.கே. சின்ஹா. சீக்கியப் படையின் கமாண்டர் விமான நிலையத்துக்கு வந்தபோதுதான் அவர் கையில் செயல் திட்டம் தரப்பட்டு, படைகள் விமானத்தில் ஏற உத்தரவு அளிக்கப்பட்டது. 'சீக்கியப் படை வந்து சேர்வதற்கு ஒரு மணி நேரம் முன்னதாக, காலை மூன்று மணிக்கு நான் பாலம் விமான நிலையம் வந்து சேர்ந்தேன்' என்று சின்ஹா தன் நினைவுக்குறிப்பில் எழுதினார். 'விமான நிலைய அதிகாரிகள், தில்லியில் இருந்த பிற அதிகாரிகள் ஆகியோரின் துணையுடன் படைவீரர்களை வரவேற்க நாங்கள் தயாரானோம். விமானத்தில் வீரர்களையும் ஆயுதங்களையும் ஏற்ற வசதியாக, விமான நிலையத்தில் விசேஷ விளக்குகள் பொருத்தப் பட்டன. படைவீரர்கள் வந்து சேர்ந்ததும் அவர்களுக்குத் தேநீர் கொடுக்க ஏற்பாடு செய்யப்பட்டது. வீரர்களுக்குத் தளவாடங்கள், உணவு ஆகியவற்றை விநியோகிக்க ஏற்பாடு செய்யப்பட்டது. போதிய அவகாசம் இல்லை என்றாலும், எப்படியோ எல்லாம் சரியாக நடந்துமுடிந்தது. ராயும் அவருடைய வீரர்களும் வரும்போது எல்லாம் தயாராக இருந்தது.' இருள் விலகாத விடிகாலையில் பாலம் விமானநிலையத்திலிருந்து முதல் விமானம் புறப்பட்டது.[36]

ஒரு டகோட்டா விமானத்தில், அதிகபட்சம் 17 வீரர்களையும் அவர் களுடைய ஆயுதங்கள், படுக்கைகள், இன்ன பிற பொருட்களையும் மட்டுமே ஏற்றிச் செல்ல முடியும். அதுதவிர அதிகபட்சமாக 500 பவுண்ட் எடையுள்ள கருவிகளை மட்டுமே கொண்டுசெல்ல முடியும். மேஜர் எல்.ஈ.ஆர்.பி. ஃபெரிஸ் முதல் சில விமானங்களில் ஒன்றில் இருந்தார்:

> காஷ்மீர் பள்ளத்தாக்குக்குப் புறப்பட்டது ஒரு கொடுங்கனவாக இருந்தது. அங்கு என்ன நடக்கிறது என்பது தொடர்பான எந்தத் தகவலும் எங்களிடம் இல்லை. ஆக்கிரமிப்பாளர்கள் எங்கு இருக்கிறார்கள், எங்களுடைய செயல் திட்டம் என்ன, கையில் என்னவெல்லாம் எடுத்துச் செல்லலாம் என விடையில்லாத கேள்விகள் ஏராளம் மனத்தில் இருந்தன. என்ன நடக்கும் என்று எதிர்பார்க்க முடியாது இருந்தது... பல்வேறு சிவில் விமானங்கள் பயன்படுத்தப்பட்டன. அவற்றில் இருந்த ஆடம்பர வசதிகள், வசதியான இருக்கைகள் எல்லாம் கழட்டப்பட்டு, அவற்றுக்குள், ஒரு சில நிமிடங்களில், எத்தனை பேர் முடியுமோ அத்தனை ஆயுதம் ஏந்திய வீரர்கள்

ஏறிக்கொண்டனர்... விமானப் பயணத்தில் பிரச்னை ஏதும் இருக்கவில்லை. டகோட்டா விமானத்தில் தரையில் உட்கார்ந்துகொண்டு செல்லும்போது ஜன்னல் உயரமாக இருந்ததால் கீழே எதையுமே பார்க்க முடியவில்லை.[37]

முதல் விமானம், திங்கள்கிழமை காலை 9 மணிக்கு ஸ்ரீநகரில் இறங்கியது. பிரிகேடியர் ஹீராலால் அத்தல் அந்த விமானத்தில் இருந்தார். அந்த விமானம் தரை இறங்கியபோது அங்கிருந்து தப்பிச் செல்லக் காத்திருந்தவர்களால் விமானதளம் நிறைந்து காணப்பட்டது என்று அவர் நினைவுகூர்ந்தார். 'பூமியில் இருந்து முளைத்துவருவதுபோல் ஏராளமானவர்களை அங்கு பார்த்ததும் அதிர்ச்சி அடைந்தேன். அந்த விமான ஓடுதளம் தார் போடப்பட்ட ஒன்றல்ல. புல்தரையால் ஆனது. அந்தப் பாதையைச் சுற்றியுள்ள குழிவான இடங்களிலும் மேடு பள்ளங்களிலும் அத்தனை மக்கள் பதுங்கியிருந்தனர்.'

பழங்குடியினர் பாரமுல்லா மடாலயத்தை தாக்கி அழித்து, ஒரு பிரிட்டிஷ் அதிகாரியைக் கொன்றதற்கு ஒரு அல்லது இரண்டு மணி நேரம் முன்னதாகத்தான் சீக்கியப் படையினர் தரை இறங்கியிருந்தனர். தரை இறங்கிய முதல் விமானத்தின் விமானி, விமானத்தில் ஏற முயன்றவர்களைத் தவிர்த்துவிட்டு ஸ்ரீநகரில் இருந்து பாரமுல்லா வரை சென்று நிலைமையைக் கண்டறிந்து அறிவித்தார்: 'ஸ்ரீநகரை நோக்கிய பாதையில் யாரும் தென்படவில்லை. பாரமுல்லா சில இடங்களில் பற்றி எரிகிறது; சில இடங்களில் புகையால் சூழப்பட்டுள்ளது.' விமானத்தின் எரிபொருள் கலனில் துப்பாக்கிக் குண்டு பாய்ந்திருந்தது. ஆனாலும், படைகள் தொடர்ந்து விமானங்கள் மூலம் கொண்டுவரப்பட்டன. நாளின் முடிவில் 28 முறை விமானங்கள் ஸ்ரீநகருக்கு வந்தன. சீக்கிய ரெஜிமெண்டைச் சேர்ந்த 300 வீரர்கள் ஸ்ரீநகருக்குக் கொண்டுவரப்பட்டனர்[38]. பாட்டியாலாவின் சீக்கிய மகாராஜாவுடைய சிறு படை காஷ்மீரில் பணிக்காக வந்திருந்தது. ஆனால் அந்தப் படை இந்தியப் படையுடன் இணையவில்லை. அவர்கள் அங்கு இருப்பது தில்லிக்குத் தெரியவில்லை அல்லது அந்தப் படையை அவர்கள் முக்கியமானதாகக் கருதவில்லை. அந்த டகோட்டா விமானத்தில் இருந்து தரையில் குதித்த சீக்கிய வீரர்கள்தான் காஷ்மீரில் கால்பதித்த முதல் இந்தியப் படைவீரர்கள். அதன் மாநிலங்களில் மிகவும் பிரச்னைக்குரிய ஒன்றான காஷ்மீரில் இந்திய ராணுவத்தின் இருப்பின் ஆரம்பமும் அதுதான்.

காஷ்மீரில் இந்திய ராணுவம் கால் பதித்த விஷயம் உலகம் முழுவதும் பரவியது. லண்டனின் டெய்லி எக்ஸ்பிரஸ், டைம்ஸ் போன்றவை இது குறித்து ராய்ட்டர்ஸ் செய்தியை அடிப்படையாகக் கொண்டு அதே நாளின் பிந்தைய பதிப்புகளில் இரு வரிச் செய்தியை வெளியிட்டன.

இந்தியப் பத்திரிகைகள், காஷ்மீர் இந்தியாவுடன் இணையக்கூடும் என்று சில நாள்களாகவே எழுதிவந்தன. அக்டோபர் 27-ம் தேதியிட்ட இந்துஸ்தான் டைம்ஸ், அடுத்த 48 மணி நேரத்துக்குள் காஷ்மீர் தொடர்பான மிக முக்கியமான அறிவிப்பு வர உள்ளது என்று எழுதியிருந்தது. காஷ்மீருக்கு இந்திய ராணுவம் புறப்பட்டுச் சென்றதை அறிவிக்க இந்தியப் பத்திரிகைகள் அடுத்த நாள் வரை காத்திருக்க வேண்டியிருந்தது.

ஸ்டேட்ஸ்மெனும் இந்துஸ்தான் டைம்ஸும் ஒரே தலைப்புச் செய்தியையே வெளியிட்டன: 'காஷ்மீர் இந்தியாவுடன் இணைகிறது'. அதற்குள்ளாக சீக்கியப் படைகள், போர் முனைக்குச் சென்றிருந்தன. ஆனால், டைம்ஸ் ஆஃப் இந்தியா, தவறாக, அதற்குள்ளாகவே, 'இந்திய படைகள் காஷ்மீர் கலகக்காரர்களை அடித்துத் துரத்தின' என்று செய்தி வெளியிட்டது. மகாராஜாவும் மவுண்ட்பேட்டன் பிரபுவும் பரிமாறிக் கொண்ட கடிதங்களின் நகல்களைப் பத்திரிகைகள் வெளியிட்டன. தில்லியிலிருந்து ஸ்ரீநகர் செல்லும் வழியில் ஷேக் அப்துல்லா, 'காஷ்மீர் இப்போது மிகவும் மோசமான நிலையில் இருக்கிறது' என்றும் 'ஆக்கிரமிப்பாளர்களை எதிர்த்து தாய் நாட்டுக்காகப் போராடவேண்டியது ஒவ்வொரு காஷ்மீரியின் கடமை' என்றும் சொன்னதாக டைம்ஸ் ஆஃப் இந்தியா செய்தி வெளியிட்டிருந்தது.

காஷ்மீர் இந்தியாவுடன் இணைந்துவிட்டது; ஆக்கிரமிப்பாளர்களையும் அடித்து விரட்டிவிடலாம் என்ற இரட்டிப்பு மகிழ்ச்சியில் இந்தியா இருந்த அதே நேரம், இந்தியாவின் ராணுவத் தலையீட்டைப் பார்த்துப் பாகிஸ்தான் கடும் கோபம் அடைந்தது. காஷ்மீரில் தன் படைகளைக் களமிறக்கியதை பாகிஸ்தானுக்குத் தெரிவிப்பதில் இந்திய அரசு காலம் தாழ்த்தியது. ஜின்னா அப்போது மேற்கு பஞ்சாபின் ஆளுநரான சர் ஃபிரான்சிஸ் மூடியுடன் லாஹூரில் இருந்தார். பாகிஸ்தானுக்கான பிரிட்டிஷ் ஹை கமிஷனர் லண்டனுக்கு அனுப்பிய செய்தியில், 'அக்டோபர் 27 அன்று இந்திய படைகள் ஸ்ரீநகருக்கு அனுப்பப்பட்ட விவரத்தை மேற்கு பஞ்சாப் ஆளுநரின் ராணுவச் செயலர் கர்னல் க்ராஸ்டர் வயர்லெஸ் மூலம் தெரிந்துகொண்டு, அந்தச் செய்தியை ஜின்னாவிடமும் மூடியிடமும் இரவு விருந்துக்குப் பிறகு தெரிவிக்கும் வரை, ஜின்னாவுக்கு இது பற்றி எதுவுமே தெரியாது. ஜின்னாவின் முதல் எதிர்வினை என்னவாக இருந்திருக்கும் என்பது உங்களுக்கே தெரிந்திருக்கும்' என்று க்ராஸ்டர் குறிப்பிட்டார்.[39]

ஜின்னாவின் எதிர்வினை, ஒரு மாபெரும் செயலாக இருந்தது. அவர், பாகிஸ்தான் ராணுவத்தை காஷ்மீருக்கு அனுப்ப உத்தரவிட்டார். பழங்குடியினருக்கு உதவ மேலும் சில பாகிஸ்தான் அதிகாரிகளை

அனுப்புவதல்ல... ஒட்டுமொத்த ராணுவத்தையே அனுப்புவது. இது போர் அல்லாமல் வேறென்ன?

அக்டோபர் 27 அன்று நேரு தன் தோழர் ஒருவருக்கு அனுப்பிய கடிதத்தில், 'காஷ்மீர் முறையாக இந்தியாவுடன் இணைய முயற்சி எடுத்துவிட்டது. இந்தியாவும் அதை ஏற்றுக்கொண்டுவிட்டது. இது அரசியல் அமைப்புச் சட்டரீதியில் ஒரு முக்கியமான மாற்றத்தைக் கொண்டுவந்துள்ளது. இப்போது பாகிஸ்தான் அரசு காஷ்மீரின் ஏதாவதொரு பகுதிக்கு ராணுவத்தை அனுப்பினால், அது போராகவே கருதப்படும். அவர்கள் அப்படிச் செய்யமாட்டார்கள் என்றே நினைக்கிறேன்...' என்று எழுதியிருந்தார்.[40]

நேரு தன் கணிப்பைக் காகிதத்தில் எழுதிக்கொண்டிருந்த அதே நேரம், நேருவின் கணிப்பைத் தவறாக்கும் முயற்சியில் ஜின்னா இருந்தார். சர் ஃபிரான்சிஸ் மூடி மூலமாக ராவல்பிண்டியில் இருந்த பாகிஸ்தானின் தாற்காலிகத் தலைமைத் தளபதி டக்ளஸ் க்ரேஸிக்குப் படையைத் திரட்டும் உத்தரவு தரப்பட்டது. ஆனால் அவர் அதைச் செய்ய முடியாது என்று மறுத்துவிட்டார். தில்லியில் இருக்கும் தலைமையகத்துக்கு முதலில் தகவல் தெரிவித்து அனுமதி பெறவேண்டும் என்றார். மூடிக்கும் க்ரேஸிக்கும் இடையில் தொலைபேசியில் காரசாரமான விவாதம் நடைபெற்றது. தன் அரசாங்கத் தலைவர் போடும் உத்தரவை, எதிரி நாட்டின் தலைநகரில் இருக்கும் தன் மேலதிகாரிகளுடன் கலந்தாலோசிக்காமல் நிறைவேற்ற மாட்டேன் என்று ஒரு ராணுவ அதிகாரி சொல்லும் அதிசயம் உலகில் வேறெங்கும் நடந்திருக்காது.

பாகிஸ்தானியப் படைகள் காஷ்மீருக்குச் செல்லவேண்டும்; பாரமுல்லாவையும் தலைநகர் ஸ்ரீநகரையும் கைப்பற்றவேண்டும்; ஸ்ரீநகருக்கும் ஜம்முவுக்கும் இடையிலான சாலையில் இருக்கும் ராணுவ முக்கியத்துவம் வாய்ந்த பனிஹால் கணவாயைக் கைப்பற்றவேண்டும்; ஏற்கெனவே மகாராஜாவுக்கு எதிராகக் கிளர்ச்சி உருவாகியிருக்கும் மீர்பூருக்குள் படைகளை அனுப்பவேண்டும். இவைதான் ஜின்னாவின் உத்தரவுகள். பாகிஸ்தான் ராணுவம் காஷ்மீருக்குள் நுழைய விமானத்தில் போகவேண்டிய அவசியம் இல்லை. உத்தரவு தரப்பட்டு, தளவாடங்கள் தயாராக இருந்தால், சில மணி நேரங்களுக்குள்ளாக பாகிஸ்தான் படைகள் காஷ்மீருக்குள் நுழைந்துவிட முடியும். சீக்கிய ரெஜிமெண்ட் காஷ்மீரில் அழுத்தமாகக் கால்பதித்துத் தன் பணிகளை முழுவேகத்தில் ஆரம்பிப்பதற்குள் பாகிஸ்தான் ராணுவம் தன் பணிகளை ஆரம்பித்திருக்கும்.

இரவு ஒரு மணிக்கு தளபதி க்ரேஸி தில்லியில் இருக்கும் தன் சுப்ரீம் கமாண்டரான ஃபீல்ட் மார்ஷல் ஆச்சின்லெக்குடன் தொலைபேசியில்

தொடர்புகொண்டு நிலைமையின் தீவிரத்தை எடுத்துரைத்தார். பாகிஸ்தான் அரசு தன் படைகளைக் காஷ்மீரில் அப்படி இறக்க முயன்றிருந்தால், பாகிஸ்தான், இந்திய ராணுவங்களிலிருந்து பிரிட்டிஷ் அதிகாரிகளை உடனே விலக்கிக்கொள்ளும் முடிவு எடுக்கப் பட்டிருக்கும். பாகிஸ்தான் ராணுவத்தில் அப்போது பிரிட்டிஷ் அதிகாரிகள் பெருமளவில் இருந்தனர். எனவே, அது பாகிஸ்தானுக்குப் பெரும் அடியாக அமைந்திருக்கும்.

அடுத்த நாள் காலை ஆச்சின்லெக், ஜின்னாவைச் சந்திக்க லாஹூருக்குப் பறந்தார். அது முக்கியத்துவம் வாய்ந்த, ஆனால் கடினமான சந்திப்பாக இருந்தது. இந்தியாவும் பாகிஸ்தானும் போருக்குத் தயாராக இருந்தன. ராவல்பிண்டியிலிருந்து ஜெனரல் க்ரேஸி லாஹூருக்கு வந்திருந்தார். பெஷாவரிலிருந்து சர் ஜார்ஜ் கன்னிங்ஹாம் வந்திருந்தார். 'லாஹூர் அரச விடுதி ஜெனரல்களால் நிரம்பி வழிந்தது' என்று கன்னிங்ஹாம் தன் டயரியில் எழுதினார். அன்று பிற்பகுதியில் ஆச்சின்லெக் லண்டனுக்கு அதி ரகசியச் செய்தி ஒன்றை அனுப்பினார்:

> 3. லாஹூரில் இருந்த ஜின்னாவைச் சந்தித்து நீண்ட நேரம் பேசினேன். பிரிட்டிஷ் அதிகாரிகள்பற்றி நீண்ட விளக்கம் கொடுத்தேன். க்ரேஸி பாகிஸ்தானின் ராணுவ பலவீனங்களை எடுத்துச் சொன்னார். காஷ்மீர் இந்தியாவுடன் திடீரென இணைந்திருப்பதால், இப்போது அங்கு ராணுவத்தை அனுப்புவதன்மூலம் உருவாகும் நெருக்கடிகளை எடுத்துச் சொன்னேன்.
>
> 4. ஜின்னா தன் உத்தரவைப் பின்வாங்கிக்கொண்டார். ஆனால், மிகவும் கோபமாக இருக்கிறார். இந்தியா காஷ்மீர் இணைப்பைச் செயல்படுத்தியிருக்கும் முறையால் மிகவும் கவலை கொண்டுள்ளார். நிலைமை மிகவும் அபாயகரமாக உள்ளது. என் கணிப்பில், காஷ்மீரில் தற்போது இருக்கும் பழங்குடிப் படைகள் மேலும் வெற்றி பெற்றால், அல்லது ஜம்மு காஷ்மீரில் இருக்கும் முஸ்லிம்கள், அரசரின் படையாலோ அல்லது இந்தியப் படையாலோ கொல்லப் பட்டால்... இரண்டுமே சாத்தியம்... இரு தரப்பிலும் கடுமையான வெறுப்பு அதிகரித்து, நேரடி மோதலுக்கு வழி வகுக்கும். அப்படி நிகழ்ந்தால், அரசுகளால் இதனைத் திறமையாகக் கையாள முடியாது போய்விடும்...[41]

இருந்தும், அப்போதைக்கு நிலைமை ஓரளவு முன்னேற்றம் அடைந்தது. ஆச்சின்லெக் மவுண்ட்பேட்டனுக்கு போன் செய்து பேசினார். அப்போது மவுண்ட்பேட்டன், மற்றுமொரு கேபினட் கமிட்டிக் கூட்டத்தில் பங்கெடுத்துக்கொண்டிருந்தார். பாகிஸ்தான் படைகளை இந்தியாவுக்குள் அனுப்ப ஜின்னா பிறப்பித்த உத்தரவை ரத்து செய்ய வைப்பதில் வெற்றி பெற்ற விஷயத்தை ஆச்சின்லெக் அவரிடம் தெரிவித்தார்.

இந்தியாவுக்கும் பாகிஸ்தானுக்கும் இடையில் உடனடியாக நடக்க விருந்த போரை அது தடுத்தது. ஆனால், காஷ்மீரை இந்தியாவுடன் இணைப்பதில் மகாராஜா மேற்கொண்ட முயற்சிகளைப் பாகிஸ்தான் ஏற்றுக்கொண்டதாக ஆகிவிடவில்லை. அந்த வார இறுதியில், பாகிஸ்தான் அரசு, 'காஷ்மீரை இணைத்துக்கொண்டது புரட்டாலும் வன்முறையாலுமே. இந்த இணைப்பை ஏற்றுக்கொள்ள முடியாது' என்று கடுமையான வார்த்தைகளுடன் ஓர் அறிக்கையை வெளி யிட்டது. அந்நிலையில், பாகிஸ்தான் ஆதரவுப் பழங்குடிகள் சீக்கியப் படைகளைவிட எண்ணிக்கையில் அதிகமாக இருந்ததால், இந்தியா சண்டையில் தோற்க வாய்ப்பு அதிகம் இருந்தது.

இந்திய அமைச்சரவையில் இருக்கும் வேறு எவரையும்விட போரில் அதிக அனுபவம் பெற்றிருந்த மவுண்ட்பேட்டன், இந்தியாவின் துணைப் பிரதமர் சர்தார் வல்லபபாய் படேலுக்கு இது குறித்துக் கடிதம் ஒன்றை எழுதினார்: 'ஒரு விஷயத்தை நான் நினைவுபடுத்த விரும்பு கிறேன். இது மிகவும் அபாயம் நிறைந்தது. ஆக்கிரமிப்பாளர்களை ஸ்ரீநகரில் இருந்து தூர விலக்கி வைப்பது மிகவும் சிரமம்.'

அதேநாளில், ஜவாஹர்லால் நேரு நிலைமையின் தீவிரத்தைக் குறித்து இவ்வாறு குறிப்பிட்டார்: 'இது நம் எதிர்காலம் குறித்த மிகக் கடுமையானதொரு சோதனை.'[42]

7

காஷ்மீரை விடுவித்தல்

கான் ஷா அஃப்ரீதி, காஷ்மீர் விடுதலை அடைய வேண்டும் என்று பெரிதும் விரும்பினார். 1947-ல் அங்கு நடந்த சண்டையில் பங்கெடுத்தார். அறுபது ஆண்டுகள் கழிந்தபிறகும் காஷ்மீர் விடுதலை குறித்த அந்தக் கனவு அவர் மனத்தில் இருக்கவே செய்கிறது. 'அல்லா காஷ்மீருக்கு விடுதலை பெற்றுத்தருவார் என்று நம்புகிறேன். அதுவும், என் வாழ்நாளுக்கு உள்ளாகவே' என்று மூச்சுவிடச் சிரமப்பட்டபடி, முனகலைப் போன்ற மெல்லிய குரலில் அவர் சொன்னார். 'அது எங்களுக்குப் பெரும் மகிழ்ச்சியைத் தரும். ஏனெனில் அது ஒரு முஸ்லிம் பகுதி.

அவர் முதிர்ந்த வயதினராக இருந்தார். தனக்கு 120 வயது ஆவதாகச் சொன்னார். ஆனால், அவருடைய மகன், அவர் 1906 அல்லது அதற்குப் பிறகுதான், வட மேற்கு எல்லை மாகாணத்தின் தலைநகரான பெஷாவருக்குத் தெற்கே இருக்கும் மட்னி என்ற கிராமத்தில் ஒரு மண் குடிசையில் பிறந்ததாகச் சொன்னார். அவரது கால்கள் செயலிழந்திருந்தன. தொய்வாகப் பின்னப்பட்ட ஒரு கட்டிலில் படுத்த படுக்கையாகக் கிடந்தார். கண் பார்வை பெருமளவு மங்கியிருந்தது. கேட்கும் சக்தியை இழந்துவிட்டிருந்தார். வெள்ளைத் தாடியுடனும் வழுக்கைத் தலையை மறைக்கும் தலைப்பாகையுடனும் இருந்தார். 1947

அக்டோபரில் காஷ்மீர்மீது தாக்குதல் நடத்திய லஷ்கர் படையினரில் இன்றும் உயிருடன் இருக்கும் ஒரு சிலரில் அவரும் ஒருவர்.

தன் இளவயதில் அவர், ஆறு அடிக்கு மேலான உயரத்துடன், கம்பீர மான மனிதராக இருந்திருப்பார். தன் கடைசிக் காலத்தில் மூச்சுவிடச் சிரமப்படும் நிலையிலும்கூட, போர் பற்றிப் பேசும்போது அவரது பேச்சில் சக்தி வெளிப்பட்டது. 'மான்கி ஷரீஃபின் பிர் எங்களைப் போருக்குப் புறப்படும்படி அறைகூவல் விடுத்தார். நான் அவருடைய தொண்டன். என் கையில் அப்போது ஒரு துப்பாக்கி இருந்தது. 'நாம் போர் புரிந்தாகவேண்டும். பயப்படவே கூடாது' என்றார் பிர். 'இது முஸ்லிம்களுக்கும் பிறருக்கும் இடையிலான போர். இதில் காஷ்மீரை நாம் வென்றெடுப்பது நிச்சயம்' என்று அவர் சொன்னார்.'

அஃப்ரீதிகள், மொஹ்மாண்டுகள் மற்றும் பிற எல்லைப்புறப் பழங் குடிகள் காஷ்மீரை நோக்கிப் புறப்பட்டனர். கான் ஷா அஃப்ரீதி சொல் வதன்படிப் பார்த்தால், அந்தத் தாக்குதலை ஒருங்கிணைத்தவர்களில் அவரும் ஒருவர். இரண்டு வாகனங்களில் சென்ற படைக்கு அவர் தலைமை ஏற்றிருந்தார். 'ராணுவத் தலைவர் யாரும் எங்களை வழிநடத்த வரவில்லை. ஒவ்வொரு குழுவுக்கும் ஒரு தனித் தலைவர் இருந்தார்.' தன் குழுவினர் போரில் தொடர்ந்து ஈடுபடுவதை ஊக்குவிப்பதே அவருடைய பெரிய பணியாக இருந்திருக்கிறது. அவர் சொன்னதைக்கொண்டு ஊகித்தால், அது மிகவும் சிரமமான ஒரு வேலை என்பதைப் புரிந்துகொள்ள முடிகிறது. 'நாம் ஒரு போரில் ஈடுபட்டிருக்கிறோம்; கோழிக் குஞ்சுகள் போல் ஓடிவிடக்கூடாது; நிச்சயமாக ஓடக் கூடாது என்று நான் அவர்களிடம் சொல்லிக் கொண்டே இருந்தேன்.'

அரை நூற்றாண்டு கழித்துத் திரும்பிப் பார்க்கும்போது, லஷ்கர் பற்றி உருவான புராணக் கதைகளை விலக்கிவிட்டு, கான் ஷா அஃப்ரீதி தாம் பட்ட கஷ்டங்களைச் சொன்னதைக் கொண்டு பார்த்தால், லஷ்கர் போர் அப்படியொன்றும் மாபெரும் சாகசமாக இருந்தது என்று சொல்லி விடமுடியாது. வயதான ஒரு மனிதரின் ஞாபகங்கள் வலுவான ஆதாரங்களாக ஆகமுடியாது. ஆனால், அவர் சொல்வது பெரும்பாலும் ஏற்றுக் கொள்ளக்கூடியதாக இருக்கிறது. மேலும், அவர் சொன்ன விஷயங்களை நடந்த சம்பவங்களுடன் ஒப்பிட்டுப் பார்த்தால் அவை ஒத்துப்போகின்றன. முதல் மூன்று நான்கு நாள்கள் லஷ்கர் படை எளிதாக முன்னேறிச் சென்றது என்றார் அவர். முதலில் ஊரியிலும் அதன் பிறகு பாரமுல்லாவிலும் சண்டை நடந்தது. பாரமுல்லாவில் குழு இரவைக் கழித்தது. மேலும் முன்னேறி ஸ்ரீநகருக்குச் சில மைல்

தொலைவுவரை சென்றது. காஷ்மீரி முஸ்லிம்கள் அவர்களை வர வேற்று, ரொட்டி, பால் என தங்களால் முடிந்தவற்றைத் தந்தனர்.

முஸ்லிம் அல்லாதவர்களை நடத்தியவிதம் குறித்து கான் ஷா மிகவும் சாதாரணமாகவே பேசினார். அவர்கள் தேடப்பட்டு, கொல்லப் பட்டனர். 'பாரமுல்லாவில் கண்ணில் பட்டவர்களையெல்லாம் சுட்டோம். எத்தனைபேரைக் கொன்றோம் என்று தெரியவில்லை. இந்துக்களை உயிர் பயத்துடன் ஓட ஓட விரட்டினோம்' என்றார் அவர். கிறிஸ்தவ மடாலயத்தில் இருந்தவர்களுக்கு என்ன நடந்தது? 'பாரமுல்லாவில் இருந்த கிறிஸ்தவர்களை எனக்கு நினைவிருக்கிறது. எங்கள் தலைவர் சுபாத் கான் அப்படி ஒன்றும் நல்லவரல்லர். அவர் அங்கிருந்தவர்கள்மீது கை வைத்தார்.' யாரும் பாலியல் பலாத்காரம் செய்யப்படவில்லை என்றே இவரும் சொன்னார். கொள்ளையடித் தோம்; ஆனால், பிற பழங்குடிகள்தான் எல்லாத் தவறுகளையும் செய்தார்கள் என்று தன்னைப் பாதுகாத்துக்கொள்ளும் தொனியில் சொன்னார்.

பாரமுல்லாவில் இருப்போர் நினைவில் இருப்பவையெல்லாம் கொலை, கொள்ளை, தீ வைப்பு, முறைகேடுகள், பாலியல் பலாத்காரம் ஆகியவையே. இனாயத்துல்லா எனும் வர்த்தகர், தாக்குதல் நடந்த போது தன் இருபதுகளில் இருந்தார். அவருக்கு லஷ்கர்மீது வீண்பழி சுமத்தவேண்டிய அவசியம் இல்லை. 1940-களில் பாகிஸ்தானுக்கு ஆதரவான முஸ்லிம் கான்ஃபரன்ஸ் கட்சியில் தீவிரமாகச் செயல் பட்டார். ஜின்னாவின் முஸ்லிம் லீக் கூட்டங்களில் பங்கெடுத்திருந்தார். பாரமுல்லாவில் தன் வீட்டில் இருந்தபடி அவர் என்னிடம் சொன்னவை உறுதிப்படுத்த முடியாதவை; ஆனால் அவருடைய ஞாபகத்தில் இருந்து விலகாதவை; அபாரமானவை.[1]

பழங்குடிகள் பாரமுல்லாவில் நுழைந்த சமயம், இனாயத்துல்லா, பாரமுல்லாவில் இருந்த தன் தியேட்டரில் காண்பிப்பதற்காக ஃபிலிம் சுருள் ஒன்றை வாங்க லாஹூருக்குப் போயிருந்திருக்கிறார். சண்டை காரணமாக வாகனப் போக்குவரத்து முடங்கியிருந்ததால், ஆக்கிரமிப் பாளர்களுடன் பேசி, அவர்களுடைய வாகனத்தில் ஏறி பாரமுல்லா வந்து சேர்ந்திருக்கிறார். இதன் காரணமாக, இந்தியப் படைகள் பாரமுல்லா வைக் கைப்பற்றியதும், இனாயத்துலாவைக் கைது செய்து சிறையில் அடைத்தது.

'ஊரியில் இருந்து பாரமுல்லாவரை நான் அவர்களுடைய வாகனத்தில் வந்தேன். என் பாதுகாப்புக்காக அவர்கள் ஒருவரை நியமித்திருந்தனர். இரண்டு நாள்கள் கழிந்தபிறகு அவர்கள் என்னிடமிருந்தே கொள்ளை யடித்தனர்.' லஷ்கர் படையினர் உள்ளூர் நட்புச் சக்திகளுடன்

நடந்துகொண்ட விதம் குறித்து, இத்தனை ஆண்டுகாலம் கழிந்த பிறகும் அவர் மிகவும் கோபத்தில் இருந்தார். 'என்னை பாரமுல்லாவில் இறக்கிவிட்டதும் என் பாதுகாவலுக்காக அவர்கள் ஒரு பழங்குடியை நியமித்தனர்' என்று அதையே இனாயத்துல்லா மீண்டும் அழுத்தமாகச் சொன்னார். 'நான் அவரை என் வீட்டுக்கு அழைத்துச் சென்றேன். இரண்டு நாள்கள் கழித்து என்னையே கொள்ளையடித்தனர்.'

கொலைகள் அவ்வளவாக நடக்கவில்லை; ஆனால் பெருமளவு அழிவுகள் நடைபெற்றன என்றார். 'அவர்களிடையே எந்த ஒழுங்கும் இல்லை. பாரமுல்லாவில் பெரிய பெரிய கட்டடங்களையும் பணக்காரர் களையும் பார்த்தவுடன் அவர்கள் கொள்ளையடிக்க ஆரம்பித்துவிட்டனர். இங்கு வந்ததும் இந்துக்களுக்கும் முஸ்லிம்களுக்கும் இடையில் போரை நடத்த நினைத்திருந்தனர். ஆனால் அந்தப் போர், கொள்ளையடிப் பதற்காக மட்டுமே.' செல்வந்தர்கள் அனைவருமே இந்துக்கள் அல்லது சீக்கியர்கள் என்று அவர்கள் நினைத்துவிட்டனர். பழங்குடியினருக்குத் தலைமை தாங்கியது மேஜர் குர்ஷித் என்பவர் என்றார் இனாயத்துல்லா. பாரமுல்லா வந்ததும் அவர்கள் தனித்தனியாகப் பிரிந்து வெறியாட்டம் போட ஆரம்பித்துவிட்டனர். 'அவர்கள் மேஜர் குர்ஷித் சொன்னதைக் கேட்கவில்லை.'

பாரமுல்லாவின் செல்வந்தர்களுள் இனாயத்துல்லாவும் ஒருவர். பாரமுல்லாவைப் பழங்குடியினர் கைப்பற்றியது, அங்கு வசித்த மருத்துவர் பிரான்சிஸ் ராத்துக்கு நன்கு நினைவில் இருக்கிறது. கூடவே, பழங்குடியினருக்குத் தாமாகவே வந்து உதவியவர்களையும் அல்லது உதவ வற்புறுத்தப்பட்டவர்களையும் அவருக்கு நினைவில் இருக் கிறது. இனாயத்துல்லாவின் வீடு, பழங்குடியினரின் முகாமாகவே மாறியது என்று நினைவுகூர்ந்தார் ராத். அவருடைய வீட்டின் சமையல்காரர்கள் மிகவும் பரபரப்புடன் அனைவருக்கும் உணவு தயாரித்துப் பரிமாறுவதில் ஈடுபட்டனர். பழங்குடியினரின் தலைவர்களின் ஒருவரான மான்கி ஷரீஃபின் பிர், இனாயத்துல்லாவின் வீட்டில்தான் தங்கியிருந்தார் என்று ராத் சொன்னார். இந்தத் தகவல் எனக்குக் கிடைத்தபோது இது உண்மையா இல்லையா என்பதை உறுதிப்படுத்திக்கொள்ள இனாயத்துல்லா உயிருடன் இல்லை.

இனாயத்துல்லாவின் சினிமா தியேட்டரை இந்துப் பெண்களுக்கு அடைக்கலமாகத் தந்து உதவும்படி மாவட்ட அதிகாரிகள் அவரிடம் கேட்டு வாங்கியதாக ராத் சொன்னார். ஆனால், அந்த தியேட்டர் இந்துப் பெண்களுக்குப் பாதுகாப்பை வழங்கவில்லை. 'அவர்கள் எப்போது வேண்டுமானாலும் தியேட்டருக்குள் நுழைந்து பெண்களை தூக்கிச் சென்றனர். அந்தப் பெண்களது நிலைமை மிக மோசமாக இருந்தது.'

இனாயத்துல்லா பழங்குடிகளிடம் கரிசனத்தோடு நடந்துகொண்டிருந் தாலும் அவராலும் கொள்ளையடிப்பிலிருந்து தப்ப முடியவில்லை என்பதை பிரான்சிஸ் ராத் தெரிவித்தார். 'அவர் அவர்களுக்கு உணவு கொடுத்தார். பின்னர் பழங்குடிகள் அவருடைய தரை விரிப்புகள், நகைகள், விலையுயர்ந்த பொருள்கள் என அனைத்தையும் அள்ளிக் கொண்டு சென்றுவிட்டனர்' என்று சிரித்தபடியே சொன்னார் ராத்.

பாரமுல்லாவில் வசிக்கும் ஜி.எம். ஷேர்வானி என்பவரும் இது போன்ற ஒரு சம்பவத்தை நினைவுகூர்ந்தார். அவரும் அப்போது பாகிஸ்தான் ஆதரவாளாராகத்தான் இருந்தார். *1944*-ல் ஜின்னா பொதுக்கூட்டத்தில் பேசியதைக் கேட்டிருக்கிறார். அவருக்கு மரி யாதை செய்யும் விதத்தில் நடத்தப்பட்ட பேரணியில் கலந்துகொண் டிருக்கிறார். பழங்குடிகள் வந்ததை விளக்கும்வகையில், 'அவர்கள் பதான்கள். வானில் சுட்டபடியே வந்தனர். பயங்கரமாக இருந்தது. நாங்கள் நடுங்கினோம். அனைவரும் பயந்திருந்தோம். பாரமுல்லா வில் அவர்களுக்கு எதிர்ப்பே இல்லை' என்றார். கொலைகள் பெரு மளவு நடக்கவில்லை என்றார். கட்டடங்கள் தீக்கிரையானது விபத்தாக நடந்ததே தவிர திட்டமிட்டுச் செய்யப்பட்டிருக்கவில்லை என்றார். ஆனால், கொள்ளையடிப்பை ஷேர்வானி மறக்காமல் இருப்பதற்கு வலுவான காரணம் ஒன்று இருக்கிறது.

> அவர்கள் என் வீட்டுக்கு வந்தனர். என் அண்ணன் தொப்பி களையும் ஷூக்களையும் விற்கும் கடை ஒன்றை வைத்திருந் தார். எல்லாப் பொருள்களையும் வீட்டுக்குக் கொண்டுவந்து வைத்திருந்தோம். ஆயுதம் ஏந்திய பழங்குடியினர் வந்தபோது அவர்களுக்குத் தேநீர் கொடுத்தோம். பிறகு அவர்கள் வீட்டுக்குள் சென்று தங்களுக்குப் பிடித்த ஷூக்களையும் ஜின்னா தொப்பிகளையும் எடுத்துக்கொண்டனர். எஞ்சிய அனைத்தையும் ஓர் ஆசாமி பெரிய தரைவிரிப்பில் மூட்டையாக கட்டி எடுத்துச்சென்றுவிட்டார். எங்களால் எதையும் செய்ய முடியவில்லை. அவர்களைத் தடுத்திருந்தால் எங்களைச் சுட்டுத் தள்ளியிருப்பார்கள்.

மேலும் கடுமையான சாட்சியம், இந்தியச் சார்பு இல்லாத முஹம்மது யூசுஃப் சராஃப் எழுதிய குறிப்புகளிலிருந்து கிடைக்கிறது. பாரமுல்லா வில் படித்து வளர்ந்த இவர், பாகிஸ்தான் காஷ்மீரில் தலைமை நீதிபதியாக இருந்தார். சுதந்தரம் பெற்றுத் தருபவர்களாக ஆரம்பத்தில் வரவேற்கப்பட்ட பழங்குடியினர், தங்களுக்கு ஆதரவு தந்தோரை இன்னல்படுத்தத் தொடங்கியதும் மக்களின் மனநிலை எவ்வாறு மாறியது என்பதை இவர் சொல்லியிருக்கிறார்.

உள்ளூர் முஸ்லிம்கள் பாரமுல்லாவுக்குள் நுழைந்த பழங்குடிகளுக்கு கொடுத்த உற்சாக வரவேற்பு, துரதிஷ்டவசமாக, சீக்கிரமே வடிந்துவிட்டது. கணிசமான பழங்குடியினர், வரவேற்பு அளித்தவர்களுக்கே எதிராகத் திரும்பிவிட்டனர். சில மணி நேரங்களுக்குள் பல கட்டடங்கள் தீக்கிரையாக்கப்பட்டன. பக்கா வீடுகள் அனைத்திலும் அவர்கள் வலுக்கட்டாயமாக உள்ளே புகுந்தனர். உயிர் பயத்தின்கீழ் மக்கள் கொள்ளையடிக்கப்பட்டனர். விடுதலை பெற்றுத்தருவோர் என்ற நம்பிக்கையில் திறந்த மனத்துடன் பழங்குடிகளை வரவேற்றவர்களுக்கு அது பெரிய இடியாக இருந்தது. ஜீலம் நதிக்கரையின் இடது பக்கத்தில் இருந்த வீடுகள் பலவும் தீக்கிரையாக்கப்பட்டன... கொள்ளையடிப்பைப் பொருத்தவரை இந்துக்கள், முஸ்லிம்கள் என்ற வேறுபாடே இருக்கவில்லை... உள்ளூர் தியேட்டர், ஒருவகையான கட்டுப்படுத்தப்பட்ட விபசார விடுதி ஆகியிருந்தது.[2]

முஸ்லிம் பெண்களும் தாக்குதலுக்கு உள்ளாயினர்; நகர்ப்புற முஸ்லிம்கள் கொள்ளையடிக்கப்பட்டனர் என்று சராஃப் எழுதினார். வசதியான முஸ்லிம்களும் அங்கு இருந்தார்கள் என்பதை பழங்குடிகள் நம்பவே இல்லை என்று அவர் குறிப்பிட்டார். 'இயல்பாகவே, இத்தகைய அராஜகச் செயல்கள் பெரும் கண்டனத்தைக் கிளப்பின... பழங்குடிகளுக்கு வழிகாட்டிகளாகப் பெருமையுடன் செயல்பட்ட பல முஸ்லிம் இளைஞர்கள், அவர்களைவிட்டு விலக ஆரம்பித்தனர். அவர்கள் கொண்டுவந்த விடுதலையை வெறுத்ததனால் மட்டுமல்ல, அவர்களுடைய உயிருக்கே ஆபத்து ஏற்படும் என்ற பயத்தால். மேஜர் குர்ஷித் அன்வரும் வேறு சில தலைவர்களும் நடந்தவற்றை நினைத்துப் பெரிதும் வெட்கப்பட்டனர்.'[3]

பாரமுல்லாவில் கொல்லப்பட்டவர்களின் எண்ணிக்கை அதிகமாக இருக்கவில்லை என்று சராஃப் குறிப்பிட்டார். 'இரண்டு முஸ்லிம்கள், ஆறு இந்துக்கள், மடாலயத்தில் கொல்லப்பட்ட ஆறு பேர் தவிர பிற கொல்லப்பட்டவர்கள் அனைவருமே சீக்கியர்களாக இருந்தனர்' என்று சராஃப் சர்வசாதாரணமாக எழுதினார்!

ஆக்கிரமிப்பாளர்கள் சீக்கியர்களைத்தான் தேடிச் சென்றனர். அவர்கள்தான் நகரில் வர்த்தகர்களாகவும், உள்ளதிலேயே நல்ல நிலங்களைக் கையில் வைத்திருப்பவர்களாகவும், செல்வந்தர்களாகவும் விளங்கினர். பழிவாங்கும் இலக்காகவும் அவர்கள்தாம் இருந்தனர். சில மாதங்களுக்கு முன்னர்தான், பிரிவினையின்போது சீக்கியர்கள் பஞ்சாபி முஸ்லிம்களுக்குக் கொடுமைகளை இழைத்திருந்தனர் என்பது

பழங்குடியினருக்கு நன்கு தெரிந்திருந்தது. காஷ்மீரைக் கைப்பற்றிய பிறகு சீக்கியர்களின் பாட்டியாலா சமஸ்தானத்தை நோக்கிச் செல்வதற்குச் சிலர் திட்டம் போட்டிருந்தனர்.

பாரமுல்லா மடாலயத்தில் இருந்த கன்யாஸ்திரீகளும்கூட சீக்கியர்கள் குறிவைத்துத் தாக்கப்பட்டதாகச் சொல்லியிருந்தனர். 'ஒவ்வோர் இரவும் வெவ்வேறு பழங்குடிக் கூட்டத்தினர் சீக்கியர்களைத் தேடி அடிக்கடி வந்து சென்றதால், நாங்கள் பெரும் அபாயத்தில் இருந்தோம்' என்று ஒரு கன்யாஸ்திரீ ஆவணப்படுத்தியிருந்தார். 'எங்களில் ஒரு நர்ஸைச் சீக்கியர் என்று தவறாக நினைத்து அவர்கள் பிடித்துச் செல்ல முயன்றனர். ஆனால், முடியாமல் திரும்பிச் சென்றனர்.' பழங்குடிகள் கூட்டத்தினருடன் கையில் துப்பாக்கி ஏதும் இல்லாமல் வந்திருந்த ஒரு பையனுடன் நடந்த உரையாடலை மற்றொரு கன்யாஸ்திரீ குறிப்பிட்டிருந்தார். 'எனது பணி, கொலை செய்வதல்ல; சீக்கியர்களுடைய வீடுகளுக்குத் தீ வைப்பது மட்டும்தான் என்றான் அவன். அதைத்தான் அவன் தொடர்ச்சியாகச் செய்யவும் செய்தான்.'[4]

காஷ்மீரின் சீக்கிய சமூகம், 19-ம் நூற்றாண்டின் முதற்பாதியில் காஷ்மீரை ஆண்ட சீக்கிய வம்சத்தின் எச்சம். காஷ்மீர் பள்ளத்தாக்கில் வசித்த ஆயிரக்கணக்கான சீக்கியர்கள் காஷ்மீரி மொழி பேசினார்கள். பள்ளத்தாக்கின் பிற சமூகப் பிரிவினரோடு ஒன்றியே வாழ்ந்தார்கள். 1980-களின் இறுதியில் பிரிவினைவாதம் தலைதூக்க ஆரம்பித்தபோது, காஷ்மீரில் வசிக்கும் உயர் ஜாதி இந்துக்களான பண்டிட்டுகள் குறிவைத்துத் தாக்கப்பட்ட அளவு, சீக்கியர்கள் தாக்கப்படவில்லை. பஞ்சாபில் தனி நாடு கேட்டு நடந்த சீக்கியர் போராட்டத்தை இந்திய அரசு முரட்டுக்கரம் கொண்டு ஒடுக்கியது இன்னும் நினைவில் இருந்தது. சீக்கியர்கள், இந்திய அரசின் கையாள்களாகக் கருதப்படவில்லை. அவர்களைக் குறிவைத்துச் சில தாக்குதல்கள் நடத்தப்பட்டிருந்தாலும், ஒருமுறை சீக்கியர்கள் பலர் படுகொலை செய்யப்பட்டிருந்தாலும், பண்டிட்டுகள் அளவுக்கு அவர்கள் பெருமளவு அகதிகளாக இடம்பெயரவில்லை.

1947-ல் பாரமுல்லாவிலும் முஸாஃபராபாத்திலும் கணிசமான அளவு சீக்கியர்கள் இருந்தனர். தற்போது பாகிஸ்தான் காஷ்மீரின் தலைநகராக இருக்கும் முஸாஃபராபாத்தில் இருந்த சீக்கியர்கள் ஒட்டுமொத்தமாக அழிக்கப்பட்டனர். பழங்குடியினர் தாக்குதலுக்குப் பயந்து பலர் ஓடினர். கணிசமானோர் கொல்லப்பட்டனர். சிலர் இஸ்லாத்துக்கு வலுக்கட்டாயமாக மாற்றப்பட்டனர். சீக்கியர்களுக்கு வலுவான போர்ப் பாரம்பரியம் உண்டு. பழங்குடியினர் தாக்குதலுக்கு வருவதாகத் தகவல் தெரிந்ததும் பல சீக்கியர்கள் எதிர்த்துத் தாக்க ஆயுதங்களுடன்

தயாராக இருந்தனர். உள்ளூர் குருத்வாராக்களில் ஆயுதங்கள் சேகரித்து வைக்கப்பட்டதாகத் தகவல்கள் உள்ளன. 'ராணுவத்தையும் காவல் துறையையும் பலப்படுத்த காஷ்மீர் அரசு சீக்கியர்களுக்குப் பெரு மளவில் ஆயுதங்கள் கொடுத்துள்ளது' என்று ஒரு பிரிட்டிஷ் அதிகாரி தெரிவித்தார்.[5] ஆனால், பழங்குடியினரின் எண்ணிக்கை மிக அதிகமாக இருந்ததால், எதிர்த்து நின்ற சீக்கியர்கள் அனைவரும் முதல் வாரத்திலேயே கொல்லப்பட்டனர்.

முஸாஃபராபாத்தில் இப்போது சீக்கியர்கள் யாரும் கிடையாது. 1947-ல் பாரமுல்லாவில் சீக்கியர்கள் மிகவும் மோசமாகப் பாதிக்கப்பட்டாலும், இப்போது அங்கு சிலராவது வசித்துவருகின்றனர். மேற்குப் பகுதி யிலிருந்து பாரமுல்லாவுக்கு பள்ளத்தாக்குப் பாதை வழியாக, அதாவது எந்தப் பாதை வழியாக பழங்குடியினர்கள் வந்தார்களோ அந்தப் பாதை வழியாக, வரும்போது முதலில் கண்ணில்படுவது ஜீலம் ஆற்றின் மறு கரையில் இருக்கும் சீக்கியக் கோவிலின் கோபுரம்தான். தாக்குதலுக்கு உள்ளாகி அழிவடைந்த அந்த குருத்வாரா புதுப்பிக்கப்பட்டிருக்கிறது. முன்னால் இருந்த குருத்வாரா பெரிதாகவும் கம்பீரமாகவும் இருந் ததைப் பார்த்து சில பழங்குடிகள், தாங்கள் அமிர்தசரஸுக்கே வந்து விட்டோம் என்றுகூட நினைத்தனராம்.

பாரமுல்லாவின் சீக்கியர்களிலேயே தாங்கள்தான் மிகவும் புகழ்பெற்ற வர்கள் என்று பாலி குடும்பத்தினர் கருதுகிறார்கள். ஒருகாலத்தில் பெருமளவு சொத்துகள் அவர்கள்வசம் இருந்தன. கத்தோலிக்கக் கல்லூரியும் மருத்துவமனையும் கட்டுவதற்கான நிலத்தை அவர்கள் தான் கொடுத்துள்ளனர். தற்போது அந்தக் குடும்பத்தில் எஞ்சிய சில முதியவர்கள் பாரமுல்லாவைப் பார்த்தபடி இருக்கும் வீட்டின் தரைத்தளத்தில் எளிமையாக வாழ்ந்துவருகின்றனர். அனைவருக்குமே பழங்குடியினர் பற்றி நல்ல ஞாபகம் இருக்கிறது. கபைலிகள் என்று அவர்களை அழைக்கிறார்கள். ' ஒவ்வொருவருமே உயிரைக் கையில் பிடித்தபடி ஓடினோம். எங்கள் வாயில் ஒரே ஒரு வார்த்தைதான் வந்தது... ஓடு ஓடு...' என்றார் தாக்குதலின்போது பதினோரு வயது ஆகியிருந்த ரன்தீர் சிங் பாலி.

'நகரில் எங்கும் பதற்றம் நிலவியது. கபைலிகள் வந்துவிட்டனர்; அவர் கள் யாரையும் உயிருடன் விடவில்லை என்று பேசிக்கொண்டார்கள். முஸாஃபராபாத்தில் எங்கள் உறவினர்கள் இருந்தனர். ஊரியிலும் எங்கள் உறவினர்கள் இருந்தனர். அவர்கள் பெரும்பாலும் வாகனங்கள் ஓட்டுபவர்கள். அவர்கள் அனைவரும் ஸ்ரீநகரை நோக்கி ஓடிக் கொண்டிருந்தனர். வழியில் எங்களிடம், 'நீங்களும் எங்களுடன் வந்து விடுங்கள். கபைலிகள் வருகிறார்கள்' என்று எச்சரித்தனர். நாங்கள்

வீட்டின் வெளி வாசலைப் பூட்டிவிட்டு, அருகில் இருந்த காட்டுக்குச் சென்றுவிட்டோம். இரவை, ஆடு மாடு மேய்க்கும் குஜ்ஜர்களுடன் கழித்தோம். மறுநாள் காலையில் வீடுகளுக்குத் திரும்பிவிடலாம் என்று நினைத்தோம். ஆனால் முடியவில்லை. அங்கிருந்து இன்னொரு கிராமத்துக்கு ஓடினோம். உயிரைக் காப்பாற்றிக்கொள்ள ஓடினோம். கால்நடையாகவே, கிராமம் கிராமமாகப் போனோம்.'

ரன்தீர் சிங் பாலியின் மைத்துனி குண்வந்த் கவுருக்கு, தாக்குதல் நடப்பதற்கு முந்திய வருடம்தான் பதின்ம வயதிலேயே திருமணம் முடிந்திருந்தது. தன் குடும்பம் பட்ட கஷ்டத்தை வேதனை நிறைந்த குரலில், உருதுவில் அவர் சொன்னார். அந்தத் தாக்குதலில் அவருடைய தந்தை கொல்லப்பட்டார். வேறு நான்கு குடும்ப உறுப்பினர்களும் கொல்லப்பட்டனர். பலர் கடத்தப்பட்டனர். 'இத்தனைக்கும் நடுவில், இளம் பெண்களை அவர்கள் கடத்தி பிற கிராமங்களுக்கு எடுத்துச் சென்றனர். அவர்களில் பலர் என் தோழிகள்.' இது பிறர் சொல்லிக் கேட்டதல்ல; தன் உறவினர்களைப் பழங்குடிகள் தூக்கிச் சென்றதைத் தானே நேரில் பார்த்தது என்று அவர் சொன்னார். 'என் கண் முன்னாலேயே என் பெரியப்பாவின் பெண்களைக் கடத்திச் சென்றனர். மூன்று பெண்கள் இருந்தனர்: நஸீப் கவுர், ஹர்பன்ஸ் கவுர், தேஜிந்தர் கவுர். மூவரையுமே கடத்திச் சென்றுவிட்டனர். அவர்கள் மூவருக்கும் அதன் பிறகு என்ன நடந்தது என்பது எங்களுக்குத் தெரியாது.' கடத்தப்படும்போது அவர்களுக்கு என்ன வயதிருக்கும் என்று குண்வந்த் கவுரைக் கேட்டேன். 16 அல்லது 17 வயதிருக்கும் என்று அவர் சொன்னார். அவருக்கும் அப்போது அதே வயதுதான் ஆகியிருந்தது. அவர்களுக்கு என்ன ஆனது என்பது அந்தக் குடும்பத்துக்குப் பின்னர் தெரியவரவே இல்லை.

பிரிவினைக் கால வன்முறையின்போது ஆயிரக்கணக்கான பெண்கள் கடத்தப்பட்டனர். சிலர் கொல்லப்பட்டனர். எஞ்சியவர்கள் ஓர் ஆணிடமிருந்து இன்னோர் ஆணுக்கு மாற்றப்பட்டனர். கடத்திச் சென்றவர்களையே சிலர் திருமணம் செய்துகொள்ள வேண்டியிருந்தது. சிலர் மீட்கப்பட்டு, திருடப்பட்ட பொருள் உரிமையாளரிடம் திருப்பிக் கொடுக்கப்படுவதுபோல் ஒப்படைக்கப்பட்டனர். ஆனால், பெரும்பாலானோர், அந்நிய இடத்தில், அந்நிய மதத்தில், அந்நிய மொழியைக் கற்றுக்கொண்டு, அந்நியப் பழக்கவழக்கங்களுடன் வாழக் கட்டாயப்படுத்தப்பட்டனர். குண்வந்த் கவுரின் ரத்த உறவுகள் இன்றும்கூட பாகிஸ்தானின் பழங்குடிப் பகுதிகளில் அல்லது இன்னும் தொலைதூர மாவட்டங்களில் வசித்துவரக்கூடும்.

பெண்கள் கடத்தப்பட்டது தொடர்பாக இன்னொரு விஷயத்தையும் சொல்லியாகவேண்டும். கடத்தப்பட்டு இன்னமும் கண்டுபிடிக்கப்

படாத பெண்கள் மற்றும் குழந்தைகளின் முழுப் பட்டியல், பிரி வினைக்கு ஏழு வருடங்கள் கழிந்தபிறகு, இந்திய அதிகாரிகளின் தளராத முயற்சியால் வெளியிடப்பட்டது. இந்தப் பட்டியலில் முஸ்லிம் அல்லாதவர்களின் பெயர்கள் மட்டுமே இடம் பெற்றிருந்தன. மேலும் பாகிஸ்தான் என்று அறியப்பட்டுள்ள பகுதி, ஜம்மு காஷ்மீரில் கட்டுப்பாட்டுக் கோட்டுக்கு அப்பால் பாகிஸ்தான் பக்கம் இருக்கும் பகுதி ஆகியவற்றில் நடைபெற்ற வன்முறைகளில் பாதிக்கப்பட்டவர் களைப் பற்றி மட்டுமே இந்திய அரசின் பட்டியல் தெரிவிக்கிறது. 1,400 பக்கங்கள் கொண்ட அந்தப் பட்டியலில் 21,000 பேர்களின் விவரங்கள் இடம்பெற்றுள்ளன. கடத்தப்பட்டவர்களின் பெயர்கள், அவர்கள் அனைவருக்கும் அதிகாரபூர்வ எண்கள், எங்கு எப்போது யாரால் கடத்தப்பட்டனர் போன்ற முழு விவரங்கள் அதில் இடம் பெற்றுள்ளன.[6]

பாரமுல்லா, கட்டுப்பாட்டுக் கோட்டுக்கு அப்பால் பாகிஸ்தான் பக்கத்தில் வரவில்லை என்பதால் அங்கு நடந்த வன்முறைகள் எதுவுமே இந்தப் பெரும் பட்டியலில் இடம்பெறவில்லை. எனினும் இந்தப் பட்டியலின் கடைசிப் பக்கங்களில் பாரமுல்லா பகுதியில் நடைபெற்ற 25 கடத்தல் சம்பவங்கள் பற்றிய குறிப்பு ஒன்று இடம்பெற்றுள்ளது. இரண்டே இரண்டு பெயர்கள் தவிர, மற்ற அனைத்தும் சீக்கியர்களே. அந்தப் பட்டியலில் பாரமுல்லாவிலிருந்து ஹர்பன்ஸ் கவுர், சொபோரில் இருந்து நஸீப் கவுர் ஆகியோரின் பெயர்கள் இடம்பெற்றுள்ளன. ஒருவேளை இவர்கள் குணவந்த் கவுரின் ஒன்றுவிட்ட சகோதரிகளாக இருக்கலாம். இரண்டு சம்பவங்களிலும் கடத்தியவர்கள் பற்றிய எந்தத் தகவலும் இடம்பெற வில்லை. மேலும், எந்த விளக்கமும் இல்லாமல், அதே பகுதியிலேயே அவர்கள் மேலும் தொடர்ந்து வசிக்கக்கூடும் என்றும் குறிப்பிடப் பட்டுள்ளது.

ஆச்சரியம் என்னவென்றால், பெரும்பாலான சம்பவங்களில் கடத்தியவர் அல்லது இப்போது தன் பொறுப்பில் வைத்திருப்பவரின் அடையாளம் மிகத் தெளிவாகக் குறிப்பிடப்பட்டிருக்கிறது. ஒருசில சம்பவங்களில் மட்டுமே, கூட்டத்தாரால் கடத்தப்பட்டார் என்று பொதுவாகக் குறிப்பிடப்பட்டுள்ளது. சொல்லப்போனால், எந்தப் பகுதியில் கடத்தப்பட்டார்கள் என்ற அடிப்படையில் வரிசைப்படுத் தாமல், இப்போது எங்கு வசித்துவரக்கூடும் என்ற அடிப்படை யிலேயே அட்டவணை தயாரிக்கப்பட்டுள்ளது. பெரும்பாலான பழங்குடியினர் புறப்பட்டு வந்த வாசிரிஸ்தான் போன்ற பகுதிகள் பற்றி எந்தக் குறிப்பும் இதில் இடம்பெறவில்லை. எல்லை மாகாணங்களில் நூற்றுக்கணக்கானோர் இருப்பதாகவும் முஸாஃபராபாத்தில் 1,655 பேர்

வசிப்பதாகவும் இதில் குறிப்பிடப்பட்டுள்ளது. காஷ்மீர் சமஸ் தானத்தின் முஸாஃபராபாத் வழியாகத்தான் லஷ்கர் பழங்குடிகள் முன்னேறி வந்தனர். ஆக்கிரமிப்பின்போது கடத்தப்பட்டவர்களில் அதிகம் இருந்தது சீக்கியப் பெண்களும் சிறுவர்களும்தான்.

சில உதாரணங்களைப் பார்ப்போம்:

> காஷ்மீரில் சோபோர் பகுதியில் இரு சீக்கியப் பெண்கள் கடத்தப்பட்டனர். அவர்களைக் கடத்தியவர் அல்லது தற் போது தன் கட்டுப்பாட்டில் வைத்திருப்பவர் குலாம் முகமது ஷாஃபி. இவர் அபோட்டோபாத்தில் இருக்கும் காவல் நிலையத்தின் தலைமைக் காவலராகப் பணிபுரிகிறார். பாரமுல்லாவுக்கு அருகில் இருந்து இந்தர் கவுர் எனும் 22 வயது சீக்கியப் பெண் கடத்தப்பட்டிருக்கிறார். இவரைக் கடத்தியது அல்லது தற்போது கட்டுப்பாட்டில் வைத்திருப்பது முகமது அஸ்லம் கான். பாகிஸ்தானின் ஹஸாரா மாவட்டத்தில் கரி ஹபிபுல்லாவில் வசிக்கிறார்.

இந்தத் தகவல்கள் எந்த அளவுக்கு உண்மை என்பது தெரியவில்லை. ஆனால், இந்தத் தகவல்களை எவ்வளவு கடினமான வேலைகளுக்குப் பிறகு சேகரித்துள்ளனர் என்பதை நினைத்து வியக்காமல் இருக்க முடியவில்லை. சில சுவாரசியமான, அதே நேரம் அருவருப்படையச் செய்யும் தகவல்களும் இதில் உள்ளன. முஸாஃபராபாத்தைச் சேர்ந்த ஏழு வயது சீக்கியப் பெண் ஜோகிந்தர் கவுர் (செல்லப் பெயர் ஜிஜ்ஜு) இப்போது எல்லைப்புறப் பழங்குடி மாவட்டமான ஸ்வாட்டின் நவாப் வசம் இருப்பதாக இந்தப் பட்டியல் சொல்கிறது. அங்கு அவருடைய பெயர் பானு என்று மாற்றப்பட்டிருப்பதாகவும் தெரிவிக்கிறது. பெஷாவருக்கு அருகில் வசித்த காகி என்னும் இந்துச் சிறுமி (15 வயது), முஸ்லிம் லீக் மதகுரு மான்கி ஷரீஃபின் பிர் வசம் இருப்பதாகச் சொல்கிறது.

பாரமுல்லாவில் கடத்தப்பட்டவர்களின் பட்டியலில் நான் கண்ட ஒரு பெயர் புதிரானது. பாரமுல்லா மருத்துவமனையில் இருந்த இந்துப் பெண் ஒருவரைக் கடத்தியது பற்றியது அது. 'கேஸ் நம்பர்: 19 பி.ஆர்.எல்/எஸ்-3/யூ-1 டபிள்யூ' என்று குறிப்பிடப்பட்டுள்ள வரிசை, சேவா ராம் என்பவரின் 35 வயது மனைவி மோதியா தேவி என்பவர் மடாலய மருத்துவமனையில் இருந்தபோது ஆகஸ்ட் 1947-ல் பாரமுல்லாவிலிருந்து கடத்தப்பட்டதாகவும், பாரமுல்லாவைச் சுற்றியுள்ள பகுதியில் எங்காவதுதான் இருக்கவேண்டும் என்றும் தெரிவிக்கிறது. ஆனால், மடாலய வளாகத்தில் இருக்கும் ஐந்து கல்லறைகளில் ஒன்று 'திருமதி மோதியா தேவி கபூர், கணவர் பெயர்

சேவா ராம் கபூர், அல்மோரா; அக்டோபர் 27-ல் பழங்குடியினரின் தாக்குதலின்போது கொல்லப்பட்டார்' என்று தெரிவிக்கிறது. பழங்குடியினர் ஒருவரால் கத்தியால் குத்தப்பட்டு அல்லது துப்பாக்கியால் சுடப்பட்டு ஓர் இந்துப் பெண் நோயாளி இறந்தது குறித்துக் கண்ணால் கண்ட சாட்சி ஒருவர் சொன்னதை நாம் முன்பே பார்த்திருக்கிறோம்.

அப்படியானால் இந்தப் பட்டியல் யாரைச் சொல்கிறது? பெயரும் இடமும் சரியாக இருக்கின்றன. ஆனால், தேதியும் பிற தகவல்களும் பிழையாக இருக்கின்றன. இந்தப் பட்டியல் தவறான ஒன்றா? ஏதேனும் நஷ்ட ஈடு பெற அவரது பெயரை இந்தப் பட்டியலில் அவரது குடும்பத்தினர் சேர்த்தனரா? அல்லது அவர் இறந்ததை நம்ப மறுத்த அவரது குடும்பத்தினர் இப்படிச் செய்தனரா? அல்லது ஆகஸ்டில் கடத்திச் செல்லப்பட்டவர், பின்னர் மீட்கப்பட்டு, குடும்பத்தாரால் மருத்துவ மனையில் கைவிடப்பட்டு, பின்னர் சில வாரங்கள் கழித்து மோசமான விளைவைச் சந்தித்தாரா? மடாலய மருத்துவமனையில் இருந்த இந்து நோயாளி, பழங்குடியினரால் கொல்லப்பட்டுப் புதைக்கப்பட்டதாக அங்கிருந்து தப்பியவர்கள் சொல்லியிருக்கிறார்கள். யாருடைய தனிப்பட்ட கடிதமும் இதனை எந்தவிதத்திலும் மறுக்கவில்லை. இந்தக் குழப்பத்தைத் தீர்க்க வழி ஏதும் இருப்பதாகத் தெரியவில்லை.

பட்டியலில் இருக்கும் முஸாஃபராபாத் பற்றிய தகவல்களில் ஒரு முக்கியமான விஷயம் புலப்படுகிறது. நூற்றுக்கணக்கான சீக்கியப் பெண்கள் கடத்தப்பட்டுள்ளனர். ஆனால், இந்தப் பட்டியலில் சொல்லப்பட்டிருப்பது உண்மையானால், அவர்களைக் கடத்திச் சென்றது பதான் பழங்குடியினர் அல்லர். உள்ளூர் ஆட்கள்தான். கிட்டத்தட்ட எல்லா சீக்கியர்களுமே லஷ்கர் படை வருவது தெரிந்ததும் ஓடிப்போய்விட்டனர். அப்படி ஓடியவர்களின் குடும்பப் பெண்கள்தான் பாதிப்புக்கு உள்ளாயினர். அவர்களைக் கடத்திச் சென்றவர்களில் பெரும்பாலானோர் அவர்களுக்கு ஏற்கெனவே நன்கு பரிச்சயமானவர்கள். அவர்களுக்கு நன்கு தெரிந்த ஒரு சமூகத்தில், கடத்தப்பட்ட பலரும் கடத்திச்சென்றவரின் மனைவியாக வாழ்க்கை நடத்தியுள்ளனர். பிரச்னை உச்சத்தில் இருந்த நேரத்தில் தொலைவிலிருந்து வந்தவர்களைக் குற்றவாளிகளாகக் குறிப்பிட்டது, சீக்கியர்களுக்கும் முஸ்லிம்களுக்கும் ஏற்புடையதாக இருந்திருக்கிறது. அதன் மூலம் காயங்களை எளிதில் ஆற்றிக்கொள்ளவும் முடிந்திருக்கிறது. ஆனால், பெரும்பாலான நேரங்களில் குற்றவாளிகள், அருகில் இருந்தவர்களாகவே இருந்திருக்கிறார்கள்.

முஸ்லிம் அல்லாத பெண்கள் கடத்தப்பட்டு, மதம் மாற்றப்பட்டு, இஸ்லாமிய சமுதாயத்துக்குள் புதிய வாழ்க்கையை அமைத்துக்கொள்ள

வற்புறுத்தப்பட்டதற்கான சாட்சியங்கள் காஷ்மீரின் இரு பக்கங்களி லிருந்தும் கிடைத்துள்ளன. பிரிவினைக்கு 40 ஆண்டுகள் கழித்து, ஸ்ரீநகரில் இருந்த சீக்கிய பள்ளித் தலைமையாசிரியை ஒருவர் தன் சொந்த ஊரான முஸாஃபராபாத்துக்குப் போய் ஆறு மாதங்கள் அங்கு இருந்தார். சுமார் 25-30 இந்து, சீக்கிய உள்ளூர்ப் பெண்கள், 1947-ல் கடத்தப்பட்டு, இஸ்லாத்துக்கு மதம் மாற்றப்பட்டு, இஸ்லாமியர்களைத் திருமணம் செய்துகொண்டு வாழ்வதைப் பற்றித் தெரிந்துகொண்டார். அவர்கள் தம் விதியை ஏற்று அங்கேயே வாழ்ந்துவருவதை அவர் பார்த்தார். முஸ்லிம் அல்லாத சில இளைஞர்கள், அங்கிருந்து தப்பி ஓடாமல் அங்கேயே இருந்தனர். ஒருவேளை அவர்கள் தம் விருப்பத்துக்கு மாறாக அங்கேயே இருக்குமாறு வற்புறுத்தப்பட்டிருக்கலாம். அவர்களும்கூட மதம் மாற்றப்பட்டுவிட்டனர். இப்படி வாழ்ந்துவரும் சிறிய பிரிவினருக்கு தனியானதோர் அடையாளமும் தரப்பட்டிருக்கிறது. அவர்களை ஷேக்குகள் என்று அழைகிறார்கள்.[7]

இது தொடர்பாக, கிருஷ்ணா மேத்தாவின் வலுவான சாட்சியமும் இருக்கிறது. முஸாஃபராபாத்தில் மாவட்ட ஆணையராக இருந்த அவரது கணவர், லஷ்கர் படையினரால் கொல்லப்பட்டார். தான் தப்பிப் பிழைத்ததைப் புத்தகமாக எழுதிவைத்துள்ளார் கிருஷ்ணா மேத்தா. அதில், முஸ்லிம் அல்லாத பெண்கள் கடத்தப்பட்டது, கடத்தப்பட்ட சிலர் தற்கொலை செய்துகொண்டது, மீட்கப்பட்டு இந்தியாவுக்கு அனுப்பப்பட இருப்போருடன் தான் நேரம் செலவிட்டது, அனுப்பப் படுவதற்குமுன் ஆக்கிரமிப்பாளர்களிடம் அவர்கள் எதிர்கொள்ளும் அபாயம் ஆகியவை குறித்து அவர் விரிவாக எழுதியிருக்கிறார்.[8]

கட்டுப்பாட்டுக் கோட்டின் இந்தியப் பக்கத்தில் பணிபுரிந்த இரண்டு பிரிட்டிஷ் கிறிஸ்தவ மிஷனரிப் பணியாளர்கள் இது தொடர்பாகக் குறிப்பிட்டுள்ளனர். சீக்கிய ஆண்கள் கொல்லப்பட்டதால், பாதுகாப்பு இழந்த சீக்கியப் பெண்கள், முஸ்லிம்களின் வீடுகளுக்குக் கொண்டு செல்லப்பட்டு முஸ்லிம்களின் மனைவிகளாக ஆக்கப்பட்டனர். 'லில்லிக்கும் எனக்கும் இப்படி நடந்த நிகழ்வுகள் பல தெரியும்' என்று சோபோர் மிஷனில் பணிபுரிந்த மார்கரெட் பிரவுன் எழுதினார். 'அந்தப் பெண்கள் அழுதுகொண்டே அடிக்கடி எங்கள் வீட்டுக்கு வருவார்கள். அப்படி ஒரு முஸ்லிமால் கடத்திச்செல்லப்பட்ட ஒரு சீக்கியப் பெண்ணை அந்த முஸ்லிம் மிகவும் மோசமாக நடத்துவார். அந்தப் பெண் ஒரு நாள் நள்ளிரவில் அழுதபடி வந்தார். லில்லியின் வீட்டின் ஜன்னல் கதவைத் தட்டி அடைக்கலம் கேட்டார். லில்லி அவரை வீட்டுக்குள் அழைத்து வந்தார். அந்த முஸ்லிமின் கோபம் தணிந்தபிறகே அந்தப் பெண் அவருடைய வீட்டுக்குத் திரும்பிச் சென்றார்.'[9]

காஷ்மீர் பள்ளத்தாக்கில் சீக்கியப் பெண்கள்தான் அதிக அளவில் பாதிக்கப்பட்டனர் என்றாலும், பாதித்தவர்களும் பாதிக்கப்பட்டவர்களும் எல்லாச் சமூகங்களிலும் இருந்தனர். கடத்தப்பட்ட பெண்களை மீட்பதில் இந்திய அரசு சார்பில் பெரும் பங்காற்றிய கமலா படேல், முக்கியமாக, சீக்கிய ஆண்களால் கடத்தப்பட்ட காஷ்மீரி இஸ்லாமியப் பெண்களை (எங்கே, எப்போது கடத்தப்பட்டனர் என்பது தொடர்பான விவரங்களை அவர் சொல்லவில்லை) மீட்பதில் அதிகக் கவனம் செலுத்தினார்.[10]

பாரமுல்லாவில் நடந்த கொலை, கொள்ளை, கடத்தல் எந்த அளவுக்கு இருந்திருந்தாலும், பழங்குடிகள் வந்த சில நாட்களுக்குள்ளேயே அங்கு வசிக்கும் பெரும்பாலானோர் அந்த இடத்தைவிட்டு ஓடிவிட்டனர். அது ஆட்களே இல்லாத நகரமாக ஆகிவிட்டது. மதிப்புள்ள அனைத்துமே கிட்டத்தட்டக் கொள்ளையடிக்கப்பட்டுவிட்டன. பழங்குடிகள், அடுத்த கட்டத் தாக்குதலைத் திட்டமிடுவதற்குபதிலாக கையில் கிடைத்தவற்றையெல்லாம் எடுத்துச் செல்வதிலேயே அதிக கவனம் செலுத்தினர். 1947 காஷ்மீர் சண்டையில், 'இப்படி மட்டும் நடந்திருந்தால்...' என்ற பெரும் ஏக்கத்தின் பின்னால் இருப்பது இந்த உணர்வுதான்.

பழங்குடியினர் முன்னேறிச் சென்று ஸ்ரீநகரின் விமானதளத்தைக் கைப்பற்றி இந்திய விமானங்களை இறங்கவிடாமல் தடுத்திருந்தால் என்ன ஆகியிருக்கும்? நிச்சயமாக காஷ்மீர் பாகிஸ்தான்வசம் போயிருக்கும். தெற்காசியாவின் வரலாறு வேறாக இருந்திருக்கும். தாக்குதல் நடந்தபோது அந்த இடத்தில் இருந்த நியூ யார்க் டைம்ஸ் பத்திரிகையாளரான ராபர்ட் ட்ரம்புலின் கணிப்பு அதுவாகவே இருந்தது. 'கொள்ளை, பாலியல் பலாத்காரம், தீ வைப்பு... இந்த அதிபயங்கர ஆக்கிரமிப்பாளர்கள் பாரமுல்லாவை அடையும்வரை கொள்ளை நோய்போல் காஷ்மீருக்குள் பரவினர். அங்கே அவர்கள் ஓர் இரவு முழுவதும் தங்கி, சண்டை போட்டு, கொள்ளையடிப்பில் ஈடுபட்டனர். அந்த ஓர் இரவு வரலாற்றின் போக்கையே மாற்றி அமைத்துவிட்டது' என்று ட்ரம்புல் எழுதினார்.[11]

பாகிஸ்தானின் மூத்த ராணுவ அதிகாரியும் காஷ்மீர் தாக்குதலைத் திட்டமிட்டவர்களுள் ஒருவருமான மேஜர் ஜெனரல் அக்பர் கான், தனது நூலில் இந்தக் கோணத்தை அழுத்தம் திருத்தமாகப் பதிவு செய்திருக்கிறார். காஷ்மீரில் உறுதியாகச் செயல்படாமல் பாகிஸ்தான் மிகப் பெரிய தவறு செய்துவிட்டது என்ற கடுமையான விமரிசனத்தை அவர் வெளிப்படையாக முன்வைத்தார். நான்கு வருடங்கள் கழித்து, பாகிஸ்தானின் முதல் பெரிய சதி வழக்கு அவர்மீது நடத்தப்பட்டு அவர் சிறையில் அடைக்கப்பட்டார். அவர் ஆரம்பத்தில் லஷ்கருடன் சேர்ந்து

தாக்குதலுக்குக் கிளம்பியிருக்கவில்லை. ஒருவாரம் கழிந்தபிறகே ஏராளமான தளவாடங்களுடன் அக்டோபர் 29 அல்லது 30 வாக்கில் பாரமுல்லா வந்து சேர்ந்தார்.

இந்த நகரில், தோட்டங்கள், பள்ளிகள், படகுப் போக்குவரத்துகள், கடைகள், உணவு விடுதிகள்... எனப் பல இருந்தன. சுருக்கமாகச் சொல்வதானால், பிரகாசமான, உற்சாகம் நிறைந்த பகுதி. ஆனால், இப்போது பார்க்கும்போது நில நடுக்கத்தால் சின்னாபின்னமான பகுதிபோல் காணப்பட்டது. கடைகள் காலியாக இருந்தன. கதவுகள், ஜன்னல்கள் காணாமல்போயிருந்தன. செங்கல், கருங்கல், காகிதங்கள் என எங்கும் சிதறிக் கிடந்தன.

அக்டோபர் 26 அன்றே பழங்குடியினர் இங்கு வந்துசேர்ந்திருந்தனர். காஷ்மீர் அரசப் படைகள் முழுவதுமாக நிலைகுலைந்து, பயந்து, பின்வாங்கியிருந்தன. ஸ்ரீநகருக்கு, வெறும் 35 மைல் நீளமுள்ள சமதளமான சாலை மட்டுமே இருந்தது. வழியில் எந்த எதிர்ப்பும் இல்லை. பழங்குடியினர் இரண்டே மணி நேரத்தில் அந்தப் பகுதியை அடைந்திருக்க முடியும். ஸ்ரீநகர் அவர்களுடைய கருணையை எதிர்நோக்கி இருக்கும். ஆனால், அன்றும் சரி, அடுத்த நாளும் சரி, பழங்குடியினர் அந்தத் திசையில் ஓர் அடியைக்கூட எடுத்துவைக்கவில்லை. ஒருவழியாக 28-ம் தேதி அன்று அவர்கள் ஸ்ரீநகரை நோக்கிப் புறப்பட்டபோது, முந்தைய நாள் முதற்கொண்டு நூற்றுக் கணக்கான விமானங்கள் கொண்டுவந்து இறக்கிய இந்தியப் படைகளை அவர்கள் எதிர்கொள்ள வேண்டியிருந்தது. அந்தப் படையை எதிர்த்து அவர்கள், பாரமுல்லாவுக்கு வெளியே பத்து மைல் தூரம் முன்னேறினாலும், அதற்கு மேலும் ஒரு நாள் செலவானது. இதனால் 29-ம் தேதி மாலைவரையில் அவர்கள் ஸ்ரீநகர் நோக்கி முன்னேறியிருக்கவில்லை.

ஆனால், பாரமுல்லாவில் ஏன் இரண்டு முக்கியமான நாள்கள் வீணடிக்கப்பட்டன?அந்த இரண்டு நாள்கள் மட்டும் இழக்கப்படாமல் இருந்திருந்தால், காஷ்மீரின் கதை இப்போது முற்றிலும் மாறிவிட்டிருக்கும். இது ஏன் நடந்தது என்பதற்கான அதிகாரபூர்வ பதில் இன்னும் கிடைக்கவில்லை. பழங்குடியினர் தாமாகவே தாமதம் செய்திருப்பார்கள் என்று எண்ண முடியவில்லை. அவர்களில் காயம்பட்டவர்களைத் திருப்பி அனுப்ப அவ்வளவு நேரம் தேவைப்பட்டிருக்காது. அதிக ஆட்களுக்காகக் காத்திருந்தார்கள் என்று சொல்லவும்

முடியாது. ஏனெனில் வேகம்தான் விவேகம் என்று அவர்கள் நன்கு அறிந்திருப்பார்கள். அதுமட்டுமின்றி, பாரமுல்லாவில் அவர்களைக் கட்டிப் போடும் அளவுக்குப் பெரிதாக எதுவும் இருந்திருக்க வாய்ப்பில்லை. ஏனெனில், அதைவிட வளமான ஸ்ரீநகர் அருகிலேயே இருந்தது.[12]

தாக்குதல் நடந்துகொண்டிருந்தபோது செய்திகளைச் சேகரித்து வழங்கிய நிருபர்கள், இந்தப் புதிரைத் தங்கள் கையில் எடுத்துக் கொண்டு தாங்களாகவே காரணங்களைக் கண்டுபிடிக்கும் பணியில் ஈடுபட்டார்கள். தி டைம்ஸ் பத்திரிகையின் கோணத்தையே பிற பத்திரிகைகள் பின்பற்ற ஆரம்பித்தன. அந்தப் பத்திரிகையின் எரிக் பிரிட்டர் காஷ்மீர் தொடர்பாகப் பல விஷயங்கள் தெரிந்த அயல்நாட்டுச் செய்தியாளர். 'ஆக்கிரமித்த பழங்குடியினர் சுமார் 10,000 பேர், போதிய ஆயுதங்களும் பயிற்சியும் பெற்றவர்கள். ஆனால், அவர்கள் கொள்ளையடிக்கும் நோக்கில் தனித்தனிக் குழுவாகப் பிரிந்துபோனதை அவர்களுடைய தலைவர்களால் தடுத்து நிறுத்தமுடியவில்லை' என்று அவர் எழுதினார்.[13] டைம்ஸ் ஆஃப் இந்தியாவின் நிருபர் மிகவும் வெளிப்படையாக, 'கொள்ளை அடிப்பதில் ஈடுபடுவதைவிட ராணுவ இலக்குகளை மட்டுமே மனத்தில் வைத்துச் செயல்பட்டிருந்தால், அக்டோபர் 22 அன்றே அவர்கள் ஸ்ரீநகருக்கு போய்ச் சேர்ந்திருக்க வேண்டும்' என்று எழுதியிருந்தார்.[14] காஷ்மீர் எந்த அளவுக்குக் கைவிட்டுப் போயிருந்தது, அதைக் காப்பாற்றி மீட்டதில் இந்திய ராணுவ வீரர்களின் பங்கு எந்த அளவுக்கு குறிப்பிடத்தகுந்தது என்பதை முன்னிறுத்தும் நோக்கில், சில அனுபவம் மிகுந்த இந்திய ராணுவ அதிகாரிகளும், பழங்குடிகள் மிக எளிதில் பள்ளத்தாக்கைக் கைப்பற்றியிருக்க முடியும் என்று சொல்லியிருக்கிறார்கள்.

தாக்குதல் தாமதமானதற்கான காரணம், லஷ்கர் படைக்கு மிக அருகில் இருந்த ராணுவ அதிகாரிதான் என்று அக்பர் கான் சற்றே விஷமத்தனமாகக் குற்றம் சாட்டினார். 'பாரமுல்லாவில் இருக்கும் உள்ளூர் ஆட்கள் சிலர் அப்படித்தான் சொன்னார்கள். புதிதாக உருவாகும் காஷ்மீர் அரசாங்கத்தில் தன் பதவி என்னவாக இருக்கும் என்பதை உறுதி செய்துகொள்ள குர்ஷித் அன்வர், தன் ஆட்கள் சிலரை காஷ்மீர் தலைவர்களைச் சென்று சந்தித்துவிட்டு வரும்படி அனுப்பியிருந்தாராம்' என்று கான் குறிப்பிட்டார். இது ஏற்கத் தகுந்த காரணமல்ல.

ஆனால், பாரமுல்லாவில் லஷ்கர் படை தன் வேகத்தை இழந்தது என்பது உண்மையே. கொள்ளையடிக்கும் வாய்ப்பு ஒரு காரணமே. ஆனால், நிலப் பகுதியும் மாறியிருந்தது. பாரமுல்லாவைத் தாண்டியதும் சமவெளியில்தான் லஷ்கர் படைகள் முன்னேறிச் செல்லவேண்டும். மலைப்

பகுதிகளில் வசித்து வந்த அவர்களுக்கு அது சிரமமானதாக இருந்திருக்க லாம். திரும்பிச் சென்று ஒளிந்துகொள்ளும் பாதைகளிலிருந்து துண்டிக்கப் பட்டு விடுவோமோ என்ற பயம் ஒரு காரணமாக இருந்திருக்கலாம். இந்தியப் படைகள் கால் பதித்ததைத் தொடர்ந்து வலுவான ஓர் எதிரியைச் சந்திக்கவேண்டிய நிலை அவர்களுக்கு ஏற்பட்டிருந்தது. இன்னும் அதிக ஒழுங்கு இல்லாவிட்டால், இலக்கை அடைய முடியாது என்று பழங் குடிப் படைகளின் தலைவர்கள் நம்பியிருக்கலாம். பாரமுல்லாவில் நடைபெற்ற கொள்ளைச் சம்பவங்கள் ராணுவ இலக்குகளிலிருந்து லஷ்கர் படையைத் திசை திருப்பிவிட்டது. இதனால் உள்ளூர் காஷ்மீரி மக்கள், இஸ்லாத்தின் பெயராலும் பாகிஸ்தானின் பெயராலும் போராட வந்த பழங்குடிகளின்மீது அவநம்பிக்கை கொண்டவர்களாக ஆகி யிருந்தனர். இல்லையென்றால் அவர்கள் மிகப் பெரிய அளவில் உதவி செய்திருக்கக்கூடும்.

கொள்ளையடிப்பு லஷ்கர் படையின் முன்னேற்றத்தைத் தாமதித்தது என்றால், அதேபோல் தளர்வான ஒருங்கிணைப்பு, வலுவற்ற தலைமை, கொள்ளை, பாலியல் பலாத்காரம் போன்ற பிரச்னைகளைத் தீர்க்க எந்த முயற்சிகளும் எடுக்கப்படாமை ஆகியவையும் முன் னேற்றத்துக்கு முட்டுக்கட்டைகளாக இருந்தன. பழங்குடிகளின் ராணுவச் செயல்பாடுகளின் முக்கிய மையமாக இருந்த அபோட்டா பாத்துக்கு டிசம்பர் 1947-ல் போன பிரிட்டிஷ் அதிகாரி ஒருவர் ஒரு விஷயத்தைக் குறிப்பிட்டார். அவர் உள்ளூர் தலைவர்களிடம் பேசி யிருக்கிறார். அவர்களும் அக்பர் கான் சொன்னதையே எதிரொலித் தனர். ஆனால் வேறு காரணங்களுக்காக. 'ஸ்ரீநகரில் சொற்ப எண் ணிக்கையிலான காஷ்மீர் அரச படைகளே இருந்ததால் லஷ்கர் படை முன்னேறிச் சென்றிருந்தால் அதை எளிதில் கைப்பற்றியிருக்கலாம். ஆனால் தாமதத்துக்கு காரணம் குர்ஷித் அன்வர்தான்' என்று அவர்கள் சொல்லியிருக்கிறார்கள்.'

> டோமெல்லையும் பாரமுல்லாவையும் கைப்பற்றியிருந்தனர். அப்போது குர்ஷித் அன்வர் பழங்குடித் தலைவர்களை அழைத்து, 'கொள்ளையடிக்க மாட்டோம், அரசு உடமைகளைச் சேதப் படுத்தமாட்டோம், கஜானாக்களைப் பாதுகாப்போம்' என்று உறுதிமொழி எடுக்கும்படிக் கேட்டுக்கொண்டதாகத் தெரிகிறது. இது போன்ற ஒரு விஷயத்தை எழுப்பவேண்டிய நேரம் இதுவல்ல; பழங்குடி வீரர்கள் இதற்கு நிச்சயம் ஒப்புக்கொள்ள மாட்டார்கள்; தங்கள் கைக்குக் கிடைப்பதை எல்லாம் எடுத்துக் கொள்ளலாம் என்ற நம்பிக்கையில்தான் அவர்கள் புறப்பட்டு வந்திருக்கிறார்கள் என்று காரணங்கள் சொல்லி தலைவர்கள் மறுத்திருக்கிறார்கள். ஆனால், குர்ஷித் அன்வரோ தன்

விருப்பத்தை வலுக்கட்டாயமாகச் செயல்படுத்த முயன்றிருக்கிறார். அவரைக் கொன்றுவிட்டு வேறொருவரைத் தலைவராக நியமிக்கலாமா எனும் அளவுக்கு நிலைமை மோசமாகப் போய்விட்டது. ஆனால், அப்படிச் செய்வது மடத்தனமாக ஆகிவிடும்; அது வீரர்களின் நம்பிக்கையை குலைத்துவிடும் என்று முடிவெடுத்துள்ளனர். இதுபோன்ற விவாதங்களில் இரண்டு முக்கியமான நாள்கள் வீணாகிவிட்டன. அது இந்தியப் படைகளுக்கு காஷ்மீரில் கால் பதிக்கப் போதிய அவகாசத்தைத் தந்துவிட்டது.[15]

கிடைத்த ஆதாரங்களைத் தொகுத்துப் பார்க்கும்போது ஒரு விஷயம் தெளிவாகிறது. தான் சொன்னதைப் பழங்குடித் தலைவர்கள் கேட்காமல் போனதால், குர்ஷித் அன்வர் பாரமுல்லாவில் படைகளை நிறுத்தி வைத்திருக்கிறார். பழங்குடிகள் மதிக்கும் மத, அரசியல் தலைவர்களை அழைத்துப் பேசி, பழங்குடிகள் மத்தியில் கட்டுப்பாட்டைக் கொண்டுவர முயன்றிருக்கிறார். தில்லியில் பிரிட்டிஷ் அதிகாரிகள் நடத்திய விசாரணையின்போது, டெய்லி எக்ஸ்பிரஸ் பத்திரிகையின் சிட்னி ஸ்மித் கிட்டத்தட்ட இதைத்தான் சொல்லியிருக்கிறார்.

பாரமுல்லாவில் ஆக்கிரமிப்பாளர்களால் சிறைப்படுத்தப்பட்ட சிட்னி ஸ்மித், ஓய்வுபெற்ற காஷ்மீர் காவல்துறை அதிகாரி ஒருவரின் வீட்டில் தங்க வைக்கப்பட்டிருந்தார். 'அந்த வீட்டின்மேல் முஸ்லிம் லீக் கட்சிக் கொடி பறந்துகொண்டிருந்தது. ஆனால், அது அவருக்கு எந்த வகையிலும் உதவவில்லை. பழங்குடிகள் அந்த வீட்டிலும் கொள்ளையடித்தனர்' என்றார் ஸ்மித். மடாலயத்தில் நடைபெற்ற தாக்குதலைத் தடுத்து நிறுத்திய, விமானப் படைச் சீருடையும் நீல நிற ஸ்வெட்டரும் அணிந்திருந்த ஹயாத் கானை சிட்னி ஸ்மித் சந்தித்திருந்தார். 'அவர் காஷ்மீரில் பிறந்த ஓர் அஃப்ரீதி. இந்திய விமானப் படையில் பணிபுரிந்த அவர் பாகிஸ்தான் விமானப் படைக்கு மாற்றல் பெற்றிருந்தார். ஆனால், அவர், தான் அந்தப் பணியில் சேர்ந்திருக்கவில்லை என்றார். ராணுவத்திலிருந்து ஓடிப்போனவர் என்று தன்னை அவர் சொல்லிக்கொண்டார்.' அவர் மூலமாக ஸ்மித், மேஜர் குர்ஷித் அன்வரைச் சந்தித்திருக்கிறார். அவர் அவ்வளவு நட்பு காண்பிக்கவில்லை. மேலும் பல மூத்த பழங்குடித் தலைவர்களைச் சந்தித்தார். அவர்களில், முன்னாள் ராணுவ அதிகாரியான அஸ்லம் கான் (இவர் ஓர் அஃப்ரீதி), ஷா பஸந்த் கான் (இவர் ஆஃப்கன் ராயல் ராணுவப் படையில் கர்னலாக இருந்த மகூத்) ஆகியோர் அடக்கம்.

பாகிஸ்தானின் அரசியல் முக்கியத்துவம் வாய்ந்த மதகுரு ஒருவர் பாரமுல்லாவில் இருந்ததையும் சிட்னி ஸ்மித் அறிந்திருந்தார். இந்த மதகுரு, தன் பழங்குடி ஆட்களை, காஷ்மீர்மீதான போருக்குத் தூண்டியிருந்தார். அந்தப் போரை ஜிஹாத் என்றும் அறிவித்திருந்தார்.

> ஓரிரு நாள்கள் கழித்து, வடமேற்கு எல்லைப் பகுதியில் இருக்கும் மான்கி ஷரீஃப் என்ற ஊரின் பிர் அங்கு வந்து சேர்ந்தார். அங்கு மேற்கொள்ளப்பட்ட முறைகேடுகளை வன்மையாகக் கண்டித்தார். மசூதுகளை உடனே திரும்பிப் போகும்படி உத்தரவிட்டார். திடீரென்று பெரும் குழப்பம் ஏற்பட்டது. பழங்குடியினர் அனைவரும் வண்டியில் ஏறிப் புறப்பட்டுச் சென்றனர். திரு ஸ்மித்தும் (ஓய்வு பெற்ற காவல்துறை அதிகாரி) உம்ராவ் கானும் அவர் வீட்டில் இருந்து முதல் முறையாக வெளியே வந்தனர். ஏனெனில், அதுவரை வீட்டு வாசலில் இருந்த தோட்டத்துக்கு வந்து நிற்பதுகூட அபாயமானதாக இருந்தது. அந்தப் பகுதி முழுவதும் வெறிச்சோடிக் கிடப்பதை அவர்கள் பார்த்தனர். பிறகு பழங்குடியினர் அனைவரும் திரும்ப வந்தனர். மசூதுகள் தங்களுடன் இல்லை என்றால் தாங்களும் சண்டை போடமாட்டோம் என்று பிற பழங்குடிகள் மறுத்துவிட்டதனால், சில அதிகாரிகள் போய் அவர்களை அழைத்து வந்தனர்.[16]

எல்லைப் பகுதிக்காரரும் முஸ்லிம் லீகின் செல்வாக்கு மிகுந்த மதகுருவுமான ஒருவர் தாக்குதல் நடந்தபோது பாரமுல்லாவில் இருந்திருக்கிறார் என்பது மிகவும் சுவாரசியமான தகவல். அந்த மதகுருவின் அழைப்பை ஏற்று ஆயுதம் ஏந்திப் போருக்குக் கிளம்பியிருந்த கான் ஷா அஃப்ரீதி, மான்கி ஷரீஃபின் பிரை பாரமுல்லாவில் சந்தித்திருக்கிறார். பழங்குடியினர் கட்டுப்பாட்டுடன் நடந்துகொள்ள வேண்டும் என்று பிர் சொன்னதை அவரும் கேட்டிருக்கிறார். ஆனால், அந்த அறிவுரையை யாரும் மதிக்கவில்லை. 'மான்கி ஷரீஃபின் பிர் அங்கு பாரமுல்லாவில் இருந்தார். அவர் தனியாக இருந்தார். போராடும்படி எங்களைத் தூண்டினார். திரும்பிச் செல்ல விரும்புவோரின் வாகனங்களுக்கு எரிபொருள் தரப்படாது என்று எச்சரித்தார். தங்களிடம் போதிய எரிபொருள் இருக்கிறது என்றும் தாங்கள் உயிருடன் ஊர் திரும்பவே விரும்புகிறோம் என்று பழங்குடியினர் அவரிடம் சொன்னார்கள்.'

எப்படி எல்லை மாகாண முதலமைச்சரின் வேண்டுகோளுக்கு இணங்க மான்கி ஷரீஃபின் பிர் பாரமுல்லா வந்தார் என்ற விவரத்தை முகமது யூசுஃப் ஷராஃபும் பதிவு செய்துள்ளார். 'காஷ்மீருக்குள் நுழைந்

திருப்பதன் முக்கியமான நோக்கம் கொள்ளையடிப்பது அல்ல என்று பிர் பழங்குடிகளிடம் கடுமையான தொனியில் நினைவுபடுத்தினார். கடவுள் மற்றும் நபியின் கட்டளைகள் என்னென்ன, போரில் ஒருவர் கடைப்பிடிக்க வேண்டிய ஒழுக்கங்கள் என்னென்ன என்பது பற்றியெல்லாம் அவர் பேசினார்.'[17] கைப்பற்றப்பட்ட பழங்குடிகள் சொன்னதாக இந்திய செய்தித்தாள்களில் வெளியாகி, பின்னர் இந்திய அரசால் தொகுக்கப்பட்டு வெளியிடப்பட்ட வாக்குமூலங்களில், லஷ்கர் படையினர் இடையே எழுந்த குழப்பங்கள், விவாதங்கள் ஆகியவை குறித்துத் தெரியவருகின்றன.

கைதான ஒரு பழங்குடியினர் சொன்னதைக் கேட்டதாக டைம்ஸ் ஆஃப் இந்தியா பத்திரிகை நிருபர் இவ்வாறு எழுதியிருந்தார்: 'ஜிஹாதில் கொள்ளையடிப்புக்கு அனுமதி இல்லை; எனவே, அத்தகைய செயல் களில் ஈடுபடாமல் கட்டுப்பாடுடன் நடந்துகொண்டு, காஃபிர்களைக் கொல்லுதல் அல்லது மதம் மாற்றுதல் ஆகியவற்றை மட்டுமே செய்யவேண்டும் என்று ஒரு பிரிவினர் சொன்னார்கள். ஆனால், பழங்குடியினரோ அதைக் கேட்காமல் கொள்ளையடிப்புக்கே அதிக முக்கியத்துவம் தந்தனர்.'[18]

பாரமுல்லாவில் இருந்த கன்யாஸ்திரீகளும்கூட மான்கி ஷரீஃபின் பிரை நினைவில் வைத்திருந்தனர். தாக்குதல்கள் நடந்த பத்து வருடங் கள் கழித்து இத்தாலிய கன்யாஸ்திரீ ஒருவர், இந்தியாவின் முக்கிய மான பத்திரிகையாளரான ஃப்ராங்க் மோரேஸிடம், 'குண்டான, உருண்டையான ஒரு மனிதர் இருந்தார். அவருக்கு முன் ஆக்கிரமிப் பாளர்கள் அனைவரும் குனிந்து வணங்கினார்கள்' என்று சொல்லி யிருந்தார்.

> படுகொலை செய்யப்பட்ட டைக்ஸ் தம்பதியினரின் இரண்டு பச்சிளம் குழந்தைகளும் அந்த மதகுருமுன் கொண்டுவரப் பட்டனர். அவர் அந்தக் குழந்தைகளுக்குத் தலா 30 ரூபாய் கொடுத்தார்.
>
> 'உங்களுடைய ஆட்கள் கொன்றுபோட்டவர்களின் குழந்தை களுக்கு முப்பது ரூபாய் கொடுக்கிறீர்களே... உங்களுக்கு வெட்கமாக இல்லையா?' என்று ஒரு கன்யாஸ்திரீ கோபத்தில் கேட்டார்.
>
> பிர் எதுவும் சொல்லவில்லை. ஆனால், அவர் வந்தபிறகு மடாலயத்தில் நிலைமை மேம்பட்டது. [19]

மான்கி ஷரீஃபின் பிர் வந்ததைத் தொடர்ந்து வேறு சில நல்ல விஷயங் களும் நடந்தன. லஷ்கர்களின் கொள்ளையடிப்பு நிற்கவில்லை

என்றாலும் பாரமுல்லாவில் அதன் பிறகு கட்டடங்களை அழித்தல் போன்ற அசம்பாவிதங்கள் நடைபெறவில்லை. மடாலயத்துக்கு அதன்பிறகு எந்தத் தீங்கும் நடக்கவில்லை. ஆனால், பல்வேறு பழங் குடிப் பிரிவுகளும் ஒன்றாக இணைக்கப்பட்டு ஒரு வலுவான படையாக ஆக்கப்பட்டிருக்கவில்லை. காஷ்மீரின் தலைநகரான ஸ்ரீநகரை நோக்கி பழங்குடியினர் முன்னேறியபோது இங்கும் அங்குமாகப் பிரிந்து சென்றார்கள். முன்பைவிட எந்தவிதத்திலும் கட்டுப்பாட்டில் முன்னேற்றம் இருக்கவில்லை.

லஷ்கர் படைக்குத் துணையாக அனுபவம் வாய்ந்த சில ராணுவ அதிகாரிகள் உடன் வந்திருந்தனர். அவர்கள் பாகிஸ்தான் ராணுவத்தின் உத்தரவினாலோ, சிவில் அதிகாரிகளின் உத்தரவினாலோ வந்திருந் தனரா அல்லது தங்கள் சுய விருப்பத்தின்பேரில் வந்திருந்தனரா என்று தெரியாது. ஆனால், மிகவும் குறைவான நபர்களே வந்திருந்தனர். மிகக் குறைவானவர்களை மட்டுமே தான் நேரில் பார்த்ததாக சிட்னி ஸ்மித் தன் குறிப்பில் எழுதியிருந்தார்.

பாகிஸ்தானைப் பொருத்தவரை, எப்படிப் பார்த்தாலும் இது மிகவும் மோசமானது. நடந்த நிகழ்வுகளில் அவர்களுக்குப் பங்கிருந்தது. ஆனால், முறைகேடுகளைத் தடுக்கவோ வெற்றியை உறுதிப்படுத்தவோ அவர்களால் முடியவில்லை. காஷ்மீர் இந்தியாவுடன் இணைந்ததைத் தொடர்ந்து காஷ்மீர் போர் மிக முக்கியமான ஒன்று என்பதைப் பாகிஸ்தானின் புதிய ஆட்சியாளர்கள் உணர்ந்துகொண்டிருந்தனர். பழங்குடிப் படையை வெறும் முகப்பாக வைத்துக்கொண்டு வெற்றியைப் பெற முடியவில்லை. ஆனால், முழுமையான பாகிஸ்தான் ராணுவத்தைக் களமிறக்க முடியாத சூழலில், பழங்குடிகளை மட்டும்தான் ஜின்னாவால் நம்ப வேண்டியிருந்தது. சண்டை நீடிக்க நீடிக்க, யார் காஷ்மீரைக் கைப்பற்றுவார்கள் என்ற குழப்பம் வலுவடைய ஆரம்பித்ததும், பழங்குடியினருக்குப் பாகிஸ்தான் அரசு உடனடியாக அதிக ஆதரவு தரவேண்டிய நிலை ஏற்பட்டது.

பழங்குடியினருக்குப் பாகிஸ்தான் அரசு ஆதரவு தருவது தொடர்பான விவாதம் பற்றிய மிகத் தெளிவான, முக்கியமான தகவல்கள் சர் ஜார்ஜ் கன்னிங்ஹாம் எழுதிய டைரியில் இடம்பெற்றிருக்கின்றன. ஜின்னா அவரை, அவரது பழைய பணியான வட மேற்கு எல்லைப் பகுதியின் ஆளுநராக நியமித்திருந்தார். ஜின்னாவுக்கும் ஃபீல்ட் மார்ஷல் ஆச்சின்லெக்குக்கும் இடையில் கடுமையான வாக்குவாதம் நடைபெற்று, அதன் விளைவாகப் பாகிஸ்தான் தன் ராணுவத்தை அனுப்புவதை நிறுத்தியதற்கு மறுநாள், அக்டோபர் 29 அன்று, ஜின்னாவும் கன்னிங்ஹாமும் லாஹூரில் சந்தித்து, ஆக்கிரமிப்புக்கு எப்படி மறைமுகமாக உதவ முடியும் என்பது குறித்துப் பேசினார்கள்.

இப்போது இருக்கும் நிலைமையின்படிப் பார்த்தால் ஜீலம் பள்ளத்தாக்கு வழியாக ராணுவத்தை அனுப்பி, பாரமுல்லா வில் அவர்களை முகாமிட வைப்பது கடினம் என்று நினைத் தேன். பழங்குடியினரின் செயல்பாடுகளோடு ராணுவத்தின் பணியை இணைத்துக் குழப்பவேண்டாம் என்று ஜின்னாவிடம் கெஞ்சிக் கேட்டுக்கொண்டேன். இரண்டும் இணைந்து செல்லவே முடியாது. தேவைப்பட்டால், அழுத்தம் அதிகரித் தால், அதிகப் பழங்குடிகளை அனுப்புவதே சரியாக இருக்கும் என்றேன். மேலும், அவர்களுக்கான உணவுப் பொருள்கள், வெடி மருந்துகள் ஆகியவற்றை அதிகப்படுத்தவேண்டும் என்றும் அவர்களுக்கு மேலாக ஒரு பொறுப்பான தலைவர் இருக்கவேண்டும் என்றும் குறிப்பிட்டேன். கடைசியில் ஜின்னா இவற்றுக்குச் சம்மதித்தார்...[20]

இதைத் தொடர்ந்து நடைபெற்ற ஒரு விவாதத்தில், பாகிஸ்தான் பிரதமர் லியாகத் அலி கான், லஷ்கர் படையினருக்கு உதவ ஏழு அம்சத் திட்டம் ஒன்றை ஏற்றுக்கொண்டார்.

பாரமுல்லாவில் லஷ்கர் படை எண்ணிக்கை 5,000-க்குக் குறையாமல் பார்த்துக்கொள்ளப்படும். அவர்களுக்குத் தேவையான பொருள்கள் பஞ்சாபிலிருந்து அனுப்பப்படும். தன் பொறுப்பில் இருக்கும் கிராமப்புறப் பாதுகாப்புத் துறையிருந்து ஒரு லட்சம் தோட்டாக்களை கன்னிங்ஹாம் தந்து உதவுவார். பூஞ்ச் பகுதியில் கலவரத்தில் ஈடுபடுபவர்களுக்கு வேறு வழிகளில் வெடிமருந்துகள் கொண்டுசேர்க்கப்படும். பழங்குடியினர் வீடு திரும்பும்போது அவர்களுக்குப் பணம் கொடுக்கப்படும். இறந்தவர்களின் உடல்களை மிகவும் வெளிப்படையாகப் பஞ்சாப் வழியாகக் கொண்டுசெல்லாமல், வேறு வழியில் கொண்டுசெல்லப்படும். பாகிஸ்தான் அதி காரிகள் ஐந்து பேரைக் கொண்ட ஒரு தலைமைக் குழு அபோட்டாபாத்தில் இருந்து செயல்படும். படைக்கு ஆட் களை நியமித்தல், செயல் திட்டம் தீட்டுதல், தேவையான பொருள்களைக் கொடுத்தல் போன்றவற்றை இந்தக் குழு நிர்வகிக்கும். தாக்குதலுக்கு மேற்கொண்டு ராணுவ அதிகாரி கள் தேவைப்பட்டால், அவர்களுக்கு விடுப்பு கொடுப்பதே சரி.[21]

பழங்குடி வீரர்களுக்கு உதவி செய்து அவர்களைத் திறமையான படையாக ஆக்குவதில் பாகிஸ்தான் அதிகாரிகள் ஆர்வத்துடன் இருந்தனர். பாரமுல்லா மடாலயத்தில் அடைபட்டிருந்தபோது சிட்னி ஸ்மித் இதைக் கவனித்து, பிரிட்டிஷ் அதிகாரிகளிடம் பின்னர்

தெரிவிக்கவும் செய்தார். 'புதிதாகச் சீருடை அணிந்த பஞ்சாபி வீரர்கள் 1,000 பேரை அவர் பார்த்தார். காவலர்கள்போல் காட்சியளித்த அவர்களுடைய பணி, சட்டம் ஒழுங்கை நிலைநாட்டுவதே. மடாலயத்திலும் மருத்துவமனையிலும் இத்தகைய காவலர்கள் நியமிக்கப்பட்டனர். அவர்கள் தங்கள் பணியைச் சிறப்பாகச் செய்ததாகவும் அவர்களில் பெரும்பாலானோர் முன்னாள் ராணுவப் பணியாளர்கள் என்றும் ஸ்மித் தெரிவித்தார்.' அவர்களை மான்கி ஷரீஃபின் பிர் அனுப்பியிருக்கவேண்டும் அல்லது ஒழுக்கக்கேடுகள் குறித்து அவர் அனுப்பிய புகாருக்கு பதிலாக அவர்கள் அனுப்பப்பட்டிருக்க வேண்டும் என்று ஸ்மித் தெரிவித்தார்.[22]

இந்தியாவுக்கு எதிரான சக்திகளை வலுப்படுத்த பாகிஸ்தான் முயற்சி மேற்கொண்டதை யுனைட்டட் பிரஸ் ஏஜென்ஸியின் செய்தியாளர் ஜிம் மைக்கேல்ஸ் குறிப்பிட்டார். பாகிஸ்தானின் ராவல்பிண்டியில் இருந்து அவர் பூஞ்சுக்குப் போயிருக்கிறார். ஆஸாத் காஷ்மீருக்கான போராளிகளையும் அவர்களுடைய தலைவர்களையும் அவர் பார்த்திருக்கிறார். 'திரும்பி வரும் வழியில் ஓர் ஆச்சரியமான விஷயத்தைப் பார்த்தேன். குறைந்தபட்சம் ஒரு பட்டாலியன் பாகிஸ்தான் ராணுவ வீரர்கள் காஷ்மீருக்குள் நுழைவதைப் பார்த்தேன். நுழைவதற்குமுன், அடையாளம் தெரியாமல் இருக்கவேண்டும் என்பதற்காகத் தங்கள் ராணுவ இலச்சினைகளைக் கிழித்து எறிந்துவிட்டுப் போனார்கள். என்னை அழைத்துச் சென்றவர்கள், நான் அந்தக் காட்சியைப் பார்ப்பதைத் தடுக்கவே இல்லை.'[23]

லஷ்கர்களைக் கட்டுக்குள் கொண்டுவருவதில் சர் ஜார்ஜ் கன்னிங்ஹாம் பிரதான பங்கு வகித்திருந்தாலும், அவர்களைக் கட்டுக்குள் கொண்டுவர முடியாது என்றே அவருக்குத் தோன்றியது.

> ஒட்டுமொத்த நிகழ்வுகள் குறித்து எனக்கு மகிழ்ச்சி இல்லை... ஜின்னா தான் பெரும் தவறு செய்துவிட்டதாக நினைக்கிறார். அதிலிருந்து வெளியேற என்ன வழி கிடைக்கும் என்று பார்க்கிறார். (பழங்குடியினரின் தாக்குதல், காஷ்மீரை இந்தியாவின் பக்கம் சாயவைத்துவிடும் என்று எனக்குத் தெளிவாகத் தெரிந்திருந்தது; ஆனால் ஜின்னா அப்படி ஆகும் என்று நினைக்கவில்லை.) போகட்டும்... மோசமான விஷயங்கள் நடந்துவிட்டன. இனிமேல் என்ன செய்வது என்று பார்க்க வேண்டும். வழியெல்லாம் சிக்கல்கள் மட்டுமே தெரிகின்றன. பழங்குடியினர் திரும்பிச் செல்லும்போது நம் நாட்டிலேயே அடிக்கப்போகும் கொள்ளைகளை எப்படித் தடுத்து நிறுத்தப்போகிறோமோ! லஷ்கர்களில் ஒருவனாக நான் ஆவேன் என்பதைக் கற்பனை செய்துகூடப் பார்த்திருக்க

முடியாது. ஒரே ஆறுதல்... அது சீக்கியர்களுக்கும் (சர்தார்) படேல் போன்றவர்களுக்கும் எதிரானது என்பது மட்டுமே.[24]

ஒன்றுக்கும் மேற்பட்ட வழிகளில் கன்னிங்ஹாம் லஷ்கர்களில் ஒருவராக ஆகியிருக்கிறார் என்று தெரிகிறது. அவர்களுடைய மனநிலையைப் பகிர்ந்துகொண்டிருக்கிறார். ஆக்கிரமிப்புக்கு உதவி புரிந்திருக்கிறார். அவரது கடைசிக் கருத்து, எப்படி, பிரிவினையைத் தொடர்ந்து நடைபெற்ற வன்முறை நாடுகளுக்கும் சமூகங்களுக்கும் இடையே வெறுப்பை வளர்த்திருந்தது என்பதைத் தெளிவாக எடுத்துக்காட்டுகிறது.

வார்த்தைகளைப் பயன்படுத்துவதில் மிகவும் எச்சரிக்கையான வழக்கறிஞர்போலச் செயல்படக்கூடிய ஜின்னாகூட சமயங்களில் பழங்குடிப் படை தன் நேரடிக் கட்டுப்பாட்டுக்குள் இருந்ததாகச் சொல்லியிருக்கிறார். இந்தியாவின் கவர்னர் ஜெனரல் மவுண்ட் பேட்டன், ஜின்னாவை லாஹூரில் நவம்பர் 1 அன்று சந்தித்தார். இந்தியப் படைகள் ஸ்ரீநகருக்கு அனுப்பட்டதற்கு ஐந்து நாள்கள் கழித்து நடந்த அந்தச் சந்திப்பில், பதற்றத்தைக் குறைக்கவும் இந்திய ராணுவத்துக்கும் பழங்குடிப் படைகளுக்கும் இடையிலான போரை நிறுத்தவும் மவுண்ட்பேட்டன் முயற்சிகளை மேற்கொண்டார். அந்தச் சந்திப்பின்போது, தான் பழங்குடிகளைக் கட்டுப்படுத்துவதில்லை என்று பாகிஸ்தான் அரசு சொல்லிவந்த கூற்றுக்கு மாறாக ஜின்னா பேசினார்.

> இரு தரப்பினரும் உடனடியாகப் படைகளை விலக்கிக் கொள்ளவேண்டும் என்று ஜின்னா சொன்னார். விலக்கிக் கொள்வது ஒரே நேரத்தில் நடைபெறவேண்டும் என்று அழுத்தம் கொடுத்துச் சொன்னார். பழங்குடிப் படையினர் எப்படி விலகுவார்கள் என்று நான் கேட்ட கேள்விக்கு, தான் ஓர் உத்தரவு போட்டால் போதும் என்றும் அப்படி அவர்கள் தான் சொல்வதைக் கேட்கவில்லை என்றால், பெருமளவு ராணுவத்தை அவர்களை நோக்கி அனுப்புவேன் என்றும் ஜின்னா சொன்னார். நான் அவருடன் ஸ்ரீநகருக்குப் பறந்து செல்வதை ஏற்றுக்கொண்டால், 24 மணி நேரத்துக்குள் அனைத்தையும் சுமுகமாக முடித்துவிட முடியும் என்று அவர் உத்தரவாதம் தந்தார்.
>
> பழங்குடியினர் மீது தனக்கு இருந்ததாக அவர் சொன்ன செல்வாக்கு குறித்து நான் அவரிடம் சிறிது அதிர்ச்சியைக் காட்டினேன்.[25]

பழங்குடிகள்மீதான கட்டுப்பாடு எந்த அளவுக்கு இருந்திருந்தாலும், அவர்கள் கொடுத்த உதவி, ஆக்கிரமிப்பைத் திட்டமிட்டவர்கள் எதிர்பார்த்த அளவுக்கு இருக்கவில்லை. காஷ்மீரில் இருந்து ஆக்கிரமிப்பாளர்கள் விரட்டியடிக்கப்பட்ட ஒரு மாதத்துக்குப் பிறகு, கராச்சி மருத்துவமனையில் குணமடைந்து வந்த குர்ஷித் அன்வர் யார்மீது பழியைப் போடலாம் என்று யோசித்துக்கொண்டிருந்தார். அரசாங்கத்தின் ஆதரவு இல்லாமல் போனதால்தான் தன் திட்டங்கள் தோல்வியடைந்ததாக முஸ்லிம் லீகின் டான் பத்திரிகைக்கு அவர் தெரிவித்தார். 'ஸ்ரீநகரைக் கைப்பற்றப் பழங்குடியினர் மேற்கொண்ட வீர தீரச் செயலுக்குப் பாகிஸ்தான் அரசு எந்த உதவியும் செய்யாமல் இருந்தது குறித்துத் தான் மிகவும் கசப்படைந்திருந்ததாக அவர் சொன்னார். போதுமான ஆயுதங்களும் தளவாடங்களும் தரப்பட்டால் பழங்குடியினர் சில நாள்களுக்குள்ளாகக் காஷ்மீரைக் கைப்பற்றி யிருப்பார்கள் என்று தான் திடமாக நம்புவதாகவும் அவர் தெரிவித்தார்.'[26]

ஆனால், உண்மையில் பாகிஸ்தான் அதிகாரிகள் போதிய ஆயுதங்கள், எரிபொருள்கள், போக்குவரத்து வசதிகள் ஆகியவற்றைத் தந்திருந் தனர். அதற்குமேல் அவர்கள் செய்யக்கூடியதாக இருந்தது ஒன்றே ஒன்று மட்டுமே: பழங்குடியினருக்கு ஆதரவாகப் பாகிஸ்தான் ராணுவத்தை முழுதாகக் களத்தில் இறக்குவது. ஜின்னா அதைத்தான் ஆரம்பத்தில் விரும்பியிருந்தார். அதைத்தான் பாகிஸ்தான் அரசு அடுத்த ஆண்டின் வசந்த காலத்தில் நடைமுறைப்படுத்தியது. குர்ஷித் அன்வர் பழிபோட இன்னொரு குழுவினரும் இருந்தனர். கராச்சியில் தான் சந்தித்த பிரிட்டிஷ் ராணுவ வீரர் ஒருவரிடம், அன்வர், பழங்குடிப் படைகளிடம் பெரும் குறைகள் இருந்தன என்றார். 'மசூதுகள்மீது அவருக்குக் கடும் கோபம் இருந்தது. அவர்கள்தான் அங்கு பொதுமக்கள்மீது நடந்த கொடூரத் தாக்குதல்களுக்கும் லஷ்கர் படைகளின் தாமதத்துக்கும் முழுமையான காரணம் என்று அவர் நினைத்தார்.'[27]

பழங்குடிப் படையைப் பயன்படுத்திக் காஷ்மீர் பள்ளத்தாக்கில் வலுவான நிலையைப் பெறுவதைவிட, அவர்களை எப்படியாவது பத்திரமாக மீண்டும் எல்லைப் பகுதிக்குத் திரும்பப் பெற்றுக்கொள் வதே பாகிஸ்தான் அரசின் முக்கியமான நோக்கமாகிவிட்டது. சர் ஜார்ஜ் கன்னிங்ஹாம் நவம்பர் நடுப்பகுதியில் தன் டைரியில் இதைப்பற்றிக் குறிப்பிட்டார். '(எல்லை மாகாண முதல்வர்) அப்துல் கயூம் என்னைப் பார்க்க வந்திருந்தார். காஷ்மீர் திட்டத்தைச் செயல் படுத்தி வருவோர், பழங்குடியினரால் பெரும் நெருக்கடிகளுக்கு ஆளாகிவிட்டனர் என்று சொன்னார். என்னிடம் கேட்டிருந்தால்,

மூன்று வாரங்களுக்கு முன்பே இதை அவர்களிடம் சொல்லி யிருப்பேன்.' அந்த மாதத்தின் இறுதியில் முதல்வர் வெளிப்படையாக ஓர் அறிவிப்பை வெளியிட்டார். பழங்குடிப் படையினரைப் பாகிஸ்தான் தன் ராணுவத்தில் சேர்த்துக்கொண்டுஅவர்களுக்குத் தீவிரப் பயிற்சி தரவேண்டும்; ஏனெனில் அவர்களிடையே ஒழுங்கும் கட்டுப்பாடும் இல்லை.[28] அவர்கள் எந்த அளவுக்கு முறைகேடாக நடந்துகொள்பவர்கள் என்பது அவருக்கு நன்றாகவே தெரியும்.

எனினும் பழங்குடியினர் பாரமுல்லாவோடு நின்றுவிடவில்லை. 27 அக்டோபர் தொடங்கி இந்திய விமானங்களில் தினமும் நூற்றுக் கணக்கான ராணுவ வீரர்கள் காஷ்மீருக்கு அனுப்பப்பட்டாலும், பழங்குடியினர் ஸ்ரீநகரின் மையப்பகுதிக்குச் சில மைல்கள் அருகில் வரை முன்னேறிவிட்டனர். கிட்டத்தட்ட விமானதளத்தின் சுற்றுச் சுவர் அருகில்வரை சென்றுவிட்டனர். அடுத்த பத்து நாள்கள் கழித்துத்தான், நிலைமை இந்தியாவுக்குச் சாதகமாக மாறத்தொடங்கியது.

8

ஸ்ரீநகரை நோக்கி

ஜீலம் பள்ளத்தாக்குச் சாலை வழியாக ஸ்ரீநகரிலிருந்து பாரமுல்லா வரும்போது, புறநகர்ப் பகுதியில் ஒரு பெரிய, நவீனமான, போர்த் தியாகிகள் நினைவிடம் அமைந்துள்ளது. போர் இன்னும் முடியவில்லை என்பதை உணர்த்துவதுபோல் அந்த நினைவிடத்துக்கு ஓர் இந்திய ராணுவ வீரர் காவலாக நிற்கிறார். நான் அந்தப் பகுதியைக் கடந்தபோது, ராஷ்ட்ரிய ரைஃபிள்ஸ் படையினர் பணியில் இருந்தனர். யாருமே வராத நினைவிடம் ஒன்றுக்கு நான் வந்தது அவர்களுக்கு மகிழ்ச்சியைத் தந்திருக்க வேண்டும். என்னுடன் வந்த இரண்டு காஷ்மீரிகளும் காரிலிருந்து இறங்கவேயில்லை. இந்திய ராணுவ நினைவிடத்துக்கு உள்ளூர்க்காரர்கள் வருவது, அவர்கள்மீது அதிக கவனத்தைக் குவிக்கக்கூடும்.

செங்கல்லால் கட்டப்பட்ட வளைவைத் தாண்டி இருக்கும் ஒரு கறுப்பு பளிங்குக் கல்லில், காஷ்மீரின் ஆரம்பகட்டப் போரில் இறந்த இந்தியர்களின் பெயர்கள் பொறிக்கப்பட்டுள்ளன. காவலர்களின் உற்சாகப்படுத்தலைத் தொடர்ந்து, சில புகைப்படங்கள் எடுத்துக்கொண்டபின், நன்கு பராமரிக்கப்பட்ட, இரு புறமும் பூச்செடிகள் வளர்க்கப்பட்ட மேடான ஒரு பாதையில் நடந்து சென்றேன். அந்தப் பாதை, அருமையான நினைவுத்தூண்கள் இருக்கும் மலைப் பகுதிக்கு இட்டுச் சென்றது. அதன் கீழே இருந்த

கல்வெட்டில், 'காஷ்மீரிகள் சுதந்தரமாக வாழவேண்டும் என்பதற்காகத் தங்கள் இன்னுயிரை ஈந்த சீக்கிய ரெஜிமெண்ட்டின் முதல் பட்டாலியனைச் சேர்ந்த வீரம் நிறைந்த ராணுவத்தினரின் நினைவாகக் கட்டப்பட்டது. 27 அக்டோபர் 1947-ல் ஸ்ரீநகரில் முதன்முதலாகக் கால் பதித்த இந்திய வீரர்கள் இவர்களே. இந்தக் குன்றில்தான் அவர்கள் முதல் போரை நிகழ்த்தினர்' என்று பொறிக்கப்பட்டுள்ளது. இந்த இடத்திலிருந்துதான், பாகிஸ்தானின் படைகளை விரட்டுவதற்காக முதல் தோட்டா சுடப்பட்டது. முதல் கட்டத் தாக்குதலின் முடிவு, காஷ்மீரின் இந்தியப் படைகளுக்குச் சாதகமாக இருக்கவில்லை.

முதல் சீக்கிய பட்டாலியனைக் காஷ்மீருக்குக் கொண்டுசெல்லும் பொறுப்பு லெஃப்டினண்ட் கர்னல் தேவன் ரஞ்சித் ராய்வசம் ஒப்படைக்கப்பட்டிருந்தது. அவர் சில நாள்கள் முன்புதான் கமாண்டிங் அதிகாரியாக ஆகியிருந்தார். ஸ்ரீநகரைச் சென்றடைந்ததும் விமான தளத்திலிருந்த காஷ்மீர் அரச படைகளிடமிருந்து, பழங்குடியினர் இன்னமும் பாரமுல்லாவுக்கு வந்து சேர்ந்திருக்கவில்லை என்ற பிழையான தகவலே கிடைத்தது. (ஆனால் விரைவிலேயே வான் வழியாக ஒற்றறிந்ததில் அந்தத் தகவல் தவறானது என்பது தெரிந்து விட்டது.) விமானம் இறங்கிய ஒரு மணி நேரத்துக்குள்ளாகவே அவர், முதல் 9 விமானங்களிலிருந்து இறங்கிய 140 வீரர்களைச் சேர்த்து அணி வகுத்தார். விமானதளத்தைப் பாதுகாக்க இந்தப் படை போதாது என்று அவர் நினைத்தார். ஒருவேளை அங்கு நடக்கும் தாக்குதலைச் சமாளித்தாலும் ஸ்ரீநகரைப் பாதுகாக்க முடியாமல் போய்விடும். எனவே, வரும் வழியிலேயே ஆக்கிரமிப்பாளர்களைத் தாக்கி அவர்கள் முன்னேறுவதைத் தடுக்க அவர் பாரமுல்லாவை நோக்கிப் புறப்பட்டார்.[1]

அவர்கள் பாரமுல்லாவுக்கு ஒன்றரை மைல் தொலைவுவரை சென்றடைந்தனர். மகாராஜாவின் குதிரைப்படையில் எஞ்சியிருந்தவர்களும் அவர்களுடன் சேர்ந்துகொண்டனர். சற்று உயரமான பகுதியிலிருந்து பார்த்தபோது, தீக்கிரையாக்கப்பட்ட கட்டடங்களில் இருந்து கிளம்பிய புகை கண்ணுக்குத் தெரிந்தது. அது மட்டுமின்றி, அங்கிருந்த கிளம்பிய கூச்சலையும் கூக்குரலையும் நன்கு கேட்க முடிந்தது.

தங்களுடைய ரெஜிமெண்டுக்குப் புதிதாக நியமிக்கப்பட்டிருக்கும் தாற்காலிக கமாண்டண்ட், லெஃப்டினண்ட் கர்னல் டாம் டைக்ஸ் பாரமுல்லாவில்தான் சிக்கிக்கொண்டிருக்கிறார் என்பது சீக்கிய ரெஜிமெண்ட்டுக்குத் தெரியாது. இந்தியப் படைவீரர்கள் பாரமுல்லாவுக்கு வெளியில் தாக்குதலுக்குத் தயாரான அதே நேரத்தில்தான் பாரமுல்லா

மடாலயம் தாக்கப்பட்டது. இந்தியப் படைகள் கேட்ட கூக்குரலில் ஒரு பகுதி, மடாலயத்திலிருந்தும் மருத்துவமனையிலிருந்தும் கிளம்பிய தாக இருக்கக்கூடும். ஏனெனில் அவைதான் இந்திய வீரர்களின் முதல் தாக்குதல் தளத்துக்கு அருகில் இருந்தன. இந்தியப் படைகள் மிகவும் குறைவான எண்ணிக்கையில் இருந்ததால், ஆக்கிரமிப்பாளர்களைத் தடுக்க முயற்சிகள் எதையும் அவர்கள் மேற்கொள்ளவில்லை.

சீக்கியப் படைக்கு, பாரமுல்லாவின் முதல் இரவு அமைதியாகக் கழிந்தது. 28 அக்டோபர் காலையில்தான் முதல் தோட்டா புறப்பட்டது. அடுத்த நாள் காலை 9 மணி வாக்கில், ஜீலம் பள்ளத்தாக்கு வழியாகப் பழங்குடியினர் முன்னேறி, கொஞ்சம் பெரிய ஊரான சோபோரை நோக்கிச் செல்லும்போது இரு தரப்பினரும் துப்பாக்கிச் சண்டையில் ஈடுபட்டனர். கிடைத்துள்ள பல்வேறு தகவல்களின்படி, மதிய வாக்கில் லஷ்கர் படையினர் மெஷின் துப்பாக்கிகள், பீரங்கிகள் ஆகியவற்றைக்கொண்டு இந்தியத் தரப்பின்மீது தாக்குதல் தொடுக்கத் தொடங்கினர். இறுதியில் அதில் வெற்றியும் கண்டனர். பின் மதியத்தில், இந்திய வீரர்களின் எண்ணிக்கையும் ஆயுதங்களும் குறைவாகவும் இருந்த காரணத்தால் கர்னல் ராய் தன் படையைப் பின்வாங்கிக்கொள்ள முடிவு செய்தார்.

இந்தியப் படையின் முதல் தாக்குதல்களைக் கண்ணால் கண்ட ஒருவரது குறிப்புகள் கிடைத்திருக்கின்றன. ஜான் தாம்சன் என்னும் பிரிட்டிஷ்காரர் உலகப் போரின்போது ராணுவ மேஜராகப் பணிபுரிந்திருந்தார். சம்பவம் நடந்தபோது, பாரமுல்லாவில் ஒரு மரத் தொழில் நிறுவனத்தில் பொது மேலாளராகப் பணி புரிந்துவந்தார். பாரமுல்லாவின் லீலா பாஸ்ரிச்சாவைத் திருமணம் செய்துகொள்ள விரும்பியிருந்தார் (அவர்கள் பின்னர் மணம் செய்துகொண்டு 40 ஆண்டுகள் இணைந்து வாழ்ந்தனர்). லீலாவின் பெற்றோரும் சகோதர சகோதரிகளும் மடாலயத்தில் அடைக்கலம் புகுந்திருந்தனர். இந்தியப் படைகள் காஷ்மீருக்கு வந்து சேர்வதற்கும் பழங்குடியினர் மடாலயத்தின்மீது தாக்குதல் நடத்துவதற்கும் முந்தைய நாளான அக்டோபர் 26 அன்று, 35 மைல் தொலைவிலிருந்த ஸ்ரீநகருக்கு தாம்சன் சைக்கிளிலேயே போயிருக்கிறார். மடாலயத்தில் இருந்தோரை, குறைந்தபட்சம் அங்கு அபாயகரமான நிலையில் இருந்தோரை யாவது, பாதுகாப்பான இடத்துக்குக் கொண்டுசெல்ல வேண்டிய ஏற்பாடுகளைச் செய்யவே அவர் ஸ்ரீநகருக்குப் போயிருந்தார். தன் குடும்பத்தாரும் பணியாளரும் பயணிக்க ஒரு வாகனம் வேண்டும் என்று கேட்டு கர்னல் டைக்ஸ் எழுதிக்கொடுத்திருந்த கடிதத்தையும் தாம்சன் எடுத்துச் சென்றிருந்தார்.

ஸ்ரீநகரில், டெய்லி எக்ஸ்பிரஸின் சிட்னி ஸ்மித்துடன் சேர்ந்து, அவர் மேஜர் டபிள்யூ.பி. க்ரான்ஸ்டனைச் சந்தித்தார். காஷ்மீரின் அரசியல் நிலைமையைக் கண்காணிக்கவும் அங்கிருக்கும் பிரிட்டிஷ் குடி மக்களைப் பாதுகாப்பாக மீட்கவும் பிரிட்டிஷ் ஹை கமிஷன், க்ரான்ஸ்டனை ஸ்ரீநகருக்கு அனுப்பியிருந்தது. காஷ்மீர் தலைநகரில் மேஜர் இருந்த விஷயம், அப்போதும் அதற்குப் பிறகும் பெரும் விமரிசனத்தைக் கிளப்பியது. அவர் பிரிட்டிஷ் உளவுத்துறைக்காக வேலை செய்தார் என்று எந்த ஆதாரமும் இல்லாமல் சில இந்திய வரலாற்றாளர்கள் குறிப்பிட்டனர். ஆனால், ஸ்ரீநகரில் தங்கியிருக்கும் பிரிட்டிஷ்காரர்களைச் சாலை வழியாகவோ வான் வழியாகவோ அங்கிருந்து பாதுகாப்பாக மீட்பதே அவருடைய முக்கியமான பணியாக இருந்தது.

அவர் தலைமையகத்துக்கு அனுப்பிய குறிப்புகள் பிரிட்டிஷ்காரர் களைப் பாதுகாப்பதுடன் நின்றுவிடவில்லை. பழங்குடிப் படைகளின் தன்மை, முன்னேறி வரும் விவரம், பின் வாங்கிச்செல்லும் விவரம் போன்ற பலவுடன், காஷ்மீர் போர் தொடர்பான மிக முக்கியமான பல தகவல்கள் அவரிடமிருந்து நமக்குக் கிடைக்கிறது. க்ரான்ஸ்டன் காஷ்மீரில் இருக்கிறார் என்பதே, இந்தப் பிரச்னையில் பிரிட்டனின் பங்கு குறித்து பாகிஸ்தான் அடைந்த வருத்தத்துக்குக் காரணமாக அமைந்தது. 'காஷ்மீரில் ஒரு பிரிட்டிஷ் பிரிகேடியர் இருக்கிறார் என்பது இங்கு இருப்பவர்களிடையே பெரும் அதிருப்தியை உருவாக்கி யிருக்கிறது' என்று லாஹூரில் இருந்த பிரிட்டிஷ் அதிகாரி ஒருவர் அனுப்பிய செய்தியில் இடம்பெற்றிருந்தது.[2]

மேஜர் க்ரான்ஸ்டன், ஜான் தாம்சன், சிட்னி ஸ்மித் ஆகிய மூன்று பிரிட்டிஷ்காரர்களும் அக்டோபர் 28, செவ்வாய்க்கிழமை அன்று காஷ்மீர் ராணுவத் தலைமையகத்துக்குச் சென்றனர். 'கர்னல் டைக்ஸின் குடும்பத்தினரை மீட்டுக்கொண்டுவர தாம்சன் ஒரு லாரியை எடுத்துச் செல்ல விரும்பினார். பாரமுல்லாவை மீட்க ராணுவ நடவடிக்கைகள் நடைபெற்றுக்கொண்டிருந்ததால் அதிகாரிகள் அதற்கு அனுமதி தர மறுத்துவிட்டார்கள். ராணுவச் சீருடை அணிந்துகொண்டு, பிரிட்டனின் யூனியன் ஜாக் கொடியைப் பறக்கவிட்டபடி ஒரு லாரியில் பழங்குடிகள் தாக்குதல் நடத்தும் இடத்துக்குச் சென்று கர்னல் டைக்ஸையும் குடும்பத் தினரையும் மீட்டு வரத் தான் தயார்' என்று மேஜர் க்ரான்ஸ்டன் தெரிவித்தார். அதற்கும் அதிகாரிகள் சம்மதிக்கவில்லை.[3]

சண்டை நடக்கும் இடத்துக்குத் தங்களைப் பார்வையாளர்களாக அழைத்துச் செல்லும்படி, ஜான் தாம்சனும் சிட்னி ஸ்மித்தும் இந்திய ராணுவத்தினரைச் சம்மதிக்க வைத்தனர். இருவருக்கும் ராணுவத்தில்

பணியாற்றிய அனுபவம் இருந்தது. தாம்சனுக்கு பாரமுல்லா நன்கு பரிச்சயமான இடம். எனவே, இருவரையும் அழைத்துச் செல்வது உபயோகமாக இருக்கும் என்று இந்திய ராணுவத்தினர் நினைத்தனர். அவர்கள் இருவரும் கர்னல் ராயுடன் ஒரு ஜீப்பில் ஏறி முன்னணிக்குச் சென்றனர். அங்கே, பாரமுல்லாவுக்கு வெளியே இருக்கும் கணவாய்ப் பகுதியில் நிலைகொண்டிருக்கும் சீக்கியப் படைப் பிரிவை அவர்கள் கண்டனர். அந்தப் பகுதி ஸ்ரீநகர் பாதையில் பாரமுல்லாவிலிருந்து சுமார் இரண்டு மைல் தொலைவில் இருக்கும் என்று தாம்சன் கணக்கிட்டார்.

> போர் தொடர்ந்தது. ஆனால், சீக்கியர்களைப் பழங்குடியினர் துரத்திவிட்டனர். எத்தனை பேர் இறந்தார்கள் என்பதைக் கணக்கிட முடியவில்லை. ஆனால் உயிர்ச்சேதம் நிறைய இருக்கும். ஏனெனில் பழங்குடியினர் பின்புறம் இருந்தும் தாக்கினர்... இந்தக் குழப்பத்தில் நானும் சிட்னி ஸ்மித்தும் தனித்து விடப்பட்டோம். ஒரு குழிக்குள் பதுங்கியிருந்தோம். இரண்டு பக்கங்களிலிருந்தும் குண்டுகள் சீறிப் பாய்ந்து கொண்டிருந்தன. மூன்று அங்குல பீரங்கிக் குண்டுகள் எங்கள் அருகில் விழுந்து வெடித்துச் சிதறிக்கொண்டிருந்தது... இறுதியில் எங்களைப் பழங்குடியினர் கண்டுகொண்டனர். எங்களை நோக்கிச் சுட்டனர். ஆனால் நல்லவேளையாக எங்கள்மேல் எதுவும் படவில்லை. அவர்கள் எங்களை அருகில் நெருங்கியதும், நாங்கள் ஐரோப்பியர்கள் என்பதைத் தெரிந்துகொண்டு சுடுவதை நிறுத்திவிட்டனர். எங்களை முரட்டுத்தனமாக அடித்துப் போட்டுவிட்டு, இருந்ததையெல்லாம் பிடுங்கிக் கொண்டனர். ஸ்ரீநகரில் மர விற்பனைக்காக நான் வாங்கி வந்திருந்த 1,500 ரூபாயைப் பறித்துக்கொண்டனர்... எங்களிடமிருந்து பறித்த பணத்தைப் பங்கிட்டுக்கொள்வதில் பழங்குடியினர் இடையே சண்டை ஏற்பட்டது.[4]

பின்னர் ஜான் தாம்சனும் சிட்னி ஸ்மித்தும் பிரிந்தனர். ஜான் தாம்சன் மடாலயத்தை நோக்கித் தப்பிச் சென்றுவிட்டார். சிட்னி ஸ்மித்தைப் பழங்குடியினர் சிறைப்பிடித்துச் சென்றனர்.

பின் மதிய நேரத்தில், சீக்கிய ரெஜிமெண்டின் தலைவரான கர்னல் ராய் காஷ்மீர் போரில் கொல்லப்பட்ட முதல் இந்தியப் படைவீரர்களில் ஒருவராக ஆனார். தன் ஆட்களுடன் திரும்பிச் செல்லும் வழியில் தலையில் சுடப்பட்டு, உடனேயே உயிர் பிரிந்துவிட்டது. சக வீரர்களால் அவருடைய உடலை எடுத்துச் செல்ல முடியவில்லை. எனவே, அங்கேயே வயல்வெளியில் அவரது உடல் மறைத்துவைக்கப்பட்டது.

இந்தியப் படைவீரர்களுக்கான உயர்ந்த விருதான மஹா வீர் சக்ரா, இறப்புக்குப் பின் ரஞ்சித் ராய்க்கு வழங்கப்பட்டது. இந்தியப் படைகளின் ஆரம்ப கட்டத் தாக்குதல், பழங்குடிகள் முன்னேறி வருவதை அதிகபட்சமாக ஒரு முழு நாளுக்குத் தடுத்து நிறுத்தியிருக்கக் கூடும். இதனால், மேலும் பல இந்திய வீரர்கள் ஸ்ரீநகர் விமான தளத்துக்கு வந்து சேர அவகாசம் கிடைத்தது. ஆனால், பாரமுல்லாவில் லஷ்கர் படைகளிடம் அடைந்த தோல்வி, காஷ்மீர் வந்திறங்கிய மறுநாளே சீக்கிய ரெஜிமெண்ட் அதிகாரியைப் பலிகொடுத்தது ஆகியவை இந்தியப் படைக்குப் பெரிய அடிகளாக இருந்தன. சண்டையை ஆரம்பிப்பதற்குமுன் இந்திய அதிகாரிகள் பழங்குடிகளைப் பற்றி என்ன நினைத்திருந்தார்களோ, தெரியாது. ஆனால், இப்போது, நன்கு பயிற்சி பெற்ற, ஆயுதங்கள் நிறைந்த ஒரு படையுடன் போரிட வேண்டியுள்ளது என்பதைப் புரிந்துகொண்டனர்.

இந்தியப் படைகளின் அடுத்த இலக்கு, பட்டான் நகருக்கு அருகில் இருந்த சற்று மேடான பகுதியைக் கைப்பற்றுவது. இந்த நகர், ஸ்ரீநகருக்கும் பாரமுல்லாவுக்கும் சரியாக நடுவில், இரு நகரங்களுக்குமான முக்கியச் சாலையில் இருந்தது. இரண்டு நாள்கள் விட்டு விட்டு நடைபெற்ற சண்டையினால், பழங்குடிகளைக் கட்டுக்குள் நிறுத்தி வைக்க சீக்கியப் படைகளால் முடிந்தது. இந்திய விமானப் படை பணியில் ஈடுபடுத்தப்பட்டு, பழங்குடிகளின் முன்னேற்றம் வெகுவாக முடக்கப்பட்டது. பாகிஸ்தான் வரலாற்று ஆய்வாளர் ஒருவரது கருத்தின்படி, காஷ்மீர் அரச படைகளை எதிர்த்து மட்டுமே போராட வேண்டியிருக்கும் என்ற தைரியத்தில்தான் பழங்குடியினர் காஷ்மீருக்குள் நுழைந்திருந்தனர். ஆனால், அங்கு அவர்கள் எதிர்கொள்ள வேண்டியிருந்ததோ, வலிமை வாய்ந்த இந்தியப் படைகள். அத்துடன் வான்வழி குண்டுவீச்சுடன், இறுதியில் பாதுகாப்புக் கவச வாகனங்களையும் எதிர்கொள்ளவேண்டியிருந்தது.[5]

முதலில், காஷ்மீர் பள்ளத்தாக்கிலிருந்து 200 மைல் தொலைவில் இருந்த அம்பாலாவின் ராயல் இந்திய விமானப் பயிற்சி மையத்திலிருந்து விமானங்கள் புறப்பட்டுச் சென்று, பழங்குடியினர்மீது குண்டுகளை வீசின. ஸ்ரீநகர் விமானதளத்தில் பழுதுபார்க்கும் வசதிகள் இல்லாத நிலையிலும், இந்தியா அங்கிருந்து ஸ்பிட்ஃபயர், ஹார்வர்ட் வகை விமானங்களைப் போருக்குப் பயன்படுத்தியது. அம்பாலாவிலும் அமிர்தசரஸிலுமிருந்து டெம்பெஸ்ட் வகை விமானங்கள் போரில் பயன்படுத்தப்பட்டன. விமானப்படை வீரர் ஜே.ஜே. பவுஷ் அம்பாலாவிலிருந்து அக்டோபர் 28 அன்று ஸ்பிட்ஃபயர் விமானத்தில் பறந்து சென்றார். ஆனால், அவரால் இலக்கைச் சரியாகத் தீர்மானிக்க

முடியாது போய்விட்டது. நொடிப்பொழுதில் யோசித்து, ஸ்ரீநகரில் புல்தரையில் விமானத்தை இறக்கினார்.

> ஓடுதளத்துக்கு அருகில் ஏராளமான ராணுவக் கருவிகளும் பைகளும் இருப்பதைப் பார்த்தோம். அவற்றைக் கவனமாகத் தவிர்த்துவிட்டு பாதுகாப்பான இடம் என்று நாங்கள் கருதிய இடத்தை அடைந்தோம். இறங்கியதும், ஒரு ராணுவ அதிகாரி எங்களிடம் வந்து, எதிரிகள் இருக்கும் இடத்தைக் குறிப் பிட்டார். தரையிலிருந்து விமானங்கள் மேலே கிளம்பிச் செல்வதற்கு வழிநடத்த யாரும் இல்லாத நிலையில், விமான ஓட்டிகளான நாங்களே மாறி மாறி, அந்தப் பணியையும் மேற் கொண்டோம். வானுக்குச் சென்று, எதிரிகள் பாரமுல்லாவுக்கு அருகில் குழுமி இருப்பதைப் பார்த்தோம். வெற்றிகரமாக அவர்கள்மீது குண்டுகளை வீசினோம். ஆக்கிரமிப்பாளர்கள் அங்கும் இங்கும் தலை தெறிக்க ஓடினர். எங்கெல்லாம் முடியுமோ அங்கெல்லாம் பதுங்கிக்கொண்டனர். சில நிமிடங்களுக்குள்ளாக எதிரிகளுக்குப் பெரும் உயிர் இழப்பை ஏற்படுத்தி, அந்த இடத்திலிருந்து அவர்களை அப்புறப் படுத்தினோம். தாக்குதலுக்குப்பின் ஸ்ரீநகருக்குத் திரும்பி னோம். எங்களுக்குத் தேவையான தரை உதவியாளர்களும் கருவிகளும் வந்து சேர்ந்திருக்கவில்லை. எரிபொருள் நிரப்பும் வசதியும் இல்லை. டகோட்டா விமானத்திலிருந்து கொஞ்சம் எரிபொருளை வெளியே எடுத்து, எங்கள் விமானங்களில் நிரப்பிக்கொண்டோம். விமானத்தில் வெடிமருந்துகளை மீண்டும் பொருத்திக்கொள்வது என்ற பேச்சுக்கே இடமில்லை. ஏனெனில் எங்களிடம் வெடிமருந்துகளும் இல்லை. அவற்றை விமானத்தில் ஏற்றக் கருவிகளும் இல்லை.[6]

இந்திய விமானப் படைக்கு வான் முழுதுமே சொந்தமாக இருக்கக் கூடிய மாபெரும் வசதி கிடைத்தது. அம்பாலா விமானப் பயிற்சிப் பள்ளிக்கு, குழு கேப்டன் அர்ஜன் சிங் தலைமை தாங்கியிருந்தார். அவர் பலமுறை காஷ்மீருக்குப் பறந்து சென்றார். 'அது மிகவும் எளிதாக இருந்தது. ஏனெனில் எங்களுக்கு எதிர்ப்பே இல்லை. பாகிஸ்தான் விமானப் படை வரவே இல்லை. அவர்களுடைய குறைந்த விமானங்களுடன் அவர்கள் வந்திருந்தாலும், அது எங்களுக்கு மிகுந்த சிரமத்தைக் கொடுத்திருக்கும். ஏனெனில், காஷ்மீர் முழுதுமே, அம்பாலா அல்லது பிற இந்திய விமானதளங்களைவிட பாகிஸ் தானுக்கு அருகில் இருந்தது.' வான் வழித் தாக்குதல் பயத்தின் காரணமாக பழங்குடிகளால் பகல் பொழுதில் வாகனங்கள்மூலம்

முன்னேறிச் செல்ல முடியவில்லை. இது இந்தியாவுக்குப் பெரு மளவில் சாதகத்தை அளித்தது. ஆனால், பழங்குடிகள் ஜீலம் பள்ளத் தாக்குச் சாலை வழியாக அல்லாமல், கிராமப்புறங்கள் வழியாக, கால்நடையாக முன்னேறி, இந்தியப் படைகளைத் தாண்டிச் செல் வதற்கு எந்தத் தடையும் இருக்கவில்லை.

இந்திய ராணுவம் பள்ளத்தாக்கில் முன்னேறுகிறது என்றும் ஆக்கிர மிப்பாளர்களுக்கு எதிராக வெற்றியைப் பெறுகிறது என்றும் இந்திய அதிகாரபூர்வத் தகவல்கள் தெரிவிக்க ஆரம்பித்தன. வான் வழித் தாக்குதல் அதிகரிக்க அதிகரிக்க, பழங்குடிப் படைகள் தவிடுபொடி ஆக்கப்படுவதாக இந்தியப் பத்திரிகைகள் செய்தி வெளியிட ஆரம்பித்தன. உண்மையில், இந்தியப் படையின் வலிமை நாளுக்கு நாள், நூற்றுக்கணக்கான வீரர்களால் அதிகரித்துக்கொண்டே போனது. ஆக்கிரமிப்பாளர்களுக்கோ உள்ளூரில் இருந்து உதவி கிடைப்பது குறைந்துகொண்டே போனது. லஷ்கர் படைகளின் ஆக்கிரமிப்பு, இந்தியாவுக்கு எதிராக எந்தவிதக் கிளர்ச்சியையும் காஷ்மீர் மக்களிடையே தூண்டிவிடவில்லை. ஆனால், இந்திய அறிக்கைகள் சொன்னதற்கு மாறாக, காஷ்மீரில் ராணுவ நிலைமை சற்று அபாயகர மானதாகவே இருந்தது.

வெளிநாட்டினரை விமானங்கள்மூலம் ஸ்ரீநகரிலிருந்து பாதுகாப்பாக வெளியேற்றும் வேலைகளில் ஈடுபட்டிருந்த விமானிகள், பழங்குடி களின் அச்சுறுத்தல் பற்றிய தெளிவான தகவல்களைக் கொடுத்தனர். ‘ஆயுதம் தாங்கிய முஸ்லிம் பதான் வீரர்கள் காஷ்மீர் சமஸ்தானத் துக்குள் ஊடுருவி காஷ்மீர் தலைநகரை ஆக்கிரமிக்க வந்துவிட்டார்கள்’ என்று ராயல் விமானப் படை விமானி ஒருவர் சொன்னதாக நவம்பர் 1 தேதியிட்ட பத்திரிகைச் செய்தி ஒன்று தெரிவிக்கிறது. ‘ஸ்ரீநகரிலிருந்து 20 மைல் தொலைவில் தாக்குதல் நடக்கும் இடத்துக்கு இந்தியப் படைவீரர்கள் வண்டிகளில் போய்க்கொண்டிருக்கின்றனர். ஸ்ரீநகரின் புழுதி படர்ந்த விமானதளம் இந்தியச் செயல்பாடுகளின் மையமாக விளங்குகிறது.’ வந்து இறங்கும் விமானத்திலிருந்து மளமளவெனக் கீழே ஒழுங்கின்றி இறக்கிவைக்கப்படும் பொருள்கள், தாக்குதலுக்குத் தயாராக இருக்கும் விமானங்களின் வழியில் குறுக்கிட்டன. அதேபோலத்தான், தாங்கள் வந்த வாகனத்தை விட்டு இறங்கித் தலை தெறிக்க விமானத்தில் ஓடி ஏறிக்கொள்ளும் உயர் வர்க்கத்தினரும் செல்வந்தர்களும்.[7]

இந்திய ராணுவத்தின் லெஃப்டினண்ட் கர்னல் ஹர்பக்ஷ் சிங் ஸ்ரீநகருக்கு நவம்பர் 1 அன்று வந்தபோது, அவரது விமானம் தரை யிறங்க முடியுமா என்பதே குழப்பமாக இருந்தது. விமானம் ஸ்ரீநகர்

விமானதளத்தை நெருங்கும்போது கிராமங்கள் தீப்பிழம்பாக எரிவதைப் பார்த்தார். 'எல்லாப் பக்கங்களிலும் புகை மண்டிக்கிடந்தது. விமானதளம் எங்கள் கட்டுப்பாட்டில் இருக்கிறதா அல்லது எதிரிகள் வசம் இருக்கிறதா என்பதே தெரியாமல் இருந்தது. எனவே விமானத்தை இறக்குவதற்குமுன், விமானதளம் யார் வசம் உள்ளது என்று கவனிக்குமாறு விமானியிடம் சொன்னேன். தரையில் இறங்குவதற்குமுன் இறங்குவதுபோல நடிக்குமாறு அவரிடம் சொன்னேன். அப்படி இறங்கியபோது ஒருவர் விமானதளத்தின் அருகில் இருந்த குடிசையிலிருந்து வெளியே வந்து எங்களைப் பார்த்து நட்புடன் கையசைத்தார்; எங்களை நோக்கிச் சுடவில்லை. எனவே நாம் இறங்கலாம் என்று சொன்னேன்.'

கர்னல் ராய் இறந்த செய்தி கிடைத்தபோது ஹர்பக்ஷ் சிங் அம்பாலா வில் ஒரு மருத்துவமனையில் இருந்தார். சீக்கிய ரெஜிமெண்டில் ராய்க்கு அடுத்த உயர் அதிகாரி அவர்தான் என்பதால் உடனே அவர் ஒரு விமானத்தை எடுத்துக்கொண்டு ஸ்ரீநகருக்குப் பறந்து சென்றார். ஸ்ரீநகர் விமான தளத்தில் இறங்கியதும் அவர் சந்தித்த பலரில், அவருடைய மருமகனும் ஒருவர். அவர் சீக்கியர்கள் ஆட்சி புரிந்த பாட்டியாலா சமஸ்தானத்தின் படையில் இருந்தார். பாட்டியாலா ஏற்கெனவே இந்தியாவுடன் இணைந்திருந்தது. பாட்டியாலா படைகளிடமிருந்து துப்பாக்கிகளைக் கடன் வாங்கிய சிங், விமானதளத்துக்கு அருகில் நெருங்கியிருந்த பழங்குடியினரை நோக்கிச் சுட்டுவிட்டு, தான் தலைமை தாங்கவேண்டிய படைகள் இருக்கும் இடத்தைத் தேடிச் சென்றார்.

ஓரிரு நாள்கள் முன்னதாக இந்தியப் பத்திரிகையாளர் அஜித் பட்டா சார்ஜி, ராணுவத்தினருக்கு எரிபொருள் கொண்டுசென்ற விமானத்தின் ஒரே பயணியாக ஸ்ரீநகருக்குச் சென்று, தாக்குதல் நடந்த இடத்துக்கு வெகு அருகில் இறங்கினார் . 'இந்துஸ்தான் டைம்ஸ் பத்திரிகையின் இளம் நிருபராக இருந்தேன். என் நண்பர் ராணுவத்துக்கு எரிபொருள் கொண்டுசெல்லும் விமானியாக இருந்தார். 'என்னுடன் வருகிறாயா?' என்று கேட்டார். உடனே சம்மதித்தேன். பள்ளத்தாக்கை நெருங்கும் போது பார்த்த காட்சி என் மனத்தில் மிகவும் ஆழமாகப் பதிந்திருக் கிறது. ஏனெனில் நாங்கள் மிகவும் தாழ்வாகப் பறந்துகொண்டிருந் தோம். அது ஒரு டகோட்டா டிசி3 வகை விமானம். பனிஹால் கண வாயை அப்போதுதான் கடந்திருந்தோம். ஸ்ரீநகர் வரும்வரை பள்ளத் தாக்கு மிகவும் அழகாக இருந்தது. ஆனால், ஸ்ரீநகரை நெருங்க நெருங்கப் புகைமூட்டம் அதிகரித்தது. தரையில் இறங்கினோம்.' முன்னணியில் போரிட்டுக்கொண்டிருந்த படைகளுக்கு வரிசையாக பொருள்கள் கொண்டுசெல்லப்பட்டபடி இருந்தது அவருக்கு ஞாபகம்

இருக்கிறது. புதிதாக இறங்கிய படைகள் உடனடியாக ஐந்தே மைல் தொலைவில் இருந்த போர்க்களத்துக்கு அனுப்பிவைக்கப்பட்டபடி இருந்தனர்.

ஸ்ரீநகர் முற்றுகையிடப்பட்டிருந்தது. அதன் மின்சாரம் துண்டிக்கப் பட்டிருந்தது. அதன் நிர்வாகம் முற்றிலுமாகச் சீர்குலைந்திருந்தது. உணவும் பிற அடிப்படைத் தேவைகளும் முடக்கப்பட்டிருந்தன. நகரை விட்டு வெளியேறுவது முடியாததாக இருந்தது. ஊடகங்கள் ஏதும் செயல்படவில்லை. தகவல் தர யாரும் இல்லை. தகவல் தொடர்புக்கு வழியும் இல்லை. பழங்குடியினர் நகருக்குள் நுழையத் தயாராகிக்கொண்டிருந்தனர். நகரின் பாதுகாப்புக்கு என்று வந்திருந்த இந்திய ராணுவம், அந்த இடத்தில் முதல் முறையாகத் தங்களைப் பரிச்சயப்படுத்திக்கொள்ள வேண்டியிருந்தது. காஷ்மீரின் குழப்பமான அரசியல் சூழல், ஒரு முடிவுக்கு வந்திருந்தது. தலைநகரை விட்டு ஓடிய அரசரும் இந்தியப் படைகளின் வலிமையும் தாற்காலிக முடிவு ஒன்றை நோக்கி அந்த நாட்டைக் கொண்டுசென்றிருந்தனர். தங்கள் எண்ணத்தை வெளிப்படுத்த காஷ்மீரிகளுக்கு வாய்ப்பு ஏதும் தரப்பட வில்லை. அங்கு ஏற்பட்டிருந்த அரசியல் வெற்றிடத்தைச் சரியாகப் பூர்த்தி செய்த மக்கள் செல்வாக்கு மிகுந்த ஷேக் அப்துல்லாவும், இந்தியாவுடனான இணைப்பை ஆதரித்திருந்தார். அவர், காஷ்மீர் மக்களுக்கு நன்கு பரிச்சயமானவர்; நம்பகமான தலைவர். அவரே இந்தியாவுடன் சேர விரும்பியதால், தங்கள் விதியைத் தீர்மானிப்பதில் தங்கள் பங்கும் உள்ளது என்று காஷ்மீர் மக்கள் கருத இடம் இருந்தது.

அக்டோபர் மாதத்தின் இறுதியில் ஸ்ரீநகர் சென்ற அஜித் பட்டாசார்ஜி, அங்கு சில மணி நேரங்கள் மட்டுமே இருந்தார். 'நகரம் திறந்து கிடந்தது. அரசர், காவலர்கள், அதிகாரிகள் அனைவரும் ஓடிப் போயிருந்தனர். அவர்கள் யாருமே இல்லை. ஆனாலும் நகரம் இயங்கிக்கொண்டிருந்தது. இந்தியப் படைகள் அங்கு இருந்தது மட்டும் காரணமல்ல. அவர்களும் மிகக் குறைந்த அளவிலேயே இருந்தனர். ஒட்டுமொத்த நகரமும் தேசிய கான்ஃபரன்ஸ் கட்சியினரால் நிர்வகிக்கப்பட்டது. அவர்களில் 90 சதவிகிதத்தினர் முஸ்லிம்கள். அவர்கள் பாலங்களையும் கடைகளையும் பாதுகாத்தனர். பெரும் பாலான கடைகள் திறந்திருந்தன.' மகாராஜாவும் அவருடைய மந்திரிகளும் விட்டுச்சென்ற வெற்றிடத்தை ஷேக் அப்துல்லாவும் தேசிய கான்ஃபரன்ஸ் கட்சியினரும் நிரப்பியிருந்தனர். 'நெருக்கடி கால நிர்வாகி' என்ற பதவி ஷேக் அப்துல்லாவுக்குத் தரப்பட்டிருந்தது. எம்.சி. மஹாஜன்தான் ஆரம்பத்தில் பிரதமராக இருந்தார். ஆனால், யார் கையில் அதிகாரம் இருந்தது என்பதில் எந்தச் சந்தேகமும் இருக்கவில்லை.

அக்டோபர் 31 அன்று ஷேக் அப்துல்லா, நிர்வாகத்தின் தலைவராக நியமிக்கப்பட்டு, நெருக்கடியைச் சமாளிக்கத் தேவையான ஒட்டுமொத்த அதிகாரத்தையும் பெற்றிருந்தார். ஷேக் அப்துல்லா ஜீலம் ஆற்றோரப் பாதை வழியாகச் சென்று பழைய அரண்மனையில் பதவிப் பிரமாணம் எடுத்துக்கொண்டதைப் பற்றி எழுதிய தி டைம்ஸ் பத்திரிகை நிருபர், 'நகரம் முழுவதும் கொடிகளாலும் பதாகைகளாலும் நிரம்பி, விழாக்கோலம் பூண்டிருந்தது. ஊர்வலங்களும் வெற்றிப் பேரணிகளும் நகரை அடைத்தன' என்று குறிப்பிட்டிருந்தார். பிறகு, ஷேக் அப்துல்லா, ஒரு பெரும் கூட்டத்தில் உரை நிகழ்த்தினார். 'அது போன்ற ஒரு கூட்டத்தை ஸ்ரீநகர் அதற்குமுன் கண்டதில்லை. அந்த நகரிலும் அதன் சுற்றுவட்டாரங்களிலும் அவருக்கு இருந்த செல்வாக்கு, சந்தேகத்துக்கு இடமில்லாதது. ஆங்காங்கே சில முஸ்லிம் லீக் ஆதரவாளர்கள் காணப்பட்டார்கள் என்றாலும், அவர்கள் அடக்கியே வாசித்தனர். பழங்குடியின ஆக்கிரமிப்பாளர்களின் வருகையை எதிர்பார்த்துக் காத்துக்கொண்டிருந்தனர்.'[8]

ஐந்து வாரங்கள் முன்னதாக காஷ்மீரின் சிங்கம், மகாராஜாவின் சிறைக் கைதியாக இருந்தார். இன்றோ அவர் தன் நகரின் தன்னிகரற்ற அரசியல் தலைவராக ஆகியிருந்தார். அப்துல்லாவின் சக தோழர்கள் சிலருக்கு மட்டும் வேறு ஓர் உண்மையும் தெரிந்திருந்தது. நெருக்கடி நேரத்தில் நகரைக் கைவிட்டுவிட்டுப் போனதற்காக மகாராஜாவையும் அவருடைய அதிகாரிகளையும் எந்த ஷேக் அப்துல்லா கடுமையாக விமரிசித்தாரோ, அதே ஷேக் அப்துல்லா, இந்திய விமானங்கள் தரையிறங்கிய இரண்டு நாள்கள் கழித்து, ரகசியமாகத் தன் குடும்பத்தினரை, பாதுகாப்பான ஓர் இடத்துக்கு அனுப்பிவைத்திருந்தார். தில்லிக்குச் சென்ற அவர்கள் முதலில் நேருவின் வீட்டில் விருந்தாளிகளாகத் தங்கி இருந்தனர்.[9]

மகாராஜாவின் நிர்வாகம் செயல் இழந்ததைத் தொடர்ந்து, தன்னார்வத் தொண்டர்கள் ரோந்துப் பணியில் ஈடுபட்டு நகரை முழுவதுமாகத் தம் கட்டுப்பாட்டுக்குள் வைத்திருந்தது ஒரு புதுமையான நிகழ்வு. காஷ்மீரின் பாரம்பரியத்திலேயே, அரசியல்ரீதியாக ஒருங்கிணைப்பு பெற்ற ராணுவம் என்பது இருந்திருக்கவில்லை. தேசிய கான்ஃபரன்ஸ் காவல் அமைப்பு ஏற்படுத்தப்பட்டு சில வாரங்களே ஆகியிருந்தன. சிறையிலிருந்து விடுவிக்கப்பட்ட 10 நாள்கள் கழித்து ஷேக் அப்துல்லா, தான் கலந்துகொண்ட முதல் கூட்டத்தில் 10,000 தொண்டர்கள் நிறைந்த அமைதிப் படை ஒன்றை உருவாக்குவது குறித்துப் பேசியிருந்தார். 'மாநிலத்தின் எல்லைப் பகுதியிலிருந்து வந்திருக்கும் தகவல்களால், நம் வீடுகளையும் உடைமைகளையும் பாதுகாத்துக் கொள்ள, மத வர்க்க பேதம் இன்றி ஓர் அமைதிப்

படையை உருவாக்கவேண்டிய அவசியம் உள்ளது என்று ஷேக் அப்துல்லா குறிப்பிட்டார்.'[10] ஷேக் அப்துல்லாவின் விமரிசகர்கள், இப்போது அப்துல்லாவும் மகாராஜாவைப்போல ராணுவ அமைப்பு ஒன்றை ஏற்படுத்தி, அதன் உள்வட்டத்துக்குள் சென்றுவிட்டார் என்று குற்றம் சாட்டினர். வலுவான அரசியல் தலைவர் ஒருவர் ராணுவம் போன்ற படை ஒன்றை உருவாக்குவதைக் கண்டு மகாராஜாவின் அதிகாரவர்க்கத்தினர் நிச்சயம் சந்தோஷப்பட்டிருக்க முடியாது.

அக்டோபர் கடைசிவாக்கில் பிரச்னை முற்றத் தொடங்கியதும், தேசிய கான்ஃபரன்ஸ் தன்னார்வலர்கள், மக்கள் படையாக மாறினர். மகாராஜா ஓடிவிட்டார் என்ற செய்தி வெளியே தெரிவதற்கு முன்பாகவே ஸ்ரீநகரில் தன்னார்வலர் படைவீரர்கள் பணியில் ஈடுபடுத்தப்பட்டனர். சிவில் நிர்வாகமும் மகாராஜாவின் படைகளும் செயலிழந்த காரணத்தால், இந்தப் பணிகளை அவசரமாகச் செய்யவேண்டியிருந்தது. காஷ்மீரில் இந்தியப் படைகள் கால் பதித்த அன்று, தான் எழுதிய கடிதத்தில் ஷேக் அப்துல்லாவுக்கு விசுவாசமான ஒரு காவல் படையை உருவாக்க வேண்டிய அவசியம் பற்றி நேரு குறிப்பிடுகிறார். 'தேர்ந்தெடுத்த முஸ்லிம், இந்து, சீக்கிய இளைஞர்களுக்குத் துப்பாக்கிகளைக் கொடுங்கள். பயிற்சியும் கொடுங்கள். எந்தப் பிரிவினையும் இல்லாமல் அனைவரையும் அழைத்து இந்தப் படையை உருவாக்கவேண்டும். அதே நேரம் பிரச்னையைக் கிளப்பக்கூடும் என்று சந்தேகம் உள்ள ஒரு நபரைக்கூட இதில் சேர்த்துக்கொள்ளக்கூடாது. ஆயுதம் தாங்கிய இந்தத் தன்னார்வப் படையால் ஸ்ரீநகரிலும் பிற நகரங்களிலும் சட்டம் ஒழுங்கைத் திறமையாக நிர்வகிக்க முடியும்' என்று தன் தூதராக ஸ்ரீநகர் சென்றிருந்த இந்திய ராணுவ அதிகாரி ஒருவருக்கு நேரு எழுதியிருந்தார்.[11]

அடுத்த நாள், அக்டோபர் 28 அன்று, நூற்றுக்கணக்கான தேசிய கான் ஃபரன்ஸ் தொண்டர்கள் வீதிகளில் இறங்கிக் காவல் பணியில் ஈடு பட்டனர். 'அமைதியை நிலைநாட்டவும் நம்பிக்கையை வென்றெடுக் கவும்' அவர்கள் அப்படிச் செய்தனர் என்று டைம்ஸ் பத்திரிகை எழுதியது. இரண்டு நாள்கள் கழித்து டைம்ஸ் வெளியிட்ட செய்தியில், 'அவர்கள் (முதன் முதலாகக் கையில் கிடைத்த) .303 ரைபிள்களுடன் ரோந்துப் பணியில் ஈடுபட்டனர். அந்த ரைபிள்கள் நட்புச் சக்திகளிட மிருந்து கிடைத்ததாக அவர்களுடைய செய்தித் தொடர்பாளர் கூறினார்' என்று எழுதியது. இந்திய ராணுவம்தான் அந்த ஆயுதங்களை அளித்தது என்று டைம்ஸ் சூசகமாகக் குறிப்பிட்டிருந்தது. 'நகரம் அமைதியாக உள்ளது. எவ்வித மதக்கலவரமும் நடைபெறவில்லை. ஆனால், இந்துக்களும் சீக்கியர்களும் இடம்பெயர்வது குறைய வில்லை. இந்திய ராணுவத்தினரைக் கொண்டுவந்து இறக்கும் சிவில் விமானங்கள் திரும்பிச் செல்லும்போது, ஆண்கள், பெண்கள்,

குழந்தைகள், அவர்களுடைய மூட்டை முடிச்சுகள் அனைத்தையும் அடைத்துக்கொண்டு திரும்பின' என்று டைம்ஸ் குறிப்பிட்டது.[12]

தன்னார்வப் படைவீரர்கள் (ஸ்ரீநகரில் அதிக அளவிலும் பிற இடங் களில் குறைவாகவும்) ரோந்துப்பணியில் ஈடுபட்டிருந்தனர். நகரை நோக்கி வரும் பகுதிகளில் எல்லாம் அவர்கள் காணப்பட்டனர். தன்னார்வப்படை குறித்து பல ஆச்சரியகரமான புகைப்படங்கள் கிடைத்துள்ளன. அதுவும் முக்கியமாக, தேசிய கான்ஃபரன்ஸின் சிறுவர்கள் பிரிவான பால சேனா குறித்து. ஸ்ரீநகரின் மையப் பகுதியிலிருந்த ஒரு திரையரங்கம்தான் தேசிய கான்ஃபரன்ஸின் தலைமையகமாகச் செயல்பட்டது. அதன் வளாகத்தில் சிறுவர்கள் தங்களைவிட உயரமான ஆயுதங்களுடன் பயிற்சி பெறும் படங்கள் கிடைத்துள்ளன. சிறுவர்கள், சிவப்புப் பின்னணியில் வெள்ளை நிறக் கலப்பை என்ற தேசிய கான்ஃபரன்ஸ் கட்சியின் சின்னம் பொறித்த தொப்பிகளை அணிந்துகொண்டு, கைகளில் மரத் துப்பாக்கிகளைப் பிடித்தபடி, பயிற்சி பெறுகின்றனர்.

இன்னொரு புகைப்படத்தில் பெண்கள் படையினர் இடம்பெற்றுள்ளனர். பழமைவாத முஸ்லிம்கள் நிறைந்த காஷ்மீரில் அது ஒரு பெரும் புரட்சிதான். அந்தப் பெண்கள் தோளில் நிஜமான துப்பாக்கியை ஏந்திக்கொண்டு ஜவாஹர்லால் நேருவுக்கு வரவேற்பு அளிக்கும் படம் ஒன்று காணக் கிடைக்கிறது. ஸ்ரீநகரில் பல நூறு பெண்கள் தன்னார்வப்படையில் சேர்ந்துகொண்டு, அடிப்படை ஆயுதப் பயிற்சி பெற்றனர். ஸ்ரீநகரில் இருந்த கிருஷ்ணா மிஸ்ரி என்ற பண்டிட் பெண்ணுக்கு (அப்போது கிருஷ்ணா ஜார்தூ) 13 வயதுதான் ஆகி யிருந்தது. ஆக்கிரமிப்பாளர்கள் செய்த அட்டூழியங்களை அவர் நினைவுகூர்ந்தார். 'என் அம்மா மிகவும் பயந்துவிட்டார். ஏனெனில் அவருக்கு என்னையும் சேர்த்து நான்கு பெண் குழந்தைகள். இருவருக்குத் திருமணம் ஆகியிருந்தது. இருவருக்கு ஆகியிருக்கவில்லை. திருமணம் ஆகாத எங்கள் இருவரை என்ன செய்வது என்று அவருக்குத் தெரிய வில்லை. இந்தப் படைக்கு 'பெண்கள் சுய பாதுகாப்புப் படை' என்று பெயர் வைக்கப்பட்டிருந்தது. பெண்கள் தங்களைத் தாங்களே பாதுகாத்துக் கொள்ள, துப்பாக்கி சுடும் பயிற்சி கொடுத்தார்கள். இந்தப் படையில் சேர, அது எங்களுக்குப் பெரும் உத்வேகத்தைக் கொடுத்தது. எனது மானத்தையும் சுய மரியாதையையும் காப்பாற்றிக்கொள்ள இந்த ஆயுதப் பயிற்சி எனக்குத் தேவை என்று நினைத்து இதில் சேர்ந்தேன்' என்றார் அவர்.

முன்னாள் ராணுவ வீரர் ஒருவர் அவர்களுக்குப் பயிற்சி அளித்தார். 'எங்கள் பயிற்சியாளர் முதலில் சுட்டதும், நாங்கள் மிகவும்

பயந்துவிட்டோம். அங்கிருந்து ஓடிவிட்டோம்' என்றார். பெண் தன்னார்வலர்களில் அவரது 11 வயது சகோதரியும் இருந்தார். அவர்கள் தினசரி பயிற்சியில் ஈடுபட்டனர். பெண்கள் தன்னார்வப் படை போரில் ஈடுபடவில்லை. தங்களைப் பாதுகாத்துக்கொள்ளவும், வீடுகள், உடைமைகள் ஆகியவை சேதமாவதைத் தடுக்கவும் மட்டுமே பயிற்சி கொடுக்கப்பட்டது. இந்தத் தன்னார்வலர்களின் முக்கியப் பணி, அகதிகளாக ஆனவர்களுக்கு உதவுவதுதான். கிருஷ்ணா ஜார்தூவின் ஞாபகத்தில் பெரும்பாலும் இருப்பது, சீக்கியப் பெண்களும் சிறுவர்களும் ஏராளமான அளவில் பள்ளிகள், அரசாங்கக் கட்டடங்கள் போன்ற தாற்காலிக அகதி முகாம்களில் அடைக்கலம் புகுந்ததுதான்.

தேசிய கான்ஃபரன்ஸின் கூட்டாளிகளாக இருந்த கம்யூனிஸ்ட் கட்சியின் உறுப்பினர்கள் ஆயுதப் படையிலும் முன்னணியில் இருந்தனர். ஸ்ரீநகரின் பிராண் நாத் ஜலாலிக்கு அப்போது 18 வயது ஆகியிருந்தது. கம்யூனிஸ்ட் மாணவர் தலைவராக இருந்த அவர், தன்னார்வலர் படையை ஒருங்கிணைத்த அதன் அரசியல் தலைவர்களுள் தானும் ஒருவர் என்று சொன்னார். அந்தப் படையின் பெரும்பாலான தலைவர்கள் எல்லோருமே கம்யூனிஸ்ட் கட்சி ஆதரவாளர்கள்தான் என்று அவர் சொன்னார். இந்தப் படையின் உண்மையான வலிமை சோதனைக்கு உட்படுத்தப்படவே இல்லை. ஆனால், அவர்கள் கையில் ஆயுதங்கள் இருந்தன. அவர்கள் தீவிரமாகக் காவல் பணியில் ஈடுபட்டனர். பெரும்பாலும் இந்திய ராணுவத்துடன் சேர்ந்தே காணப்பட்டனர். இந்திய ராணுவத்தினருக்கும் காஷ்மீர் மக்களுக்கும் இடையில் மொழிபெயர்ப்பாளர்களாகவும், அவர்களுக்குக் காஷ்மீர் நிலப்பகுதி குறித்த தகவல்களைத் தருபவர்களாகவும் இருந்தனர். இந்தப் படைவீரர்கள் அங்குமிங்கும் சுற்றிக்கொண்டிருந்தது மகாராஜாவின் அதிகாரக் கட்டுமானம் முற்றாக உடைந்துவிட்டது என்பதை அழுத்தமாக நிரூபித்தது. இந்திய ராணுவத்துக்குத் தகவல்கள் தந்து உதவியதோடு காஷ்மீரின் நிர்வாக இயந்திரம் சரிவர இயங்க இவர்கள் பெரிதும் உதவினர். இவர்கள் மட்டும் இல்லாமலிருந்திருந்தால் நிலைமை மிகவும் மோசமாகியிருக்கும்.

காஷ்மீரில் முதன்முதலில் கால் பதித்த சீக்கியப் படையினர் செய்த முதல் காரியம், ஸ்ரீநகரில் கொடி அணிவகுப்பு ஒன்றை நடத்தி, கலவரப்பட்டுப் போயிருந்த மக்களுக்கு ஆறுதல் கொடுத்ததுதான். ஷேக் அப்துல்லாவின் மகனும் அரசியல் வாரிசுமான ஃபரூக் அப்துல்லாவுக்கு அப்போது பத்து வயது ஆகியிருந்தது. அவருக்கு ராணுவத்தின் வருகை தெளிவாக நினைவில் இருந்தது: 'இந்திய ராணுவத்தில் சீக்கியர்களை நான் பார்த்ததே இல்லை. அது எனக்கு ஆச்சரியமாக இருந்தது. மேலும் விமானங்கள் வந்து இறங்கியதும்

எனக்கு ஆச்சரியத்தைத் தந்தது. ஏராளமான விமானங்கள் வருவதும் போவதுமாக இருந்தன. மக்கள், வீடுகளின் மாடிகளுக்குப் போய் ஸ்பிட்ஃபயர் அல்லது அதுபோன்ற பிற விமானங்கள் மேலே ஏறுவதையும் கீழே இறங்குவதையும் வேடிக்கை பார்த்தனர். ஒருநாள் என்னை விமானதளத்துக்கு அழைத்துச் சென்றார்கள். அங்கே ஆறு அடிக்கும் மேலான உயரம் கொண்ட, பயங்கரமான தோற்றம் கொண்ட சீக்கியர்களைப் பார்த்தேன். அவர்களது தலைப்பாகைமீது தாமிர வளையங்கள் இருந்தன. அவர்கள் பயங்கரமானவர்களாகத் தோற்றம் அளித்தனர்.'

இந்திய ராணுவத்தின் மற்றொரு முக்கியப் பணி, பாகிஸ்தான் ஆதரவு முஸ்லிம் லீக் உறுப்பினர்களை ஒன்று சேரவிடாமல் தடுப்பது.[13] ஷேக் அப்துல்லாவுக்கு ஸ்ரீநகரில் வலுவான ஆதரவு இருந்தது. ஆனால், பிற பகுதிகளில் அப்படிச் சொல்லமுடியாது. அவருடைய விமரிசகர்கள், எதிரிகள் ஆகியோரில் சிலர் சிறையில் இருந்தனர். இன்னும் சிலர் பாகிஸ்தானுக்குப் போய்விட்டிருந்தனர். ஆனால் அவர்களின் ஆதர வாளர்கள் உள்ளூரில்தான் இருந்தனர். கலகம் மூட்டுவோரும் எதிரி களின் ஆதரவாளர்களும் உள்ளூர் மக்களிடையே கலந்திருப்பதாகத் தொடர்ந்து செய்திகள் வந்தவண்ணம் இருந்தன. ஜின்னாவின் அந்த ரங்கச் செயலரான காஷ்மீரி ஒருவர் ஸ்ரீநகரில் சிறைப்பிடிக்கப்பட்டார். உள்ளூர் மக்களிடையே கலகத்தைத் தூண்டும் பாகிஸ்தானின் முயற்சிக்கு ஆதாரமாக இதனை இந்தியப் பத்திரிகைகள் முக்கியத் துவம் கொடுத்து வெளியிட்டன.

'சில நாள்களாக வலுப்பெற்று வரும் இந்த ஐந்தாம்படை ஆட்களுக்கு எதிராகத் தேடல் வேட்டையைப் பாதுகாப்புப் படை முடுக்கி விட்டுள்ளது' என்று இந்துஸ்தான் டைம்ஸ் செய்தி வெளியிட்டது. சில நாள்கள் கழித்து, ஜீப்பில் நகரத்தைச் சுற்றிவந்த ஸ்டேட்ஸ்மென் பத்திரிகை நிருபர், 'ஒவ்வொரு மூலை முடுக்கிலும் தன்னார்வத் தொண்டர்கள் நிறைந்து காணப்பட்டனர். சிலர் கைகளில் துப்பாக்கிகள் இருந்தன. எஞ்சியவர்கள் கைகளில் வாள்களும் கம்புகளும் இருந்தன' என்று தான் பார்த்ததை எழுதினார். ஸ்ரீநகரின் பிரதான மசூதிக்கு அருகில் இருந்த முஸ்லிம் கான்ஃபரன்ஸ் கட்சியின் கோட்டை போன்ற பகுதிகள் ஒருவகையான ஊரடங்குக்கு உட்படுத்தப்பட்டிருந்தன.[14]

கிடைத்திருக்கும் பெரும்பாலான குறிப்புகளின் அடிப்படையில் பார்க்கும்போது, காஷ்மீரின் தலைநகரில் மதக் கலவரம் ஏதும் நடக்க வில்லை. ஸ்ரீநகரில் இருந்த பதின்ம வயதுப் பள்ளிச் சிறுமியான ஹர்ஷி ஆனந்துக்கு அப்படித்தான் நினைவில் இருக்கிறது. தன்னார்வலர்கள் உருவாக்கிய உற்சாகமான சூழல் குறித்து அவர் நினைவுகூர்ந்தார்.

பெரும்பாலான உள்ளூர் இளைஞர்கள், தேசிய கான்ஃபரன்ஸ் கட்சியின் தன்னார்வலர் படையில் சேர்ந்திருந்தனர். அதில் அவருடைய மூத்த சகோதரனும் சகோதரியும் அடக்கம். பஞ்சாபி இந்துக்களான அவர்களுடைய குடும்பம் ஷேக் அப்துல்லாவைப் பெரிதும் மதித்தது. உணவும் பிற அத்தியாவசியப் பொருள்களும் பற்றாக்குறையாக இருந்தன என்று அவருக்கு நன்கு நினைவிருக்கிறது. 'சர்க்கரை இல்லை. உப்பு இல்லை. இரவுகள் கும்மிருட்டாக இருந்தன. ஏனெனில் அவர்கள் மஹூராவைக் கைப்பற்றியிருந்தனர். நாங்கள் தேன் சாப்பிட்டோம். மிகச் சிறந்த ஆப்பிள்களைச் சாப்பிட்டோம். முன்பு ஆப்பிள்கள் எல்லாம் வெளிநாடுகளுக்கு ஏற்றுமதியாகிப் போய்விடும். எங்களுக்குக் கிடைக்காது. அப்படியான அருமையான ஆப்பிள்களை நான் வேறு எப்போதுமே சாப்பிட்டதில்லை.'

அதிகரிக்கும் உணவுத் தட்டுப்பாடு, அருகில் நெருங்கிவரும் போர் ஆகியவை பற்றி ஒரு பிரிட்டிஷ் பெண், இங்கிலாந்தில் இருந்த தன் நண்பர்களுக்கும் உறவினர்களுக்கும் எழுதிய கடிதங்களிலிருந்து தெரிந்துகொள்ள முடிகிறது. க்வென் பர்ட்டன், நெடூ ஹோட்டலில் தங்கியிருந்தார். ஸ்ரீநகரில் இருக்கும் தங்குமிடங்களிலேயே சிறந்தது அதுதான். அயல்நாட்டினரும் உள்ளூர் மேட்டுக்குடியினரும் வந்து கூடும் இடமும் அதுதான். அங்குதான் அயல்நாட்டு விமானிகளும் வந்து குழுமினர். பர்ட்டன் எழுதிய கடிதம், நவம்பர் முதல் வாரத்தில் எழுதப்பட்டிருக்கவேண்டும். நகரில் நிலவும் பதற்றத்தையும் வதந்திகளையும் பற்றிய தெளிவான சித்திரத்தை அது அளிக்கிறது.

> இங்கு நாங்கள் பிரச்னையின் மையத்தில் இருக்கிறோம். ஆக்கிரமிப்பாளர்கள் பெரும் எண்ணிக்கையில் இருக்கிறார்கள். சிறு சிறு குழுக்களாகப் பிரிந்து இருக்கிறார்கள். சுற்றியுள்ள கிராமங்களில் கொள்ளையடித்தல், அழித்தல் என்று நடந்துகொள்கிறார்கள். செவ்வாய்க் கிழமையன்று ஒரு பெரிய குழு விமானதளத்தைக் கைப்பற்ற முயன்றது. ஆனால், எங்கள் படை அவர்களை அடித்துத் துரத்திவிட்டது. இந்தியாவிலிருந்து வரும் வீரர்களால் சாலைகள் அடைபட்டுள்ளன. நேற்று 16 கவச வாகனங்கள் வந்து சேர்ந்தன. நேற்று இரவு கடுமையாகச் சண்டை நடந்ததால் அனைவரும் முன்னைவிட அதிகமான பதற்றத்தில் இருக்கின்றனர். எங்களிடம் மட்டும்தான் சரியான பேட்டரியுடனான வானொலிப் பெட்டி உள்ளது. எனவே காஷ்மீர் நிலவரம் குறித்துத் தெரிந்துகொள்ள மக்கள் எங்களிடம் வந்தபடியே உள்ளனர். ஆக்கிரமிப்பாளர்கள் பத்து நாள்களுக்கு முன்பே மின் நிலையத்துக்குத் தீவைத்து மின்சாரத்தை நிறுத்திவிட்டார்கள். அப்போதிலிருந்து இருட்டில்தான் இருந்து

வருகிறோம். வெளிச்சத்துக்கு மெழுகுவர்த்தி மட்டும்தான். இது மிகுந்த சோர்வைத் தருகிறது. தண்ணீர் இணைப்பையும் அவர்கள் துண்டிக்கப்போவதாகப் பயமுறுத்துகின்றனராம். செய்திகள் என்று எதுவும் வருவதில்லை. எனவே, எல்லாமே வதந்திகள்தான். எதை நம்புவது என்றே தெரியவில்லை. ஆக்கிரமிப்பாளர்களில் பாகிஸ்தான் ராணுவ அதிகாரிகளும் இருப்பதாகச் சொல்கிறார்கள். காஷ்மீர்மீதான தாக்குதலைப் பாகிஸ்தான் அரசுதான் தூண்டிவிடுகிறது என்றும் ஆக்கிர மிப்பாளர்களிடம் கணிசமான ஆயுதங்கள் இருப்பதால் அவர்கள் முன்னாள் ராணுவ வீரர்களாக இருக்கக்கூடும் என்றும் சொல் கிறார்கள். ஸ்ரீநகர் முற்றுகையில் நாங்களும் மாட்டிக்கொள் வோம் என்று நினைத்துக்கூடப் பார்த்திருக்க மாட்டோம். கொஞ்சம்கூடச் சகித்துக்கொள்ள முடியவில்லை. ஒரே மன அழுத்தமாக இருக்கிறது. உணவு குறைய ஆரம்பித்துவிட்டது. ஹோட்டலில் வெண்ணெய் தீர்ந்துவிட்டது. மாவும் குறைந்து வருகிறது. இதுவரை தட்பவெப்ப நிலை மிகவும் நன்றாக இருக்கிறது. அதுவாவது தொடரும் என்று நம்புகிறேன்.[15]

க்வென் பர்ட்டனின் கவலையை அயல்நாட்டுப் பத்திரிகையாளர்கள் அதிகப்படுத்தினர். 'ஏராளமான அயல்நாட்டு நிருபர்கள் காஷ்மீருக்கு வந்துள்ளனர். அவர்களும் இந்த ஹோட்டலில்தான் தங்கியுள்ளனர். தி டைம்ஸ், ராய்ட்டர்ஸ், டெய்லி டெலிகிராஃப், நியூ யார்க் ஹெரால்ட்... ஒரே இடையூறாக இருக்கிறது.'

தன் குறுகிய கால ஸ்ரீநகர் பயணத்தின்போது, அஜித் பட்டாசார்ஜி, ஏராளமான பத்திரிகையாளர்களை அவர்களுடைய வழக்கமான, எதைக் கண்டும் கலங்காத நிலையில் பார்த்தார். 'பழைய நெடூ ஹோட்டல் புல்வெளியில் பல பத்திரிகையாளர்களைப் பார்த்தேன். இலையுதிர் காலத்து இளஞ்சூரியனின் கீழே புல்வெளியில் பியர் கோப்பைகளுடன் அமர்ந்து பத்து மைல் தொலைவில் நடக்கும் போர் குறித்து எழுதிய களைப்பிலிருந்து மீண்டுவர முயன்றுகொண்டிருந்தனர்.'[16]

உள்ளூர் செய்தி நிறுவனங்களையும் நிருபர்களையும்விட, அயல் நாட்டுச் செய்தியாளர்களே ஆரம்பகட்டத் தாக்குதல்களைப் பற்றி எழுத வாய்ப்பு பெற்றவர்களாக இருந்தனர். 1947 கோடைக்காலம் ஏராளமான பரபரப்பான நிகழ்வுகளால் நிரம்பி வழிந்தது. சுதந்தரத்தை நோக்கிய ஓட்டம், புதிதாகப் பிறந்த நாடான பாகிஸ்தான், பிரிட்டிஷ் அரசு முடிவுக்கு வந்ததைத் தொடர்ந்து நிகழ்ந்த வன்முறை என ஏகப்பட்ட நிகழ்வுகள் சுழற்றி அடித்துக்கொண்டிருந்தன. அக்டோபர் நடுப்பகுதி யில் பஞ்சாப் கொலைகள் சற்றே தணிய ஆரம்பித்திருந்தன. சர்வதேசச்

செய்திகள், குறிப்பாக, மத்தியக் கிழக்குச் செய்திகள் முக்கியத்துவம் பெற ஆரம்பித்திருந்தன. சில அயல்நாட்டு நிருபர்கள், கொஞ்சம் ஓய்வு தேவை என்று நினைத்தனர். அதுதான் காஷ்மீருக்கு சுற்றுலா செல்லச் சரியான நேரம். காஷ்மீர்தான் ஐரோப்பியர்களின் விருப்பத்துக்குரிய விடுமுறைக் கொண்டாட்ட மையமாக இருந்தது. ஹோட்டல்கள், படகு வீடுகள், கிளப்கள் என வெளிநாட்டவரின் விருப்பத்துக்கு ஏற்ப அனைத்துமே அங்கு கிடைத்தன.

ஹெரால்ட் ட்ரிப்யூனின் மார்கரெட் பார்ட்டன், ஓய்வுக்காக மட்டுமின்றி, தன் காதலரும் வருங்காலக் கணவருமான எரிக் பிரிட்டருடன் நேரத்தைக் கழிக்கக் காஷ்மீரைத் தேர்ந்தெடுத்திருந்தார். எரிக் இந்தியாவில் பிறந்தவர். தி டைம்ஸ் பத்திரிகையின் நிருபர். உருது பேசத் தெரிந்தவர். இருவருமே அதற்குமுன் காஷ்மீர் சென்றதில்லை. ‘காஷ்மீருக்கு வரும் அனைவரும் செய்வதுபோல் நாங்களும் ஒரு படகு வீட்டில் தங்கியிருக்கிறோம்’ என்று பார்ட்டன் தன் தாய்க்கு எழுதிய கடிதத்தில் குறிப்பிட்டிருந்தார். ‘அற்புதமாக, சொர்க்கம்போல் இருக்கிறது. வாழ்வறை, உணவறை, முக்கியமாக மூன்று படுக்கை அறைகள், எனச் சகல வசதிகளுடன் இருக்கிறது.’ டெய்லி எக்ஸ்பிரஸின் ‘பில்’ சிட்னி ஸ்மித்தும் அவரது மனைவியும் பக்கத்துப் படகு வீட்டில் இருந்தனர்.

இந்த இரு ஜோடிகளின் காதல் கொண்டாட்டம் பழங்குடியினரின் ஆக்கிரமிப்பினால் சீர்குலைக்கப்பட்டது. பார்ட்டனும் பிரிட்டரும் காஷ்மீரிலிருந்து ராவல்பிண்டிக்குப் போக முயன்றனர். முந்தைய நாள் அந்தப் பாதையில் சென்ற பேருந்துகள் பழங்குடியினரால் திருப்பி அனுப்பப்பட்டதாகத் தகவல் கிடைத்தது. சிட்னி ஸ்மித் போர்முனைக்குச் சென்றார். மார்கரெட் பார்ட்டனும் பிரிட்டரும் நெடூ ஹோட்டலில் அறை எடுத்துக்கொண்டு தங்கள் வேலைகளுக்குத் திரும்பினர்.

> எப்படிப்பட்ட முக்கியமான நிகழ்வு நடக்கிறது, அதன் நடுவில் நாம் இருக்கிறோம் என்று நாங்கள் முதலில் உணரவே இல்லை. எனவே, அனைத்து பிரிட்டிஷ் குடிமக்களையும் ராயல் ஏர்ஃபோர்ஸ்மூலம் ராவல்பிண்டிக்கு அழைத்துச் செல்ல முயற்சிகள் மேற்கொள்ளப்பட்டபோது நாங்களும் அவர் களுடன் புறப்பட முடிவு செய் தோம். எங்கள் பெட்டி படுக்கை களைக் கட்டி எடுத்துக்கொண்டு, 27 அன்று காலை முதல் விமானத்தில் ஏறிச் செல்லக் கிளம்பிவிட்டோம். விமான நிலையத்தில் இந்திய ராணுவம் கூட்டம் கூட்டமாக வந்து இறங்குவதைப் பார்த்தோம். அதில் சிலர் எரிக்கின் நண்பர்கள்.

அவர்கள்தான் எங்களிடம், பழங்குடியினர் ஸ்ரீநகருக்கு 17 மைல் தொலைவில் இருப்பதாகவும், அவர்கள் ஸ்ரீநகரைக் கைப்பற்றினாலும் ஆச்சரியமில்லை என்றும் தகவல் சொன்னார்கள். உடனே விமானத்தில் ஏற்றிய பெட்டி படுக்கைகளை மிகவும் பெருந்தன்மையுடன் கீழே இறக்கிவைத்துவிட்டு அங்கேயே, அந்தப் பெட்டி படுக்கைகளின்மீதே ஒரு சிறிய செய்தியறையை உருவாக்கினோம். அங்கிருந்த விமானிகளும் பிற ராணுவ அதிகாரிகளும் எங்களை ஆச்சரியத்துடன் பார்த்தனர். புகைப்படம் எடுத்துக்கொண்டனர். கிராமங்கள் எரிக்கப்படுதல், பிற போர்த் தகவல்கள் என்று பல தகவல்களை எங்களுடன் பகிர்ந்துகொண்டனர். நாள் முழுவதும் அங்கேயே இருந்தோம். ஒரு நல்ல மனதுள்ள இந்திய ராணுவ வீரர் கொடுத்த உணவைக் கைகளால் எடுத்துச் சாப்பிட்டோம். ஒரு விமானி நண்பர் மூலம் நாங்கள் எழுதிய செய்திக் குறிப்பை அனுப்பிவைத்தோம். தில்லியில் உள்ள எங்கள் அலுவலகத்துக்கு அதைச் சேர்ப்பித்துவிடுவதாக அவர் உறுதியளித்தார். அங்கிருந்து அது லண்டனுக்குப் போகும்.

தனக்குப் போட்டி இல்லாத ஆலன் மூர்ஹெட், போட்டியான ஆனால் பழங்குடிகளால் கைப்பற்றப்பட்ட 'பில்' சிட்னி ஸ்மித் ஆகியோர் தவிர, தாங்கள் மட்டுமே அங்கிருந்த அயல்நாட்டு நிருபர்கள் என்று பார்ட்டன் மகிழ்ச்சியுடன் நினைவுகூர்ந்தார்.[17]

டெய்லி எக்ஸ்பிரஸின் சிட்னி ஸ்மித்துக்குத்தான் காஷ்மீர் பிரச்னை குறித்த பிரத்தியேகமான செய்திகள் வழங்கும் வாய்ப்பு அதிர்ஷ்டவசமாகக் கிடைத்தது. ஆனால், பழங்குடிகளால் சிறைவைக்கப்பட்டதால், ஆக்கிரமிப்பாளர்கள் குறித்தும் பாரமுல்லா மடாலயத் தாக்குதல் குறித்தும் அவரால் பின்னர்தான் எழுத முடிந்தது. எஞ்சியவர்களுக்குப் போதிய நேரம் இருந்ததோடு, ஹோட்டல் பாரில் பியர் குடிக்கவேண்டிய அவசியமும் இருந்தது. ஏனெனில் அங்குதான் செய்திகளை எடுத்துச்செல்லக்கூடிய ஆட்கள் அவர்களுக்குக் கிடைத்தனர். நவம்பர் 3 அன்று நெடூ ஹோட்டலில் இருந்து மார்கரெட் பார்ட்டன் தன் தாய்க்கு எழுதிய கடிதத்தில், 'எரிக்குக்கும் எனக்கும் இது ஓர் அற்புதமான வாய்ப்பு. நாங்கள் எழுதுவதை மிகச் சரியாக அவர்கள் பிரசுரித்தால் அருமையாக இருக்கும். அவர்கள் அப்படித்தான் செய்கிறார்கள் என்று நினைக்கிறேன். இங்கு இருக்கும் ஒரே அயல்நாட்டுச் செய்தியாளர்கள் நாங்கள் மட்டுமே. தில்லியில் 150-க்கும் மேற்பட்ட செய்தியாளர்கள் இங்கு வரத் துடித்துக்கொண்டிருக்கிறார்கள்' என்று குறிப்பிட்டிருந்தார்.

ஆனால், அந்தப் பிரத்தியேக நிலை முடிவுக்கு வரவிருந்தது. அவரது கடிதத்திலேயே, இரண்டு பத்திகள் கழித்து, 'இந்த நிலை தொடர முடியாது. இரு பத்திரிகையாளர்கள் வந்துள்ளனர். ஹோட்டல் புல்வெளியில் ஒரே களேபரம். வரைபடங்களைப் பிரித்து வைத்துக் கொண்டு எங்கு என்ன நடக்கிறது என்று ஒரே கூச்சல், அமளி. ஒரே குழப்பமாக இருக்கிறது' என்று எழுதியிருந்தார். இதனால்தான் இந்துஸ்தான் டைம்ஸ் நிருபர், 'ஸ்ரீநகர் நெடூ ஹோட்டல் அறைக்குள் உட்கார்ந்துகொண்டிருக்கும் ஒரு நிருபரால் வெளியில் என்ன நடக்கிறது என்பதைப் புரிந்துகொள்வது கடினம். ஆக்கிரமிப்பாளர்களைப் பற்றி எழுதுவது மிகவும் கடினம்' என்று எரிச்சலுடன் குறிப்பிட்டிருந்தார்.[18]

காஷ்மீரின் உள்ளூர் செய்தித்தாள்களால் பிரச்னை குறித்து சரிவரச் செய்திகளை வெளியிட முடியவில்லை. உள்ளூர் ஊடகங்கள் குழந்தைப் பருவத்தில்தான் இருந்தன. காஷ்மீர் டைம்ஸ் முதற் கொண்டு சில உள்ளூர்ப் பத்திரிகைகள், மகாராஜாவைக் கடுமையாக விமரிசித்ததால் ஏற்கெனவே இழுத்து மூடப்பட்டிருந்தன. பாகிஸ் தானுடன் இணைவது பற்றி எழுத முற்படும் காஷ்மீர் பத்திரிகைகள் அனைத்தும் தணிக்கை செய்யப்படுகின்றன; இழுத்து மூடப்படு கின்றன என்று பாகிஸ்தானில் இருந்து வெளியாகும் டான் பத்திரிகை கண்டனம் தெரிவித்திருந்தது.[19]

பெரும்பாலான இந்தியப் பத்திரிகைகளுக்கு காஷ்மீரில் நிருபர்களே கிடையாது. சாதாரண நாள்களில் இங்கு பெரிய சம்பவம் ஏதும் நடை பெற்றதில்லை. அடுத்த சில தலைமுறைகளுக்குப் பாகிஸ்தானுட னான உறவைத் தீர்மானிக்கப்போகும் சுதந்தர இந்தியாவின் முதல் ராணுவ நடவடிக்கையை ஆழமாகப் பரிசீலித்துச் செய்தி வெளியிட முடியாத நிலையில்தான் பெரும்பாலான இந்தியப் பத்திரிகைகள் இருந்தன. அக்டோபர் 26 அன்றே, தாக்குதல் குறித்து போர் முனை யிலிருந்து சிட்னி ஸ்மித் நேரடி அறிக்கையைப் பதிவு செய்திருந்த நிலையில், அடுத்த ஒரு வார காலத்துக்கு இந்திய செய்தித்தாள்கள் எவற்றிலும் காஷ்மீரிலிருந்து நேரடிச் செய்திக் கட்டுரை ஏதும் இடம்பெறவில்லை.

பத்திரிகைத்துறையில் நாட்டம் மிகுந்த இளம் காஷ்மீரிகளுக்கு இது மாபெரும் வாய்ப்பாக இருந்தது. காஷ்மீரில் பிறந்த, காஷ்மீர் மொழி பேசும் பஞ்சாபியான சத் பால் சாஹ்னி இந்த வாய்ப்பைப் பெரிதும் பயன்படுத்திக்கொண்டார். ஸ்ரீநகரில் அவருக்கு நிறையத் தொடர்புகள் இருந்தன. முந்தைய ஆண்டில்தான் லண்டனில் டைம்ஸ் பத்திரிகை யில் சில மாதங்கள் பயிற்சி எடுத்திருந்தார். தில்லியிலிருந்து இந்திய ராணுவத்தின் முதல் படைப் பிரிவு காஷ்மீரில் காலடி எடுத்து

வைத்தபோது சாஹ்னி, தன் செயலில் இறங்கினார். மும்பையின் டைம்ஸ் ஆஃப் இந்தியா, அதன் சக பத்திரிகையான தில்லியின் நியூஸ் க்ரானிகிள் ஆகியவற்றின் செய்தியாளரான முஹம்மது சுபான், சாஹ்னி யுடன் கூட்டணி ஏற்படுத்திக்கொண்டார். சில நாள்கள் காஷ்மீரில் கழித்துவிட்டு சுபான் தில்லி திரும்பிவிட, சாஹ்னியே நியூஸ் க்ரானிகிளின் காஷ்மீர் நிருபராகச் செயல்பட ஆரம்பித்தார். ஓரிரு வாரத்திலேயே செய்திகளைப் பற்றி எழுத இந்திய ராணுவ அமைச்சகத்திடமிருந்து அனுமதியும் பெற்றுவிட்டார். பயிற்சியற்ற இளம் நிருபர் ஒருவர், போர் நிருபராகப் பதவி உயர்வு பெற்றுவிட்டார்.[20]

ஆனால், ஸ்ரீநகரில் இந்திய ராணுவம் நிலைபெற்றதும், ஊடகம் தொடர்பான அனைத்தையும் ராணுவ செய்தித்தொடர்புப் பிரிவு தன் கட்டுப்பாட்டுக்குள் கொண்டுவந்துவிட்டது. எந்தச் செய்தியாக இருந்தாலும் அதனை ராணுவத்தின் பொதுமக்கள் தொடர்பு அதிகாரி மூலமே அனுப்ப வேண்டியிருந்தது. மிகவும் அவசரமான செய்தி என்றால், ராணுவத்தின்மூலம் மோர்ஸ் சமிக்ஞைகள் வழியாக அனுப்பப்பட்டது. 'அனைத்துச் செய்திகளையும் பொதுமக்கள் தொடர்பு அதிகாரியிடம் ஒப்படைக்க வேண்டியிருந்தது. நேரடியாகச் செய்திகளை அனுப்ப வழி ஏதும் இருக்கவில்லை. அனைத்துச் செய்திகளையும் தில்லியில் இருக்கும் பாதுகாப்பு அமைச்சகத்தின் ராணுவச் செய்தி மையம் கழுகுப் பார்வை பார்த்தது. இது ஒருவகை யான தணிக்கை முறையாக இருந்தது' என்று சாஹ்னி நினைவு கூர்ந்தார்.

பிரச்னையின் ஆரம்பத்திலிருந்தே, காஷ்மீருக்குள் நுழைவதற்கு அனுமதி தரப்படவில்லை என்றும், அனுமதிக்கப்பட்டாலும் விரும்பிய வகையில் செய்திகளை அனுப்ப முடியவில்லை என்றும் செய்தியாளர்கள் மத்தியில் புகார்கள் எழுந்தன. காஷ்மீருக்குள் செல்ல முடிந்த செய்தியாளர்கள் அனைவருமே, ஒன்று இந்திய ராணுவத்துடன் செல்லவேண்டும் அல்லது குறைந்தபட்சம் அவர்களுடைய ஆசியுடன் செல்லவேண்டும். ஹெரால்ட் டிரிப்யூனின் செய்தியாளர் மார்கரெட் பார்ட்டன் அதிர்ஷ்டவசமாக ஏற்கெனவே காஷ்மீரில் இருந்தார். அந்தப் பத்திரிகை, நவம்பர் 1 அன்று வெளியிட்டிருந்த செய்தியில், 'இந்திய அரசு இன்று, பத்திரிகையாளர்கள் யாரும் காஷ்மீருக்குள் நுழைவதைத் தடை செய்துள்ளது. இது போர் குறித்த செய்திகளைத் தணிக்கை செய்யும் செயல்தான்' என்று குறிப்பிட்டிருந்தது. சில பிரிட்டிஷ் பத்திரிகையாளர்கள், தாங்கள் அனுப்பும் செய்திகள் தாமதப்படுத்தப்படுகின்றன அல்லது முடக்கப்படுகின்றன என்று புகார் தெரிவித்தனர்.[21]

ஜிம் மைக்கேல்ஸ் என்ற அமெரிக்கர், தில்லியில், யுனைட்டட் பிரஸ் ஏஜென்ஸியின் பிரதிநிதியாக இருந்தார். சண்டை ஆரம்பித்ததும் காஷ்மீருக்கு விரைந்து செல்ல முயன்றார். 'இந்திய அரசு காஷ்மீரில் தலையிட ஆரம்பித்ததுமே நான் எப்படியாவது காஷ்மீருக்குச் செல்ல முயன்றேன். அனைத்துச் செய்தியாளர்களும் எப்படியாவது காஷ்மீருக் கும் செல்லும் முயற்சியில் இருந்தனர். என் பிரிட்டிஷ் தோழர் ஒருவர் விமானியாக இருந்தார். பறக்கும் அனைத்தையும் ராணுவ வீரர்களை அழைத்துச் செல்ல என்று இந்திய ராணுவம் கைப்பற்றி வைத்திருந்தது. அந்த விமானி என்னை ரகசியமாக ஸ்ரீநகருக்கு அழைத்துச் செல்வதாகச் சொன்னார். நான் வெலிங்க்டன் விமானநிலையத்துக்குச் சென்றேன். என் நண்பர் சமிக்ஞை கொடுத்ததும் நான் சட்டென்று விமானத்தை நோக்கி ஓடினேன். ஆனால் அதில் ஏற முற்படும்போது, ராணுவக் காவலர்கள் என்னைத் தடுத்துவிட்டனர். ஆனாலும் நான் செய்தது சாமர்த்தியமான முயற்சிதான்' என்று நினைவுகூர்ந்தார் ஜிம் மைக் கேல்ஸ். [22] இந்தக் கெடுபிடிகள் பின்னர் ஒருவழியாக ஓய்ந்தன. ஆனால், 5 நவம்பர் அன்றுதான், நியூ யார்க் டைம்ஸின் அயல்நாட்டுச் செய்தியாளரான ராபர்ட் டிரம்புல், 'ஸ்ரீநகரில் இருந்து' என்ற வரியுடன் செய்தியை அனுப்ப முடிந்தது.

ஆனால், இந்தியப் பத்திரிகையாளர்கள் எப்படியோ ஸ்ரீநகருக்குப் போக வழி தேடிக்கொண்டனர். காஷ்மீர் தலைநகரில் இந்தியப் படைகள் இறங்கியவுடன் அங்கு நிகழ்ந்த சம்பவங்கள் குறித்துத் தெளிவான, உணர்ச்சிமயமான கட்டுரைகளை எழுதி வெளியிட ஆரம்பித்தனர். இந்தியப் படைகளின் எண்ணிக்கை ஒவ்வொரு நாளும் அதிகரிக்க ஆரம்பித்திருந்தது. சில நாள்களில் 500 வீரர்கள்வரை புதிதாக ஸ்ரீநகருக்கு வரத்தொடங்கினர். அத்துடன் விமானத் தாக்குதலிலும் இந்தியா ஈடுபட்டதால், லஷ்கர் படையினர் வேறு வழியின்றி, கெரில்லாத் தாக்குதலில் ஈடுபட வேண்டியதாயிற்று. அவர்களுடைய தலைமை பிளவுபட்டது. தகவல் தொடர்பு மோசமாக இருந்தது. போர் வியூகம் என்ற ஒன்று இருந்ததாகவே தெரியவில்லை. இருந்தும், சில லஷ்கர் படையினர் காஷ்மீர் தலைநகரின் முக்கியமான சில இடங் களுக்கு வெகு அருகில் வரை வரமுடிந்தது.

இந்த ஆக்கிரமிப்பைத் திட்டமிட்டு நடத்தியவர்களுள் சாந்தர்ஸ்ட் பட்டதாரியான அக்பர் கான் ஒருவர். இவர் 'தளபதி தாரிக்' என்ற போர்ப் பெயரைச் சூடிக்கொண்டார். அந்தப் பெயர் எட்டாம் நூற்றாண்டில் இஸ்லாமியப் படையை ஸ்பெயின் நாட்டுக்குள் கொண்டு சென்ற தளபதியுடையது. தாரிக் ஸ்பெயின் போய்ச் சேர்ந்ததும் தம் படைகள் திரும்பத் தப்பித்துச் செல்ல முயன்றுவிடக்கூடாது என்பதற்காகத் தாங்கள் பயணம் செய்த படகுகளை தீவைத்துக் கொளுத்திவிட்டாராம்.

அக்பர் கான், முதல் கட்டத் தாக்குதலில் கலந்துகொண்டிருக்கவில்லை. ஒரு வாரம் கழித்தே கிளம்பினார். போர் முனையில் இருக்கும் பழங்குடிகளுடன் சேர்ந்துகொண்டார்.

> லாரிகளில் பழங்குடியினர் நிரம்பியிருந்தனர். 40, 50, சில நேரங்களில் 70 பேர் வரை. ஆட்கள் உள்ளே, மேற் கூரைகள் மேல், எஞ்சின்மேல், மட்கார்டுகளைப் பிடித்துத் தொங்கியபடி என்று எங்கும் இருந்தனர். எல்லா வயதினரும் இருந்தனர். இளையவர் முதல் தாடி நரைத்தவர்வரை. சிலர் நன்கு உடை உடுத்தியிருந்தனர். பலர் கிழிந்த ஆடைகளை அணிந்திருந் தனர். சிலரிடம் ஷூக்களே இல்லை. ஆனால், அனைவருமே பார்க்க நன்றாக இருந்தனர்; அழகாக, கம்பீரமாக.
>
> அவர்களிடம் பலவிதமான ஆயுதங்கள் இருந்தன. பிரிட்டிஷ், ஃபிரெஞ்ச், ஜெர்மன் மற்றும் உள்ளூரில் செய்யப்பட்ட துப்பாக்கிகள். நீளமான அல்லது நீளம் குறைந்த பாரல்கள் கொண்ட பிஸ்டல்கள், ஷாட் கன்கள், இப்படி. சிலரிடம் எந்த வகைத் துப்பாக்கியும் இல்லை. ஆனால், எதிரிகளிடமிருந்து அவற்றைக் கைப்பற்றிக்கொள்ளலாம் என்று திட்டமிட்டிருந் தனர். அப்போதைக்கு அவர்கள் கையில் குறுங்கத்தி மட்டுமே இருந்தது.
>
> அவர்களுடைய வாகனங்களும் அலாதியானவை. சாலையில் ஓடக்கூடிய, நான்கு சக்கரங்கள் கொண்ட எதுவாக இருந்தாலும், அதன்மீது ஏறிக்கொண்டார்கள். அனைவருமே அதிக ஆர்வத்துடன் இருந்தனர். சுற்றியுள்ள சத்தத்தையும்மீறி, போர்ப் பாடல்களையும் முரசு கொட்டுவதையும் கேட்க முடிந்தது. சூழல் முழுவதுமே உற்சாகம் நிரம்பியதாக இருந்தது.[23]

அக்பர் கானின் எழுத்திலிருந்தே, அவர் பாரமுல்லா வழியாக இரவில் பயணம் செய்து ஸ்ரீநகருக்கு அருகில் காலை நேரத்தில் போய்ச் சேர்ந்திருக்கிறார் என்றும் அப்போதுதான் மொஹ்மாண்ட் பழங்குடி யினர் அந்த இடத்திலிருந்த ராணுவ முகாம் ஒன்றை அழிக்க முயன்று தோல்வி அடைந்திருந்தனர் என்றும் தெரியவருகிறது. அடுத்த நாள், டான் பத்திரிகை, 'விடுதலைப் படையின் முன்னணி வீரர்கள் ஸ்ரீநகருக் குள் நுழைந்துவிட்டனர்' என்று கொட்டை எழுத்தில் செய்தி வெளி யிட்டிருந்தது. அத்துடன், கட்டுக்கதையாக, 400 இந்திய வீரர்கள் விமானத்திலிருந்து இறங்கும்போது கொல்லப்பட்டனர் என்றும் உள்ளூர் காஷ்மீரிகள் தற்போது பாகிஸ்தான் விடுதலைப் படையுடன் முழுவதுமாக ஐக்கியமாகிவிட்டனர் என்றும் செய்திகளை வெளியிட்டிருந்தது.[24]

இவையும் இவைபோன்ற செய்திகளும் பொய்யோ இல்லையோ, நவம்பரின் ஆரம்ப நாள்களில் ஸ்ரீநகரும் அதன் விமானதளமும் அச்சுறுத்தலுக்கு உள்ளாகியிருந்தன என்பது மட்டும் உண்மை. பிரிகேடியர் எல்.பி. 'போகி' சென் ஸ்ரீநகருக்கு நவம்பர் 2 அன்று சென்றார். அப்போது நடந்த அழிவுகளைப் பற்றி நினைவுகூர்ந்தார். ' வீடுகளையும் கட்டடங்களையும் எரித்துக்கொண்டிருக்கும் தீ, வானையே சிவப்பாக்கி, வானைத் தொடும் அளவு உயர்ந்தது. ஆக்கிரமிப்பாளர்கள் பாரமுல்லாவை விட்டு வெளியேறி ஸ்ரீநகரை நோக்கி வந்துகொண்டிருக்கிறார்கள் என்றும் வரும் வழியில் கிராமம் கிராமமாகத் தீ வைத்தபடி வருகிறார்கள் என்றும் தெளிவாகத் தெரிந்தது.'

அதே நாளில் அசோசியேட் பிரஸ் புகைப்படக்காரர் மாக்ஸ் டெஸ்ஃபார், இந்த அழிவை வானில் இருந்தபடி படமாக எடுத்திருந்தார். இரண்டாம் உலகப் போர் முடிந்தபிறகு, அவருடைய அமெரிக்க நண்பர்கள், புதிதாக ஆரம்பித்திருந்த இந்தியன் ஏர்லைன்ஸ் நிறுவனத்தில் விமானிகளாகப் பணியாற்றிக்கொண்டிருந்தனர். ஸ்ரீநகருக்கு துருப்புகளை அழைத்துச் செல்லும் பணி அவர்களுக்குத் தரப் பட்டிருந்தது. அவர்கள், மேக்ஸ் டெஸ்ஃபாரை விமானப் பொறியாளர் என்ற போர்வையில் கூட அழைத்துச் சென்றனர். 'வீரர்களையும் அத்தியாவசியப் பொருள்களையும் எடுத்துக் கொண்டு வானில் பறந்தோம். வானில் இருந்தபடியே பல புகைப்படங்களை எடுத்தேன். ஸ்ரீநகரில் விமானதளத்தில் இருந்தபடி, படைகள் அணி திரள்வதையும் படம் எடுத்தேன். திரும்பி வரும்போது தாக்குதல் நடந்த இடங்கள் மேல் விமானி மிகவும் தாழ்வாக விமானத்தை ஓட்டினார். துணை விமானியின் இருக்கையில் இருந்தபடி, புகைந்துகொண்டிருந்த கிராமங்களைப் படம் எடுத்தேன். காஷ்மீர் போர் தொடர்பாக வெளியான முதல் புகைப்படங்கள் அவைதான் என்று நினைக்கிறேன்.' காஷ்மீரின் தலைநகரில் இருந்து 20 மைல் தொலைவுக்குள் சுமார் 20 கிராமங்கள் தீயில் எரிவதை அவர் கண்டார்.[25] இப்போதும் இந்தியப் படைகளைவிட பழங்குடியினரே எண்ணிக்கையில் அதிகமாக இருந்தனர். சிலர் இரவின் போர்வையினூடாக கொஞ்சம் கொஞ்சமாக முன்னேறிச் சென்றார்கள். வேறு சிலர் பாரமுல்லா சாலையில் இந்திய ராணுவத் தளங்களைச் சுற்றியபடி தாண்டிச் சென்றனர். கணிசமானவர்கள், பனிச்சறுக்கு மையமான குல்மார்க் வழியாக வந்துகொண்டிருந்தனர்.

நவம்பர் 3 வாக்கில், சுமார் 1,000 லஷ்கர் படையினர், பாத்காம் கிராமத்தில் குழுமியிருந்தனர். அது, ஸ்ரீநகருக்குத் தென் மேற்கில் பத்து மைல் தொலைவிலும் ஸ்ரீநகர் விமான தளத்திலிருந்து ஐந்து மைல் தொலைவிலும் இருந்தது. அவர்கள், ஆரம்பத்தில், போரினால் இடம்

பெயர்ந்த காஷ்மீர் அகதிகள் என்று தவறாகக் கருதப்பட்டுவிட்டனர். ரோந்து செல்லும் இந்தியப் படைவீரர்கள் சிலர்மீது அவர்கள் நடத்திய தாக்குதலைத்தான், நேருக்கு நேரான போரின் ஆரம்பம் என்று சொல்லலாம். 'இந்திய வீரர்கள் பாத்காம் கிராமத்தின் வடக்குப் பகுதியில் இருந்த பழங்குடியினரைப் போரிட்டுத் துரத்தியதை மலை உச்சியிலிருந்து பார்த்தேன்' என்று ஸ்டேட்ஸ்மென் பத்திரிகையின் செய்தியாளர் எழுதியிருந்தார். 'ஆக்கிரமிப்பாளர்கள் கிட்டத்தட்ட 700 பேர் இருந்தனர். இந்தியப் படையினரோ 6-க்கு1 என்ற அளவில் குறைவாக இருந்தனர்.' மதியம் ஆரம்பித்த சண்டை மாலைவரை தொடர்ந்து நடைபெற்றது. பழங்குடியினர் பீரங்கிகள்கொண்டு தாக்கினர். இந்தியப் படைக்கு உதவியாக விமானங்கள் மேலிருந்து தாக்கின. 'இப்போதைக்கு, பழங்குடியினர் அனைத்து இடங்களிலும் பரவியிருக்கின்றனர். எங்கும் எளிதில் செல்லக்கூடியவர்களாக இருக்கின்றனர்.'[26]

இந்தக் கடுமையான சண்டை சில மணி நேரம் நீடித்தது. அதில் இந்திய ராணுவத்தின் மேஜர் சோம்நாத் சர்மா கொல்லப்பட்டார். 14 வீரர்கள் உயிரிழந்தனர். 26 பேர் காயமடைந்தனர். இந்தியத் தரப்பில் சொல்லப் பட்ட தகவல்களின்படி, பழங்குடியினருக்கும் பெருத்த சேதம் இருந்தது. ஆனால், அவர்கள் துரத்தப்பட்டிருக்கவில்லை. சொல்லப்போனால், அவர்கள் கை சற்றே ஓங்கியிருந்தது. விமானதளத்தைக் கைப்பற்றுவது அவர்களுடைய நோக்கம் என்றால், அது கைக்கெட்டும் தூரத்தில்தான் இருந்தது.

பாத்காம் கிராமத்தில் கிடைத்த சாதகமான நிலையைப் பயன்படுத்திக் கொள்ளத் தவறியதன் மூலம் பழங்குடியினர் மிகப் பெரிய முட்டாள் தனத்தைச் செய்துவிட்டனர் என்று பிரிகேடியர் போகி சென் பின்னர் குறிப்பிட்டார். 'எதிரிகள் ஏன் விமானதளத்தை நோக்கி முன்னேற வில்லை என்பது புரிந்துகொள்ள முடியாததாக இருந்தது. பாத்காம் கிராமத்திலிருந்து மூன்று மைல் தூரத்தில் உள்ள வாகான இடத்தை அவர்கள் கைப்பற்றியிருந்தால், விமானதளத்துக்கு வருவோர் போவோரை அவர்களால் முழுவதுமாகக் கட்டுப்படுத்த முடிந் திருக்கும். விமானதளத்தில் இருக்கும் ஒரு விமானத்தைத் தாக்கி அழித்திருந்தால் அல்லது வானில் இருக்கும்போது ஒரு விமானத்தைச் சுட்டு அது விமானதளத்தில் விழுமாறு வீழ்த்தியிருந்தால்கூடப் போதும்; அந்த விமானதளத்தை அதற்குமேல் பயன்படுத்த முடிந் திருக்காது.'[27]

பாரமுல்லாவுக்கு லஷ்கர் படையை வெற்றியுடன் வழிநடத்திச் சென்ற குர்ஷித் அன்வர் சொன்னதிலிருந்து, விமானதளத்தை நோக்கிச் செல்ல

லஷ்கர் படையினர் விரும்பியதாகத்தான் தெரிகிறது. சம்பவத்துக்குச் சில வாரங்களுக்குப் பிறகு டான் பத்திரிகைக்கு அவர் அளித்த பேட்டியில், அவரும் இருபது லஷ்கர் வீரர்களும் பல இந்தியத் தடை அரண்களைத் தாண்டி, விமானதளத்துக்கு ஒரு மைல் தொலைவுவரை நெருங்கிவிட்டதாகவும் ஆனால் மேலும் முன்னேறிச் செல்லத் தேவையான அளவு வலு இருக்கவில்லை என்றும் குறிப்பிட்டிருந்தார்.[28]

காஷ்மீர் போர் பற்றிய அதிகாரபூர்வ அறிக்கைகளின்படி, 'ஸ்ரீநகர் விமானதளத்துக்கு வெகு அருகில் நடந்த சண்டையும், அதுவரை லஷ்கர் படைகள் முன்னேறி வந்ததும், அந்தத் தாக்குதலில் ஏற்பட்ட உயிர் இழப்பும்', நிலைமை எந்த அளவுக்கு மோசமாக இருந்தது என்பதைப் புரியவைத்தது. அடுத்த நாள் காலை, துணைப் பிரதமர் சர்தார் படேல், பாதுகாப்புத் துறை அமைச்சர் பல்தேவ் சிங், பிரிட்டிஷ் அதிகாரி லெஃப்டினண்ட் கர்னல் பில்லி ஷார்ட் ஆகியோர் உடன்வர, ஸ்ரீநகருக்கு விரைந்தார். (பாதுகாப்பு அமைச்சகத்தின் பணியாளர் என்ற வகையில் அந்த பிரிட்டிஷ் அதிகாரி ஸ்ரீநகருக்குப் போயிருந்தார். ஆனாலும், பிரிட்டிஷ்காரர்கள் யாரும் காஷ்மீர் சண்டையில் எந்தவகையிலும் பங்கெடுக்கக்கூடாது என்ற பிரிட்டிஷ் தலைமையின் உத்தரவை மீறிய ஒரு செயல்தான் அது.) இந்திய ராணுவத் தலைவர்கள் சிலருடன் அவர்கள் உரையாடினர். மேலும் படைகள் வந்துகொண்டிருக்கின்றன என்று சொல்லி நம்பிக்கை யூட்டவா அல்லது இந்தியாவால் காஷ்மீரைத் தக்கவைத்துக்கொள்ள முடியுமா, முடியாதா என்பதை ஆராயவா அல்லது புதிய வியூகங்கள் எவற்றையேனும் வகுக்கவா - எதற்காக வந்தார்கள் என்பது தெளிவாகத் தெரியவில்லை.

ஆனால், இந்தியப் படைகள் ஒரு பெரும் சவாலை எதிர்நோக்கி யிருந்தன. காஷ்மீரில் இந்தியப் படைகள் இறங்கிய நாள் முதலாகவே, பல்வேறு தளபதிகளின்கீழ் பணியாற்றவேண்டியிருந்தது. பின்னர் வெளியான சுயசரிதைகளின்படி, இரண்டு முக்கியமான அதிகாரிகளான ஹர்பக்ஷ் சிங்கும் போகி சென்னும் ஒருவரை ஒருவர் சிறிதும் மதிக்க வில்லை. இருவருக்கும் இடையேயான போராட்டம், அறுபது ஆண்டுகள் கழித்தும், இந்த இரு ராணுவ அதிகாரிகளிடம் விசுவாசமாக இருக்கும் நபர்களால் இப்போதும் முன்னெடுத்துச் செல்லப்படுகிறது. ஆக்கிரமிப்பாளர்களின் முன்னேற்றத்தைத் தடுத்து, இந்தியாவுக்கு ஆதாயத்தைத் தேடித் தந்ததற்குத் தானே காரணம் என்று போகி சென் சொல்கிறார். பதவியில் தான் சில படிகள் கீழே இருந்தாலும், ராணுவச் செயல்பாடுகளைத் திட்டமிட்டதும் செயல்படுத்தியதும் தான்தான் என்று ஹர்பக்ஷ் சிங் சற்றே வலுவுடன் சொல்கிறார்.

காஷ்மீர் தலைநகருக்கு அருகில் சண்டை மிகவும் தீவிரமடைந்ததால், தொலைவில் பட்டான் பகுதியிலிருந்த முதல் சீக்கிய பட்டாலியனை அங்கிருந்து திரும்ப அழைத்து ஸ்ரீநகரின் பாதுகாப்பைப் பலப்படுத்த வேண்டும் என்று ஹர்பக்ஷ் சிங் முடிவு செய்தார். கடந்த ஒரு வாரத்தில் இவ்வாறு இரண்டாவது முறையாகப் படையைப் பின்வாங்கச் செய் திருந்தனர். இந்த உத்தரவைச் செயல்படுத்தியவிதம் இந்திய ராணுவ சரித்திரத்தில் இடம்பெற்றுவிட்டது. முதல் சீக்கிய பட்டாலியன் இருக்குமிடத்தில், உத்தரவு அடங்கிய ஆவணத்தைத் தாழ்வாகப் பறக்கும் ஒரு ராணுவ விமானத்திலிருந்து ஹர்பக்ஷ் சிங்கே கீழே போட்டார். வயர்லெஸ் மூலம் செய்தி அனுப்பினால் அது ஒட்டுக் கேட்கப்படலாம் என்பதால் அப்படிச் செய்ததாக அவர் கூறினார். அத்துடன், தகவல் தொடர்பும் போக்குவரத்து வசதிகளும் எந்த அளவுக்கு மோசமாக இருந்தது; ஒருங்கிணைப்பது எவ்வளவு சிரமமாக இருந்தது என்பதையும் இது எடுத்துக்காட்டியது. ஆட்களையும் தள வாடங்களையும் அழைத்துச் செல்ல சீக்கியப் படையிடம் வண்டிகள் இல்லை. குதிரை வண்டியில் வைத்து இழுத்துச்செல்லலாம் என்று பார்த்தால் அவையும் கிடைக்கவில்லை. எனவே, இந்திய வீரர்கள் தாங்களே வண்டிகளை இழுத்துச் சென்றிருக்கிறார்கள்.[29]

ராணுவத்தினரைத் திரும்ப அழைப்பது, ஆக்கிரமிப்பாளர்களை ஸ்ரீநகரை நோக்கி இழுக்கும் ஓர் உத்தி என்று போகி சென் கோடி காட்டினார். அப்படித்தான் நடந்தது என்றாலும், உண்மையில் வீரர்கள் ஸ்ரீநகருக்கு அழைக்கப்பட்டது, அந்த நகரை பலப்படுத்துவதற் காகவே. இதற்காக அவர்கள் நெடூ ஹோட்டலிலிருந்தும் ஸ்ரீநகர் கிளப்பிலிருந்தும் காஷ்மீர் வரைபடங்களை எடுத்துக்கொண்டு வந்து எந்தெந்த வழிகள் எல்லாம் அடைக்கப்பட வேண்டும் என்று தீவிரமாக ஆலோசனை நடத்தினர்.[30]

நவம்பர் 6 அதிகாலையில் ஸ்ரீநகர் போருக்கு மிக அருகில் வந்தது. அதுதான் பழங்குடியினர் முன்னேறிவந்த அதிகபட்ச தொலைவும்கூட. 'அன்று இரவு முழுவதும் துப்பாக்கிச் சத்தமும் பீரங்கிகள் குண்டு எறியும் சத்தமும் கேட்டுக்கொண்டே இருந்தன. நள்ளிரவு 1 மணி வாக்கில் மேற்கில் 4.5 மைல் தொலைவிலிருந்து ஆக்கிரமிப்பாளர்கள் துணிச்சலுடன் நகருக்குள் ஊடுருவ முயன்றனர்' என்று டைம்ஸ் ஆஃப் இந்தியா செய்தி வெளியிட்டது.

> சுமார் 300 பேர் அடங்கிய ஆக்கிரமிப்பாளர் கூட்டம் இந்திய ராணுவம் ஏற்படுத்திய சாலைத் தடுப்பை உடைக்க முயன்றது.

> அந்தத் தாக்குதல் அதிகாலைவரை நடந்தது. அதன்பின் ஆக்கிரமிப்பாளர்கள் சிதறி ஓடினர்...
>
> அடுத்து ஆக்கிரமிப்பாளர்கள் காஷ்மீரிகளைப்போல் உடை உடுத்திக்கொண்டு நகருக்குள் ஊடுருவ முயற்சி மேற்கொண்டனர். ஆனால், மாநிலக் காவல் படை மிகவும் திறமையாக அவர்களைத் தடுத்துவிட்டது. ஐந்தாம்படைத் துரோகிகள் லாரி லாரியாக ஒவ்வொரு நாளும் சுற்றி வளைக்கப்படுகின்றனர்.[31]

ஸ்ரீநகர்மீதான மாபெரும் முற்றுகை என்பதைவிட, இது ஒரு சிறிய அளவிலான தாக்குதல் என்பதுதான் சரி. இதனிடையில் இந்திய ராணுவம் சுமார் 3,000 வீரர்களை ஸ்ரீநகரில் கொண்டு சேர்த்திருந்தது. நாளுக்கு நாள் வெற்றிக் காற்று இந்தியாவின் பக்கம் வீச ஆரம்பித்தது. ஆக்கிரமிப்பாளர்களுக்கும் இது நன்கு புரியத்தொடங்கியது. இந்தக் கட்டத்தில் ஜிஹாதுக்காக காஷ்மீருக்குள் நுழைபவர்களைவிட வீடு திரும்புபவர்களின் என்ணிக்கையே அதிகமாகிக்கொண்டிருந்தது. ஸ்ரீநகர் மக்களுக்கோ, சீறிப் பாயும் தோட்டாக்களும் காதைப் பிளக்கும் வெடி குண்டுகளும் வானில் பறக்கும் விமானங்களும் பெரும் பதற்றத்தை ஏற்படுத்தியது. 'முறையான செய்தி ஊடகங்கள் செயல்படாத நிலையில் ஒவ்வொரு கடைவீதியும் வதந்திகளை உருவாக்கும் தொழிற்சாலை ஆகியது. பதற்றமும் அறியாமையும் கலந்து கட்டி உருவாகும் செய்திகள் ஒவ்வொன்றும் ஒவ்வொரு குண்டு வெடிக்கும்போதும் ஒரு கடைவீதியிலிருந்து அடுத்த கடைவீதிக்கு மேலும் பூதாகாரமாக ஆக்கப்பட்டு அனுப்பப்பட்டது' என்று மார்கரெட் பார்ட்டன் எழுதினார்.[32]

ஸ்ரீநகருக்குள் ஊடுருவ முயன்று தோற்ற பழங்குடியினர், அந்நகர் இனி உடைக்கவே முடியாத நிலையை அடைந்துவிட்டது என்று தீர்மானித்ததாகத் தெரிகிறது. நகரின் வடமேற்கில், ஷாலாடெங் என்ற இடத்தில் அவர்கள் ஒன்றுகூடினர். எப்படி நகரின்மீது வலுவான தாக்குதலை நடத்தலாம் என்பது பற்றி அவர்கள் ஆலோசித்திருக்கக்கூடும். அல்லது, பள்ளத்தாக்கை விட்டு வெளியே செல்வதுபற்றிப் பேசுவதற்காகவும் அவர்கள் அங்கு கூடியிருக்கலாம். நவம்பர் 7 காலையில் ஷாலாடெங்கில் இந்தியப் படைகளுடன் மூர்க்கமான போர் நடைபெற்றது. இந்தியப் படைகள், புதிதாக வந்து சேர்ந்திருந்த கவச வாகனங்களைக் களத்தில் இறக்கின. சில தகவல்களின்படி, பழங்குடியினர், பாகிஸ்தான் ராணுவம்தான் தங்கள் உதவிக்குக் கவச வாகனங்களை அனுப்பி இருப்பதாக நினைத்து, உற்சாகமாகக் கைகளை அசைத்தபடி அவற்றை நெருங்கி இருக்கின்றனர். ஆனால், பாவம்! அவர்கள்

சுட்டுத்தள்ளப்பட்டனர். இந்திய விமானப் படையும் லஷ்கர்களின் தரைத் தளங்களைத் தகர்த்தது. மிக அழகாக உருவாக்கப்பட்ட திட்டத்தின்படி, இந்தியப் படை, பழங்குடியினரைச் சுற்றி வளைத்தது.

'நான் 'தாக்குங்கள்!' என்ற ஆணை இட்டதும், நரகத்தின் கதவுகள் திறந்துகொண்டன' என்று பிரிகேடியர் சென் கூறினார். 'எதிரிகள் தரப்பில் பெரும் குழப்பம். நான்காம் ஜம்மு-காஷ்மீர் காலாட் படையிலிருந்து பிரிந்துசென்றிருந்தவர்கள், மசூதுகள், வாசிர்கள், அஃப்ரீதிகள், மொஹ்மாண்டுகள் ஆகியோர் மூன்று பக்கத்திலிருந்தும் அவர்களை நோக்கி நடத்தப்பட்ட தாக்குதலிலிருந்து தப்பிக்கப் பெரும்பாடுபட்டனர். மூலை முடுக்கெல்லாம் ஓடி தப்பிக்க முயன்றனர். ஒருவர்மீது ஒருவர் மோதியபடி, மேற்குப் பக்கமாக விழுந்தடித்துக்கொண்டு ஓடினர்.'[33]

'ஷாலாடெங் போர்' என்று அறியப்பட்ட அந்தத் தாக்குதலைத் திட்டமிட்டு, தலைமை தாங்கி, இருபதே நிமிடங்களில் ஆக்கிரமிப்பாளர்களை விரட்டி அடித்த பெருமை தனக்கே உரியது என்று போகி சென் உரிமை கொண்டாடினார். அவருடைய எதிரிகளோ, முன் தயாரிப்பு வேலைகளில் அவருடைய பங்களிப்பு எதுவுமே இல்லை என்றும், தாக்குதல் முடிவடையும் நேரத்தில்தான் அவர் களத்துக்கே வந்தார் என்றும் குற்றம் சாட்டினர்.

ஒன்று மட்டும் உண்மை. அந்தத் தாக்குதலில் பழங்குடியினருக்குப் படு தோல்வி ஏற்பட்டு, அவர்கள் அங்கிருந்து விரைவாக ஓடினர். இந்தியத் தரப்புத் தகவல்கள்படி, 472 லஷ்கர்கள் கொல்லப்பட்டனர். மேலும், அங்கிருந்து ஓடியவர்கள்மீது வான் வழியாகவும் தரையிலிருந்தும் தொடுக்கப்பட்ட தாக்குதல்களால், 146 சடலங்கள் ஷாலாடெங், பாரமுல்லா பகுதிகளில் கண்டெடுக்கப்பட்டன. ஆக்கிரமிப்பாளர்கள், 138 பேருந்துகளையும் டிரக்குகளையும் விட்டுச் சென்றிருந்தனர். அவர்களுடைய ஆம்புலன்ஸுகளும் அவர்களுடைய கட்டுப்பாட்டு மையமும் கைப்பற்றப்பட்டன. இந்தியத் தரப்பில் சொல்லிக் கொள்ளும்படிச் சேதம் ஏதுமில்லை.

'வலுவான எதிர்ப்பு இருந்தபோதிலும், விடுதலைப் படையினர் ஸ்ரீநகரை நோக்கி மூன்று பக்கங்களிலிருந்தும் வெற்றிகரமாக முன்னேறிச் சென்றனர்' என்று ஆஸாத் காஷ்மீர் தாற்காலிக அரசை மேற்கோள் காட்டி, அடுத்த நாள் காலையில் வெளிவந்த டான் பத்திரிகை செய்தி வெளியிட்டிருந்தது. ஆனால், அது உண்மையல்ல. சில வாரங்களுக்குப் பிறகு, அதே பத்திரிகைக்குப் பேட்டி அளித்த குர்ஷித் அன்வர், இந்தியா எவ்வாறு கவச வாகனங்களையும் வான் வழித் தாக்குதலையும் பயன்படுத்தி லஷ்கர் படையை விரட்டி அடித்தது என்று தெரிவித்தார்.

'பழங்குடியினர் பலர் கொல்லப்பட்டனர். இறந்தவர்களின் உடலைக் கூடத் தூக்கிக்கொண்டு வர முடியவில்லை.'[34]

அக்பர் கான்,பின்வாங்கியதை வேறு விதமாகச் சித்திரித்தார். ஷாலாடெங்கில் இழப்பு குறைவுதான்; ஏனெனில் பழங்குடியினர் ஏற்கெனவே பின்வாங்கியிருந்தனர் என்றார் அவர். 'பின்வாங்குதல் படிப்படியாக நடைபெறவில்லை. ஒரேயடியாக அவர்கள் சட்டென்று மறைந்துவிட்டனர். ஒரு கணம் அவர்கள் அங்கு இருந்தனர். மறு கணம் மாயமாகிவிட்டனர்' என்றார் அக்பர் கான். இவருடைய அரசியல் நண்பர் இப்ராஹிம் கானும், பழங்குடியினர் படு வேகத்தில் காற்றில் ஆவியாகிப் போவதுபோல் மறைந்துவிட்டனர் என்றார். 'ஷாலாடெங்கில் பழங்குடியினர் பின்புறத்திலிருந்து தாக்கப்பட்டனர். தங்கள் கட்டுப்பாட்டு மையத்திலிருந்து தகவல் தொடர்புகள் ஏதுமின்றி வெட்டப்பட்டுவிடுவோம் என்று பயந்து, சிறு சிறு குழுக்களாகப் பிரிந்து, மறைந்துவிட்டனர்.'

அக்டோபர் 31 வாக்கிலிருந்தே பழங்குடியினர் வீடு திரும்ப ஆரம்பித்த தாகவும், ஷாலாடெங் போர் இதனை முடிவுக்குக் கொண்டுவந்தது என்றும் பாகிஸ்தான் தரப்பின் அதிகாரபூர்வமற்ற தகவல் ஒன்று தெரிவிக்கிறது.[35] இது பின்வாங்கலா அல்லது தோல்வியடைந்து ஓடுதலா? இரண்டுமே ஓரளவு உண்மை. ஆனால், ஷாலாடெங் தோல்வியிலிருந்து லஷ்கர் படை மீளவே இல்லை. பாகிஸ்தானுக்காகக் காஷ்மீரை வென்றெடுக்கும் முயற்சி தோல்வி அடைந்ததை அடுத்து, பாகிஸ்தான் ராணுவத்தில் இது தொடர்பாக ஒருவரை ஒருவர் பரஸ்பரம் குற்றம் சாட்டுவதும் விமரிசிப்பதும் தொடர்ந்து நடந்துவருகிறது. 'இந்திய ராணுவம் ஸ்பிட்ஃபயர், டெம்பெஸ்ட், ஹார்வர்ட் வகை விமானங்களையும் டெய்ம்லர் ஜி.எம்.சி. கவச வாகனங்களையும் கொண்டு தாக்குதல் நடத்தும் நேரத்தில், வலுவான படைகளுக்குபதில் வெறும் கைத்துப்பாக்கிகள் மட்டும் வைத்திருந்த பழங்குடிகள் வசம் போரை ஒப்படைத்தது பாகிஸ்தான் ராணுவ வரலாற்றிலேயே மிகவும் கேவலமான செயல்' என்று பாகிஸ்தானின் ஓய்வு பெற்ற ராணுவ அதிகாரி ஆஹா ஹுமாயூன் அமின் எழுதினார்.[36]

சண்டை அத்துடன் முடிவுக்கு வரவில்லை. பள்ளத்தாக்கில் சிற்சில இடங்களில் தாக்குதல்கள் தொடர்ந்து நடந்தன. சிலவற்றில் தாக்குதல்கள் தீவிரமாகவும் இருந்தன. பூஞ்ச் பகுதியிலும் ஜம்முவைச் சுற்றிய பகுதிகளிலும் ஆஸாத் காஷ்மீர் படைகள் வலுவுடன் இருந்தன. மேலும் ஒருவருடத்துக்கு அங்கெல்லாம் சண்டைகள் தொடர்ந்தன. பள்ளத்தாக்கின் மேற்குப் பகுதிகளை அவர்கள் தங்கள் கட்டுப் பாட்டுக்குள் வைத்திருந்தனர். ஆனால், இந்திய ராணுவம் தன் முதல்

தாக்குதலில் காஷ்மீர் பள்ளத்தாக்கின் பெரும்பகுதியைக் கைப்பற்றி, கடுமையான எதிர்ப்பை முறியடித்துவிட்டது. பிரிகேடியர் சென்னும் அவருடைய வீரர்களும் லஷ்கர் வீரர்கள் திரும்ப ஓடிய பாதையில், ஒரு துப்பாக்கிக் குண்டைக்கூட எதிர்கொள்ளாமல் முன்னேறிச் சென்றார்கள். நவம்பர் 7 அன்று சீக்கிய வீரர்கள் பட்டானைக் கைப்பற்றினர். அதற்கு அடுத்த நாள் இந்தியப் படை பாரமுல்லாவுக்குள் நுழைந்தது. நான்கு நாள்கள் கழித்து ஊரியும் இந்தியர்கள் கட்டுப்பாட்டில் வந்தது. காஷ்மீர் பள்ளத்தாக்கில் இருந்த எதிரிகள் அனைவரும் துரத்தியடிக்கப் பட்டனர்.

இந்தியப் படை பாரமுல்லாவுக்குள் நுழைந்த ஓரிரு நாள்களில் ஃப்ரான்சிஸ் ராத் அங்கிருந்து ஸ்ரீநகரை அடைந்தார். அவர் ஷாலாடெங் வழியாகச் சென்றார். அங்கு நடந்திருந்த போரின் விளைவுகளைக் கண்டார். பழங்குடியினரின் சடலங்கள் நிறைந்திருப்பதைப் பார்த்தார். தரைத் தாக்குதலைவிட, வான் வழித் தாக்குதலால்தான் அவர்கள் கொல்லப்பட்டிருந்தனர் என்பது தெளிவாகத் தெரிந்தது. 'நாய்களும் கழுகுகளும் இறந்தவர்கள் உடல்களைத் தின்றுகொண்டிருந்தன. அதை நானே என் கண்ணால் பார்த்தேன்' என்று அவர் என்னிடம் சொன்னார். எதிர்த்திசையில் பயணம் செய்த மார்கரெட் பார்ட்டன் தன் வாழ்நாளில் பார்த்தவற்றிலேயே மிகவும் ஆழமான பாதிப்பை ஏற்படுத்திய காட்சி ஒன்றைப் பார்த்தார். 'பாரமுல்லா நெடுஞ்சாலையின் ஓரத்தில் இருந்த குழியில் வாட்டசாட்டமான, செம்பட்டைத் தாடி உடைய பழங்குடி ஒருவர் கையில் நாட்டுத் துப்பாக்கி ஒன்றைப் பிடித்தபடியே இறந்திருந்தார்.'[37]

நவீனகாலப் போர்களை ஒப்பிடும்போது பழங்குடிகளின் காஷ்மீர் ஆக்கிரமிப்பில் இறந்தவர்கள் எண்ணிக்கை குறைவுதான். இத்தனை பேர்தான் இறந்தார்கள் என்று உறுதியாகச் சொல்ல முடியாது. பொதுமக்களின் மரணத்தையும் சேர்த்துப் பார்த்தால், 1947 அக்டோபர் மற்றும் நவம்பர் முன் பாதியில் இறந்தவர்களின் எண்ணிக்கை ஒரு சில ஆயிரங்களுக்கு உள்ளாகத்தான் இருக்கும். ஆனால், ஒட்டுமொத்த காஷ்மீர் மனத்தில் ஏற்பட்ட அரசியல் காயங்கள் முழுவதுமாக ஒருபோதும் ஆறவே இல்லை.

9

பத்து நாள் பயங்கரம்

செயிண்ட்ஜோசப் மடாலயத்தில் நடத்தப்பட்ட தாக்குதலிலிருந்து தப்பியவர்கள் மருத்துவமனையின் குழந்தைகள் வார்டில் சுமார் ஒன்றரை வாரங்கள் அடைபட்டிருந்தனர். காஷ்மீர் பள்ளத்தாக்கில் நடைபெற்ற போர் குறித்து அவர்களுக்கு எதுவுமே தெரிந்திருக்கவில்லை. ஒரு போர் ஆரம்பித்துள்ளது என்று மட்டுமே அவர்களுக்குத் தெரியும். அவ்வப்போது சிற்சில தகவல்கள் அவர்களை வந்து சேர்ந்திருக்கலாம். நிரம்பிய வாகனங்களில் ஸ்ரீநகரை நோக்கிச் சென்றுகொண்டிருந்த பழங்குடிகள் ஏற்படுத்திய பெரும் கூச்சலை அவர்கள் கேட்டிருக்கலாம். இந்தியாவின் பதில் தாக்குதல் குறித்து அவர்களுக்கு நிச்சயம் தெரிந்திருக்கும். பழங்குடியினர் அந்த மடாலயத்தைத்தான் தங்கள் போக்குவரத்து மையமாகவும் கட்டுப்பாட்டு மையமாகவும் ஆக்கியிருந்தனர். அதனால் இந்திய ராணுவம் அவர்கள்மேல் தொடர்ந்து வானிலிருந்து குண்டுகளை வீசித் தாக்குதல் நடத்தியது. காஷ்மீரின் தலைவிதி என்னவாகும் என்பதைவிட அந்தச் சிறிய அறையில் அடைபட்டுக் கிடந்தவர்களுக்கு, தங்கள் தலைவிதி என்ன ஆகும் என்ற பயமே பெரிதாக இருந்தது.

சமீபத்தில் நான் பாரமுல்லா போயிருந்தபோது, அந்த வார்டில் ஒருவித அமைதியே நிலவியது. அந்த

அறையில் உயிர் துறந்த மதர் தெரசலீனாவுக்கும் பிறருக்கும் அஞ்சலி செலுத்தும்வகையில், கல் பாவிய தளத்தில் பித்தளைச் சிலுவை ஒன்று பதிக்கப்பட்டிருக்கிறது. மருத்துவமனையில் இருந்த 13 படுக்கைகளில் இரண்டில் மட்டுமே நோயாளிகள் இருந்தனர். அதுகூட அந்த மருத்துவமனையைப் பொருத்தவரை ஒரு மறுமலர்ச்சிதான். அறுவை சிகிச்சை செய்யத் தெரிந்த மருத்துவரை அங்கு நியமிக்க மடாலயத்தினர் மிகவும் சிரமப்படவேண்டியிருந்தது.நான் முதன்முதலில் செயிண்ட் ஜோசப் மடாலயத்துக்குப் போனபோது ஃப்ரான்சிஸ்கன் கன்யாஸ்திரீயான டாக்டர் மெலனி அங்கு மருத்துவராக இருந்தார். ஆனால், புற்றுநோய் காரணமாக அவர் பணியிலிருந்து விலகி, புது தில்லி மிஷனுக்குப் போய், அங்கேயே உயிர் துறந்தார்.

அவருடைய இடத்துக்கு மடாலயத் துறவியாக இருக்கும் மருத்துவர் எவரையும் நியமிக்க முடியவில்லை. பிற மருத்துவர்களுக்கு பாரமுல்லா விருப்பத்துக்குரிய இடமாக இருக்கவில்லை. காஷ்மீர் பெரும் பிரச்னையில் இருக்கும் ஓர் இடம். அத்துடன் அந்த மடாலயத்தில் மின் சாரம் ஒழுங்காகக் கிடைக்காது. அரிக்கேன் விளக்கை வைத்துக்கொண்டு தான் வாழ்க்கை நடத்தவேண்டும். தண்ணீரும் போதுமான அளவு கிடைக்காது. இவை எல்லாவற்றுக்கும் மேலாக முக்கியமான விதிமுறை ஒன்று இருந்தது. மருத்துவராக வருபவர் கத்தோலிக்கராகவோ அல்லது கிறிஸ்தவத்தின் வேறு பிரிவைச் சேர்ந்தவராக இருக்கவேண்டும் என்று அவசியமில்லை. ஆனால், யார் மருத்துவராக வந்தாலும், அவர்கள் சர்ச்சின் கொள்கைப்படி நடந்துகொள்ளவேண்டும்; அதாவது, கருக்கலைப்பையோ கருத்தடை சாதனங்களை உபயோகிப்பதையோ ஆலோசனைகளாகத் தரக்கூடாது.

2005 அக்டோபரில் காஷ்மீரில் ஏற்பட்ட மாபெரும் நிலநடுக்கம் ஒருவிதத்தில் சில தீர்வுகளைத் தந்தது. செயிண்ட் ஜோசப் பள்ளியின் நூற்றாண்டு நிறைவு விழாக் கொண்டாட்டத்தின்போது, அதுவும் பிஷப் அங்கே இருக்கும்போதுதான் நிலநடுக்கம் ஏற்பட்டது. ‘எல்லாப் பொருள்களும் 70 டிகிரி கோணத்தில் சரிந்தன. அலமாரிகளில் இருந் தவை எல்லாம் கீழே விழுந்தன’ என்று நினைவுகூர்ந்தார் சிஸ்டர் சுப்பீரியர் எலேன். மடாலயத்துக்குப் பெரிய அளவில் சேதம் ஏதும் ஏற்படவில்லை. நிலநடுக்க மையம் கட்டுப்பாட்டுக் கோட்டுக்கு அந்தப் பக்கம், பாகிஸ்தான் பகுதியில்தான் இருந்தது. அங்குதான் பல ஆயிரம் உயிரிழப்புகள் ஏற்பட்டன. ஆனால், இந்தியப் பகுதியிலும் சில நூறு பேர் உயிரிழந்தனர். பல ஆயிரம் பேர் வீடிழந்தனர்.

உடனேயே கன்யாஸ்திரீகள் மிகவும் பரபரப்பாக வேலைகளில் ஈடுபட்டனர். ‘நாங்கள் ஏறியிருக்காத மலைகளின்மேல் எல்லாம் தாவிக்

குதித்து ஏறினோம்' என்றார் அருட்சகோதரி எலேன். அவசரகால நிவாரணப் பணிகளுக்காக அங்கு வந்த மருத்துவர்களுக்கு மடாலயமே தங்குமிடமாக இருந்தது. வந்தவர்களில் ஒரு மருத்துவர், வேறொரு கிறிஸ்தவப் பிரிவைச் சேர்ந்த கன்யாஸ்திரீ. அவர் செயிண்ட் ஜோசபிலேயே தங்கிவிட முடிவு செய்தார். அதைத் தொடர்ந்து பல வருடங்களாகச் செயலற்று இருந்த உள்சிகிச்சைப் பிரிவு மீண்டும் செயல்பட ஆரம்பித்தது. நிலநடுக்கத்துக்குச் சுமார் ஒருவருடம் கழித்து நான் அங்கு சென்றபோது, மூன்று வார்டுகள் திறந்திருந்தன. பிரசவத்துக்கான அறுவை சிகிச்சை மையம் இயங்கிக்கொண்டிருந்தது. 33 மாணவர்கள் அங்கு தங்கி செவிலியர் படிப்பு படித்துவந்தனர்.

பழங்குடியினர் தாக்குதலின்போது அங்கு மருத்துவராக இருந்த க்ரேடா பரெட்டோ, துறவு வாழ்க்கையை மேற்கொண்டிருக்காவிட்டாலும், ஒரு விசுவாசமான கத்தோலிக்கராக இருந்தார். மருத்துவப் பயிற்சி பெற்ற கன்யாஸ்திரீ ஒருவர் நீண்ட விடுமுறையில் சென்றிருந்ததால், அந்த இடத்துக்கு அவர் நியமிக்கப்பட்டிருந்தார். 27 அக்டோபர் 1947 அன்று, பரெட்டோ, தன் கண் முன்னாலேயே தன் கணவர் கொல்லப்படுவதைப் பார்த்தார். டாம் டைக்ஸ், மதர் தெரசலீனா என்ற இருவரும் ரத்தப் போக்கை நிறுத்தமுடியாத காரணத்தால் இறப்பதையும் அவர் பார்த்திருந்தார். வேறு இருவருக்குத் துப்பாக்கிக் காயம் ஏற்பட்டிருந்தது. போதிய மருந்துகள் இல்லை. மின்சாரம் கிடையாது. சிறிய வார்டு ஒன்றுக்குள், உயிரைக் கையில் பிடித்தபடி பயந்துகொண்டிருந்த கன்யாஸ்திரீகள், அகதிகள், அடைக்கலம் தேடியவர்கள் என நிரம்பி வழிந்துகொண்டிருந்தனர்.

இது போதாது என்று, பழங்குடியினர் கையில் துப்பாக்கிகளுடன் வந்து, தங்கள் காயங்களுக்கு மருந்து போடும்படி மிரட்டினர். டாக்டர் பரெட்டோவின் மகள் ஏஞ்செலா அரான்ஹா, தன் தாய் சொன்ன சம்பவம் ஒன்றை நினைவுகூர்ந்தார்: 'தாக்குதலில் ஒரு பழங்குடி வீரரின் மூக்கு அறுந்துவிட்டது. அதை என் தாய்தான் தைக்க வேண்டியிருந்தது. என் தந்தை கொல்லப்பட்ட அதே நாளில்தான் இதுவும் நடந்திருந்தது. சிகிச்சை அளித்தபடியே என் தாய் அவரிடம், 'நீதான் இன்று காலை என் கணவரைக் கொன்றாய்' என்றாராம். அதற்கு அந்தப் பழங்குடி, 'ஆமாம். போர் என்று வந்துவிட்டால் எல்லாமே நியாயம்தான்' என்று பதில் சொல்லியிருக்கிறார்.'

தாக்குதல் நடந்த நாள் அன்று இரவில், உயிர் இழந்த நண்பர்களின் நினைவும் எப்போது வேண்டுமானாலும் தாக்குதல் நடக்கலாம் என்ற பயமும் அனைவர் மனத்திலும் அலைபாய்ந்துகொண்டிருந்த நிலையில், சிறிய வார்டில் அடைபட்டுக்கிடந்தவர்கள் மிகவும் களைத்துப்

போய் சில மணி நேரம் தூங்கினர். 'தரையில் காலியாக இருந்த ஓரிடத்தில், யாரோ ஒருவருடைய போர்வையின் விளிம்பில் படுத்துக் கிடந்தேன்' என்று பாதிரியார் ஷாங்க்ஸ் எழுதினார். 'வாசலில் காவலுக்கு இருந்தவர்கள் ஒவ்வொருவராகத் தூங்க ஆரம்பித்தனர்.'

> தரை கடினமாக இருந்தது. காற்றில் குளிரும் நாற்றமும் ஊடுருவியிருந்தது. புரண்டு புரண்டு படுத்தாலும், எதுவும் வாட்டமாக இல்லை. நாளின் நிகழ்வுகள் என்னை விடாமல் துரத்தின. நான் நேரடியாகப் பார்த்த கொள்ளையும் பிற அழிவுச் செயல்களும் என்னை வாட்டின. ஒரு பெண்ணின் திடீர் அலறல் எங்கள் அனைவரையும் விழிக்கச் செய்தது. அவர் காட்டிய எதிர்த் திசை ஜன்னல் வழியாக வெளியே பார்த்தோம். தூரத்தில் கிராமத்திலிருந்து கிளம்பிய தீப்பிழம்புகளின் வெளிச்சத்தில் ஜன்னல் ஓரத்தில் நிழல்போல் சில பயங்கரமான உருவங்கள் தெரிந்தன. அதைப் பார்த்த பெண்கள் மேலும் பயத்தால் நடுங்கி, மற்றொரு மூலைக்கு ஓடினர். காவலுக்கு இருந்த பழங்குடிகளை யாரோ சத்தம் போட்டு எழுப்பினார்கள். அவர்கள் வேகமாக வெளியே ஓடிப்போனார்கள். பெரும் வாக்குவாதம், கூச்சல் குழப்பம் நடைபெற்றது. இறுதியில் ஆக்கிரமிப்பாளர்கள் அங்கிருந்து வெளியேறினர்.[1]

தொடர்ந்து தொல்லைகள் இருந்த இரவில், திடீரென பழங்குடியினர் கிணற்றில் இருந்து நீர் இறைக்கும் சத்தம் பாதிரியார் ஷாங்க்ஸுக்குக் கேட்டது. அதன்பின் அவர்கள் கன்யாஸ்திரீகளைக் கொண்டு மண்ணெண்ணெய் ஸ்டவ்வில் காப்பி போடும் வாசனை மூக்கைத் துளைத்தது.

அடுத்து வந்த இரவுகளிலும் யாரும் அங்கு கொள்ளையடிப்பில் இறங்காமல் இருக்க, பழங்குடியினர் சிலரைக்கொண்டே வாசலில் காவல் போடப்பட்டது. சில நேரங்களில் தங்களை வாகனங்களில் ஏற்றிச்செல்வதற்காகப் பழங்குடியினரால் மிரட்டி அல்லது ஆசைகாட்டி அழைத்து வரப்பட்ட வாகன ஓட்டிகளைக்கொண்டு வாசலில் காவலுக்கு ஏற்பாடு செய்யப்பட்டது. ஆக்கிரமிப்பின்போது, பாலியல் தொந்தரவுகள் காரணமாக வார்டில் இருந்த பெண்கள் மிகவும் அபாய நிலையில் இருந்தனர். பாதிரியார் ஷாங்க்ஸ் பின்னர் எழுதியபடி, இரவு நேரத்தில் பெண்களைக் கடத்துவது தொடர்பான அபாயங்கள் நிறைய இருந்தன.

> அன்று இரவுவரை எல்லாம் சரியாகவே நடந்தன. ஆனால், இரவில் வாசலில் காவலுக்கு நிற்கும் இருவர், நீண்ட நேரம் ஏதோ

பேசிக்கொண்டிருந்தபிறகு, ஒரு கத்தோலிக்க இந்திய நர்ஸை விசாரணை செய்வதற்காகத் தங்களுடன் அனுப்புமாறு கேட்டனர். ஒன்றுமே புரியாமல் நடிக்கும் வகையில் நான் வெளியே சென்று அவர்களுடன் சுமார் ஐந்து நிமிடங்கள் வாதிட்டேன். வாக்குவாதம் திடீரென நின்றுபோனது. அவர்கள் என்முன் பெரும் மிரட்டலை விடுத்தனர்: 'அந்தப் பெண்ணை எங்களுடன் அனுப்பு. இல்லை என்றால் நாங்கள் இங்கிருந்து வெளியே போய், மேலும் பலரைக் கூட்டிக் கொண்டுவந்து எல்லாப் பெண்களையும் கடத்திக்கொண்டு போய்விடுவோம்.' முடியாது என்று எளிதாகச் சொல்லியிருக்கலாம். ஆனால் அந்த வார்த்தையை உச்சரிப்பது அவ்வளவு எளிதாக இருக்கவில்லை. பூமி அப்படியே நழுவிப்போனதுபோல நான் உணர்ந்தேன். இனி எங்கள் காவல் தேவதைதான் எங்களைக் காக்கவேண்டும் என்று நானும் பாதிரியார் மால்லெட்டும் இருட்டில் பயத்துடன் காத்துக்கொண்டிருந்தோம். அவர்கள் வந்தார்கள். ஆனால் அதற்குள் வாசலில் பெரும் சத்தம் கேட்டது. காவலுக்கு இருந்த பழங்குடியினர் அனைவரும் கிளம்பிப்போய், வாசலில் இருந்த வாகனங்களில் ஏறிக்கொண்டு, போர்முனைக்குப் புறப்பட்டுப் போய்விட்டனர்.[2]

அந்த இரவிலிருந்து மடாலயத்திலிருந்த ஆண்களே காவலுக்கு நிற்க வேண்டியிருந்தது. 'கொடுங்கனவு போன்றது அது. வாசலில் இருந்த நிலவொளியில் நனைந்திருக்கும் நான்கு கண்ணாடிச் சட்டகங்களைப் பார்த்துக்கொண்டே இருக்கவேண்டும். யாராவது வருவார்களா, தூங்கிக்கொண்டிருக்கும் பெண்களையும் குழந்தைகளையும் தங்கள் கண்களால் உற்றுப் பார்ப்பார்களா என்று பார்த்துக்கொண்டே இருக்கவேண்டும்' என்று நினைவுகூர்ந்தார் பாதிரியார் ஷாங்க்ஸ்.

மடாலயத்தில், ஏழு இந்து, சீக்கியக் குடும்பங்களைச் சேர்ந்தவர்கள் - அதில் 20 குழந்தைகள் அடக்கம் - அடைக்கலம் புகுந்திருந்தனர். இந்தக் குடும்பங்களின் பெண்கள்தான் கடத்தப்படும் அபாயத்தில் இருந்தனர். அவர்கள், உள்ளூர் கிறிஸ்தவர்கள்போல் ஐரோப்பிய ஆடைகளை அணிந்துகொண்டு, ஆங்கிலோ இந்தியர்கள்போல் தலைமுடியைச் சிறியதாக வெட்டிக் கொண்டனர். சீக்கிய ஆண்கள் தங்கள் தலைமுடியை வெட்டி, தாடியைச் சவரம் செய்துகொண்டனர். அந்த நகரிலேயே மிகவும் செல்வந்தர்களான பாஸ்ரிச்சா, ராத் குடும்பத்தினர் முதற்கொண்டு பலர் அந்த மடாலயத்தில் அடைக்கலம் புகுந்திருந்தனர்.

அந்த நெருக்கடி நேரத்தையும் இரண்டு பாதிரியார்களும் மதமாற்றத் துக்குப் பயன்படுத்திக்கொள்ள முயன்றனர். தன் உயிரைக் காஷ்மீரின் மத

மாற்றத்துக்காகத் துறக்கிறேன் என்று இறப்பதற்குமுன் மதர் தெரசலீனா சொன்னதாக மடாலயக் குறிப்புகள் தெரிவிக்கின்றன.[3] அவர் மரணப் படுக்கையில் கிடந்தபோது மில் ஹில் பாதிரியார்கள் அவருடைய ஆத்மா சாந்தி அடையப் பிரார்த்தனை செய்தனர். அப்போது பாதிரியார் மால்லெட், நகரின் முக்கியமான ஓர் இந்துவையும் அவரது குடும்பத்தையும் மதம் மாற்றியது குறித்து ரகசியமாகத் தன்னிடம் சொன்னதைப் பாதிரியார் ஷாங்க்ஸ் ஆவணப்படுத்தியுள்ளார்.

> ‘நான் அவர்களுக்கு அத்தியாவசிய விதிமுறைகளைச் சொல்லிக்கொடுத்தேன். அவர்களும், இந்தத் தாக்குதலில் இருந்து தாங்கள் உயிர் தப்பினால் கத்தோலிக்கர்களாக வாழ உறுதி அளித்தனர்’ என்றார் மால்லெட்.
>
> ‘நல்ல காரியம் செய்தாய், ஜெர்ரி’ என்றேன் நான்.’

அந்த இந்துக் குடும்பம் கத்தோலிக்கர்களாக மாறியது பற்றி சிட்னி ஸ்மித்தும் குறிப்பிட்டிருந்தார். அது ஒரு கண நேர மாற்றமாகத்தான் இருந்திருக்கிறது. அந்த பாஸ்ரிச்சா குடும்பம் தாம் இப்போது இந்துக்களாகவே இருப்பதாகவும் எப்போதுமே இந்துக்களாகத்தான் இருந்ததாகவும் சொன்னார்கள்.

அந்த மருத்துவமனை வார்டில் பல்வேறு சாதி, சமூகப் பின்னணி கொண்டவர்கள் அடைந்திருந்தனர். ஒரு குறுகிய இடத்தில் அடைபட்டுக் கிடக்க நேர்ந்ததை அனைவரும் எளிதில் ஜீரணித்துக்கொள்ளவில்லை. அங்கு இருந்த ஓர் இந்துப் பெண் பாதிரியார் ஷாங்க்ஸ் உட்பட அனைவருக்கும் எரிச்சலை மூட்டினார். ‘அவர் ஒரு மூலையில் உட்கார்ந்துகொண்டு தன் குழந்தையைக் கவனித்துக்கொண்டிருந்தார். அருகில் யார் வந்தாலும், என்னையும் சேர்த்து, குழந்தையின் நாப்கின்களை வெளியே எறியும்படி உத்தரவிட்டுக் கொண்டிருந்தார். கிறிஸ்தவர்கள்போல் முக்காடு போட்டுக்கொள்ள மறுத்தார். கடைசி வரை முகத்தைச் சிடுசிடுவென்று வைத்துக்கொண்டிருந்தார்.’

ஷிவு என்ற துப்புறவுப் பணியாளர் தன் பத்து குழந்தைகளுடன் வந்திருந்தார். ‘அவரும் அவரது குழந்தைகளும் தரையில் ஒரேயொரு விரிப்பில் ஒவ்வோர் இரவும் படுத்துக்கிடந்தனர். அவர்களுடைய கீச் கீச் என்ற சிரிப்பொலிதான், வார்டில் உள்ள அனைவரும் படுத்துத் தூங்குமுன் கேட்கும் ஒரே சத்தம்.’

எந்தவோர் உள்ளூர் முஸ்லிம் குடும்பமும் மடாலயத்தில் அடைக்கலம் தேடி வரவில்லை. ஏனெனில், தங்கள் மதத்தைச் சேர்ந்த ஆக்கிரமிப்பாளர்களால் தாங்கள் தாக்கப்படும் வாய்ப்புகள் குறைவு என்று அவர்கள் நினைத்திருக்கக்கூடும்.

அந்தக் கூட்டத்தில் ஓர் இளம் பாலியல் தொழிலாளியும் இருந்தாள். அவள் பாதிரியாரின் கவனத்தை ஈர்த்திருக்கிறாள். அவளைக் குறித்து பாதிரியார் விரிவாக எழுதியுள்ளார்.

ஓர் இளம் பெண், திறந்திருந்த வாசல் பக்கமாகச் சென்றாள். ரத்தச் சிவப்பு ரவிக்கை, மஞ்சள் நிறப் புடைவை, மலிவான இடது மூக்குத்தி, நீண்ட தோடுகள், அனைத்துக்கும் மேலாக இதழோரம் எப்போதும் புகைந்துகொண்டிருக்கும் சிகரெட்... இவை அந்த மடாலயப் பின்னணியில் மாறுபட்ட தோற்றத்தைத் தந்தன. அவள் உடல்நிலை சரியில்லை என்பது பார்த்தவுடனேயே தெரிந்தது. கவர்ச்சியான ஆடைகளால், அவள் தன்னைக் கஷ்டப்பட்டு இழுத்துச் செல்வதை மறைக்க முடியவில்லை. அவளது முகத்தின் நிறமிழந்த தன்மையை அவள் பூசியிருந்த பவுடர் முழுதாக மறைக்கவில்லை. உதட்டின் சுழிப்பு, அவளது ஒளியிழந்த கண்களை மறைக்க முயலவில்லை. ஒன்று அழைப்பு விடுத்தது. இன்னொன்று அந்த அழைப்பை ஏற்றவர்களை அவள் எப்படி மதிக்கிறாள் என்பதைக் காட்டியது. அவளுக்கு 18-லிருந்து 28 வயது இருக்கலாம்.

'அது யார் பாதியாரே?'

'அந்தப் பெண்ணின் பெயர் சுசீலா என்று நினைக்கிறேன். பம்பாயைச் சேர்ந்த நாட்டியக்காரி. நல்ல பெண்கள் அவளைப் பற்றி அதற்குமேல் தெரிந்துகொள்ள வேண்டியதில்லை.'

பாதிரியார் எக்ஸ் அவளை அடையாளம் கண்டுகொண்டார். ஸ்ரீநகருக்குப் போகும் வழியில் அவர்கள் சில முறை வழி தெரியாமல் கல்லூரிக்குள் வந்துவிடுவார்கள். சீனியர் மாணவர்களின் நகைப்புக்கு இடையில், அந்தப் பெண்களை வெளியே அனுப்ப வழிகாட்டுவது அவரது வேலை.

'ஆனால், அவள் எப்படி அங்கு வந்து சேர்ந்தாள்?'

'காஷ்மீருக்கு சீஸன்போது வந்து குவியும் ஆட்கள்போலத்தான் இவளும் வந்திருக்கிறாள். உடல்நிலை மோசமாகியுள்ளது. மீண்டும் தன் ஊருக்குப் போவதற்கான பணம் அவள் கையில் இல்லாததால் இங்கேயே மாட்டிக்கொண்டிருக்கிறாள். கன்யாஸ்திரீகள் அவளை மீட்டு இங்கு கொண்டுவந்திருக்கிறார்கள். அவளுக்கு முற்றிய காச நோய். பாவம்! சிம்னிபோல் புகைக்கிறாள்.'

'பாவம் இந்தப் பெண்... இவளைப் பதான்களின் கையிலிருந்து காப்பாற்றவேண்டும்!'[4]

அந்தப் பெண், சிட்னி ஸ்மித்தின் கவனத்தையும் கவர்ந்திருக்கிறாள். '19 வயதான கௌசல்யா எனும் இந்து நடனக்காரியின் துயரம் நிறைந்த தனிமை' பற்றி அவர் எழுதியிருந்தார். சிட்னி ஸ்மித்தின் குறிப்புகளிலிருந்து 'தி ஸ்கார்லெட் ஸ்வேர்ட்' என்ற தன் நாவலை எழுதிய ஹெ.ஈ. பேட்ஸ் அவளையும் ஒரு கதாபாத்திரமாக்கி, அவளுக்கு ஓரளவுக்கு அழியாப் புகழைத் தேடிக் கொடுத்துவிட்டார். சிறிதுகூட ஆபாசமில்லாத இந்த நாவலின் சில பதிப்புகளின் அட்டைப்படங்களில் அவளது படம் ஆபாசமாகச் சித்திரிக்கப்பட்டுள்ளது. பாகிஸ்தானின் எல்லை மாகாண கவர்னர் சர் ஜார்ஜ் கன்னிங்ஹாம் மடாலயத்தில் இருந்து காப்பாற்றப்பட்டவர்களின் பட்டியலைத் தன் டயரியில் குறிப்பிடும்போது, கடைசிப்பெயராக 'பாலியல் தொழிலாளி குஷால்யா' என்பதையும் குறிப்பிட்டுள்ளார்.[5] அங்கிருந்து அவளது பெயர் வரலாற்றிலிருந்து மறைந்துபோகிறது.

முதல் தாக்குதல் நடைபெற்றதற்கு மறுநாள், பாரமுல்லாவில் இருக்கும் பிரிட்டிஷ் மர வியாபாரி ஜான் தாம்சன் மருத்துவமனை வார்டில் இருப்பவர்களுடன் வந்து சேர்ந்துகொண்டார். சிட்னி ஸ்மித்திடமிருந்து பிரிக்கப்பட்ட அவர், மடாலயத்துக்கு ஒரு மோட்டார் பைக்கில் வந்து சேர்ந்திருக்கிறார். அவருடன் ஒரு பழங்குடி வீரரும் பின்னால் அமர்ந்து வந்திருக்கிறார். பாரமுல்லாவில் எத்தனை ஆக்கிரமிப்பாளர்களும் அவர்களுக்கு எதிரான அரச படையினரும் இருக்கிறார்கள் என்ற தகவலையும் அந்த முற்றுகை சீக்கிரம் முடிவுக்கு வரும் வாய்ப்பே இல்லை என்ற மோசமான தகவலையும் அவர் தன்னுடன் எடுத்து வந்திருப்பார். மருத்துவமனை வந்து சேர்ந்ததும் அவரது முதல் வேலை, துப்பாக்கிக் காயம்பட்ட பெல்ஜியத்தைச் சேர்ந்த மதர் சுப்பீரியர் ஆல்டிட்ரூட், பிரிட்டனில் பிறந்திருந்த சீலியா பாஸ்ரிச்சா (பின்னர் தாம்சனின் மாமியார் ஆனவர்) ஆகியோரை சிகிச்சைக்காக வெளியே கொண்டுசெல்ல ஏற்பாடு செய்வதுதான். பாதிரியார் ஷாங்க்ஸும், மருத்துவ சிகிச்சை தேவைப்படுபவர்களை மட்டுமாவது வெளியே அனுப்பும்படி பழங்குடிகளுடன் பேசிப் பார்த்தார். ஆனால், உடனடியாக எந்தப் பயனும் கிடைக்கவில்லை.

தாக்குதல் நடந்து நான்கு நாள்கள் கழிந்தபிறகுதான், 'மிகவும் மோசமாகக் காயம்பட்டிருந்த இரண்டு பதான் பழங்குடிகளை அபோட்டாபாத்துக்கு எடுத்துச் செல்லவிருந்த ஒரு லாரி டிரைவர் அகப்பட்டார்' என்று ஷாங்க்ஸ் எழுதினார். 'மடாலயத்தில் இருந்த காயம் பட்டவர்களையும் சிகிச்சைக்குக் கொண்டு செல்ல அனுமதிக்கும்படி முகாம் தலைவருக்குக் கடிதம் எழுதினேன்.

ஆச்சரியப்படும்வகையில் உடனே அனுமதி கிடைத்துவிட்டது. காயம் பட்ட இரு பெண்களையும், அவர்களை கவனித்துக்கொள்ள ஒரு கன்யாஸ்திரீயையும், வெளி உலகுக்கு எங்கள் வேதனைக் கதைகளை எடுத்துச் சொல்ல ஒருவரையும் ஏற்றிக்கொண்டு புராதன லாரி ஒன்று மாலை நான்கு மணி அளவில் துள்ளிக் குதித்துக்கொண்டு புறப்பட்டது.' உடன் சென்ற கன்யாஸ்திரீ, ஸ்காட்லாந்தைச் சேர்ந்த பார்பரா மெக்ஃபிலிமி. அவர்களுக்குப் பாதுகாவலாகவும் வெளியுலகுக்கு நிலைமையை எடுத்துச் சொல்லவும் அவர்களுடன் சென்றவர், ஜான் தாம்சன்.

தானும் நர்ஸும் பழங்குடியினரின் லாரியில் ரகசியமாக ஏறிக்கொண்டு, வெள்ளிக்கிழமை நடு இரவில் அபோட்டாபாத் வந்து சேர்ந்த விதம் குறித்து தாம்சன் பின்னர் பிரிட்டிஷ் அதிகாரிகளிடம் விளக்கிச் சொன்னார். வழியில், நூறு, இருநூறு வாகனங்களில் ஏகப்பட்ட பழங்குடியினர் ஆயுதங்களுடன் காஷ்மீர் பள்ளத்தாக்கை நோக்கிச் செல்வதை அவர் பார்த்தார். வழியில் இருந்த கிராமங்கள் எல்லாம் கொள்ளையடிக்கப் பட்டு, எரிக்கப்பட்டிருந்தன. ஆக்கிரமிப்பாளர்களின் அராஜகங்களை தாம்சன் உறுதிப்படுத்தியதோடு, அவற்றின் தீவிரத்தையும் எடுத்துச் சொன்னார். 'எனக்குத் தெரிந்தவரை பழங்குடிகளுக்கு வண்டிகள், தளவாடங்கள், எரிபொருள் ஆகியவை தொடர்ந்து கிடைத்துக்கொண் டிருக்கின்றன. அவர்களிடம் 2 இஞ்ச், 3 இஞ்ச் பீரங்கிகள் இருக்கின்றன.' மடாலயத்தில் சிக்கியுள்ளவர்களுக்கு உடனடி உதவி தேவை என்பதை அவர் எடுத்துச் சொன்னார்: 'ஒவ்வொருவருக்கும் முழுமையான நஷ்டஈடு கட்டாயமாகக் கொடுக்கப்படவேண்டும்.'[6] அத்துடன், பாதிரியார் ஷாங்க்ஸ் எழுதிய கடிதம் ஒன்றை எடுத்துச் சென்று, ராவல்பிண்டியில் இருந்த அவருடைய மேலதிகாரியான பாதிரியார் மையரிடம் சேர்ப்பித்தார்.

> மருத்துவமனையின் ஒரே வார்டில் நாங்கள் சுமார் 60 பேர் சிறைப்பட்டுக் கிடக்கிறோம். இங்குள்ள ராணுவத்திடமிருந்து எந்த வாகன உதவியும் பெற முடியவில்லை. வெளியுலகுடன் எந்தத் தொடர்பும் இல்லை. எங்களிடம் போதிய உடைகள் இல்லை. படுக்கைகள் இல்லை. உணவு இல்லை. எல்லாவகை யான அபாயத்திலும் இருக்கிறோம். கூட்டம்கூட்டமாகப் பழங்குடி ஆக்கிரமிப்பாளர்கள் சுற்றி வந்துகொண்டிருக்கி றார்கள். கல்லூரி, மருத்துவமனை, தேவாலயம், மடாலயம், வசிப்பிடம் என எல்லாமே தீக்கிரையாக்கப்பட்டுள்ளன. பிற கட்டடங்களும் நீண்ட நாள் தாக்குப் பிடிக்க முடியாது. மேலிருந்து எப்போது வேண்டுமானால் குண்டுகள் விழலாம், எந்திரத் துப்பாக்கியால் சுடப்படலாம் என்ற அபாயம். இரண்டு

வளாகத்திலும் பழங்குடியினரின் முகாம்கள் உள்ளன. ஏற்கெனவே எங்களை நோக்கி வானிலிருந்து இரண்டு முறை சுட்டும் விட்டார்கள். இங்கிருந்து எங்களை உடனடியாக வெளியே கொண்டுசெல்லவேண்டும். பிரிட்டிஷ் படைமூலம் மீட்கப் பட்டால் நல்லது. அபோட்டாபாத் அல்லது பிண்டிக்கு எங்களைக் கொண்டுசெல்லவேண்டும். பிரிட்டிஷாரால் முடிய வில்லை என்றால் பாகிஸ்தான் அரசை வற்புறுத்தி இதனைச் செய்ய வைக்கவேண்டும்.

திங்கள்கிழமை எங்களில் ஆறு பேர் கொல்லப்பட்டனர். ரெவரண்ட் மதர், திருமதி பாஸ்ரிச்சா என இருவர் படுகாயம் அடைந்துள்ளனர். மற்றவர்களுக்குக் காயம் ஏதும் இல்லை. ஆனால், பயத்திலும் பதற்றத்திலும் உள்ளனர். நீண்ட நாள்களுக்கு இதைத் தாங்கிக்கொள்ள முடியாது.

தேவையான உதவியைப் பெறுவதில் எந்தத் தாமதமும் செய்துவிடாதீர்கள். குறைந்தது மூன்று லாரிகளாவது தேவை. போதிய பாதுகாப்பும் தேவை. ஏனெனில், வழியில் ஏராளமான பழங்குடியினர் வந்துகொண்டிருக்கிறார்கள்.

சீக்கிரம்![7]

வெறுமனே ஜார்ஜ் என்று மட்டும் அதில் கையெழுத்திடப்பட்டிருந்தது. சர்ச் மேலிடம், முக்கியமான சில பாகிஸ்தானி, பிரிட்டிஷ் அதிகாரிகள் போன்றோர் முயற்சிகள் எடுத்தும், தேவையான உதவிகள் வந்துசேர மேலும் ஒரு வாரம் ஆகியது.

இந்த முற்றுகையின்போது உள்ளே சிக்கியிருந்தோருக்குத் தேவை யான உணவு உள்ளூர் மக்களிடமிருந்து கிடைத்துள்ளது. 'எங்களிடம் இருந்த உணவுப் பொருள்களை எல்லாம் பதான்கள் எடுத்துச் சென்றுவிட்டனர். பட்டினிச் சாவுதான் எங்கள்முன் தென்பட்டது. ஆனால், அக்கம்பக்கத்தில் இருந்த காஷ்மீரிகள், எங்களுக்கு உதவ முன்வந்தனர். குளிர்காலத்துக்காகச் சேமித்துவைத்திருந்த அவர்களது உணவுப்பொருள்களை எங்களுக்குத் தந்தனர். அவர்களுடைய நண்பர்களும் உறவினர்களும் எல்லைப்புறத்தில் இருந்து வந்திருந்த சொந்த சகோதரர்களாலேயே கொல்லப்பட்டிருந்தனர். பெண்களும் குழந்தைகளும் கடத்திச் செல்லப்பட்டிருந்தனர். இவ்வளவு வேதனை யில் சிக்கியிருந்த நிலையிலும் அவர்கள் எங்களுக்கு உதவ முன்வந்தனர். எங்களுக்கு அரிசி, பால், முட்டை, மாவு ஆகியவற்றைக் கொண்டுவந்து கொடுத்தனர். உலகின் அனைத்து மக்களிலும் காஷ்மீரிகள்தான் மிகவும் நன்றி கெட்டவர்கள் என்று ஓர் அபிப்ராயம் இருந்தது. ஆனால் இதனை

அந்தச் சில நாள்களில் தலைகீழாக மாற்றிக் கொள்ள வேண்டியிருந்தது' என்று பாதிரியார் ஷாங்க்ஸ் எழுதியிருந்தார். மடாலய ஊழியர்களிலேயே ஒரே காஷ்மீரி கிறிஸ்தவரான ஜமால் ஷேக், இரவுக் காவலாளியாக இருந்தார். அவர், தினமும் இரண்டு வேளை உணவு சமைத்துக் கொடுத்தார். கொள்ளைக்காரர்கள் விட்டுச்சென்ற சில பீச் பழங்களை அவர் சிறப்பாகப் பயன்படுத்திக்கொண்டார்.

சிறைப்பட்டவர்கள், தங்களை அடைத்து வைத்தவர்களுடன் சுமுக மான உறவை ஏற்படுத்திக்கொள்ள வேண்டியிருந்தது. மேஜர் சவுரப் ஹயாத் கான் போன்றே, அவர் காவல் தலைவராக நியமித்திருந்த அஸ்லம் கான் என்ற காஷ்மீரிலேயே வளர்ந்திருந்த அஃப்ரீதியும் அதிர்ஷ்டவசமாக நல்லவராக இருந்தார். 'அவருடைய நான்கு சகோ தரர்களும் எங்கள் பள்ளியில்தான் படித்திருந்தனர். அவர்களுடைய தந்தையும் காஷ்மீர் ராணுவத்தைச் சேர்ந்த என் பழைய நண்பர்' என்று பாதிரியார் ஷாங்க்ஸ் எழுதினார்.[8] பழங்குடிகளுக்கு உதவ என்று அதிகாரபூர்வமற்ற முறையில் நியமிக்கப்பட்ட சில ராணுவ அதிகாரி களில் அஸ்லம் கான் ஒருவராக இருந்திருக்கவேண்டும். அல்லது பிரிவினைக்குப்பின் பாகிஸ்தான் செல்ல விருப்பம் தெரிவித்து ஆனால் அதற்குள் பாகிஸ்தான் ராணுவத்தில் முறையாகச் சேர்ந்திராத ஓர் அதிகாரியாக அவர் இருந்திருக்கவேண்டும். மேஜர் ஹயாத் கானைப் போலவே அஸ்லம் கானும் தன்னை ராணுவத்திலிருந்து ஓடிவந்தவ ராகவே அடையாளப்படுத்திக்கொண்டார். எனினும் இது முழு உண்மையாக இருக்க வாய்ப்பில்லை.

பழங்குடியினருடன் ஒருவித நட்பை உருவாக்கிக்கொள்வது இந்தப் பிரச்னையிலிருந்து தப்பிக்க மிகவும் அவசியமாக இருந்திருக்கிறது. டாக்டர் பரெட்டோவும் கன்யாஸ்திரீகளும் கொடுத்த மருத்துவ உதவி, இதற்குப் பெருமளவு உதவியிருக்கிறது. காயம்பட்ட பழங்குடியினர் எவ்வாறு தொடர்ச்சியாக வந்து முதலுதவி பெற்றுச் சென்றனர் என்று பாதிரியார் ஷாங்க்ஸ் விளக்கமாக எழுதியிருக்கிறார். 'வராந்தாவில் கன்யாஸ்திரீகள் தாற்காலிக முதலுதவி மையம் ஒன்றை ஆரம்பித்தனர். இரவும் பகலும் ரத்தம் தோய்ந்த கரங்களுடன் இரண்டு நர்ஸ்கள் பழங் குடியினரின் உடலில் பாய்ந்திருந்த தோட்டாக்களைத் தேடி எடுத்து, தையல் போட்டுக் கவனித்துக்கொண்டனர். பிரச்னை ஏதேனும் ஏற்பட்டால் அதைச் சமாளிக்க இரண்டு ஆண்கள் அருகில் உதவிக்கு இருந்தனர்.

சிகிச்சை நடக்கும்போது பதான்களைக் கவனிப்பது அவர்களை மேலும் புரிந்துகொள்ள உதவியது. பெரும் காயம் ஒன்றைச் சுத்தம் செய்து, மரத்துப்போக மருந்து ஏதும் தராமல், கூர் மழுங்கிய ஊசியால்

ஓரக்ஸாய் பழங்குடிகள். காஷ்மீர் மீதான லஷ்கர் படை யெடுப்பில் பங்கெடுக்கப் புறப்பட்டுப் போகும் வழியில் ராவல்பிண்டியில் எடுக்கப்பட்ட படம். (13.11.1947)

Photo by and courtesy Frank Leeson

பாதிரியார்கள் ஷாங்க்ஸ், மால்லெட் மற்றும் பதான் உடையில் வெடிமருந்து பெல்ட்டுடன் ஒருவர். லஷ்கர் தாக்குதலின்போது எடுக்கப்பட்ட படமாக இருக்கலாம். ஆனால் உறுதியாகச் சொல்லமுடியவில்லை.

Photo courtesy Mrs Angela Aranha

மடாலயத்தின் மீதான தாக்குதலில் கொல்லப்பட்ட மதர் தெரசலீனா.

l'Institut des Franciscaines Missionnaires de Marie-ஆல் 1956-ல் வெளியிடப்பட்ட Jusqu'à La Mort புத்தகத்தில் இருந்து மறுபிரசுரம் செய்யப்பட்டுள்ளது.

இந்திய ராணுவம் தன் ஆதிக்கத்தை நிலைநாட்டிய பிறகு பாரமுல்லாவில் சிறைப்பிடிக்கப்பட்ட பதான், கொள்ளையடித்த பொருட்களுடன்.

P.N. சர்மா எழுதிய Inside Pak Occupied Kashmir புத்தகத்தில் இருந்து மறுபிரசுரம் செய்யப்பட்டுள்ளது.

தைக்கும்போதுகூட, அவர்களது உடலில் ஒரு சிறு தசைகூட அசையாது. முதலில் ஆக்ரோஷமானவர்களாக இருந்தவர்கள், கன்யாஸ்திரீகளின் இதமான கண்காணிப்பின்கீழ் நட்பானவர்களாகவும் நன்றியுணர்வு கொண்டவர்களாகவும் மாறினர்.' அவ்வப்போது சிகரெட், குழந்தைகளுக்கு ஆப்பிள்கள் என்று பரிசுகளைக் கொண்டு வந்து தர ஆரம்பித்தனர். ஒருமுறை கொஞ்சம் மாட்டிறைச்சியும் கொண்டுவந்து தந்தனர். இன்னும் பதின்ம வயதைக்கூட எட்டியிராத ஓர் இளம் பதான் பாதிரியார் ஷாங்க்ஸ்மீது மிகுந்த மரியாதை கொண்டிருந்தான். ஒரு நாள் அவன் பாதிரியாருக்கு ஒரு சிகரெட் பாக்கெட்டையும் தனக்குக் கிடைத்திருந்த கொஞ்சம் பணத்தையும் கொண்டுவந்து கொடுத்தான். அதே நேரம், தம் காயத்துக்கு மருந்து போட்டு, தைத்து முடித்ததும், அந்தக் கத்திரிக்கோலைக் கொடுத்து விடும்படிக் கேட்ட பழங்குடியினரைப் பற்றியும் சொல்லவேண்டும். அருட்சகோதரிகள் பழங்குடியினரின் ஆன்ம விடுதலைக்காகவும் முயற்சி மேற்கொண்டனர். மிகவும் மோசமாகக் காயம்பட்ட இரு பழங்குடிகளை அங்கேயே ஞானஸ்நானம் செய்வித்து, செய்த பாவத்துக்காக இறைவனிடம் மன்னிப்பு கேட்கும்படிச் செய்ததை அருட்சகோதரி பிரிசிலியா நினைவுகூர்ந்தார்.

சிறைப்பட்டோருக்கும் ஆக்கிரமிப்பாளர்களுக்கும் இடையே சில நேரங்களில் தென்பட்ட மிக நெருக்கமான நட்புக் கணங்கள், இரு அற்புதமான புகைப்படங்களாகக் கிடைத்துள்ளன. அவை பொக்கிஷங் களாகப் பாதுகாக்கப்பட்டுள்ளன. பாதிரியார் ஷாங்க்ஸின் சகோதரி மௌரீன் கார்பாய் எனக்கு அனுப்பிவைத்திருந்த பாதிரியாரின் நினைவுப் பொருள்களில் ஒரு புகைப்படத்தில், பாதிரியார் ஷாங்க்ஸ் கறுப்பு மேலாடை அணிந்துகொண்டிருக்கிறார். அருகில் ஒரு பழங்குடி, துப் பாக்கித் தோட்டாக்கள் உள்ள பெல்ட் ஒன்றை அணிந்துகொண்டிருக் கிறார். 'தன்னைக் கொல்ல முயன்றவருடன் நட்புறவை உருவாக்கிக் கொண்ட ஜி (ஜார்ஜ்)' என்று அவருடைய சகோதரி புகைப்படத்துக்குப் பின்னால் குறிப்பு எழுதியிருக்கிறார்.[9]

ஆயிரம் மைல் தொலைவில் பெங்களூரில் இருக்கும், தாக்குதலின்போது தன் தந்தையை இழந்த ஏஞ்செலா அரான்ஹாவும் கிட்டத்தட்ட இதே போன்ற ஒரு புகைப்படத்தைக் காட்டினார். அந்தப் படத்தில், அதே பதான் அதே தோட்டா மாலையை அணிந்தபடி, இரண்டு பாதிரியார் களுக்கு நடுவில் நின்றுகொண்டிருக்கிறார். பாதிரியார் மால்லெட் வெண்ணிற ஆடை அணிந்துள்ளார். பாதிரியாரும் பழங்குடியும் சிகரெட் பிடித்துக்கொண்டிருக்கின்றனர். இந்தப் புகைப்படம் தாக்குதல் நடத்தப் பட்டபோது எடுக்கப்பட்டதா? இந்த பதான் பழங்குடி யார்? அவரைப் பார்த்தால் அப்படி ஒன்றும் இளைஞராகவோ தன்னம்பிக்கை

மிகுந்தவராகவோ தெரியவில்லை. எனவே, மடாலயத்தில் இருந்த அஃப்ரீதி ராணுவ அதிகாரிகளான சவுரப் ஹயாத் கானாகவோ அஸ்லம் கானாகவோ இருக்க முடியாது. ஒருவேளை, மசூதுகளின் போப் என்று தன்னை அடையாளப்படுத்திக்கொண்ட சையது சர்வார் ஷாவாக இருக்கலாம். அவர்தான் இறந்தவர்களைப் புதைக்க உதவி செய்து, உயிர் தப்பியவர்களுக்கு பாதுகாப்புக்கும் வழி செய்துகொடுத்தார். 'அவருடைய மொழி ஒரு மதகுருவின் மொழிபோல் இருக்கவில்லை. ஆனால், அவர் ஒரு வார்த்தை சொன்னதும், பழங்குடி வீரர்கள் அப்படியே கட்டுப் பட்டு நடந்தனர்' என்று அந்த மதகுருவுடன் நட்பை ஏற்படுத்திக்கொண்ட பாதிரியார் ஷாங்க்ஸ் குறிப்பிட்டிருந்தார். 'என் மனத்தில் சர்வார் ஷாவுக்கு எப்போதுமே தனி இடம் உண்டு. இத்தனைக்கும் அவர், ஆரம்பத்தில், போகிற போக்கில், எங்கள் அனைவரையும் சுட்டுக் கொல்லத் தயாராக இருந்ததாகச் சொல்லியிருந்தார்.'[10]

இரு பாதிரியார்களும் பழங்குடியினரிடம் நன்மதிப்பைப் பெற, அவ்வப் போது அவர்களிடம் 'பாகிஸ்தான் ஜிந்தாபாத்' என்று மாறி மாறி முழக்கங் கள் செய்து வந்தனர். அது எப்போதும் பலன் தரவில்லை. ஒருமுறை பாதிரியார் ஷாங்க்ஸ் சற்றே முரடான ஒரு பழங்குடியை எதிர்கொண்டார். அவர் பட்டென்று, கொஞ்சம் சரியாகவே, 'நீங்கள் யாரும் பாகிஸ்தானின் நண்பர்கள் கிடையாது' என்று முகத்தில் அறைந்தாற்போலச் சொல்லி விட்டார். மற்றொரு தந்திரம், ஒரு பழங்குடியினரிடம், மற்றொரு பழங்குடி இனக்குழு கொடூரமானது; நாகரிகமற்றது என்று புகார் சொல்வது. 'ஒருமுறை அரைகுறையாகப் படித்த ஓர் அஃப்ரீதி உடைந்த ஆங்கிலத்தில், 'மசூதுகள் மிருகங்களைப் போன்றவர்கள். நாகரிகம் தெரியாதவர்கள்' என்று சொன்னதைக் கேட்டு இரண்டு நாள்கள் விழுந்து விழுந்து சிரித்துக்கொண்டிருந்தோம்' என்று டெய்லி எக்ஸ்பிரஸின் சிட்னி ஸ்மித் எழுதியிருந்தார்.

மருத்துவமனையின் குழந்தைகள் வார்டில் அடைந்துகிடந்த ஒரு கூட்டத்துடன் சிட்னி ஸ்மித் சென்று சேர்ந்ததும், அங்கிருந்தபடியே, பிரத்தியேகமாகச் செய்திகளை அவர் அனுப்பியதும், தனியாகச் சொல்லப்படவேண்டிய சுவாரசியமான ஒரு கதை. 1947 காஷ்மீர் சண்டைகளின்போது, ஸ்கூப் செய்திகளை வெளியிட்ட முதல் பத்திரிகையாளர் சிட்னி ஸ்மித்தான் என்பதில் சந்தேகமில்லை. போர்க்களத்தில் இருந்தபடி முதலில் செய்தி அனுப்பியவரும் இவரே. லஷ்கர்வசம் இருந்த பாரமுல்லாவிலிருந்து செய்தி வெளியிட்ட முதல் நபரும் இவரே. மடாலயம் ஆக்கிரமிப்பில் இருந்தபோது அதனுள் மாட்டியிருந்த ஒரே பத்திரிகையாளரும் இவரே. பாகிஸ்தான் ஆதரவுச் சக்திகளுடன் செயல்பட்ட அமெரிக்க ராணுவ வீரரான ரஸல் ஹாயிட்டின் பிரத்தியேகப் பேட்டியை வெளியிட்டதும் இவரே.

‘பில்’ என்று தன் நண்பர்களால் அழைக்கப்பட்ட சிட்னி ஸ்மித், ஃப்ளீட் ஸ்ட்ரீட் பிரிட்டிஷ் பத்திரிகையாளர்களின் பொற்காலகட்டத்தைச் சேர்ந்த, எதற்கும் அஞ்சாத நிருபர்களில் ஒருவர்.[11] 1930-களின் பிற்பகுதியில் நடைபெற்ற ஸ்பெயினின் உள்நாட்டுப் போர் குறித்த செய்திகளைப் பொதுமக்கள் வாசிப்புக்கு உகந்ததாகத் தருவதுதான் ஸ்மித்தின் முதல் பெரிய பணியாக இருந்தது. அப்போது, போரில் ஈடுபட்டிருந்த இரு தரப்புமே அவருக்கு மரண தண்டனை விதித்திருந் தனர். இரண்டாம் உலகப் போர் சமயத்தில் ராயல் விமானப் படைப் போர் விமானங்களைச் செலுத்தி, உயரிய விருதைப் பெற்றிருந்தார். ஜூலை 1941-ல், தாக்குதலுக்கு உள்ளாகியிருந்த தன் ப்ளென்ஹெய்ம் விமானத்தை ரோட்டர்டாமில் ஒரு தெருவில் தரை இறக்கி, தன் விமானத்தில் இருந்தவர்களின் உயிரையும் காத்து, தெருவில் உள்ளவர்கள் யாருக்கும் ஆபத்து ஏற்படாமல் பாதுகாத்தார். அடுத்த சில வருடங்கள், ஜெர்மன் சிறை முகாமில் போர்க் கைதியாக இருந்தார். சிறையிலிருந்து குழி தோண்டித் தப்பிக்க முயற்சி செய்தார், ஆனால் அரை மணி நேரத்துக்குள்ளாக மீண்டும் பிடிபட்டுவிட்டார்.

விடுதலை ஆனபிறகு டெய்லி எக்ஸ்பிரஸ் பத்திரிகையில் நிருபராகச் சேர்ந்து, அடுத்த 15 ஆண்டுகள் வெளிநாட்டு நிருபராக சிங்கப்பூர், தில்லி, கொரியா, ஜெருசலேம், பாரிஸ், அல்ஜியர்ஸ் போன்ற இடங்களில் கழித்தார். நிறுவனங்கள் தரும் செய்திகளைத் தொகுத்து வழங்காமல், தானாகவே நேராகச் சென்று செய்தி சேகரிப்பதே இவருடைய பாணி. தில்லியில் இருந்த ஸ்மித்தின் சமகால நிருபர் ஜிம் மைக்கேல்ஸ் கருத்தின்படி, இவர் கடுமையாக உழைக்கும் பிரிட்டிஷ் பத்திரிகைக்காரர். சிட்னி ஸ்மித் ஒரு விஷயத்தில் இறங்கியிருக்கிறார் என்றால் பிற நிருபர்கள் மிகவும் கவனமாக இருக்கவேண்டியிருக்கும். இந்தியப் பிரச்னை குறித்து செய்திகள் ஏராளம் இருந்ததால் ஸ்மித்தின் சுமையைக் குறைக்கும்வகையில் அக்டோபர் மாதம் டெய்லி எக்ஸ்பிரஸ் இன்னொரு நிருபரை அனுப்பியது. அவர்தான் பின்னர் பெரிதும் புகழ் பெற்ற ஜேம்ஸ் கேமரான். எனினும் ஸ்மித்தின் செய்தியே அதிக கவனத்தை ஈர்த்தது.

சிட்னி ஸ்மித்துக்குப் பரபரப்பான செய்திகளை மோப்பம் பிடிக்கும் திறமை இருந்தது. அதை மனத்தைக் கவரும் வகையில் சொல்லவும் தெரிந்திருந்தது. உலகப் போருக்குப்பின், டெய்லி எக்ஸ்பிரஸ் வெறும் நான்கு பக்கங்கள் கொண்ட பத்திரிகையாகச் சுருங்கிப்போயிருந்தது. அந்நிய நாட்டுச் செய்திகளுக்கு முதல் பக்கத்தில் மட்டுமே இடம் ஒதுக்கப்பட்டிருந்தது. ஆனால், பஞ்சாபில் நடந்த படுகொலைகளை விவரிக்கும்போதும், இந்தியத் தலைநகரில் நடந்த வன்முறைகளை

விவரிக்கும்போதும் (இன்று இரவு, பழைய தில்லியில், எரியும் வீதிகளில், ஐந்து லட்சம் பேர் சண்டை போட்டுக்கொண்டு மடியப் போகிறார்கள்...), பிரிட்டிஷ் வீரர்களின் சாகசங்களை விவரிக்கும் போதும் (ரயில் முழுவதும் முஸ்லிம் அகதிகள். ஆயுதங்களுடன் அவர்களைச் சுற்றி வளைத்த சீக்கியர்கள். இரு குழுக்களுக்கும் இடையில் ஒரேயொரு பிரிட்டிஷ் அதிகாரி...) அனைவரையும்விட அதிகமாக முதல் பக்கத்தை ஆக்கிரமித்தவர் சிட்னி ஸ்மித் ஒருவர்தான்.

1947-ல் அவர் லாஹூரில் இருந்தார். காஷ்மீரின் சிறிய கலகக்காரக் குழு ஒன்று குடியரசுப் பிரகடனம் ஒன்றை வெளியிட்டிருந்த சாதாரணச் செய்தியை அவர் முதல் பக்கச் செய்தியாக மாற்றிவிட்டிருந்தார். அந்த கட்டுரையின் தலைப்பு: 'சர் ஹரி சிங்குக்கு எச்சரிக்கை - நீங்கள் நீக்கப்பட்டுவிட்டீர்கள்'. டெய்லி எக்ஸ்பிரஸ் வாசகர்களுக்கு ஸ்மித் நிலைமையை விளக்கினார்: 'பிரிட்டிஷ் தீவுகளைப்போல் அளவு கொண்ட பெரிய சமஸ்தானமான காஷ்மீரை ஆண்ட தலைமுறையில் வந்த மன்னர்தான் சர் ஹரி சிங். அவருடைய வருமானம் ஆண்டுக்கு 20 லட்சம் பவுண்டுகளுக்குமேல். அவரிடம் மதிப்பே சொல்லமுடியாத அளவுக்கு ஏராளமான நகைகள், ஏகப்பட்ட பந்தயக் குதிரைகள், எண்ணற்ற கார்கள் உள்ளன.'

ஸ்மித்தின் அடுத்த கட்டுரை, மூன்று வாரங்கள் கழித்து காஷ்மீர் தலைநகர் ஸ்ரீநகரிலிருந்து வெளியானது. அங்கே ஒரு படகு வீட்டில் தன் மனைவியுடன் அவர் ஓய்வெடுத்துக் கொண்டிருந்தார். ஆனால், விரைவிலேயே பிரச்னை உச்சத்தில் இருந்த இடத்துக்கு போனார். அதன் முழுப் பலனையும் அறுவடை செய்தார். அவரைப் பிடித்திருந்த பழங்குடி ஆக்கிரமிப்பாளர்கள் அவரைத் துன்புறுத்தியிருந்தாலும், அவர் பிரிட்டிஷ் அதிகாரிகளிடம் அது பற்றி எந்தப் புகாரும் செய்யவில்லை.

> பழங்குடியினர் ஸ்மித்தை நல்ல முறையில் நடத்தியிருக்கிறார்கள்... பிரிட்டிஷாருடன் தங்களுக்கு எந்தப் பகையும் இல்லை என்றும் நீண்ட காலமாகவே பிரிட்டிஷாருடன் அவர்களுக்கு பெரும்பாலும் சுமுகமான உறவே இருந்துவந்துள்ளது என்றும் அவர்கள் மிகவும் முயற்சி செய்து தெரிவித்திருக்கிறார்கள். மிகவும் காட்டுமிராண்டிகளான மசூதுகளிடமிருந்தே தொல்லை வந்துள்ளது. அவர்கள் பெரும்பாலானோர் அதற்கு முன்புவரை வெள்ளை முகங்களையே பார்த்ததில்லை. அவர்கள் எந்தக் கட்டுக்குள்ளும் அடங்காதவர்களாக இருந்தனர். பாரமுல்லா மடாலயத்திலும் மருத்துவமனையிலும் நடந்த கொலைகளுக்கு அவர்களில் ஒரு குழுவே காரணம்.[12]

சிட்னி ஸ்மித் அவர்களுடன் சேர்வதற்கு முன்பே, மடாலயத்தில் சிறைப்பட்டிருந்தவர்கள் குறுகிய இடத்தில் சிக்கி அவதியுற்று இருந்தனர்.[13] குழந்தைகள் வார்டில் இருந்த ஃபிரான்சிஸ் ராத், ஒருநாள் மாலை, சிட்னி ஸ்மித் இழுத்துக்கொண்டு வரப்படுவதைப் பார்த்தார். ‘கபைலிகள் அவரைப் பிடித்து இழுத்து வந்தனர். உள்ளே நுழையும் போது அவர் மிகவும் மோசமான நிலையில் இருந்தார். அவர் மிகவும் நல்லவர். ஆனால், உள்ளே வரும்போது மிக மோசமாக, பயத்தால் வெளிறிப் போயிருந்தார். நாங்கள் எல்லாரும் மாலையில் வார்டில் உட்கார்ந்திருந்தபோது கதவைத் தட்டும் சத்தம் கேட்டது. பழங்குடி ஒருவர் பிரெட் கொண்டுவந்திருந்தார். கதவைத் திறந்து பார்த்தபோது, கூட புதிதாக ஓர் ஐரோப்பியரும் இருந்தார்.’

‘மிக மோசமான நிலையில் இருக்கும் ஒரு வார்டில் அனைவரும் அடைக்கப்பட்டிருந்தனர். பழங்குடியினர் மட்டும் மடாலய வளாகத்தில் முகாம் இட்டிருந்தனர்’ என்று சிட்னி ஸ்மித் எழுதினார். ஸ்மித்தின் நண்பர் ஜான் தாம்சன் காயம்பட்டவர்களை சிகிச்சைக்காக அபோட்டா பாத்துக்கு ஏற்கெனவே அழைத்துச் சென்றிருந்தார். ஸ்மித் உயிருடன் இருக்க வாய்ப்பில்லை என்று பிரிட்டிஷ் அதிகாரிகள் முடிவுகட்டி யிருந்தனர். அவர் ஒருவேளை இறந்துபோயிருக்கலாம் என்று தி டைம்ஸ் நிருபர் சொல்லியிருந்தார். ஆனால் அந்தக் கதைக்கு ஓர் அற்புத மான முடிவு இருந்தது. தொலை தூர தேசம் ஒன்றில் வீரம் நிறைந்த பிரிட்டிஷார்கள் முஸ்லிம் கலவரக்காரர்களைச் சமாளித்துக்கொண் டிருக்கிறார்கள். இந்த வீரதீர சாகசச் செயல்களைச் செய்தி அறிக்கை களாக அளிக்கக்கூடிய வாய்ப்பு சிட்னி ஸ்மித்துக்கே நேரடியாகக் கிடைத்தது. ஆனால், அவற்றை செய்தித்தாள் அலுவலகத்துக்குத்தான் அவரால் உடனடியாக அனுப்ப முடியவில்லை. மடாலயத்தில் இருந்தவர்களுடன் அவரும் மீட்கப்படும்வரை அவரால் அந்தக் கட்டுரைகளைப் பிரசுரிக்க முடியவில்லை.

காயம்பட்ட பெண்கள் அபோட்டாபாத்துக்குக் கொண்டுசெல்லப்பட்ட அடுத்த நாள் மடாலயத்தில் சிக்கியவர்களை மீட்கும் முதல் முயற்சி நடைபெற்றது. வடமேற்கு எல்லைப் பகுதி ஆளுநர் சர் ஜார்ஜ் கன்னிங்ஹாம் தனது டைரியில் பாரமுல்லா மடாலயத்தில் நடைபெற்ற தாக்குதல் குறித்தும் கொல்லப்பட்டவர்கள் குறித்தும் எழுதியிருந்தார். ‘அபோட்டாபாத்தில் இருந்த ஹஸாராவின் துணை ஆணையர் குலாம் சர்வாருக்கு போன் செய்தேன். சில லாரிகளில், பொறுப்பானவர்களை யும் பழங்குடிகளையும் அனுப்பி மடாலயத்தில் சிக்கிக்கொண்டிருக்கும் ஐரோப்பியர்களை மீட்க முயற்சி செய்யும்படிக் கேட்டுக்கொண் டேன்.’ இரண்டு நாள்கள் கழித்து, ‘மடாலயம் எரிந்துபோய்விட்டது;

அங்கு யாருமே இல்லை' என்ற தகவலுடன் அந்த லாரிகள் காலியாகத் திரும்பி வந்ததாக அவருக்குத் தகவல் கிடைத்தது.

ஒரு வாரம் கழித்துத்தான், மடாலயத்தில் இருப்பவர்களை மீட்க மற்றொரு தீவிரமான முயற்சி மேற்கொள்ளப்பட்டது. இதற்குள், பாரமுல்லாவில் நடைபெற்ற கொலைகள், உயிர் தப்பியவர்கள் விவரம், அகதிகள் சந்தித்த இன்னல்கள் ஆகியவை வெளியுலகுக்குத் தெரிய வர ஆரம்பித்தன. ராய்ட்டர்ஸ் நியூஸ் ஏஜென்ஸி, 3 நவம்பர் தேதியிட்ட ஒரு செய்தியை வெளியிட்டது. 'ஆக்கிரமிப்பாளர்கள் பாரமுல்லா மடாலயத்தைத் தாக்கினார்கள்' என்று அடுத்த நாள் இந்துஸ்தான் டைம்ஸ் முதல் பக்கத்தில் செய்தி வெளியிட்டது. அதே நாளில், மடாலயத்தில் இருப்போரைக் காப்பாற்றப் புறப்படும் இரண்டு செஞ்சிலுவை ஆம்புலன்ஸ்களை அனுமதிக்கும்படி பாகிஸ் தான் பிரதமர் கேட்டுக்கொண்டதை ஜவாஹர்லால் நேரு ஏற்றுக் கொண்டார்.[14]

இதனிடையில் இந்திய விமானங்கள் மடாலயத்தின் சுற்றுவட்டாரங் களில் தொடர்ந்து குண்டுகளை வீசித் தாக்கிவந்தன. பகல் நேரத்தில் பிரதான சாலை வழியாக ஆக்கிரமிப்பாளர்களின் நடமாட்டத்தைக் கட்டுப்படுத்தவும் அவர்களது முகாம்களை அச்சுறுத்தவும், விமானத் திலிருந்து பீரங்கிகளாலும் இயந்திரத் துப்பாக்கிகளாலும் தாக்குதல்கள் தொடுக்கப்பட்டன. பழங்குடியினர் தங்கள் வாகனங்களை, மருத்துவமனைக்கும் மருந்தகத்துக்கும் அருகிலும் கல்லூரியின் விளையாட்டு மைதானத்திலும் நிறுத்தி வைத்திருந்தனர். அவற்றில் சிலவற்றில் வெடி மருந்துகள் சேமித்து வைக்கப்பட்டிருந்தன. இந்தியத் தாக்குதல் அதிகரிக்கத் தொடங்கியதும், மடாலயத்தின்மீது டெம்பெஸ்ட் விமானங்கள் தாவிக் குதித்து குண்டுவீசுவதும் அதிக மானது.

'தினமும் காலை பதினோரு மணிக்கும் மாலை ஐந்து மணிக்கும் இந்திய விமானங்கள் வந்து தாக்குதல் நடத்திச் செல்வதற்கு நாங்கள் பழகிவிட்டோம். மேலிருந்து துப்பாக்கிச் சூடுகளும் பீரங்கிக் குண்டுகள் வெடிப்பதும் கேட்டுக்கொண்டே இருக்கும்' என்று பாதிரியார் ஷாங்க்ஸ் எழுதினார். 'ஆனால் குண்டு வீச்சு என்பது முற்றிலும் வேறு விஷயம். பழங்குடியினர் மடாலயத்தைச் சுற்றி வாகனங்களுடன் முகாமிட்டதுமே, இந்திய விமானங்கள் மடால யத்தைத் தாக்க வரும் என்பது எனக்குத் தெரிந்துவிட்டது. பழங்குடி யினர் வார்டைச் சுற்றித் தங்களை நிலைநிறுத்திக்கொண்டு, பாயும் விமானங்கள்மீது துப்பாக்கியால் சுடுவார்கள். கடந்த பத்து வருடங் களில் எனக்கு உருது மொழி நன்கு பரிச்சயமாகியிருந்தது. அந்த மொழி

யில் பழங்குடிகளிடம் சரளமாகப் பேசினேன். எங்கள் மடாலயத் துக்குமேல் இருந்த செஞ்சிலுவைக் குறியீட்டைக் கவசமாகப் பயன் படுத்திக்கொண்டு அவர்கள் தாக்குதல் நடத்துகிறார்கள் என்பதை அவர்களிடம் சுட்டிக்காட்டினேன். அது சரியல்ல என்றும், இதன் காரணமாக அங்கு சிறைப்பட்டிருக்கும் பெண்களும் குழந்தைகளும் உயிர் அபாயத்தில் உள்ளனர் என்றும் அவர்களிடம் எடுத்துச் சொன்னேன்.'

விமானத் தாக்குதலிலிருந்து தப்பிக்க மடாலயத்தில் அடைபட்டிருந் தவர்கள் என்னவெல்லாம் தந்திரம் செய்தார்கள் என்பது குறித்து ஸ்மித் எழுதினார்.

> மெத்தைகளையும் காயத்துக்குப் போடும் துணிகளையும் கொண்டு பெரும் சிவப்புச் சிலுவையை வரைந்து மேல்கூரை யில் மாட்டினோம். பாதிரியார் ஷாங்க்ஸ், பழங்குடித் தலைவர் கள் இருந்த இடத்துக்குப் புயல்போல் பாய்ந்து சென்று, அவர்களை அங்கிருந்து போய்விடுமாறும் இல்லாவிட்டால் தங்களையாவது வெளியில் விட்டுவிடுமாறும் கேட்டுக் கொண்டார்.
>
> பழங்குடியினர் இரண்டையும் செய்யவில்லை. தாக்குதல்கள் அதிகரிக்க ஆரம்பித்தன. ஒவ்வொரு பழங்குடியைக் குறி வைத்தும் சரமாரியாகக் குண்டுகள் பாய்ந்தன. வானம் குண்டு களால் நிறைந்தது.
>
> ஒவ்வொரு முறை தாக்குதல் நடக்கும்போதும் நர்ஸ்கள் மைய வார்டில் அமர்ந்துகொண்டு குழந்தைகளைக் கவனித்தபடி இருப்பார்கள். அவர்களுடைய அமைதி தவழும் பயமற்ற முகமே எங்களுக்குக் கிடைத்த மாபெரும் வரம்.
>
> எட்டாவது நாளில் எங்களுக்கு அருகிலிருந்த ஒரு வார்டின்மீது குண்டு விழுந்து அது வெடித்துச் சிதறியது. அதற்கு அடுத்த நாள், பாதிரியார் எங்களை அழைத்துச் சென்று, கல்லறைகளுக்கு அருகில் இருந்த ஆப்பிள் மரங்களின் அடியில் பதுங்கு குழிகளை ஏற்படுத்தச் செய்தார். அப்போதும் வார்டின்மீது குண்டுகள் விழுந்தன.[15]
>
> வான் தாக்குதல் நடந்தபோது அந்தப் பதுங்கு குழிகள் இரண்டே முறைதான் பயன்படுத்தப்பட்டன. அதற்குள்ளாக, பழங்குடிகள் அந்த இடத்தையும் தங்களுக்காகப் பிடுங்கிக் கொண்டனர். அங்கு பதுங்கிக்கொண்டு அவர்கள் இந்திய விமானங்களைத் தாக்கத் தொடங்கினர். பகலில் வார்டின் மேல்

செஞ்சிலுவை வரைந்த மெத்தைகளை வைத்துவிட்டு, இரவில் அவற்றைக் கீழே எடுத்து, அதில் படுத்துத் தூங்கவேண்டி வந்தது. அதற்கு ஒருவகையில் நல்ல பலன் இருந்தது. அந்த வார்ட்மீது குண்டுகள் வீசப்படவே இல்லை. குழந்தைகள் வார்டில் அடைபட்டுக்கிடந்தவர்கள் ஒருவர்கூட வான் தாக்குதலில் கொல்லப்படவில்லை. ஆனால், ஜன்னல் ஓரத்தில் இரவு நேரத்தில் நகரும் நிழல் உருவங்கள் ஏற்படுத்திய பயத் தின் அளவுக்கு வான் தாக்குதலும் பயத்தை ஏற்படுத்தியது.

எந்த முடிவும் ஏற்படாமல் நிலைமை இழுத்துக்கொண்டே போனபோது, மடாலயத்தில் இருந்தவர்கள் தங்கள் மன நிலையைப் பாதுகாத்துக்கொள்ள, ஒருவருக்கொருவர் உதவி செய்தனர். பாதிரியார் தினமும் காலையில் கூட்டுப்பிரார்த் தனையை நடத்தினார். போர்க்கால பிரிட்டிஷ் பாடல்கள் பாடப்பட்டன. வயதான கன்யாஸ்திரீ ஒருவர் தன் வளர்ப்பு முயல்களைக் கூடுதல் கவனத்துடன் பார்த்துக்கொண்டார். நல்லவேளையாக அவை உணவாகாமல் தப்பித்துக் கொண்டன.

பாதிரியாருடைய புனிதப் பாத்திரங்களும் துறவு ஆடைகளும் திருடப்பட்டிருந்தாலும் அவர் தன் புனிதக் கடமைகளை ஒன்றுவிடாமல் செய்தார். தினம் ஜெபம் செய்தல், மாலையில் அருளாசி வழங்குதல் ஆகியவை இடைவிடாமல் நடந்தன. இரண்டாம் வார இறுதியில், ‘சில ஆச்சரியமான கண்டுபிடிப்பு கள் நிகழ்த்தப்பட்டன. முக்கியமான புனிதப் பொருள்கள் சில பழங்குடியினரால் திருடப்படாமல் இருந்தன. அன்று மடாலயம் அமைதியாக இருந்தது. ஓர் இண்டு இடுக்குகூட விடாமல் தேடி, மேல் அங்கியாகப் போர்த்திக்கொள்ள ஏதாவது கிடைக்குமா என்று பார்த்தனர். கணிசமான அளவு வெண் பட்டுத் துணி ஒன்று கிடைத்தது. சில நாடாக்களும் கிடைத்தன. தொழுகை நேர அங்கிகள் சில கிடைத்தன. தொழுகை நேரத்துக்காகச் சில அப்பங்கள் அவசர அவசரமாகத் தயாரிக்கப்பட்டன. 11-ம் தேதி அன்று அதிகாலை நாங்கள் அனைவரும், பாதுகாப்பாக மீட்கப்படவேண்டும் என்பதற் காகத் தொழுகை நடத்தினோம். பிரதான வார்ட் மற்றும் சமையல் அறை வழியாக, சூரியனின் முதல் கிரணங்கள் ஊடுருவ ஆரம்பித்திருந்தன. ஒருவகையில் கடவுளும் அந்த நேரத்துக்காகவே காத்திருந்ததுபோலத் தோன்றியது. தொழுகைக் கூட்டத்தின் கடைசிப் பிரார்த்தனையைச் சொல்லிக்கொண்டிருந்தபோது, வாசலில் கதவு தட்டப்படும்

சத்தம் கேட்டது. எங்களை மீட்டுச் செல்ல வாகனங்கள் வந்திருந்தன.'[16]

மடாலயத்தில் இருப்போரைக் காப்பாற்ற இரண்டு குழுக்கள் வந்திருந்தன. ஒரு குழுவின் தலைவர் மும்தாஜ் 'தாஜி' ஷாநவாஸ். பாகிஸ்தானில் மிகவும் செல்வாக்கு மிகுந்த குடும்பத்தைச் சேர்ந்த சமூக சேவகர். அவருடைய தாய் முஸ்லிம் லீக் கட்சியின் முக்கிய உறுப்பினர். தாஜியின் சகோதரி நஸிம், பிரிகேடியர் அக்பர் கானைத் திருமணம் செய்திருந்தார். இரு சகோதரிகளும் காஷ்மீரின் எல்லைப் பகுதியில் இருக்கும் மூரீ என்ற மலை நகரத்தில் முகாமிட்டு அகதிகளுக்கு உதவும் பணியில் இருந்தனர்.[17] தாஜி ஷாநவாஸின் பாரமுல்லா மீதான கருணை நடவடிக்கை, உலகுக்கு ஒரு பெரும் வெற்றியாக அறிவிக்கப்பட்டாலும், பாதிரியார் ஷாங்க்ஸ் மகிழ்ச்சி அடையவில்லை.

'பாகிஸ்தான் பெண்கள் சார்பில் அலி ஜின்னா அந்த மீட்புக் குழுவை அனுப்பிவைத்துள்ளார் என்று அறிமுகப்படுத்திக்கொண்ட அந்தப் பெண், 72 பேரை மீட்க ஒரு கார், ஒரு வேகன், ஒரு மூன்று டன் லாரி ஆகியவற்றுடன் வந்திருந்தார். தாங்கள் எப்படியெல்லாம் சிரமப்பட்டு வந்து சேர்ந்தோம் என்று விலாவரியாக எடுத்துச் சொன்ன அந்தப் பெண், அவசர உதவியாக மொத்தமாக ஒரு குழந்தைகள் உணவு டப்பா, ஒரு பாக்கெட் க்ரீம் பிஸ்கட், அரை பாட்டில் மட்டமான பிராந்தி ஆகியவற்றை வெற்றிக்களிப்புடன் எடுத்து நீட்டினார்' என்று பாதிரியார் ஷாங்க்ஸ் எழுதினார். 'தொடர்ந்து அவர் பாகிஸ்தானின் பெருமைகள் பற்றியும் பழங்குடிகளின் விடுதலை முயற்சியின் முரட்டுத்தனம் குறித்தும் ஒரு மணிநேரத்துக்கு மேல் பிரசங்கம் செய்தார். அப்போது என் கூட்டாளிகள் பலரும் அமைதியாகப் பிரார்த்தனையில் ஈடுபட்டதைப் பார்த்தேன். உடனே அதற்கான பதிலும் கிடைத்தது. வானில் இருந்து விமானங்கள் குண்டு பொழிய ஆரம்பித்தன. எங்களுடைய மீட்பர் விழுந்தடித்துக்கொண்டுஓடி ஒளிந்துகொள்ள இடம் தேடினார். கடைசியில் திருமதி ஓ சல்லிவனின் படுக்கைக்குக் கீழே ஒளிந்துகொண்டார். நல்ல வேளையாக, இது போன்ற நெருக்கடிகளைச் சமாளிக்கும் வலுவுடன் வந்திருந்த பாகிஸ் தானின் ராணுவ வாகனம் ஒருவழியாக எங்களைக் காப்பாற்றியது. தாஜி ஷாநவாஸ் அதனுடன் தானும் சேர்ந்துகொண்டார்.'

இந்த ஆறு வாகனங்களும், எல்லை மாகாண ஆளுநர் சர் ஜார்ஜ் கன்னிங் ஹாமின் வற்புறுத்தலின்பேரிலேயே அனுப்பப்பட்டிருந்தன. பாகிஸ்தான் ராணுவ அதிகாரிகள் இந்தப் பணியை மேற்கொண்டனர். மொழி பெயர்ப்பாளராக, பிரிட்டிஷ் ராணுவ அதிகாரியான ஃப்ரான்க் லீஸன்

கூட வந்திருந்தார். அவர் தெற்கு வாசிரிஸ்தானில் பணிபுரிந்தபோது பஷ்டோ மொழியைக் கற்றிருந்தார். காஷ்மீரை நோக்கி ஆயுதங் களுடன் சென்றுகொண்டிருந்த பதான் பழங்குடிகளைத் தடுத்து நிறுத்த முயன்று தோல்வியுற்றிருந்தார். விடுமுறையில் ராவல்பிண்டியில் இருந்தபோது, ஃபிளாஷ்மேன்ஸ் ஹோட்டலில் இவரைச் சந்தித்த சில பாகிஸ்தான் அதிகாரிகள், இந்தப் பணிக்கு இவரைச் சேர்த்துக் கொண்டனர்.

'எங்களிடம் செஞ்சிலுவைக் கொடிகள் இருக்கவில்லை. எனவே வாகனங்களின் மேல்துணிமீது சிவப்பு நிறத்தில் வரைந்துகொண்டோம்' என்று அவர் நினைவுகூர்ந்தார். 'நாங்கள் உண்மையில் அபோட்டாபாத் வழியாகத்தான் சென்றோம். ஏனெனில் நேர்ப்பாதையான கோஹாலா வழியில் பழங்குடியினர் லாரிகளில் கூட்டம் கூட்டமாகப் போய்க் கொண்டிருந்தனர். அவ்வழியில் சென்றால் எங்களால் முன்னேற முடிந்திருக்காது. நாங்கள் நேராக பாரமுல்லாவுக்குப் போனோம். அதற்குள் அந்த நகரம் ஒரே சின்னாபின்னமாகக் கிடந்தது. வெடிகுண்டுத் தாக்குதல்களால் அல்ல. தீவைப்பு, கொள்ளை போன்றவற்றால். கடை களில் இருந்த பொருள்கள் எல்லாம் இழுத்துத் தெருவில் போடப் பட்டிருந்தன. வாசிரிஸ்தான் பழங்குடிகளுடன் நான் பணிபுரிந்திருக் கிறேன். அவர்களைக் குறித்து உயர்வான அபிப்ராயமே கொண்டிருந் தேன். எனக்கு இது பெரும் அதிர்ச்சியாக இருந்தது. ஆனால் எனக்கு மசூதுகள் பற்றி ஒன்றுமே தெரியாது. அவர்கள் மோசமானவர்கள் என்பதுமட்டுமே தெரியும்.'

புகைப்படம் எடுப்பதில் ஆர்வம் மிகுந்தவரான லீஸன், பாரமுல்லா வுக்கு கேமராவை எடுத்துக்கொண்டு வராமல் போய்விட்டோமே என்று மிகவும் வருந்தினார். ஆனால், சில நாள்கள் கழித்து, ராவல் பிண்டியில் அவர் ஓர் அற்புதமான படத்தை எடுத்திருந்தார். காஷ்மீர் போருக்குப் புறப்பட்டுப் போய்க்கொண்டிருந்த ஆயுதம் ஏந்திய நான்கு ஒரக்ஸாய் பழங்குடிகள் அந்தப் படத்தில் இருந்தனர். அப்போதுதான் அவர்கள் ரயிலில் ராவல்பிண்டி வந்து சேர்ந்திருந்தனர். அவர்கள் முகம் தீவிரமாக இருந்தது; ஆனால் போருக்குப் போகும் ஆர்வம் முகத்தில் தெரிந்தது.

இந்திய விமானத் தாக்குதலிலிருந்து தப்பிக்க, மாலை மயங்கிய பிறகே மீட்பு வாகனங்கள் புறப்பட்டன. 'இரவு ஆவதற்கு முன்பே நாங்கள் பெட்டி படுக்கைகளைக் கட்டிக்கொண்டு தயாராகிவிட்டோம்' என்று பாதிரியார் எழுதியிருந்தார்.

> ஒருவழியாகப் புறப்பட்டோம். அடித்து நொறுக்கப்பட்டிருந்த விலை உயர்ந்த மருந்து பாட்டில்கள் கிடந்த மருந்தகம்,

மேஜைகளும் கருவிகளும் தாறுமாறாகக் கிடந்த அறுவை சிகிச்சை அறை, உடைந்து தொங்கிய சிலுவைகள், புனிதப் படங்கள் தென்பட்ட நர்ஸ்களின் வீடுகள் ஆகியவற்றைத் தாண்டி, கல்லூரியைக் கடந்தோம். சமையல் தீயின் செம்பிழம்பு வெளிச்சத்தில் அதன் ஒற்றைச் சிலுவை ஒளிர்ந்துகொண்டிருந் தது. பிரதான சாலையில், முண்டியடித்துக்கொண்டிருந்த பதான் பழங்குடிகளைக் கடந்தோம். அதைத் தாண்டி, வெறிச்சோடிக் கிடந்த கடைத் தெருக்களைக் கடந்தோம். வழியில் நிறுத்தப் பட்டோம். சீக்கியர்கள் பெரும்படையுடன் பாரமுல்லாவைத் தாக்க வருவதாகச் சொன்னார்கள். எங்கள் மேஜர் அவர்களுக்கு நிலைமையை எடுத்துச் சொன்னார். இறுதியில் ஒருவழியாக நாங்கள் போக அனுமதிக்கப்பட்டோம். வழியில் பலமுறை ஆயுதம் ஏந்திய குழுக்கள் எங்களை வழிமறித்தன. ஆனால், எங்கள் மேஜரும் கேப்டனும் அனைத்தையும் சமாளித்து எங்களைக் காத்தனர். காலை ஏழு மணிக்கு அபோட்டோ பாத்திலிருந்த ராணுவ மருத்துவமனைக்குப் பத்திரமாக வந்து சேர்ந்தோம்... வாளி வாளியாக முட்டைகள், மலைபோல் ரொட்டிகள், கடல்போல் தேநீர்... இவையெல்லாம் எப்படிக் காலியாகின என்றே தெரியவில்லை. ஒரு மாறுதலுக்கு, நாங்கள் உட்கார்ந்திருக்க, பிறர் எங்களுக்குச் சேவை செய்வது எவ்வளவு சந்தோஷமாக இருக்கிறது என்றே ஒவ்வொரு வருக்கும் தோன்றியது.

அனைவரும் மீட்பு வாகனத்தில் ஏறிவிடவில்லை. ஃப்ரான்சிஸ் ராத், தன் வீடு இருக்கிறதா, வீட்டில் உள்ள பொருள்கள் நல்லபடியாக இருக்கின்றனவா என்று பார்க்கச் சென்றிருந்ததால், மீட்புக் குழுவைத் தவற விட்டுவிட்டார். வீட்டுக்கு எந்தச் சேதமும் ஏற்பட்டிருக்க வில்லை. ஆனால், வீட்டில் இருந்த பொருள்களை முதலில் லஷ்கர் படையினரும் பின்னர் உள்ளூர் மக்களும் கொள்ளையடித்திருந்தனர். அவர் ஒருவழியாக ஸ்ரீநகருக்குப் போய்ச் சேர்ந்தார். மறுபக்கம், மீட்புக் குழு நவம்பர் 7 அன்று அபோட்டாபாத்தைச் சென்றடைந்தது. பிரிட்டிஷ் ஹை கமிஷன் லண்டனுக்கு அந்தச் செய்தியைத் தந்தி அனுப்பியது. தப்பித்தவர்களின் 'தகுதிக்கேற்ற' வரிசையில் அந்தப் பட்டியல் இருந்தது.

7 நவம்பர் தேதியிட்டு, ராவல்பிண்டி பாதுகாப்புத் துறை யிலிருந்து வந்திருக்கும் செய்தி: பாரமுல்லாவிலிருந்து மீட்புக்குழு காலை அபோட்டாபாத்துக்குக் கீழ்க் கண்டவர்களுடன் வந்துசேர்ந்துள்ளது. 1. டைக்ஸின் மூன்று குழந்தைகள், அவர்களில் பச்சிளம் குழந்தை உயிர் பிழைக்கும்

வாய்ப்பு இல்லை. 2. பதினொரு கன்யாஸ்திரீகள் 3. பன்னிரண்டு இந்திய கிறிஸ்தவ நர்ஸ்கள் 4. ஒரு பெண்மணி (அவருடைய குடும்பம் விடுபட்டுள்ளது) 5. இரண்டு பாதிரியார்கள் 6. எக்ஸ்பிரஸின் சிட்னி ஸ்மித் 7. பல ஆங்கிலோ இந்தியர்கள் மற்றும் இந்தியர்கள்.[18]

மொத்தம் 89 பேர் மீட்கப்பட்டிருந்தனர். அவர்கள், இரண்டு டாங்குகள், கவச வாகனங்கள், இரண்டு லாரி ராணுவ வீரர்கள் ஆகியோர் அடங்கிய பாதுகாப்புக் குழுவுடன் ராவல்பிண்டிக்குப் போனார்கள். டைக்ஸின் குழந்தைகள், மடாலயத்தில் அடைக்கலம் புகுந்திருந்த, பெல்ஃபாஸ்டிலிருந்து வந்திருந்த புராட்டஸ்டண்ட் மிஷனரியான லில்லி போயல் என்பவர்வசம் தாற்காலிகமாக ஒப்படைக்கப்பட்டனர். ராவல்பிண்டியில், பச்சிளம் குழந்தை மருத்துவமனையில் சேர்க்கப்பட்டு, விரைவிலேயே பூரண குணம் பெற்றது. பாகிஸ்தான் ராணுவ தலைமைத் தளபதியின் மனைவி லேடி மெஸ்ஸர்வி, இரண்டு பெரிய குழந்தைகளையும் பார்த்துக்கொண்டார். மூன்று குழந்தைகளையும் கராச்சியிலிருந்து, கடல் வழியாக, நர்ஸ்கள் துணையுடன், டிசம்பரில் பிரிட்டனுக்கு அனுப்ப ஏற்பாடு செய்யப்பட்டது.

பாதுகாப்பான இடத்துக்குப் போய்ச் சேர்ந்த அடுத்த நாள், லில்லி போயல் பிரிட்டனில் இருந்த தன் சக துறவிக்கு ஒரு கடிதம் எழுதி, காஷ்மீரில் போனியாரில் இருக்கும் புராட்டஸ்டன்ட் மிஷனரியின் தலைவர் ரான் டேவிஸ் கொல்லப்பட்ட தகவலை வெளியுலகுக்குத் தெரிவித்தார். லஷ்கர் படையின் ஆக்கிரமிப்பின்போது, பாரமுல்லா தவிர்த்து வெளியில் கொல்லப்பட்ட ஒரே ஓர் ஐரோப்பியர் அவர்தான். 'முகமதியர்களுக்கும் இந்துக்களுக்கும் இடையில் பெரும் போர் நடக்கிறது. பழங்குடியினர் வந்து நிறைய பேரைக் கொன்றார்கள். எல்லா இடங்களையும் கொள்ளையடித்தார்கள்' என்று அவர் எழுதியிருந்தார்.

பாரமுல்லாவில் இருந்த ஆர்.சி. மருத்துவமனைக்குச் சென்றேன். வாசலில் இருந்த கன்யாஸ்திரீ, 'சீக்கிரம் உள்ளே வா. நீ அபாயத்தில் இருக்கிறாய்' என்றார்... மருத்துவமனையில் இருந்தபோது நான் எப்படி உணர்ந்தேன் என்பதை என்னால் சொல்லவே முடியாது. அது நரகம்போல் இருந்தது. 27 அக்டோபர் அன்று காட்டு ஆசாமிகள் அங்கு வந்தனர். 15 நிமிடங்களில் எங்கள் கண் முன்னாலேயே 6 பேரைக் கொன்றனர். இருவர் படுகாயம் அடைந்தனர். என்னிடம் இருந்த எல்லாவற்றையும் கொள்ளையடித்தனர். என்னை நோக்கித் துப்பாக்கியை நீட்டி, 'கவலைப்படாதே, உன்னைக் கொன்றுவிட மாட்டோம்' என்றனர். அது ஒரு விசித்திரமான

அனுபவம். கடவுள் ஏதோ ஒரு காரணத்துக்காக என்னைக் காப்பாற்றியிருக்கிறார். ஆனால், நானோ மிகவும் அதிர்ந்து போயிருக்கிறேன்.

இரவு முழுவதும் பயணம் செய்தோம். கீழே இறங்கவே முடியவில்லை. ஒட்டுமொத்த காஷ்மீரும் சிதைந்துள்ளது. அங்கே இருக்கும் மிஷனரிகளுக்காக என் மனம் பதைபதைக் கிறது... நான் எப்படியாவது வீட்டுக்குப் போகவேண்டும்.[19]

இது பற்றிய கட்டுரைத் தொடருக்கு சிட்னி ஸ்மித், 'பத்து நாள் பயங் கரம்' என்று தலைப்பு கொடுத்ததில் எந்த ஆச்சரியமும் இல்லை.

ஸ்மித் அபோட்டாபாத்துக்குப் போய்ச் சேர்ந்தவுடனேயே, ஸ்ரீநகரி லிருந்து வந்ததுமுதல் எதைச் செய்ய முடியாது இருந்தாரோ, அதை முதல் வேலையாகச் செய்தார். ஒரு கட்டுரை எழுதி, தன் அலுவலகத் துக்கு அனுப்பிவைத்தார். திங்கட்கிழமை, 10 நவம்பர் அன்று, அவரது முந்தைய கட்டுரை வெளியானதிலிருந்து சரியாக இரண்டு வாரங்கள் கழித்து, அந்தக் கட்டுரை, 'பேருந்து மூலம் ஆக்கிரமிப்பு - சிறைப்படுத்தப்பட்ட நிருபரின் பிரத்தியேகத் தகவல்' என்ற தலைப்பில் டெய்லி எக்ஸ்பிரஸின் முதல் பக்கத்தில் வெளியானது. அந்த செய்தித் தாள், தன் பிரத்தியேகத் தகவல்களிலிருந்து பெரும் ஆதாயத்தை அடைந்தது:

டெய்லி எக்ஸ்பிரஸ் நிருபர் சிட்னி ஸ்மித், காஷ்மீரில் நடக்கும் சண்டையை நேரடியாகப் பார்த்து எழுதப் போயிருந்தபோது, ஆக்கிரமிப்பு நடத்திய முஸ்லிம் பழங்குடிகளால் சிறைப் படுத்தப்பட்டார். அவர் காணாமல் போனதாகத் தகவல் வந்தது. கொல்லப்பட்டிருக்கலாம் என்று கருதப்பட்டது. பழங்குடியினர் அவரைப் பத்து நாள்கள் கைதியாக அடைத்து வைத்திருந்தனர். பின்னர், பாகிஸ்தான் ராணுவ மீட்புக்குழு அவரை மீட்டது.

நேற்று, ஸ்மித், மீண்டும் காஷ்மீர் போரை விவரிக்கும் தன் பணிக்குத் திரும்பிவிட்டார்.

ஸ்மித்தின் எழுத்து, சிறைப்பட்ட நாள்களில், தன் பரபரப்பையோ முக்கியத்துவத்தையோ இழக்காமல் தீவிரமாகவே இருந்தது. 'காஷ்மீரில் நடப்பது எவ்வளவு முக்கியத்துவம் வாய்ந்தது என்றால், நான் பத்து நாள்கள் சிறையில் இருந்ததைக்கூடத் தாமதமாகப் பின்னர் எழுத வேண்டிய அளவுக்கு, இன்றைய நிகழ்ச்சிகள் அதி முக்கியமானவையாக, உடனே கொடுக்கவேண்டியவையாக உள்ளன' என்று அவர் முதல் பக்கப் பத்தியில் எழுதினார்.

ஆக்கிரமிப்பாளர்களின் முதல்கட்ட ஊடுருவல் தடுக்கப் பட்டுள்ளது. ஆனால், நான் நேராகக் கண்ணில் கண்டபடி, காஷ்மீரின் எல்லைப் பகுதியில் டோமெல் வழியாக எண்ணற்ற பதான்கள், வாசிர்கள், மசூதுகள், மொஹ்மாண்டுகள், ஆஃப்கன்கள் கூட்டம் கூட்டமாக, பேருந்துகளில், கூச்சலிட்ட படி சென்றுகொண்டிருக்கிறார்கள்.

மேலும் ஐம்பதாயிரம் பழங்குடி பதான்கள் அவர்களுடன் சேர்ந்து போராடத் தயாராகிக்கொண்டிருக்கிறார்கள். பாகிஸ் தானால் இவர்களைக் கட்டுப்படுத்த முடியாது. நரைதாடித் தலைவர், கர்னல் பஸந்த் கானுடன் உட்கார்ந்து பேசிக் கொண்டிருந்தபோது, 45 வண்டிகளில், வண்டிக்கு 50 பேர் வீதம் வாட்டசாட்டமான சண்டைப் போராளிகள், இந்தியப் படையுடன் - பெரும்பாலும் சீக்கியர்களுடன் - போரிடக் கிளம்பத் தயாராக இருந்ததைப் பார்த்தேன்.

ஒவ்வொருவரிடமும் நவீனவகைத் துப்பாக்கி இருக்கிறது. அதில் பிரகாசமான நிறத்துடனான புனிதத் துணி ஒன்று கட்டப்பட்டுள்ளது. பஞ்சாபில் முஸ்லிம் சகோதரர்களைக் கொன்றவர்களைப் பழிக்கு பழி வாங்காமல் தன் மலைக் கிராமத்துக்குத் திரும்பமாட்டேன் என்று ஒவ்வொருவரும் சத்தியம் எடுத்துக்கொண்டுள்ளனர். பலரிடம் ஸ்டென் துப்பாக்கிகளும் ப்ரென் துப்பாக்கிகளும் இருக்கின்றன.

ஒவ்வொரு மாலையும் அவருடைய வீரர்கள் இரவு உணவுக் கான ஆடுகளை பிய்த்துத் தின்னப் போகுமுன், கர்னல் ஷா பஸந்த் கான் கைகளை மேலே உயர்த்தி, உள்ளங்கை மேலே இருக்கும்படி, சீக்கியர்களை அழித்தொழிக்கும் போருக்கான ஆசிகளைக் கேட்டு அல்லாவிடம் பிரார்த்தனை செய்வார்.[20]

முதல் பக்கக் கட்டுரையுடன் தன் புகைப்படமும் பிரசுரிக்கப்படும் வாய்ப்புவேறு எந்த நிருபருக்கும் கிடைக்காத ஒன்று. இளமை ததும்பும் பாதிரியார் ஷாங்க்ஸுடன் ஸ்மித் நிற்கும் புகைப்படம் முதல் பக்கத்தில் வெளியாகியிருந்தது.

அடுத்தநாள் டெய்லி எக்ஸ்பிரஸ் பத்திரிகை, அந்த வருடத்தின் மிகவும் பரபரப்பான செய்தி என்ற அறிவிப்புடன் இரண்டாம் பக்கம் முழுவதை யும் ஸ்மித்தின் கட்டுரைக்கு ஒதுக்கியிருந்தது. பாரமுல்லாவில் நடைபெற்ற தாக்குதலையும், மடாலயத்தில் அடைபட்டுக் கிடந்தவர்கள் அந்த முற்றுகையை நகைச்சுவை, வீரம், நம்பிக்கை ஆகியவற்றுடன் எதிர்கொண்ட விதத்தையும் ஸ்மித் மிக விரிவாக

எழுதியிருந்தார். அந்தக் கட்டுரை இந்தியாவிலும் வெளிநாடுகளிலும் பல பத்திரிகைகளில் மறுபிரசுரம் செய்யப்பட்டது. நெருக்கடி நேரத்தில் பிரிட்டிஷாரின் துணிச்சல் வெளிப்படும் விதம் குறித்த அற்புதமான கட்டுரை அது. கூடவே, உள்ளூர் அகதிகள் சிலர், ஆக்கிரமிப்பாளர்கள் சிலர் எனப் பிறரது சித்திரத்தையும் அது விவரித்திருந்தது. இரண்டாம் உலகப்போர் காலத்தில் பிரிட்டிஷார் உத்வேகத்துடன் போராடி, முற்றுகையில் சிக்கியிருந்த பிரிட்டிஷ் வீரர்களைக் கடல்மூலம் காப்பாற்றி, பத்திரமாக பிரிட்டனுக்கு அழைத்துச் சென்ற டன்கிர்க் போர், லண்டன் மீதான ஜெர்மன் தாக்குதலைப் பொதுமக்கள் உறுதியுடன் எதிர்கொண்ட விதம் ஆகியவற்றை நினைவுபடுத்துவதாக இது இருந்தது.

'நாங்கள் பெட்டி படுக்கைகளைக் கட்டிக்கொண்டு அங்கிருந்து கிளம்பும் சமயம், அருட்சகோதரி பிரிசில்லா, தன் கண்ணில் துளிர்த்திருந்த கண்ணீரைச் சுண்டியபடி, தன் உடைந்த இத்தாலிய ஆங்கிலத்தில் பாதிரியாரைப் பார்த்துச் சொன்னார்: 'இந்தப் பத்து நாள்கள் நாமெல்லாரும் மிகவும் சந்தோஷமாக இருந்தோம். இவையெல்லாம் முடியப்போகிறதே என்று நான் வருத்தப்படுகிறேன்.'' என்று ஸ்மித் தன் கட்டுரையை முடித்திருந்தார்.[21]

டெய்லி எக்ஸ்பிரஸில் சிட்னி ஸ்மித்தின் கட்டுரைகள் வெளியான அதே நேரம், இந்திய ராணுவம் பாரமுல்லாவைக் கைப்பற்றியிருந்தது. பிரிகேடியர் போகி சென், தன் படை, ஒரு தோட்டாவைக்கூடச் சுடாமல் 8 நவம்பர் அன்று பாரமுல்லாவைக் கைப்பற்றியது பற்றித் தெரிவித்திருந்தார். மடாலயத்தில் இருந்தவர்கள் பாகிஸ்தானில் இருக்கும் அபோட்டாபாத்துக்கு பாதுகாப்பாகக் கொண்டுசெல்லப்பட்டு 24 மணி நேரம் கழித்து இது நடந்தது. 'பாரமுல்லாவில் நாங்கள் பார்த்த காட்சியை வாழ்நாளில் ஒருபோதும் மறக்க முடியாது. நகரம் முழுவதுமாக வெறிச்சோடி, அமைதியான ஒரு கல்லறையைப்போல் இருந்தது. ஒரு தெரு நாய்கூடக் கண்ணில் படவில்லை. வீடு, கடை, ஷெட் என எங்கு பார்த்தாலும் தீவைப்பு, கொள்ளையடிப்பின் தடங்கள். அந்த பள்ளத் தாக்கிலேயே மிகவும் நவீனமானதும், முழு வசதிகள் கொண்டதுமான மடாலய மருத்துவமனை ஏதோ சூறாவளியில் சிக்கிக்கொண்டதுபோல் சின்னாபின்னமாகிக் கிடந்தது. மடாலய தேவாலயமும் காட்டுமிராண்டிகளின் வெறித் தாக்குதலுக்குத் தப்பவில்லை.'[22]

ஆனால், சென் விவரித்தவற்றின் நம்பகத்தன்மை, அவர் அடுத்த பத்தியில் சொன்ன ஒரு தகவலால் சிறிது குறைந்துபோனது. மறைந்து பதுங்கியிருந்த காக்கர் ஸ்பேனியல் வகை மடாலய நாய் மெல்ல வெளியே எட்டிப் பார்த்து, தன் எஜமானியும் அவருடைய கூட்டாளி

களும் விழுந்துகிடக்கும் பள்ளத்துக்கு ராணுவத்தினரை இட்டுச் சென்றது என்று சென் எழுதியிருந்தார். நாயைத் தொடர்ந்துசென்ற மிகவும் தீவிரமான ராணுவ வீரர் ஒருவரே பள்ளத்தில் கிடந்த இறந்த உடல்களைப் பார்த்துக் கதிகலங்கி வாய்விட்டுக் கதறிவிட்டார் என்று சென் எழுதியிருந்தார். உண்மையில் அந்த மடாலயத்தில் பிளாக்கி என்றொரு ஸ்பேனியல் நாய் இருந்தது. ஆனால் அது மடாலய நாய் கிடையாது, டைக்ஸ் குடும்பத்தின் நாய். மேலும், மடாலயத்தில் கொல்லப்பட்ட வேறு யாருடைய உடலும் கிடைக்கவில்லை. இறந்த அனைவருமே 11 நாள்களுக்கு முன்னதாகவே முழுமையாகப் புதைக்கப்பட்டுவிட்டனர். பிரிகேடியர் சென்னுடன் சென்றிருந்த புகைப்படக்கலைஞர் பி.என். சர்மாவும் மடாலயத்தில் தான் கண்ட காட்சி பற்றி விவரித்திருந்தார்.[23] மடாலயத்தில் இருந்தவர்கள் மீட்கப்பட்டதற்கு அடுத்த நாள், பழங்குடிகள் மேலும் பல கொள்ளை, கொலைகளில் ஈடுபட்டிருக்கக்கூடும். அதே நேரம் சென்னும் சர்மாவும் சொன்னவை, பழங்குடிகளை மோசமாகச் சித்திரிக்கும் நோக்கில், மிகைப்படுத்தப் பட்டவை என்பதையும் மறுக்க முடியாது.

இந்திய ராணுவத்தின் பின்னாலேயே இந்திய மற்றும் வெளிநாட்டுச் செய்தியாளர்கள் அடங்கிய சிறு குழு பாரமுல்லாவுக்குச் சென்றது. ஒரு தோட்டாகூடச் சுடாமலேயே இந்தியா பாரமுல்லாவை மீட்டது என்பதை ஹெரால்ட் டிரிப்யூனின் மார்கரெட் பார்ட்டன் உறுதி செய்தார். பயமுறுத்தப்பட்டிருந்த உள்ளூர் மக்களிடமிருந்து அவர் சம்பவங்கள் பற்றிய தகவல்களைச் சிறிது சிறிதாகச் சேர்த்தார். 7 நவம்பர் அன்று, பழங்குடிகள் கூட்டம் கூட்டமாக ஸ்ரீநகரில் இருந்து பாரமுல்லா நோக்கி வந்தனர். இந்திய ராணுவம் அவர்களைக் கவச வாகனங்களில் துரத்திவருவதாகக் கூக்குரலிட்டபடியே அவர்கள் கிடைத்த பேருந்துகள், குதிரை வண்டிகள் என அனைத்திலும் தொற்றிக் கொண்டு பாகிஸ்தான் எல்லையை நோக்கி ஓடினர். பழங்குடிகளின் சிறப்பு ஆயுதப் படைப் பிரிவு, ஓடிப் போகும் பழங்குடிகளைத் தடுத்து நிறுத்த முயன்று, முடியாமல் போனதும் தாங்களும் மூட்டை முடிச்சுகளுடன் ஓடிவிட்டனர் என்று உள்ளூர் மக்கள் தெரிவித்ததாக பார்ட்டன் எழுதினார்.[24] கடந்த இரண்டு வாரங்களுக்குள் அந்த ஊரில் நடந்த இரண்டாவது மிகப் பெரிய வெளியேற்றம் அது.

இந்திய ராணுவத்துக்கு மக்கள் கொடுத்த வரவேற்பு தொடர்பாக ராணுவ செய்திக் குறிப்புகளை மட்டுமே நம்பியிருக்க வேண்டிய அவசியம் இல்லை. தத்தம் வீடுகளுக்குத் திரும்ப வழி ஏற்படுத்திக் கொடுத்த காரணத்துக்காகவே, இந்திய ராணுவத்துக்கு உள்ளூர் மக்கள் பெரும் வரவேற்பு கொடுத்தனர் என்று இனாயத்துல்லா என்னிடம் சொன்னார். தி டைம்ஸ் நிருபர் (எரிக் பிரிட்டராக இருக்கக்கூடும்),

இந்தியப் படைகள் பாரமுல்லாவுக்குப் போன அடுத்த நாளான 9 நவம்பர் அன்று அங்கு சென்றார். 'அனைத்து பாரமுல்லா மக்களும் இந்தியப் படையை சந்தோஷத்துடன் வரவேற்றனர். அந்த ஊரில் பழங்குடிகள் பத்து நாள்கள் இருந்தபோது செய்த அட்டூழியங்கள் குறித்தும் விரிவாகப் பேசினர்' என்று எழுதினார்.[25] பாரமுல்லாவை இந்தியா கைப்பற்றியதன் பின் இருக்கும் ராணுவ முக்கியத்துவத்தை அவர், 'மாபெரும் வெற்றி, போரில் பெரும் திருப்புமுனை' என்று விளக்கினார். 'இந்தியப் படைகள் வான் வழியாகக் காஷ்மீரில் கால் பதித்த பதினைந்து நாள்களுக்குள்ளாகவே தலைநகருக்கு ஏற்பட விருந்த ஆபத்தைத் திறமையாக முறியடித்துவிட்டன. பள்ளத்தாக்கில் இருந்து எதிரிகளை ஒரேயடியாகத் துடைத்தெறிந்துவிட்டன.'

பாரமுல்லாவில் நடந்த தாக்குதல் குறித்து நேரடிச் செய்திகளை அளிக்கவென்று காஷ்மீர் வந்தவர்கள் எழுதியதிலேயே மிகவும் முக்கியமானது, ராபர்ட் டிரம்புல் எழுதியதுதான். நியூ யார்க் டைம்ஸ் பத்திரிகையில் 11 நவம்பர் அன்று முதல் பக்கத்தில் அந்தக் கட்டுரை வெளியாகியிருந்தது. அடுத்த ஆண்டு வசந்த காலத்தில் இந்திய அரசு தாக்கல் செய்த வெள்ளை அறிக்கையிலும், பின்னர் எங்கெல்லாம் பழங்குடிகள் தாக்குதல் குறித்தும் தொடர்ந்து நடந்த செயல்கள் குறித்தும் எழுதப்பட்டதோ அங்கெல்லாமும் இந்தக் கட்டுரை தொடர்ந்து மேற்கோள் காட்டப்பட்டது.

> காஷ்மீர் பள்ளத்தாக்கின் அழகான இந்தச் சிறிய நகரம் எரிக்கப் பட்டு, கைவிடப்பட்டுக் கிடக்கிறது. எல்லைப் பகுதியிலிருந்து வந்த பழங்குடி ஆக்கிரமிப்பாளர்கள், 13 நாள்களாக நிகழ்த்திய கொள்ளை, பாலியல் வன்முறை, கொலைகள் ஆகியவற்றின் கொடூர நினைவுகளைத் தாங்கியபடி இருக்கிறது.
>
> (7 நவம்பர் அன்று) பழங்குடியினர், முன்னேறி வரும் இந்திய ராணுவத்தைக் கண்டு பயந்து அலறி ஓடுவதற்கு முன்பாக இந்த ஊரின் சொத்துக்களையும் இளம் பெண்களையும் நாசமாக்கி யிருந்தனர்...
>
> இன்று பாரமுல்லாவில் உபயோகமான பொருள் என்று ஒன்றுகூட இல்லை. கொள்ளையடிக்கப்பட்ட பொருள்களும் கடத்தப்பட்ட பெண்களுமாக 280 வண்டிகளில் பாகிஸ்தான் எல்லையை நோக்கிக் கொண்டுசெல்லப்பட்டதாக உள்ளூர் வாசிகள் சொன்னார்கள்.[26]

டைம்ஸ் ஆஃப் இந்தியா நிருபர் (இவர் டிரம்புல்லுடன் போயிருக் கலாம்) பாரமுல்லாவைக் கவித்துவமாக வர்ணிக்கும்போது,

‘வெட்டுக்கிளிகள் கூட்டம் கூட்டமாக வந்து துவம்சம் செய்துவிட்டுப் போன பூந்தோட்டம்’ என்று எழுதினார். ‘கஜினி முகமதுவின் படைகளைப்போல, பழங்குடி ஆக்கிரமிப்பாளர்கள் நகரை நிர்மூலமாக்கி, இருந்த பொருள்களையெல்லாம் கொள்ளையடித்து, எடுத்துச் செல்ல முடியாதவற்றைத் தீ வைத்து அழித்து, கண்ணில் பட்டவர்களை எல்லாம் கொன்று குவித்திருக்கிறார்கள்.’[27] இந்தக் கட்டுரையில், மடாலயத்தின் மீதான தாக்குதலை நேரில் பார்த்த சாட்சி ஒருவர் சொன்னதும் இருந்தது. ‘தேவாலயத்தில் இருந்த நாற்காலிகள், மேஜைகள், பூஜை மேடை ஆகியவை அடித்து நொறுக்கப்பட்டன. படங்கள் நாசமாக்கப்பட்டன.’

பத்திரிகை நிருபர்கள் படை எப்படி இந்தியப் படைகளின் தலைவர் ஜெனரல் குல்வந்த் சிங், ஷேக் அப்துல்லாவின் துணை அமைச்சர் பக்ஷி குலாம் முகமது ஆகியோருடன் பாரமுல்லாவுக்குள் நுழைந்தது என்பது பற்றியும் அவர் எழுதினார். ‘ஜெனரலும் தேசிய கான்ஃபரன்ஸ் கட்சித் தலைவரும் முன்னால் தலைமை தாங்கிப் போய்க்கொண்டிருக்க நாங்கள் அனைவரும் பின்தொடர்ந்தபடி நேராகக் கடைத்தெருவுக்குப் போனோம். முஸ்லிம்கள், இந்துக்கள், சீக்கியர்கள் என ஆண், பெண், குழந்தைகள் அனைவரும் சாலையின் இரு மருங்கிலும் நின்றுகொண்டு வாழ்த்தி வரவேற்றனர். கண்ணீர் வழிய சிலர் ஓடி வந்து எங்களை ஆரத் தழுவிக்கொண்டனர். எப்படியான பயங்கரத்தின் நடுவில் அவர்கள் இத்தனை நாள்கள் இருந்திருக்கிறார்கள் என்பதை அது தெளிவாக எடுத்துக்காட்டியது.’

பாரமுல்லாவுக்குள் இந்தியப் படைகள் நுழைந்த ஓரிரு நாள்களுக்குப் பிறகு, தேசிய கான்ஃபரன்ஸ் அமைதிப் படையின் பி.என். ஜலாலியும் அவருடைய தோழர்களும் பாரமுல்லாவுக்குப் போனார்கள். நகரம் ‘பாதி எரிந்து, கைவிடப்பட்ட நிலையில் இருந்தது’ என்று அவர் என்னிடம் சொன்னார். பழங்குடிகளால் ஒரு காவல் நிலையத்தில் சிறைப்பிடித்து வைக்கப்பட்டிருந்த பெண்களை அவர்கள் சந்தித்தார்கள். ‘காவல் நிலையம் நாற்றம் அடித்துக்கொண்டிருந்தது. அவர்கள் பெண்களை வல்லுறவுக்கு ஆட்படுத்தியிருக்கிறார்கள். அதற்குப்பின் அவர்களை வெட்டிப்போட்டிருக்கிறார்கள். பண்டிட் பெண்கள், சிலர் மிகவும் இள வயதினர், குற்றுயிராகக் கிடந்தனர். நாங்கள் அவர்களைக் காப்பாற்றி ஸ்ரீநகருக்குக் கொண்டுசென்றோம்.’ மடாலய மருத்துவமனையையும் அவர் சென்று பார்த்திருக்கிறார். சோகமான, பயங்கரமான காட்சி என்று அதை விவரித்தார். சில நாள்கள் கழித்து மேஜர் க்ரான்ஸ்டன் அந்த இடத்துக்குப் போனார்.

> மடாலயக் கட்டடங்களும் மருத்துவமனையும் தேவாலயமும் முழுவதுமாகச் சிதைக்கப்பட்டிருந்தன. எல்லா மரச் சாமான்

களும் தாறுமாறாக இழுத்துப் போடப்பட்டிருந்தன. அலமாரி களில் இருந்த புத்தகங்கள், முக்கியமாக மடாலயத்தின் நல்ல நூலகத்தில் இருந்த புத்தகங்கள் அனைத்துமே கிழித்து எறியப்பட்டிருந்தன. கொஞ்சம் மதிப்பு இருந்த அனைத்துப் பொருள்களுமே கொள்ளையடிக்கப்பட்டிருந்தன. அனைத்து விதத் துணிகளும் - திரைச்சீலைகள், தரை விரிப்புகள், ஆடை கள், போர்வைகள், படுக்கை விரிப்புகள், நாற்காலி கவர்கள், மெத்தைகள், வேறு எந்தவிதத் துணியாக இருந்தாலும் சரி - முற்றிலுமாக எடுத்துச் செல்லப்பட்டிருந்தன. பீங்கான் மற்றும் உலோகப் பாத்திரங்கள் அனைத்தையும்கூடக் கொண்டு சென்றுவிட்டனர். வெளிப்புறக் கட்டடங்கள் பெரிதாகச் சேதப்படுத்தப்படவில்லை. ஜன்னல்கள் உடைந்திருந்தன. ஒரே ஒரு சிறிய கட்டடம் மட்டும் தீவைக்கப்பட்டிருந்தது. தேவால யத்தின் பலிபீடம், சிலைகள், சிலுவைகள், புத்தகங்கள், மரப் பொருள்கள் என எல்லாமே திட்டமிட்டு நொறுக்கப்பட்டிருந் தன. இது ஏதோ கொள்ளையடிப்பதற்காக அவசர அவசரமாக நடத்த அழிப்பு அல்ல; தெளிவாக, நிதானமாகத் திட்டமிடப் பட்டு, பல தினங்களாக நடந்த அழிப்பு... மருத்துவமனையில் இருந்த மேஜை, நாற்காலி போன்றவை அடித்து நொறுக்கப் பட்டிருந்தன. அரிய மருந்து வகைகள் எல்லாம் அழிக்கப் பட்டிருந்தன.[28]

கராச்சியில் இருந்த பிரிட்டிஷ் ஹை கமிஷனர், பாகிஸ்தான் பிரதமர் லியாகத் அலி கானுக்குக் கடிதம் எழுதி, டைக்ஸ் தம்பதிகளையும் மடாலயத்தில் இருந்த பிறரையும் கொன்றவர்களை அடையாளம் கண்டுபிடித்துக் கடுமையாகத் தண்டிக்கும்படிக் கேட்டுக்கொண்டார். 'தாக்குதல் நடந்த பகுதி பாகிஸ்தானைச் சேர்ந்ததல்ல என்பதால், பாகிஸ்தான் அரசு இதற்கு எந்தப் பொறுப்பையும் ஏற்க முடியாது' என்று பிரதமர் பதில் எழுதினார்.[29]

இந்திய ராணுவத்தின் வெற்றியைக் கொண்டாடவும் காஷ்மீர் மக்க ளுக்கு ஆறுதல் சொல்லவும் இந்தியத் தலைவர்கள் பாரமுல்லா வுக்குச் சென்றனர். பாரமுல்லா மீண்டும் கைப்பற்றப்பட்டு நான்கு நாள்கள் கழித்து, 12 நவம்பர் அன்று, நேரு பாரமுல்லாவுக்குச் சென்றார். மடாலயத்திலும் மருத்துவமனையிலும் நடந்த சின்னா பின்னங்களைப் பார்வையிட்டபிறகு, 'பூக்கள்தவிர வேறு எதுவும் விட்டுவைக்கப்படவில்லை' என்று கருத்து தெரிவித்தார். கொள்ளை யடிக்கப்பட்ட சில இடங்களையும் அவர் சுற்றிப் பார்த்தார். ஊரின் தொழுகை மைதானத்தில் அவசரமாகக் கூட்டப்பட்ட பெரும் கூட்டத்தில் அவர் சிறிய உரை ஒன்றை நிகழ்த்தினார். 'நீங்கள் ஒரு

வித்தியாசமான அனுபவத்தைப் பெற்றிருக்கிறீர்கள். பாகிஸ்தான் என்றால் என்ன என்பது உங்களுக்கு உணர்த்தப்பட்டிருக்கிறது. அழிவு என்றால் என்ன, அடிமைத்தனம் என்றால் என்ன என்பது உங்களுக்குப் புரியவைக்கப்பட்டிருக்கிறது' என்று நேரு சொன்னதாக இந்துஸ்தான் டைம்ஸ் செய்தி வெளியிட்டது.

அதே கூட்டத்தில் பேசிய ஷேக் அப்துல்லா, 'பாகிஸ்தானின் பழங்குடி ஆக்கிரமிப்பாளர்களைப் போல இஸ்லாத்தின் பெருமைக்குக் களங்கம் ஏற்படுத்தியவர்கள் இந்த உலகில் வேறு யாரும் இருக்க முடியாது' என்றார். ஆக்கிரமிப்பாளர்கள் துரத்தியடிக்கப்படும்வரை இந்தியப் படைகள் காஷ்மீரில் இருக்கும் என்றும் அதன்பின் மாநிலம் தனக்கென ஒரு ராணுவத்தை உருவாக்கிக்கொள்ளும் என்றும் ஷேக் அப்துல்லா அப்போது பேசினார். ஆனால், இன்றுவரை அது நிறைவேறவில்லை.[30]

பாரமுல்லாவிலிருந்து பழங்குடியினரைத் துரத்தியபடி இந்திய ராணுவம் பள்ளத்தாக்குச் சாலையில் முன்னேறிச் சென்றது. வேக மாகச் சென்றாலும்அவர்களால் ஜீலம் நதியின் மறு பக்கத்துக்குச் செல்ல முடியவில்லை.

பரபரப்பான நெடுஞ்சாலையில் முக்கியமான மையமாக இருந்த பாரமுல்லா, இறந்த நகரமாக மாறியது. மறுபக்கம் இட்டுச் செல்ல முடியாத ஒரு சாலையின் இறுதியான மக்கள் குடியிருப்பாக அது சுருங்கிவிட்டது. மரத்துண்டுகளை இனியும் ஜீலம் நதியில் மிதக்கவிட முடியாது. விளையும் பூக்களையும் பழங்களையும் இனியும் சந்தைக்குக் கொண்டுசெல்ல முடியாது. ஏனெனில் அந்தப் பகுதி இப்போது பாகிஸ்தானின் பஞ்சாப் ஆகிவிட்டது. பாரமுல்லா மடாலயத்தில் இருந்த துறவிகள் பலர் மீண்டும் காஷ்மீருக்கு இடம்பெயர்ந்தனர். 1948 ஆரம்பத்தில், செயிண்ட் ஜோசப் கல்லூரி புதிய இடத்தில், சிறிய அளவில் மீண்டும் திறக்கப்பட்டது. பழைய இடம் இந்திய ராணுவத் தால் எடுத்துக்கொள்ளப்பட்டது. மருத்துவமனையும் மடாலயமும்கூட இந்திய ராணுவம் காலி செய்யும்வரை திறக்கப்படவில்லை. 1949 மார்ச் மாதத்தில் ஃப்ரான்சிஸ்கன் கன்யாஸ்திரீகள் மீண்டும் மடாலயத்துக்குத் திரும்பினர். அப்படித் திரும்பியவர்களில், மடாலயம் தாக்கப்பட்ட போது அங்கு சிக்கியிருந்த பலரும் அடங்குவர். அதில் இத்தாலிய அருட்சகோதரி பிரிசில்லாவும் அருட்சகோதரி எமிலியாவும் அடக்கம். அன்றுமுதல் அவர்கள் இருவரும் அங்குதான் இருந்துவருகிறார்கள்.

10

போர்

காஷ்மீர் பிரிவினை இயக்கத்துக்கு வலுவான அரசியல் தலைமை இருந்ததில்லை. அப்துல் கனி லோன் ஒரு முக்கியமான அரசியல்வாதி. மைய நீரோட்ட அரசியலில் இருந்தவர். இந்திய காங்கிரஸ் கட்சியின் உறுப்பினராக, 1970-களில் ஜம்மு காஷ்மீர் அரசில் அமைச்சராகவும் இருந்திருக்கிறார். ஆனால், காஷ்மீர் அரசியல் சூழலில் ஏற்பட்ட மாற்றங்கள், காஷ்மீர் தேர்தலில் இந்திய அரசின் குறுக்கீடுகள் ஆகியவற்றால் அதிருப்தி அடைந்த இவர், பிரிவினைவாத இயக்கத்தை ஆதரிக்கத் தொடங்கினார். இவரது கட்சியான மக்கள் கான்ஃபரன்ஸுக்கு ஆயுதப் பிரிவு இருந்தாலும், இவர்களுக்குப் பிரிவினைவாத ஆயுதக் குழுக்களுடன் தொடர்பு இருந்தாலும் (இந்திய உளவுத்துறையின் தகவலின்படி இவர்களுக்குப் பாகிஸ்தானின் ஐ.எஸ்.ஐ. யுடனும் தொடர்பு உண்டு) இந்தக் கட்சி ஒருபோதும் பாகிஸ்தான் ஆதரவுக் கட்சியாகச் செயல்பட்டதில்லை. இவர் ஒரு மிதவாதி. பிரிவினைவாதக் கூட்டணியான அனைத்துக் கட்சி ஹுரியத் கான்ஃபரன்ஸின் அங்கமானவர். இந்த அமைப்பு உருவாகக் காரணமானவர். காஷ்மீரின் பண்பட்ட பிரதிநிதியான இவருக்கு சம்பிரதாய அரசியல் நடவடிக்கைகளின் முக்கியத்துவம் தெரியும். ஆயுதப் போராட்டத்தின் குறைபாடுகளும் நன்கு தெரியும்.

நான் அக்டோபர் 1993-ல் ஸ்ரீநகருக்கு முதன்முறையாகச் செய்தி சேகரிக்கப் போனபோது அப்துல் கனி

லோன் ஒரு பேரணிக்குத் தலைமை தாங்கி, ஊர்வலம் ஒன்றை நடத்த இருந்தார். அப்போது அவரை இந்திய எல்லைப் பாதுகாப்புப் படைவீரர்கள் அடித்து இழுத்துக்கொண்டுபோய் கைது செய்தனர். காஷ்மீர் பள்ளத்தாக்கு அப்போது பதற்றம் நிறைந்த பகுதியாக இருந்தது. ஆயுதம் தாங்கியவர்கள் ஸ்ரீநகரின் புறநகர்ப் பகுதியிலிருந்த காஷ்மீரின் மிகவும் புகழ் வாய்ந்த ஹஸ்ரத்பால் மசூதியில் அடைக் கலம் புகுந்திருந்தனர். இந்தியப் படைகள் அந்த மசூதியை முற்றுகை யிட்டிருந்தன. படைகள் எந்நேரமும் தாக்கக்கூடும் என்ற நிலை இருந்தது. காஷ்மீர் தலைநகரில் மக்கள் கொதிநிலையில் இருந்தனர். தொலைக்காட்சி கேமராக்களுக்கு முன்பாக ஓர் அரசியல் கட்சித் தலைவரை இந்தியப் படைகள் அடித்து நொறுக்கியதையும் ஒட்டு மொத்தமாக அந்த வன்முறையையும் பார்த்து நான் அதிர்ந்து போனேன். (அந்தப் படச்சுருளைக் கைப்பற்றி, செய்தி வெளியே போவதையே தடுக்கப் படைகள் முயற்சி செய்தன.) நிருபர்கள் கூட்டம் ஒன்று இந்தியப் படையின் அதிகாரியான சீக்கியர் ஒருவரை முற்றுகையிட்டு, கைது செய்யப்பட்ட தலைவர்கள் மோசமாகக் காயம் பட்டுள்ளனரா என்பதைப் பார்க்க அனுமதிக்கும்படிக் கேட்டனர். 'கைது செய்யப்பட்டவர்கள் எல்லாரும் உள்ளே தேநீர் அருந்திக் கொண்டிருக்கிறார்கள்' என்று சீக்கிய அதிகாரி சிரித்தபடியே சொன்னார்.

லோன் அடுத்த ஒரு வருடத்துக்குச் சிறையில் அடைக்கப்பட்டார். பின்னர் என்னிடம் பேசும்போது அவர், தேநீர் கொடுத்ததாகச் சொன்னதற்கு மாறாக, எல்லைப் பாதுகாப்புப் படைவீரர்கள் அவரை மோசமாகத் தாக்கியதாகச் சொன்னார். 'என்னைக் கடுமையாகத் தாக்கினர். நான் இறந்துவிடுவேன் என்றே நினைத்தேன்.'[1] உயரமான மதில் சுவரும் வலுவான தடுப்புக் கம்பிகளும் கொண்ட, கோட்டை போல் பாதுகாக்கப்பட்ட அவருடைய வீட்டை எனக்குச் சுற்றிக் காண்பித்தார். ஆனால், உண்மையில் அது போதுமானதாக இல்லை. அவரது வீட்டின்மேல் கிரனேட் தாக்குதல்கள், கார் வெடிகுண்டுத் தாக்குதல்கள் என்று தொடர்ச்சியாக நடந்துகொண்டிருந்தன. தரையிலும் சுவர்களிலும் குண்டுவெடிப்பின் பிளவுகளைக் காட்டினார்.

உள்ளூர்க் காவலர்கள், இந்தச் செயல்களை யார் செய்தது என்று அவரிடம் சொல்லியிருக்கிறார்கள். பிரிவினைவாத இயக்கத்தில் சேர்ந்து ஆயுதம் ஏந்திப் போராடும் இளம் காஷ்மீரிகளை ஆசைகாட்டி அல்லது மிரட்டி, சக கலகக்காரர்களுக்கு எதிராகத் தாக்குதல் நடத்த வைக்கும்படி ஒரு ராணுவ அதிகாரி செய்துவருவதாகக் காவலர்கள் அவரிடம் சொல்லியிருக்கிறார்கள். இறுதியாக, துப்பாக்கி ஏந்திய ஒருவர் கனி லோனைச் சுட்டுக் கொன்றார். ஸ்ரீநகரில் நடந்த ஒரு

பொதுக்கூட்டத்தின்போது அவர் கொல்லப்பட்டார். ராணுவத்தாலோ அல்லது அவர்களால் இயக்கப்படுபவர்களாலோ அல்ல. பிரிவினை வாதத் தீவிரவாதிகளால்.[2]

யாருமே அந்தக் கொலைக்குப் பொறுப்பேற்கவில்லை என்பதால், கொலைக்கான காரணத்தைக் குறிப்பிட்டுச் சொல்ல முடியவில்லை. இந்திய அரசுடன் பேச்சுவார்த்தைக்கு அவர் தயாராக இருந்ததாலும் தேர்தலில் தன் கட்சி உறுப்பினர்களை நிறுத்தத் தீர்மானித்திருந்த தாலும் அவரைச் சிலர் கொல்ல முடிவெடுத்திருக்கலாம். பிரிவினை வாத இயக்கத்தின் முக்கிய அங்கமான அவரது கட்சி, மைய நீரோட்ட அரசியலில் பங்கெடுப்பதை நோக்கிச் சென்றுகொண்டிருந்தது. காஷ்மீர் விடுதலைப் போரில் ஈடுபடும் 'விருந்தாளி' தீவிரவாதிகள் குறித்து லோன் முன்வைத்த கடுமையான விமரிசனத்துக்குப் பதிலடி யாகவும் இந்தக் கொலை செய்யப்பட்டிருக்கலாம். லோனின் மரணத்தின்போது, வெளியிலிருந்து வந்து போரிடும் தீவிரவாதிகளின் எண்ணிக்கை, உள்ளூர்த் தீவிரவாதிகளின் எண்ணிக்கையைவிட அதிகமாக இருந்தது.

இதில் வேடிக்கை என்னவென்றால், 1947 காஷ்மீர் பிரச்னை பற்றிப் பேசும்போது, இஸ்லாத்தின் பெயராலும் பாகிஸ்தானின் பெயராலும் வெளியிலிருந்து வந்து ஆக்கிரமிப்பு செய்த போராளிகள் குறித்து அப்துல் கனி லோன் என்னிடம் மரியாதையோடும் பெருமிதத்தோடும் பேசினார். காஷ்மீர் பள்ளத்தாக்கின் வட மேற்கு விளிம்பில் இருக்கும் குப்வாரா வுக்கு அருகில் உள்ள கிராமத்தில் தான் வளர்ந்ததாக அவர் என்னிடம் கூறினார். (அந்தப் பகுதி இப்போது கட்டுப்பாட்டுக் கோட்டின் இந்தியப் பக்கத்தில் இருக்கிறது.) லஷ்கர் ஆக்கிரமிப்பின்போது தனக்கு 11 வயதுதான் ஆகியிருந்தது என்று அவர் என்னிடம் சொன்னார். ஆனால், அவருடைய அஞ்சலிக் குறிப்புகளில் சொல்லப்பட்டிருக்கும் அவரது வயதைப் பார்க்கும்போது, 1947-ல் அவர் பதின்ம வயதினராக இருந்திருக்க வேண்டும்.

பொதுவாழ்வில் இருப்பவர்கள் தங்கள் ஞாபகங்களைக் குறித்து வெளியில் பேசும்போது அதில் கட்டாயம் அரசியல் சாயம் கலந்தே இருக்கும். தன் கிராமத்தில் நிலவிய மனநிலை பற்றி லோன் மிகத் தெளிவாகவே குறிப்பிட்டார். 'மக்கள் அப்போது முழுவதும் பாகிஸ்தான் பக்கமே இருந்தனர்' என்று அவர் வெளிப்படையாகச் சொன்னார். 'மகாராஜா ஓடிவிட்டார், ஜம்முவுக்குப் போய்விட்டார் என்று மக்கள் பேசிக்கொண்டார்கள். நாட்டை இந்தியாவுடன் இணைத்ததால் மக்கள் மகாராஜாவைக் கடுமையாக எதிர்த்தனர். யாரும்

இந்தியாவை விரும்பவில்லை.' இந்தப் பகுதியில் இருப்பவர்களுக்கு பாகிஸ்தான்தான் பக்கத்தில் இருந்தது; எனவே வேலை தேடி அவர்கள் அங்குதான் சென்றனர்; ஜம்மு தொலைவில் இருந்தது; தில்லியோ மேலும் தொலைவில் இருந்தது என்றும் அவர் சொன்னார்.

ஆரம்பகட்டத் தாக்குதலின்போது ஆக்கிரமிப்பாளர்கள் இந்தக் கிராமம்வரை வந்திருக்கவில்லை. 1948-ல் இரண்டாம் அலையில் இந்த கிராமத்துக்கு வந்தவர்கள் பழங்குடிகள் அல்லர் என்று அவர் வலி யுறுத்திச் சொன்னார். சமஸ்தானத்தின் பிற பகுதியில் இருந்தவர்கள் தான், அதுவும் காஷ்மீர் பள்ளத்தாக்குக்கு வெளியில் இருந்த, காஷ்மீரி மொழி பேசாதவர்கள்தான் அங்கு வந்தனர் என்று அவர் சொன்னார். 'அவர்களுடைய வருகையை உள்ளூர் மக்கள் மகிழ்ச்சியுடன் வரவேற்றனர்.' ஆறு மாத காலத்துக்கு அவர்கள் அந்தக் கிராமத்தையும் சுற்றுப்புறங்களையும் தங்கள் கட்டுப்பாட்டில் வைத்திருந்தனர்; ஆனால், 1948 ஜூன் வாக்கில் இந்திய ராணுவம் அங்கு வந்து அவர்களை விரட்டிவிட்டது என்று அவர் நினைவுகூர்ந்தார். 'அப்போது நான் சின்னப் பையனாக இருந்தேன். முஜாஹிதீன்கள் பின்வாங்கிச் சென்றபோது கிராமத்தினர், குறிப்பாகப் பெண்கள், அழுதனர். இந்திய ராணுவம் எங்களைக் கட்டுக்குள் கொண்டுவரப்போகிறது என்பதற் காக அழுதனர். இந்திய விமானங்கள் பறந்து வந்து அருகில் உள்ள ஒரு கிராமத்தின்மீது குண்டு வீசியது. துப்பாக்கிச் சூடும் நடந்தது.'

இந்தியப் படைகள் முன்னேறிக்கொண்டிருந்தபோது, ஷேக் அப்துல்லா குப்வாரா பகுதிக்கு வந்தார். கணிசமான மக்கள் ஆதரவு பெற்ற பிரபலமான அரசியல்வாதியாக அவர் இருந்ததை லோன் நினைவுகூர்ந்தார். 'அவருக்கு வரவேற்பளித்த வாத்தியக் குழுவில் நானும் இருந்தேன். ஷேக் அப்துல்லா காஷ்மீரி மொழியில் சிறிய உரை ஒன்றை நிகழ்த்தினார். அப்போது அவர் முஜாஹிதீன்களுக்கு எதிராகப் பேசினார். ஏன் அவர்களுக்கு எதிராகப் பேசுகிறார் என்று எனக்குக் குழப்பமாக இருந்தது. ஷேக் அப்துல்லா முஜாஹிதீன்களை விமரிசிப் பதை மக்கள் தங்கள் ஆழ்மனத்தில் விரும்பவில்லை. அந்த நேரத்தில் மக்கள் முஜாஹிதீன்களை வெறுக்கவில்லை.' அப்போதுதான் லோன் ஷேக் அப்துல்லாவை முதன்முதலாகப் பார்த்திருந்தார். பின்னர் அவர்கள் அரசியலில் போட்டியாளர்கள் ஆனார்கள். அப்துல் கனி லோன் பலமுறை சிறையில் அடைக்கப்பட்டார். அந்த அனுபவமும் அவருடைய அரசியல் சாய்வும் 1947-48 நிகழ்வுகளை அந்தக் கோணத்திலேயே அவரைப் பார்க்கவைத்திருக்கின்றன. ஆனால் அதே நேரம், காஷ்மீர் பள்ளத்தாக்கின் ஒரு சில பகுதிகளாவது ஆரம்பத்திலிருந்தே இந்தியப் படைகளை ஆக்கிர மிக்கும் படைகளாகப் பார்த்ததை அவரது நினைவுக் குறிப்புகள் சொல்கின்றன.

ஸ்ரீநகரில் பெரும்பாலானவர்கள் இந்தியப் படைகளை பழங்குடியினரிடமிருந்து தங்களைக் காப்பாற்ற வந்தவர்களாக வரவேற்றாலும், ஒரு சில இடங்களில் பதற்றமான நிலையே நிலவியிருந்தது. ஆரம்பகட்டத்தில் நிகழ்ந்த ஒரு சம்பவம், ஒரு சில காஷ்மீரிகளிடையே இந்திய ராணுவத்துக்கு எதிரான அதிருப்தியை அதிகப்படுத்தியது. பத்திரிகை ஆசிரியர் சோஃபி குலாம் முகமது, இந்த மன மாற்றம் பற்றி விளக்கினார். 'ஸ்ரீநகரில் இருந்த பெரும்பாலானோர் பழங்குடிப் படைகளை ஆக்கிரமிப்பாளர்களாகவே கருதினர். தங்களை மீட்க வந்தவர்களாக அல்ல' என்று அவர் என்னிடம் சொன்னார். ஆக்கிரமிப்பாளர்களை எதிர்த்து ஷேக் அப்துல்லா நடத்திய பேரணிகளில் 'ஆக்கிரமிப்பாளர்களே ஜாக்கிரதை! காஷ்மீரிகளான நாங்கள் உங்களை எதிர்க்கத் தயார்! காஷ்மீரின் சிங்கம் நீடூழி வாழ்க! இந்து சீக்கிய முஸ்லிம் ஒற்றுமை ஓங்குக!' என்ற முழக்கங்களே பெரிதும் ஒலித்தன என்றார் அவர்.

ஸ்ரீநகரில் இந்தியப் படைகள் நுழைந்தபோது அவர்களுக்கு அளிக்கப்பட்ட வரவேற்பைப் பற்றியும் அவர் பேசினார். 'அவர்கள் நகருக்குள் நுழைந்தபோது உற்சாகம் கரைபுரண்டு ஓடியது. அவர்களுக்கு மாலை அணிவிக்கப்பட்டது. அவர்களில் பெரும்பாலானவர்கள் சீக்கியர்கள். பஞ்சாபின் பாட்டியாலாவிலிருந்து வந்த சீக்கியர்கள். தேசிய கான்ஃபரன்ஸ் கட்சியைச் சேர்ந்த முஸ்லிம்களும் பொதுமக்களும், அவர்களை, தங்கள் உயிர்களையும் உடைமைகளையும் காக்க வந்தவர்கள் என்று நம்பி வரவேற்றனர்.'

ஆனால், தேசியவாத கான்ஃபரன்ஸ் கட்சியின் தன்னார்வலர்களுக்கும் இந்திய ராணுவத்தினருக்கும் இடையே சில இடங்களில் மோதல் ஏற்பட்டபோது, இந்த மனநிலை மாறியது. இந்தச் சம்பவங்களில், சோஃபி குலாம் முகமதுவின் நண்பர் ஒருவர் இறந்துபோனார்.

> மக்களுடைய மனநிலை திடீரென இந்தியர்களுக்கு எதிராக மாறியது. பஞ்சாபிலிருந்து வந்த சீக்கியர்கள் எந்தக் காரணமும் இல்லாமல் சில காஷ்மீரிகளைக் கொன்றுவிட்டார்கள். கொல்லப்பட்டவர்களின் உடல்களை நாய்களும் உள்ளூர் மக்களும் சேர்ந்து கண்டுபிடித்தனர். உடனேயே, இந்தியாவுக்கு எதிராகவும் பாகிஸ்தானுக்கு ஆதரவாகவும் கோஷங்கள் எழுந்தன. ஓரிரு நாள்களுக்குள் மக்களின் மனநிலை முற்றிலும் மாறிவிட்டது. அந்தச் சம்பவம் என் மனத்தில் ஆழமாகப் பதிந்திருக்கிறது.
>
> தங்களுக்கு வழிகாட்டிச் சென்றுகொண்டிருந்த காஷ்மீரிகளை அவர்கள் எந்தக் காரணமும் இல்லாமல் கொன்றுவிட்டனர்.

அந்தத் தன்னார்வலர்களை தேசிய கான்ஃபரன்ஸ் கட்சிதான் நியமித்து, ஆக்கிரமிப்பாளர்கள் இருக்கும் இடங்களை இந்திய ராணுவத்துக்குக் காட்டுமாறு கூறியிருந்தது. என் நண்பன், அப்போது என்னைப் போலவே இளம் வயதினன், அதில் கொல்லப்பட்டான்.

ஆக்கிரமிப்பாளர்களை விரட்டி அடித்ததில் முக்கியப் பங்கு வகித்த பிரிகேடியர் போகி சென், தேசிய கான்ஃபரன்ஸ் கட்சியினர் தங்களுக்கு உதவியது குறித்துச் சொல்லியிருக்கிறார். 'பழங்குடியினர் பதுங்கி யிருக்கும் இடங்களைத் தன்னார்வலர்கள் தேடிச் சென்று கண்டு பிடித்தனர். அவர்கள் இருக்கும், போகும் இடங்கள் குறித்துத் தகவல் களைச் சேகரிப்பது சிரமமாக இருந்தது, அபாயம் நிறைந்ததாகவும் இருந்தது.' நவம்பர் 5 அன்று தன்னார்வலர்களுக்கும் இந்திய ராணுவத்துக்கும் இடையே நிகழ்ந்த மோதல் குறித்தும் அவர் எழுதி யிருக்கிறார். அந்த நேரத்தில் பள்ளத்தாக்கு யார் கட்டுப்பாட்டுக்குள் வரப்போகிறது என்பது தெளிவின்றி இருந்தது. ஸ்ரீநகரின் புறநகர்ப் பகுதியிலிருந்து வந்துகொண்டிருந்த தன்னார்வலர்களை ஒரு சீக்கியப் படை எதிர்கொண்டது. பதில் சொல்லாமல், தன்னார்வலர்கள் அங் கிருந்து ஓடத் தொடங்கினர். இந்தியப் படை உடனே துப்பாக்கிச் சூடு நிகழ்த்தியிருக்கிறது. இதுதான் சென், ஒரு பக்கச் சார்புடன் விளக்கும் நிகழ்வு.

அடுத்த நாள் காலை இரண்டு சடலங்கள் கண்டெடுக்கப்பட்டு, இந்தியப் படையால் ரகசியமாகப் புதைக்கப்பட்டுள்ளது. கடுங்கோபம் கொண்ட ஷேக் அப்துல்லா, பிரிகேடியர் சென்னை அழைத்து விளக்கம் கேட்டிருக்கிறார். ஸ்ரீநகரின் அந்தக் குறிப்பிட்ட பகுதியிலிருந்து சீக்கியப் படைகள் உடனடியாக வெளியேற்றப்பட்டன. ஆனால் ஆத்திரமடைந்த மக்கள் அந்த உடல்களைத் தோண்டி எடுத்து, நகரின் முக்கியத் தெருக்கள் வழியே ஊர்வலமாகக் கொண்டுசென்றனர். அது மிகவும் நெருக்கடியான, உணர்ச்சிகள் வெடித்துச் சிதறக்கூடிய ஒரு சந்தர்ப்பம் என்று சென் குறிப்பிட்டார்.[3] தன் சக தோழர்கள் ஏழு பேர் கொல்லப்பட்டதாக பி.என். ஜலாலி நினைவுகூர்ந்துள்ளார். அவர் களுடைய உடல் தேசிய கான்ஃபரன்ஸ் கட்சியின் தலைமையகத்துக்கு ஊர்வலமாக எடுத்துச் செல்லப்பட்டு, பின்னர் மக்களைச் சமாதானப் படுத்தி, அந்த உடல்கள் புதைக்கப்பட்டதாக அவர் குறிப்பிட்டார்.

இந்தியப் பத்திரிகைகளில் இந்தச் செய்தி அவ்வளவாகக் கவனம் பெற வில்லை. ஆனால் டைம்ஸ் ஆஃப் இந்தியா, சில நாள்கள் கழித்து, 'சில இந்திய ராணுவத்தினரின் பொறுப்பற்ற, மோசமாக நடத்தையால், அவர்கள் எந்த நோக்கத்துக்காக அங்கு போனார்களோ அதற்குக்

கடுமையான பின்னடைவு ஏற்பட்டுள்ளது. ராணுவ வெற்றிகளால் கிடைத்துள்ள ஆதாயத்தை அரசியல் தோல்விகள் பின்னுக்குத் தள்ளிவிடும் அபாயம் ஏற்பட்டுள்ளது' என்று எழுதியது.[4]

பிரிகேடியர் சென் இந்தச் சம்பவம் நடந்ததாகக் குறிப்பிட்டிருக்கும் தேதி சரி என்றால், அது, பழங்குடிகளின் தோல்வியை உறுதிப்படுத்திய ஷாலாடெங் போருக்கு முன்பாக நடந்திருக்கவேண்டும். அப்படி யானால், பாரமுல்லா கைப்பற்றப்பட்டதற்குச் சில நாள்கள் முன்ன தாகவே நடந்திருக்கவேண்டும்.

காஷ்மீரிகளின் இதயத்தையும் மனத்தையும் வெல்ல ராணுவத்தினர் நிறைய முயற்சிகளை மேற்கொண்டனர். காஷ்மீர் மக்கள் எப்படியான அபாயத்தில் இருந்தார்கள் என்பதை அவர்களுக்கு நினைவுபடுத்த முயன்றனர். பிடிக்கப்பட்ட பழங்குடிகள், ஊர் முழுவதும் இழுத்துச் செல்லப்பட்டனர். அதன் பின்னணியில், காஷ்மீர் மக்கள் இந்திய ராணுவத்தின்மேல் மதிப்புகொள்ளவேண்டும் என்ற ஆர்வம் இருந்தது. ஆக்கிரமிப்பாளர்களைப் பார்க்கும் ஆர்வத்தில் ஸ்ரீநகரின் மையப் பகுதிக்குத் தான் சென்றதை சோஃபி குலாம் முகமது நினைவுகூர்ந்தார். ‘அவர்கள் பிடிபட்டபோது ஸ்ரீநகரின் லால் சவுக்குக்குக் கொண்டுவரப் பட்டனர். பெஷாவரைச் சேர்ந்த ஐந்தாறு பேர் பிடிபட்டிருந்தனர். ஆயிரக்கணக்கான மக்கள், கூட்டம் கூட்டமாக அவர்களைப் பார்க்க வந்தனர். நானும் அவர்களில் ஒருவன். அவர்களது கைகளில் விலங்கு மாட்டப்பட்டிருந்தது. அவர்கள் பழங்குடியினர். தாடி வைத்திருந்தனர். பதான்கள் போல் தொளதொளவென்று ஆடைகள் அணிந்திருந்தனர். ஆனால் இவர்கள் முரட்டுப் பதான்கள்.'

ஸ்ரீநகரில் வசித்த பலருக்கும் இதே நினைவுகள் மனத்தில் ஆழமாகப் பதிந்துள்ளன. அதிலும் குறிப்பாக, ஆக்கிரமிப்பாளர்களால் அதிகம் பாதிப்புக்கு உள்ளாகக்கூடிய முஸ்லிம் அல்லாதவர்களிடம் இது மேலும் ஆழமாக இருந்தது. அப்போது டி.என். கவுல் நகரின் காவல்துறையில் பணியாற்றிக்கொண்டிருந்தார்.

> இரண்டு ஆக்கிரமிப்பாளர்கள், கைகள் விலங்கிடப்பட்டு, ஸ்ரீநகருக்கு அழைத்துவரப்பட்டது எனக்கு நன்கு நினைவிருக் கிறது. நிறைய மக்கள், சுமார் 200-300 பேர், லால் சவுக்கில் குழுமியிருந்தனர். பிடிபட்டவர்கள் ஒரு வாகனத்தின் மேல் கூரையில் இருந்தனர். சிலர் அவர்களிடம், ‘என்ன தைரியத்தில் இங்கு வந்தீர்கள்?' என்று கேட்டனர். ‘இந்தப் பகுதி எங்க ளுடையது; இங்கு கொள்ளையடிப்பவை எல்லாம் உங்க ளுடையது என்று எங்களிடம் சொன்னார்கள். இந்த இடத்தைக் கைப்பற்றினால், கொள்ளையடிப்பவை அனைத்தையும்

நீங்கள் எடுத்துக்கொள்ளலாம்; ஆனால், இந்தப் பகுதியை எங்களிடம் கொடுத்திவிடவேண்டும் என்று சொன்னார்கள்' என்று ஒருவர் பதில் சொன்னார்.

பாகிஸ்தானுக்காகத்தான் பழங்குடிகள் இந்தப் பகுதியை கைப்பற்ற வந்திருந்தார்கள் என்பது கவுலுக்குத் தெளிவாகத் தெரிந்திருந்தது. அந்தக் கூட்டத்தில் 14 வயதுப் பள்ளிச் சிறுமியான ஹர்ஷி ஆனந்தும் இருந்தார். 'ஆம். ஆம். நான் அவர்களைப் பார்த்தேன். இந்திய ராணுவம், பழங்குடியினர் சிலரைக் கைப்பற்றியிருந்தனர். அவர்களை லால் சவுக்குக்குக் கொண்டுவந்தனர். ஒரு பெரிய கூட்டம் கூடிவிட்டது. அவர்கள் பழங்குடியினர்மீது செருப்புகளை எறிந்தனர். அசிங்கமாகத் திட்டினர். அவர்களெல்லாம் பயங்கரமாகக் காட்சியளித்தனர். முரடர்களாக இருந்தனர். அதே நேரம், அவர்கள் வலுவாகத் தங்கள் எதிர்ப்பைக் காட்டினர். அவர்களை வெறுமனே கயிறால் கட்டி வைத்திருந்தார்கள். அவர்கள் மிக மோசமானவர்கள் என்று நான் நினைத்தேன்.'

அப்படியான ஓர் எண்ணத்தை ஏற்படுத்துவதுதான் இந்திய ராணுவத்தின் நோக்கமாக இருந்தது.

அங்கு வரும் அரசியல் தலைவர்களையும் பத்திரிகை நிருபர்களையும் மகிழ்ச்சிப்படுத்தவும் இந்தக் கைதிகள் பயன்பட்டனர். பாரமுல்லாவை இந்தியப் படைகள் கைப்பற்றிய சில நாள்கள் கழித்து ஜவாஹர்லால் நேரு காஷ்மீருக்குப் பயணம் செய்தபோது, அதைப் பற்றி எழுத பத்திரிகையாளர் சத் பால் சாஹ்னி அங்கு சென்றார். 'பிரதமரை ஒரு கூடாரத்துக்குள் அழைத்துச் சென்றார்கள். அங்கு மூன்று, நான்கு லஷ்கர் ஆசாமிகள் பிடித்துவைக்கப்பட்டிருந்தனர். பதான்கள், அஃப்ரீதிகள். நாங்கள் அவர்களைச் சந்தித்துப் பேசினோம். 'நாங்கள் ஏன் இங்கு இருக்கிறோம் என்று தெரியாது. ஆனால், எங்களை ஜிஹாத் போருக்குப் புறப்படும்படிச் சொன்னார்கள். முஸ்லிம்களுக்குக் காஷ்மீரில் அநீதி இழைக்கப்படுகிறது; எனவே நீங்கள் போய் அவர்களை விடுவிக்க வேண்டும் என்று சொன்னார்கள். அதனால் புறப்பட்டு வந்தோம்' என்றனர்' என்று எழுதினார்.

இதே கைதிகள் குழுவைத்தான் ஹெரால்ட் டிரிப்யூனின் மார்கரெட் பார்ட்டனும் பாரமுல்லாவில் பார்த்திருக்கவேண்டும். தன் தாய்க்கு அவர் எழுதிய கடிதத்தில், 'நேற்று பாரமுல்லாவில் சில பழங்குடியினரைப் பார்த்தோம். அவர்கள் வசீகரமானவர்களாக இருக்கக்கூடும் என்று என் மனத்தில் இருந்த கொஞ்ச நஞ்ச எண்ணமும் போய்விட்டது' என்று குறிப்பிட்டிருந்தார்.

பழங்குடியினர் இங்கிருந்து விழுந்தடித்துக்கொண்டு ஓடும் போது நான்கு பேர் சிக்கிக்கொண்டுவிட்டனர். இந்தியப் படை அவர்களைச் சிறைப்பிடித்திருந்தது. இதுபோன்ற அருவருப்பும் முரட்டுத்தனமும் கொண்டவர்களை நான் இதற்குமுன் பார்த்ததே இல்லை. அதில் ஒருவருக்குக் கிழிந்த செருப்பு, நரைத்த தாடி, முகத்தில் துருத்திக்கொண்டிருக்கும் மஞ்சள் பல், நீலக் கட்டம் போட்ட சட்டை, காக்கி டிரவுசர், நீல நிற ஆர்.ஏ.எஃப் மேலாடை, பிய்ந்த செருப்பு. வலது கண்ணிலும் கன்னத்திலும் கத்திக் குத்து. அதற்கு மருந்து போடப்பட்டிருக்கவில்லை. அதின்மீது ரத்தம் உறைந்திருந்தது. பிறகு ஐந்தடி உயரத்தில், 80 வயதான ஒருவர் இருந்தார். மற்றொருவர் நடுத்தர வயதினர். அவருடைய ஆடைகளில் ரத்தக்கறை படிந்திருந்தது. கண்களில் ஒரு வெறி தெரிந்தது. நான்காமவர் அரை நிர்வாணமாக இருந்த குரங்குபோன்ற ஒரு மனிதர். சிவப்பு நீல மணிகள் கோர்த்த மாலை ஒன்றை அணைந்திருந்தார். தான் ஓர் உள்ளூர் ஃபகிர் என்று சொன்னார்.[5]

பழங்குடிகளின் ஆக்கிரமிப்பு ஏன் தோற்றுப்போனது என்பதற்கான ஒரு காரணத்தைத் தன் தாய்க்கு எழுதிய கடிதத்தில் மார்கரெட் பார்ட்டன் தெரிவித்திருந்தார். லஷ்கர் படையின் ஒழுங்கீனமும் கொள்ளையடிப்பதில் அவர்கள் காட்டிய தீவிரமும்தான் அந்தக் காரணம். 'ஈத் அன்று அவர்களையெல்லாம் ஸ்ரீநகருக்குக் கொண்டு சேர்த்திருக்க வேண்டிய பேருந்துகள், அதற்கு மாறாக அப்பாவி காஷ்மீரிகளிடமிருந்து கொள்ளையடிக்கப்பட்ட பொருள்களைச் சுமந்தபடி எதிர்த் திசையில் தம் பயணத்தை மேற்கொண்டன.' இது மட்டும் நடக்காதிருந்திருந்தால், 'பழங்குடியினர், தலைநகர் ஸ்ரீநகரைக் கைப்பற்றியிருப்பார்கள். பாகிஸ்தானுக்காக காஷ்மீரை வென்றெடுத்திருப்பார்கள். பேருந்துகள் திரும்பி வந்து, பழங்குடியினர் மீண்டும் ஓர் ஒழுங்குக்கு வருவதற்குள் கணிசமான அளவில் இந்தியப் படைகள் காஷ்மீரில் கால் பதித்துவிட்டன.' ஒருவித தீர்க்கதரிசனத்துடன் அவர் மேலும் எழுதியிருந்தார்: 'மீண்டும் ஒருமுறை அவர்கள் முயற்சிப்பார்கள் என்று நினைக்கிறேன். எப்போது என்றுதான் தெரியவில்லை.'

சிறைப்பிடிக்கப்பட்ட பழங்குடிகளிடமிருந்து பெறப்பட்ட தகவல்கள் இந்தியப் பத்திரிகைகளுக்குக் கொடுக்கப்பட்டன. பின்னர் அவையே இந்திய அதிகாரபூர்வ ஆவணங்களிலும் இடம்பெற்றன.[6] ஆனால் அவற்றை முழுமையாக நம்புவது கடினம். ஏனெனில் சிறைப்பிடிக்கப்பட்டவர்கள், தங்களைக் கைது செய்தவர்கள் எதைக் கேட்க விரும்புகிறார்களோ அவற்றைத்தான் சொல்வார்கள். மேலும் இந்திய அதிகாரவர்க்கம், தங்களுக்குப் பிடித்தமில்லாத எதையும் வெளியிட

விரும்பியிருக்க மாட்டார்கள். இவ்வாறு வெளியிடப்பட்ட குறிப்புக் குவியல்கள் அனைத்துமே பிரதானமாக இரண்டு விஷயங்களைப் பற்றித்தான் பேசின. ஒன்று, பழங்குடி ஆக்கிரமிப்பாளர்கள் ஈடுபட்ட கொள்ளை, பாலியல் பலாத்காரம் போன்றவை. இரண்டாவது, அவர்களுக்கும் பாகிஸ்தான் அரசியல்வாதிகள், ராணுவத்தினர், காவல்துறையினர் ஆகியோருக்கும் இடையிலான தொடர்பு.

பழங்குடியினர் பின்வாங்கியபிறகு, மிச்சம் மீதி இருப்பவர்களைப் பிடிக்கும் பணியில் இறங்கினார் கர்னல் ஹர்பக்ஷ் சிங். 'தப்பித்தோம் பிழைத்தோம் என்று விழுந்தடித்துக் கொண்டு அவர்கள் பள்ளத்தாக்கி லிருந்து ஓடினார்கள். தோற்றவுடனேயே ஓடத் தொடங்கிவிட்டனர்' என்று அவர் என்னிடம் சொன்னார். முன்னேறிச் சென்ற இந்தியப் படைவீரர்கள், ஆக்கிரமிப்பாளர்களின் வாகனங்கள், பெட்டிகள், பைகள், பிற உடைமைகள் என்று அனைத்தையும் கைப்பற்றினர். அவற்றில், புதிதாக உருவான பாகிஸ்தானின் அதிகாரிகளின் ஈடு பாட்டை வெளிப்படுத்தக்கூடிய கடிதங்களும் அடக்கம் என்று வலியுறுத்தினார் கர்னல் ஹர்பக்ஷ் சிங். 'மாட்டிக்கொண்ட பாகிஸ்தான் ராணுவத்தினர் அனைவருமே தாங்கள் விடுமுறையில் இருப்பதாகக் கூறினர். 'எங்கள் சான்றிதழ்களைத் தொடாதீர்கள். நாங்கள் காஷ்மீருக்கு விடுமுறையைக் கழிக்க வந்திருக்கிறோம்' என்று அவர்கள் கூறி னார்கள்' என்றார் அவர்.

பல பத்தாண்டுகள் கழித்து இப்போது அவரிடம் பேசும்போதும்கூட, பாகிஸ்தான் ராணுவ அதிகாரிகள் விடுமுறைக் கொண்டாட்டம் என்ற போர்வையில் காஷ்மீருக்குள் நுழைந்து, சாதாரண உடை அணிந்து கொண்டு தாக்குதலில் ஈடுபட்டதை நினைத்துச் சிரித்துக்கொண்டார் அவர். இது கட்டுக்கதையோ என்ற சந்தேகம் சிலருக்கு எழலாம். ஆனால், இந்தியப் படைகள் காஷ்மீரில் கால் பதித்த இரண்டு நாள்கள் கழித்து, பாகிஸ்தானில் உயர் மட்ட அளவில் கூட்டப்பட்ட கூட்டத்தில், பாகிஸ்தான் ராணுவ அதிகாரிகளுக்கு விடுமுறை கொடுத்துப் பழங்குடியினருக்கு உதவ காஷ்மீருக்கு அனுப்பவேண்டும் என்று தீர்மானிக்கப்பட்டது.

ஆக்கிரமிப்பாளர்களைத் துருப்புச் சீட்டாகப் பயன்படுத்தி, தன் ஆதிக்கத்தை அதிகரித்துக்கொள்ள ஷேக் அப்துல்லா முற்பட்டார். 'பாகிஸ்தானை நேசிக்கும் இவர்கள் குரானை அவமதித்துள்ளனர். பெண்களைக் கடத்திச் சென்று பாலியல் வெறியாட்டங்களை நடத்தி, மசூதிகளையே விபசார விடுதிகள் ஆக்கிவிட்டனர்' என்று இந்தியப் படைகள் காஷ்மீருக்குள் நுழைந்த பத்து நாள்களுக்குள் அவர் வெளிப்படையாக அறிவித்தார்.

> ஆக்கிரமிப்பாளர்களின் தலைவரான மான்கி ஷரீஃபின் பிர், தன் மனச்சாட்சியின் குரலைக் கேட்கவேண்டும் என்று ஒவ்வொரு காஷ்மீரியின் பெயரால் கேட்டுக்கொள்கிறேன். நாங்கள் இஸ்லாத்தின் துரோகிகளை விரட்டி அடித்திருக் கிறோம். போர்க்களத்தில் இறந்துகிடக்கும் ஆக்கிரமிப்பாளர் களைத் தொட்டுத் தூக்கிப் புதைக்கக்கூட, கடவுளுக்கு அடங்கி நடக்கும் காஷ்மீரிகள் தயங்குகிறார்கள்.
>
> இந்த தேசத்தின் ஐந்தாம் படை துரோகிகளுக்கோ, மக்களின் தீர்ப்பு விரைவில் நிச்சயமாக வழங்கப்பட்டே தீரும்.[7]

பழங்குடியினர் பின்வாங்கியதைத் தொடர்ந்து சொந்தக் கணக்குகள் சில தீர்க்கப்பட்டன. ஆக்கிரமிப்பாளர்களின் உள்ளூர் ஆதரவாளர்கள் சிலர், அவர்களுடன் சேர்ந்து பின்வாங்கினர். பாரமுல்லாவின் துணை ஆணையர் சவுதுரி ஃபஸியுல்லா கான் உள்பட சில ஆதரவாளர்கள் கைது செய்யப்பட்டனர். ஃபஸியுல்லா கான் ஆக்கிரமிப்பாளர்களுக்கு உதவி புரிந்தார் என்று குற்றம் சாட்டப்பட்டிருந்தது. கூடவே, அவருடைய சகோதரர், பாகிஸ்தான் ஆதரவு முஸ்லிம் கான்ஃபரன்ஸ் கட்சியின் தாற் காலிகத் தலைவராக இருந்தார்.[8] அவருக்கு எதிரான குற்றச்சாட்டை இந்தியத் தரப்பு வெளியிட்டது. 'சுமார் 5,000 பழங்குடி ஆக்கிர மிப்பாளர்கள் பாரமுல்லாவில் குழுமியிருந்தனர் என்று கணிக்கப் படுகிறது. பெரும்பாலும் பழங்குடிகள், சில பஞ்சாபி முஸ்லிம்கள். அவர்களிடம் நிறைய ஆயுதங்கள் இருந்தன. மதகுருக்கள், பாகிஸ்தான் ராணுவ அதிகாரிகள், பாகிஸ்தான் எல்லையோரக் காவல்படை அதிகாரிகள் ஆகியோர் அவர்களுக்குத் தலைமை தாங்கினர்... உள்ளூர் முஸ்லிம் கான்ஃபரன்ஸ் உறுப்பினர்கள் ஆக்கிரமிப்பாளர்களுக்கு வழிகாட்டியாக நடந்துகொண்டனர். அவர்கள் ஆயுதங்கள் சேகரிக்க உதவினர். அந்த ஊரில் வசித்தவர்கள் மிகுந்த இன்னல்களுக்கு உள்ளாகினர். இந்திய ராணுவம் பாரமுல்லாவை மீட்டதால் அவர்களுக்குப் பெரும் ஆசுவாசம் ஏற்பட்டது.'[9]

மெல்ல மெல்ல காஷ்மீர் பள்ளத்தாக்கில் இயல்பு வாழ்க்கை திரும்பி யது. 'சில நாள்கள் பதற்றத்துக்குப் பிறகு ஸ்ரீநகரில் உற்சாகம் திரும்பியது' என்று 14 நவம்பர் தேதியிட்ட நியூ யார்க் டைம்ஸ் பத்திரிகை தலைப்புச் செய்தி வெளியிட்டது. பாரமுல்லாவுக்கும் ஊரிக்கும் இடையே ஜீலம் நதிக்கரையில் இருந்த மஹூரா மீட்கப்பட்டதால், பணியாளர்கள் நீர் மின்நிலையப் பணிகளுக்குத் திரும்பினர். சேதங்கள் சீர்படுத்தப்பட்டன. சுமார் ஒரு வாரம் கழித்து ஓரளவுக்கு மின்சார விநியோகம் ஆரம்பித்தது. எல்லா இடங்களிலும் இல்லை என்றாலும் குறைந்தபட்சம் ஸ்ரீநகரிலாவது மின்சாரம் திரும்பி

வந்தது.[10] ஆனால், லஷ்கர் படையைத் தடுக்கத்தான் முடிந்ததே தவிர முற்றிலுமாக அழிக்க முடியவில்லை.

ஊரியை இந்தியப் படைகள் கைப்பற்றியதும், அத்துடன் தம் முன்னேற்றத்தை நிறுத்திக்கொண்டன. இப்போதும்கூடக் கட்டுப்பாட்டுக் கோட்டின் இந்தியப் பகுதியில் இருக்கும் குறிப்பிடத் தகுந்த கடைசி ஊர், ஊரிதான். பின்வாங்கும் பழங்குடியினரைக் குறுகலான ஜீலம் பாதையில் தொடர்ந்துசென்று டோமெல், முஸாஃபராபாத் பகுதிகளிலிருந்து அவர்களை இந்திய ராணுவம் துரத்தி அடிக்கவில்லை. அந்த முடிவு அப்போதே பெரும் விமரிசனத்தைக் கிளப்பியது. அது இப்போதும் இந்தியத் தரப்பினரிடையே பெரும் அதிருப்தியை ஏற்படுத்தியுள்ளது.

பிரிகேடியர் போகி சென், நவம்பர் 14 அன்று தான் ஸ்ரீநகருக்குத் திரும்ப அழைக்கப்பட்டது குறித்து நினைவுகூர்ந்தார். அவர்களைத் துரத்திச் செல்லவேண்டாம் என்றும், மாறாக ஊரியின் தெற்கே இருக்கும் அபாயகரமான மலைப் பாதை வழியாகப் போய் முற்றுகையில் சிக்கியிருக்கும் பூஞ்ச் பகுதியை விடுவிக்கும்படி புதிய கமாண்டிங் அதிகாரி ஜெனரல் குல்வந்த் சிங் உத்தரவிட்டிருக்கிறார். ‘இந்த உத்தரவு என்னை ஆச்சரியத்தில் ஆழ்த்தியது. எதிரிகளை ஓட ஓட விரட்டிக் கொண்டிருக்கிறோம் என்றும் தொடர்ந்து அதைச் செய்யவில்லை என்றால் அவர்கள் சுதாரித்துக்கொண்டு மீண்டும் வந்து நம்மைத் தாக்கக் கூடும் என்றும் ஜெனரல் குல்வந்த் சிங்கிடம் விளக்கினேன். எனவே, எனக்கு மேலும் படைகள் வேண்டும் என்றும் இதே திசையில் தொடர்ந்து சென்று தாக்குதல் நடத்த அனுமதி வேண்டும் என்றும் கோரினேன்... இந்த வேண்டுகோள் நிராகரிக்கப்பட்டது. டோமெல் நோக்கி முன்னேறுவதில் தனக்கு விருப்பமில்லை என்றும் முற்றுகையில் சிக்கியிருக்கும் பூஞ்ச் பகுதியை பலப்படுத்துவதே தன் விருப்பம் என்றும் மேஜர் ஜெனரல் குல்வந்த சிங் என்னிடம் சொன்னார்’ என்று போகி சென் எழுதினார்.[11]

படைத் தளபதிக்கும் அவருடைய பிரிகேடின் தலைவருக்கும் இடையில் தொடர்ச்சியாக விவாதங்கள் நடந்தன. அதன்பின் ஆறு நாள்கள் கழித்து பிரிகேடியர் சென்னின் படைகள் ஹாஜி பிர் கணவாய் வழியாகத் தெற்கே நகர ஆரம்பித்தன. காஷ்மீர் பள்ளத்தாக்குக்கு வெளியில் இருந்த எஞ்சிய சமஸ்தானப் படையினர், இந்திய வீரர்களை ஆக்கிரமிப்பாளர்கள் என்று தவறாக நினைத்து, வழியில் இருந்த முக்கியமான மரப் பாலத்தைத் தீ வைத்து எரித்துவிட்டனர். இவ்வாறு இந்தியப் படைகள் திடீரெனத் திரும்பிச் சென்றதால், புறமுதுகிட்டு ஓடிக் கொண்டிருந்த பழங்குடிப் படைகள்மீதான நெருக்கடி குறைந்து

விட்டது. மேலும், ராணுவ முக்கியத்துவம் வாய்ந்த ஊரி நகரம் எந்த நேரத்திலும் மீண்டும் தாக்குதலுக்கு உள்ளாகும் என்ற அபாயத்தில் இருந்தது.

அதே நேரம், இந்திய ராணுவம் பூஞ்ச் பகுதியின்மீது கவனம் செலுத்து வதற்கும் நிறையக் காரணங்கள் இருந்தன. ஜம்முவின் இந்த மேற்குப் பகுதியில் வலுவான எதிர்ப்பு இருந்தது. இவர்கள் பெரும்பாலும் உள்ளூர் ஆசாமிகள். ராணுவத்தில் பணிபுரிந்த அனுபவம் வாய்ந்த வர்கள். (பிரிட்டிஷ் இந்திய ராணுவத்தில் பூஞ்சிகள் உயர் நிலையில் பணி புரிந்திருக்கிறார்கள்.) பூஞ்ச் மற்றும் அதைச் சுற்றியுள்ள பகுதி களில் முஸ்லிம் அல்லாதவர்கள் எண்ணிக்கையும் அதிகமாக இருந்தது. எனவே, அங்கு ராணுவத்தினரின் பாதுகாப்பு இல்லை என்றால் அப்பாவிகள் பலர் கொல்லப்பட்டுவிடும் அபாயம் இருந்தது. அது மட்டுமின்றி முஸாஃபராபாத் - ராவல்பிண்டி நெடுஞ்சாலையில் பயணம்செய்வதில் பல அபாயங்களும் இருந்தன. தகவல் தொடர்பு செயலிழந்து போகலாம். பாகிஸ்தானுடன் முழு அளவிலான போரை அது உருவாக்கிவிடலாம். இந்திய அரசாங்கம் இதையெல்லாம் யோசித்துப் பார்த்திருக்கும். ஆக்கிரமிப்பாளர்களை விரட்டி அடித்தாகி விட்டது. மேலும் அவர்களைத் தொடர்ந்து விரட்டுவதைவிட, இருப்பதைத் தக்கவைப்பதில் கவனம் செலுத்துவதே நல்லது என்று அவர்கள் நினைத்திருக்கக்கூடும்.

பூஞ்ச் பக்கம் திரும்புவதற்கான உத்தரவு, மகாராஜாவிடமிருந்து வந்திருக்கக்கூடும்; அங்கு வசிக்கும் அவருடைய உறவினர்களின் நலனைக் கருத்தில் வைத்து அவர் அப்படிச் சொல்லியிருக்கலாம் அல்லது ராவல்பிண்டி சாலையில் இந்தியப் படைகள் செல்வதால் ஏற்படும் அரசியல் நெருக்கடிகள் குறித்து யோசித்து ஜவாஹர்லால் நேரு அந்த முடிவை எடுத்திருக்கலாம் என்று பிரிகேடியர் சென்னின் ஆதரவாளர்கள் சொல்கிறார்கள். உண்மையில், நேரு இது தொடர்பாக இரண்டு விதமாகவும் பேசியிருக்கிறார். கேபினட் பாதுகாப்புக் குழுக் கூட்டம் ஒன்றில் பேசும்போது அவர், 'இந்திய ராணுவம் ஏன் ஊரி யோடு நின்றுவிட்டது? டோமெலுக்கு உள்ளோ, கொஹலாவுக்கு உள்ளோ ஏன் முன்னேறிச் செல்லவில்லை?' என்று கேள்வி எழுப்பி னார். இரண்டு நாள்கள் கழித்து அதே பாதுகாப்புக் குழுக் கூட்டத்தில் பேசும்போது, 'எப்பாடுபட்டாவது பூஞ்ச் பகுதியை மீட்டாக வேண்டும்' என்று சொன்னார்.[12]

பிரிகேடியர் சென்னின் விமரிசகர்கள், முக்கியமாக அவருடைய துணைத் தளபதி ஹர்பக்ஷ் சிங், சென்னுடைய ராணுவத் திறமை யின்மை குறித்துக் கடுமையாக விமரிசிக்கிறார்கள். 'ஊரி பகுதியில்

படைகளை நிறுத்தியிராமல், தொடர்ந்து ஜீலம் பள்ளத்தாக்கில் முன்னேறிச் சென்றிருந்தால் ஆக்கிரமிப்பாளர்கள் சுதாரிக்க அவகாசம் கிடைத்திருக்காது. அவர்கள் மீண்டும் ஒன்று சேர்ந்து தாக்க வந்திருக்க முடியாது. அல்லது பாகிஸ்தானின் ராணுவம் ஆற்றைக் கடந்து டோமெலுக்குள் வந்திருக்க முடியாது. சொல்லப் போனால் நமக்குக் காஷ்மீர் பிரச்னையே இருந்திருக்காது' என்பது அவர்கள் வாதம்.[13] இதுபோன்ற கூற்றுகள் அர்த்தமற்றவை. எது காரணமாக இருந்தாலும் சரி, இந்தியப் படைகள் ஜீலம் பள்ளத்தாக்கில் தொடர்ந்து முன்னேறிச் செல்லாததால் ஆக்கிரமிப்பாளர்கள் சுதாரித்துக்கொள்ளவும் ஆயுதங் களைச் சேகரித்துக்கொண்டு மீண்டும் தாக்குதலுக்குத் தயாராகவும் அருமையான சந்தர்ப்பம் கிடைத்தது.

சிதறி ஓடும் பழங்குடிகளிடையே நம்பிக்கையை ஊட்டவும் ஒருங் கிணைக்கவும், தான் கடுமையான முயற்சிகளை மேற்கொண்டதாக அக்பர் கான் சொன்னார். ஆனால், உண்மையில் பழங்குடியினர் தாமாகவே தங்களை மேலே எழுப்பிக்கொண்டு இந்திய ராணுவத்தை எதிர்த்துக் கடுமையாகப் போராடினர். அக்டோபர் கடைசிவாக்கில் அக்பர் கான் ராவல்பிண்டிக்குப் பயணம் மேற்கொண்டு, லஷ்கர் படையினருக்குக் கவச வாகனங்கள் தந்து உதவும்படிக் கேட்டுக் கொண்டார். ஆனால், அவருடைய எதிர்பார்ப்பு பூர்த்தி அடைய வில்லை. காஷ்மீர்மீது அவர் இன்னொரு தாக்குதலுக்குத் தயாராகி யிருந்த நேரத்தில், அவரது வார்த்தைகளிலேயே சொல்லப்போனால், பழங்குடியினர் 'காணாமல் போயிருந்தனர்.'

அப்போதும் பாகிஸ்தான் அரசு வெளிப்படையாக இந்தப் போரில் இறங்கவில்லை. பாகிஸ்தான் அதிகாரிகள்தான் இந்த ஆக்கிர மிப்பைத் திட்டமிட்டு நடத்துகிறார்கள் என்று சொல்வதில் துளியும் உண்மை இல்லை என்று பாகிஸ்தானின் பாதுகாப்பு அமைச்சகத்தை மேற்கோள் காட்டி டான் பத்திரிகை செய்தி வெளியிட்டது. ஆயினும், எப்படியாவது சண்டை தொடரவேண்டும் என்பதே அவர்கள் விருப்பமாக இருந்தது.[14] இதே நேரம், குர்ஷித் அன்வருக்கு, ஊரி அருகே வெடித்த ஒரு குண்டின் துண்டு காலில் பட்டு காயம் ஏற்பட்டிருந்தது. இது 10 நவம்பர் அன்று, அதாவது இந்தியப் படை கள் பாரமுல்லாவுக்குள் நுழைந்ததற்கு இரண்டு நாள்கள் கழித்து நடந்ததாக அவர் சொன்னார். உடனே அவர் அபோட்டாபாத்துக்குக் கொண்டுசெல்லப்பட்டார். அடுத்த மாதம், கராச்சியின் மருத்துவ மனை ஒன்றிலிருந்து முஸ்லிம் லீகின் டான் பத்திரிகைக்கு, போராட் டத்துக்கு கர்னல் அக்பர் தலைமை ஏற்றிருப்பதாகப் பேட்டி கொடுத்தார்.[15]

அக்பர் கானின் தகவல்களிலிருந்து, மிச்சம் மீதி இருந்த பழங் குடியினரை, ஊரி பகுதியில் போரிட வைக்க அவர் நிறைய முயற்சிகள் எடுத்துக்கொண்டார் என்று தெரியவருகிறது. ஆரம்பத்தில், பழங்குடி யினரிடையே ஒழுங்கையும் கட்டுப்பாட்டையும் கொண்டுவர அவர் எடுத்த முயற்சிகள் வீணாகிப் போயின. கான் ஒரு பதான். ஊரியில் இருந்த லஷ்கர் படைவீரர்களில் தன் அண்ணனும் இருந்ததை அவர் பார்த்தார். ஆனாலும், பழங்குடிகளை ஓடாமல் எதிர்த்துப் போரிட வைக்க அவரால் முடியவில்லை. 'என் முயற்சிகள் முழுத் தோல்வியை அடைந்தன' என்று அவர் வருத்தப்பட்டார்.

ஆனால், சில நாள்கள் கழிந்தபின் நவம்பர் 13-ல் ஊரிக்கு 15 மைல் தொலைவில் சக்கோட்டி என்னும் இடத்தில் அவர் ஒரு சிறு படையைத் திரட்டினார். கட்டுப்பாட்டுக் கோட்டின் பாகிஸ்தான் பக்கத்தில் இருக்கும் கடைசி ஊர் இதுதான். அடுத்த சில நாள்களில் இங்கு புதிய படைகளும் வந்து சேர்ந்துகொண்டன. சில பழங்குடியினர், தாங்கள் செய்த தவறுக்குப் பிராயச்சித்தம் தேட விரும்பினர். நவம்பர் கடைசி வாக்கில் ஓரளவுக்கு வலுவான படை திரண்டிருந்தது. பிரிட்டிஷ் அதிகாரி சி.பி. டியூக் அபோட்டாபாத்துக்குச் சென்றபோது, சுமார் 2,000 ஆயுதம் தாங்கிய வீரர்கள் காஷ்மீர் போருக்குத் தயாராக இருந்ததைப் பார்த்ததாகச் சொன்னார். 'அவர்கள் தம் இஷ்டத்துக்கு அங்கும் இங்கும் பெரும் எண்ணிக்கையில் வந்து போய்க்கொண்டிருப்பதால், மொத்தம் எத்தனை பேர் என்பதைத் துல்லியமாகச் சொல்ல முடியவில்லை' என்று தெரிவித்தார்.

> அபோட்டாபாத்தில் அவர்கள், தோளில் துப்பாக்கியை ஏந்தியபடி, மார்பைச் சுற்றி தோட்டா மாலையை அணிந்து கொண்டு அச்சு அசலாகக் கொள்ளைக் கூட்டத்தினர் போலவே இருந்தனர். ஆனால், முன்பைவிட இப்போது கொஞ்சம் திருந்தியிருக்கிறார்கள் என்று கேள்விப்பட்டேன். முன்னாள் அரசாங்கக் குதிரைப் பண்ணையில் அவர்களுக்குத் தங்க இடம் அளிக்கப்பட்டிருக்கிறது. அங்கிருந்து அவர்கள் இரவு நேரங் களில் காஷ்மீருக்குள் நுழைகிறார்கள். அதன்மூலம் அவர்கள் இந்திய விமானப் படையின் தாக்குதலிலிருந்து மட்டுமல்ல, காஷ்மீரிகளின் கண்ணுக்கும் படாமல் காஷ்மீருக்குள் ஊடுருவுகிறார்கள். இந்திய விமானங்கள் சிலவற்றுக்குத் தாம் சேதம் விளைவித்ததாகப் பழங்குடியினர்கள் சொன்னார்கள்.
>
> காஷ்மீர் எல்லையின் இந்தப் பகுதியில் இருக்கும் கடைசிக் கிராமமான கரீ ஹபிபுல்லாவுக்குச் சென்றேன். காஷ்மீரில் இருக்கும் முஸ்லிம்களுக்கு உதவவேண்டும் என்ற நோக்கத்தை

இங்குள்ளவர்கள் ஏற்றுக்கொள்கிறார்கள். ஆனால் பழங்குடியினருடன் தொடர்புகொண்ட அனைவருமே அவர்களை வெறுக்கிறார்கள். அவர்கள்மீது பயம் கொண்டிருக்கிறார்கள். அவர்களை ஓநாய்கள் என்று குறிப்பிடுகிறார்கள். ஏனெனில் அவர்கள் வெறி பிடித்தவர்களாகவும் பயங்கரமானவர்களாகவும் இருக்கிறார்களாம்.[16]

பழங்குடிப் படையில் மிகுதியாக மசூதுகள்தான் இருந்ததாக அந்த அதிகாரி சொன்னார். ஆனால், அஃப்ரீதிகள், மொஹ்மாண்டுகள், வாசிர்கள், ஆஃப்கன்கள் மற்றும் பலரும் அந்தக் கூட்டத்தில் இருந்தனர்.

டிசம்பரின் ஆரம்பகட்டத்தில் பிரதமரைச் சந்திக்க ராவல்பிண்டிக்குத்தான் அழைக்கப்பட்டதாக அக்பர் கான் நினைவுகூர்ந்தார். பாகிஸ்தானின் தலைமைத் தளபதி ஜெனரல் மெஸ்ஸர்வியின் ஒப்புதலுடன் பழங்குடிப் படைகளுக்குப் பத்து லட்சம் தோட்டாக்கள் தரப்பட்டன. மூன்று வார கால விடுமுறையில், 12 பாகிஸ்தான் ராணுவ அதிகாரிகள் அவர்களது உதவிக்கு அனுப்பப்பட்டனர்.[17] அதே நேரம் காஷ்மீருக்குள் பழங்குடியினரின் ஊடுருவலை மட்டுப்படுத்த பாகிஸ்தான் அதிகாரிகள் முயன்றதாகவும் தகவல்கள் வெளியாகின. பெஷாவரிலிருந்து நவம்பர் கடைசிவாக்கில் வெளியான செய்தி, கடந்த மூன்று வாரங்களில் சுமார் 7,000 ஆயுதம் ஏந்திய பழங்குடிகளைக் காஷ்மீருக்குள் நுழையவிடாமல் திருப்பி அனுப்பியுள்ளதாகக் குறிப்பிட்டிருந்தது.[18]

லஷ்கர் படைகளுக்கு வழங்கப்பட்ட உதவிகள் எவையாயினும் அவை அரை மனத்துடனேயே வழங்கப்பட்டிருந்தன. ஆனால், காஷ்மீரின் அரசியல் நிலையில் குழப்பத்தைத் தொடர்ந்து நீடிக்கச் செய்வதிலும் ராவல்பிண்டி சாலையில் இந்திய ராணுவம் முன்னேறுவதைத் தடுப்பதிலும் பாகிஸ்தான் அதிகாரிகள் தீவிரமாக இருந்தனர். ஏற்கெனவே களத்தில் இருக்கும் படைகளை வலுப்படுத்துவதைத் தவிர அவர்களிடம் வேறு வழி இருக்கவில்லை. அப்படிச் செய்ததனால், குளிர்காலம் ஆரம்பமானபோது இந்திய ராணுவம் ஊரியைத் தாண்டி வரமுடியாமல் போனது. அதன் காரணமாக, முந்தைய சமஸ்தானம் அதிகாரபூர்வமற்றவகையில் இரண்டாகப் பிரிக்கப்படுமாறு ஆனது.

லஷ்கர் படை மற்றும் அதன் நேச சக்திகள் மீண்டும் ஒருங்கிணைக்கப்பட்டு வலுவாவதை இந்திய ராணுவ அதிகாரிகள் தெளிவாகப் புரிந்துகொண்டனர். ‘ டிசம்பர் முதல் வார வாக்கில் எதிரிகள் அதுவரை வகுத்திருந்த வியூகம் தலைகீழாக மாறியது. அவர்களது வியூகத்தைப் பார்க்கும்போது எதிரிகள் படையில் பழங்குடியினர் மட்டுமின்றி, முறையான, பயிற்சி பெற்ற ராணுவத்தினரும் குறிப்பிட்ட அளவில் கலந்திருந்தனர் என்பது புரிந்தது’ என்று பிரிகேடியர் சென் எழுதினார்.[19]

இந்திய ராணுவம் அன்றுவரை சந்தித்ததிலேயே மிக மோசமான நிகழ்வு, ஊரியிலிருந்து புறப்பட்டுச் செல்லும் மலைப்பாதையில் ஏற்பட்டது. சீக்கிய ரெஜிமெண்டின் முதல் பட்டாலியன் அப்போது அந்தப் பகுதியைக் கண்காணித்துவந்தது. 12 அல்லது 13 டிசம்பர் அன்று, சாலைகளையும் கணவாய்களையும் அச்சுறுத்தலுக்கு உள்ளாக்கிவரும் ஆக்கிரமிப்பாளர்களை விரட்டியடிக்கும் பணியில் ஈடுபட்ட அந்த பட்டாலியன், கண்ணிமைக்கும் நேரத்துக்குள் மூன்று பக்கத்திலிருந்தும் நடத்தப்பட்ட சரமாரியான தாக்குதலுக்குள் சிக்கிக்கொண்டது.

மிக நன்றாகத் திட்டமிடப்பட்ட தாக்குதல் அது. இந்திய தரப்பின் தகவல்களின்படி, சுமார் 60 பேர் கொல்லப்பட்டனர். அதே எண்ணிக்கையிலானோர் காயமடைந்தனர். இந்தியாவுக்குக் கிடைத்த மிக மோசமான அடி அது. கடந்த ஏழு வாரங்களில் நடந்த கடும் சண்டைகளில் இறந்தவர்களையெல்லாம்விட அதிக ஆட்களை ஊரிக்கு அப்பால் இருந்த பகுதியில் நடந்த சில மணி நேரச் சண்டையிலேயே இந்தியா பறிகொடுத்தது.[20] உடனேயே சீக்கிய முதல் பட்டாலியன் அங்கிருந்து விலக்கிக்கொள்ளப்பட்டு, அடுத்த ஆறு வாரங்களுக்கு ஸ்ரீநகரின் காவல் பணியில் ஈடுபடுத்தப்பட்டது. அந்த நேரத்தை அவர்கள், தாக்குதலிலிருந்து மீண்டுவருவதற்குப் பயன் படுத்திக்கொண்டனர்.

பிற முனைகளில் சண்டையின் முடிவுகள் மேலும் கீழுமாகச் சென்று கொண்டிருந்தன. முன்னாள் சமஸ்தானத்தின் வட மேற்கில் இருந்த கில்கிட் பகுதியை, பெரிய போர் ஏதும் இல்லாமலேயே பாகிஸ்தான் கைப்பற்றிக்கொண்டது. பிரிட்டிஷ் இந்தியாவுக்குக் குத்தகைக்குக் கொடுக்கப்பட்டிருந்த அந்தப் பகுதி சமீபத்தில்தான் மீண்டும் மகாராஜாவுக்குக் கிடைத்திருந்தது. இந்தப் பகுதி சோவியத் யூனியன், சீனா, ஆஃப்கனிஸ்தான் ஆகியவற்றுக்கு அருகில் இருக்கும் பகுதி. மக்கள்தொகை குறைவாக இருந்தாலும் ராணுவ முக்கியத்துவம் வாய்ந்தது.

டோக்ரா அரச வம்சத்தின் கட்டுப்பாடு இந்தப் பகுதியில் மிகவும் பலவீனமானதாகவே இருந்தது. மகாராஜாவின் சேவைக்காக என்று சமீபத்தில் பணி மாற்றப்பட்ட ஸ்காட்லாந்து அதிகாரி வில்லி பிரவுன் என்பவர்தான், கில்கிட் பகுதி பாகிஸ்தானுக்குக் கிடைக்க வழி செய்தார். இதற்கு கில்கிட்டில் இருந்த மகாராஜாவின் படையும் ஆதரவு அளித்தது. அங்கே இந்திய ஆட்சிமீது யாருக்கும் விருப்பம் இல்லை. எந்த நேரத்திலும் கலவரம் மூளலாம் என்ற நிலை இருந்தது. பிரவுன் சத்தமின்றி ஒரு கலகத்தை ஏற்படுத்தினார். மகாராஜாவின் ஆளுநரை வீட்டுக் காவலில் வைத்தார். சுயாட்சி தொடர்பான உள்ளூர் மக்களின்

எண்ணத்தைப் புறக்கணித்தார். 'யார் இந்த மேஜர் வில்லியம் பிரவுன்?' என்று பிரிட்டிஷ் அதிகாரி ஒருவர் வெறுப்புடன் கேட்டார். ஆனால், அதற்குள் பாகிஸ்தானின் கொடி முஸ்லிம்கள் பெரும்பான்மையாக இருந்த கில்கிட்டில் பறக்கத் தொடங்கியிருந்தது.

குர்ஷித் அன்வர் தலைமையில் காஷ்மீருக்குள் ஊடுருவிய லஷ்கர் படையில் இருந்த கர்னல் அஸ்லம் கான், கில்கிட் ஸ்கவுட்ஸ் படையின் தலைமையை ஜனவரி 1948-ல் ஏற்றுக்கொண்டார். அடுத்த சில மாதங்கள் போருக்குப்பின், இவர் அருகில் இருந்த பால்டிஸ்தானையும் பாகிஸ்தானின் வளையத்துக்குள் கொண்டுவந்தார். இந்திய ஆட்சியில் இருந்த லடாக் பகுதியையும் கிட்டத்தட்டப் பறித்துவிடும் அளவுக்கு வந்தார்.[21]

காஷ்மீரின் அரசியல் நிலை குறித்த பிரச்னையோடு, முந்தைய சமஸ்தானத்தின் தென் மேற்கில் இருந்த ஜம்மு பகுதியில் மதக் கலவரத்தால் பெருமளவு உடைமை நாசம் ஏற்பட்டது. பலர் அகதிகள் ஆக்கப்பட்டனர். ஜம்முவில் கொல்லப்பட்டவர்கள் எத்தனை பேர் என்பதைத் தெளிவாகச் சொல்ல முடியவில்லை. அந்த நேரத்திலும் அதற்குப் பிறகும் மகாராஜாவின் படையினராலும் இந்து சீக்கியக் குழுக்களாலும் ஏராளமான முஸ்லிம்கள் கொல்லப்பட்டதாகப் புகார்கள் எழுந்தன. இதுபோன்ற செய்திகள் பாகிஸ்தானில் பதற்றத்தை அதிகரித்தன. முஸ்லிம்களின் உயிரையும் உடைமையையும் காப் பாற்றும் நோக்கில், பதான் பழங்குடியினரும் பிற பாகிஸ்தானி முஸ்லிம்களும் ஆயுதங்களை எடுக்க முற்பட்டனர். 1947 கடைசி வாக்கில், ஜம்முவில் கொல்லப்பட்டவர்களின் எண்ணிக்கை இரண்டு லட்சம் என்று சொல்லப்பட்டது. மக்கள்தொகை மற்றும் பிற ஆவணங் களைப் பரிசீலித்துப் பார்க்கும்போது, முஸ்லிம்கள்மீது இப்படியான மிகப் பெரிய படுகொலை நடந்ததா என்பதைத் தீர்மானிப்பது கடினம்.[22]

இரு தரப்பிலும் ஆயிரக்கணக்கானோர் கொல்லப்பட்டார்கள் என்பது உண்மைதான். அதிலும், முஸ்லிம்கள் குறிவைத்துத் தாக்கப்பட்டனர். குறிப்பாக, நவம்பர் ஆரம்பகட்டத்தில் ஸ்ரீநகரைக் கைப்பற்றுவதில் நடந்த தாக்குதலின்போது பலர் கொல்லப்பட்டனர். இதன் காரணமாக ஜம்மு பகுதியில் ஏற்பட்ட பெரும் பதற்றத்துடன், பஞ்சாபில் நடைபெற்ற படுகொலைகளும் சேர்ந்துகொண்டன. ஜம்முவுக்கு அருகில் புதிதாக உருவாக்கப்பட்ட சர்வதேச எல்லைக் கோட்டை, மூன்று சமூகங்களைச் சேர்ந்த அகதிகளும் ஏராளமான எண்ணிக்கையில் கடந்து இடம்பெயரவேண்டிய கொடுமையும் ஏற்பட்டது.[23]

கில்கிட்டில் கிடைத்த வெற்றிபோல் பாகிஸ்தானுக்கு ஜம்மு போர் முனையில் கிடைக்கவில்லை. போர் முனையின் தென் பகுதியில் போர்

நீண்ட காலம் நீடித்தது. இந்தப் பகுதியில் இந்தியாவுக்கு எதிரான போரை முன்னெடுத்தவர்கள், பழங்குடியினரைப் போல் அல்லாது, ராணுவப் பயிற்சி பெற்றவர்களாக இருந்தனர். அவர்கள் பிரிட்டிஷ் படையில் வேலை பார்த்தவர்கள் அல்லது சுபாஷ் சந்திர போஸின் இந்திய தேசிய ராணுவத்தில் இருந்தவர்கள். இதனால் இந்தப் பகுதியில் நடைபெற்ற சண்டை, முறையான போராக இருந்தது. சொந்த நாட்டைக் காப்பாற்ற, தானாகவே போர் முனையில் உருவான ஒரே ராணுவ அமைப்பு தங்களுடையது என்று 'ஆஸாத் காஷ்மீர் ராணுவம்' தன்னைப் பெருமையுடன் சொல்லிக்கொண்டது.[24] பூஞ்ச் கிளர்ச்சியில் முதல் தோட்டா சுடப்பட்டதிலிருந்து அந்த அமைப்பின் வரலாறு ஆரம்பிக்கிறது. ஆனால், அதன் அரசியல் அதிகாரம் பெருமளவுக்குக் குழப்பமானதாகவே இருக்கிறது. பெயரளவில் ஆஸாத் காஷ்மீர் அரசு சுய அதிகாரம் கொண்டதாகச் சொல்லிக் கொள்கிறது. ஆனால், நடைமுறையில் அப்படி இல்லை.

ராணுவ அமைப்புகள் தங்கள் சரித்திரமாகச் சொல்பவை, பொது வாகவே நம்பத் தகுந்தவையாக இருப்பதில்லை. 1947 நவம்பர் வாக்கில் முறையான ராணுவக் கட்டுமானம் ஒன்று இருந்ததாக ஆஸாத் காஷ்மீர் ராணுவம் சொல்வது சற்றே மிகைப்படுத்தப்பட்டதுதான். பூஞ்ச் பகுதியில் இரண்டு ஆஸாத் காஷ்மீர் ராணுவத் தளபதிகள் ஒருவரை ஒருவர் மிஞ்சும் வகையில் பெரும் பட்டங்களைத் தங்களுக்குத் தாங்களே போட்டி போட்டுக்கொண்டு கொடுத்துக்கொண்டது பற்றி அக்பர் கான் எழுதியிருக்கிறார். ஆனால், இந்தப் பகுதியில் உள்ளூர் மக்களின் ஆதரவு பாகிஸ்தானுக்கு மிக வலுவாக இருந்தது. பாகிஸ்தான் பஞ்சாபுக்கு அருகில் இருக்கும் மீர்பூர் போன்ற பகுதிகளை ஆஸாத் காஷ்மீர் ராணுவம் எளிதில் தன்னுடன் இணைத்துக் கொண்டது. அதுபோலவே பூஞ்ச் மற்றும் அதைச் சுற்றிய பகுதிகளை யும் விரைவாக இணைத்துக்கொண்டது. ஆனால், அதற்குப்பின், சற்றே பெரிய நிலப்பகுதி எதையும் கைப்பற்றுவதில் மிகக் கடுமையான போர் நடைபெற்றது.

தென் முனையில் மீர்புரில் ஆரம்பித்து பூஞ்ச் மற்றும் அதைத் தாண்டிய பகுதிகள்வரை ஓரளவுக்கு மையப்படுத்தப்பட்ட ராணுவத் தலைமை ஒன்று உருவாகியிருந்தது. பாகிஸ்தான் ஆதரவுச் சக்திகளின் தலைவ ராக பிரிகேடியர் முகமது ஜமான் கியானி இருந்தார். ஆரம்பகட்டத்தில் இருந்தே காஷ்மீர் தாக்குதலை அவர் திட்டமிட்டு வந்தார். அவர் இந்திய தேசியப் படையில் போரிட்ட அனுபவம் உள்ளவர். இரண் டாம் உலகப் போர் சமயத்தில் வட கிழக்கு இந்தியப் பகுதிகளில் ஜப்பா னுடன் இணைந்து போரிட்டிருக்கிறார். இதே படையில் இருந்த இன் னொரு முக்கிய நபரான கர்னல் ஹபீப்-உர்-ரஹ்மான், ஆரம்ப

கட்டத்தில் துணைத் தளபதியாக இருந்தார். பிற பதினொரு படைப் பிரிவுகளின் தலைவர்களில் ஐந்து பேர் இந்திய தேசியப் படையில் இருந்தவர்கள். இருவர் ஜம்மு காஷ்மீர் அரச படையில் இருந்தவர்கள். எஞ்சியவர்களில் பெரும்பாலானோர், சுதந்தரத்துக்கு முந்தைய இந்திய ராணுவத்தில் பணிபுரிந்தவர்கள். இந்திய தேசியப் படையின் முன்னாள் அதிகாரிகளின் இந்தப் பங்களிப்பு மிகவும் ஆச்சரியமூட்டுவதாக உள்ளது. பாகிஸ்தான் ராணுவத்தால் வெளிப்படையாகத் தரமுடியாத மிகவும் அவசியமான ஆலோசனைகளை இந்த ராணுவத்தினரே கொடுத்தனர்.

ஆஸாத் காஷ்மீர் படையில் அதிகாரிகள் மனம் போன போக்கில் நியமிக்கப்பட்டனர் என்பதற்கு ரஸ்ஸல் கே. ஹெயிட் எனும் அமெரிக்க வீரர் மிகச் சிறந்த உதாரணம். பூஞ்ச் மற்றும் கோட்லி பகுதிகளில் இவர் போரிட்டார். நியூ யார்க்கைச் சேர்ந்த 25 வயது ராணுவ வீரரான ரஸ்ஸல், இரண்டு மாத காலத்துக்கு ஆக்கிர மிப்பாளர்களின் படையில் 'பிரிகேடியர் ஜெனரல்' ஆக இருந்ததாக அவரே சொல்லியிருக்கிறார். அமெரிக்க ராணுவத்தில் முன்னாள் சார்ஜெண்டாக இருந்த இவர், ஆஃப்கனிஸ்தானில் ஒரு கட்டுமான நிறுவனத்தில் பணி புரிந்துகொண்டிருந்தபோது, காயம் அடைந்தார். நவம்பர் மாதம் அமெரிக்காவுக்குத் திரும்பிச் செல்லும் நோக்கில் ராவல்பிண்டிக்கு வந்திருக்கிறார். அங்குதான் அவர் ஆஸாத் காஷ்மீர் தலைவர்களைச் சந்தித்திருக்கிறார். 'நான் டென்வருக்குச் சென்றிருக்க வேண்டும். ஆனால் ராவல்பிண்டியில் வந்து இறங்கினேன்' என்று இவர் பின்னர் நினைவுகூர்ந்தார். 'ஒரு பத்திரிகை நிருபரைப் பார்த்தேன். அவர் என்னை சர்தார் முகமது இப்ராஹிம் கானிடம் அறிமுகப்படுத்தினார். அவர் எனக்கு ஆஸாத் காஷ்மீர் படைத் தலைவர் பதவியைக் கொடுத்தார். நான் உடனே அதை ஏற்றுக்கொண்டுவிட்டேன்.'[25]

கொலராடோவில் தன் ஒரு வயதுக் குழந்தையைக் கவனித்துக் கொண்டிருந்த அவருடைய மனைவி, ரஸ்ஸலின் இந்த முடிவைப் பற்றிக் கேள்விப்பட்டதும், 'அவர் மிகவும் துடிப்பானவர். இந்தியாவில் போரில் இறங்கியிருக்கிறார் என்று சொன்னதைக் கேட்டதும் எனக்கு ஆச்சரியம் ஏதும் ஏற்படவில்லை' என்று சொல்லியிருக்கிறார். ரஸ்ஸல் ஹெயிட்டின் குடும்பத்திடம் இன்றும்கூட, 'கேப்டன் ஆர்.கே. ஹெயிட் களத்தில் உள்ளார்' என்று ஆஸாத் காஷ்மீர் அரசாங்கத்திட மிருந்து நவம்பர் 1947 கடைசி வாக்கில் அனுப்பப்பட்ட ஒரு தந்தி பத்திரமாக இருக்கிறது.[26]

ராவல்பிண்டியில் ஹெயிட் சந்தித்த நிருபர் வேறு யாருமல்ல, டெய்லி எக்ஸ்பிரஸின் சிட்னி ஸ்மித்தான்! பாரமுல்லாவிலிருந்து விடுவிக்கப்

பட்ட அவர், அடுத்த பரபரப்பான செய்தியைச் சேகரிக்க அப்போது தான் ராவல்பிண்டி வந்து சேர்ந்திருந்தார். ஹெயிட் ஆஸாத் காஷ்மீர் படையில் சேர்ந்ததை வைத்து ஸ்மித் தன் அடுத்த கட்டுரையை உருவாக்கிவிட்டார். ஹெயிட் போர்முனைக்குச் சென்று சேர்வதற்கு முன்பாகவே ராவல்பிண்டியிலிருந்து அவரைப் பற்றிய முதல் பக்கத் தலைப்புச் செய்திக் கட்டுரையை வெளியிட்டார். ஹெயிட்டின் மனைவி ஓர் ஆங்கிலேயராகப் போனது எக்ஸ்பிரஸ் பத்திரிகைக்கு மேலும் வசதியாகப் போனது.

'கௌபாய் தொப்பியை அணிந்துகொண்டு, பிரகாசமான நீல நிற உடையும் மஞ்சள் நிற ஷூக்களும் அணிந்துகொண்டு, முதல் வெள்ளைக்காரர் பழங்குடியின ஆக்கிரமிப்பாளர்களுடன் சேர்ந்துகொண்டு இந்தியப் படைகளை எதிர்க்கக் காஷ்மீரில் களம் புகுந்தார்' என்று ஸ்மித் எழுதினார். ஸ்மித், ஹெயிட்டின் மேற்கோள் ஒன்றையும் சேர்த்திருந்தார்: 'இந்தச் சின்ன சண்டையில் சேர்ந்தே தீரவேண்டும் என்று உந்தப்பட்டிருக்கிறேன். ஆஃப்கனிஸ்தானில் பார்த்துவந்த சாலை கட்டுமானப் பணியை உதறிவிட்டேன். இங்கிலாந்தில் கற்றுக்கொண்ட கமாண்டோ திறன்களைக் காஷ்மீரிகளுக்குக் காட்டப் போகிறேன்.'[27]

நியூ யார்க் டைம்ஸின் ராபர்ட் டிரம்புல் சில வாரங்கள் கழித்து லாஹூரில் ஹெயிட்டைச் சந்தித்தபோது, அவர் தலையில் கௌபாய் தொப்பிக்கு பதிலாக பதினெட்டு அடி நீள பூஞ்சி தலைப்பாகை இடம்பெற்றிருந்தது. டெனிம் டிரவுசர்களின் இடத்தை காட்டுப் பச்சை நிற ராணுவ உடை எடுத்துக்கொண்டிருந்தது. அதன்மீது ஆஸாத் காஷ்மீர் முத்திரை பதிக்கப்பட்டிருந்தது. ஆனால் அதற்குள் ஹெயிட்டின் 'போர்' முடிவுற்றிருந்தது. உயிர் பயம் காரணமாக அவர் பாகிஸ்தானிலிருந்து தப்பி ஓட முயன்றுகொண்டிருந்தார். அவரைக் கொல்லப் பல முயற்சிகள் நடைபெற்றதாக ஹெயிட் சொன்னார். அந்தக் கதையை மேலும் பரபரப்பாக்கும் முயற்சியில் டிரம்புல், தான் ஹெயிட்டைச் சந்திக்க 12 நாள்கள் காத்திருந்ததாகவும், இறுதியில் ஒரு சங்கேதத் தந்தி மூலம் தனக்குத் தகவல் கிடைத்ததாகவும் தன் கட்டுரையில் குறிப்பிட்டிருந்தார். 'கொள்ளையடிப்பதிலும் சுய பெருமிதத்திலும் பழங்குடிப் பகைமையிலும் ஊறியிருந்த பழங்குடிகளைச் சமாளித்து வழி நடத்த ஹெயிட்டுக்குத் தெரிந்திருந்தது. ஆனால், தான் எதிர்பார்த்த ஆயுதங்களோ உதவிகளோ கிடைக்கவில்லை என்றதும் ஹெயிட் போரிலிருந்து விலகத் தீர்மானித்தார்' என்று டிரம்புல் எழுதினார்.

சண்டையின்போது பலரது வெறுப்பை சம்பாதித்துக்கொண்டதால், ரஸ்ஸல் ஹெயிட் உடனடியாகப் போர் முனையிலிருந்து ஓடிவர

வேண்டியிருந்தது. 'ஜீலத்தில் போரிட்டபோது, வீழ்த்தப்பட்ட இந்திய விமானம் ஒன்றிலிருந்து நல்ல நிலையில் இருந்த இரண்டு மெஷின் கன்களைக் கைப்பற்றினோம். மூன்று பதான் பழங்குடியினர் அதை எடுத்துக்கொள்ள முயன்றதால், அவர்களைக் கொல்லவேண்டிவந்தது. இரண்டு மெஷின் கன்களை எடுத்துக்கொண்டு ஒரு வாகனத்தில் ஓட்டுனருடன் தப்பித்தேன்' என்று தன் வாழ்வின் இறுதிக் கட்டத்தில் ஹெயிட் நினைவுகூர்ந்தார். அந்தப் பிரதேசத்தின் அரசியல் அம்சங்கள் குறித்து ஹெயிட்டுக்கு அவ்வளவாகத் தெரிந்திருக்கவில்லை. ஆனால், ராணுவத் தாக்குதலுக்குப் பாகிஸ்தான் அதிகாரிகள் மிக முக்கியப் பங்கு ஆற்றியதாக டிரம்புலிடம் அவர் தெரிவித்தார்.

> கிடைப்பதற்கு மிகவும் சிரமமான பெட்ரோலை பாகிஸ்தான் அதிகாரிகள் ஏராளமாகக் கொடுத்து உதவினர் என்று ஹெயிட் தெரிவித்தார். ஆஸாத் காஷ்மீர் வானொலியை பாகிஸ்தான் ராணுவ அதிகாரி ஒருவர்தான் நடத்திவந்தார் என்றும் பாகிஸ் தான் ராணுவ ரிசீவர்கள்மூலம் செய்திகளைப் பரிமாறிவந்தார் என்றும் அவர் தெரிந்துகொண்டார். பாகிஸ்தானில் இருக்கும் ராணுவ முகாம்களை ஒருங்கிணைக்கும் பணிகளையும் பாகிஸ்தான் ராணுவத்தினரே செய்வதாகவும், சீருடைகள், உணவு, ஆயுதங்கள், வெடிமருந்துகள் ஆகியவற்றை அவர்கள் வழங்குவதாகவும் அவர் சொன்னார். இவையெல்லாம் பாகிஸ்தான் ராணுவக் கிடங்குகளிலிருந்து தொலைந்து போனவை என்ற பெயரில் கணக்கு எழுதப்படுவதையும் அவர் அறிந்துகொண்டார்.
>
> இந்து மகாராஜாவின் டோக்ரா படைகள் முஸ்லிம்கள்மீது இழைத்த கொடுமைகளை எதிர்த்துத்தான் இந்தக் கிளர்ச்சி ஆரம்பித்ததாக ஹெயிட் வலியுறுத்தினாலும், ஆஸாத் காஷ்மீர் அரசாங்கம் பாகிஸ்தானின் கைப்பாவை என்பதையும் தெரிவித்தார். பாகிஸ்தான் அரசின் உயர் அதிகாரிகள், குறிப் பாக வட மேற்கு எல்லை மாகாணத்தின் பிரதமர், இந்த கிளர்ச்சிகளில் முக்கியப் பங்கு வகித்தார் என்றும் அவர் சொன்னார்.[28]

ஆனால், போராளிகளுக்கு ரஷ்யாவும் ஆயுதங்கள் வழங்கியிருக்கிறது என்றும், கம்யூனிஸ்டுகள் நிறையப் பேர் ஆக்கிரமிப்பாளர்களுக்கு உதவி செய்கிறார்கள் என்றும், மேலும் குறிப்பாக காஷ்மீர் சுதந்தர லீகில் கடவுள் நம்பிக்கை கொண்ட ஒரு முஸ்லிம்கூட இல்லை என்றும் ஹெயிட் சொன்னது அவருடைய வாக்குமூலத்தின் பலத்தை வெகுவாகக் குறைத்தது. அவர் சொன்னவை பனிப்போர் காலகட்ட

மனநிலைக்குப் பொருத்தமாக இருந்திருக்கலாம், ஆனால், அவை உண்மைக்கு அருகில் இல்லை. ஆனால், அவர் அப்படிச் சொன்னது, அவருக்குத் தனிப்பட்ட முறையில் நல்ல பலனைத் தந்தது. அவர் ஊர் திரும்ப அமெரிக்கர்கள் ஏற்பாடு செய்துகொடுத்தனர்.[29] பாகிஸ்தானை விட்டுச் செல்வதற்கு முன்பு 'பிரிகேடியர்' ஹெயிட்டைச் சந்தித்த ஒரு பிரிட்டிஷ் அதிகாரி, 'அவர் மிகவும் பயந்திருந்தார். சிறிய சண்டை என்றால் பிரச்னை இருந்திருக்காது. ஆனால் பெரிய போரில் ஈடுபட அவரால் முடியவில்லை. ஐரோப்பியச் சூதாட்ட விடுதி ஒன்றில் இரவு நேரப் பணியில் சேர்ந்து, கொஞ்சம் பணம் சேர்த்து, கராச்சி சென்று அங்கு அமெரிக்க அதிகாரிகளிடம் தஞ்சம் புக விரும்புகிறார்' என்று எழுதினார்.[30]

லஷ்கர் மற்றும் ஆஸாத் காஷ்மீர் படைகளின் எண்ணிக்கையைத் தெரிந்துகொள்ள அந்த பிரிட்டிஷ் அதிகாரி விரும்பியிருக்கிறார். ஜம்மு காஷ்மீரில் சுமார் 15,000 பழங்குடிப் படையினர் இருப்பதாகவும் அதே அளவு எண்ணிக்கையில் வந்துகொண்டும் போய்க்கொண்டும் இருப்பதாகவும் ஹெயிட் குத்துமதிப்பாகச் சொல்லியிருக்கிறார். நிறைய பாகிஸ்தான் ராணுவத்தினர், விடுமுறை எடுத்துக்கொண்டு காஷ்மீருக்கு வந்திருப்பதாகவும் அவர் சொல்லியிருக்கிறார். காஷ்மீரிலிருந்து இந்திய ஆட்சியை விரட்டியடிக்க எத்தனை ஆயுதம் தாங்கிய படையினர் முயன்றனர் என்பதைத் தெளிவாகச் சொல்ல முடியாது. சர் ஜார்ஜ் கன்னிங்ஹாம், பெஷாவரில் இருக்கும் தன் கவர்னர் மாளிகையிலிருந்து தன்னால் முடிந்த அளவுக்குத் தெளிவாகக் கணித்துக் கூறியிருக்கிறார். ஸ்ரீநகர் அபாயத்தில் இருந்தபோது, மசூதுகள், அஃப்ரீதிகள், மொஹ்மாண்டுகள் என 7,000 பதான் பழங்குடிகள் அந்தத் தாக்குதலில் ஈடுபட்டதாக அவர் கணித்திருந்தார்.[31] கிடைத்ததிலேயே மிகவும் நம்பத்தகுந்த, விருப்பு வெறுப்பற்ற தகவல் இதுதான் என்று தோன்றுகிறது. களத்திலிருந்து செய்திகள் அளித்த இரண்டு தனிப்பட்ட நிருபர்களான சிட்னி ஸ்மித், ஆலன் மூர்ஹெட் ஆகியோர் அளித்த தகவல்களோடு இது பெரிதும் ஒத்துப்போகிறது. அவர்கள் லஷ்கர் படையில் சுமார் 10,000 பேர் இருந்திருப்பார்கள் என்று கணித்திருந்தனர். ஆனால், பழங்குடியினர் புதிது புதிதாக வந்துகொண்டும் போய்க்கொண்டும் இருந்ததால் ஏதேனும் ஒரு சமயத்தில் ரஸ்ஸல் ஹெயிட் சொன்னதுபோல் அதிக எண்ணிகையில் ஆட்கள் இருந்திருக்கவும் வாய்ப்பு இருக்கிறது. கன்னிங்ஹாம் கொடுத்த தகவலில், தென் முனையில் பூஞ்ச் பகுதியில் இருந்த வீரர்களின் எண்ணிக்கை சேர்க்கப்படவில்லைபோல் தெரிகிறது. அந்தப் பகுதியில் பழங்குடியினர் படைகளுடன், கிட்டத் தட்ட அதே எண்ணிக்கையிலான உள்ளூர்ப் போராளிகள், பஞ்சாப்

மற்றும் பிற எல்லைப் பகுதியில் இருந்த ஆதரவாளர்கள் ஆகியோரும் இருந்தனர்.

காஷ்மீருக்கு அனுப்பப்பட்ட இந்தியப் படைவீரர்களின் எண்ணிக்கையைக் கணிப்பதும் சிரமமாகவே இருக்கிறது. நவம்பர் நடுப்பகுதி வாக்கில் சுமார் 11,000-க்கும் அதிகமான இந்திய வீரர்கள் காஷ்மீரில் இருந்ததாக ஒரு வரலாற்றாய்வாளர் சொல்லியிருக்கிறார். அடுத்த வருட மே மாதவாக்கில் சுமார் 14,000 பேர் போர் முனையில் இருந்திருக்கிறார்கள்.[32] இரு தரப்புமே கிட்டத்தட்ட ஒரே எண்ணிக்கையில் இருந்துள்ளன. ஆனால், இந்தியப் படையினர் நல்ல முறையில் ஒருங்கிணைக்கப்பட்டவர்களாகவும் வலுவான ஆயுதங்களுடனும் இருந்திருக்கின்றனர்.

காஷ்மீரில் ஆயுதப் போர் நடந்துகொண்டிருந்த அதே நேரம், இந்திய பாகிஸ்தான் அரசியல்வாதிகள், பள்ளத்தாக்கைத் தங்கள் கட்டுப்பாட்டில் கொண்டுவருவதற்கான ராஜரீகப் போரிலும் ஈடுபட்டிருந்தனர். நேருதான் முதல் ஆயுதத்தை ஏவினார். ஆனால் அவரது செய்கையைத் திருத்தி அமைக்க அடுத்த பல பத்தாண்டுகளாக இந்திய அரசு பெரும்பாடு பட்டுவருகிறது. காஷ்மீர் பிரச்னையை அவர் சர்வதேசப் பிரச்னை ஆக்கியதோடு மட்டுமின்றி, பெரும் வாக்குறுதிகளையும் கொடுத்தார். அதை இன்றுவரை இந்தியா நிறைவேற்றவில்லை என்று பாகிஸ்தான் சமயம் கிடைக்கும்போதெல்லாம் நினைவுபடுத்திவருகிறது.

1947, ஞாயிற்றுக் கிழமை, நவம்பர் 2-ம் தேதி அன்று, அதாவது இந்தியப் படைகள் காஷ்மீரில் கால் பதித்ததற்கு ஆறு நாள்கள் கழித்து நேரு வானொலியில் உரை நிகழ்த்தினார். ‘இன்று இரவில் நான் உங்களுடன் காஷ்மீர் குறித்துப் பேச விரும்புகிறேன். காஷ்மீரின் இயற்கை அழகு குறித்து அல்ல. ஆனால் சமீபத்தில் அது எதிர்கொள்ள நேர்ந்த அபாயம் குறித்துப் பேச விரும்புகிறேன்’ என்று அவர் ஆரம்பித்தார். இந்தியா, காஷ்மீரில் தலையிட்டதன் பின்னணியை விளக்கினார். ஆக்கிரமிப்பாளர்களைத் தடுத்த நிறுத்தாது இருந்த பாகிஸ்தானைக் குற்றம் சாட்டினார். இரு முக்கியமான அறிவிப்புகளை வெளியிட்டார். ஒன்று, காஷ்மீரில் இந்தியப் படை நிரந்தரமாக இருக்காது. இரண்டு, காஷ்மீரிகளின் எதிர்காலத்தைத் தீர்மானிக்க ஒரு வாக்கெடுப்பு நடத்தப்படும்.

‘காஷ்மீரில் நடக்கும் சண்டை என்பது, அரசியல் ஆதரவு மிகுந்த தலைவரின்கீழ் அணிவகுத்து நிற்கும் காஷ்மீரி மக்களுக்கும் ஆக்கிரமிப்பாளர்களுக்கும் இடையிலான சண்டை. நம் படைகள் காஷ்மீரி மக்களுக்கு உதவி செய்யவே அங்கு போயிருக்கின்றன. ஆக்கிரமிப்பாளர்களிடமிருந்து காஷ்மீர் விடுவிக்கப்பட்டதும் நம் படைகள் அங்கு இருக்க

வேண்டிய அவசியம் ஏதும் இருக்காது. காஷ்மீரின் எதிர்காலத்தைத் தீர்மானிக்கும் பொறுப்பு காஷ்மீர் மக்கள் கையில் ஒப்படைக்கப்படும்' என்று அவர் உறுதி கூறினார். இந்தப் பேச்சின்போது, சூழ்நிலை அனுமதிக்கும்போது மக்களிடையே வாக்கெடுப்பு நடத்தி காஷ்மீரின் எதிர்காலம் தீர்மானிக்கப்படும் என்ற நிபந்தனையின் பேரில் இந்தியாவுடனான காஷ்மீரின் இணைப்பை ஏற்றுக்கொள்வதாக மவுண்ட்பேட்டன் சொன்ன வார்த்தைகளுக்கு நேரு உயிர் கொடுத்தார்.

> காஷ்மீரின் தலையெழுத்தை அதன் மக்கள்தான் தீர்மானிக்க வேண்டும் என்று நாங்கள் தீர்மானமாகத் தெரிவித்திருக் கிறோம். நாங்கள் கொடுத்த அந்த வாக்குறுதியை மகாராஜா வும் ஆதரித்திருக்கிறார். இது காஷ்மீர் மக்களுக்கு மட்டுமல்ல, இந்த உலகுக்கே கொடுத்த வாக்குறுதி. நாங்கள் இதிலிருந்து பின்வாங்க முடியாது; பின்வாங்கவும் மாட்டோம். சட்டம் ஒழுங்கு சீரடைந்து, அமைதி திரும்பியதும் ஐ.நா போன்ற சர்வதேச அமைப்பு ஒன்றின் கண்காணிப்பின்கீழ் மக்க ளிடையே வாக்கெடுப்பு நடத்துவோம். அது மிகவும் நியாய மான முறையில் இருக்கும். மக்களுடைய தீர்ப்பை நாங்கள் ஏற்றுக்கொள்வோம். இதைவிட நியாயமான, நேர்மையான ஒப்பந்தம் ஒன்றை என்னால் நினைத்துக்கூடப் பார்க்க முடியவில்லை.
>
> இதற்கிடையே, நாங்கள், காஷ்மீர் மக்களை ஆக்கிரமிப்பாளர் களிடமிருந்து காப்பாற்றுவோம் என்று வாக்குறுதி கொடுத்துள் ளோம். அதையும் நிறைவேற்றுவோம்.[33]

இந்தியாவின் கொள்கையில் அது மிக முக்கியமான ஓர் அறிவிப்பு. 'ஐ.நா. கண்காணிப்பில் வாக்கெடுப்பு - பண்டித நேரு காஷ்மீர் பிரச்னையில் வாக்குறுதி' என்ற தலைப்பில் டைம்ஸ் ஆஃப் இந்தியா அடுத்த நாள் செய்தி வெளியிட்டது. நேருவின் வார்த்தைகள் மிகத் தெளிவாக இருந்தன. ஐ.நா அல்லது அதுபோன்ற சர்வதேச அமைப்பு ஒன்றின் கண்காணிப்பில் பொது வாக்கெடுப்பு நடத்தப்படும். ஒரு வாரத்துக்குள் மூன்று அம்சக் கோரிக்கை ஒன்றை நேரு பாகிஸ்தான் பிரதமர்முன் வைத்தார். 1. காஷ்மீரில் இருந்து ஆக்கிரமிப்பாளர்களை வெளியேற்ற பாகிஸ்தான் வெளிப்படையான முயற்சிகளை எடுக்க வேண்டும். 2. ஆக்கிரமிப்பாளர்கள் வெளியேறி, காஷ்மீரில் சட்டம் ஒழுங்கு நிலைநாட்டப்பட்டதும் இந்தியப் படைகள் வெளியேறி விடும். 3. கூடிய சீக்கிரமே காஷ்மீரில் வாக்கெடுப்பு ஒன்றை நடத்த, இந்திய பாகிஸ்தான் அரசுகள் இணைந்து ஐ.நா. சபையிடம் மனு கொடுக்கவேண்டும்.

நிலப் பிரிவினை தொடர்பான வாக்கெடுப்புகள் பிற இடங்களிலும் முயன்று பார்க்கப்பட்டிருக்கிறது. அது பலனும் அளித்திருக்கிறது. வடமேற்கு எல்லை மாகாணத்திலும் அஸ்ஸாமின் சில்ஹெட் மாவட்டத்திலும் ஜூலை 1947-ல் இத்தகைய வாக்கெடுப்பு நடந்தது. இரண்டுமே பாகிஸ்தானுக்கு சாதகமாகத் தீர்மானமானது. ஜுனாகத் பகுதியின் நிலையைத் தீர்மானிக்கவும் வாக்கெடுப்பு நடத்தும் யோசனை ஒன்று முன்வைக்கப்பட்டது. ஆனால், இவை எவையுமே ஐ.நா.வின் மேற்பார்வையில் நடத்தப்படவில்லை.

நேரு இதைச் சொன்னவுடனேயே, காஷ்மீரில் இருக்கும் அவரது நண்பர்கள்கூட எதிர்பார்ப்புகளைச் சற்றுக் குறைக்க முற்பட்டனர். இந்தப் பேச்சுக்கு ஒன்பது நாள்கள் கழித்து நேரு ஸ்ரீநகருக்குப் போனபோது, உடனடி வாக்கெடுப்பு என்ற யோசனைமீது ஷேக் அப்துல்லா ஒரு குடம் குளிர்ந்த நீரை ஊற்றினார். 'பாரமுல்லா, ஊரி, பட்டான், முஸாஃபராபாத் ஆகிய இடங்களில் நடந்த சம்பவங்களைப் பார்த்தபிறகு பொது வாக்கெடுப்பு என்ற பேச்சுக்கே இடமில்லை' என்று ஷேக் அப்துல்லா நிருபர்களிடம் ஓர் இரவு விருந்தின்போதுச் சொன்னதாகத் தெரிகிறது. 'இந்த இடங்களில் நடந்தவற்றைப் பார்த்தபிறகு, காஷ்மீர் மக்கள் பொது வாக்கெடுப்பு நடத்தப்பட வேண்டும் என்று நிச்சயம் விரும்ப மாட்டார்கள்.' சில நாள்கள் கழித்து, அவருடைய துணை அமைச்சர் பக்ஷி குலாம் முகமது, 'ஆக்கிரமிப்பாளர்களின் நடத்தையைப் பார்த்த மக்கள், காஷ்மீரின் எதிர்காலத்தைத் தீர்மானிக்கப் பொது வாக்கெடுப்பு நடத்துவதை விரும்பமாட்டார்கள். மாறாக, இந்தியாவுடன் இணையும் ஒப்பந்தத்தை ஏற்றுக்கொள்ளுமாறு வலியுறுத்தப்படுவார்கள்' என்றார்.[34]

இது உணர்ச்சிவசப்பட்ட அரசியல் அறிக்கையா அல்லது அதற்குமுன் ஒருபோதும் வாக்கெடுப்பே நடந்திராத, மிகவும் அபாயமான ஒரு பகுதியில், பொது வாக்கெடுப்பு நடத்துவதில் இருக்கும் சிக்கல்களை மனத்தில் கொண்டு சொல்லப்பட்டதா அல்லது இந்தியா வாக்கெடுப்பில் வெல்ல முடியும் என்ற நம்பிக்கை இல்லாததால் சொல்லப்பட்டதா என்று சொல்வது கடினம். இவற்றையெல்லாம்விட அப்போதுதான் தாங்கள் மிகவும் விரும்பிய அதிகாரம் கைக்கு வந்திருக்கும் நிலையில், ஷேக் அப்துல்லாவும் அவருடைய ஆதரவாளர்களும் அதனை இழக்க விரும்பவில்லை என்பதே உண்மையான காரணமாக இருக்கும் என்று தோன்றுகிறது. பாகிஸ்தான் தன்னை அறியாமலேயே ஷேக் அப்துல்லாவுக்குப் பதவியைக் கொடுத்திருந்தது; ஆனால் ஷேக் அப்துல்லா, தன்னைப் பதவியிலிருந்து இறக்கும் வாய்ப்பை பாகிஸ்தானுக்கு வழங்க ஒருபோதும் தயாராக இல்லை.

ஆரம்பத்தில் ஐ.நா குறுக்கீட்டை விரும்பியிராத பாகிஸ்தான், பின்னர், அது நன்மையையே தரும் என்ற முடிவுக்கு வந்தது. 'பொது வாக்கெடுப்பு நடக்கும்வரை ஒரு நடுநிலை இடைக்கால அரசு அமைக்க நாங்கள் ஐ.நா சபையிடம் கோரிக்கை விடுக்கத் தயார்' என்று பாகிஸ்தான் பிரதமர் லியாகத் அலி கான் 16 நவம்பர் அன்று அறிவித்தார். 'இணைப்பு தொடர்பான மக்களின் சுதந்தரமான தீர்ப்பைத் தெரிந்துகொள்ள நியாயமான முறையில் ஐ.நா கண்காணிப்பின்கீழ் ஒரு வாக்கெடுப்பு நடத்தவும் தயாராக உள்ளோம்' என்றார். பொது வாக்கெடுப்பு நடப்பதுவரை, ஷேக் அப்துல்லாவுக்கு பதிலாக ஐ.நா. சபையே ஆட்சிப் பொறுப்பில் இருக்கவேண்டும் என்ற பாகிஸ்தானின் யோசனை இந்தியாவின் மனத்தில் ஒருபோதும் இருந்திருக்கவில்லை.

நவம்பர் மாத நடுப்பகுதி வாக்கில் ஜுனாகத் பகுதியை இந்தியா தன்னுடன் இணைத்துக்கொண்ட காரணத்தால், இரு நாடுகளுக்கும் இடையே உணர்வுகள் கொந்தளிப்பில் இருந்தன. தெற்கில் உள்ள ஹைதராபாத் சேர்த்து பாகிஸ்தான் உரிமை கொண்டாடிய மூன்று பகுதிகளும் அதன் கையிலிருந்து நழுவ ஆரம்பித்திருந்தன. காஷ்மீர் பிரச்னையின் ஆரம்பக் கட்டத்தில், நேருவும் லியாகத் அலி கானும் பல்வேறு சந்தர்ப்பங்களில் உடல் நலமற்று இருந்தனர். இதனால், அந்த நெருக்கடியான காலகட்டத்தில் இருவருக்கும் இடையே நேருக்கு நேர் சந்திப்பு நடக்க முடியாமல் போனது. இரு பிரதமர்களும் டிசம்பர் முதல் வாரம் இரு முறை பாதுகாப்புக் கூட்டுக்குழுக் கூட்டத்தில் சந்தித்துக்கொண்டனர். ஆனால் அவரவர் தரப்பை வலியுறுத்துவதைத் தவிர, வேறு எதற்கும் அந்தச் சூழல் உகந்ததாக இல்லை.[35]

1948 புது வருடப் பிறப்பன்று, இந்தியா காஷ்மீர் பிரச்னையை ஐ.நா முன் கொண்டுவந்தது. பழங்குடிகளையும் பாகிஸ்தானியர்களையும் உள்ளடக்கிய ஆக்கிரமிப்பாளர்களுக்கு பாகிஸ்தான் அரசு தொடர்ந்து உதவிகள் செய்துவருவதாகவும், இது இந்தியாவுக்கு எதிரான செயல் என்றும் இந்தியா புகார் கொடுத்தது. காஷ்மீர் தொடர்பாக ஐ.நா ஈடுபட்டதன் ஆரம்பம் இதுதான். அடுத்த இருபத்தைந்து ஆண்டுகளில் ஐ.நா, சுமார் 18 பாதுகாப்புச் சபைத் தீர்மானங்களைக் கொண்டு வந்துள்ளது. இதுதான், ஐ.நாவின் தலையீடுகளிலேயே மிக நீண்ட காலம் நீடித்த, அதே சமயம் மிகக் குறைவான வெற்றியை ஈட்டித்தந்த ஒன்றாகும். நிறைய முயற்சி, ஆனால் மிகக் குறைந்த பலன்.

ஆரம்பத்தில் இருந்தே, காஷ்மீர் பிரச்னையை பெரிதுபடுத்தவே ஐ.நா. சபை பயன்படுத்தப்பட்டது. பாகிஸ்தானின் அராஜகம் குறித்து மட்டுமே இந்தியா தன் புகார்களை எழுப்பியது. பாகிஸ்தானோ,

இணைப்பு நடந்த விதம், காஷ்மீர்மீது யாருக்கு அதிக உரிமை, மவுன்ட்பேட்டனும் நேருவும் கொடுத்த வாக்குறுதிகள், மக்கள் விருப்பம் தொடர்பாக நடத்தப்படவேண்டிய பொது வாக்கெடுப்பு (அதே நேரம் காஷ்மீர் சுதந்தரமாக இருப்பதற்கான வாய்ப்பை அதில் சேர்க்கவில்லை) ஆகியவற்றின் அடிப்படையிலேயே தன் வாதங்களை முன்வைத்தது. ஐ.நா சபையின் ஆரம்பகட்ட விவாதங்களில் இந்தியத் தரப்பை ஷேக் அப்துல்லா வாதிட்டார். ஆனால், இந்தக் கட்டத்தில் ஐ.நாவைப் பயன்படுத்திக் கொள்வதிலும் தன் தரப்பை வலுவாக முன்வைப்பதிலும் பாகிஸ்தானே திறம்படச் செயல்பட்டது என்பதே பொது அபிப்ராயமாக இருக்கிறது.

1948 ஜனவரியில் ஐ.நா இரண்டு அவசரத் தீர்மானங்களை (எண் 38, 39) இயற்றி, பிரச்னையைப் பெரிதாக்கும் வகையில் இரு தரப்பும் எதையும் செய்யவேண்டாம் என்று இரு நாடுகளையும் கேட்டுக்கொண்டது. அத்துடன் ஒரு குழுவை நியமித்து, ஏப்ரலில் கொண்டுவரப்பட்ட ஒரு தீர்மானத்தின்படி, அந்தக் குழுவின் வரம்புகளை விரிவுபடுத்தியது. மேலும், காஷ்மீரில் போர் நிறுத்தம் கொண்டுவரவேண்டும் என்றும், இந்தியா, பாகிஸ்தான் ஆகிய இரு நாடுகளில் காஷ்மீர் எதனுடன் சேர்வது என்று மக்கள் மத்தியில் ஒரு பொது வாக்கெடுப்பு நடக்க உகந்த சூழலை இரு நாடுகளும் உருவாக்கவேண்டும் என்றும் அது கேட்டுக்கொண்டது.[36]

பாகிஸ்தான் அரசின்மீது ஆக்கிரமிப்பு தொடர்பாகக் குற்றம் ஏதும் சாட்டப்படவில்லை என்பது இந்தியாவை வருத்தம் அடையச் செய்தது. ஐ.நா சபைக்குக் காஷ்மீர் பிரச்னையைக் கொண்டுசென்றதில் இந்தியா எதிர்பார்த்ததுபோல் எதுவும் நடைபெறவில்லை. ஏனெனில், இந்தியாவின் பகுதி ஆகிவிட்ட ஓரிடத்தில் நடந்த ஆக்கிரமிப்பில் பாகிஸ்தானின் பங்கு குறித்து சர்வதேசச் சமூகம் அக்கறை கொள்ளாமல், காஷ்மீர்மீது யாருக்கு அதிக உரிமை இருக்கிறது என்பது தொடர்பாக ஒரு பொது வாக்கெடுப்பை நடத்துவதிலேயே கவனம் செலுத்தியது. பாகிஸ்தானும் இந்த விஷயத்தில் அதிருப்தியில் இருந்தது. ஏனெனில், காஷ்மீருக்கு வெளியிலிருந்து வந்திருக்கும் பாகிஸ்தானிய ஆக்கிரமிப்பாளர்கள் அனைவரும் (அதாவது கிட்டத்தட்ட அனைவரும்!) முன்னாள் காஷ்மீர் சமஸ்தானத்தைவிட்டு உடனடியாக வெளியேற வேண்டும் என்று ஐ.நா சொன்னதை அது விரும்பவில்லை. யாருடனும் சேராமல் காஷ்மீர் சுதந்தரமாகவும் இருக்கலாம் என்பது பற்றி ஐ.நா எதுவும் சொல்லாதது குறித்து அப்போதைக்கு சர்வதேச அளவில் பேசியிருக்கக்கூடிய ஒரே நபரான ஷேக் அப்துல்லாவோ, அந்த நேரத்தில் அதுபற்றி எதையுமே சொல்லவில்லை.

இந்தியா-பாகிஸ்தானுக்கான ஐ.நா பாதுகாப்புச் சபையின் ஐவர் குழு ஜூலை ஆரம்பத்தில் காஷ்மீருக்கு வந்தது. செக்கோஸ்லோவாகியா நாட்டு உறுப்பினரான ஜோசப் கார்பெல், அந்த நாட்டு அரசாங்கத்தால் அடுத்த வருடம் மாற்றப்படுவதுவரை அந்தக் குழுவில் இருந்தார். அவர் பின்னர், காஷ்மீர் பிரச்னையில் ஐ.நாவின் மிகவும் சிரமமான, ஆனால் பயனற்ற குறுக்கீடு பற்றி எழுதும்போது, பிரச்னையின் அடியில் சோவியத் யூனியனின் தலையீடு பற்றிய தன் ஆழ்ந்த கவலையை வெளிப்படுத்தியிருந்தார். 'காஷ்மீரில் அபாயம்' என்ற தலைப்பில் அவர் எழுதிய நூலில் மாஸ்கோவை மையமாகக் கொண்ட கம்யூனிசத்தையே அபாயம் என்று குறிப்பிட்டிருந்தார். 1950-களில் பனிப் போர் அதன் உச்சத்தை எட்டியிருந்தது.தெற்கு ஆசியாவில் காஷ்மீர், கம்யூனிசச் செயல்பாடுகளுக்கான மையமாக ஆகிவிடும் என்று கார்பெல் தெரிவித்திருந்தார். இடதுசாரிச் சார்பு கொண்ட தேசியவாத கான்ஃபரன்ஸ் கட்சியையும் அதன் தலைவரான (சந்தர்ப்பவாத, சர்வாதிகார) ஷேக் அப்துல்லாவின் இயல்பையும் பார்க்கும்போது அவர்களிடம் கம்யூனிச ஆதரவு வெளிப்படையாகத் தெரிகிறது என்றார் அவர். 'காஷ்மீர், புரட்சிகர, இடது சாரி, சர்வாதிகார ஆட்சியை நோக்கிச் சென்றுகொண்டிருக்கிறது' என்று அவர் எழுதினார்.[37]

தேசிய கான்ஃபரன்ஸ் கட்சி 1944-ல் ஏற்றுக்கொண்ட 'புதிய காஷ்மீர்' கொள்கைப் பிரகடனம், அவர்களது இடதுசாரி ஆதரவை வெளிப் படுத்தியது. அந்த அறிக்கையைத் தயாரிப்பதில் பெரும் பங்கு வகித்தவர், பஞ்சாப் கம்யூனிஸ்ட் தலைவரான பி.பி.எல். பேடி. ஆனால் அதை அவர் தன் கட்சியின் சார்பில் செய்தாரா அல்லது தனிப்பட்ட முறையில் செய்தாரா என்பது தெரியவில்லை. (அந்த அறிக்கையை எழுத அதிகச் சிரமம் கொண்டிருக்கத் தேவையில்லை; ஏனெனில் அவை அப்படியே ஒரு ரஷ்ய வெளியீட்டிலிருந்து எடுத்தாளப்பட்டன என்று பேடியின் தோழர் பி.என். ஜலாலி நினைவுகூர்ந்தார்.)

அந்த அறிக்கையின் அறிமுக உரையில் ஷேக் அப்துல்லா, 'உண்மை யான விடுதலை என்பது பொருளாதார மேம்பாட்டிலேயே அடங்கி இருக்கிறது என்பதை சோவியத் ரஷ்யா வெறும் கோட்பாட்டளவில் அல்லாமல் அன்றாட நடைமுறை வாழ்க்கையிலேயே நிரூபித்துக் காட்டியிருக்கிறது' என்று கூறியிருந்தார். புதிய காஷ்மீருக்கும் அதுவே வேண்டும் என்று அவர் விரும்பினார். 'கீழைத்தேய மக்களுக்கும் உலகப் பாட்டாளி வர்க்கத்துக்கும் வரலாற்று முக்கியத்துவம் வாய்ந்த புத்தெழுச்சியில் காஷ்மீரும் பங்கெடுக்கும். ஆசியாவின் ஒளிரும் வைரமாகக் காஷ்மீரை ஆக்குவோம்' என்று அந்த அறிக்கை அறை கூவல் விடுத்தது. கொள்கை முழக்கங்களிலிருந்து நடைமுறைக்குச்

செல்லுமாறு, 'உழுபவருக்கே நிலம் சொந்தம்' என்ற நிலப் பிரபுக் களுக்கு எதிரான அவரது திட்டம், அவரை உறுதியான ஒரு சோஷியலிஸ்டாகக் காட்டியது.

ஸ்ரீநகரில் இருக்கும் பிரதான சதுக்கத்தை லால் சவுக் (செஞ்சதுக்கம்) என்று அவசரமாகப் பெயர் மாற்றியது, ஷேக் அப்துல்லாவைச் சந்தேகத்துக்கு இடமில்லாமல் சோவியத் ஆதரவாளராகக் காட்டியது. தன் ஆட்சியின் ஆரம்பகாலத்தில் அவர் பேடியையும் பிற இடதுசாரி ஆலோசகர்களையுமே நம்பிச் செயல்பட்டார். ஸ்ரீநகரில் சிறுபான்மையாக இருந்த கம்யூனிஸ்ட்கள்தாம் தேசிய கான்ஃபரன்ஸ் கட்சியிலும், அதன் தொழிற்சங்கங்களிலும், மாணவரணியிலும் பெரும் செல்வாக்குடன் விளங்கினர். ரஷ்யாவும் அதன்பின் சோவியத் யூனியனும் காஷ்மீரில் செயல்பட்டுவருவதாக வெகுகாலமாகவே ஒருவித பயம் இருந்துவந்தது.[38] காஷ்மீர்மீதான மாஸ்கோவின் ஆர்வம் எதுவாக இருந்தாலும், காஷ்மீர் ஒருபோதும் கம்யூனிச மையமாக ஆகவில்லை. தேசிய கான்ஃபரன்ஸ் கொண்டுவந்த நிலச் சீர்திருத்தச் சட்டமும் காலப்போக்கில் வலுவிழந்து போனது.

ஜோசப் கார்பெலும் ஐ.நா குழுவில் இருந்த அவரது சகாக்களும் காஷ்மீர் சச்சரவு ஒரு பெரிய போராக ஆகிவிடாமல் இருக்க எடுத்த முயற்சிகள் மிகவும் தாமதமாகவே தொடங்கின. அவர்கள் முதலில் கராச்சிக்குச் சென்றனர். ஆனால் ஜின்னாவின் உடல் நிலை அப்போது மிகவும் மோசமாக இருந்தது. அவர் குழு உறுப்பினர்களைச் சந்திக்கவே இல்லை. இரண்டே மாதங்களில் இறந்தும் போனார். பிரதமர் லியாகத் அலி கான் குழு உறுப்பினர்களைச் சம்பிரதாயத்துக்கு அழைத்தார். சந்திப்பின்போது அவர் காஷ்மீர் பற்றி வாயே திறக்கவில்லை.

ஆனால், பாகிஸ்தான் வெளியுறவுத் துறை அமைச்சர் சர் ஜஃபருல்லா கான் வெளிப்படையாகப் பேசினார். காஷ்மீர் பிரச்னையின் பின்னணி குறித்து மூன்று மணி நேரம் கமிஷன் உறுப்பினர்களிடம் அவர் விளக்கம் அளித்தார். அடுத்து அவர் பெரிய குண்டு ஒன்றை வீசினார். 'மே மாதத்திலிருந்து காஷ்மீரில் பாகிஸ்தானின் மூன்று படைப் பிரிவுகள் இருந்துவருகின்றன' என்று ஜஃபருல்லா கான் சொன்னதாக கார்பெல் எழுதினார். இந்திய ராணுவத்தின் தாக்குதல் நடவடிக்கை களுக்கு எதிராகத் தற்காப்புக்காக இந்தப் படைகளை நிறுத்தி வைத் திருப்பதாகப் பாகிஸ்தான் அரசு சமாதானம் சொன்னது.[39] 'காஷ்மீரில் பாகிஸ்தான் படைகள் இருப்பது, சமரச முயற்சிக்குத் தாங்கள் புறப்பட்டபோது நினைத்ததைவிட நிலைமை மிகவும் அபாயகரமாக உள்ளது என்பதைக் குறிக்கிறது' என்று ஐ.நா குழு உறுப்பினர்கள் உணர்ந்தனர்.

அந்த குளிர் காலத்தில் காஷ்மீர் பள்ளத்தாக்கின் சில ஓரங்களில் லேசான சண்டைகள் நடைபெற்றன. ராணுவ முக்கியத்துவம் வாய்ந்த சில பகுதிகளை இந்தியா கைப்பற்றியதோடு, குளிர்காலம் முடிவுக்கு வந்திருந்த பிப்ரவரியில் அபாயகரமாக முன்னேறி வந்த ஆக்கிரமிப்பாளர்களையும் அவர்களுக்கு உதவி செய்தவர்களையும் விரட்டியடித்திருந்தது. இந்திய அதிகாரிகள் வசந்த காலத்தில் தாக்குதலுக்குத் திட்டமிட்டிருந்தனர். முஸாஃபராபாத்துக்கு அருகில் ராணுவ முக்கியத்துவம் வாய்ந்த பாலம் இருக்கும் டோமெலைக் கைப்பற்றுவதே அவர்களுடைய இலக்காக இருந்தது. மே மாதத்தில் ஜீலம் பள்ளத்தாக்குச் சாலை வழியாக முன்னேறுவதும், தெற்கிலும் அதைவிட வலுவாக வடக்கிலும் தாக்குவதுமே அவர்களுடைய நோக்கம்.[40]

ஜம்மு முனையிலும் ராணுவ நடவடிக்கைகள் இருந்தன. 1948-ல் பூஞ்சுக்கு அருகில் இருந்த ரஜோரி பகுதியை இந்தியப் படைகள் கைப்பற்றின. இரு முனைகளிலும் இந்தியப் படைகளுக்குச் சில வெற்றிகள் கிடைத்தாலும், அவர்களுடைய முன்னேற்றம் மெதுவாகவே இருந்தது. பாகிஸ்தான் எல்லையை நோக்கி அதிவேக முன்னேற்றம் என்பதெல்லாம் நிச்சயமாக இல்லை. எனினும், இந்த முன்னேற்றம் பாகிஸ்தானுக்குக் கலவரத்தை ஏற்படுத்தியதால், ஏழு மாதங்களுக்குமுன் நிறுத்தி வைத்திருந்த பணிகளை மீண்டும் ஆரம்பித்து, இந்தியப் படைகளை எதிர்த்து காஷ்மீரில் போராட ஆட்களை அனுப்பத் தொடங்கியது. காஷ்மீரில் பாகிஸ்தான் ராணுவம் நேரடியாகப் பங்கேற்காது போன்ற கொள்கை முகமூடிகளை விலக்கிவிட்டு, தன் படைகளின் முக்கியமான பிரிவுகளை முன்னணிக்கு அனுப்பத் தொடங்கியது. அறிவிக்கப்படாத போர் ஒன்று ஆரம்பமானது.

காஷ்மீரில் படைகளைக் குவிப்பதற்கான உத்தரவு அதே தளபதி டக்ளஸ் க்ரேஸி மூலம்தான் தரப்பட்டது. அவர் இப்போது பாகிஸ்தானின் கமாண்டர்-இன்-சீஃபாக இருந்தார். முந்தைய அக்டோபர் மாதத்தில் ஜின்னா தந்த உத்தரவை ஏற்க மறுத்து, காஷ்மீருக்குப் படைகளை அனுப்ப முடியாது என்று இவரேதான் சொல்லியிருந்தார். 20 ஏப்ரல் 1948 அன்று அவர் தன் அரசாங்கத்துக்கு ஓர் அறிக்கை அனுப்பி, அதில் இந்தியத் தாக்குதல் வெகு சீக்கிரத்தில் இருக்கும் என்றும் அப்படித் தாக்குதல் நடந்தால் அதன் விளைவுகள் எப்படியிருக்கும் என்றும் தெரிவித்திருந்தார்.

> பாகிஸ்தான் மற்றொரு அகதிப் பிரச்னையைச் சந்திக்காமல் இருக்கவேண்டும் என்றால்; 27.50 லட்சம் பேர் தங்கள் வீடுகளை இழந்து அகதிகள் ஆகாமல் இருக்கவேண்டும்

> என்றால்; பாகிஸ்தானின் வாசலிலும் பக்கவாட்டுப் பகுதி களிலும் அமர்ந்துகொண்டு இந்தியா தன் இஷ்டம்போல் தாக்குதலை நடத்தாமல் இருக்கவேண்டும் என்றால்; குடிமக்கள் மற்றும் ராணுவத்தின் தன்னம்பிக்கை படுகாயம் அடையாமல் இருக்கவேண்டும் என்றால்; கலக சக்திகள் வலுவடைந்து பாகிஸ்தானுக்குள் குழப்பம் விளைவிக்காமல் இருக்கவேண்டும் என்றால்... இந்திய ராணுவத்தை ஊரி-பூஞ்ச்-நவ்ஷேரா கோட்டைத் தாண்டி வர ஒருபோதும் அனுமதிக்கக்கூடாது.[41]

அந்த ஆலோசனை ஏற்றுக்கொள்ளப்பட்டது. மே ஆரம்பத்தில், பாகிஸ்தானுக்கான பிரிட்டிஷ் ஹை கமிஷனர் லண்டனுக்கு அனுப்பிய செய்தியில், பாகிஸ்தான் ராணுவம் காஷ்மீரில் சண்டையில் ஈடு பட்டுள்ளது என்று தெரிவித்திருந்தார். இந்தச் செய்தி வெளியில் பரவாமல் பிரிட்டிஷ் அரசாங்கம் பார்த்துக்கொண்டது. இரண்டு மாதங்கள் கழித்து பாகிஸ்தான் சென்ற ஐ.நா குழு உறுப்பினர்கள், பாகிஸ்தான் அரசு தன் படைகளைக் காஷ்மீருக்கு அனுப்பியுள்ள விவரத்தைக் கேட்டு அதிர்ந்துபோயினர்.

இந்தப் பதற்ற நிலை முன்னாள் சமஸ்தானத்தைத் தாண்டி வளர வில்லை. பிந்தைய போர்களைப் போலன்றி, முதல் இந்திய-பாகிஸ் தான் போர், காஷ்மீர் என்ற ஒரேயோர் அரங்கில் மட்டுமே நடை பெற்றது. பல அச்சுறுத்தல்களை விடுத்திருந்தபோதிலும் பிரிட்டிஷ் அரசு, இந்திய பாகிஸ்தான் ராணுவங்களிலிருந்து தன் எஞ்சிய அதிகாரிகளைத் திரும்பப் பெற்றிருக்கவில்லை. காஷ்மீர் போரில் பிரிட்டிஷார்கள் பங்கெடுக்கக்கூடாது என்ற உத்தரவு அப்படியே நீடித்தது. ஆனால், அவர்கள் கைகளைக் கட்டிக்கொண்டு ஓரத்தில் போய் நிற்கவேண்டும் என்றெல்லாம் கட்டாயப்படுத்தவில்லை. இது பாகிஸ்தானுக்கே சாதகமாக இருந்தது.

1948 வாக்கில் பாகிஸ்தான் ராணுவத்தில் சுமார் 800 பிரிட்டிஷ் அதிகாரிகள் இருந்தனர். மாறாக, இந்திய அரசு இந்தியர்களுக்கே பதவி உயர்வு கொடுத்திருந்தது. இந்திய ராணுவத்தில் அப்போது வெறும் 350 பிரிட்டிஷ் அதிகாரிகள் மட்டுமே இருந்தனர். அவர்களும், ஆலோசனை அல்லது தொழில்நுட்பப் பணிகளை மட்டுமே பார்த்துக்கொண்டிருந் தனர்.[42] சண்டையில் ஈடுபடவில்லை என்றாலும் பிரிட்டிஷ் அதிகாரி கள் பாகிஸ்தான் ராணுவத்தை ஒருங்கிணைத்து, உதவிகள் புரிந்து வருவதாக இந்தியா கடுமையாகப் புகார் செய்தது. காஷ்மீரில் பாகிஸ்தான் படைகளுக்கு ஓரிரு பிரிட்டிஷ் அதிகாரிகள் தலைமையே

தாங்கியிருக்கிறார்கள் என்பது மட்டும் இந்தியாவுக்குத் தெரிந்திருந் தால் இன்னும் வலுவாகக் கண்டித்திருக்கும்.

இந்திய ராணுவத்தில் இடம் பெற்றிருந்த (இப்போது அருகிப் போய் விட்ட) பிரிட்டிஷ் வீரர்களின் தனிப் பத்திரிகைகளில் இடம்பெற்றிருக் கும் ராணுவச் சம்பவங்கள், சுய அனுபவக் குறிப்புகள் ஆகியவை அதிகாரபூர்வக் குறிப்புகளுக்கு வலு சேர்ப்பவையாக உள்ளன. கிட்டத்தட்ட 40 ஆண்டுகளாக லெஃப்டினண்ட் கர்னல் பேட்ரிக் எமர்ஸன், இந்திய ராணுவத்தினர் சங்கத்தின் செயலாளராக இருந்தார். அவர் இருக்கும்வரை, அந்தச் சங்கம் தனிச் சுற்றுக்கான பத்திரிகை ஒன்றை வெளியிட்டு வந்தது. சுதந்தரத்துக்கு முந்தைய இந்திய ராணு வத்தில் அவர் பத்தாண்டுகள் பணி புரிந்திருந்தார். பிரிவினைக்குப் பிறகு பாகிஸ்தான் ராணுவத்தில் சேர்ந்து பணியாற்ற விருப்பம் தெரிவித் திருந்தார். அங்கு இரண்டு ஆண்டுகள் பணி புரிந்தார். 1947 கடைசியிலும் அடுத்த ஆண்டு முழுவதும் அவர் புதிய சர்வதேசக் கோட்டுப் பகுதியில் இந்திய ஜம்மு பகுதிக்கு அருகில் சியால்கோட்டில் பட்டாலியன் கமாண்டராகப் பணியாற்றினார்.

பிற பிரிட்டிஷ் அதிகாரிகளைப் போலவே, அவருக்கும், பழங்குடி களின் காஷ்மீர் ஊடுருவல் குறித்தும் ஆஸாத் காஷ்மீர் படைகளுக்குப் பாகிஸ்தான் அரசு கொடுத்த ஆதரவு பற்றியும் எதுவும் தெரிந்திருக்க வில்லை. ‘எனக்கு இதுபற்றி ஒன்றுமே தெரியாது. மோட்டர்பைக்கில் ஏறிப் பத்து மைல் தொலைவு எல்லைப் பகுதியில் போனால் கொள்ளைப் பொருள்களுடன் வந்துகொண்டிருக்கும் பதான் பழங்குடி களைப் பார்க்கலாம் என்று ஒரு நாள் பேச்சுவாக்கில் நான் கேள்விப் பட்டேன். உடனே என் பைக்கில் ஏறிப் போய், பாதுகாப்பான இடத்தில் நின்றுகொண்டு பார்த்தேன். தோளில் ஏராளமான மூட்டைகளுடன் பதான் பழங்குடிகள் வரிசை வரிசையாகத் தொலைவில் சென்று மறைவதைக் கண்டேன். நான் பார்த்தது அவ்வளவுதான்’ என்று அவர் என்னிடம் சொன்னார்.

காஷ்மீரில் பாகிஸ்தான் தன் நிலையைப் பலப்படுத்திக்கொள்ளத் தன் படைகளை அனுப்பியபோதுகூட அவர் தன் முகாமில்தான் இருந்தார். பேட்ரிக் எமர்ஸனின் பத்திரிகையும் அதுபோன்ற பிற பத்திரிகைகளும், பிரிட்டிஷ் அதிகாரிகள் தங்கள் வசம் இருந்த படைகளைப் போருக்குச் செல்ல அனுமதித்ததுடன், சிலர் தாங்களும் அந்தப் படைகளுக்குத் தலைமை தாங்கிச் சென்று போராடவும் செய்தனர் என்பதைத் தெரிவிக்கின்றன. ‘பெரும்பாலான நேரங்களில் அதற்கு என்ன காரணம் என்றால், அவர்களுடைய வீரர்கள் போருக்குச் சென்றார்கள். தங்கள் வீரர்களோடு சேர்ந்து போரில் ஈடுபடுவதுதான் அவர்களுடைய

பழக்கம். எனவே, அவர்களும் உற்சாகமாகச் சென்று இவர்களுடன் சேர்ந்துகொண்டுள்ளனர்' என்று எமர்ஸன் தெரிவித்தார். 'இதனால் காஷ்மீரில் என்னென்ன பின்விளைவுகள் ஏற்படும் என்றோ காஷ்மீரின் எதிர்காலம் என்ன ஆகும் என்றோ யாரும் யோசித்ததாகத் தெரியவில்லை. தங்கள் வீரர்கள் போருக்குப் போகிறார்கள்; எனவே, தாங்களும் போகவேண்டும் என்பதுதான் அவர்கள் மனநிலை.'

இவ்வாறு இந்தப் போரில் மறைந்திருந்து செயல்பட்ட பிரிட்டிஷ் வீரர் ஜே.ஹெச். ஹார்வி-கெல்லி இரண்டு முறை காஷ்மீருக்குள் போய் வந்தார். *1948* ஜனவரியில் இவரது முதல் பயணத்தின்போது இவரது வேலை தன் படைப்பிரிவின் வீரர்களைத் திரும்ப அழைத்துக்கொண்டு வருவது. அவர்கள், துப்பாக்கிகள், பீரங்கிகளுடன் போராளிகளுக்கு உதவ காஷ்மீருக்குள் நுழைந்திருந்தனர். *1948* கோடைக்காலத்தின் ஆரம்பகட்டத்தில் இரண்டாவது முறை போனார். இம்முறை தன் ஆட்களைத் தடுத்து நிறுத்தி, திரும்ப அழைத்துக்கொண்டு வருவதற்கு அல்ல. அபோட்டாபாத்தில் இருக்கும் தங்கள் முகாமிலிருந்து, இந்தியப் படைகளுக்கு எதிரான போரில் தலைமை தாங்க. ஹார்வி-கெல்லி, காஷ்மீர் போரின் காரணகர்த்தாக்களுள் ஒருவரான அக்பர் கானைச் சந்திக்க மூரீ நகருக்கு அழைக்கப்பட்டதை நினைவுகூர்ந்தார்.

> *அக்பர் கேட்ட முதல்கேள்வியே, 'நீங்கள் ஒரு தன்னார்வலரா?' என்பதுதான். என் முகத்தில் ஏற்பட்ட குழப்பத்தை அவர் பார்த்திருக்கக்கூடும். 'நீங்கள் காஷ்மீருக்குப் போக விரும்ப வில்லை என்றால் அதை என்னால் புரிந்துகொள்ள முடியும்' என்று அவர் சொன்னார். நான் உடனேயே, 'அதைவிட வேறெதையும் நான் விரும்பவில்லை' என்றேன். 'காஷ்மீரில் என் படைக்கு நான் தலைமை தாங்குவது தன்னிச்சையான ஒரு செயல் என்று கருதப்படும் என்றால் நான் தன்னிச்சையாகவே அந்தச் செயலைச் செய்ய விரும்புகிறேன்' என்றேன். 'நல்லது. உங்களுக்கு போர்ப் பெயர் ஒன்றைத் தர விரும்புகிறோம். இக்பால் என்ற பெயர் எப்படி இருக்கிறது?' என்று கேட்டார். சர் முகமது இக்பால் என்பது புகழ் பெற்ற பஞ்சாபிக் கவிஞர் ஒருவரது பெயர் என்பதால் நான் மிகவும் சந்தோஷம் அடைந்தேன்... பிரிகேடியர் அக்பரை எனக்குப் பிடித்துப் போனது. அவர் பேசும் விதம் கொஞ்சம் அயர்லாந்து சாயலில் இருந்தது. அவருடைய பந்தயக் குதிரைகள் அயர்லாந்தில் பயிற்சி பெற்றுள்ளன. அவருடைய பேகம் புகழ் பெற்ற ஓர் அரசியல் பிரமுகர்.*

ஹார்வி-கெல்லி, திட்டமிட்டதுபோல், தன் படைக்குத் தலைமை தாங்கிச் சென்றார். ஜீலம் ஆற்றின் வடக்கே, சகோத்தியைப் பார்த்தபடி

இருக்கும் மலைப் பகுதியில், பாண்டு என்ற ராணுவ முக்கியத்துவம் வாய்ந்த பகுதியைக் கைப்பற்றினார். அவருடைய வீரர்களிடம் அடையாள அட்டைகளோ ராணுவ பேட்ஜ்களோ இருக்கவில்லை. ஏனெனில் பாகிஸ்தான் அரசு, முறையாக ராணுவத்தை அனுப்பத் தீர்மானித்ததற்கு முன்பாகவே அவர்கள் அனுப்பப்பட்டிருந்தனர். ஹார்வி - கெல்லியும் ராணுவ உடை அணிந்திருக்கவில்லை. தாடி வளர்த்திருந்தார். 'வெளியிலிருந்து பார்ப்பவர்களுக்கு நான் அங்கு இருப்பது தெரியவருவதில் எந்த அர்த்தமும் இல்லை' என்று அவர் சொன்னார். படைவீரர்கள் இடையே இருந்த பகைமை காரணமாக, திட்டமிட்டபடி படைகளை இயக்குவதில் அவருக்குச் சிரமம் இருந்திருக்கிறது. அவருடைய படைக்காக அனுப்பப்பட்டிருந்த லீ என்ஃபீல்ட் ரைபிள்களை, மசூத் பழங்குடியினர் தங்களுடைய சொந்த உபயோகத்துக்காக எடுத்துச் சென்றுவிட்டனர்.

ஒரு வருடத்துக்கு முன்பாக, சுதந்தரத்துக்கு முந்திய இந்திய ராணுவத்தில் தன் சகாக்களாக இருந்தவர்களுக்கு எதிராக ஆயுதம் ஏந்துவதில் அவருக்கு எந்த வருத்தமும் இருக்கவில்லை. 'என்னைப் போலவே திறமை வாய்ந்த எதிரிக்கு எதிராக என் திறமையை முன்வைத்தேன். மேலும் எங்கள் நோக்கம் நியாயமான ஒன்றாக இருந்தது' என்றார் அவர். 'இந்தியா தன் முழுச் சக்தியையும் எங்கள்மீது பிரயோகம் செய்யும்போது, நாங்களோ ஆஸாத் காஷ்மீரிகள் (போர் புரிவதில் வெகு சுமார்), பதான் பழங்குடிகள், தரைப்படையின் ஒரு சில பிரிவுகள், மிகச் சில துப்பாக்கிகள் ஆகியவற்றை மட்டுமே பயன்படுத்த முடியும் என்றதால் போர் மிகவும் சவாலானதாக ஆகியது' என்றார். அவருக்கு அதிர்ச்சியூட்டும் வகையில், பாதிப் போர் நடந்து கொண்டிருந்த போதே, படையைக் களத்திலேயே விட்டுவிட்டுத் திரும்பும்படி அவர் உத்தரவிடப்பட்டார். காஷ்மீரில் இருந்த பாகிஸ்தான் படையில் வெகு சில பிரிட்டிஷ் அதிகாரிகளே இருந்தனர் என்றும் தான் மட்டும் தனித்து அல்ல, மேலும் சில பிரிட்டிஷாரும் போரில் ஈடுபட்டிருந்தனர் என்றும் ஹார்வி - கெல்லி குறிப்பிட்டார்.[43] 1948-ன் ஆரம்பத்தில், பாகிஸ்தான் ராணுவத்திலிருந்து ஓய்வு பெற்ற பிரிட்டிஷ் அதிகாரிகளில் ஆறு பேர் ஆஸாத் காஷ்மீர் படையில் சேர்ந்தனர் என்றும் அவர்களில் இருவர் சேர விருப்பம் இல்லாமல் இருந்தாலும், வற்புறுத்திச் சேர வைக்கப் பட்டனர் என்றும் பாகிஸ்தானில் இருந்த பிரிட்டிஷ் தூதரக அதிகாரிகள் தெரிவித்தனர்.[44]

இந்தியாவுக்கும் பாகிஸ்தானுக்கும் இடையில் வெளிப்படையான போர் ஆரம்பித்தது. இதற்குமுன் நண்பர்களாக இருந்த கமாண்டர்கள் எதிரெதிர் பக்கம் போர் புரியவேண்டியிருந்தது. ஒரே நேரம் கேடட் பயிற்சி பெற்ற தளபதிகள், தங்கள் படைகளைத் தங்கள் நண்பர்களின்

படைகளுக்கு எதிராக நிறுத்தவேண்டியிருந்தது. பிரிவினையின்போது, ஒருங்கிணைந்த இந்திய ராணுவத்தை இரண்டாகப் பிரிப்பதுதான் மிகவும் வேதனை நிறைந்ததும் புகார்கள் மலிந்ததுமான ஒன்றாக இருந்தது. ராணுவ வீரர்களையும் அதிகாரிகளையும் பங்கிடும்போது, இந்தியா வேண்டுமென்றே மெதுவாகச் செயல்பட்டதாகப் பாகிஸ்தான் நம்பியது. பாகிஸ்தான் புதிதாக ஒரு ராணுவத்தை உருவாக்கிக்கொள்ளவேண்டிய நிர்பந்தத்தில் இருந்தது.

இரு நாட்டு ராணுவங்களும் ஒரே பாரம்பரியப் பின்னணியில் வந்தவை தான் என்றாலும், கடந்த 60 வருடங்களில் இரண்டும் கடந்துவந்துள்ள பாதை ஒன்றுக்கொன்று முற்றிலும் வேறுபட்டதாக உள்ளது. பாகிஸ் தானில் பல்வேறு ராணுவப் புரட்சிகள், கலகங்கள் நடைபெற்றுள்ளன. ராணுவத் தலைவர்கள் அதிகாரத்தைக் கைப்பற்றியுள்ளனர். ஆனால், மக்களால் தேர்ந்தெடுக்கப்பட்ட அரசைக் கவிழ்க்கும்நோக்கில் இந்திய ராணுவம் ஒருபோதும் செயல்பட்டதில்லை.

முதல் இந்திய - பாகிஸ்தான் போரில் ஈடுபட்ட பலருக்கும், புதிய தேசம் ஒன்றின் சார்பில் போராடுகிறோம் என்ற மகிழ்ச்சியைவிட, நண்பர்களை எதிர்த்துப் போரிட வேண்டியிருக்கிறதே என்ற சோகமே மிகுதியாக இருந்திருக்கிறது. இந்திய ராணுவத்தில் ஜெனரலாகப் பதவி வகித்து ஓய்வு பெற்ற மன்மோஹன் கன்னா, 1948-ல் நடந்த போரின்போது எதிரிகள் முகாமில் இருந்த தன் பழைய நண்பருக்கு சிகரெட் பாக்கெட்களை அனுப்பியது குறித்து என்னிடம் பகிர்ந்துகொண்டார். பாகிஸ்தான் ராணுவத்தில் உயர் பதவிகளை வகித்து ஓய்வுபெற்ற ஷேர் அலி பட்டோடி, விக்டோரியா ஷோஃபீல்ட் என்ற பத்திரிகையாளரிடம் இந்த விஷயத்தைச் சொல்லியிருக்கிறார்: பட்டோடி தன் பழைய நண்பரான இந்தியத் தளபதி ஒருவரைத் தொடர்புகொண்டபோது, அவர் பெரும் எரிச்சலுடன், 'பேசாமல் இந்தப் போரை நிறுத்திவிடுவோமே' என்று கூறியிருக்கிறார். மேலிடத்திலிருந்து உத்தரவு கிடைக்காமல் நிறுத்த முடியாதே என்று சொன்னாராம் பட்டோடி. 'நாங்கள் இருவரும் நெருங்கிய நண்பர்கள். ஆனால் எங்களால் போரை நிறுத்தமுடிய வில்லை. இது மாபெரும் சோகம்' என்றார் பட்டோடி.[45]

இரு ராணுவங்களும் ஒரு வழியாகப் போரை முடிவுக்குக் கொண்டு வந்தன. ஊரி-பூஞ்ச்-நவ்ஷேரா கோட்டைத் தாண்டி இந்தியப் படைகள் வராமல் தடுப்பதில் தளபதி க்ரேஸி வெற்றிபெற்றார். இந்தியா மேற்குப் பக்கமாக முன்னேறுவதை பாகிஸ்தான் தடுத்துவிட்டது. இதனால் பாகிஸ்தான், காஷ்மீரில் இருந்த மீர்பூர், முஸாஃபராபாத் பகுதிகளைத் தக்கவைத்துக் கொண்டது. இந்தியப் படைகளுக்கும் பாகிஸ்தானுக்கும் இடையில் தடுப்பரண்போல ஓர் இடைப்பட்ட பகுதியை உருவாக்கிக்கொண்டது. நிறையச் சண்டைகள் நடை

பெற்றன. ஆனால் யாருக்கும் எந்தப் பலனும் கிடைக்கவில்லை. பால்டிஸ்தானிலும் லடாக்கிலும் பாகிஸ்தான் ராணுவம் பெரும் வெற்றிகளைப் பெற்றது. முக்கியமாக, ஸ்கர்து நகரைத் தன் கட்டுப் பாட்டுக்குள் கொண்டுவந்தது. எனினும், இந்தியா லடாக்கின் தலைநகரான லே வரையிலான பாதையைத் தன் கட்டுப்பாட்டில் வைத்துக்கொண்டது. ஜீலம் பள்ளத்தாக்குப் பாதையில் ஒருவித வெற்றி தோல்வியற்ற நிலை உருவாகியிருந்தது. ஜம்மு முனையில்தான் மிகத் தீவிரமான சண்டைகள் நடைபெற்றன. 1948 நவம்பரில் இந்தியா அங்கு முக்கியமான வெற்றியைப் பெற்றது. பூஞ்ச் நகர்மீதான முற்றுகையைத் தகர்த்தது. ஆனால் அதற்கு ஒரு வருடம் ஆனது. இந்திய ராணுவம் தொடர்ந்து அங்கு இருந்து வந்ததால், பிரச்னை முற்றியபோது இந்த ஊருக்கு வந்து குவிந்திருந்த சீக்கிய, இந்து அகதிகள் காப்பாற்றப் பட்டனர்.

1948 கடைசியில் போர் நிறுத்தத்தைக் கொண்டுவர முயற்சிகள் மேற் கொள்ளப்பட்டன. இரு ராணுவங்களின் பிரிட்டிஷ் தலைமைத் தளபதிகளான இந்தியாவின் சர் ராய் புச்சர், பாகிஸ்தானின் சர் டக்ளஸ் க்ரேஸி ஆகியோரின் முயற்சியால்தான் போர் நிறுத்தம் விரைவாக அமலுக்கு வந்தது என்று சொல்லப்பட்டது. 1949 ஜனவரி வாக்கில் இந்தியாவின் முதல் இந்திய தலைமைத் தளபதியாக ஜெனரல் கரியப்பா நியமிக்கப்பட்டுவிட்டால், இந்த முயற்சி நிறுத்தப்படலாம் என்று இவர்கள் இருவரும் பயந்ததே இதற்குக் காரணம் என்றும் சொல்லப் படுகிறது. ஜூன் மாதத்தில் மவுண்ட்பேட்டன் தன் நாட்டுக்குத் திரும்பியிருந்தார். இந்தப் பகுதிகளின் தலையெழுத்தை நேரடியாகத் தீர்மானிப்பதில் பிரிட்டிஷாருக்கு இருந்த கடைசி வாய்ப்பாகப் போர் நிறுத்தம் பார்க்கப்பட்டது.

பிரிவினை காரணமாக இந்தப் பகுதியில் ஏற்பட்ட மாபெரும் உயிரிழப்புக்குக் காரணமாக இருந்த பிரிட்டன், யாருக்கும் வெற்றி-தோல்வி இல்லாமல் தொடர்ந்துகொண்டிருக்கும் இந்தப் போரை விரைவில் முடிவுக்குக் கொண்டுவருவதன்மூலம் சிறிய பிராயச்சித்தம் தேடிக்கொண்டனர். போர் நிறுத்தப் பேச்சுவார்த்தை யின் இறுதிக் கட்டத்தில், இந்த இரண்டு கமாண்டர்களும் நேரடியாகப் பேச்சுவார்த்தை நடத்தினர்.

இன்னும் சிறிது காலம் அவகாசம் கிடைத்திருந்தால் தங்கள் கையே ஓங்கியிருக்கும் என்று இரு தரப்பு ராணுவ அதிகாரிகளும் வருத்தப் பட்டனர். பாகிஸ்தானின் தடைகளை முறியடித்து ஜீலம் பள்ளத் தாக்குப் பாதையில் முன்னேறியிருப்போம் என்று இந்தியர்கள் சொன்னார்கள். சிறிது கால அவகாசம் கிடைத்திருந்தால் பூஞ்ச்மீது

தாக்குதல் நடத்தி, அதைக் கைப்பற்றி, ஜம்முவுக்குள்ளும் ஊடுருவி யிருப்போம் என்று பாகிஸ்தான் தரப்பினர் சொன்னார்கள். இரண்டு ராணுவங்கள் மற்றும் அரசாங்கங்களின் உண்மையான பயம் என்னவென்றால் இந்தப் போர் மட்டும் நீடித்துக்கொண்டே போனால், அது பஞ்சாப் எல்லைக்கும் பரவி, பின்னர் மிகப் பெரியதாக ஆகிவிடும் என்பதே. அத்தகைய மாபெரும் கோர நிகழ்வை தாங்கிக்கொள்ளும் வலிமை இரு தேசங்களுக்குமே இருக்கவில்லை.

ஐ.நா சபையின் மேற்பார்வையில், *1949* புது வருடப் பிறப்பன்று போர் நிறுத்தம் அமலுக்கு வந்தது. ஜனவரி முடிவில் சிறிய ஐ.நா ராணுவக் குழு போர் நிறுத்தக் கோட்டைத் தீர்மானிக்கவும் ஒப்பந்தத்தை முறையாக அமல்படுத்துவதை மேற்பார்வையிடவும் காஷ்மீர் வந்தது. முதல் விஷயத்தில் ஐ.நாவுக்கு வெற்றி கிட்டியது. *1949* நவம்பரில் போர் நிறுத்தக் கோடு வரைபடத்தில் வரையப்பட்டது. அடுத்த வந்துள்ள ஆண்டுகளில், காஷ்மீர் பள்ளத்தாக்கில் இந்தியாவுக்கும் பாகிஸ்தானுக்கும் இடையிலான பிரிவினைக் கோடாக இருக்கும் இந்தக் கோடு எந்த மாறுதலுக்கும் உள்ளாகாமல், பிற சர்வதேசக் கோடுகளைவிட வலுவானதாக இருந்துவருகிறது. ஆனால், சண்டை மட்டும் முடிவுக்கு வரவேயில்லை.

இந்தியா, பாகிஸ்தான் இரு நாடுகளிலும் இருக்கும் ஐ.நாவின் ராணுவக் கண்காணிப்புக் குழு, கனத்த மனத்துடன் இரு பக்கமும் நடக்கும் ஒப்பந்த மீறல்களை, தன்னால் முடிந்த அளவு ஆவணப்படுத்தி வருகிறது. ஆனால், அமைதியை மட்டும் அடைய முடியவில்லை. ராவல்பிண்டியிலும் ஸ்ரீநகரிலும் இந்தக் குழுவின் தலைமையகங்கள் இயங்கிவருகின்றன. இரு பக்கங்களிலும் பல நகரங்களில் சிறு சிறு அலுவலகங்களும் உள்ளன.

ஒரு கட்டத்தில் பாரமுல்லாவின் செயிண்ட் ஜோசப் மடாலயத்துக்கும் மருத்துவமனைக்கும் அருகில் ஓர் அலுவலகம் இயங்கி வந்தது. நான் கடைசியாக அங்கு சென்றபோது தன்னந்தனியாக ஒரே ஒரு தென் கொரிய வீரர் அங்கே உட்கார்ந்திருந்தார். அந்த அலுவலகத்தில் இரண்டே இரண்டு அறைகள்தான் இருந்தன. மளிகைப் பொருள்கள் வாங்கவேண்டும் என்றால்கூட இந்திய ராணுவத்தின் பாதுகாப்பு இல்லாமல் அவரால் வெளியே செல்ல முடியாது. தன் சக தோழர்களோடு பேச அவருக்கு இருந்த ஒரே வழி கையில் இருக்கும் வாக்கி டாக்கிதான். ஐ.நா சபையின் பல்வேறு அமைப்புகளில் இதுதான் மிக அதிக அளவில் முயற்சிகள் மேற்கொண்டு, மிகக் குறைந்த பலனைப் பெற்றுள்ளது என்று சொல்லவேண்டும்.

11

புனைவுகளை உருவாக்குதல்

வலுவான கதைகள், அற்புதமான பிரசார சாதனங்களாக விளங்குகின்றன. பாரமுல்லா மீதான பழங்குடிகளின் தாக்குதல் பற்றிய விவரிப்புகள், அதைச் சொல்பவர்களின் பின்னணிக்கு ஏற்ப வண்ணங்களை ஏற்றிக்கொண்டுள்ளன.

பாகிஸ்தானிலிருந்து ஆக்கிரமிக்க வந்த பழங்குடி களின் கொள்ளையடிப்பு, தீவைப்பு, இன்ன பிற அட்டூழியங்கள் ஆகியவற்றைப் பெரிதாக்கி, இந்தியா காஷ்மீர்மீதான தன் உரிமைகோரலுக்கு வலு சேர்க்கப் பயன்படுத்திக்கொண்டுள்ளது. அந்தத் தாக்குதலில் கொல்லப்பட்ட தியாகிகளை முன்வைத்து இந்தியா தன் வாதங்களை வலுப் படுத்திக்கொண்டுள்ளது.

இந்தியா அதன்பிறகு காஷ்மீரில் செய்த அநியாயங் கள், லஷ்கர்கள் செய்த தவறுகளையெல்லாம் தாண்டி எங்கேயோ சென்றுவிட்டன என்று பாகிஸ்தான் சொல்லிவருகிறது.

கத்தோலிக்கத் திருச்சபை அல்லது குறைந்தபட்சம் அதில் ஒரு பிரிவு, பாரமுல்லா தாக்குதலில் கொல்லப்பட்ட ஸ்பானிய கன்யாஸ்திரீக்குப் புனிதர் பட்டம் தரவேண்டும் என்று உரிமைக் குரல் எழுப்பி வருகிறது.

வெறிபிடித்த முஸ்லிம் பழங்குடிகளுக்கு எதிராக தீரத்துடனும் மன உறுதியுடனும் போராடிய ஐரோப்பியர்களை, மேற்கத்தியப் பத்திரிகை யாளர்களும் நாவலாசிரியர்களும் தங்கள் கதையின் நாயகர்களாகப் பார்க்கிறார்கள்.

இவை அனைத்திலுமே கொஞ்சம் உண்மையும் நிறையப் புனைவு களும் உள்ளன. இந்த ஹீரோ-வில்லன் கதையில் ஒவ்வொரு தரப்பும் தங்களுக்கான ஹீரோக்களை உருவாக்கிக்கொண்டு, தங்கள் தரப்பை நியாயப்படுத்துவதற்காக அவர்களுடைய தீரத்தைப் பரப்பி வருகிறார்கள்.

புகைப்படச் செய்தி இதழான லைஃப் பத்திரிகையின் இரு அமெரிக்கப் பெண் பத்திரிகையாளர்களுக்கு லஷ்கர் தாக்குதல் ஒருங்கிணைப்பின் மையப் புள்ளியான அபோட்டோபாத்துக்கும் பாரமுல்லாவுக்கும் செல்வதற்கு பாகிஸ்தான் அரசு அனுமதி மறுத்துவிட்டது என்று சர் ஜார்ஜ் கன்னிங்ஹாம், பழங்குடிப் படை காஷ்மீருக்குள் நுழைந்த இரு வாரங்கள் கழித்து தன் நாட்குறிப்பில் குறிப்பிட்டிருந்தார். ஆனால், அவர்களில் ஒருவரான மார்கரெட் பர்க்-வைட் அவ்வளவு எளிதில் தோல்வியை ஒப்புக்கொண்டுவிடவில்லை.[1] அடுத்து வந்த வாரங்களில் அவர் அந்த இரு நகரங்களுக்கும் சென்றுவந்தார். பர்க்-வைட் ஏற்கெனவே ஜின்னாவைப் புகைப்படம் எடுத்திருந்தார். அந்த புகழ்பெற்ற படங்களில், ஜின்னாவின் தளரத் தொடங்கிய உடலும் அதே நேரம் மன வலிமையும் புத்திக்கூர்மையும் அருமையாகச் சித்திரிக்கப்பட்டிருந்தன. கூர்மையான கழுகுப் பார்வையுடனும் பிரத்தியேகமான அஸ்ட்ரகான் தொப்பியுடனும் இருந்த ஜின்னாவின் உருவம், 1948 ஜனவரியில் வெளியான லைஃப் பத்திரிகையின் அட்டையை அலங்கரித்திருந்தது.

நியூ யார்க்கைச் சேர்ந்த மார்கரெட் பர்க்-வைட், 1936-ல் லைஃப் பத்திரிகை ஆரம்பிக்கப்பட்டபோது அதன் முதல் அட்டைப் படத்துக் கான புகைப்படத்தை எடுத்திருந்தார். அவருடைய தலைமுறையைச் சேர்ந்தவர்களிலேயே மிகவும் புகழ்பெற்ற புகைப்படக் கலைஞராக விளங்கினார். இரண்டாம் உலகப் போர் காலகட்டத்தை அவர் ஐரோப்பாவில் கழித்திருந்தார். முக்கியமாக, ஹிட்லர் தன் சோவியத் கூட்டாளிக்கு எதிராகத் திரும்பியபோது அவர் மாஸ்கோவில் இருந்தார்.

1946-ல், 'ஐரோப்பா அழியத்தொடங்கிவிட்டது' என்று சொல்லி விட்டு, இந்தியாவில் தான் வேலை பார்க்க விரும்புவதாகக் கேட்டுக்

கொண்டு இங்கு வந்தார். 'தேசங்களின் வரலாற்றிலேயே மிகவும் அரிதான ஒரு சம்பவமான, இரட்டைக் குழந்தைகளின் பிறப்பை நான் சாட்சியாக இருந்து பார்த்தேன்' என்று இந்திய பாகிஸ்தான் சுதந்தரத்தைப் பற்றி எழுதினார்.[2] பிரிவினைக் காலப் பேரழிவுகளின் பின்னணியில், மனித துயரத்தையும் உறுதியையும் வெளிக்காட்டும் இவரது புகைப்படங்கள், அந்த மாபெரும் நிகழ்வைத் துல்லியமாகக் காட்டுபவை. காலம் கடந்து நிற்பவை. ஆனால், சில படங்கள் உள்ளது உள்ளபடியே எடுக்கப்பட்டவை அல்ல. தனக்கு வேண்டியமாதிரி மக்களைச் செலுத்தி எடுக்கப்பட்டவை.

'அங்கு நாங்கள் மணிக்கணக்கில் இருந்தோம். அகதிகளை மீண்டும் மீண்டும் பின்னோக்கிச் சென்று முன்னோக்கி நடக்குமாறு அவர் கேட்டுக்கொண்டார். அவர்கள் கடுமையாக பயந்திருந்ததால், மாட்டோம் என்றுகூட அவர்களால் சொல்லமுடியவில்லை. அவர்கள் சாவின் விளிம்பில் இருந்தனர்' என்று அகதிகள் குறித்த அபாரமான புகைப்படங்களை பர்க்-வைட் எடுத்தபோது உடனிருந்த லைஃப் இதழின் நிருபர் நினைவுகூர்ந்தார்.[3] சுதந்தரம் கிடைத்தபோது ஏற்பட்ட கடுந்துயரத்தைப் பார்த்திருந்தபோதிலும், இந்தியா உலகில் பெரும் பங்காற்றப்போகிறது என்று அவர் நம்பினார். 'அப்போது, ஜெர்மனியிலிருந்து நேரடியாக இந்தியாவுக்கு வந்திருந்தேன். ஜெர்மனியின் தேக்கத்துடன் ஒப்பிடும்போது, இந்தியாவின் புத்துணர்ச்சியும் வேகமும் என்னில் அழுத்தமான தாக்கத்தை ஏற்படுத்தின. ஒரு சகாப்தம் முடிவுக்கு வந்ததையொட்டி ஐரோப்பா பாரத்தால் அமிழ்ந்திருந்தது. இந்தியா புத்துணர்ச்சியுடன், பெரும் நம்பிக்கையுடன், புதியதொரு வாழ்க்கையை ஆரம்பிக்கவிருந்தது.'[4]

தன் நம்பிக்கையைப் பற்றியும், இந்தியாவிலும் பாகிஸ்தானிலும் தனக்கு ஏற்பட்ட பயண அனுபவங்களைப் பற்றியும் அவர், பிரிவினைக்கு இரண்டு ஆண்டுகள் கழித்து எழுதிய 'ஹாஃப் வே டு ஃப்ரீடம்: எ ரிபோர்ட் ஆன் தி நியூ இந்தியா' என்ற நூலில் குறிப்பிட்டுள்ளார். இந்தப் புத்தகத்தின் ஓர் அத்தியாயத்தில், பாரமுல்லா சம்பவங்கள் குறித்து அவர் எழுதியிருக்கிறார்.

பாகிஸ்தான் அரசு விதித்த தடைகளை மீறி பர்க்-வைட் அபோட்டா பாத்துக்கு போய்ச் சேர்ந்தார். அங்கு அவர் பாரமுல்லாவில் இருந்து மீட்கப்பட்ட கன்யாஸ்திரீகள் சிலரைச் சந்தித்தார். 'நான் சந்தித்த வெளுத்த முகத்துடனான கன்யாஸ்திரீ என்னிடம் அங்கு நடந்த சம்பவங்களை விவரித்தார்: 'அவர்கள் எக்ஸ் ரே கருவிகளை உடைத்தனர். மருந்து பாட்டில்களைத் தரையில் வீசினர்.தேவாலயத்தில் இருந்த சிலைகளை உடைத்தனர். துப்பாக்கியால் சுட்டனர்.''[5]

அவர் அபோட்டாபாத்துக்குப் போவதற்குமுன், பாகிஸ்தான் அதிகாரிகள், அந்த ஊரிலிருந்து பழங்குடியின ஆக்கிரமிப்பாளர்களுக்குத் தரப்படும் பெருமளவு ராணுவ உதவிகளை மறைக்க முற்பட்டனர். பிரிட்டிஷ் அதிகாரிகளுக்குத் தகவல் தரும் ஒருவர் அபோட்டாபாத்தில் நவம்பர் மாத முதல் பாதி முழுவதும் இருந்திருக்கிறார். 'லைஃப் பத்திரிகையிலிருந்து ஒரு பெண் நிருபர் வரப்போவதாக உள்ளூர் அதிகாரிகளுக்குத் தகவல் கிடைத்ததும், அபோட்டாபாத்தில் இருந்த ராணுவத் தடயங்கள் அனைத்தும் மறைக்கப்பட்டன' என்று அவர் குறிப்பு அனுப்பினார்.[6] ஆனால், பர்க்-வைட் இதனால் ஏமாந்துவிடவில்லை. தான் எப்படி அதிகாரிகள் கண்ணில் மண்ணைத் தூவிவிட்டு, தனியாகப் போய், ராவல்பிண்டியிலிருந்து காஷ்மீருக்குப் போகும் பாதையில் கோஷங்கள் இட்டபடி முன்னேறும் பல ஆயிரம் பழங்குடி பதான்களைப் பார்த்தேன் என்பதை அவர் எழுதினார்:

> சாலையில் அட்டையால் ஆன அலங்கார வளைவு ஒன்றை உருவாக்கியிருந்தனர். மாலைகளாலும் பசுந்தழைகளாலும் அது அலங்கரிக்கப்பட்டிருந்தது. பச்சைக் கொடியில் நட்சத்திரமும் பிறை நிலவும் கொண்ட முஸ்லிம் லீகின் கொடிகளை மக்கள் அசைத்தபடி இருந்தனர். மொஹ்மாண்டுகளின் தலைவரான பாதுஷா குல் என்பவரின் வருகைக்காகக் காத்திருந்தனர். அவர் தன்னுடன் ஆயிரம் பழங்குடியினர், ஏராளமான வாகனங்கள், வெடிமருந்துகள் ஆகியவற்றுடன் அங்கு வந்துகொண்டிருந்தார். உயர் அதிகாரிகளைப் போலன்றி, என்ன நடக்கிறது என்பது இந்தப் பழங்குடிகளுக்கு நன்கு தெரிந்திருந்தது.
>
> 'நீங்கள் காஷ்மீருக்குப் போகிறீர்களா?' என்று அவர்களிடம் கேட்டேன்.
>
> 'ஆமாம். ஏன் கூடாது? நாங்கள் எல்லாரும் முஸ்லிம்கள். காஷ்மீரில் இருக்கும் சகோதர முஸ்லிம்களைக் காப்பாற்றப் போகிறோம்' என்றார்கள்.
>
> சில நேரங்களில் சகோதர முஸ்லிம்களுக்கு அவர்கள் செய்த உதவி ஓரிரு நாள்களுக்குள்ளாக முடிந்துபோய், ஏராளமான கொள்ளைப் பொருள்களுடன் அவர்கள் பேருந்துகளில் திரும்பினர். மீண்டும் ஆயிரக்கணக்கில் காஷ்மீருக்குள் சென்று அதேவிதமான விடுதலையை, அதாவது கட்டற்ற கொள்ளையையும் பயங்கரத்தையும், இந்து, சீக்கிய, முஸ்லிம் கிராமத்தினர்களுக்கு அளிக்கச் முற்பட்டனர்.[7]

சில ஆயுதங்கள், எல்லைப்புறத்திலிருந்த சிறிய ஆயுதத் தொழிற் சாலையிலிருந்து வந்திருந்தன. அவற்றில் ஒன்றை பர்க்-வைட் புகைப்படம் எடுத்திருந்தார். ஆனால், பெரும்பாலான பிற ஆயுதங்கள், பாகிஸ்தான் அதிகாரிகளால் தரப்பட்டிருந்தன என்று அவர் சொன்னார்.

சில வாரங்கள் கழித்து மார்கரெட் பர்க்-வைட், சுற்றி வளைத்து பாரமுல்லாவுக்குப் போய்ச் சேர்ந்தார். 1947 டிசம்பர் நடுப்பகுதி வாக்கில் அவர் ஸ்ரீநகருக்குப் போனார். ஷேக் அப்துல்லாவின் தேசிய கான்ஃபரன்ஸ் கட்சியைச் சேர்ந்த இடதுசாரி ஆதரவாளர் பி.பி.எல். பேடி, அவருக்கு எல்லா இடங்களையும் சுற்றிக் காண்பித்தார்.[8] 'பாரமுல்லாவில், அடித்து நொறுக்கப்பட்ட பொருள்கள் மலைபோல் குவிந்துகிடந்தன. சுவர்கள் தீயால் கருகிக் கிடந்தன. போர்க்காலத்தில் இத்தாலியில் நாங்கள் பார்த்த அதே காட்சிகளை இங்கு பார்க்க நேர்ந்தது.' அந்த நூலின் தொனியும் அவர் தொகுத்த விஷயங்களும் பாகிஸ்தானுக்கு விரோதமாக இருந்தன. அதே நேரம், அவர் அறியாமலேயே, தேசிய கான்ஃபரன்ஸ் கட்சிக்கு சாதகமானதாக இருந்தன. பழங்குடிகளால் பாதிக்கப்பட்ட காஷ்மீரிகளின் கதைகளை அவர் மீண்டும் மீண்டும் குறிப்பிட்டார். செயிண்ட் ஜோசப் மடாலயத் துக்குச் சென்றது பற்றி அவர் இவ்வாறு எழுதினார்:

> பேடியும் நானும் மலைமீது ஏறி அந்தக் கைவிடப்பட்ட மடாலயத்துக்குப் போனோம். அது மிக மோசமாகச் சிதைக்கப் பட்டிருந்தது. அதைச் சரிசெய்யவும் நூலகத்தில் எஞ்சிய வற்றை ஒழுங்குபடுத்தவும் ஸ்ரீநகரிலிருந்து மாணவர்கள் அடுத்த நாள் வரவிருந்தனர். அந்தக் குழு மிகவும் கவனமாகத் தேர்ந்தெடுக்கப்பட்டிருந்தது. அதில் இந்துக்கள், சீக்கியர்கள், முஸ்லிம்கள் என அனைவரும் இருப்பார்கள். அவர்களைக் கண்காணிக்கும் பொறுப்பு, ஆண்களும் பெண்களும், மூன்று மதத்தைச் சேர்ந்தவர்களுமான காஷ்மீர் ஹோம் கார்ட் வசம் இருந்தது. கிறிஸ்துமஸ் நாளுக்கு முன்பாக, எவ்வளவு முடியுமோ அவ்வளவுக்கு, அவர்கள் அந்த கிறிஸ்தவ மடாலயத்தைத் தயார்ப்படுத்திவிடுவார்கள்.
>
> அழிக்கப்பட்ட தேவாலயத்துக்குள் நுழைந்தோம். கிழித்து வீசப்பட்ட பிரார்த்தனைப் புத்தகங்களைத் தாண்டி, உடைத்து நொறுக்கப்பட்ட கருவறையை அடைந்தோம். பலிபீடம் கல் குவியலாகக் கிடந்தது. பேடி அந்தக் குவியலிலிருந்து ஒரு துண்டை எடுத்தார். தன் பரந்து விரிந்த கைகளில் அதை வைத்துப் பார்த்தார். அது ஏசு கிறிஸ்துவின் துண்டிக்கப்பட்ட தலை. ஒரே ஒரு கண் மாத்திரமே மிஞ்சியிருந்தது.

‘எவ்வளவு அழகாக இருக்கிறது பாருங்கள்’ என்று அதைக் கையில் வைத்தபடி பேடி சொன்னார். ‘ஏசுவின் ஒற்றைக் கண் இந்த உலகில் நடப்பதை அமைதியாகப் பார்த்துக்கொண் டிருக்கிறது. நாங்கள் இந்தியாவில் அடையவிரும்பும் மத ஒற்றுமையை நிரந்தரமாக நினைவூட்டும் அம்சமாக இதைக் காஷ்மீரில் பாதுகாத்து வைத்திருப்போம்.’[9]

புதிய இந்திய அரசாங்கமும் அவர்களுடைய காஷ்மீர் கூட்டாளிகளும் இந்த உலகுக்குப் பரப்ப விரும்பிய செய்தியும் அதுவே.

மக்பூல் ஷேர்வானி பற்றிய கதைக்கு மார்கரெட் பர்க்-வைட் அதிகப்படி யான அழுத்தத்தைக் கொடுத்தார். பாரமுல்லாவின் தேசிய கான் ஃபரன்ஸ் கட்சி உறுப்பினரான ஷேர்வானி, பழங்குடிகளால் சித்திர வதை செய்யப்பட்டுக் கொலை செய்யப்பட்டிருந்தார். ஊர் மக்கள் சொன்ன கதையிலிருந்து அவர் ஒருவிதமான ராபின் ஹுட் போன்று தோன்றினார். ‘மடாலயச் சுவரின் அடியிலேயே அவருடைய தியாகம் நடைபெற்றது. காஷ்மீரிகளின் நினைவில் அவர் புனிதராக உயர்ந்து விட்டார்’ என்று மார்கரெட் எழுதியிருந்தார். மத சகிப்புத் தன்மைக்கு உதாரணமாக அவர் ஷேர்வானியைக் குறிப்பிட்டார். பழங்குடிகள் முன்னேறிவருவதைத் தடுக்க ஷேர்வானி போராடினார். ஆனால் கைப்பற்றப்பட்டு சிலுவையில் அறையப்பட்டார். அவருடைய நெற்றியில் ‘துரோகியின் தண்டனை மரணம்’ என்று ஆணியால் கிறுக்கப்பட்டது. ‘அப்போதும் ஷேர்வானி, ‘இந்து முஸ்லிம் ஒற்றுமை ஓங்குக’ என்று முழங்கியிருக்கிறார். பதினான்கு பழங்குடியினர் அவரைத் துப்பாக்கியால் சுட்டு அவரது உடலைச் சல்லடை ஆக்கினர்.’ கொல்லப்பட்டவர் ‘முஜாஹித் ஷேர்வானி’ என்று பிரபலமடையத் தொடங்கிவிட்டார் என்று அவர் குறிப்பிட்டார்.[10] தனது புத்தகத்தில், மார்கரெட், ஷேர்வானி குறித்தும் அவருடைய வீர மரணம் குறித்தும் விரிவாக எழுதியிருக்கிறார். அதில் காணப்படும் பல சம்பவங்கள், பல நூற்றாண்டுகளுக்குமுன் கிறிஸ்தவ வீரத் துறவிகளின் வாழ்க்கையில் நடந்ததாகச் சொல்லப்படும் சம்பவங்களுக்கு இணையானவை.

மதம் சார்ந்த மற்றும் மதச்சார்பற்ற இரு பிரிவினருக்குமே இத்தகைய தியாகிகளின் பிம்பம் மிகவும் உத்வேகம் தருவதாக இருந்தது. காஷ்மீரில் ஒவ்வொரு தரப்புக்கும் பல தியாகிகள் இருக்கிறார்கள். 1989-லிருந்து பிரிவினைவாத இயக்கங்கள், தியாகிகள்மீது தங்கள் கவனத்தைக் குவித்திருக்கின்றன. தங்கள் தரப்பில் இறந்த பலரைத் தியாகிகள் நினைவிடத்தில் புதைத்திருக்கின்றன. அதற்கு பதில் சொல்லும்வகையில் மக்பூல் ஷேர்வானியின் கதையை இந்திய அரசு உயர்த்திப் பிடித்து, இந்திய ஒற்றுமை மற்றும் மத நல்லிணக்கத்துக்காக

வெளியாட்களுடன் போராடி உயிர் துறந்த மாபெரும் காஷ்மீரி முஸ்லிம் தியாகியாக அவரைச் சித்திரிக்கிறது.

மக்பூல் ஷேர்வானி ஒரு புனைவு அல்ல. அவர் பாரமுல்லாவில் வசித்தவர். பலருக்கும் நன்கு தெரிந்த அரசியல் பிரமுகர். அவர் பழங்குடியினரை எதிர்த்துப் போராடினார் என்பதிலும் மிக மோசமான முறையில் கொல்லப்பட்டார் என்பதிலும் எந்தச் சந்தேகமும் இல்லை. அவரைப் பற்றி ஃப்ரான்சிஸ் ராத், 'அவர் எந்தக் கவலையும் இல்லாத ஒரு மனிதர். அரசியல்வாதி அல்லர். தேசிய கான்ஃபரன்ஸ் கட்சியின் ஓர் உறுப்பினர். அவ்வளவுதான்' என்று என்னிடம் சொன்னார்.

பி.என். ஜலாலி, ஷேர்வானியுடன் மகாராஜாவின் சிறைகளில் காலத்தைக் கழித்திருக்கிறார். விடுதலையானதும் இருவரும் தேசிய கான்ஃபரன்ஸ் கட்சியில் சேர்ந்திருக்கின்றனர். பழங்குடிகளின் ஆக்கிரமிப்பில் இருந்த பகுதிக்கு ரகசியமாகச் செல்ல விருப்பம் தெரிவித்த சிலரில் ஷேர்வானியும் ஒருவர் என்றார் ஜலாலி. 'மொத்தம் 22 தன்னார்வலர்களை எதிரிகள் இருக்கும் இடத்துக்கு ரகசியமாக அனுப்பத் திட்டம் தீட்டியிருந்தோம். ஷேர்வானி அவர்களில் ஒருவர். ஆனால், ஷேர்வானி கொஞ்சம் சாகச உணர்வு மிகுந்தவர். ஒவ்வொரு கிராமத்திலும் கூட்டத்தைக் கூட்டி உரை நிகழ்த்தியபடியே பழங்குடிகள் இருந்த இடத்துக்கு மோட்டார்பைக்கில் போயிருக்கிறார். அந்த மோட்டர்பைக்கே அவரைக் காட்டிக் கொடுத்துவிட்டது.' தனக்குத் தெரிந்தவரை, ரகசியத் தாக்குதலில் ஈடுபட்டோரில் உயிர் இழந்த ஒரே நபர் ஷேர்வானிதான் என்று ஜலாலி குறிப்பிட்டார்.

பாரமுல்லாவில் இருந்த எதிர்த்தரப்பு அரசியல்வாதி முகமது யூசுஃப் சராஃப், ஷேர்வானியை, 'அரைகுறையாகப் படித்த 40 வயதுக்காரர், பாரமுல்லாவின் தேசிய கான்ஃபரன்ஸ் கட்சியின் இரண்டாம் கட்டத் தலைவர், தன் ரவுடித்தனத்தால் அறியப்பட்டவர்' என்றார். 1944-ல் ஜின்னா பாரமுல்லாவுக்கு வந்திருந்தபோது அவருடைய கூட்டத்தில் ஷேர்வானி குழப்பம் ஏற்படுத்த முற்பட்டார் என்று தெரிகிறது. தான் பிடிபடுவதைத் தடுக்க, ஜீலம் நதியில் தாவி, படகில் ஏறி அல்லது நீந்தித் தப்பித்தார் என்று சொல்லப்படுகிறது. அதே நேரம், ஷேக் அப்துல்லாமீது அவர் கொண்டிருந்த மாறாத விசுவாசம் பற்றியும், லஷ்கர் படைகள் முன்னேறி வந்தபோது அதை மரணம்வரை வீரத்துடன் எதிர்த்தது பற்றியும் சராஃப் குறிப்பிட்டார். 'சில நாள்கள் சித்திரவதைக்குப் பிறகு அவரை பாரமுல்லாவுக்குக் கொண்டுவந்தனர். ஊரின் மையத்தில் ஒரு மின் கம்பத்தில் அவரைக் கட்டிப்போட்டு, கைகளிலும் நெற்றியிலும் ஆணிகளை அறைந்தனர். கடைசியில் அவரைச் சுட்டுக் கொன்றனர். ஆணிகளைக் கைகளில் அறையும்போதும்

அவர் ‘காஷ்மீர் சிங்கம் வாழ்க’ என்று வீர முழக்கம் செய்ததிலிருந்து ஷேக் அப்துல்லா மீதான அவருடைய விசுவாசம் குறித்தும் அவருடைய தைரியம் குறித்தும் தெரிந்துகொள்ளலாம். அவரை, தேசிய கான்ஃபரன்ஸ் கட்சி மட்டுமல்ல, இந்திய அரசும் தியாகியாக உயர்த்திப் போற்றுகிறது.’[11]

பாரமுல்லாவுக்குள் இந்தியப் படைகள் நுழைந்ததுமே, அதாவது ஷேர்வானி கொல்லப்பட்டு ஓரிரு நாள்களுக்கு உள்ளாக, ஷேர் வானியை வீர தீரக் கதாநாயகனாக ஆக்கும் பணிகள் ஆரம்பிக்கப் பட்டுவிட்டன. அவருடைய மரணம் மிகவும் உணர்ச்சிமயமான ஒன்று. அதில் பொதிந்திருந்த செய்தி, காஷ்மீரின் ஆளும் கட்சிக்கும் சரி, இந்திய அரசாங்கத்துக்கும் சரி, மிகவும் உகந்ததாக இருந்தது. ஆரம்பத்தில் பழங்குடிகளை வரவேற்று அதன்பின் அவர்களாலேயே பாதிப்புகளுக்கு உள்ளான பாரமுல்லாவுக்கு ஓர் உண்மையான கதாநாயகனை உருவாக்கித் தருவதும் தேவையாக இருந்தது.

இந்தியப் படைகள் பாரமுல்லாவுக்குள் நுழைந்த மறுநாள், 9 நவம்பர் அன்று, அங்கு சென்ற டைம்ஸ் ஆஃப் இந்தியா நிருபர், ‘மிகவும் புகழ் வாய்ந்த உள்ளூர் தேசிய கான்ஃபரன்ஸ் கட்சித் தலைவரான மீர் மக்பூல் ஷேர்வானி தன் அரசியல் நிலைப்பாடு காரணமாகச் சித்திரவதை செய்யப்பட்டு, இறுதியில் மரக் கம்பத்தில் கட்டப்பட்டு, சுட்டுக் கொல்லப்பட்டார். அவர் உடலைப் பதினான்கு குண்டுகள் துளைத் திருந்தன’ என்று எழுதினார். ஸ்டேட்ஸ்மென் பத்திரிகை, சற்றே மாறுபட்ட செய்தியைப் பிரசுரித்திருந்தது. ‘பழங்குடியின ஆக்கிரமிப் பாளர்கள் ஷேர்வானியைத் துரோகி என்று முத்திரை குத்தி ஊர் மத்தியில் சுட்டுக் கொன்றனர். மூன்று நாள்களுக்கு முன்னர்தான் அவர் ஸ்ரீநகருக்கு மோட்டார் சைக்கிளில் சென்று நெருக்கடி கால நிர்வாகத் தலைமையிடம், அதாவது ஷேக் அப்துல்லாவிடம், நிலைமையை எடுத்துச் சொல்லியிருந்தார்.’ இதே செய்தியை இந்துஸ்தான் டைம்ஸ் பத்திரிகை வேறுவிதமாகக் குறிப்பிட்டிருந்தது. ‘பாரமுல்லாவின் உள்ளூர் தேசிய கான்ஃபரன்ஸ் கட்சித் தலைவரான ஷேர்வானி, ஊரின் பிரதான முனையில் ஒரு கம்பத்தில் கட்டிப்போடப்பட்டார். அதன்பிறகு ப்ரென் துப்பாக்கியால் சரமாரியாகச் சுட்டுக் கொல்லப்பட்டார். கொல்லப்பட்ட பிறகு, ‘ஷேர்வானி ஒரு துரோகி. மரணமே அவருக்கான தீர்ப்பு’ என்று காகிதத்தில் எழுதி அவருடைய நெற்றியில் ஆணியால் அடித்து இறக்கப்பட்டது.’[12] கம்யூனிஸ்டுகளின் பீப்பிள்ஸ் ஏஜ் என்ற பத்திரிகை, ‘பாரமுல்லா எப்படி மக்புல்லாபாத் ஆனது?’ என்ற தலைப்பில் செய்தி வெளியிட்டிருந்தது. மோட்டார் பைக்கில் அவர் ஷேக் அபதுல்லாவைச் சந்திக்கச் சென்றதையும் 14 தோட்டாக்கள் அவருடைய உயிரைப் பறித்தது பற்றியும் விரிவாக எழுதியிருந்தது. மேலும்

ஷேர்வானியின் வாழ்க்கை நாடகமாக எழுதப்பட்டுள்ளதாகவும் விரைவில் அது தேசிய கான்ஃபரன்ஸ் கட்சியின் நாடகக் குழுவால் காஷ்மீர் முழுவதும் நடித்துக் காட்டப்படும் என்றும் தெரிவித்திருந்தது.[13]

மக்பூல் ஷேர்வானியின் மரணத்துக்கு இரண்டு நாள்கள் கழித்து தில்லியில் ஒரு பிரார்த்தனைக் கூட்டத்தில் மகாத்மா காந்தி அதுபற்றிப் பேசினார்.

'அவர் தேசிய கான்ஃபரன்ஸ் கட்சியின் முக்கியமான தலைவர் என்று தெரிந்ததும் ஆக்கிரமிப்பாளர்கள் அவரை நிஷாத் திரையரங்கத்துக்கு அருகில் ஒரு கம்பத்தில் கட்டிப் போட்டிருக்கிறார்கள்' என்றார் காந்தி.

> முதலில் அவரை அடித்திருக்கிறார்கள். அனைத்து ஜம்மு காஷ்மீர் தேசிய கான்ஃபரன்ஸையும் அதன் தலைவர் காஷ்மீர் சிங்கம் ஷேக் அப்துல்லாவையும் விட்டுவிலகுமாறு கேட்டுக் கொண்டிருக்கிறார்கள். ஆஸாத் காஷ்மீர் அரசாங்கத்துக்கு விசுவாசமாக இருக்குமாறு அவரை வற்புறுத்தியிருக்கிறார்கள்.
>
> தேசிய கான்ஃபரன்ஸ் கட்சியை விட முடியாது என்று ஷேர் வானி திட்டவட்டமாக மறுத்திருக்கிறார். காஷ்மீர் சிங்கம்தான் தன் தலைவர் என்றும் இந்தியப் படைகள் வந்துவிட்டன என்றும் இன்னும் சில நாள்களில் ஆக்கிரமிப்பாளர்கள் அனைவரும் துரத்தியடிக்கப்பட்டுவிடுவார்கள் என்றும் அவர் சொல்லியிருக்கிறார்.
>
> இது ஆக்கிரமிப்பாளர்களை ஆத்திரம் கொள்ளவும் பயப்படவும் வைத்திருக்கிறது. துப்பாக்கியால் 14 குண்டுகளைச் சரமாரியாக அவர் உடம்பில் செலுத்தியிருக்கிறார்கள். அவரது மூக்கைத் துண்டித்திருக்கின்றனர். முகத்தை சிதைத்திருக்கின்றனர். அவருடைய உடம்பில், 'இவர் ஒரு துரோகி. இவர் பெயர் ஷேர்வானி. துரோகிகளுக்கு இந்தத் தண்டைதான் கிடைக்கும்' என்று எழுதப்பட்ட காகிதத்தை ஒட்டியிருக்கிறார்கள்.
>
> ஆனால், இந்தச் சோகமான படுகொலை நடந்து 48 மணி நேரத்துக்குளாக ஷேர்வானியின் தீர்க்கதரிசனம் பலித்து விட்டது. இந்தியப் படைகளின் தாக்குதலைக் கண்டதும் பாரமுல்லாவிலிருந்து ஆக்கிரமிப்பாளர்கள் கண் மண் தெரியாமல் விழுந்தடித்து ஓடிவிட்டனர்.
>
> இது மாபெரும் தியாகம். இந்து, முஸ்லிம், சீக்கியர் அல்லது வேறு யாராக இருந்தாலும் பெருமிதப்படவேண்டிய விஷயம் என்று மகாத்மா காந்தி சொன்னார்.[14]

இந்தியத் துணைக்கண்டத்திலேயே மிக அதிகமான தார்மீக பலம் கொண்ட ஒரு மனிதரின் வாயால், அதுவும் இரு மாதங்கள் கழித்துத் தன் உயிரையே தியாகம் செய்யப்போகும் ஒருவரிடமிருந்து, மக்பூல் ஷேர்வானி தியாகி பட்டம் பெற்றார். அதிலிருந்து, இந்தியாவுக்கு சாதகமான கோணத்தில் காஷ்மீர் பிரச்னையை அணுகுபவர்களின் குறிப்புகளில் ஷேர்வானியின் கதை தவறாமல் இடம்பெற ஆரம்பித்தது. ஷேக் அப்துல்லா தன் சுயசரிதையில் சக தோழருக்கு அஞ்சலி செலுத்தியிருந்தார். ஜெனரல் போகி சென், இந்திய ராணுவம் மீதான காஷ்மீரிகளின் விமரிசனத்தை மட்டுப்படுத்த ஷேர்வானியின் கதையைப் பயன்படுத்தினார். ஷேக் அப்துல்லாவைப் பார்த்து நேருக்கு நேராக (அப்படித்தான் அவர் சொல்கிறார்) தான் சொன்னதாக அவர் எழுதினார்: 'பழங்குடியினர்கள் எப்படிப்பட்டவர்கள் என்பதற்கு ஷேர்வானிக்கு நடந்தது ஒரு நல்ல எடுத்துக்காட்டு. ஷாலாடெங் போரில் என் படைவீரர்கள் தோற்கடிக்கப்பட்டிருந்தால் உங்கள் தொண்டர்களுக்கு என்ன நடந்திருக்கும் என்பதை தேசிய கான்ஃபரன்ஸ் கட்சித் தொண்டர்களின் தலைவர் என்ற முறையில் யோசித்துப் பாருங்கள்.'

காஷ்மீர் அரசாங்கத்தின் துண்டறிக்கை ஒன்று, ஷேர்வானியின் புகைப்படங்களை வெளியிட்டிருந்தது. ஒரு படத்தில் ஷேர்வானி, துப்பாக்கிப் பயிற்சி பெற்றுக்கொள்ளும் தோற்றத்தில் இருந்தார். அவரை பாரமுல்லாவின் நாயகன் என்று காஷ்மீர் அரசு வருணித்திருந்தது. இந்தியப் பாதுகாப்பு அமைச்சகத்தின் அதிகாரபூர்வக் குறிப்பு ஒன்று, இந்துக்களையும் சீக்கியர்களையும் சகோதரர்களாக நடத்தவேண்டும் என்று சொன்ன காஷ்மீர் முஸ்லிம் தேசபக்தர் பலர் முன்னிலையில் சுட்டுக் கொல்லப்பட்ட விஷயத்தைக் குறிப்பிட்டிருந்தது. அதைத் தொடர்ந்து நடந்த ஒவ்வொரு போரிலும் 1990-களில் பாகிஸ்தான் நடத்திய மறைமுகப் போர்களிலும் ஆயிரக்கணக்கான காஷ்மீரி முஸ்லிம்கள் பாகிஸ்தானுக்கு எதிராக இந்தியப் படைகளுக்கு ஆதரவாக உதவி செய்திருக்கிறார்கள்; தங்கள் இன்னுயிரைத் தியாகம் செய்திருக்கிறார்கள் என்று அது மேலும் குறிப்பிட்டது.[15]

இந்தியாவின் முக்கியமான எழுத்தாளர்களில் ஒருவரான முல்க் ராஜ் ஆனந்த் ஷேர்வானியைக் குறித்து 'டெத் ஆஃப் எ ஹீரோ: எபிடாப் ஃபார் மக்பூல் ஷேர்வானி' என்ற பெயரில் எழுதிய நாவல் 1963-ல் வெளியானது. தரத்திலும் தாள்களின் எண்ணிக்கையிலும் அது மிகவும் லேசான புத்தகம். ஆனந்தின்மீது கரிசனம் கொண்ட விமரிசகர்களில் ஒருவர், 'அது மிகவும் மோசமான படைப்பு. நாவலாசிரியர் என்ற வகையில் ஆனந்தின் பெருமைக்குப் பெரும் களங்கத்தை ஏற்படுத்திவிட்டது' என்று இந்த நாவல் குறித்து எழுதியிருந்தார்.[16] இந்தச் சம்பவங்கள் நடந்து முடிந்தவுடனேயே அந்த நாவல் எழுதப்பட்டது என்றும் ஆக்கிரமிப்பு

நடந்தபோது ஆனந்த் காஷ்மீரில்தான் இருந்தார் என்றும் ஆசிரியரும் பதிப்பாளரும் பலமுறை சொல்லியிருக்கிறார்கள். ஆனால், இந்த இரண்டுமே உண்மையல்ல.

ஆனந்த் அதற்குமுன் காஷ்மீருக்குப் போயிருக்கிறார்; காஷ்மீர் பற்றி எழுதத் தீர்மானித்தபோது அவர் மக்பூல் ஷேர்வானியைப் பற்றி எழுத முற்பட்டார் என்று ஆனந்துக்கு நெருக்கமான சிலர் தெரிவித்தனர். ஆனால் அதைத் தாண்டியும் சில காரணங்கள் இருந்திருக்கக்கூடும். ஆரம்பகட்டத்தில் புரட்சிகரச் சிந்தனைகள் கொண்டிருந்த ஆனந்த், காஷ்மீர் பிரச்னை குறித்து மிகவும் பாதிப்படைந்திருந்தார். இந்தியப் பாதுகாப்பு அமைச்சரான வி.கே. மேனன் 1957-ல் ஐ.நா பாதுகாப்புச் சபையில் காஷ்மீர் தொடர்பாக எட்டு மணி நேரம் நீண்ட உரை நிகழ்த்தியதைக் குறித்து, ஆனந்த் ஒரு அஞ்சலிக் கட்டுரை எழுதியிருக்கிறார். இந்தக் கட்டுரையிலும் அவர் ஷேர்வானி குறித்து மார்கரெட் பர்க்-வைட் எழுதியதிலிருந்து (பெயர் ஏதும் குறிப்பிடாமல்) மேற்கோள் காட்டியிருந்தார். 'டெத் ஆஃப் எ ஹீரோ' நாவலுக்கான ஆதாரங்களும்கூட பர்க்-வைட்டின் புத்தகத்திலிருந்தே எடுக்கப்பட்டிருக்கக் கூடும்.[17]

அந்த நாவலின் முக்கியத்துவம், அதன் இலக்கிய மதிப்பில் அல்ல, அந்தச் சம்பவத்தைப் பற்றி அது உருவாக்கும் அரசியல் புனைவு குறித்தே. வலுவான கதாபாத்திரங்களை உருவாக்குவதற்கு பதிலாக வெறும் மேலோட்டமான சித்திரங்களே இடம்பெற்றுள்ளன. ஷேர்வானியின் லட்சியம் அல்லது பழங்குடிகள் அவரை நடத்திய விதம் குறித்து விவரிப்பதில் இந்த நாவல் வெகுவாகத் தோல்வியடைந்திருக்கிறது. எனவே, இந்த நாவல் மிகவும் தட்டையானதாகவும் பலவீனமானதாகவும் இருக்கிறது. ஆனால், பாரமுல்லாவில் நடந்த சம்பவங்கள், சம்பந்தப்பட்ட நபர்கள் ஆகியவை குறித்துத் தெரிந்துகொள்ள முல்க் ராஜ் ஆனந்த் முயற்சி மேற்கொண்டிருக்கிறார் என்பது தெரிகிறது. ஆனால், இதை எப்படிச் செய்தார் என்பது தெரியவில்லை. முல்க் ராஜ் ஆனந்த், மக்பூல் ஷேர்வானியை இளமையானவராக, புரட்சிகரமானவராக, நிலப்புரபுத்துவத்தை எதிர்ப்பவராக, மத நம்பிக்கையற்ற ஒருவராகச் சித்திரித்திருக்கிறார். மேலும் முதிர்ச்சி அற்றவராகவும் அவசரப்பட்டு முடிவு எடுப்பவராகவும் காட்டியுள்ளார்.

ஷேர்வானி வேகமாக மோட்டார் சைக்கிளில் பாரமுல்லாவுக்குத் திரும்பி வருவதிலிருந்து நாவல் ஆரம்பிக்கிறது. ஆக்கிரமிப்பாளர்களைத் தடுக்க ஏற்பாடுகள் செய்யும்படி அவருக்கு உத்தரவு தரப்பட்டிருக்கிறது. எப்படி என்பது குறித்து எந்த விவரமும் சொல்லப்படவில்லை. பாரமுல்லாவுக்கு

வந்தவர் வஞ்சிக்கப்படுகிறார். ஆக்கிரமிப்பாளர்களின் தலைவர் குர்ஷித் அன்வரை அவர் நேருக்கு நேர் சந்திக்கிறார். குர்ஷித் அன்வர் அணிந் திருக்கும் வெள்ளைக்காரர்களின் உடை, காஷ்மீருக்குச் சுற்றுலா வரும் வெள்ளைக்காரர்களிடம் அடையும் அவமானத்தை அவருக்கு நினைவுபடுத்துகிறது. சிறைப்பிடிக்கப்படும் ஷேர்வானி, தேசிய கான்ஃபரன்ஸ் கட்சியைத் துறக்க மறுக்கிறார். எனவே பதான்களால் சுட்டுக் கொல்லப்படுகிறார். ஒரு மரக் கம்பத்தில் கட்டப்பட்டு காஃபிர் (துரோகி) என்று சட்டையில் எழுதித் தொங்கவிடப்படுகிறது. 'ஒரு கோணத்தில் பார்க்கும்போது அவருடைய உடல் சோளக்கொல்லை பொம்மைபோல் இருந்தது. இன்னொரு கோணத்தில் அது சிலுவையில் அறையப்பட்ட ஏசுபோல் தோற்றமளித்தது.' சிலுவையில் அறையப் பட்ட பிம்பம், முதல் பதிப்பின் அட்டைப் படமாக இடம்பெற்றிருந்தது. அது இந்திய தேசிய உணர்வுக்கு பதிலாக, கத்தோலிக்கச் சாயலை அந்தப் புத்தகத்துக்குக் கொடுத்திருந்தது.

ஆனந்த் தன் நாவலில் கத்தோலிக்க மடாலயத்தின்மீதான தாக்குதலையும் கொண்டுவருகிறார். கன்யாஸ்திரீகள் கொல்லப்பட்டது குறித்தும் துன்புறுத்தப்பட்டது குறித்தும் ஒரு கதாபாத்திரம் சொல்கிறது. அத்துடன் பழங்குடியினர் தேவாலயத்தில் சிறுநீர் கழித்ததாகவும் சொல்கிறது. அந்தக் காலகட்டத்தைச் சேர்ந்த பல்வேறு அரசியல் தலைவர்களைப் பற்றிய குறிப்பும் நாவலில் இடம்பெற்றிருக்கிறது. ஆனால், ஆச்சரியப்படும்வகையில் ஷேக் அப்துல்லாவின் பெயர் அதில் இல்லை. (நாவல் வெளியாகும்போது ஷேக் அப்துல்லா சிறையில் இருந்தார். அதற்கு முந்தைய பல ஆண்டுகளாகவே அவர் சிறையில்தான் இருந்தார். ஆசிரியர் அவர் பெயரைக் குறிப்பிடாமல் விட்டதற்கு அதுவும் ஒரு காரணமாக இருக்கலாம்.)

பிரச்னை குறித்து ஆனந்த் முழுமையான விவரணையை நாவலில் வழங்கவில்லை. தீர்வு பற்றியும் எதுவும் சொல்லவில்லை. பழங்குடி யினர் ஏன் காஷ்மீருக்குள் நுழைந்தனர் என்பது பற்றி எந்தத் தகவலும் இல்லை. மேலோட்டமாக, 'கொள்ளையடிப்பு' என்பது மட்டும்தான் சொல்லப்படுகிறது.

சமீப காலமாக, இந்திய அரசு, மக்பூல் ஷேர்வானியை தியாகத் திருவுரு வாகக் கட்டி எழுப்ப முயன்றுவருகிறது. அவருடைய சாகசங்கள் மீண்டும் நினைவுறுத்தப்படுகின்றன. ஓர் அதீத விவரிப்பு, 'அவர் சிந்திய ரத்தம் காஷ்மீரின் இந்து, முஸ்லிம், சீக்கியர்களையும் பிற இந்தியர்களையும் வலுவாகப் பிணைத்து ஒற்றுமையை பலப்படுத்தி இருக்கிறது' என்றது.[18] மக்பூல் ஷேர்வானி நினைவகம் திறக்கப் பட்டதை ஒட்டி, 2005 குடியரசு தினத்தன்று பேசும்போது மாநில

ஆளுநர், 'பாகிஸ்தானிலிருந்து வந்த பழங்குடி ஆக்கிரமிப்பாளர்களால் பாரமுல்லா சீரழிக்கப்பட்டபோது மக்களைக் காப்பாற்றும் நோக்கில் தன் உயிரை ஷேர்வானி தியாகம் செய்தார்' என்று புகழ்ந்தார்.

இந்திய அரசு எந்த அளவுக்கு அவரைக் கதாநாயகனாகவும் தியாகியாக வும் உயர்த்திப் பிடிக்கிறதோ, அந்த அளவுக்கு மக்கள் அவரைவிட்டு விலகிச் செல்கின்றனர். ஏனெனில் அந்தப் பகுதி இப்போது பிரிவினை வாதிகளின் கோட்டையாகத் திகழ்கிறது. டெய்லி எக்ஸெல்ஸியார் எனும் உள்ளூர்ப் பத்திரிகை ஷேர்வானி நினைவகம் புதுப்பிக்கப் பட்டது குறித்த செய்தியில், 'அந்தக் கட்டடம் புறக்கணிக்கப்பட்டு விட்டது. ராணுவத்தின் வருகையைத் தொடர்ந்து அது இடிபாடுகளில் மறையத் தொடங்கிவிட்டது. உள்ளூர் மக்கள் அவரைக் குறித்து நினைப்பதே இல்லை. அவரைக் குறித்து பெரும் மௌனமே சாதிக்கிறார்கள். அவர்மீது ஒருவித வெறுப்பு உருவாகிவிட்டதா? அல்லது அவரைப் போன்றவர்களை விரும்பாத அந்நியச் சக்திகள் அங்கு சுற்றிலும் இருப்பதால் அவர்களுடைய பகையைச் சந்தித்துக்கொள்ள வேண்டாம் என்ற எண்ணத்தால் அப்படி நடந்து கொள்கிறார்களா?' என்று கேட்டு எழுதியிருந்தது.

ஒரு தரப்பால் கதாநாயகனாக உயர்த்தப்படுபவர் இன்னொரு தரப்பால் புறக்கணிக்கப்படுவது தவிர்க்க முடியாத விஷயம்தான். காஷ்மீரில் இந்தியாவின் அரசாட்சி நியாயமற்றது என்று ஒருவர் நம்பினால் அல்லது அப்படி நம்புவதுதான் மிகவும் பாதுகாப்பான ஒரு வழி என்று இருந்தால், இந்தியா கதாநாயகனாக முன்வைக்கும் ஒருவரைப் புகழ்வதில் என்ன அர்த்தம் இருக்கிறது? இந்தியாவுக்கு எதிராக முதன்முதலாகப் போரை ஆரம்பித்தவர்களின் பெருமையைக் குலைக்கும் வகையிலான ஒரு செயலைச் செய்வதில் என்ன அர்த்தம் இருக்கிறது? லஷ்கர்கள் முதன்முதலில் நடத்திய தாக்குதலைப் பற்றிய நினைவுகளைப் பகிர்ந்துகொள்ளும் ஒருவர் கடந்த காலத்தை அப்படியே சொல்வது இல்லை. இன்றைய அரசியல் நிலைமைக்கு ஏற்பவே அதைச் சொல்கிறார். அப்படி எச்சரிக்கையாகப் பேசவில்லை என்றால், ஒருவர் தனக்குத் தானே குழியை வெட்டிக் கொள்கிறார் என்றுதான் அர்த்தம். ஏனெனில், காஷ்மீர் இன்று அந்த அளவுக்கு அரசியல்மயமாகியுள்ளது. வன்முறையும் சந்தேகமும் தலைவிரித்து ஆடுகின்றன. எனவே இன்றைய சூழலில், அரசியல் எதிர்பார்ப்புகளுக்கு முரணான ஒரு விஷயத்தை வெளிப்படையாகப் பேசுவது சாத்தியமே இல்லை.

மக்பூல் ஷேர்வானி மட்டுமல்லாமல் இந்தியத் தரப்பு உயர்த்திப் பிடிக்க வேறு பல தியாகிகளும் இருக்கிறார்கள். காஷ்மீரில் இந்திய ராணு வத்துக்காக வீரத்துடன் போராடி பலர் உயிர் துறந்துள்ளனர். குறிப்பாக

காஷ்மீரில் முதன்முதலாகக் கால்பதித்த இந்திய ராணுவத்தின் தலைவ ரான லெப்டினண்ட் கர்னல் ரஞ்சித் ராய். காஷ்மீரில் கால்வைத்த 36 மணி நேரத்துக்குள் கொல்லப்பட்ட அவர், உயிர் துறந்தவர்களில் முக்கியமானவராக நினைவுகூரப்படுகிறார். புதிதாக உருவான தேசத்தின் இறையாண்மையைக் காப்பாற்ற நடந்த போரில் உயிர் துறந்த முதல் ராணுவ உயர் அதிகாரி அவர்தான். இந்தியாவின் ராணுவ வரலாற்றாளர்களின் வார்த்தைகளில் சொல்வதானால், 'எளியவர்களின் பாதுகாப்புக்காகவும் சுதந்தரத்துக்காகவும் உயிர் துறந்த இந்தியாவின் வீரத் திருமகன்'.[19]

சமீப காலத்தில் இந்திய ஆட்சியை எதிர்த்து உயிர்துறந்தவர்களைப் போலன்றி, ஆரம்பகட்டப் பழங்குடி ஆக்கிரமிப்பாளர்களும் அவர் களுடைய கூட்டாளிகளான பாகிஸ்தான் படையினரும், தங்கள் தரப்பி லிருந்து தியாகிகளை உருவாக்கிக்கொள்ளவில்லை.

மடாலயம் தாக்கப்பட்டபோது மற்றவர்களைக் காப்பாற்ற முயன்று உயிர் துறந்த கர்னல் டைக்ஸையும் யாரும் நினைவுகூர்வதில்லை. காஷ்மீரில் இருக்கும் ஒரே ஒரு காமன்வெல்த் போர் நினைவகத்தில் அவருடைய உடல் புதைக்கப்பட்டிருக்கிறது. ஆனால், அவரது பெயர், பாகிஸ்தானில் இருக்கும் போர்க் கல்லறை ஒன்றில்தான் பொறிக்கப்பட்டிருக்கிறது. அவருடைய குடும்பத்தினரைத் தவிர வேறு யாரும் அவர் பெயரைச் சொல்வதே இல்லை. யாருக்குமே தேவைப்படாத தியாகியாக அவர் இருக்கிறார். கொல்லப்பட்ட நேரத்தில் கர்னல் டைக்ஸ் கால முரண்பாட்டில் இருந்தார். பிரிட்டிஷ் இந்திய ராணுவத்தின் பணி முடிவடைந்திருந்தது. கர்னல் டைக்ஸும் அவருடைய குடும்பத்தினரும் இந்தியாவிலிருந்து புறப்படத் தயாராக இருந்தார்கள். கொல்லப்படும்போது அவர் சீக்கிய ரெஜிமெண்டின் தலைவராக இருந்தாலும், காலனியத்தின் எச்சமாகவே இருந்தார்; புதிய சுதந்தர இந்தியாவின் சின்னமாக அல்ல.

இன்று இந்திய ராணுவத்திடம் கர்னல் டைக்ஸ் குறித்து தகவல்கள் ஏதும் இல்லை. அவரை முன்வைத்து ரெஜிமெண்டின் பெருமிதத்தைத் தட்டி எழுப்புவது பற்றி அவர்களுக்கு எந்த நோக்கமும் இல்லை. பாரமுல்லா கன்யாஸ்திரீகள் மட்டும் டைக்ஸின் கல்லறையை அக்கறையோடு பராமரித்து வருகிறார்கள். ஆனால், அவர் மடாலயத்தின் உறுப்பினர் அல்லர். அவர்கள் போற்றவும் மதிக்கவும் அவர்களுக்கென தனியான ஒரு தியாகி இருக்கிறார்.

செயிண்ட் ஜோசப் மடாலயத்துக்கு வருபவர்களுக்கும் 1947-ல் என்ன நடந்தது என்று விசாரிப்பவர்களுக்கும், 'ஐ வில் பி த ஃபர்ஸ்ட்' (நானே முதலாவதாக இருந்துவிட்டுப் போகிறேன்) என்ற சிறு புத்தகம்

அன்பளிப்பாகத் தரப்படுகிறது. மடாலயத் தாக்குதலில் கொல்லப் பட்ட இளம் ஸ்பானிய கன்யாஸ்திரீயான மதர் தெரசலீனாவின் கதை அதில் இடம்பெற்றுள்ளது. கன்யாஸ்திரீ வெண்ணுடை தரித்து இருக்கும் புகைப்படம் அதில் அச்சாகியுள்ளது. இந்தத் தலைப்பு ஏன் வைக்கப்பட்டது என்பதை முதல் பத்தி எடுத்துச் சொல்கிறது. புனித தெரசலீனா என்ற பெயர் கொண்ட எந்தத் துறவியும் இதுவரை இருந்த தில்லையே என்று அவருடைய மாமா விளையாட்டாகக் கேட்க, அதற்கு பதிலாக, அப்படியானால் 'நானே முதலாவதாக இருந்து விட்டுப் போகிறேன்' என்று தெரசலீனா சொன்னாராம்.

இந்தப் புத்தகத்தில் மதர் தெரசலீனாவின் வாழ்க்கை, சேவை, வேதனை, மரணம் என அனைத்துமே சுருக்கமாக, மரியாதையுடன் நினைவுகூரப் பட்டிருக்கிறது. 'மதர் தெரசலீனா தான் ஒரு புனிதர் ஆகவேண்டும் என்று எப்போதும் விரும்பினார். அவருடைய ஆன்மா அவரை அறியாமலேயே தியாகத்தை நோக்கி நகர்ந்திருக்கிறது' என்று அந்த நூல் தெரிவிக்கிறது. அந்த நூல் தெரசலீனாவின் இறுதி வார்த்தைகளாக, 'காஷ்மீரின் (மத)மாற்றத்துக்காக என்னை நான் அர்ப்பணிக்கிறேன்' என்று சொன்னதாகக் குறிப்பிடுகிறது.[20] அவருடைய மரண நேரத்தில் நடந்தவையாக இந்தப் புத்தகத்தில் சொல்லப்பட்டிருப்பவையே பல்வேறு மொழிகளில் வெளியாகியுள்ள கத்தோலிக்கப் படைப்புகளில் திரும்பத் திரும்பச் சொல்லப்பட்டிருக்கின்றன.[21] இது நேரடி உண்மை யாக இருக்க வாய்ப்பில்லை. ஏனெனில், மதர் தெரசலீனா இறந்தபோது பாதிரியார் ஷாங்க்ஸ் அருகில்தான் இருந்தார். தெரசலீனாவின் வீரத்தையும் அர்ப்பணிப்பு உணர்வையும் கண்டு அவர் பெரிதும் உணர்ச்சிவசப்பட்டிருக்கிறார். ஆனால், தன் நூலில் எந்த இடத்திலும் இந்த மரண வாசகங்கள் குறித்து அவர் சொல்லவில்லை. 'பிரார்த்தனை மந்திரங்களின் ஒலி மங்கிப் போய், மெல்ல அவர் தன் சுய நினைவை இழந்தார்' என்றுதான் ஷாங்க்ஸ் எழுதியிருக்கிறார்.

இருபதாம் நூற்றாண்டின் தொடக்கத்தில் சீனாவில் கொல்லப்பட்ட ஏழு கிறிஸ்தவத் தியாகிகளையும் புனிதராக்கும் சடங்கின் முதல்கட்ட நினைவுநாளை மேரியின் ஃப்ரான்சிஸ்கன் மிஷனரிகள் 1946-ல் கொண்டாடினார்கள். இந்த ஏழு பேர் சேர்ந்து இருக்கும் புகைப்படம் ஃப்ரான்சிஸ்கன் மடாலயங்களில் இன்றும் இடம்பெற்றுள்ளது. அக்டோபர் 1947-ல் அந்த நாளைக் கொண்டாடிக்கொண்டிருந்த போதுதான் ஆக்கிரமிப்பாளர்கள் அங்கு வந்தனர். அதனால் கொண் டாட்டம் பாதியிலேயே நிறுத்தப்பட்டது. மதர் தெரசலீனாவின் மரணம் மடாலய நோக்கங்களைப் பூர்த்தி செய்யும் நோக்கில் மாற்றி அமைக்கப் பட்டிருக்கிறது என்பதில் சந்தேகமே இல்லை. பெருமளவுக்குப் புறக் கணிக்கப்பட்டிருக்கும் (பெருமளவுக்கு தோல்வியடைந்த என்றும்

சொல்லவேண்டும்) காஷ்மீரின்மீது கவனத்தைக் குவிக்கச் செய்ய வேண்டும் என்ற நோக்கில் கன்யாஸ்திரீகள் இதைச் செய்திருக்கக் கூடும்.

பல பத்தாண்டுகள் கழித்து கத்தோலிக்கப் பாதிரியார் ஹார்மஸ் நிர்மல் ராஜ் என்பவர், மதர் தெரசலீனாவின் தோழிகளாக பாரமுல்லாவில் இருந்த கன்யாஸ்திரீகள் பற்றிக் கேள்விப்பட்டிருக்கிறார். மடாலய ஆவணங்களையும் புத்தகங்களையும் பார்க்கும் வாய்ப்பும் அவருக்கு இருந்திருக்கிறது. அவற்றை ஆதாரமாகக்கொண்டு, மதர் தெரசலீனா பற்றியும் அவருடைய மரணம் பற்றியும் ஒரு புத்தகத்தை அவர் எழுதினார். அந்தப் புத்தகத்தில் வெளிப்படையாகவே, மதர் தெரசலீனாவை புனிதர் என்று அறிவிக்கவேண்டும் என்று அவர் எழுதியிருக்கிறார்.

> அவர் மிகவும் விரும்பிச் சேவை செய்த, அவரது மரணம் நிகழ்ந்த அதே இடத்துக்கு, இப்போது சொர்க்கத்தில் இருந்தபடியே அவர் சேவை செய்துவருகிறார். அவர் காஷ்மீரின் முதல் தியாகி ஆனார்... சுற்றிலும் குண்டு மழை பொழிந்து கொண்டிருக்கும்போது, இந்தத் தியாகியின் உடல் பெரிய மரம் ஒன்றின் நிழலில் புதைக்கப்பட்டது. இவருடன் வேறு ஐவருடைய உடலும் அடக்கம் செய்யப்பட்டன. அவர்களும் இவருடன் கடவுளின் வீட்டுக்குச் சென்றிருப்பார்கள். இரண்டு வருடத்துக்கும் மேலாக அந்த உடல்கள் அங்கேயே இருந்தன. வெளியேறியிருந்த மிஷனரிகள் மீண்டும் அந்த மடாலயத்துக்குத் திரும்பி வந்தபிறகு, மதர் தெரசலீனாவின் உடலை வெளியே எடுத்து, தனிக் கல்லறையில் அடக்கம் செய்ய முற்பட்டனர். உடல் சுருங்கிப் போயிருக்கும் என்பதால் சிறிய மரப்பெட்டி ஒன்றைச் செய்தாலே போதும் என்று அவர்கள் முடிவு செய்திருந்தனர். ஆனால், மதர் தெரசலீனாவின் உடல் எந்த சிதைவுக்கும் உட்படாமல் அப்படியே இருந்தது. எனவே, பெரிய சவப் பெட்டி ஒன்றைச் செய்யவேண்டி வந்தது. மருந்துப் புட்டிகளுடனும் ஆறுதல் வார்த்தைகளுடனும் தங்கள் வீடுகளைத் தேடி வந்த கன்யாஸ்திரீ, காஷ்மீரின் முதல் புனிதராக கத்தோலிக்கத் திருச்சபையால் ஆக்கப்படுவதைப் பார்க்க நீண்ட காலம் காத்திருக்க வேண்டியிராது.[22]

மதர் தெரசலீனா என்றாவது ஒரு நாள் புனிதர் ஆக்கப்படுவார் என்று பாரமுல்லா கன்யாஸ்திரீகள் இன்றும் நம்பிக்கையுடன் இருக்கலாம். ஆனால், அது நடக்கும் வாய்ப்புகள் மிகவும் குறைவுதான். அவர் காஷ்மீரில் ஒரு சில வாரங்கள் மட்டுமே இருந்திருக்கிறார். அவரது நிலையை உயர்த்துவதற்கு உள்ளூர் காஷ்மீர் மக்களிடையே பெரிய

ஆதரவு ஏதும் இல்லை. கத்தோலிக்க சர்ச்சைப் பொருத்தவரை காஷ்மீர் அவ்வளவு முக்கியமான இடமாக இல்லை. கிறிஸ்தவர்கள் அங்கு மிகவும் குறைந்த எண்ணிக்கையிலேயே இருக்கிறார்கள். முஸ்லிம்கள் அடர்ந்த பகுதியில், மதர் தெரசலீனா மரணப்படுக்கையில் இருந்த போது கூறியதாகச் சொல்லப்படும் மத மாற்றம் என்பது மிகவும் சிரமமானதாகவே இருக்கிறது. எனவே அங்குள்ள பாதிரியார்கள் இப்போது, அவர் ஒரு மதத்திலிருந்து இன்னொன்றுக்கு மாறுவதை அல்ல, மன மாற்றம் ஏற்படுவதைப் பற்றித்தான் சொன்னார் என்கிறார்கள்.

தெரசலீனாவின் மரண வாசகங்கள் அதைச் சொல்பவர்களின் விருப்பத் துக்கு ஏற்ப திட்டமிட்டு மாற்றி அமைக்கப்பட்ட ஒன்றாக இருக்கலாம். கதையைத் திரும்பத் திரும்பச் சொல்லும்போது ஏற்பட்ட மாற்றமாக அதைச் சொல்லமுடியாது. பாரமுல்லா மீதான பிற தாக்குதல்கள் குறித்த விவரணைகளும்கூட உண்மைகளுக்கு மேலாக, நிறையப் புனைவுகளைச் சேர்த்துக்கொண்டுள்ளன.

ஏராளமான சீக்கியப் பெண்கள் பாரமுல்லாவின் நதியின் கரையில் அமைந்த குருத்துவாராவில் அடைக்கலம் புகுந்தனர் என்றும் பதான் பழங்குடிகள் அந்த இடத்தை நோக்கி வருவதைக் கண்டதும் என்ன செய்வதென்று தெரியாமல் பலர் ஆற்றில் குதித்து இறந்தனர் என்றும் நிர்மல் ராஜ் தன் புத்தகத்தில் குறிப்பிடுகிறார். மேலும், இந்த விஷயத்தை பாதிரியார் ஷாங்க்ஸ் குறிப்பிட்டுள்ளதாகவும் அவர் சொல்கிறார். ஆனால், பாதிரியார் ஷாங்க்ஸ் தான் எழுதியவற்றில் எந்த இடத்திலும் இது பற்றிச் சொல்லியிருக்கவே இல்லை.[23]

மடாலயத்தில் இருந்த மருத்துவர் ஒருவர் அந்த இடத்தை எனக்குச் சுற்றிக் காட்டியபோது, யாரும் பயன்படுத்தாமல் இருக்கும் ஒரு கிணற்றைச் சுட்டிக் காட்டி, பல சீக்கியப் பெண்கள் அதில் குதித்து தற்கொலை செய்துகொண்டதாகச் சொன்னார். 'ஏராளமான சீக்கியப் பெண்கள் வீடுகளிலிருந்து தப்பி வந்து மடாலயத்தில் அடைக்கலம் புகுந்திருந்தனர். இங்கு கூட்டம் எக்கச்சக்கம் ஆகிவிட்டது. பழங்குடி யினர் அவர்களைப் பார்த்துவிட்டனர். எனவே, சீக்கியப் பெண்கள் அவர்களிடமிருந்து தப்பிக்க மடாலயத்தின் பின்பக்கம் ஓடி, இந்தக் கிணற்றைப் பார்த்ததும் இதில் குதித்து தற்கொலை செய்து கொண்டுவிட்டனர். கிணறு பிணங்களால் நிரம்பிவிட்டது' என்று கிணற்றுக்கு அருகில் நின்றபடி என்னிடம் சொன்னார். சீக்கியப் பெண்கள் மடாலயக் கிணற்றில் குதித்து தற்கொலை செய்து கொண்டதாகச் சொன்ன ஒரே நபர் இவர் மட்டும்தான். கூட்டுத் தற்கொலைகள் வேறு இடங்களில் நடந்திருக்கின்றன. உதாரணமாக,

ராவல்பிண்டிக்கு அருகே தோவா கல்ஸா என்ற கிராமத்தில் அப்படி நடந்ததாக நம்பத்தகுந்த தகவல்கள் தெரிவித்திருக்கின்றன.[24] ஆனால், பாரமுல்லாவுக்கு அந்த சம்பவத்தை மாற்றியது வேறு காரணங்களுக்காகச் செய்யப்பட்டதாகவே தெரிகிறது. இங்கும் அப்படி நடந்திருக்க வாய்ப்புகள் இருந்தன. ஆனால் அப்படி நடக்கவில்லை என்பதுதான் உண்மை.

வெவ்வேறு தரப்புகள் வெவ்வேறு கதைகளை உருவாக்குகின்றன. டெய்லி எக்ஸ்பிரஸின் சிட்னி ஸ்மித், தன் பிரிட்டிஷ் வாசகர்களுக்காக ஒரு கதையைக் கட்டி அமைத்தார். 'அகதிகளின் மத்தியில் ஒரு நாயகர் இருக்கிறார். அவர்தான் பாதிரியார் ஷாங்க்ஸ்! நியூகாஸில்-ஆன்-டைனில் பிறந்தவர்' என்று மடாலயத்திலிருந்து மீட்கப்பட்டு அபோட்டாபாத் போய்ச் சேர்ந்ததும் முதல் வேலையாக முதல் பக்கத்தில் வெளியிட்டார். 'இரவும் பகலும் பழங்குடிகளாலும் இந்திய விமானங்களின் குண்டுவீச்சாலும் துன்புறுத்தப்பட்ட எங்களுக்கு பாதிரியார் ஷாங்க்ஸ் தலைவராகவும் ஆறுதல் தருபவராகவும் இருந்தார்' என்று எழுதினார். அந்தச் செய்திக் கட்டுரையில் துறவு அங்கி உடுத்திய அழகான இளைஞர் ஒருவருடைய புகைப்படமும் வெளியாகி இருந்தது. அதன்கீழ், 'பிரிட்டிஷ் துறவி, பெண்களைக் காப்பாற்றுகிறார்' என்ற குறிப்பு இடம்பெற்றிருந்தது.[25]

அடுத்த சில நாள்களில் 'பத்து நாள் பயங்கரம்' என்ற தலைப்பில், மிகவும் விரிவாக வெளியான கட்டுரைகளின் வாயிலாக மடாலயத்தில் சிறைப்படுத்தப்பட்டவர்கள் நம்பிக்கையுடனும், தீரத்துடனும், நகைச்சுவை உணர்வுடனும் அந்த முற்றுகையைச் சமாளித்த விதத்தைப் பற்றி விரிவாக விளக்கியிருந்தார். பாதிரியார் ஷாங்க்ஸ், பாதிரியார் மால்லெட் ஆகியோரின் அமைதியான வழிகாட்டுதல், கன்யாஸ்திரீகளின் உற்சாகமான இனிமை ஆகியவற்றைப் பற்றி அதில் குறிப்பிட்டிருந்தார். 'அவர்களுடைய அமைதியான பயமற்ற முகங்கள் எங்களுக்கு இறைவனின் ஆசிபோல் இருந்தன' என்று எழுதியிருந்தார். ஸ்மித்தின் கட்டுரையின் தொனியைப் பார்த்து பாதிரியார் ஷாங்க்ஸே மிகவும் தர்மசங்கடப்பட்டிருக்கிறார். 'எங்களுக்கு நடந்ததை வைத்து டெய்லி எக்ஸ்பிரஸ் சமைத்திருந்த செய்திக் கட்டுரைகளைப் பார்த்து நான் அதிர்ந்துபோனேன்' என்று தன் சுப்பீரியர் ஜெனரலுக்கு எழுதிய கடிதத்தில் அவர் குறிப்பிட்டிருந்தார். ஆனால் அதே நேரம், 'மில் ஹில் அதனைத் தங்களுக்குச் சாதகமாக ஆக்கிக்கொள்ள முடியும்' என்றும் அவர் குறிப்பிட்டிருந்தார்.[26]

சிட்னி ஸ்மித் தனக்குப் பிரத்தியேகமாகக் கிடைத்த வாய்ப்பை எவ்வளவு முடியுமோ அவ்வளவு பயன்படுத்திக்கொண்டார். டெய்லி

எக்ஸ்பிரஸும் அவருக்கு முழுப் பக்கத்தை ஒதுக்கிக் கொடுத்தது. சிட்னி ஸ்மித், பாரமுல்லாவில் நடந்த சம்பவத்தை வெறுமனே வேடிக்கை பார்த்த நிருபர் அல்லர். சிறைப்படுத்தப்பட்டவர்களில் அவரும் ஒருவர். 'நான் அதிர்ஷ்டவசமாக அங்கு இருந்தேன்' என்று அவர் சொன்னார். ஸ்கூப் செய்திகளைத் தேடிச் செல்லும் நிருபருக்கு வேண்டுமானால் அது அதிர்ஷ்டமாக இருக்கலாம். ஆனால் பெரும் பாலானோர் அதைத் துரதிர்ஷ்டமான சம்பவமாகவே கருதியிருப் பார்கள். அவர் எழுதிய கட்டுரைகளில், வன்முறை, சோகம், நாயகத் தனம், பரபரப்பு, வேதனை, கலாசார மோதல், பாலியல் அம்சம் (கிளுகிளுப்பான ஒன்றல்ல) என எல்லாச் சுவைகளும் கலந்து இருந்தன. அதற்கும் மேலாக, வசீகரம் மிகுந்த இடப் பெயர்களான வட மேற்கு எல்லை மாகாணம், காஷ்மீர் ஆகியவையும் இருந்தன.

சச்சரவு மிகுந்த பகுதிகளிலிருந்து ஸ்மித் எழுதி அனுப்பிய செய்திக் கட்டுரைகளின் துண்டுகள் சேகரித்துவைக்கப்பட்டிருக்கும் பெட்டி யில், அவற்றுக்கிடையே, 1948 ஆகஸ்டில் ரோம் நகரில் இருந்தபோது அவருக்கு வந்திருந்த தந்தி ஒன்றும் இருக்கிறது. அக்காலத்தில் புகழ்பெற்ற பிரிட்டிஷ் திரைப்படத் தயாரிப்பாளரான ஆண்டனி ஹேவ்லாக் ஆலென் என்பவரால் அனுப்பப்பட்ட தந்தி அது. பாரமுல்லா தாக்குதல் குறித்து திரைப்படம் ஒன்றை எடுக்க அவர் விரும்பியிருந்தார். 'நீங்கள் எப்படி பாரமுல்லாவுக்குப் போனீர்கள் என்பதிலிருந்து தொடங்கி, ஒவ்வொரு நிகழ்வையும் விரிவாக எழுதி எனக்கு அனுப்புங்கள். இந்த வருட முடிவுக்குள் இது தொடர்பான அனைத்தும் என்னுடைய திரைக்கதை எழுத்தாளர்களுக்குக் கிடைக்கும்படிப் பார்த்துக்கொள்ளுங்கள்' என்று ஹேவ்லாக் ஆலென் கேட்டிருந்தார். மும்பையிலிருந்து கப்பலில் அனுப்பப்பட்டதாக ஸ்மித் சொல்லியிருந்த ஒரு டயரி குறித்தும் ஹேவ்லாக் ஆலென் ஆர்வத்துடன் கேட்டிருந்தார்.[27]

பாரமுல்லா சம்பவத்தைத் திரைப்படமாக எடுக்கும் ஹேவ்லாக் அலெனின் ஆசை ஏதோ ஆர்வக் கோளாறினால் உருவாகி, பின்னர் கரைந்துபோன ஒன்றல்ல. சில மாதங்கள் கழித்து ஏப்ரல் 1949-லும் அதுதொடர்பான முயற்சியில் அவர் இருந்திருக்கிறார். மில் ஹில் சுப்பீரியர் ஜெனரலுக்கு ஒரு கடிதம் எழுதி, அத்துடன், ஸ்மித்தின் 'பத்து நாள் பயங்கரம்' கட்டுரையின் நகல் ஒன்றையும் இணைத்திருந்தார். 'இந்தக் கட்டுரையில் சொல்லப்பட்டிருக்கும் தகவல்கள் அற்புதமான, உணர்ச்சிமயமான திரைப்படம் ஒன்றை உருவாக்கத் தேவையான அம்சங்களுடன் இருப்பதாக எனக்குப் படுகிறது. இந்த பத்திரிகையின் ஆசிரியரையும் கட்டுரையை எழுதியவரையும் தொடர்புகொண்டு அவர்களுடைய காப்புரிமை தொடர்பாக வேண்டிய ஏற்பாடுகளைச்

செய்துவிட்டேன். நாம் எப்போது நேரில் சந்திக்கலாம்?' என்று கேட்டு எழுதியிருந்தார்.[28] என்ன காரணத்தாலோ அந்தப் படம் எடுக்கப் படவில்லை. ஒருவேளை, உலகப் போருக்குப் பிந்தைய பிரிட்டனின் கலைத் திறமை மிகுந்த இன்னொரு படைப்பாளியும் அதற்கான முயற்சியில் ஈடுபட்டது காரணமாக இருக்கலாம்.

காஷ்மீரிலிருந்து சிட்னி ஸ்மித் எழுதிய செய்திக் கட்டுரைகளை பிரிட்டிஷ் நாவலாசிரியர் ஹெச்.ஈ. பேட்ஸ் படித்திருந்தார். சம்பவம் நடந்தபோது படித்தது, அப்படியே அவருடைய மனத்தில் தங்கி விட்டதா அல்லது பிற்காலத்தில் படித்து கதையில் மாற்றங்கள் செய்துகொண்டாரா என்பது தெரியவில்லை. ஆனால், அந்த செய்திக் கட்டுரையில் சொல்லப்பட்டவையே பேட்ஸ் எழுதிய 'தி ஸ்கார்லெட் ஸ்வேர்ட்' என்ற அதிகம் விற்ற நாவலுக்கான பொறியைத் தந்தது. பேட்ஸ் காஷ்மீருக்கு வந்ததே இல்லை. ஆனால், தொலைதூரப் பகுதி ஒன்றில் சிறைப்பிடிக்கப்பட்ட ஐரோப்பியர்களின் கதை அவரை வெகுவாக பாதித்தது. பேட்ஸ், கிராமப்புற இங்கிலாந்து குறித்த கதைகளுக்காகவே புகழ் பெற்றிருந்தார் என்றாலும் போர் மற்றும் மோதல்களைப் பிரதான கருவாகக் கொண்டு அல்லது கதையின் பின்புலமாக வைத்து சில சிறுகதைகளையும் நாவல்களையும் அவர் எழுதியிருக்கிறார். 1930-களில் பேட்ஸ் சிறந்த எழுத்தாளராக உருவாகிக்கொண்டிருந்தார். இரண்டாம் உலகப் போர் நடந்து கொண்டிருந்தபோது, ராயல் ஏர்ஃபோர்ஸ், தம் வீரர்களின் நம்பிக்கை யையும் உற்சாகத்தையும் அதிகரிக்க விரும்பி பேட்ஸை அது தொடர்பாகச் சில கதைகளை எழுதும்படிக் கேட்டுக் கொண்டது. ஜனவரி 1945-ல் அவர் இந்தியாவுக்கு வந்தார். அவருடைய முதலும் கடைசியுமான இந்தியப் பயணம் அதுதான் என்று தோன்றுகிறது. கல்கத்தாவுக்கு வந்த அவர் அங்கிருந்து பர்மா சென்றார். கிழக்கில் நடைபெறும் போர் குறித்து நேரடி அனுபவம் பெற்று எழுதுவதற்காக ராணுவத்தின் தகவல் தொடர்புப் பிரிவு அவரை அழைத்துவந்திருந்தது.

அதன் விளைவாக, அவர் அடுத்த ஐந்து வருடங்களில் மூன்று நாவல்களை எழுதினார். அதில், 'தி பர்பிள் பிளைன்', 'தி ஜகரண்டா ட்ரீ' ஆகிய என்ற இரண்டு நாவல்களும் பர்மாவைக் களமாகக் கொண்டு எழுதப்பட்டவை. அந்தப் பகுதிகளுடன் அவருக்கு நேரடியான பரிச்சயம் இருந்ததால் மிகவும் ஆணித்தரமான தொனியில் அவை எழுதப்பட்டிருந்தன. 1950-ல் வெளியான 'தி ஸ்கார்லெட் ஸ்வேர்ட்', முன் எழுதிய 'தி பர்பிள் பிளைன்' தொட்டுச் சென்ற விஷயங்களான பகைமை நிலவும் சூழலில் மன உறுதியுடன் இருத்தல், தனிமைப் படுத்தப்பட்ட கிறிஸ்தவ மடாலயம், போர்ச் சூழலில் சிறிதும் அதிர்ந்து போகாத செவிலியர்கள் போன்றவற்றை மீண்டும் எடுத்துக்

கொண்டது. இலக்கியரீதியாகவும் விமரிசனபூர்வமாகவும் ஏற்கெனவே வெற்றி பெற்றிருந்த கருக்களையும் கதையையும் மீண்டும் சொல்வதுதான் இது.

இந்தக் கதையை பேட்ஸ் எதற்காக எழுத ஆரம்பித்தார் என்று சொல்வது கடினம். காஷ்மீர் அவருடைய விருப்பத்துக்கு உகந்த பகுதியாக இல்லை. அதனால் காஷ்மீர் பற்றிய நிலத் தகவல்களோ, வரலாற்றுச் சம்பவங்களோ, அரசியல் நிலைமைகளோ நாவலில் அதிகமாக வருவதில்லை. மாறாக, நெருக்கடி நேரங்களை மனிதர்கள் எதிர்கொள்ளும்போது நடக்கும் விஷயங்களிலேயே அவருடைய கவனம் குவிந்திருந்தது. செய்தித்தாள்களைத் தாண்டி அவர் ஆராய்ச்சிகள் ஏதும் செய்ததாகத் தெரியவில்லை. கதையின் கரு, கதாபாத்திர உருவாக்கம், சம்பவ விவரணைகள் எல்லாமே டெய்லி எக்ஸ்பிரஸ் பத்திரிகையில் இடம்பெற்ற செய்திகளை அடிப்படையாக வைத்தே எழுதப்பட்டிருக்கின்றன. ஆனால் அதுகுறித்து எந்த நன்றி அறிவிப்பும் புத்தகத்தில் இடம்பெறவில்லை.

சொல்லப்போனால், சிட்னி ஸ்மித் சொல்லாத எதுவுமே அந்த நாவலில் இல்லை என்று சொல்லிவிடலாம். தாக்குதலில் இருந்து தப்பித்துக்கொள்ள சீக்கிய, இந்துப் பெண்களின் முடியை வெட்டி, உடைகளை மாற்றி, ஐரோப்பியர்களைப் போலத் தோற்றமளிக்கச் செய்யும் அத்தியாயம் அப்படியே சிட்னி ஸ்மித்தின் கட்டுரையில் சொல்லப்பட்டதை நகல் எடுத்ததுபோல் இருக்கிறது. மசூதுகளின் அட்டூழியங்களைப் பற்றி ஓர் அஃப்ரீதி அதிகாரி, ‘அவர்களுக்கு நாகரிகம் போதாது’ என்று சொன்னதாக ஸ்மித் எழுதியிருந்தது அப்படியே நாவலில் எடுத்தாளப்பட்டிருக்கிறது. வயதான கன்யாஸ்திரீ ஒருவர் வெள்ளை முயல்களை அன்புடன் வளர்த்துவந்ததாக ஸ்மித் எழுதியிருந்த தகவலை அப்படியே முற்றுகையின் குறியீடாக நாவலில் பேட்ஸ் பயன்படுத்திக்கொண்டார்.

எந்த அளவுக்கு பேட்ஸ் தன் நாவலுக்காக ஸ்மித் எழுதியதிலிருந்து கடன் வாங்கியிருக்கிறார் என்பது ஆச்சரியமாக இருக்கிறது. சங்கடமாகவும் இருக்கிறது. ‘பம்பாயின் நாடக கம்பெனியிலிருந்து வந்திருந்த அழகான இந்து நடனப் பெண்மணியான இளவயது கௌசல்யா’ என்ற யாரும் எதிர்பார்த்திருக்க முடியாத ஒரு பெண்ணைப் பற்றி சிட்னி ஸ்மித் தன் கட்டுரையில் குறிப்பிட்டிருந்தார். ‘காதில் அற்புதமான பசும்-நீலக் கல்லால் ஆன தோடுகள் அணிந்திருந்தாள். விரல்களில் வெள்ளி நகைகள் மின்னிக்கொண்டிருந்தன. தன் முகத்தைச் சுற்றி ஒரு போர்வையால் மறைந்திருந்தாள். நாள் முழுவதும் ஓர் ஓரத்தில் சிகரெட் பிடித்தபடியே இருந்தாள்’ என்று ஸ்மித் எழுதியிருந்தார்.

பேட்ஸ் தன் நாவலை எழுதும்போது, ஸ்மித்தின் செய்திக் கட்டுரையைத் தன் முன் வைத்திருந்திருக்கவேண்டும். ஏனெனில் நாவலில் இடம்பெற்ற பெண்ணின் பெயரும் கௌசல்யாதான். 'யாருடனும் பேசாமல், எப்போதும் சிகரெட் பிடித்தபடி, பம்பாயிலிருந்து வந்திருந்த நாட்டியக்காரி ஒருத்தி, காதுகளில் பசும்-நீலக் காதணியுடன் இருந்தாள். அவளது விரல்களில் வெள்ளி மோதிரங்கள் நிரம்பி, விரல்களே மெல்லிய வெள்ளிக் குழல்போல் இருந்தது' என்று ஸ்மித் எழுதியதை அப்படியே வார்த்தைக்கு வார்த்தை, வரிக்கு வரி பேட்ஸும் எழுதினார்.[29]

ஸ்மித்தின் செய்திக் கட்டுரைகளில் வந்துள்ள சம்பவங்கள் நாவலில் பல இடங்களில் காணப்படுகின்றன. இன்னும் ஓர் உதாரணத்தை மட்டும் பார்க்கலாம். பூர் தில் கான் என்ற 12 வயதேயான பதான் சிறுவன் துப்பாக்கியைச் சுத்தம் செய்யும் கம்பியை மட்டும் ஆயுதமாகக் கையில் வைத்திருந்ததாக சிட்னி ஸ்மித் எழுதியிருந்தார். பேட்ஸ் தன் நாவலில், பீர் தில் கான் என்ற 12 அல்லது 13 வயதான பதான் சிறுவனைப் பற்றி எழுதியுள்ளார். அந்தச் சிறுவன் கையில் துப்பாக்கியின் கம்பி மட்டுமே இருக்கிறது. ஸ்மித்தின் பூர் தில் கானைப் போன்றே பேட்ஸின் பீர் தில் கானும் மடாலயத்தில் உள்ள பாதிரியாருடன் நட்பு ஏற்படுத்திக் கொண்டு, தான் கொள்ளையடித்துவந்த சிகரெட்டுகளை அவருக்குத் தருகிறான்.[30] இப்படிச் சம்பவங்கள், கதாபாத்திர வருணனை, வசனங்கள் என ஏகப்பட்ட ஒற்றுமைகள் இருக்கின்றன.

எச்.ஈ. பேட்ஸ் ஒருவிதத்தில் தனது நன்றிக்கடனை செலுத்துவதற்காக, தன் நாவலில் ஒரு பத்திரிகையாளர் கதாபாத்திரத்தையும் படைத்திருக்கிறார். க்ரேன் என்ற பெயரில் இடம்பெறும் அந்தப் பாத்திரத்தின் முதல் பெயர் நாவலில் எங்குமே குறிக்கப்படவில்லை. அது அநேகமாக ஸ்மித்தின் சாயலில் உருவாக்கப்பட்டிருக்கவேண்டும். சாயல் என்று ஏன் சொல்கிறேன் என்றால், நாவலில் வரும் கதாபாத்திரம் அங்கு நடக்கும் சம்பவங்களை பத்திரிகையில் எழுதுவதற்காகத் தன் பத்திரிகையின் ஆசிரியரைத் தொடர்புகொள்வதே இல்லை.

சாதாரணமான மனிதர்கள் நெருக்கடி நேரத்தில் தங்கள் இயல்புகளையும்மீறிச் சாதனைகள் படைப்பதைக் கருவாக வைத்து எழுதப்பட்டிருந்ததால் 'தி ஸ்கார்லெட் ஸ்வேர்ட்' நாவல் பெரும் வெற்றி பெற்றது. ஆனால், கதாபாத்திர உருவாக்கமும் கதைச் சூழலும் மிகவும் பலவீனமாக இருந்தன. ஐரோப்பியர் அல்லாதோரைப் புரிந்துகொள்வதிலும் அவர்களை விவரிப்பதிலும் பேட்ஸ் வெகுவாகத் தோற்றுப்போயிருந்தார். நாவலின் பிரதான கதாபாத்திரங்கள் அனைவருமே பிரிட்டிஷ்காரர்கள்தான். சொல்லப்போனால் காஷ்மீரிகள்

அவ்வப்போது மட்டுமே இந்த நாவலில் வந்துபோகிறார்கள். மடாலயத் தாக்குதலை முடிவுக்குக் கொண்டுவந்த அஃப்ரீதி அதிகாரி மட்டுமே ஓரிரு வார்த்தைகள் பேசுகிறார். ஐரோப்பியக் கதாபாத்திரங் கள் அனைவருமே தெளிவான பெயருடன் குறிக்கப்பட்டுள்ளனர். இரண்டே இரண்டு ஆக்கிரமிப்பாளர்கள் தவிர, மடாலயத்தில் அடைக்கலம் புகுந்த ஐரோப்பியர் அல்லாதோர் அனைவரும் பெயர் இல்லாதவர்களே. பேட்ஸின் கதையில் எங்கு பார்த்தாலும் 'ஒரு பதான்', 'ஓர் இந்துப் பெண்மணி', 'இரு அஃப்ரீதிகள், 'ஓர் இளம் சீக்கியப் பெண்', 'இறந்துபோன ஒரு காஷ்மீரி' என்று பொதுப் படையாகவே குறிப்பிடப்பட்டுள்ளது. அவர்களுடைய வாழ்க்கை, நோக்கங்கள், பிற சம்பவங்கள் என எதுவுமே சொல்லப்படுவதில்லை.

'தி ஸ்கார்லெட் ஸ்வேர்ட் நாவல்தான் அவர் எழுதிய கீழைத்தேய நாவல்களிலேயே கடைசியானதும் குறைவான வெற்றி பெற்றதும் ஆகும்' என்று பேட்ஸின் கதைகளை விரிவாக ஆய்வுசெய்த டீன் பால்ட்வின் தெரிவித்துள்ளார். அதற்குக் கலந்துகட்டிய விமரிசனம் கிடைத்தது. 'பதான்களும் அஃப்ரீதிகளும் கூட்டம் கூட்டமாக வானிலிருந்து குதித்ததுபோல் கதைக்குள் பாய்ந்து நுழைகிறார்கள். கதையில் இருக்கும் எவருக்குமே என்ன நடக்கிறது, ஏன் நடக்கிறது என்பது தெரிவதில்லை. எந்த ஒரு சம்பவத்துக்குமான காரணங்களை பேட்ஸ் தன் நாவலில் வழங்குவதில்லை. அவை இல்லாமல், அந்தச் சம்பவங்கள் எல்லாமே அர்த்தமற்றவையாகத் தோன்றுகின்றன. சம்பவங்களின் முழுப் பரிமாணம் விடுபட்டிருக்கிறது' என்று ஒரு விமரிசகர் எழுதியிருந்தார்.[31] ஆனால், 1950 வாக்கில் பேட்ஸ் தலைசிறந்த எழுத்தாளராக விளங்கிவந்தார். தி ஸ்கார்லெட் ஸ்வேர்ட் பல பதிப்புகள் கண்டது. பழைய புத்தகக் கடைகளில் இந்தப் புத்தகம் ஏராளமாகக் கிடைப்பதிலிருந்து இதன் புகழை ஒருவாறு ஊகிக்க முடிகிறது.

பாரமுல்லா சம்பவங்கள்தான் தன் நாவலின் ஆதாரம் என்று வெளி யிடுவதில் பேட்ஸுக்கு ஏதோ தயக்கம் இருந்துள்ளது. எனவே நாவல் நடக்கும் ஊரின் பெயரும் மடாலயத்தின் பெயரும் குறிப்பிடப்படவே இல்லை. ஆனால் ஓர் இடத்தில் தாக்குதலிலிருந்து தப்பியவர்கள் புனித ஜோசபுக்கு மெழுகுவர்த்தி ஏற்றித் தொழுதனர் என்று குறிப்பிடுகிறார். எனினும் கதை காஷ்மீர் பின்புலத்தில் நடக்கிறது என்பது முதல் பக்கத்திலேயே தெளிவுபடுத்தப்படுகிறது. பெரும்பாலான கதா பாத்திரங்களுக்கு புனைப்பெயர்களே சூட்டப்பட்டிருக்கின்றன. பாதிரியார் ஷாங்க்ஸ், பாதிரியார் ஆன்ஸ்டே ஆகிறார். (ஆனால், விஷமமாக, இன்னொரு சிறிய கதாபாத்திரத்துக்கு வேண்டுமென்றே

திருமதி ஷாங்க்ஸ் என்று பெயர் சூட்டியிருக்கிறார்.) கர்னல் டைக்ஸுக்கு கர்னல் மாத்தீஸன் என்று பெயர் தரப்பட்டுள்ளது. (இந்தப் பெயர், காஷ்மீர் சமஸ்தானத்தின் இன்னொரு கோடியில் இருக்கும் கில்கிட்டில் பணிபுரிந்த ஸ்காட்லாந்து அதிகாரி ஒருவரின் பெயர்.)

சில ஐரோப்பியர் அல்லாத கதாபாத்திரங்களுக்கு ஸ்மித்தின் செய்திக் கட்டுரையிலிருந்து எடுக்கப்பட்ட அதே பெயர்கள் தரப்பட்டுள்ளன. தாக்குதலில் கொல்லப்பட்ட ஸ்பானிய நர்ஸ் மதர் தெரசலீனாவின் பெயர் அப்படியே வருகிறது. டாக்டர் க்ரேடா பரெட்டோ (பேட்ஸ் இதனை பரெட்டா என்று எழுதுகிறார்) பெயரும் அப்படியே வருகிறது. சில சம்பவங்கள் நாவலில் லேசாக மாற்றப்பட்டிருக்கின்றன. நாவலில் கர்னல் டைக்ஸின் மனைவி கர்ப்பமாக இருப்பதாக வருகிறது. நிஜத்தில் அவர் ஏற்கெனவே பிரசவித்திருந்தார். கர்னல் டைக்ஸ் ஆரம்பகட்டத் தாக்குதலில் கொல்லப்படாமல் இந்திய விமானத் தாக்குதலில் கொல்லப்படுவதாக வருகிறது. நாவலில் மதர் தெரசலீனா கொல்லப் படுவதில்லை. மாறாக மதர் சுப்பீரியர் கொல்லப்படுகிறார். இறுதியில், மடாலயம் பாகிஸ்தான் படைகளால் அல்ல, இந்தியப் படைகளால் மீட்கப்படுகிறது.

தாக்குதலில் தப்பித்தவர்களும் உறவினர்களைப் பறிகொடுத்தவர்களும் இந்த நாவலைப் படித்துவிட்டு நிச்சயமாக மன வேதனை அடைந் திருப்பார்கள். மனித பலவீனங்களையும் அவலங்களையும் குறித்து பேட்ஸ் எழுதியவை உண்மைக்கு நெருக்கமானவையாகவே இருந்தன என்றாலும் பாதிக்கப்பட்ட மற்றும் உயிர் துறந்தவர்களின் வாழ்க்கை யில் நடந்தவை அல்ல என்பதால் பேட்ஸ் எழுதியவை பலரது விரோதத்தைச் சம்பாதித்தன. பாலியல் வன்முறை, பாலியல் கவர்ச்சி ஆகியவை குறித்து அவர் எழுதியது, கலப்பினம் குறித்து தரக்குறைவாக எழுதியது, மதம் சார்ந்த தனி நபர் மோதல்களை விவரித்தது ஆகியவற்றின் காரணமாகப் பலர் கடும் கோபம் அடைந்தனர்.

தன் தந்தை வழிப் பாட்டி இந்த நாவலைப் படித்துவிட்டு மிகவும் வருத்தப்பட்டதாக டாம் டைக்ஸ் ஜூனியர் சொன்னார். தாக்குதலில் இறந்த ஜோஸ் பரெட்டோவின் குடும்பத்தினர் நாவலில் அவரது தியாகம் கொச்சைப்படுத்தப்பட்டதாக மிகவும் வருத்தம் அடைந்தனர். இந்தப் புத்தகத்தின் விற்பனையை நிறுத்தவேண்டும் அல்லது சில பகுதிகளை மாற்றவேண்டும் என்று பதிப்பாளருக்கு எதிராகப் போராட்டம் நடந்திருக்கிறது. பின்னால் வந்த பதிப்புகளில் ஆன்மிகத்தை விடக் காமத்துக்கே தி ஸ்கார்லெட் ஸ்வேர்ட் முக்கியத்துவம் அளித்தது. 35 செண்டுக்கு விற்ற அமெரிக்க பேப்பர்பேக் பதிப்பு, 'இந்திய

உள்நாட்டுப் போரை பின்னணியாகக்கொண்ட காமக் கதை' என்று சொல்லித்தான் புத்தகத்தை விற்றது. அட்டையில், லிப்ஸ்டிக் அணிந்திருக்கும் நிர்வாணமான ஒரு பெண்ணின்மீது பாயத் தயாராக துப்பாக்கி வைத்திருக்கும் ஒரு பதான் இருப்பதான படம் இருந்தது. காமக் கிளர்ச்சியை எதிர்பார்த்து நாவலை வாங்கியவர்கள் பெரிதும் ஏமாந்துபோயிருப்பார்கள்.

ஹெச்.ஈ. பேட்ஸ் இப்படி எழுதியதைப் பார்த்துத்தான் ஒருவேளை பாதிரியார் ஷாங்க்ஸ் தானே அந்தச் சம்பவங்களை எழுதத் தீர்மானித் திருக்கவேண்டும். சிட்னி ஸ்மித், பாதிரியார் ஷாங்க்ஸை நாயகனாகச் சித்திரித்திருந்ததை மத ஊடகங்களும் அப்படியே பின்பற்றின. ஆனால், ஹெ.ஈ. பேட்ஸ் தன் நாவலில் பாதிரியார் ஷாங்க்ஸை களைத்துப்போயிருந்த, தவறுகள் செய்யக்கூடிய சிறிய கதாபாத்திர மாகச் சுருக்கிவிட்டிருந்தார். 'தொய்ந்துபோன வண்டிக்குதிரையின் தோல்போல அவரது தோல் வறண்டு சுருங்கியிருந்தது. அவருக்கு மிக அதிகமாக வயதாகியிருந்ததால் அந்த வேலைக்குத் தகுதியற்றவராக இருந்தார்.'[32] இளம் துறவியான பாதிரியார் சிம்சன் (தளர்ந்துபோய், தீர்மானங்கள் எடுக்கும் திறனற்றவராகச் சித்திரிக்கப்பட்டிருந்தார். ஆனால், நிஜத்தில் அவர் மெலிந்த தோற்றம் கொண்டவர் மட்டுமே) முக்கியக் கதாபாத்திரமாக ஆக்கப்பட்டிருந்தார். மடாலயம்மீது தாக்குதல் நடந்தபோது அவர் நம்பிக்கை, அன்பு, திட சித்தம் ஆகியவை கொண்டவராகப் புத்துணர்ச்சி பெற்றுவிடுகிறார்.

ஹெச்.ஈ. பேட்ஸின் புத்தகம் அடைந்த வெற்றியைக் கண்டு உற்சாகம் அல்லது கோபம் கொண்ட பாதிரியார் ஷாங்க்ஸ் தான் நேருக்கு நேர் பார்த்தவற்றை ஒரு நோட்டுப் புத்தகத்தில் எழுத ஆரம்பித்தார். நடந்தவற்றை அப்படியே எழுதுவதா அல்லது கதாபாத்திரங்களையும் உரையாடல்களையும் கதை பாணியில் வளர்த்தெடுத்து எழுதுவதா என்று குழப்பத்தில் பாதிரியார் ஷாங்க்ஸ் இருந்திருக்கிறார். இறுதியில், சுமார் நூறு பக்கங்களுக்கு நடந்தவற்றை அப்படியே எழுதியிருந்தார். ஆனால் தன் முதல் பிரதியை அவர் முடிக்கவே இல்லை.

பாரமுல்லாவில் லஷ்கர் படையினரின் தாக்குதல் குறித்து முல்க் ராஜ் ஆனந்தும் ஹெச்.ஈ. பேட்ஸூம் முற்றிலும் மாறுபட்ட படைப்புகளை உருவாக்கியுள்ளனர். இருவருமே பழங்குடி ஆக்கிரமிப்பாளர்களை விமரிசித்தே எழுதியிருக்கின்றனர். ஆனால், அதைத் தவிர வேறு எந்த ஒற்றுமையும் அவர்கள் படைப்புகளில் இல்லை. டெத் ஆஃப் எ ஹீரோ, தி ஸ்கார்லெட் ஸ்வேர்ட் ஆகிய இரு நாவல்களுமே ஒரே சிறிய கிராமத்தில், இரு வாரங்களுக்குள் நடந்த சம்பவங்களை மைய மாகக் கொண்டே எழுதப்பட்டிருந்தாலும், கதைக் கருவிலும்

கதாபாத்திர உருவாக்கத்திலும் ஒன்றுக்கொன்று மாறுபட்ட தளத்திலேயே இயங்குகின்றன. பாரமுல்லா மடாலயத்தில் நடந்த சம்பவங்களை ஆனந்த், லேசாகத் தொட்டுக் காட்டிச் செல்கிறார். பேட்ஸோ மடாலயத்துக்கு வெளியில் நடந்த கொலைகளையும் அழிவு வேலைகளையும் போகிற போக்கில் லேசாகச் சொல்லிச் செல்கிறார்.

காஷ்மீர்மீதான லஷ்கர்களின் தாக்குதலை மையமாகக் கொண்டு மூன்றாவது நாவல் ஒன்றும் எழுதப்பட்டிருக்கிறது. அதுவும், சம்பவம் நடந்த நேரத்தில் அங்கு இருந்த ஒருவரால் எழுதப்பட்டிருக்கிறது. அப்சர்வர் பத்திரிகையின் புகழ் பெற்ற அயல்நாட்டுச் செய்தியாளர், எழுத்தாளர் மற்றும் வரலாற்றாளரான ஆலன் மூர்ஹெட் எழுதிய 'தி ரேஜ் ஆஃப் தி வல்ச்சர்' என்ற நாவல் 1948-ல் வெளியானது. நாவல், காந்தஹார் என்று அவர் அடையாளப்படுத்தும் ஓர் இடத்தில் நடக்கிறது. ஆனால், ஒரு வருடத்துக்கு முன்பாக ஸ்ரீநகரில் அவர் பார்த்த சம்பவங்களே அதில் விவரிக்கப்பட்டிருக்கிறது. பழங்குடிப் படை ஊரை நெருங்கி வரும்போது ஊரில் ஏற்படும் பதற்றம் குறித்து அதில் சொல்லப்பட்டிருக்கிறது.

> அவர்கள் ஒரே கூச்சலும், குழப்பமும், இருளுமாக இருந்தனர். வன்முறையின் தூய சாரமாக இருந்தனர். அவர்கள் அங்கு வந்து சேர்ந்ததும் உங்கள் வீட்டைக் கொள்ளையடித்தார்கள். உங்கள் மனைவியை வன்புணர்ந்தார்கள். அடித்து நொறுக்கப்பட்ட பொருள்களின் குவியலுக்குள் உங்களைக் குற்றுயிரும் குலையுயிருமாகப் போட்டுச் சென்றார்கள். இவை அனைத்தையும் அவர்கள் விருப்பு, வெறுப்பு ஏதுமின்றி, இயந்திரத்தனத்துடன் செய்தார்கள். அவர்கள் மரணத்தைப்போலவே சோர்வடையாது பாரபட்சம் பார்க்காது நடந்துகொண்டார்கள்.[33]

காஷ்மீர் தலைநகரில் குறைந்துகொண்டுவரும் பிரிட்டிஷ் சமூகத்தின் எதிர்வினையை மையமாக வைத்தே மூர்ஹெட் நாவலை விவரித்திருக்கிறார். பாரமுல்லா மடாலயத் தாக்குதல் குறித்த எந்தக் குறிப்பும் அந்த நாவலில் இடம்பெறவில்லை என்றாலும் காஷ்மீரில் தனியான ஓரிடத்தில் உள்ள மருத்துவமனையில் கொல்லப்படும் பிரிட்டிஷ் முன்னாள் ராணுவ தம்பதியான ஜான் பிரிட்டன், லூயி பிரிட்டன் பற்றி அதில் சொல்லப்பட்டிருப்பது கர்னல் டைக்ஸுக்கும் அவருடைய மனைவிக்கும் நடந்ததை நினைவுபடுத்தும்விதமாக உள்ளது. ஆக்கிரமிப்பாளர்கள் கொள்ளையடிப்பது, வன்புணர்வது ஆகியவை பற்றியும், கன்யாஸ்திரீகள் வெளியேற்றப்பட்டது பற்றியும் நாவலில் சொல்லப்படுகிறது. ஹெச்.ஈ. பேட்ஸின் எழுத்துத் திறமை

யுடன் மூர்ஹெட்டால் போட்டி போடமுடியாது என்றபோதிலும் தி ரேஜ் ஆஃப் த வல்ச்சர் நாவல், ஆனந்த், பேட்ஸ் ஆகிய இருவரது படைப்புகளைவிட காஷ்மீர்மீதான ஆக்கிரமிப்பைத் திருப்திகரமான முறையில் விவரிக்கிறது என்பதில் சந்தேகமில்லை.

பாரமுல்லாவில் நடந்த தாக்குதல் குறித்து பாதிரியார் ஷாங்க்ஸ் எழுத ஆரம்பித்த அதே நேரம், ஒரு பத்திரிகையாளர், லஷ்கர்கள் பாரமுல்லாவுக்குள் நுழைந்த அதே பாதையில் பயணம் ஒன்றை மேற்கொண்டிருந்தார். 1951 வரை ஒன்பது ஆண்டுகள் இந்தியாவின் முக்கிய இதழாக இருந்த ஸ்டேட்ஸ்மென் பத்திரிகையின் ஆசிரியரான இயான் ஸ்டீஃபன்ஸ், 1952-ன் வசந்தகாலத்திலும் கோடையிலும் பாகிஸ்தான், காஷ்மீர் மற்றும் ஆஃப்கனிஸ்தானுக்குப் பயணம் மேற்கொண்டார். அதற்கு அடுத்த வருடம், தன் பயணம் குறித்து அரசியல் ரீதியாக எழுதினார். 26 அக்டோபர் 1947 அன்று மவுண்ட்பேட்டனுடன் அவர் இரவு உணவு சாப்பிட்டுக்கொண்டிருந்தபோது, காஷ்மீருக்குள் பதான்களின் ஊடுருவல் குறித்த வதந்திகளால் தில்லி பதற்றத்தில் ஆழ்ந்திருந்தது. ‘அவர்களுடைய ஒருபக்கச் சார்பைக் கண்டு நான் அதிர்ந்து போனேன். அவர்கள் ஒட்டுமொத்தமாக இந்துக்களுக்கு ஆதரவாக ஆகியிருந்தனர். அன்று அரசாங்க மாளிகையில் போர்ச்சூழலே நிலவியது. அவர்களைப் பொருத்தமட்டில் பாகிஸ்தானும், முஸ்லிம் லீகும், ஜின்னாவும்தான் எதிரிகள்’ என்று ஸ்டீஃபன்ஸ் எழுதினார்.[34] அவர் எழுதியவை முழுவதுமே இதே தொனியில், மவுண்ட்பேட்டனை விமரிசித்தும் பாகிஸ்தானுக்கு ஆதரவாகவும் இருந்தன.

இயான் ஸ்டீஃபன்ஸுக்கு இரண்டு புதிய தேசங்களிலுமே நிறையத் தொடர்புகள் இருந்தன. 1952-ல் டென்மார்க் நாட்டவரும் ஐ.நா ராணுவப் பார்வையாளருமான நண்பர் ஒருவரின் உதவியுடன் ஸ்டீஃபன்ஸ் சகோத்தியில் கட்டுப்பாட்டுக் கோட்டைக் கடந்து, இந்தியக் காஷ் மீருக்குள் நுழைந்தார். கடந்த மூன்றாண்டுகளில் அப்படி வந்திருந்த மூன்றாவது சிவிலியன் அவர். ‘1947 அக்டோபரில் இந்தியத் தரப்புப் புகைப்படங்கள் காட்டியதைவிடக் குறைவான இழப்பே பாரமுல்லா வுக்கு ஏற்பட்டிருந்தது. பாரமுல்லாவின் சில பகுதிகள் இப்போதும் சிதிலமடைந்தே இருக்கின்றன. ஆனால், பெரும்பாலான பகுதிகள் எந்தச் சேதமும் இல்லாமலேயே இருக்கின்றன. ஆஸாத் காஷ்மீரில் இருக்கும் மீர்பூரோடு ஒப்பிட்டுப் பார்க்கும்போது அதைவிட பாரமுல்லா வளர்ச்சி அடைந்ததாக இருக்கிறது’ என்று அவர் குறிப்பிட்டார்.[35]

அவர் மடாலய மருத்துவமனையை நேரில் சென்று பார்த்திருக்கிறார். இந்திய விமானத் தாக்குதலில் சேதமடைந்த ஒரு வார்டின் மேல்கூரை அப்போதுகூடச் சரி செய்யப்படாமல் இருந்தது. அவர் அங்கிருந்த

கன்யாஸ்திரீகளிடம் பேசியிருக்கிறார். அவர்களுக்கு ஏற்பட்ட 'அவமானகரமான சம்பவங்கள்' அப்போது அவருக்குத் தெரியவந்திருக்கின்றன.

1948 பிப்ரவரியில் வடக்கு வாசிரிஸ்தனில் இருந்த மீரான்ஷாவுக்குப் போனது குறித்தும் அவர் எழுதியிருக்கிறார். அப்போது சில பழங்குடியினர் அவருக்குத் துணையாகப் போயிருக்கிறார்கள். அவர்களில் சிலர் ஸ்ரீநகரில் நான்கு மாதங்களுக்குமுன் நடந்த தாக்குதலில் ஈடுபட்டிருந்தனர். அவர்களில் ஒருவருடன் அவர் பேச்சுக் கொடுத்தார்.

> அந்தப் பழங்குடியும் அவருடைய நண்பர்களும் ஸ்ரீநகரை எளிதில் கைப்பற்றி இருப்பார்கள். ஆனால், 'பாரமுல்லாவில் இருந்த முட்டாள்களால், அப்படி முடியாமல் போய்விட்டது' என்று அந்த நபர் சொன்னார். 'இரண்டாம் கட்டமாக வந்தவர்களை உடனடியாகப் போர் முனைக்கு அனுப்பிவைத்திருக்க வேண்டும். ஆனால் அதைவிட்டுவிட்டு அந்த முட்டாள்கள் சின்னச் சின்ன ஊரைக் கொள்ளையடிப்பதிலும் வித்தியாசமாக உடை அணிந்திருந்த அயல்நாட்டுப் பெண்களின் உடம்பில் தோட்டாக்களை வீணடிப்பதிலும் நேரத்தைச் செலவழித்துவிட்டனர். அது மிகவும் மோசமான செயல்' என்றார்.
>
> 'என்னது? பெண்களைக் கொன்றதா?'
>
> 'இல்லை. இல்லை. அது இல்லை. அந்த முட்டாள்கள் எல்லாவற்றையும் கெடுத்துக் குட்டிச்சுவராக்கிவிட்டனர். வெற்றிகைக்கு எட்டும் தொலைவில் இருந்தது. கொஞ்சம்போலச் சுற்றி வளைத்திருந்தால் போதும்' என்றார் அவர்.[36]

அந்தப் பள்ளத்தாக்கை அவர்கள் கைப்பற்ற முடியாமல் போய்விட்டது. ஆனால், அதற்குக் காரணம் வேறு ஒருவர் என்று பழியை இன்னொருவர் மீது போடுவது அவர்களுக்கு எளிதாக இருந்தது.

பத்தாண்டுகள் கழித்து, இயான் ஸ்டீஃபன்ஸ், பாகிஸ்தான் உருவானது தொடர்பான ஒரு புத்தகத்தை எழுதினார். அக்கட்டத்தில் அவருடைய பார்வைக் கோணம் மிகவும் இறுகிவிட்டிருந்தது. காஷ்மீர் பிரச்னையின் காரணமே, 'மவுண்ட்பேட்டன் தலைமையிலான பிரிட்டிஷ் அரசு இந்தியாவிலிருந்து அவசர அவசரமாக விலகிச் சென்றதே. பள்ளத்தாக்கின் மக்கள் திறமையானவர்கள்தான் என்றாலும் ஒருவகையில் உத்வேகம் அற்றவர்கள், குழப்பமானவர்கள், எளிதில் பயந்துவிடுபவர்கள். பதான்களின் ஆக்கிரமிப்பின்போது பல சம்பவங்கள் நிகழ்ந்தன. அவை கொடூரமானவைதான் என்றாலும் ஜம்முவிலும்

பூஞ்சிலும் நடந்தவற்றுடன் ஒப்பிடும்போது குறைவானவையே. பாரமுல்லாவில் நடந்தது துரதிஷ்டவசமானதுதான். ஆனால், மேற்கத்திய கிறிஸ்தவ நாடுகளைத் தன் பக்கம் இழுப்பதற்காக இந்திய அரசு அதை ஊதிப் பெரிதாக்கிவிட்டது. பாரமுல்லாவில் நேரத்தை வீணடித்ததால் பழங்குடிகள் எதிர்பார்த்த வெற்றி கிடைக்காமல் போனது. பின்னால் வந்த பழங்குடிப் படைகள் மோசமாக நடந்து கொள்ளவில்லை. சில நேரங்களில் மிக நன்றாகப் போராடவும் செய்தார்கள். இருந்தும் என்ன பயன்?'[37]

பாகிஸ்தானுக்கு ஆதரவான வெளியாட்கள் எழுதிய படைப்புகளில் இந்தத் தொனியே காணப்படுகிறது. எல்.எஃப்.ரஷ்ப்ரூக் வில்லியம்ஸ் என்ற கல்வியாளர், நிர்வாகி, பத்திரிகையாளர், லஷ்கர்களின் அத்துமீறல்கள் குறித்த பாகிஸ்தானின் அணுகுமுறையை ஒரே ஒரு பத்தியில் தெளிவாக விளக்கியிருக்கிறார்: 'பாரமுல்லா மடாலயத்தின் மீது நடத்தப்பட்ட தாக்குதலும் அப்போது நடந்த கொலைகளும் இயல்பாகவே பெரும் பதற்றத்தை ஏற்படுத்தின. இந்தியாவுக்குள் மட்டுமல்ல, வெளி உலகிலும் தலைப்புச் செய்திகளாகின. இதற்கு எந்தவகையிலும் பாகிஸ்தான் அரசு பொறுப்பில்லை என்றபோதும், இந்த நிகழ்வுகள் பாகிஸ்தான் அரசுக்குப் பெரும் அவமானத்தை ஏற்படுத்தின.'

ஆஸாத் காஷ்மீர் படையில் தன்னார்வலராகப் பணிபுரிந்த பாகிஸ்தான் ராணுவ அதிகாரி ஒருவர் தன்னிடம் சொன்னதை வில்லியம்ஸ் நினைவுகூர்ந்தார். மடாலயம்மீதான தாக்குதல் குறித்த செய்தியைக் கேள்விப்பட்டதும் அந்த அதிகாரி அங்கு விரைந்து சென்றிருக்கிறார். 'லஷ்கர்களுக்கு ஐரோப்பியர்களைத் தாக்கவேண்டும் என்று எந்த எண்ணமும் இருந்திருக்கவில்லை. அங்கிருந்த ஜாம் மற்றும் பிற உணவு வகைகளை எடுத்துத் தின்றபடி லஷ்கர்கள் இங்குமங்கும் அலைந்து திரிந்திருக்கிறார்கள். அப்போது கர்னல் டைக்ஸ் துப்பாக்கியை எடுத்துக் காட்டி அவர்களை மடாலயத்திலிருந்து துரத்தியடிக்க முயன்றிருக்கிறார். அதைத் தொடர்ந்து துப்பாக்கிச் சூடுகள் நடந்துள்ளன. சோக சம்பவங்கள் நிகழ்ந்துள்ளன.'[38] செயிண்ட் ஜோசபில் நடந்த கொலைகளுக்கு என்ன காரணம் வேண்டுமானாலும் சொல்லலாம் என்றாலும் ஜாம் பாட்டிலைக் காரணமாகச் சொல்வது நம்பும்படியாக இல்லை.

காஷ்மீரின் வரலாற்றாய்வாளரான அலாஸ்டர் லாம்ப் இன்னொரு கோணத்தில் சப்பைக்கட்டு கட்டுகிறார். அவர் கருத்தில், அன்று பாரமுல்லா மடாலயத்தில் என்ன நடந்திருந்தாலும், 1989-க்குப் பிறகு இந்தியப்படைகள் காஷ்மீர் ஆண்களுக்கும் பெண்களுக்கும்

குழந்தைகளுக்கும் இழைத்த கொடுமைகளோடு ஒப்பிடும்போது அது ஒன்றுமே இல்லை. இந்தியப் படைகள் காஷ்மீரில் காலடி எடுத்து வைத்தபின் நடந்த வன்முறைகளையாவது தடுத்து நிறுத்தியிருக்கலாம். ஆனால் இரண்டு தலைமுறைகள் கழிந்தபின் அதே அட்டூழியங்களை இந்தியப் படைகள் இப்போதும் செய்துவருகின்றன என்கிறார்.[39] இந்தக் கூற்று, சரித்திர நிகழ்வுகளின் அடிப்படையில் சொல்லப்பட்டதாகத் தெரியவில்லை. ஒரு பக்கச் சார்பான வாதமாகவே இருக்கிறது.

லஷ்கர்கள் மேற்கொண்ட தாக்குதல் பற்றிய கதையாடலைத் தனக்குச் சாதகமாக ஆக்கிகொள்ள பாகிஸ்தானால் முடியவில்லை. பாகிஸ் தானின் பழங்குடிகள் காஷ்மீரிலிருந்து துரத்தப்பட்டனர். அதைத் தொடர்ந்து நடந்த போரிலும் பாகிஸ்தான் தோல்வியடைந்தது. பழங்குடிகளின் ஆக்கிரமிப்பின்போது இருந்த ஒழுங்கீனம், கொள்ளை யடிப்பு, கடத்தல் ஆகியவை வெளியுலகுக்குத் தெளிவாக தெரிய வந்தது. அந்தத் தாக்குதலைத் திட்டமிட்டு நடத்திய பாகிஸ்தான் அதிகாரிகளேகூட அதை வெளிப்படையாக, வேதனையோடு பகிர்ந்து கொண்டனர். எனவே இதனை மறுப்பது பாகிஸ்தானால் முடியாத காரியமாக ஆகியுள்ளது. கொள்ளைக்காரர்களை நாயகர்களாக ஆக்குவது சாத்தியமே இல்லை.

இதன் காரணமாக, பாகிஸ்தான் தரப்புப் படைப்புகள், ஒன்று லஷ்கர் படையின் அட்டூழியங்கள் குறித்துப் பெரும் மௌனம் சாதிக்கின்றன. அல்லது அனைத்துக்கும் காரணம், லஷ்கர்களின் ஒழுங்கீனமே என்றும் இதில் பாகிஸ்தானுக்கு எந்தப் பங்கும் இல்லை என்றும் கைகழுவிக் கொள்கின்றன. பாகிஸ்தான் ராணுவத்துக்குள் காஷ்மீர் ஏற்படுத்தும் தாக்கம், பாகிஸ்தானில் ராணுவத்துக்கும் சிவிலியன்களுக்கும் இடையேயான மோதல் ஆகியவை இந்த நிகழ்வைப் பற்றிய கதையாடல்களை வெகுவாகக் குழப்பியுள்ளன. அக்பர் கான் போன்ற லஷ்கர் படைகளுக்குத் தலைமை தாங்கிய பாகிஸ்தான் ராணுவத்தினர், 1951-ல் பாகிஸ்தான் அரசைக் கவிழ்க்க நடைபெற்ற முதல் ராணுவ முயற்சியான ராவல்பிண்டி சதி வழக்கில் கைது செய்யப்பட்டனர். அக்பர் கான் நான்கு வருடங்கள் சிறையில் அடைக்கப்பட்டார். அதற்குப்பின் அவரை தேசிய நாயகராக உயர்த்த வாய்ப்பே இல்லை.

லஷ்கர் பற்றிய மிக அறிவுபூர்வமான பாகிஸ்தானிய சரித்திரப் பதிவு, பாகிஸ்தானால் காஷ்மீரைக் கைப்பற்ற முடியாததற்கான காரணத்தை ஒரே ஒரு புள்ளியில் வைக்கிறது: பழங்குடிப் படைகளின் பிழையான தலைமை அல்லது தலைமையே இல்லாமல் இருந்தமை. இது ஒன்றுதான் தவறு, அதுவும் மிக மோசமான தவறு. அதற்கு, அதைத் திட்டமிட்டு நடத்தியவர்கள்தான் (அப்படித் திட்டமிட்டு

நடத்தியவர்கள் யார் என்றே தெரியவில்லை!) பொறுப்பேற்றாக வேண்டும். லஷ்கர்களின் தவறு என்னவாக இருந்தாலும், முன்னாள் காஷ்மீர் சமஸ்தானத்தின் சில பகுதிகள் பாகிஸ்தானின் கட்டுப் பாட்டுக்குள் வர அவர்கள்தான் காரணமாக இருந்திருக்கிறார்கள் என்று அதே வரலாற்றாளர் தெரிவிக்கிறார். 'பழங்குடிகள் பல வகையில் தவறுகள் செய்துள்ளனர். அதுவும் மிகவும் மோசமான தவறுகள். ஆனால் இன்று காஷ்மீரின் மேற்குப் பகுதிகள் ஆஸாத் காஷ்மீர் என்ற பெயரில் பாகிஸ்தானில் இருப்பதற்குக் காரணம் அந்தப் பழங்குடிகளே.'[40]

பிரிட்டிஷார் தன் அதிகாரத்தைக் கை மாற்றிக் கொடுத்த காலகட்டத்தில் முன்னணி செய்தி ஆசிரியராக இயான் ஸ்டீஃபன்ஸ் இருந்தார் என்றால், அதற்கு அடுத்த தலைமுறையில் அதே இடத்தில் இருந்தவர் ஃப்ராங்க் மோரேஸ். அவர் 1907-ல் மும்பையில் பிறந்தார். இந்திய கத்தோலிக்கப் பள்ளிகளில் பயின்று, பின்னர் ஆக்ஸ்ஃபோர்டு பல்கலைக்கழகத்தில் பட்டம் பெற்றார். 1950-ல் டைம்ஸ் ஆஃப் இந்தியா பத்திரிகையின் முதல் இந்திய ஆசிரியராக ஆனார். மார்கரெட் பர்க்-வைட்டின் நெருங்கிய நண்பராக இருந்தார். பர்க்-வைட் பாரமுல்லா குறித்து எழுதியதைப் பார்த்து ஃப்ராங்க் மோரேஸ் அங்கு போனாரா என்பது தெளிவாகத் தெரியவில்லை.

1958 வசந்த காலத்தில் அவர் அரசியல் ஒருமைப்பாடு மற்றும் சமுதாய முன்னேற்றம் குறித்து ஒரு கட்டுரைத் தொடர் எழுதும்போது அவர் காஷ்மீருக்கும் சென்றார். அவர் எழுதிய ஒரு கட்டுரை 'எரியும் பாரமுல்லா'.[41] 'பத்து வருடங்களுக்குமுன் பாகிஸ்தானின் உதவியுடன் பதான் ஆக்கிரமிப்பாளர்கள் அந்தச் சிறிய ஊருக்குள் சாரை சாரையாக ஊடுருவினர்... ஒரு வாரத்துக்கு கொள்ளை, கொலை, வன்புணர்ச்சி, தீவைப்பு என என்னவெல்லாமோ அநியாயங்கள் நடந்தேறின' என்று அந்தக் கட்டுரையில் விரிவாக எழுதியிருந்தார். தூங்கி வழிந்து கொண்டிருந்த அந்தச் சிற்றூருக்குச் சென்றபோது முந்தைய சூறை யாடல்களின் தடயங்கள் சிலவற்றை அங்கே அவர் பார்த்தார். மக்பூல் ஷேர்வானியின் நினைவிடத்தைப் பார்த்த அவர், அது பற்றியும் தன் கட்டுரையில் நினைவுகூர்ந்தார்.

ஆனால் தன் பெரும்பான்மை நேரத்தை பாரமுல்லா மருத்துவமனையிலும் மடாலயத்திலும்தான் அவர் கழித்தார். அங்கு நடந்த தாக்குதல் பற்றிய விவரங்களை அங்கிருந்த இத்தாலிய, ஜெர்மானிய, ஸ்பானிய கன்யாஸ்திரீகளிடமிருந்து கேட்டுத் தெரிந்துகொண்டார். 'என்னுடைய பணியின்போது, அதுவும் முக்கியமாக, கடந்த போரில் ஒரு போர்ச் செய்தியாளர் என்றவகையில், நான் பல வன்முறை நிகழ்வுகளைப் பார்த்திருக்கிறேன். ஆனால், இந்த மூன்று கன்யாஸ்திரீகள் சொல்வது

அவை எல்லாவற்றையும் விஞ்சியுள்ளது. அதுவும் பத்து ஆண்டு களுக்குமுன் தங்களுக்கு நடந்ததை எந்தவித உணர்ச்சியும் இல்லாமல் ஓர் அந்நியரிடம், கொஞ்சம் நகைச்சுவையும் சேர்த்து இவர்கள் சொல்வது மனத்தைப் பிசைவதாக உள்ளது' என்று எழுதினார்.

ஃப்ராங்க் மோரேஸ் கன்யாஸ்திரீகள் சொன்னதை மட்டுமே அடிப் படையாகக் கொண்டு எழுதிய மடாலயத் தாக்குதல் குறித்த பகுதி மிகவும் அழுத்தமாக எழுதப்பட்டிருந்தது. ஒருவகையில் அது அவர் களுடைய நினைவுகளின் ஆவணம். எளிய, அலங்காரமற்ற மொழியில் மனத்தில் மிகுந்த பாதிப்பை ஏற்படுத்தும்வகையில் எழுதப் பட்டிருந்தது. அக்கட்டுரை, அந்த கன்யாஸ்திரீகளின் கருணையையும் மன்னிக்கும் குணத்தையும் நன்றாக எடுத்துக்காட்டியது. ஆனால், மொரேஸுக்கு ஓர் அரசியல் கருத்தை முன்வைக்கும் நோக்கமும் இருந்தது. அதை அவர் ஒரு கன்யாஸ்திரீயின் வார்த்தைகள் வாயிலாக முன்வைத்தார். 'எங்களைத் தாக்கியும் கொள்ளையடித்தும் அட்டூழியங் கள் செய்துகொண்டிருந்தபோது அந்த ஆக்கிரமிப்பாளர்கள், 'பாகிஸ் தான் வந்துவிட்டது' என்று உரத்த குரலில் முழங்கினர். ஆனால், வந்தது சாத்தான்தான் என்று எனக்குத் தோன்றியது' என்று ஓர் இத்தாலிய கன்யாஸ்திரீ சொன்னார்.

காஷ்மீர்மீது லஷ்கர் படையின் படையெடுப்பை, 'காரணம் ஏதுமின்றி வலியச் சென்று தாக்குதல் நடத்துதல்' என்று ஐ.நா பாதுகாப்புச் சபை வெளிப்படையாகக் கண்டிக்காததை ஃப்ராங்க் மோரேஸ் கடுமையாக விமரிசித்திருந்தார். 'அந்த கன்யாஸ்திரீகள் இப்போதும் பாரமுல்லாவில் தான் இருக்கிறார்கள். ஐ.நா பிரதிநிதிகள் அவர்களை எப்போது வேண்டுமானாலும் விசாரித்து உண்மையைத் தெரிந்துகொள்ளலாம். இருந்தும் பாதுகாப்புச் சபை தன் கண்களை மூடிக்கொண்டு. காஷ்மீரில் எந்த அத்துமீறலும் நடக்கவில்லை என்று சொல்லிக்கொண்டிருக்கிறது' என்று அந்தத் தொடரை மோரேஸ் முடித்திருந்தார்.

அடுத்த வருடம், ஆல் இந்தியா ரேடியோவுக்காக ஒரு குழு, ஃப்ராங்க் மோரேஸ் போன அதே வழித்தடத்தில் பயணம் மேற்கொண்டது. அதே மூன்று கன்யாஸ்திரீகளிடமும் அவர்கள் கட்டாயம் பேசியிருக்க வேண்டும். அப்போது ஸ்ரீநகரில் இருந்த பாதிரியார் ஷாங்க்ஸுடனும் அவர்கள் பேசினார்கள். அந்த வானொலி நிகழ்ச்சி, 26 அக்டோபர் 1958-ல் அந்தச் சம்பவத்தின் 11-ம் ஆண்டு நினைவு நாளில் ஒலிபரப்பப் பட்டது. இதனை மையமாக வைத்து இந்திய தகவல் ஒலிபரப்புத்துறை வெளியிடும் பத்திரிகை ஒன்றில் ஒரு படக் கட்டுரை எழுதப் பட்டிருந்தது.[42] தாக்குதலிலிருந்து தப்பியவர்கள் சொன்ன வார்த்தைகளே அந்தக் கட்டுரையில் மிகுதியாக இருந்தன. ஆனால், 'பாகிஸ்தானால் தூண்டப்பட்ட பயங்கரம்' என்ற தொனியில் அது

வழங்கப்பட்டிருந்தது. 'பாகிஸ்தான் அரசாங்கத்தின் உதவி பெற்ற பாகிஸ்தானிய அயோக்கியர்கள், முஸ்லிம்கள் அதிகமாக இருந்த இந்தச் சிறிய ஊரை வாளின் முனையில் கொன்று குவித்து, தீ வைத்து, அழித்தனர். அமைதியை விரும்பும் எளிய அப்பாவி மக்கள்மீது பாகிஸ்தானிலிருந்து வந்த ஆக்கிரமிப்பாளர்கள் செய்த அநியாயங் களை இதிலிருந்து தப்பிய இந்த நான்கு அந்நிய நாட்டவரும் திரைகளை விலக்கித் தெரியவைத்திருக்கின்றனர்' என்று அந்தக் கட்டுரையில் சொல்லப்பட்டிருந்தது. அமைதியை விரும்பும் காஷ்மீர் மக்களின் குரலுக்கு இங்கும் முக்கியத்துவம் தரப்படவில்லை.

பாரமுல்லா தாக்குதல் குறித்து இந்தியத் தரப்பினர் என்ன சொல்லி வந்தார்களோ அவற்றையே இந்தக் கட்டுரையாளரும் எழுதியிருந்தார். 'கிடைத்த ஒரு செய்தியின் அடிப்படையில் பார்க்கும்போது மொத்தம் 14,000 பேர் இருந்த பாரமுல்லாவில் வெறும் 1,000 பேர் மட்டுமே உயிர் பிழைத்தனர்' என்று கட்டுரையில் ஓர் இடத்தில் வருகிறது. சுமார் 90 சதவிகித பாரமுல்லா மக்கள் லஷ்கர் படையின் தாக்குதலில் கொல்லப் பட்டனர் என்பதற்கான ஆதாரம் நியூ யார்க் டைம்ஸின் ராபர்ட் டிரம்புலின் கட்டுரை ஒன்றிலிருந்து எடுக்கப்பட்டுள்ளது. ஆனால், இந்தியப் படை பாரமுல்லாவை மீட்ட 24 மணி நேரத்தில்அங்கு போன டிரம்புல் எழுதியது இதைத்தான்: 'இந்தியப் படைகள் பாரமுல்லாவை மீட்டு 24 மணி நேரம் ஆகியுள்ளது. மொத்த மக்கள்தொகையான 14,000-த்தில் 1,000 பேர் மட்டுமே எஞ்சியிருக்கின்றனர். அவர்களும் தங்கள் வீடுகளின் இடிபாடுகளுக்கு இடையே பயந்து நடுங்கியபடி உள்ளனர்.'[43] ஆயிரம் பேரைத் தவிர எஞ்சியவர்கள் கொல்லப் பட்டுவிட்டதாக டிரம்புல் எங்குமே சொல்லவில்லை. ஊரில் இருந்தவர்களில் பெரும்பாலானோர் அடைக்கலம் தேடி வேறு இடங்களுக்கு ஓடிவிட்டனர் என்பதையே அவருடைய செய்திக் கட்டுரை தெரிவித்தது. அதே செய்திக் கட்டுரையில் பாரமுல்லாவில் கொல்லப்பட்டவர்களின் எண்ணிக்கை குறித்தும் அவர் சொல்லி யிருக்கிறார்: 'சுமார் 3,000 பேர் கொல்லப்பட்டிருக்கக்கூடும் என்று எஞ்சியிருக்கும் மக்கள் சொன்னார்கள்.' இதுகூட அதிர்ச்சி தரும் எண்ணிக்கைதான். பிற செய்தியாளர்கள் சொன்னதைவிட மிக அதிகமானதும்கூட.

மார்ச் 1948-ல் வெளியான இந்திய வெள்ளை அறிக்கையில் டிரம்புல்லின் கட்டுரையில் இடம்பெற்றிருந்த பல விஷயங்கள் சுட்டிக்காட்டப் பட்டிருந்தன. 90 பக்க அளவிலான அந்த அறிக்கையில் பல்வேறு செய்தித்தாள்களில் வெளிவந்த தகவல்கள், அதிகாரபூர்வ ஆவணங்களி லிருந்து கிடைத்த செய்திகள், பாதிக்கப்பட்டவர்களின் வாக்குமூலங்கள் (அவற்றில் சில, சிறைப்பிடிக்கப்பட்ட பழங்குடிகள் மற்றும்

அவர்களுடைய கூட்டாளிகள் சொன்னவை) இடம்பெற்றிருந்தன. அது காஷ்மீர்மீதான இந்தியாவின் உரிமைகோரலை நியாயப்படுத்தவும் பாகிஸ்தான் அராஜகங்கள் புரிந்திருக்கிறது என்பதை உலகுக்குப் புரிய வைக்கவும் உருவாக்கப்பட்டிருந்தது. வடிகட்டப்பட்ட தகவல்கள் தான் என்றாலும் மிகவும் ஆணித்தரமாக இந்தியத் தரப்புக்கு வலு சேர்ப்பவையாக இருந்தன. பெரும்பாலும் அதிகாரபூர்வ ஆவணங் களிலிருந்தே தகவல்கள் இடம்பெற்றிருந்தன. எனினும் நியூ யார்க் டைம்ஸ், சிட்னி ஸ்மித்தின் டெய்லி எக்ஸ்பிரஸ், தி டைம்ஸ், தி அப்சர்வர், தி டைம்ஸ் ஆஃப் இந்தியா, இந்துஸ்தான் டைம்ஸ் ஆகிய பத்திரிகைகளிலிருந்தும் செய்திகள் மேற்கோள் காட்டப்பட்டிருந்தன. பாகிஸ்தானின் டான் பத்திரிகையிலிருந்தும் சில தகவல்கள் சுட்டிக் காட்டப்பட்டிருந்தன.

காஷ்மீர் தொடர்பாக எழுதும் பல எழுத்தாளர்களுக்கும் இந்த வெள்ளை அறிக்கையே முதன்மை ஆதாரமாக இருந்துவந்துள்ளது. பாரமுல்லா மீதான தாக்குதல், மடாலயம் மற்றும் மருத்துவமனை மீதான தாக்குதல் மற்றும் பிற அழிவு வேலைகள் குறித்துப் பேசும்போது இந்திய அமைச்சர்களும் அதிகாரிகளும் இந்த அறிக்கையிலிருந்தே மேற்கோள் காட்டிப் பேசிவருகின்றனர். இந்த வெள்ளை அறிக்கையில் குறிப்பிடப் பட்டுள்ள கட்டுரைகள் அனைத்தும் பலரால் பலமுறை பயன்படுத்தப் பட்டுள்ளன. அதேபோல, இந்த வெள்ளை அறிக்கையில் குறிப்பிடப் படாத கட்டுரைகளை யாரும் கண்டுகொள்வதே இல்லை. இந்த வெள்ளை அறிக்கை, டிரம்புல்லின் செய்திக் கட்டுரைகளிலிருந்து இறப்பு எண்ணிக்கை, மடாலயம் மீதான தாக்குதல் ஆகியவற்றைத் துல்லியமாக மேற்கோள் காட்டியிருந்தது. ஆனால் ஒரு சிலர் டிரம்புல்லின் தகவல்களைத் தங்களுக்கு ஏற்றாற்போல வளைத்துக்கொண்டனர்.

சமஸ்தானங்கள் இந்தியாவுடன் சேர்வது தொடர்பாக முக்கியப் பங் காற்றிய இந்திய உயர் அதிகாரி வி.பி.மேனன் டிரம்புல்லைத் தன் இஷ்டத் துக்கு மேற்கோள் காட்டினார்: 'பாரமுல்லாவுக்குள் இந்தியப் படைகள் நுழைந்தபோது, அதன் சொத்துகளும் பெண்களும் கொள்ளையடிக்கப் பட்டிருந்தனர். மொத்த மக்கள் தொகையான 14,000-த்தில் 1,000 பேர் மட்டுமே எஞ்சியிருந்தனர்.'[44] பழங்குடியினர் பாரமுல்லாவின் மக்கள் அனைவரையும் கொன்றுவிட்டனர் என்ற தொனியை இது தந்தது. நடுநிலையானவர் என்று கருதப்படும் ஓர் அயல்நாட்டுப் பத்திரிகை யாளரின் செய்தியை அதற்குப் பயன்படுத்துவது கீழ்த்தரமான பிரசார தந்திரமே.

பாரமுல்லாவில் நடைபெற்ற அட்டூழியங்கள் உண்மையில் சந்தேகத் துக்கு அப்பாற்பட்டவையே. எத்தனை பேர் கொல்லப்பட்டனர்,

எவ்வளவு அழிவுகள் ஏற்பட்டன என்பது தொடர்பாக வேண்டு மானால் மாற்றுக் கருத்துகள் இருக்கலாம். ஆனால் கொடூரமான சம்பவங்கள் நடந்தன என்பதில் எந்தச் சந்தேகமும் இல்லை. இந்திய ராணுவம் பாரமுல்லாவுக்குள் நுழைந்ததிலிருந்தே ஆக்கிரமிப்பாளர்கள் செய்த அநியாயங்கள் தொடர்ந்து செய்திகளாக வெளியிடப்பட்டு வந்துள்ளன. பழங்குடிகள் மற்றும் அவர்களைத் தூண்டிவிட்டவர்கள் காஷ்மீர்மீதும் அதன் மக்கள்மீதும் கொண்டிருக்கும் வன்மத்தை எடுத்துக்காட்டும் நோக்கில் அவை மீண்டும் மீண்டும் சொல்லப் படுகின்றன. அந்தச் சிறிய ஊரில் நடந்த பிற அட்டூழியங்களை யெல்லாம்விட மடாயத்தின்மீதான தாக்குதல், மிகுந்த முக்கியத்துவத் துடன் பேசப்படுகிறது.

மடாலயத்தில் பாதிக்கப்பட்டவர்கள் யாருமே காஷ்மீரிகள் கிடையாது. அந்தப் பிரச்னையோடு எந்தவகையிலும் தொடர்புடையவர்களும் கிடையாது. அவர்களுக்கு நடந்த இன்னல்கள் அழுத்தமாகப் பதிவு செய்யப்பட்டிருக்கின்றன. அவர்கள் வெளிநாட்டினர் என்பதால் அவர்கள்மீதான தாக்குதல் சர்வதேச கவனத்தை எளிதில் கவர்ந்து விட்டது. காஷ்மீரிலும் இந்தியாவிலும் அதற்கு வன்மையான கண்டனங்கள் எழுந்தன. இந்தியப் பிரதமர் நேருவும் அவருடைய தோழர் ஷேக் அப்துல்லாவும் மடாலயத்தைப் போய்ப் பார்த்துவிட்டு வந்தனர். அப்போதிலிருந்து, அந்த மடாலயம், காஷ்மீர்மீதான பாகிஸ்தானின் அராஜக ஆசைகளை அம்பலப்படுத்தும் முத்திரையாக மாறிவிட்டது. 'பாரமுல்லாவின் அழிவு', 'பாரமுல்லா பயங்கரங்கள்', 'பாரமுல்லாவின் சீரழிப்பு' போன்ற வாசகங்கள் சர்வசாதாரணமாகப் புழங்க ஆரம்பித்தன.

ஜம்மு காஷ்மீர் அரசியல் அமைப்புச் சட்டமன்றத்தில் ஷேக் அப்துல்லா தன் முதல் உரையை 1951-ல் நிகழ்த்தும்போது, செயிண்ட் ஜோசப் மடாலயத்தில் நடைபெற்ற தாக்குதலுக்கு விசேஷ கவனம் கொடுத்துப் பேசினார்.

> அது சாதாரண வகையிலான ஆக்கிரமிப்பு அல்ல. போர்க்கால விதிமுறைகள் எவையுமே பின்பற்றப்படவில்லை. நாட்டினுள் நுழைந்த பழங்குடியினர் ஆயிரக்கணக்கானோரைக் கொன்றனர். கட்டடங்களைத் தீ வைத்துக் கொளுத்தினர். கொள்ளையடித் தனர். தங்கள்முன் வந்த எல்லாவற்றையும் அழித்தனர். அந்தக் காட்டுமிராண்டித்தனமான தாக்குதலில் எந்தவொரு சமூகப் பிரிவையும் அவர்கள் விட்டுவைக்கவில்லை. கத்தோலிக்க மடாலயத்தைச் சேர்ந்த கன்யாஸ்திரீகளைக்கூட அவர்கள் விட்டுவைக்கவில்லை. அவர்கள் கொல்லப்பட்டனர் அல்லது மிக மோசமாக நடத்தப்பட்டனர்.[45]

அரை நூற்றாண்டுக்கும் மேலாக ஆனபிறகு, அந்தத் தாக்குதல் நடந்தது தொடர்பான செய்தி முதலில் தனக்கு வந்து சேர்ந்த விதத்தை ஷேக் அப்துல்லாவின் மகனும் அரசியல் வாரிசுமான ஃபரூக் அப்துல்லா என்னிடம் பகிர்ந்துகொண்டார். 'திடீரென்று, நாங்கள் ஆக்கிரமிப்புக்கு உள்ளாகிவிட்டதை உணர்ந்தோம். அவர்கள் பாரமுல்லாவை அடைந்துவிட்டனர் என்றும் அங்கு எல்லாவித அத்துமீறல்களிலும் ஈடுபட்டுவருகின்றனர் என்றும் பல்வேறு செய்திகள் கிடைக்க ஆரம்பித்தன. நாங்கள் சிறுவர்களாக இருக்கும்போது ஹிட்லரை நினைத்து மிகவும் பயப்படுவோம். படுக்கையில் தூங்கவைக்கும்போது நாங்கள் முரண்டு பிடித்தால், ஹிட்லர் வந்துகொண்டிருக்கிறான் என்று அம்மா எங்களை பயமுறுத்துவது வழக்கம். இந்த முறை உண்மை யிலேயே ஒரு ஹிட்லரைப் பார்த்தோம்' என்றார்.

அவருடைய சமகாலத்தவரும் அப்போதைய அரச வாரிசுமான கரன் சிங் தாக்குதல் குறித்து இதேபோன்ற உணர்வையே பகிர்ந்துகொண்டார்: 'இது பழங்குடிகளால் செய்யப்பட்டிருக்கிறது. அவர்கள் வெளியி லிருந்து வந்தவர்கள். கொள்ளை, கொலை, வன்புணர்ச்சி என அழிவு வேலைகளில் ஈடுபட்டனர். பாரமுல்லாவிலிருந்த மடாலயத்திலும் இதுபோலவே நடந்துகொண்டனர். அது மிகவும் மோசமான நேரம்.'

பாகிஸ்தானில் இருந்து வந்தோரை பயங்கரவாதத்துடனும் கொள்ளை யடிப்புடனும் இணைத்துப் பேசுவது வலுவானதாக இருக்கிறது. ஆனால், காஷ்மீரி மக்கள் தங்களுக்கு நேர்ந்த வேதனைகளைப் பற்றிச் சொல்லும்போதுகூட வெளியாட்களுக்கு நடந்தவற்றை முக்கியத்துவம் கொடுத்துப் பேசவேண்டிய நிலை இருப்பது ஒருபெரிய நகைமுரண்தான்.

12

மறுபடியும் முயற்சி செய்வார்கள் என நினைக்கிறேன்

சிறு கன்யாஸ்திரீகள் கூட்டமும் செவிலியர் படிப்பு படிக்கும் மாணவிகளும் சில வழிப்போக்கர் களும் வாசலில் நின்றபடி பேருந்துகள் வரிசை யாகப் போவதைப் பார்த்துக்கொண்டிருந்தனர். காலையிலிருந்தே அந்தச் சாலையில் போக்குவரத்து நிறுத்தப்பட்டிருந்தது. சிஸ்டர் சுப்பீரியர் எலேன் நாஸரெத், மடாலயப் பணிகளில் ஈடுபட்டிருந்தார். பிரார்த்தனைக்கான நேரம் அது. போப் ஜான் பால் சில நாள்களுக்கு முன்புதான் இறந்திருந்தார். சங்குகள் ஒலிப்பதை எலேன் கேட்டார். 'நான் ஓடிப்போய் பேருந்து செல்வதைப் பார்த்தேன்.'

அன்று வியாழக்கிழமை, 7 ஏப்ரல் 2005. பிளவு பட்டிருந்த காஷ்மீரின் இரு தலைநகரங்களான ஸ்ரீநகருக்கும் முஸாஃபராபாத்துக்கும் இடையில் அறுபது ஆண்டுகள் கழித்து மீண்டும் தொடங்கப் பட்டிருந்த பேருந்துச் சேவை, பாரமுல்லா மடாலய மருத்துவமனை வழியாகச் சென்றுகொண்டிருந் தது. முதல் பயணத்தைக் கொண்டாடும்வகையில் மருத்துவமனையின் சுற்றுச் சுவர் அலங்கரிக்கப் பட்டிருந்தது. ராணுவம், அந்தச் சுவரின்மேல் வசீகரமில்லாத சாம்பல் நிற வண்ணத்தைத் தீட்டி யிருந்தது. அவர்கள் சரியான முன்னேற்பாடுகளைச் செய்யவில்லை என்று அருட்சகோதரிகள் நினைத் தனர். 'பாசிபடர்ந்த சுவரின் மேல் அப்படியே

வண்ணம் பூசியிருந்தார்கள்' என்று அருட்சகோதரி எலேன் விமரிசித்தார்.

இரு பேருந்துகளும் ஜீலம் பள்ளத்தாக்குச் சாலை வழியாக மெதுவாக ஆடி அசைந்தபடி, 100 மைல் தூரத்தில் இருந்த முஸாஃபராபாத்தை நோக்கிச் சென்றுகொண்டிருந்தன. ஸ்ரீநகரிலிருந்து பயணம் மேற் கொண்ட 19 காஷ்மீரிகளும், முன் மதிய நேரத்தில், வழியில் இருந்த ஒரு பாலத்துக்குமுன் பேருந்திலிருந்து இறங்கினார்கள். அமன் சேது அல்லது அமைதிப் பாலம் என்று பெயரிடப்பட்டிருக்கும் அந்தப் பாலம்தான், கட்டுப்பாட்டுக் கோட்டைக் கடந்து பாகிஸ்தான் காஷ்மீருக்குள் அவர்களைக் கால்நடையாக இட்டுச் செல்லும் பாதை. அந்தப் பாலம், இந்திய பாகிஸ்தான் உறவை ஒரு படிமமாக விளக்கு கிறது என்று சொல்லலாம். அந்த அமைதிப் பாலத்தால், பயணிகள் நிறைந்த பேருந்தின் எடையைச் சுமக்க முடியாது.

முதல் பேருந்துப் பயணத்தின்போது, ஸ்ரீநகரில் இருந்த சுற்றுலா மைய அலுவலகத்தின்மீது பிரிவினைவாதிகள் பயங்கரமான தாக்குதல் ஒன்றை நடத்தினர். முதல் பயணத்துக்கான பிரயாணிகள் அந்த இடத்தில்தான் ஒன்றுகூடியிருந்தனர். இந்தத் தாக்குதல் தொலைக் காட்சிகளில் நேரடியாக ஒளிபரப்பானது. முதல் பயணம் ஆரம்பிப் பதற்கு முன்பாகவே பேருந்துச் சேவை முடங்கிவிடும் என்று தோன்றி யது. ஆனால், தீவிரவாதிகளின் கணிப்பு பொய்யாகிப்போனது. முதல் நாள் வந்திருந்த அனைத்துப் பயணிகளும் அடுத்த நாளும் தங்கள் பயணத்துக்காகத் தயாராக வந்து நின்றனர். பல வருடங்களுக்குப் பிறகு தங்கள் உறவினர்களை அவர்கள் பார்த்து நெஞ்சாரத் தழுவிக்கொள்ளப் போகிறார்கள். இந்தியாவின் முதன்மைக் குடும்பத்தின் இன்றைய வாரிசான சோனியா காந்தி, கொடி அசைத்துப் பேருந்துகளை வழி அனுப்பினார். கட்டுப்பாட்டுக் கோட்டைத் தாண்டி பேருந்துச் சேவையை மீண்டும் ஆரம்பித்து வைத்தது மக்களுக்கு மிகவும் விருப்ப மானதாக இருந்தது. அதை முடக்கும்வகையில் தீவிரவாதிகள் முயற்சி மேற்கொண்டது, காஷ்மீர் மக்களின் விருப்பத்துக்கு எதிராக இருந்தது.

பிளவுபட்ட காஷ்மீரை இணைத்து, தலைமுறை தலைமுறையாகப் பிரிந்துகிடக்கும் குடும்பங்கள் சந்தித்துக்கொள்ள வழி செய்யும் பேருந்துச் சேவை, இந்தியா, பாகிஸ்தான் இடையே நடைபெற்றுவரும் அமைதிப் பேச்சுவார்த்தையின் காரணமாக ஏற்பட்டுள்ள ஒரு காத்திரமான விளைவு. ஆனால், அது உருவாக்கிய பெரும் எதிர்பார்ப்புகள் உடனடி யாக நிறைவேறிவிடவில்லை.

புதிய நூற்றாண்டின் தொடக்க வருடங்களில், காஷ்மீர் பிரச்னையின் வண்ணம் பெருமளவு மாறியிருக்கிறது. காஷ்மீர்மீதான தன் உரிமை

களை என்னென்ன நிபந்தனைகளின்பேரில் விட்டுக்கொடுக்கத் தயார் என்பது குறித்து பாகிஸ்தான் பேசியிருக்கிறது. ஐ.நா சபை முன்னர் நிறைவேற்றியுள்ள தீர்மானங்களை நிகழ்த்தவேண்டும் என்பதி லிருந்தும் பொது வாக்கெடுப்பு நடத்தவேண்டும் என்பதிலிருந்தும் பாகிஸ்தான் நகர்ந்து சென்றுள்ளது. இந்தியா, காஷ்மீரின் மிதவாதப் பிரிவினை இயக்கங்களுடன் பேச்சுவர்த்தை நடத்தியிருக்கிறது. கூடவே தீவிரவாத இயக்கங்களுடனும் ஆயுதப் போராளிகளுடனும் மறைமுகப் பேச்சு வார்த்தைக்கான வழிகளை உருவாக்கியுள்ளது. இந்திய ஜம்மு காஷ்மீரில் தற்போது மக்களால் தேர்ந்தெடுக்கப்பட்ட மாநில அரசுக்கு, முன் எப்போதும் இருந்திராத அளவுக்கு தார்மிக பலம் இருப்பதாக காஷ்மீரி மக்கள் கருதுகிறார்கள்.

நோக்கத்தின் நியாய அநியாயங்கள் எதுவாக இருந்தாலும், பிரிவினை வாதப் போராட்டமானது இதுவரையிலும் கல்லறைகளை அதிகரித் ததைத் தவிர உருப்படியாக வேறு எதையும் செய்துவிடவில்லை என்று மக்கள் நினைப்பதாகப் பிரிவினைவாதத் தலைவர்கள் சிலரே சொல்லியிருக்கின்றனர். வன்முறையின் அளவு குறைந்துள்ளது. வட இந்தியாவின் வேறு எந்த நகருடன் ஒப்பிட்டாலும் செழிப்பு அதிகமாக இருக்கும் ஸ்ரீநகர், இப்போது பெரும் வளர்ச்சி காண ஆரம்பித்திருக் கிறது. ஆனால், காஷ்மீரின் இன்றைய தலைமுறைக்கு, 1989-க்கு முன் பாக நடந்த எதுவுமே தெரியாது. அவர்களுக்கு இப்போது நடப்பவை எல்லாம் வெற்றுச் செயல்களாகவே தெரியும். இப்போதும் காஷ்மீரில் ஆயிரக்கணக்கான இந்திய ராணுவத்தினர் இருக்கிறார்கள். ஓரிரு நாட்களுக்கு ஒருமுறை ஏதேனும் ஒரு வன்முறைச் சாவு நடக்காமல் இருப்பதில்லை. சிக்கலான ஒரு பிரச்னையில் காஷ்மீர் மாட்டித் தவிக்கிறது. தீர்வு கண்ணுக்குத் தெரிவதில்லை என்பது ஒருபுறம் இருக்கட்டும்; தீர்வை அடைய முடியுமா என்பதைச் சிந்தித்துப் பார்க்கவே முடியாதபடி உள்ளது.

1947-க்குப் பிறகு காஷ்மீர் பிரச்னை வெகுவாக மாறிவிட்டிருக்கிறது. 1989-ல் உருவான பிரிவினைவாதத்தின் வேர் காஷ்மீருக்கு உள்ளேதான் இருக்கிறது. அதிருப்திகளாலும் அதிகாரமின்மையாலும் அது வளர்த் தெடுக்கப்பட்டிருக்கிறது. ஆயுதம் ஏந்திய பிரிவினைவாத இயக்கத் துக்கு வெளியிலிருந்து ஆதரவு கிடைத்துவந்தாலும், இயக்கம் பெரும் பாலும் காஷ்மீரிகளுடையதாகவே உள்ளது. அந்த வகையில் பார்க்கும் போது, 1947-ன் ஆரம்பகட்டத்தில் இருந்த காஷ்மீர் பிரச்னைக்கும் இப்போதைய பிரச்னைக்கும் இடையில் பெரிய வேறுபாடு இருக்கிறது. ஆனால், பிற அனைத்தும் கடந்த காலத்தோடு தொடர்புடையவை யாகவே உள்ளன. காஷ்மீர்மீது இரு நாடுகளும் சொந்தம் கொண்டாடுவது அப்போதிருந்தே தொடர்கிறது.

இந்திய பாகிஸ்தான் ராஜ தந்திரப் போர்களிலும் எந்த மாற்றமும் ஏற்படவில்லை. முறையற்ற ஆயுதக்குழுக்களுக்குப் பாகிஸ்தான் தந்துவரும் ஆதரவு முன்போலவே தொடர்ந்து வருகிறது. அந்தக் குழுக்களின்மீது அதற்கு முழுக் கட்டுப்பாடும் முன்போலவே இல்லாமல் இருந்துவருகிறது. இந்தியாவும் முன்போலவே ஏராளமான தன் படைவீரர்களைக் காஷ்மீர் பள்ளத்தாக்கில் குவித்துவைத்திருக் கிறது. காஷ்மீரை எந்த நிபந்தனையின்பேரில் தன்னுடன் இணைத்துக் கொண்டதோ அதைச் செயல்படுத்தவோ, தான் காஷ்மீர்மீது ஏற்படுத்தி யிருக்கும் இறுக்கத்தைத் தளர்த்தவோ அல்லது காஷ்மீரில் சிவில் சமூகத்தை மலரவைக்கவோ இந்தியா தயங்கிவருகிறது.

காஷ்மீரிகள் தங்களுடன் இணைய உள்ளூர ஏங்குவதாகவே பாகிஸ் தான் இன்றும் நம்பிவருகிறது. இந்தியாவில் இருக்கும் பலரும், காஷ்மீர் பிரச்னையை பாகிஸ்தான்தான் ஆரம்பித்து வளர்த்துவருகிறது என்றும் பிரிவினைவாதிகளுக்கு அது தரும் ஆதரவை நிறுத்திக் கொண்டால் அடுத்த விநாடியே காஷ்மீர் பிரச்னை ஓய்ந்துவிடும் என்றும் நினைக்கிறார்கள்.

முதலில் இதுபோன்ற எண்ண ஓட்டங்களைத் தடுத்து நிறுத்தினால்தான் பிரச்னை தீர ஏதாவது வழி பிறக்கும்.

ஓர் அரசியல்வாதியாகவோ ராஜதந்திரியாகவோ இருந்ததைவிட ஷேக் அப்துல்லா ஒரு தேசியவாதத் தலைவராகவும் மக்களைத் தன் பின் சேர்ப்பவராகவும் இருந்தார். 1930-ல் உருவான அரசியல் விழிப்புணர்வு காலகட்டத்திலிருந்து 1982-ல் இறப்பதுவரை அவரே காஷ்மீரின் செல்வாக்கு மிகுந்த அரசியல் தலைவராக விளங்கியிருக்கிறார். தன் ஆட்சியின் ஆரம்பகட்டங்களில் அவர் டோக்ரா அரச வம்சத்தை முடிவுக்குக் கொண்டுவருவதில் வெற்றி பெற்றார். அதைவிட முக்கியமாக, இந்தியாவின் வேறு எந்தப் பகுதியிலும் இல்லாத அளவுக்குப் புரட்சிகரமான நிலச் சீர்திருத்தச் சட்டத்தைக் கொண்டு வந்தார். அது (பெரும்பாலும் முஸ்லிம் அல்லாத) நிலப்பிரபுக்களின் பொருளாதார, அரசியல் ஆதிக்கத்தை வெகுவாகக் குறைத்தது. காஷ்மீரின் கிராமப்புறத்தை அடியோடு மாற்றி அமைத்தது. அதன் காரணமாக, அதுவரையில் வறுமையில் வாடிய கிராமப்புற விவசாயக் குடும்பங்கள் அவர்மீது மாறாத விசுவாசத்துடன் இருக்கத் தொடங்கினர்.

நிலப்பிரபுத்துவ அதிகாரக் கட்டமைப்பை எதிர்த்துத்தான் ஷேக் அப்துல்லா ஆட்சிக்கு வந்திருந்தார், என்றாலும் அவரும் தனக்கென ஓர் அதிகார கட்டமைப்பை உருவாக்கிக்கொள்வதிலேயே குறியாக இருந்தார். அவரை ஒரு சிறந்த ஜனநாயகவாதி என்பதைவிட மக்கள்நல

அரசியல்வாதி என்று சொல்வதே சரி. தன் முன்னாள் நண்பர் நேருவுடனும் அவருடைய அமைச்சர்களுடனும் ஷேக் அப்துல்லா வுக்குக் கொஞ்சம் கொஞ்சமாகப் பகைமை வளரத் தொடங்கியது. இந்தியாவுடன் சேர்வது தொடர்பான முடிவிலிருந்து ஷேக் அப்துல்லா விலகிப்போகிறார் என்றும் சுயாட்சி குறித்தும் சுதந்தரம் குறித்தும் பேச ஆரம்பிக்கிறார் என்றும் புது தில்லி கவலை கொள்ள ஆரம்பித்தது. 1953 ஆகஸ்டில் காஷ்மீர் அரசின் அரசியல் அமைப்புச் சட்டத் தலைவ ராகவும் அரச வாரிசாகவும் இருந்த கரன் சிங், ஷேக் அப்துல்லாவைப் பிரதமர் பதவியில் இருந்து நீக்கி, அவரைச் சிறையில் அடைத்தார். காஷ்மீர் சிங்கத்தின் முன்னாள் துணைப் பிரதமராக இருந்த பக்ஷி குலாம் முகமது பிரதமர் ஆக்கப்பட்டார். தேசிய கான்ஃபரன்ஸ் கட்சி பல துண்டுகளாக உடைந்தது. அடுத்த 22 வருடங்களின் பெரும்பாலான காலத்தை ஷேக் அப்துல்லா சிறையில்தான் கழித்தார்.[1]

ஷேக் அப்துல்லாவின் காலடித் தடத்தில் பயணம் செய்துவந்திருந்த அரசியல்வாதிகள் தங்களுக்கெனத் தனி அடையாளம் எதுவும் இல்லாமல் இருந்தனர். தில்லியின் ஆதரவையும் சந்தேகத்துக்கிடமான தேர்தல்களையும் நம்பியே அவர்கள் செயல்பட்டனர். எனவே, காஷ்மீர் மேலும் மேலும் இந்தியாவுடன் இணைக்கப்படுவதைத் தடுக்க அவர்கள் எந்த முயற்சியையும் எடுக்கவில்லை. எனவே 1950-களில் காஷ்மீருக்கு இந்திய அரசியல் அமைப்புச் சட்டத்தின் 370-வது ஷரத்தின்கீழ் கொடுக்கப்பட்டிருந்த விசேஷ அந்தஸ்து (அதாவது, பாதுகாப்பு, வெளியுறவு, தகவல் தொடர்பு ஆகியவை மட்டும்தான் மத்திய அரசின் கையில் இருக்கும் என்பது) கொஞ்சம் கொஞ்சமாகக் கரையத் தொடங்கியது.

நாளடைவில் ஜம்மு காஷ்மீரின் 'பிரதமர்', பிற இந்திய மாநிலங்களில் இருப்பதைப் போல் 'முதல்வர்' ஆனார். 'மாநிலத் தலைவர்' என்ற அதிகாரம் குறைக்கப்பட்டு, தில்லியிலிருந்து நியமிக்கப்படும் 'ஆளுநர்' ஆக மாறியது. ஜம்மு காஷ்மீர் அரசாங்கத்தைக் கலைக்கும் உரிமையை இந்திய அரசு தானாகவே எடுத்துக் கொண்டது. பல்வேறு அரசியல் அமைப்புச் சட்டச் சலுகைகள் நீக்கப்பட்டன. காஷ்மீருக்கான விசேஷ அந்தஸ்து தொடர்பான குரல்கள் ஸ்ரீநகரில் இப்போதும் எதிரொலித்துக் கொண்டுதான் இருக்கின்றன. முந்தைய அந்தஸ்து திரும்ப அளிக்கப் படவேண்டும் என்று அவர்கள் விரும்புகிறார்கள். அதே நேரம், முஸ்லிம்கள் அதிகமாக இருக்கும் காஷ்மீர், இந்தியாவின் பிற பகுதிகளைப் போன்ற அதே அந்தஸ்துடன்தான் இருக்கவேண்டும் என்று தில்லியில் இருக்கும் இந்து தேசியவாதிகள் சொல்கிறார்கள். அவர்கள், இத்தகைய சலுகைகள் அனைத்துமே முற்றாக நீக்கப்படவேண்டும் என்று விரும்புகிறார்கள்.

காஷ்மீர் பள்ளத்தாக்கில் நிலவும் நெருக்கடியைப் பயன்படுத்திக் கொண்டு, 1965-ல் பாகிஸ்தான் அரசு 'ஆபரேஷன் ஜிப்ரால்டர்' என்ற திட்டத்தை மேற்கொண்டது. ஆயுதம் ஏந்தியவர்கள் ஆயிரக்கணக்கில் காஷ்மீருக்குள் நுழைந்தனர். அவர்களில் ஒரு சிலர் மட்டுமே காஷ்மீர் பள்ளத்தாக்கைச் சேர்ந்தவர்கள். உள்ளூரில் அவர்களுக்குச் சொற்ப ஆதரவே கிடைத்தது. இந்தியாவுக்கு எதிராகப் பெரும் மக்கள் புரட்சி ஏற்படும் என்று பாகிஸ்தான் அதிகாரிகள் எதிர்பார்த்திருந்தால், ஏமாந்துதான் போயிருப்பார்கள். 1947 சம்பவங்களோடு இதனை ஒப்பிட்டுப் பார்த்தால் ஆச்சரியமான ஒற்றுமையைக் காணலாம். பாகிஸ்தான் ராணுவம் முறைசாராப் படைகளை காஷ்மீருக்குள் அனுப்பியது. உள்ளூர் மக்கள் அவர்கள் பின்னால் அணி திரளவில்லை. அதைத் தொடர்ந்து இந்தியா பாகிஸ்தான் இடையே போர் நடைபெற்றது. அதுவும் மிகச் சிறிய போர். இந்தியாவின் கை சீக்கிரமே மேலோங்கியது. அந்தப் போரின் தாக்கம் காஷ்மீரில் மிகவும் சொற்பமாகவே இருந்தது.

ஆறு வருடங்களுக்குப் பிறகு, இரு நாடுகளும் மீண்டும் போரில் இறங்கின. வங்காள மொழி பேசும் கிழக்குப் பாகிஸ்தானில் இருந்த பிரிவினைவாத இயக்கத்துக்கு ஆதரவாக இந்தியா தன் ராணுவத்தை அனுப்பியது. அதன் விளைவாக, பங்களாதேசம் என்ற புதிய நாடு உருவானது. அது மிகவும் மோசமான போராக இருந்தது. ஏராளமானோர் உயிர் இழந்தனர். பெருமளவிலான நாசம் விளைவிக்கப்பட்டது. பாகிஸ்தான், தன் மக்கள் தொகையில் பாதியை, புதிதாக உருவான தேசத்திடம் இழந்தது. ஒரு தேசத்தின் உருவாக்கத்துக்கு மதம் ஒன்றே அடிப்படையாக இருந்தால் போதும் என்று பிரிவினைக்கு ஆதரவாக ஜின்னா எழுப்பிய வாதம் அடிபட்டுப்போனது. பங்களாதேச மக்கள் மதத்தைவிட, மொழி மற்றும் கலாசாரத்தையே தங்களது தேசிய அடையாளமாக ஆக்கிக்கொண்டனர். இந்தியாவிடம் பட்ட அந்த அடியை பாகிஸ்தான் மறக்கவில்லை.

1971 மோதலுக்குக் காஷ்மீர் எந்தவகையிலும் காரணமாக இல்லை; அந்தப் போர் காஷ்மீரில் நடைபெறவும் இல்லை. எனினும் இந்தியாவின் மாபெரும் வெற்றி காஷ்மீரில் பல பின்விளைவுகளை ஏற்படுத்தியது. காஷ்மீர் பிரச்னை, இந்தியாவும் பாகிஸ்தானும் தங்களுக்குள்ளாக மட்டுமே பேசித் தீர்த்துக்கொள்ளவேண்டிய ஒரு பிரச்னை என்று சொன்ன சிம்லா ஒப்பந்தத்தை தோல்வியுற்ற பாகிஸ்தான் வேறு வழியின்றி ஏற்றுக்கொள்ள வேண்டியதாயிற்று.போர் நிறுத்தக் கோடு என்பது கட்டுப்பாட்டுக் கோடு என்று பெயர் மாற்றம் பெற்றது. அன்றிலிருந்து, காஷ்மீர் விவகாரத்தில் ஐ.நாவோ பிற நாடுகளோ தலையிடக்கூடாது என்று இந்தியா

அழுத்தமாகச் சொல்லிவருகிறது. சிம்லா பேச்சுவார்த்தையின்போது, கட்டுப்பாட்டுக் கோட்டை சர்வதேச எல்லைக்கோடாக ஏற்றுக் கொண்டு காஷ்மீர் பள்ளத்தாக்கின்மீது பாகிஸ்தான் இனி உரிமை கோராது என்று தனிப்பட்ட முறையில் ஜுல்பிகார் அலி பூட்டோ இந்திரா காந்தியிடம் உறுதிமொழி அளித்ததாக இந்திய அதிகாரிகள் கூறிவருகின்றனர்.[2] 'இருக்கும் நிலையிலேயே இருப்போம்' என்ற அந்தத் தீர்மானம் 1948-லிருந்தே இந்தியாவால் முன்வைக்கப்பட்டு வரும் ஒன்றுதான். அதற்குப் பாகிஸ்தானின் சம்மதத்தைப் பெற, சிம்லா ஒப்பந்தம்தான் மிகச் சிறந்த வாய்ப்பாக இருந்தது. பூட்டோ என்ன வேண்டுமானாலும் சொல்லியிருக்கலாம். ஆனால், அது நடக்க வில்லை.

சில வருடங்களுக்குப்பின், வயதாகிப்போன, சிறையை விரும்பாத ஷேக் அப்துல்லா இந்திரா காந்தியுடன் ஓர் ஒப்பந்தம் செய்துகொண்டார். சுயாட்சி பற்றிய பேச்சையும் பொது வாக்கெடுப்பையும் அவர் கைவிட்டார். சுய அதிகாரம் தொடர்பாகக் குறைவான உத்தரவாதம் ஒன்றைத் தந்த ஓர் ஒப்பந்தத்தில் கையெழுத்திட்டார். அதற்குபதிலாக சிறையிலிருந்து விடுவிக்கப்பட்டு அவர் முதல்வராக நியமிக்கப்பட்டார். ஆனால், 1977-ல் இந்திரா காந்தியுடன் கூட்டு வைத்துக்கொள்ளாமல் தானாகவே பொதுத் தேர்தலில் மாபெரும் வெற்றி பெற்றார். சுதந்தரம் கிடைத்த முப்பது ஆண்டுகளில் காஷ்மீரில் நடைபெற்ற தேர்தல்களிலேயே முறைகேடுகள் ஏதும் இல்லாமல் நியாயமாக நடைபெற்ற ஒரே தேர்தல் அதுதான். ஐந்து வருடங்கள் கழித்து காஷ்மீர் சிங்கம் உயிர் துறந்தார். ஸ்ரீநகரில் நடைபெற்ற அவருடைய இறுதிச் சடங்குக்குக் கட்டுக்கடங்காத கூட்டம் கூடியது.

காஷ்மீர் அரசியலில் அதிகப் பயிற்சி இல்லாத அவருடைய மூத்த மகன் ஃபரூக் அப்துல்லாவுக்கு தந்தையைப் போன்ற மக்கள் ஆதரவோ, அரசியல் மேதமையோ இருக்கவில்லை. சில ஆண்டுகள் கழித்து, தில்லியின் மத்திய அரசு ஃபரூக் அப்துல்லாவைப் பதவியிலிருந்து நீக்கியது. இரு ஆண்டுகள் கழித்து, அப்போதைய பிரதமரான ராஜிவ் காந்தியுடன் ஃபரூக் அப்துல்லா மிகவும் பணிந்துபோய் ஓர் ஒப்பந்தத்தைச் செய்துகொண்டார். அதன்மூலம் அவர் மீண்டும் முதலமைச்சர் ஆக்கப்பட்டார்.

இப்படி இந்தியாவின் காலடியில் விழுந்து எழுவது காஷ்மீர் பள்ளத்தாக்கில் அதிருப்தியை ஏற்படுத்தியது. 1987 மாநிலத் தேர்தலில் தில்லிக்கு எதிராக, அவசரமாக, ஐக்கிய முஸ்லிம் முன்னணி என்ற ஒரு கூட்டணி உருவாக்கப்பட்டது. அது ஃபரூக் அப்துல்லாவுக்கும் அவருடைய தேசிய கான்ஃபரன்ஸ் கட்சிக்கும் பெரும் பின்னடைவை

ஏற்படுத்தும் என்று நம்பப்பட்டது. தேர்தலில் முறைகேடுகள் ஏதும் நடக்கக்கூடாது என்பதில் மக்கள் ஆர்வமாக இருந்தனர். தேர்தலில் முறைகேடுகள் நடக்கவில்லை என்றாலும் வாக்கு எண்ணிக்கையின் போதும் முடிவுகள் அறிவிக்கப்பட்டபோதும் தில்லுமுல்லுகள் நடைபெற்றன. அன்று தேசிய கான்ஃபரன்ஸ் கட்சி பெற்ற வெற்றிக்கான விலையை இன்றும் காஷ்மீர் கொடுத்துவருகிறது என்று அந்தத் தேர்தலை விமரிசிப்பவர்கள் சொல்கின்றனர். 1989-ல் பிரிவினைவாதச் சக்திகள் தலைதூக்கியதற்கு ஏதாவது ஒன்றைக் காரணமாகச் சொல்லவேண்டும் என்றால், அதற்கு, இரண்டாண்டுகளுக்குமுன் நடைபெற்ற தேர்தலின்மீதான அதிருப்தியைத்தான் சொல்லவேண்டும்.

காஷ்மீருக்குப் போர் பாரம்பரியம் கிடையாது. அரசியலில் மக்கள் பங்கெடுப்பு என்பதும் 1930-களிலிருந்துதான் ஆரம்பித்தது. அரசியல் போராட்டத்தில் அவர்கள் கற்றுக்குட்டிகளாக இருந்தார்கள். ஆனால், உலக வரைபடத்தில் ஏற்பட்டுவரும் மாற்றங்கள் அவர்களுக்கு உற்சாகமூட்டின. மாஸ்கோ சாம்ராஜ்ஜியம் தனித்தனியாகப் பிரிய ஆரம்பித்திருந்தது. முன்னாள் சோவியத் மத்திய ஆசியாவில் தனி நாடுகள் உருவாக ஆரம்பித்திருந்தன. பாலஸ்தீன இந்திஃபாதா போராட்டம் வலுவடைந்திருந்தது. இலங்கையிலும் பஞ்சாபிலும் சுயாட்சி கேட்டுப் போராட்டங்கள் உருவாகியிருந்தன. இவையெல்லாம், தனி நாடு கோரிக்கை எளிதில் அடையக்கூடிய ஒன்றுதான் என்ற நம்பிக்கையை காஷ்மீரிகளிடம் உருவாக்கின. மேலும், அதை அடைவதற்கான எளிய வழி, ஆயுதம் ஏந்திப் போராடுவதுதான் என்றும் அவர்கள் நம்பத் தொடங்கினர்.

கட்டுப்பாட்டுக் கோட்டுக்கு அப்பால் இருந்த பாகிஸ்தான் அரசோ அல்லது குறைந்தபட்சம் அதன் ஒரு பிரிவினரோ கலவரத்தைத் தூண்டிவிட மிகவும் ஆர்வத்துடன் இருந்தனர். இளம் காஷ்மீரிகள் ஆயுதப் பயிற்சிக்காக எல்லை தாண்டிப்போகும் அதே நேரத்தில்தான், பாகிஸ்தானின் உளவுத்துறை, இஸ்லாமிய அடிப்படைவாதிகளுடன் இணைந்து வெற்றிகரமாக ஆஃப்கனிஸ்தானிலிருந்து சோவியத் படைகளை விரட்டி அடித்திருந்தது.

ஜம்மு காஷ்மீர் விடுதலை முன்னணியை (ஜே.கே.எல்.எஃப்) சேர்ந்தவர்களே காஷ்மீரில் கலவரத்தை ஆரம்பித்தனர். அவர்கள் காஷ்மீரின் விடுதலையை முன்வைத்தனர். ஆயுதப் பயிற்சி பெற்றவர்கள், 1989-ன் பிற்பகுதியில் காஷ்மீருக்குத் திரும்பிவந்து, இந்திய அதிகாரவர்க்கம் அல்லது அவர்களுக்கு உதவுபவர்கள் என்று தாங்கள் நினைப்பவர்கள் மீது கொலைத் தாக்குதலை ஆரம்பித்தனர். ஜே.கே.எல்.எஃப் பற்ற வைத்த பொறி ஸ்ரீநகரை எரிக்க ஆரம்பித்தது. இந்திய அரசின்

எதிர்வினை அந்த நெருப்பில் எண்ணெய் வார்த்தது. இந்தியாவுக்கு எதிரான போராட்டங்கள் எல்லாம் கடைசியில் சூறையாடலாக ஆனது. தொடர்ந்த இந்திய ராணுவத்தின் இரும்புக் கரம் கொண்ட அடக்கு தலில் பல போராட்டக்காரர்கள் கொல்லப்பட்டனர். கலவரத்தை அடக்க இந்திய அரசு மேற்கொண்ட சித்திரவதைகள்,பாதுகாப்புக் கெடுபிடிகள் ஆகியவை காரணமாக பல இளம் காஷ்மீரிகள் ரகசியமாக எல்லைக் கோட்டைக் கடந்து சென்று ஆயுதக் குழுவில் சேரத் தொடங்கினர்.

கலவரத்தின் ஆரம்பகட்டத்தில் ஜே.கே.எல்.எஃப் தன் முக்கியமான தலைவர்களையும் வீரர்களையும் மிக அதிகமாக இழந்தது. அதற்கு இன்னொரு பெரிய இடியும் விழுந்தது. பாகிஸ்தான் அரசு இன்னொரு ஆயுதக்குழுவான ஹிஸ்புல் முஜாஹிதீன் என்ற அமைப்புக்கு ஆதரவு கொடுக்க ஆரம்பித்தது. அந்த அமைப்பு ஜே.கே.எல்.எஃப் போல் மதச்சார்பற்ற அமைப்பல்ல. வெளிப்படையான இஸ்லாமிய அடையாளத்துடன் செயல்பட்ட அது, காஷ்மீரைப் பாகிஸ்தானுடன் இணைக்கவேண்டும் என்று போராடியது. காலப்போக்கில் வெவ்வேறு ஆயுதக் குழுக்களுக்கு பாகிஸ்தான் அரசு மாறிமாறி ஆதரவு தந்து, சமநிலையை உருவாக்க முயற்சித்துள்ளது. 1994-ல் ஜே.கே.எல்.எஃப் ஆயுதப் போராட்டத்திலிருந்து விலகிக்கொண்டது. இன்னொரு பக்கம், இந்திய அரசின் தூண்டுதலாலோ அல்லது மிரட்டலாலோ, பல்வேறு ஆயுதம் எந்திய குழுக்கள், ஹிஸ்புல் முஜாஹிதீன்மீது தாக்குதல் தொடுக்க ஆரம்பித்தன.

1993-ல் உருவாக்கப்பட்ட அனைத்துக் கட்சி ஹுரியத் மாநாடு என்ற அமைப்பு, மிதவாதப் பிரிவினை இயக்கங்களுக்கு ஓர் அமைப்புரீதி யான அரசியல் முகத்தை அளித்தது. இந்த வாய்ப்பை இந்தியா முறை யாகப் பயன்படுத்திக்கொள்ளவில்லை. மாறாக, அது பிரிவினை வாதத்துக்கு எதிராக ராணுவத் தீர்வை முன்வைத்தே செயல்பட்டது. ஜம்மு காஷ்மீரை சில வருடங்கள் தில்லியிலிருந்து நேரடியாக ஆட்சி புரிந்த இந்திய அரசு, பின்னர் இந்தியாவுக்குச் சாதகமான ஃபரூக் அப்துல்லாவை மாநிலத்தின் ஆட்சியில் அமர்த்தியது.

ஆஃப்கனிஸ்தானில் இருக்கும் தாலிபன்களுடன் இணைந்து ஜிஹாதி நடவடிக்கைகளில் ஈடுபடும் குழுக்களுக்குப் பாகிஸ்தான் ஆதரவை அதிகரித்தது, இந்தப் பிரச்னையில் இன்னொரு பரிமாணத்தை ஏற்படுத்தியது. அந்தக் குழுக்களின் போராளிகள் பெரும்பாலும் காஷ்மீரிகள் அல்லர். அவர்களின் ஒரே குறிக்கோள் வன்முறைதான். இஸ்லாமிய அடிப்படைவாதத்தை அவர்கள்தான் காஷ்மீர் பள்ளத் தாக்குக்குக் கொண்டுவந்தனர். அதற்குமுன்புவரை அப்படியான

அணுகுமுறை அங்கு இருந்திருக்கவில்லை. ஆயுதம் ஏந்திய போராளிக் குழுக்களான லஷ்கர்-ஈ-தோய்பா, ஜெய்ஷ்-ஏ-முகமது, ஹர்கத்-உல்-முஜாஹிதீன் போன்றவை இப்போது காஷ்மீர் பிரச்னையில் முன்னின்று இயங்க ஆரம்பித்தன. பள்ளத்தாக்கில் இருந்த பலரும், இரு பக்கத்திலிருந்தும் தம்மீது நிகழும் வன்முறையைக் கண்டு, மிகவும் தளர்ந்துபோயினர்.

காஷ்மீரின் சுதந்தரத்துக்காகப் போராட வந்திருக்கும் விருந்தாளி வீரர்களுக்குக் கிடைத்த ஆதரவுக்கு இணையாக, அந்த இலக்கை அடைய அவர்கள் செயல்படுத்தும் வழிமுறைக்கு எதிர்ப்பும் உருவானது. ஆனால், ஜிஹாதிக் குழுக்களின் தற்கொலைப்படைத் தாக்குதல்கள் பெருமளவில் தொடர்ச்சியாக நடைபெற்று வருகின்றன. அவை இந்தியப் பாதுகாப்புப் படைகளுக்குப் பெரும் அச்சுறுத்தலாக இருந்துவருகின்றன. அத்துடன், காஷ்மீரி மக்களின் பிற எண்ணங்களை வலுக்கட்டாயமாக மாற்றி அமைக்கவும் எந்த ஓர் அமைதி முயற்சியைக் குலைக்கவும் அவர்களால் முடிகிறது.

மோசமான நிலையில் இருந்த இந்திய பாகிஸ்தான் உறவு, 1999 பிப்ரவரியில் நல்ல திசையில் முன்னேற ஆரம்பித்தது. அப்போதுதான் இந்தியாவின் முதல் இந்து தேசியவாதப் பிரதமரான பாஜகவின் அடல் பிஹாரி வாஜ்பாய், தில்லிக்கும் லாஹூருக்கும் இடையிலான முதல் பேருந்துச் சேவையை ஆரம்பித்துவைத்து அதில் பயணம் மேற்கொண்டார். பாகிஸ்தானில் அவர், மினார்-ஏ-பாகிஸ்தான் நினைவிடத்தைப் பார்வையிட்டார். அங்குதான், பிரிவினைக்கு ஏழு ஆண்டுகளுக்குமுன் ஜின்னாவின் முஸ்லிம் லீக் கட்சி, பாகிஸ்தான் என்ற தனி நாட்டுக் கோரிக்கையைத் தீர்மானமாக நிறைவேற்றியது.

வாஜ்பாயின் இந்தப் பயணம், நட்புறவை பலப்படுத்துவதாகப் பார்க்கப்பட்டது. இரு நாட்டுப் பிரதமர்களும் கொல்லைப்புற வழியாக, அதிகாரபூர்வமற்ற தூதர்களைக் கொண்டு அமைதிப் பேச்சுகளை நடத்தி, அதன்மூலம் காஷ்மீர் பிரச்னைக்குத் தீர்வு காண முயற்சி செய்யத்தொடங்கினர். வாஜ்பாயும் நவாஸ் ஷெரீஃபும் பேசிக்கொண்டிருக்கும் அதே நேரம், பாகிஸ்தான் ராணுவம் இந்தியாவுக்கு எதிராக மற்றொரு ராணுவ நடவடிக்கையை எடுக்கத் திட்டமிட்டுக்கொண்டிருந்தது. அந்த வருடத்தின் பிற்பகுதியில், பாகிஸ்தான் ராணுவமும் ஜிஹாதிக் குழுக்களும் எல்லைக் கோட்டைக் கடந்து லடாக் பகுதிக்குக் கிழக்கில் இருக்கும் கார்கிலுக்கு அருகில் இருந்த வெட்டவெளியில் ஊடுருவி, மலை உச்சிப் பகுதிகளைக் கைப்பற்றின. இது நடந்ததை இந்திய ராணுவம் பல நாள்களுக்குக் கவனிக்கவே இல்லை. இது தெரியவந்ததும் இரு நாட்டு ராணுவங்

களுக்கும் இடையில் அறிவிக்கப்படாத போர் ஒன்று ஆரம்பித்தது. ஊடுருவலின் ரகசியத் தன்மை, தாங்கள் லஷ்கர் பாரம்பரியத்தில் வந்தவர்கள் என்று சொல்லும் ஜிஹாதிக் குழுக்களின் பங்கெடுப்பு ஆகியவை, 1947-ல் நடைபெற்ற ஆக்கிரமிப்பை நினைவுபடுத்தின.[3]

கார்கில் ஊடுருவலின் நோக்கம் எதுவாக இருந்தாலும் அது நிறைவேறவில்லை. இரு தரப்பிலும் பலர் உயிரிழந்தனர். அமெரிக்கா வின் வற்புறுத்தலின்பேரில் நவாஸ் ஷெரீஃப் பாகிஸ்தான் ராணு வத்தை பின்வாங்கிக்கொண்டார். இப்படிப் பின்வாங்குவதை பாகிஸ்தான் ராணுவமும் அதன் உளவுத்துறையும் விரும்பவில்லை. சில மாதங்களிலேயே நவாஸ் ஷெரீஃப், ஜெனரல் பர்வேஸ் முஷரஃபினால் தூக்கி எறியப்பட்டார். முஷரஃப்தான் கார்கில் ஊடுருவலின் காரணகர்த்தா என்று பல விமரிசகர்களும் நம்புகிறார்கள்.

கார்கில்மீதான ஆக்கிரமிப்பு இந்திய மக்கள் மத்தியில் பெரும் எழுச்சியை ஏற்படுத்தியது. பொதுவாகவே அரசியல் நோக்கங்கள் ஏதும் இல்லாத அதன் ராணுவத் தலைவர்களும் இம்முறை தீவிரமான பதிலடி கொடுக்க விரும்பினார்கள். பாகிஸ்தானுக்குச் சரியான பாடம் கற்பிக்கப்படவேண்டும் என்ற பேச்சுகள் எழுந்தன. கார்கில் போர் முடிந்த சில மாதங்கள் கழித்து, பாகிஸ்தான் காஷ்மீரில் இருக்கும் ராணுவ முகாம்களுக்கு எதிராக இந்தியா நடவடிக்கைகள் எடுக்க வேண்டும் என்று கடுமையான அழுத்தம் ஏற்பட்டது. அவ்வாறு ஏதும் நடைபெறாமல் இருக்க, அமெரிக்க அதிபர் பில் கிளிண்டன் பெரும் முயற்சிகளை மேற்கொண்டார்.

அமெரிக்காவில் நடைபெற்ற 9/11 தாக்குதலுக்குப் பிறகு தில்லிக்கும் இஸ்லாமாபாத்துக்கும் இடையில் பகைமை மேலும் வளர்ந்தது. காஷ்மீரில் போராடிக்கொண்டிருக்கும் ஜிஹாதிக் குழுக்கள், ஸ்ரீநகர் சட்டமன்றத்தின்மீதும் இந்திய நாடாளுமன்றத்தின்மீதும் துணிச்சலான தாக்குதல் முயற்சிகளில் ஈடுபட்டனர். மீண்டும் அமெரிக்க அரசுதான் இந்திய அரசைப் போர் ஏதும் தொடுக்கவிடாமல் கட்டுப்படுத்தி வைத்தது. இந்தத் தாக்குதலில் ஈடுபட்டதாகக் கருதப்பட்ட சில இஸ்லாமிய தீவிரவாத இயக்கங்களை பாகிஸ்தான் அதிபர் பர்வேஸ் முஷரஃப் தடைசெய்தார். அதைத் தொடர்ந்து அவர்மீது கொலை முயற்சிகள் மேற்கொள்ளப்பட்டன. இதிலிருந்து, அதிபரின் முயற்சி கள் உண்மையான தாக்கத்தை ஏற்படுத்தியது என்பதைத் தெரிந்து கொள்ள முடிந்தது.

ஆனால், இந்தியத் தரப்பினர் இதை முழுமையாக நம்பவில்லை. பாகிஸ்தானின் தீவிரவாதப் போக்கும் அதன் உளவுத் துறையும் அனைவரது கண்ணிலும் மண்ணைத் தூவிவிட்டு பிரிவினைவாத

இயக்கங்களுக்குத் தொடர்ந்து ஆதரவு தந்துகொண்டேதான் இருக்கும் என்று இந்தியா தன் கவலையை வெளிப்படுத்தியது. பர்வேஸ் முஷரஃப் புதுமையாகச் சிந்தித்ததும் காஷ்மீர் பிரச்னைக்குப் புதிய தீர்வுகளை முன்வைத்ததும் பதற்றத்தை ஓரளவுக்குக் குறைத்து, காஷ்மீருக்கான பேருந்துச் சேவையை ஆரம்பிக்க வழி ஏற்படுத்தியது. ஆனால், வன்முறை முடிவுக்கு வரவில்லை. இரு தரப்பும் தமக்குள்ளாக எந்தத் தீர்மானத்துக்கும் வரவில்லை. காஷ்மீர் தொடர்பாக இரு தரப்புக்கும் இடையில் எந்தப் புரிதலும் ஏற்படவில்லை. எப்போதும் போலவே, ராஜாங்க முயற்சிகள், பொதுப்பார்வைக்கு வராமல் மறைமுகமான வழியிலேயே நடத்தப்பட்டன. அமைதி உருவாகவும் காஷ்மீரில் அரசியல் நிலைத்ததன்மை ஏற்படவும் அனைத்துத் தரப்பினரும் சமரசங்கள் செய்துகொண்டே ஆகவேண்டும். அதற்கான முயற்சிகள் மேற்கொள்ளப்பட்டு வருகின்றன. ஆனால் இந்த முயற்சிகள் மெதுவாகவும் அரைமனத்துடனும்தான் மேற்கொள்ளப்படுகின்றன.

1998-ல் இந்தியாவும் பாகிஸ்தானும் மேற்கொண்ட அணு வெடிப்புச் சோதனைகள், காஷ்மீர் பிரச்னையை முற்றவிட்டால் இரு நாடுகளுக்கு மட்டுமல்ல, உலகத்துக்கே பெரும் அபாயத்தை ஏற்படுத்தும் என்ற அச்சத்தை ஏற்படுத்தியுள்ளது. அப்படி இருந்தும், காஷ்மீர் பிரச்னைக்குப் பின்னால் இருக்கும் விஷயங்களும் தீர்வு முயற்சிகளும், பிற இஸ்லாமியப் பிரச்னைகளான பாலஸ்தீன், ஆஃப்கன், ஈராக் போன்ற அளவுக்கு சர்வதேசக் கவனத்தை ஈர்க்கவில்லை. அதற்கு முதன்மைக் காரணம், காஷ்மீர் விவகாரத்தில் ஒரு தரப்பான இந்தியா, இதில் சர்வதேசக் குறுக்கீட்டை முற்றிலும் விரும்பாமல் இருப்பதே. அத்துடன், காஷ்மீர், எளிதில் செல்லமுடியாத, தனிமைப்படுத்தப்பட்ட ஓர் இடமாக இருப்பதும் ஒரு காரணம். மேலும், அங்கிருந்து சர்வதேசத்தின் கவனத்தை ஈர்க்கும் வகையில் ஒரு தலைவர்கூடச் சமீபகாலங்களில் உருவாகாமல் இருப்பதும் ஒரு காரணம்.

சர்வதேசச் சமூகம் காஷ்மீர் பிரச்னையைப் பார்க்கும் கோணம், காஷ்மீர் மக்களுக்கு ஆதரவாக இருப்பதில்லை. செய்திகள் காஷ்மீரிலிருந்து வருகின்றன. ஆனால், அதன் அலசல்கள் வேறு இடங்களிலிருந்து வருகின்றன. சமகால காஷ்மீர் குறித்து காஷ்மீரி முஸ்லிமால் எழுதப்பட்ட ஆணித்தரமான புத்தகத்தைக் கண்டுபிடிப்பது மிகவும் சிரமம்.[4] காஷ்மீர் குறித்து ஆங்கிலத்தில் ஆய்வுபூர்வமாக, நடுநிலையுடன் அல்லது ஒருபக்கச் சார்புடன் எழுதப்பட்டிருக்கும் நூற்றுக்கணக்கான புத்தகங்களில் பெரும்பான்மையாக இருப்பது வெளியாட்களின் பார்வையே. காஷ்மீர் எழுத்தாளர்கள் எழுதியவற்றில்கூட முஸ்லிம் பெரும்பான்மையின் குரல் எளிதாகக் கேட்பதே இல்லை. தங்கள்

சொந்த விஷயங்களைத் தீர்த்துக்கொள்வதற்குக்கூட தங்களிடம் எந்த அதிகாரமும் இல்லை என்பதே காஷ்மீரிகளின் புகாராக இருக்கிறது.

நிச்சயமாக, காஷ்மீர் பிரச்னையை உலகுக்கு எடுத்துச் சொல்வதில் அவர்களுக்கு எந்தவித அதிகாரமும் இருப்பதாகத் தெரியவில்லை.

1947 தாக்குதலுக்குப் பிறகு பாரமுல்லா மீளவே இல்லை. கட்டடங்கள் மீண்டும் கட்டப்பட்டுள்ளன. ஆனால், பொருளாதாரம் முன்னேற வில்லை. எங்கும் காணப்படும் சீக்கியர்களும் அவர்களுடைய குருத்துவாராக்களும் காஷ்மீரில் வேறு எங்கும் இல்லாத பன்முகத் தன்மையை பாரமுல்லாவுக்குத் தருகிறது. ஆனால் அதன் செல்வம், பாகிஸ்தான் பஞ்சாபுடன் நடந்த வர்த்தகத்தை நம்பித்தான் இருந்தது. மேலும் அதன் முக்கியத்துவம், அந்த நகர் மூலம்தான் காஷ்மீருக்கு எல்லாப் பருவத்திலும் செல்லக்கூடிய சாலை இருந்தது என்பதிலும் அருகில் ஓடும் ஜீலம் ஆற்றிலும் இருந்தது.

'சுமார் 16,000 பேர்களைக் கொண்ட, ஸ்ரீநகருக்கு அடுத்தபடியாக காஷ்மீர் பள்ளத்தாக்கின் பெரிய நகரமாக பாரமுல்லா விளங்கியது. மரத்தொழிலுக்கும் பழ உற்பத்திக்கும் மையமாக விளங்கியது. ஸ்ரீநகருக்கு வெளியே தொழிற்சாலைகள் இருக்கும் காஷ்மீரின் ஒரே பகுதி பாரமுல்லாதான். 1930-களின் பிற்பகுதியிலிருந்து சிறந்த சுற்றுலா மையமாகவும் வளரத் தொடங்கியிருந்தது' என்று பாரமுல்லாவின் மிகப் பிரபலமான நபர் முகமது யூசுஃப் சராஃப் எழுதினார்.[5] 1947-க்குப் பிறகு பாரமுல்லாவுக்கு முக்கியத்துவத்தைத் தேடித் தந்த சாலை, எங்கும் இட்டுச் செல்லாத ஒன்றாக முடங்கிவிட்டது. 'பாரமுல்லா ஒரு வர்த்தக மையமாக இருந்தது. இப்போது அது ஏழைமை நிறைந்ததாக ஆகியுள்ளது' என்று ஓய்வுபெற்ற ஒரு பள்ளி ஆசிரியர் என்னிடம் சொன்னார். பாகிஸ்தானுக்கு மக்களை ஏற்றிச் செல்லும் பேருந்து களோடு, ஆப்பிள்கள், வால்நட், மரம் போன்றவற்றை ராவல் பிண்டிக்கு வர்த்தகத்துக்கு எடுத்துச் செல்ல லாரிகளும் விடப்படு மானால், நிலைமை மாற வாய்ப்பு இருக்கிறது. ஆனால், இப் போதைக்கு பாரமுல்லாவில் லாபகரமான தொழில் என்பது, இந்திய ராணுவத்துக்குத் தேவையான பொருள்களை உற்பத்தி செய்து கொடுப்பதுதான்.

என்றாவது ஒரு நாள், தன் பெற்றோரின் கல்லறைக்குப் போய் அஞ்சலி செலுத்தவேண்டும் என்று டாம் டைக்ஸ் ஜூனியர் விரும்பியிருந்தார். ஆனால் அவரால் அது முடியவே இல்லை. அவருடைய சகோதரர்களும் இதுவரை அங்கு செல்லவில்லை. காஷ்மீரில் நடந்துவரும் எந்தச் சண்டையில் அவர்களுடைய பெற்றோர்களின் உயிர் போனதோ, அதே

சண்டைதான் அவர்களுடைய மூத்த சகோதரனின் விருப்பத்தையும் நிறைவேறவிடாமல் செய்தது. 1989-க்குப் பிறகு தீரம் மிகுந்த அல்லது விஷயம் தெரியாத அயல்நாட்டினர் மட்டும்தான் ஸ்ரீநகருக்கு வந்து போகிறார்கள். காஷ்மீர் பள்ளத்தாக்கு மிகவும் அபாயகரமான இடமாக ஆகியுள்ளது. டாம் டைக்ஸ் ஜூனியர் தன் ஆசை நிறைவேறாமலேயே அக்டோபர் 2003-ல் இறந்துபோனார்.

1947-ல் நடந்தவை இன்றைய பிரச்னையைச் சரியானவகையில் விளக்கு வதில்லை. நிச்சயமாக எந்த ஒரு தீர்வையும் முன்வைக்கவும் இல்லை. ஆனால், இந்தியாவும் பாகிஸ்தானும் 60 ஆண்டுகளுக்கு முன்பாக நடந்தவற்றைப் பிடித்துத் தொங்கிக்கொண்டிருக்கிறார்கள். இரு வருமே, அந்தக் கட்டத்தில் தங்கள் பக்கம்தான் சரியானது என்று சொல்லிக்கொள்கிறார்கள். அதைக் கொண்டு, பின்னால் நடந்த அனைத்தையும் நியாயப்படுத்துகிறார்கள். ஒரு பிரச்னையை முழுமையாகத் தீர்க்கவேண்டும் என்றால் அது எப்படி ஆரம்பித்தது என்பதைப் புரிந்துகொள்வது மிகவும் அவசியமாகிறது. ஒருவரை ஒருவர் பழி சொல்வதற்காக அல்ல. ஆனால், என்ன நடந்தது என் பதைத் தெரிந்துகொள்வதற்கும், ஒவ்வொருவரது உரிமைகோரலுக் கான காரணங்கள், புகார்கள், அமைதி முயற்சிக்கான முட்டுக்கட்டை கள் ஆகியவற்றைப் புரிந்துகொள்வதற்கும் இவை மிகவும் அவசியம். எல்லாத் தரப்பும் ஒப்புக்கொள்ளும் விதமான காஷ்மீரின் நவீன வரலாறு ஒன்று உருவாக்கப்பட்டுவிட்டதென்றால் மற்றவை தானாகவே நடக்க ஆரம்பிக்கும்.

இந்த நூல் எழுதப்பட்டதன் முக்கிய நோக்கமே அதுதான். 1947 அக்டோபர் -நவம்பரில் நடந்தவற்றை நேரில் அனுபவித்தவர்களின் வாய்மொழி வரலாற்றைத் தொகுத்து, அதன்மூலம் காஷ்மீர் பிரச்னை யின் மூல ஊற்றைக் கண்டுபிடிப்பதே இதன் நோக்கம். நேரடி ஆய்வின் மூலம் பெறப்பட்டு, இந்த நூலில் இடம்பெற்றிருக்கும் தகவல்களும் பார்வைகளும் காஷ்மீர் பிரச்னை தொடர்பாக இந்தியாவும் பாகிஸ் தானும் தங்களுக்குச் சாதகமாக உருவாக்கியுள்ள அதிகாரபூர்வ வரலாறு களைக் கேள்விக்கு உட்படுத்துகின்றன. முக்கியமாக, காஷ்மீர்மீதான லஷ்கர்களின் தாக்குதலைத் திட்டமிட்டு வழிநடத்தியதை முற்றாக மறுக்கும் பாகிஸ்தானை இவை கேள்விக்கு உள்ளாக்குகின்றன. அதேபோல, இந்தியாவுடன் காஷ்மீர் சேர்ந்தது தொடர்பாக இந்தியத் தரப்பில் சொல்லப்படுவனவற்றையும் இவை கேள்விக்கு உட்படுத்துகின்றன.

புதிதாக உருவான பாகிஸ்தான் அரசு, பதவி ஏற்ற சில வாரங்களுக் குள்ளேயே காஷ்மீரில் ஒரு ராணுவக் குறுக்கீட்டை நடத்தி,

அதன்மூலம் இந்தியாவிடமிருந்தும் மகாராஜாவிடமிருந்தும் காஷ்மீரைப் பறிக்கத் தீர்மானித்தது. பாகிஸ்தானின் குழப்பமான முயற்சி தொடர்பாக இரு அம்சங்களைச் சொல்லலாம். பூஞ்சிலும் அதைச் சுற்றியிருக்கும் பகுதியிலும் மகாராஜாவுக்கு எதிராக ஏற்கெனவே நடைபெற்றுக்கொண்டிருந்த கலகங்களுக்கு மேலும் உதவி செய்யலாம் என்று பாகிஸ்தானின் அரசும் அதன் ராணுவத்தின் ஒரு பிரிவினரும் எண்ணினர். இது, பாகிஸ்தானின் கோணத்தில் நல்லபடியாகவே நடந்தது. ஜீலம் ஆற்றின் இடது கரைப் பகுதியில் பாகிஸ்தானின் பஞ்சாப் வரையிலான பகுதியின் கட்டுப்பாட்டை எடுத்துக் கொள்ளும் முயற்சிக்கு வெற்றி கிடைத்தது. அந்தப் பகுதியை மகாராஜாவாலோ இந்திய அரசாலோ இதுவரை திரும்பப் பெற முடியவில்லை. இந்தப் பகுதிதான் பாகிஸ்தானின் கட்டுப்பாட்டில் இருக்கும் ஆஸாத் காஷ்மீரின் அதிகமான மக்கள் இருக்கும் பகுதியாக இப்போதும் இருந்துவருகிறது.

மற்றொரு கோணத்தில் காஷ்மீரைக் கைப்பற்ற பாகிஸ்தான் அரசு மேற்கொண்ட ராணுவ ஆக்கிரமிப்பு நடவடிக்கைகள் எந்த வெற்றியையும் பெற்றுத்தரவில்லை. இந்தக் கலகத்துக்கு உள்ளூர் ஆதரவு கிடைக்கவில்லை. எனவே, பாகிஸ்தான் அதிகாரிகள் காஷ்மீருக்கு வெளியிலிருந்து, ஹஸாரா அல்லது பதான் பழங்குடிகளையே பெரிதும் நம்பவேண்டியிருந்தது. இந்த ஆக்கிரமிப்பாளர்களுக்கு உள்ளூரில் பெரிய அளவில் ஆதரவு ஏதும் இருக்கவில்லை. இருந்த கொஞ்சநஞ்ச ஆதரவும் ஆக்கிரமிப்பாளர்களின் கொள்ளையடிப்பாலும் பிற அட்டூழியங்களாலும் முற்றாக இல்லாமல் போனது.

வாசிரிஸ்தானில் இருந்து ஜிஹாத் மனநிலை கொண்ட பழங்குடிப் படையினரை ஆக்கிரமிப்புக்குப் பயன்படுத்தும் நோக்கம் அப்படி ஒன்றும் நன்கு ஆலோசித்து எடுத்த முடிவுபோல் தெரியவில்லை. சட்டெனத் தோன்றிய ஒரு முடிவுபோலத்தான் தெரிகிறது. பழங்குடிகள் சண்டை போட ஆவலாக இருந்தனர். வட மேற்கு எல்லைப் பகுதியில் இருந்த அதிகாரிகளும் குர்ஷித் அன்வர் போன்றவர்களும் லஷ்கர் படைகளைப் பெருமளவில் பயன்படுத்திக் கொள்ளலாம் என்று தீர்மானித்தார்கள். லஷ்கர் படையில் இயல்பிலேயே இருந்த ஒழுங்கின்மை, ஓர் ஆக்கிரமிப்புச் சக்தியாக அவர்கள் வெற்றி பெறும் வாய்ப்புகளை வெகுவாகக் குறைத்தது. கட்டுப்பாட்டைக் கொண்டுவர எடுக்கப்பட்ட முயற்சிகளும் பழங்குடிகளுக்குள் இயல்பாக இருந்த பிரிவுகளும், ஸ்ரீநகர் நோக்கிய நகர்வைத் தாமதப்படுத்தின. பாரமுல்லாவிலிருந்து விரைவாக ஸ்ரீநகருக்கு லஷ்கர்கள் போய்ச் சேர்ந்திருந்தால் ஸ்ரீநகரின் விமானதளத்தைக் கைப்பற்றியிருக்க முடியும். காஷ்மீர் பள்ளத்தாக்கில் இந்திய ராணுவம் கால் பதிக்க விடாமல் தடுத்திருக்க

முடியும். அப்படி மட்டும் நடந்திருந்தால், லஷ்கர் படை ஸ்ரீநகரைக் கைப்பற்றியிருக்கும் என்றும் இன்று ஒட்டுமொத்தக் காஷ்மீருமே பாகிஸ்தானின்கீழ் இருந்திருக்கும் என்றும் இந்திய மற்றும் பாகிஸ்தானி ராணுவ அதிகாரிகளும் ஆய்வாளர்களும் கணிக்கிறார்கள்.

அது கொஞ்சம் அதிகப்படியான கணிப்புதான். ஏனெனில், அப்படி நடந்திருந்தால் இந்தியா தன் படைகளை ஜம்முவில் களமிறக்கி இருக்கும். குளிர்காலத்தில் பனிஹால் கணவாய் வழியாகப் பயணம் செய்வது சிரமமாக இருந்திருக்கலாம். ஆனால், அதன் பிறகு நிச்சயமாக இந்தியா, காஷ்மீர் தொடர்பான தன் சண்டையைத் தொடர்ந்து மேற் கொண்டிருக்கும். அதுமட்டுமின்றி, லஷ்கர்களின் ஸ்ரீநகர் முற்று கையை உள்ளூர் மக்கள் கடுமையாக எதிர்த்திருப்பார்கள். குறைந்த பட்சம் தேசிய கான்ஃபரன்ஸ் படையினராவது தீவிரமாக எதிர்த்திருப் பார்கள். பாரமுல்லாவில் நடந்துகொண்டது போலவே ஸ்ரீநகரிலும் மக்கள்மீது லஷ்கர் படை அத்துமீறி நடந்துகொண்டிருக்கும். அதனால், இந்தியாவும் சர்வதேசச் சமூகமும் இதனைக் கடுமையாக எதிர்த்திருப் பார்கள். பழங்குடிப் படைகள் ஆரம்பத்தில் பெற்ற வெற்றிகளை, முறையான ராணுவத்தை அனுப்பி பாகிஸ்தான் பலப்படுத்திக் கொண்டிருந்தால் மட்டுமே ஸ்ரீநகர் பாகிஸ்தான்வசம் போயிருக்கும்.

பழங்குடிகள் மூலமான காஷ்மீர் ஆக்கிரமிப்பு குறித்து பாகிஸ்தான் அதிகாரிகள் எம்மாதிரியான எண்ணங்களைக் கொண்டிருந்தாலும், இந்தியப் படைகள் காஷ்மீருக்குள் நுழைந்தவுடன், பழங்குடிப் படைகளுக்கு ஆதரவு தருவதைத் தவிர, பாகிஸ்தான் ராணுவத்துக்கு வேறு வழியில்லாமல் போனது. அதற்கு ஒரே மாற்றுவழி, பாகிஸ்தான் தன் ஒட்டுமொத்த ராணுவத்தைத் திரட்டி இந்தியாவைப் போருக்கு அழைப்பதாக மட்டுமே இருந்திருக்கும். பாகிஸ்தானின் நிறுவனரும் தலைவருமான முகமது அலி ஜின்னா பழங்குடிப் படைகளுக்கு ஏராளமான பண உதவிகளையும் ஆயுத உதவிகளையும் கொடுக்குமாறு உத்தரவிட்டார். பாகிஸ்தானின் ராணுவ அதிகாரிகள் சிலரையும் உதவிக்கு அனுப்பினார். 1947 கடைசி வாரத்தில் இந்தியா காஷ்மீரில் மேலும் முன்னேறாமல் தடுக்க அவை உதவின. அதையடுத்த கோடைக்காலத்தில், பாகிஸ்தானின் பஞ்சாப் நோக்கி மேற்குத் திசையில் இந்தியப் படைகள் முன்னேற ஆரம்பித்ததும், பாகிஸ்தான் அரசு அதைத் தடுக்கத் தன் ராணுவத்தை அனுப்பியது. அதைத் தொடர்ந்து யாருக்கும் வெற்றி தோல்வி இல்லாத நிலை உருவானது. காஷ்மீரை இரண்டாகப் பிரித்ததோடு அந்தப் போர் முடிவுக்கு வந்தது. அன்றுமுதல் காஷ்மீரில் இதே நிலை நிலவிவருகிறது.

காஷ்மீர்மீதான இந்தியாவின் உரிமை கோரல் இரண்டு விஷயங்களை அடிப்படையாகக் கொண்டிருக்கிறது: பழைய மற்றும் புதிய காஷ்மீரின்

இரு முக்கிய அரசியல் தலைவர்களான மகாராஜாவும் ஷேக் அப்துல்லாவும், ஜம்மு காஷ்மீர் இந்தியாவுடன் சேரவேண்டும் என்று விரும்பியிருந்தனர்; மேலும், காஷ்மீர் இந்தியாவுடன் சேர்ந்தபிறகே இந்தியா ஸ்ரீநகருக்குத் தன் படைகளை அனுப்பியது. ஆனால், இரண்டாவது விஷயம் தொடர்பாகக் குழப்பமே நிலவுகிறது. இந்தியாவுடன் காஷ்மீர் சேர்ந்தது தொடர்பாக மகாராஜாவிடமிருந்து கையெழுத்து பெற்ற வி.பி. மேனன் இது குறித்துச் சொல்லும் தகவல்கள் பிழையானவையாக இருக்கின்றன. நிச்சயமாகச் சொல்லமுடியாது என்றாலும், இந்தியப் படைகள் ஸ்ரீநகரில் கால் பதித்த சில மணிநேரங்கள் கழித்தே மகாராஜா இணைப்பு ஒப்பந்தத்தில் கையெழுத்திட்டிருக்கவேண்டும் என்று தோன்றுகிறது.

காஷ்மீர் பிரச்னையின் புவி-அரசியல் குறித்துப் பேசுவதே இந்தப் புத்தகத்தின் நோக்கம். இந்த ஆய்வின் நோக்கம், காஷ்மீர் நிலப்பகுதி என்பது இந்தியாவுக்கும் பாகிஸ்தானுக்கும் இடையில் இருக்கும் பிரச்னைக்குரிய ஒரு பகுதி என்பதை வலியுறுத்துவது மற்றும் 1947-ல் நடந்த வன்முறைச் சம்பவங்களை, பாதிக்கப்பட்டவர்களின், அதாவது, காஷ்மீரிகள் மற்றும் வெளியாட்கள், போராளிகள் மற்றும் பொது மக்கள், அரசியல்வாதிகள் மற்றும் குடிமக்கள் ஆகியோரின் வார்த்தைகள்மூலமாக விவரிப்பது.

இந்தப் புத்தகம், 27 அக்டோபர் 1947 என்ற ஒரே ஒரு நாளை மையமாகக் கொண்டு சுழல்கிறது. இந்த நாளில்தான் மவுண்ட்பேட்டன் காஷ்மீர் இந்தியாவுடன் இணைந்ததை ஏற்றுக்கொண்டார். இதே நாளில்தான் இந்தியா காஷ்மீருக்குத் தன் படைகளை அனுப்பியது. இதே நாளில்தான் பாகிஸ்தான் பழங்குடியினர் பாரமுல்லாவின் செயிண்ட் ஜோசப் மடாலயத்தையும் மருத்துவமனையையும் சூறையாடினார்கள். இந்தத் தேதியில்தான் காஷ்மீர் பிரச்னையின் முக்கியமான சம்பவங்கள் நடந்தேறின. இந்தப் புத்தகம், இந்தச் சம்பவங்களை இயக்கியவர்கள் பற்றியல்ல, இந்தச் சம்பவங்களால் பாதிக்கப்பட்டவர்கள் பற்றியது.

சமூக வரலாறு என்பது மக்களைப் பற்றியது. நல்ல செய்தி சேகரிப்பு என்பதும் அப்படியே. காஷ்மீர் பிரச்னைக்கான சிறந்த தீர்வு என்பது காஷ்மீர் மக்கள் என்ன சொல்ல விரும்புகிறார்கள் என்பதைக் கூர்ந்து கேட்பதில்தான் இருக்கிறது. அத்துடன் அவர்களுடைய தலைவிதியை அவர்களையே தீர்மானிக்க விடுவதுதான் சிறந்தது. அது எப்போது, எப்படி நடக்கவேண்டும் என்பதைத்தீர்மானிப்பதில்தான், இந்தியா மற்றும் பாகிஸ்தானின் தேசிய நலன்கள், அதிலும் குறிப்பாக காஷ்மீர் பள்ளத்தாக்கை ஆண்டுவரும் இந்தியாவின் நலன்கள், இருக்க முடியும்.

குறிப்புகள்

அத்தியாயம் 1: காஷ்மீரில் இருந்த கன்யாஸ்திரி

1. The argument that Partition violence was organised and purposeful rather than spontaneous acts of vengeance is made forcefully in Paul R. Brass, *Forms of Collective Violence: Riots, Pogroms, and Genocide in Modern India*, Gurgaon, 2006.
2. Letter, Biddy Dykes to Muriel Gambs, 17 October [1947], made available to me by Biddy's eldest son, the late Tom Dykes junior.
3. Pamela Barretto, *Looking Back after 50 Years*, privately printed in Australia, 1997,18pp.
4. *History of Operations in Jammu & Kashmir (1947-48)*, Indian Defence Ministry, Delhi, 1987, pp. 388-90, republishes the operational instruction for the start of the airlift.
5. *Daily Express*, 10 and 11 November 1947.
6. *Daily Express*, 10 November 1947.
7. Entry in Father George Shanks's diary on pages for 13-14 April.

அத்தியாயம் 2: இடையில் சிக்கிய நிலம்

1. The discrepancy between the frequent portrayal of kashmiriyat as eliding over the differences between Kashmiri Muslims and Hindus, and the quite different reality, is discussed in two pioneering academic studies, Chitralekha Zutshi, *Languages of Belonging: Islam, Regional Identity, and the Making of Kashmir*, Delhi, 2003, and Mridu Rai, *Hindu Rulers, Muslim Subjects: Islam, Rights, and the History of Kashmir*, Delhi, 2004.
2. Asiya Andrabi, leader of the separatist Kashmiri women's group Dukhtaran-e-Millat, has declared: 'I don't believe in Kashmiriyat. I don't believe in nationalism. I believe there are just two nations—Muslims and non-Muslims.' *Outlook*, Delhi, 14 August 2006.
3. Alexander Evans, 'A departure from history: Kashmiri Pandits, 1990-2001', *Contemporary South Asia*, 2002, pp. 19-37.

4. Michael Brecher, *The Struggle for Kashmir,* New York, 1953, p. 4.

5. Mohammad Ishaq Khan, *History of Srinagar, 1846-1947: A Study in Socio-cultural Change,* Srinagar, 2007, pp. 34-37.

6. The Kashmir Study Group based in New York published in 2005 a revised edition of its prospectus for Kashmir's future, *Kashmir: A Way Forward.* This used official census data to estimate the population of the various parts of the former princely state as of 2001. Of the Indian-controlled areas, it put the population of the Kashmir Valley at 5.4 million, of Jammu at 4.4 million and of Ladakh at 0.2 million. Of Pakistan's portion of Kashmir, it estimated the population of Azad Kashmir at 3.2 million and of the Northern Areas at 0.9 million. That's a total of 14.2 million, as against 4.02 million in the last pre-independence census in 1941.

7. Niaz Naik interviewed in Islamabad, 24 January 2000. Although these substantive discussions on Kashmir got nowhere, the channel of communication established proved of value in helping to resolve the Kargil conflict of 1999.

8. Typescript memoirs of Sir James Acheson, f. 52. Acheson was the British Resident in Kashmir, 1943—45. I am grateful to his grandson, Nigel Acheson, for sending me extracts from these unpublished memoirs, which are held in the India Office Records at the British Library.

9. The development of the press in Kashmir is discussed in Khan, *History of Srinagar, pp.* 193-205.

10. Zutshi, *Languages of Belonging, pp.* 302-08. Kashmiri politics in the 1940s is also discussed in Ian Copland, 'The Abdullah Factor: Kashmiri Muslims and the crisis of 1947', in D.A. Low (ed.), *The Political Inheritance of Pakistan,* London, 1991.

11. A brief account of the 'Mr A' case can be found in Ian Copland, *The Princes of India in the Endgame of Empire, 1917-1947,* Cambridge, 1997, p. 60.

12. *Hindustan Times,* 14 October 1947. A week later, Kashmir's Prime Minister, M.C. Mahajan, was still talking about Kashmir's goal of being 'the Switzerland of the Eastern Hemisphere'—*Times of India,* 21 October 1947.

13. LP8cS/13/1845b, ff.213-19, India Office Records, British Library. The conversation took place in Lahore on 1 November 1947.

14. LP&S/13/1845b, ff.566-68. Scott added that Kashmiris 'realise that a hostile Pakistan could seriously disrupt Kashmir's economy'.

15. Sumantra Bose, *Kashmir: Roots of Conflict, Paths to Peace,* Harvard, 2003, pp. 59-60. In 1997, Sheikh Abdullah's son, Farooq Abdullah—then chief minister of the Indian state of Jammu and Kashmir—told me his father had aspired to Kashmir being 'a kind of Switzerland'. He

added that whatever the views his father had once held, an independent Kashmir 'was simply not possible any more . . . [and] would lead to massacres the like of which we did not see even in 47'.

16. Muhammad Yusuf Saraf, *Kashmiris Fight for Freedom,* Vol. 1, Lahore, 1977, pp. 617-38, provides a detailed and highly personal account of Jinnah's visit to the Kashmir Valley.

17. Ian Copland, 'The Abdullah Factor', pp. 222-23. The 'ripe fruit' quote appears in Chaudhri Muhammad Ali, *The Emergence of Pakistan,* London, 1967, p. 297—the author was the first secretary-general of the Pakistan government. There is a brief discussion of the contrasting attitudes of Congress and the Muslim League to the princely states, and the reasons why Jinnah was more willing to contemplate their independence, in Hasan Zaheer, *The Times and Trial of the Rawalpindi Conspiracy 1951: The First Coup Attempt in Pakistan,* Karachi, 1998, pp. 54-5.

18. *Hindustan Times,* 28 October 1947.

19. L.P. Sen, *Slender Was the Thread: Kashmir Confrontation, 1947-48,* New Delhi, 1994, pp. 2-3. *History of Operations in Jammu & Kashmir (1947-48),* Indian Ministry of Defence, New Delhi, 1987, p. 31.

20. *Statesman,* 28 November 1947.

21. Prem Shankar Jha, *The Origins of a Dispute: Kashmir 1947,* New Delhi, 2003, discusses this issue at length. Jha also publishes as an appendix the remarkable written testimony of Christopher Beaumont, private secretary to the chairman of the Boundary Commission, who severely chastises both his boss, Sir Cyril Radcliffe, and Lord Mountbatten for the circumstances in which Ferozepur in Punjab was allocated to India. Beaumont insists, however, that there was no last minute reallocation in regard to Gurdaspur. Alastair Lamb—*Incomplete Partition: The Genesis of the Kashmir Dispute, 1947-1948,* Hertingfordbury, 1997, pp. 84-92—argues that the Gurdaspur award was influenced by Sikh sensitivities and not by the Kashmir issue.

22. Stanley Wolpert, *Nehru: A Tryst with Destiny,* Oxford, 1996, pp. 165, 272. Philip Ziegler, *Mountbatten: The Official Biography,* London, 1985, p. 445.

23. Brecher, *Struggle for Kashmir,* p. 54.

24. *The Times,* 6 October 1947. Gyanendra Pandey, *Remembering Partition: Violence, Nationalism and History in India,* Cambridge, 2001, p. 36— the figures are based on the reckoning of a British diplomat.

25. *New York Times,* 18 September 1948. The correspondent was Robert Trumbull.

26. *Statesman,* 22 October 1947. *Dawn,* 22 October 1947. Sheikh Abdullah had written to the maharaja days prior to his release to 'assure Your Highness the fullest and loyal support of myself and my organization'—Karan Singh, *Heir Apparent: An Autobiography,* New Delhi, 1982, pp. 81-82.

27. *Dawn*, 15 and 19 October 1947.

28. Zaheer, *Rawalpindi Conspiracy*, p. 87. Margaret Parton, *The Leaf and the Flame*, New York, 1959, pp. 128-31.

29. *The Times*, 10 October 1947.

30. Copland, 'The Abdullah Factor', p. 245. That assertion is supported by Michael Brecher's interviews in the summer of 1951 with about 200 people in the Valley, which led him to conclude that 'the Kashmiris are essentially pro-Kashmir, not pro-India or pro-Pakistan,[1] but that a clear majority preferred Indian rule to the prospect of accession to Pakistan—Brecher, p. 168.

31. *Hindustan Times*, 20 October 1947. Ajit Bhattacharjea, *Kashmir: The Wounded Valley*, New Delhi, 1994, pp. 127-28.

அத்தியாயம் 3: தாடி வைத்த மிருகங்கள்

1. Abdullah Muntazer interviewed in Islamabad, 25 January 2000. Although the fighting in Kashmir started in autumn 1947, the initial India-Pakistan war is generally dated as 1948, because Pakistani troops were only formally deployed from the spring of 1948. Tribal forces took the lead in the incursion into the Kashmir Valley in October-November 1947, and were also involved in the fighting in 1948. In May 2006, Abdullah Muntazer was working in Lahore as the editor of the English website of Jamaat-ud-Dawa, widely regarded as a front organisation for Lashkar-e-Toiba.

2. Sardar M. Ibrahim Khan, *The Kashmir Saga*, Mirpur, 1990, p. 15.

3. Olaf Caroe, *The Pathans, 550 BC-AD 1957*, Karachi 1983, p. 256.

4. See James W. Spain, *The Pathan Borderland*, The Hague, 1963, p. 210, and the same author's *Pathans of the Latter Day*, Karachi, 1995, p. 115.

5. Recounted in Mukulika Banerjee, *The Pathan Unarmed: Opposition and Memory in the North West Frontier*, Oxford, 2000. The movement's leader Khan Abdul Gaffar Khan was a political ally of Sheikh Abdullah. Khan and Nehru famously visited Kashmir together in 1940.

6. Spain, *The Pathan Borderland*, p. 204, recounts how the Pakistan government decided, almost immediately on independence, to abandon all army installations in the tribal belt, completing the pull-out by the close of 1947.

7. Linda Colley, *Captives: Britain, Empire and the World, 1600-1850*, London, 2003, p. 361.

8. *Daily Express*, London, 10 and 11 November 1947. Robert Trumbull, *As I See India*, New York, 1956, pp. 84-89. Margaret Bourke-White, *Halfway to Freedom*, New York, 1949, p. 203. C.E. Tyndale-Biscoe, *Tyndale-Biscoe of Kashmir: An Autobiography*, London, 1951, p. 271.

9. Akbar S. Ahmed, 'Tribes and States in Central and South Asia', *Asian Affairs,* 1980, p. 157. Alan Warren, *Waziristan, the Faqir of Ipi and the Indian Army: The North West frontier Revolt of 1936-37,* Oxford, 2000, p. xxv.

10. Ahmed, p. 155. Ahmed suggests that lashkars from more settled Pathan areas, particularly those with irrigated land, were more disciplined, and so more effective in keeping and controlling territory.

11. Warren, pp. 279-80.

12. Alastair Lamb, *Incomplete Partition: The Genesis of the Kashmir Dispute, 1947-1948,* Hertingfordbury, 1997, p. 121.

13. 'The Revolt in Poonch' written by Richard Symonds on 8 December 1947. DO142/494, British National Archives.

14. 'Let it be Maharajah's rule. It is a lesser evil, if you would like to call it. It is better than the whole region being on fire'—Sardar Abdul Qayum Khan's interview in the *Times of India, 27* September 2005.

15. Ibrahim Khan, pp. 71-76.

16. Ibrahim Khan, pp. 99-100.

17. The Fakir of Ipi, Mirza Ali Khan, later advocated 'Pakhtoonistan', a nation state uniting Pathans. He remained a nuisance to the Pakistan authorities, encouraging revolt from his headquarters in a cluster of mountain caves near the Afghan border, until his death in 1960.

18. *Statesman,* 18 October 1947.

19. *New York Herald Tribune,* 25 October 1947.

20. Spain, *Pathan Borderland,* pp. 195,201. Erland Jansson, *India, Pakistan orPakhtunistan? The Nationalist Movement in the North-West Frontier Province, 1937-47,* Uppsala, 1981, pp. 121, 165-66. A Pakistani website, www.cybercity-online.net.seanic21.net/pof, asserts that Pir Aminul Hasanat, who became known as 'Pir Sahib of Manki Sharif', was born at Manki Sharif in 1923 and joined the Muslim League in 1945. He gave up active politics in 1955, and died in a road accident in 1960.

21. Personal communication from Andy Roth. There is a brief biographical note about Akbar Khan in Hasan Zaheer, *The Times and Trial of the Rawalpindi Conspiracy 1951: The First Coup Attempt in Pakistan,* Karachi, 1998, pp. xxx-xxxi.

22. Akbar Khan, *Raiders in Kashmir,* Delhi, pp. 8-20.

23. Tariq Ali, *The Clash of Fundamentalisms: Crusades, Jihads and Modernity,* London, 2002, pp. 234—35.

24. Sirdar Shaukat Hyat Khan recounted in his memoirs *The Nation That Lost Its Soul: Memoirs of a Freedom Fighter,* Lahore, 1995, p. 214, that he reluctantly gave Khurshid Anwar military command of the operation on the urging of Pakistan's finance minister, Ghulam Mohammed, who was related to

Anwar. Akbar Khan recalled, p. 17, that Khurshid Anwar emerged out of the meeting convened by the prime minister and confided 'that he was not going to accept any orders from Shaukat Hyat Khan'.

25. Shaukat Hyat Khan, p. 215. Hasan Zaheer, p. 85.

26. Shaukat Hyat Khan, p. 215.

27. The Hazara district, which includes Abbottabad, is the eastern-most part of the North West Frontier Province, bordering Kashmir. It is mainly Hindko and Pashto speaking. The Black Mountain is a mountain range in this area.

28. LP&S/13/1845b, ff.566-68, India Office Records, British Library. *New York Times,* 31 October 1947. Trumbull said the conversation had taken place three weeks earlier, making Jinnah the likely source for his report—published on 9 October—that Pakistan's leaders privately but strongly believed that a long-standing Sikh plan lay behind the communal violence which marred Partition, with the intention 'to strangle this baby at birth'.

29. Diary of Sir George Cunningham, 1947-8, MSS Eur.D 670/6, India Office Records, British Library. General Sir Douglas Gracey was Pakistan's acting commander-in-chief.

30. *Statesman, 25* October 1947, 1 November 1947. *Times of India,* 23 October 1947.

31. A.R. Siddiqi, 'Ex-Major General Mohd Akbar Khan, DSO, Talks on Pakistan's First War and First Coup', *Defence Journal,* Karachi, 1985, pp. 1-28. Brigadier Siddiqi himself, the editor of the *Defence Journal,* had no doubt about the role of the chief minister, asserting in an article serving as the introduction to his interview with Akbar Khan: 'Beginning as a tribal foray with the backing of a provincial minister (Khan Abdul Qayyum Khan) and the connivance of the central government under the overall command of one retired Major Khurshid Anwar... fighting in Kashmir subsequently developed into an irregular campaign officered by the Pakistani regulars and manned mainly by the tribals and partly by army jawans [soldiers].'

32. DO 142/494, British National Archives. The diplomatic memo in question appears to have been written early in December 1947.

33. Jansson, pp. 196-97. For a sour view of Khurshid Anwar from a political rival, see Wali Khan, *Facts Are Facts: The Untold Story of India's Partition,* New Delhi, 1987, pp. 122,155, and also Banerjee, *Pathan Unarmed,* p. 186.

34. Frank Leeson, *Frontier Legion: With the Khassadars of North Waziristan,* Ferring, 2003, p. 205.

35. Frank Leeson interviewed in Worthing, 20 June 2001.

36. C.B. Duke's report is dated 23 October 1947—DO142/494. British diplomats believed that the Kashmir state forces has been responsible, prior to the invasion, for the 'systematic devastation and expulsion of Muslims along a three mile wide belt on the Pakistan border', LP&S/13/1845c—presumably

to create a buffer and to make it easier to detect any infiltration of fighters or military equipment.

37. Owen Bennett Jones, *Pakistan: Eye of the Storm,* Yale, 2002, p. 63.

38. *Observer,* 2 November 1947.

39. O.S. Kalkat, *The Far-Flung Frontiers,* New Delhi, 1983, pp. 29-42.

40. *History of Operations in Jammu & Kashmir (1947-48),* Indian Ministry of Defence, New Delhi, 1987, p. 18. S.L. Menezes, *Fidelity and Honour: The Indian Army from the 17th Century to the 21st Century,* Delhi, 1999, p. 439. On the other hand, some in the Pakistan army complained loudly that British officers 'were not in sympathy with Pakistan's claim over Kashmir', Zaheer, pp. xvi-xvii.

41. The article in *Dawn,* which was datelined Karachi, 7 December 1947, is contained in the *Government of India White Paper on Jammu & Kashmir,* New Delhi, 1948, pp. 4-5.

42. LP&S/13/1850, ff. 32-35.

43. Krishna Mehta, *Chaos in Kashmir,* Kolkata, 1954, pp. 15-16.

44. A.R. Siddiqi, p. 18.

45. C.B. Duke's report was dated 28-29 October 1947. DO142/494.

46. L.P. Sen, *Slender Was the Thread: Kashmir Confrontation, 1947-48,* New Delhi, 1994, pp. 37-39. Akbar Khan, *Raiders in Kashmir,* p. 36. For a more detailed Indian account of the initial military exchanges, see the Indian Defence Ministry's *History of Operations in Jammu & Kashmir (1947-48),* pp. 16-24. Khurshid Anwar, in his interview with *Dawn,* said he clashed in Uri with Patiala Sikh soldiers. While the Sikh-ruled princely state of Patiala had sent a small number of troops to Kashmir, there's no firm evidence that they were deployed in forward positions.

47. *Daily Express,* 27 October 1947.

அத்தியாயம் 4: காஷ்மீர் மடாலயம்

1. William (George) Shanks, 1909-62. Gerard Mallett, 1913-70. Details of the circumstances of their deaths are taken from their personal files in the Central Archive, Mill Hill.

2. The items Mrs Corboy sent me are being deposited at the Mill Hill archive. Father Hormise Nirmal Raj, in 'Unknown Churches, Unknown Martyrs', a typescript study of the church in Kashmir, a copy of which is held in the Mill Hill archive, asserted that Shanks 'had completely broken down mentally since the raid of 1947 [and] was still ill even after becoming the Prefect Apostolic'.

3. Letter, Father George Shanks to Veronica Shanks, 20 September 1947.

4. Quoted by Father Hormise Nirmal Raj, f. 96. This source, f. 99, records just how modest was the number of new conversions: 'One may say nil in Kashmir, and few in Jammu.'

5. I am grateful to Sister Sheila O'Neill, who has been researching the history of the Franciscan Missionaries of Mary, for providing this extract from the order's records, and much other valuable assistance.

6. Report by Father Shanks, undated typescript 9 ff., Mill Hill archive.

7. The Mill Hill missionaries have since moved from St Joseph's College at Mill Hill, and their archive is being relocated to Freshfield in Merseyside.

8. Father Shanks's diary entry on pages for 9-12 February.

9. Shanks's diary entry on pages for 26-29 January.

10. Shanks diary entry on pages for 22-25 January.

11. Muhammad Yusuf Saraf, *Kashmiris Fight for Freedom,* Vol. 2, Lahore, 1979, pp. 903-04.

12. LP&S/13/1850, ff. 38,111-12, India Office Records, British Library.

13. Shanks diary entry on pages for 1-4 April.

14. Shanks's typescript report, f. 2.

15. James W. Spain, *The Way of the Pathans,* London, 1962, pp. 16-17. Ian Stephens, *Horned Moon: An Account of a Journey through Pakistan, Kashmir and Afghanistan,* London, 1954, pp. 217-18, tells the story of an ornate Kashmiri dagger hilt taken back to Waziristan by a veteran of the raid. Another writer about the Pathans heard accounts of 'numerous items which were clearly of Kashmiri origin in the houses of Waziri maliks'—Victoria Schofield, *Every Rock, Every Hill: The Plain Tale of the North-West Frontier and Afghanistan,* London, 1984, p. 251.

அத்தியாயம் 5: மடாலயத் தாக்குதல்

1. Colonel Dykes's Record of Services, much akin to a log book of army courses and promotions, was obtained from the India Office Records at the British Library with the consent and cooperation of his two elder sons.

2. I am grateful to Alison Spurway, whose mother was a friend of Biddy Dykes in India in the early 1940s, for sending me photographs of Biddy and her family.

3. Mother Teresalina's civil name was Joaquina Zubiri Sanchez. She was born in the Spanish Basque country.

4. From the account of a survivor set down in writing in 2002. This eyewitness later settled in Karachi and asked not to be named. Spellings and punctuation have been amended.

5. 'Autres Details Concernant le 27-10-47 Donnes Par Soeur M. Priscilla', undated typescript, f.l. I am grateful to Father Jim Borst for making available to me copies of this and other documents in his care in Srinagar. My thanks also to Nathalie Monnot for improving my translation from the French.

6. Shanks diary entry on pages for 9—12 April, Mill Hill archive. In this account, Shanks gave Hyat Khan the fictional name of Major Yakoob Khan.

7. Shanks diary entry on pages for 3-6 May. I was told that the nun with the gold tooth was Sister Petra, a Spanish nun latterly living at a convent in south India but unwilling to be interviewed about the attack.

8. LP&S/13/1850, f.119, India Office Records, British Library.

9. Shanks diary entry on pages for 15-20 May.

10. Sardar Sherbaz Khan Mazari interviewed by telephone to Karachi, 12 May 2003. The incident is also recounted in Sherbaz Khan Mazari, *A Journey to Disillusionment,* Karachi, 1999, pp. 11-12. Mazari believed that his trip to Kashmir was made in the spring of 1948—but if indeed, as he recalled, he reached as far as the vicinity of Baramulla, his journey must have been in late October or early November 1947.

11. George Shanks to Very Rev. T. McLaughlin, 14 November 1947, Mill Hill archive.

12. 'The Sacking of BARAMULLA (Kashmir) by the Tribesmen of PAKISTAN', undated typescript, 3 ff., apparently written by Father Severin de Jong, Mill Hill archive.

13. Larry Collins and Dominique Lapierre, *Freedom at Midnight,* Delhi, 1995, p. 357.

14. S.L. Menezes, *Fidelity and Honour: The Indian Army from the 17th Century to the 21st Century,* Delhi, 1999, p. 438. Lt Gen. Stanley Menezes interviewed in London, 12 May 2003.

15. Brian Cloughley, *A History of the Pakistan Army: Wars and Insurrections,* Oxford, 2000, p. 14.

அத்தியாயம் 6: இந்தியாவுடன் இணைதல்

1. Karan Singh interviewed in New Delhi, 2 May 1997. For an account of the gossip surrounding his birth, see Tariq Ali, *The Clash of Fundamentalisms: Crusades, Jihads and Modernity,* London, 2002, pp. 225-26.

2. Karan Singh, *Heir Apparent: An Autobiography,* New Delhi, 1982, p. 145.

3. Mehr Chand Mahajan, *Looking Back,* Mumbai, 1963, p. 266.

4. Sir George Cunningham's diary, 18 October 1947, MSS Eur.D 670/6, India Office Records, British Library.

5. Karan Singh, *Heir Apparent,* p. 40.

6. The instrument of accession prepared for princely rulers ceded to India only authority over defence, external affairs and communications. It stated: 'Nothing in this Instrument affects the continuance of my sovereignty in and over this State.' However, in practice the situation was much more fluid. 'Gradually the realization dawned on [the rulers] that after the advent of independence they would have no choice but to grant responsible government to their people .... Fears regarding the likely attitude of popular ministries were not entirely groundless. Take the case of Kashmir: no sooner had Sheikh Abdullah secured complete power than he insisted that the Maharajah should stay out of the State. It was on Sardar [PatelJ's persuasion that the Maharajah agreed to do so, though reluctantly.' VP. Menon, *Integration of the Indian States,* Hyderabad, 1985, pp. 485-86.

7. Alan Campbell-Johnson, *Mission with Mountbatten,* London, 1951, p. 120. Menon, p. 394.

8. Sir Frank Messervy, 'Kashmir', *Asiatic Review,* January 1949, pp. 469-82. Campbell-Johnson, p. 48.

9. Mahajan, p. 126. See also Prem Shankar Jha, *The Origins of a Dispute: Kashmir 1947,* New Delhi, 2003, pp 47-49. Nehru's own thoughts are reflected in his letter to Sardar Patel of 27 September 1947—*Selected Works of Jawaharlal Nehru,* Second Series, Vol. 4, New Delhi, 1986, pp. 263-65.

10. Margaret Parton papers, Division of Special Collections, University of Oregon. I am grateful to the University of Oregon Libraries for permission to quote from these papers.

11. Christopher Snedden, 'What Happened to Muslims in Jammu? Local Identity, "the Massacre" of 1947 and the Roots of the "Kashmir Problem"', *South Asia,* 2001, 24/2, pp. 111-34.

12. Mahajan, p. 150.

13. The e-mail was sent to Owen Bennett Jones, a BBC presenter and author of a history of Pakistan, by R.L. Batra's great-grandson, Sudeep Budhiraja. I am grateful to Mr Budhiraja for his help in establishing the provenance of the maharaja's letter. His copy of this document is not the original, but a photocopy, with filing holes punched in the side. Dr Karan Singh is not convinced of its authenticity. In response to my query, he e-mailed to say: 'I have not before come across the attached document. Prima facie it seems highly unlikely that my father would have deputed a comparatively minor functionary for such an important task.' Those historians who have researched in the maharaja's archives and to whom I have shown this document share my view that it is likely to be genuine. The letter appears to be the 'intriguing document', hitherto undiscovered, about which Alastair Lamb speculates in his book *Incomplete Partition: The Genesis of the Kashmir Dispute, 1947-1948,* Hertingfordbury, 1997, pp. 143^8.

14. For the drama about Hyderabad's volte face over accession in late October 1947, see H.V Hodson, *The Great Divide: Britain-India-Pakistan,* London, 1969, pp. 478-82.
15. The text of Nehru's broadcast is given in the *Government of India White Paper on Jammu & Kashmir,* New Delhi, 1948, pp. 52-55.
16. Campbell-Johnson, p. 225. Campbell-Johnson was out of India at the time of the defence committee meetings of 25 and 26 October, and was briefed on what happened by Mountbatten on 28 October. It's likely that this account conflates Mountbatten's contributions to the two meetings. The minutes of both defence committee meetings are reprinted in Jha, pp. 197-213.
17. Karan Singh interviewed in Delhi, 2 May 1997. There's also an account in his autobiography, *Heir Apparent,* pp. 57-58.
18. Menon, p. 398.
19. Sam Manekshaw ended his military career as a field marshal. His statement about the mission to Srinagar was recorded by Prem Shankar Jha in December 1994 and appears as an appendix in Jha's book.
20. Karan Singh, pp. 58-59. Victor Rosenthal was a Russian who, in the words of Karan Singh, 'had enjoyed a fabulously chequered and romantic career'. He was one of the maharaja's closest friends and advisers.
21. Mahajan, pp. 151—52, 277. This curious account of a crucial conversation is borne out by Sheikh Abdullah's autobiography, *Flames of the Chinar,* New Delhi, 1993, p. 95. Sheikh Abdullah had apparently flown to Delhi on 25 October, his second visit to the Indian capital since being released from jail the previous month.
22. *White Paper, p. 3.*
23. Menon, pp. 399-400.
24. The most detailed recent accounts of the accession drama are to be found in Lamb, pp. 139-78, Jha, pp. 64-85, and Victoria Schofield, *Kashmir in Conflict: India, Pakistan and the Unfinished War,* London, 2000, pp. 49-72.
25. LP&S/13/1845b, ff.283-95, India Office Records. Symon recorded this in a summary of developments in Kashmir, written in diary form and compiled on 27 October.
26. Mahajan, pp. 152—53. Mahajan regarded the letter carried to Delhi on 24 October by his deputy R.L. Batra as the 'letter of accession', so explaining his reference to 'supplementary documents'.
27. Mahajan, p. 154. In an appendix to his autobiography, Mahajan suggested in passing that the instrument of accession was signed by the maharaja before he left Srinagar, a comment not repeated in his more detailed account of the events surrounding accession. The plane which took Mahajan and Menon to Jammu appears to have flown on to Srinagar with Sheikh Abdullah and a British officer on diplomatic

duty, Major W.P. Cranston. LP&S/13/1850, ff.32-35, India Office Records.

28. Jha, pp. 186-91.

29. *Sardar Patel's Correspondence 1945-50: Vol. I, New Light on Kashmir,* Ahmedabad, 1971. The instrument of accession is in the holdings of India's National Archive. I have been refused permission to consult the document because it is, apparently, classified. A facsimile of the entire document was posted in 2005 at the Indian ministry of home affairs website.

30. *Selected Works of Jawaharlal Nehru,* 2: 4, pp. 278-99.

31. This is also the conclusion of Stanley Wolpert, the biographer of both Jinnah and Nehru—see his *Nehru: A Tryst with Destiny,* Oxford, 1996, pp. 416-17.

32. Jha, p. 212.

33. A copy of the statement, dated 31 October 1947, is in the India Office Records, LP6cS/13/1845b, f. 220.

34. LP&S/13/1845b, f.471, India Office Records.

35. The operational instruction is reprinted in the Indian defence ministry's *History of Operations in Jammu & Kashmir (1947-48),* New Delhi, 1987, pp. 388-90.

36. S.K. Sinha, *Operation Rescue: Military Operations in Jammu & Kashmir,* 1947^9, New Delhi, 1977, p. 14-16.

37. Cited in Maurice Cohen, *Thunder over Kashmir,* Kolkata, 1955, p. 3.

38. Hiralal Atal, *Nehru's Emissary to Kashmir,* New Delhi, 1972, p. 34-36. Bharat Kumar, *An Incredible War: Indian Air Force in Kashmir War 1947-48,* New Delhi, 2007, p. 47.

39. DO142/494, British National Archives. The high commissioner's memo was dated 1 November 1947.

40. Nehru to Hiralal Atal, 27 October 1947, *Selected Works,* 2:4, pp. 283-86.

41. LP8cS/13/1845b, ff.469-70, India Office Records.

42. Mountbatten to Patel, 27 October 1947, *Sardar Patel's Correspondence,* 1, pp. 68-69. Nehru to Sheikh Abdullah, 27 October 1947, *Selected Works,* 2:4, pp. 279-82.

அத்தியாயம் 7: *காஷ்மீரை விடுவித்தல்*

1. Inayatullah (not his full name, which he asked to be withheld) interviewed in Baramulla, 8 March 1997.

2. Muhammad Yusuf Saraf, *Kashmiris Fight for Freedom,* Vol. 2, Lahore, 1979, p. 906.

3. Saraf, Vol. 2, p. 908.

4. Statement of Mother Mary of St Conwall (a Scottish woman, Barbara McPhilimy), LP&S/13/1850, f. *119*, India Office Records, British Library. 'Autres Details Concernant le 27-10—47 Donnes Par Soeur M. Priscilla', undated typescript, f.3, courtesy of Father Jim Borst in Srinagar.

5. LP&S/13/1850, ff.256-57, India Office Records. This telegram from Delhi to London was apparently written on *26* October 1947.

6. *List of Non-Muslim Abducted Women and Children in Pakistan and Pakistan Side of the Cease-Fire Line in Jammu & Kashmir State,* [New Delhi, 1954]. I am indebted to Urvashi Butalia for allowing me to consult her copy of this remarkable and moving book. It is also discussed in Urvashi Butalia, *The Other Side of Silence: Voices from the Partition of India,* New Delhi, 1998, pp. 134-48. She comments: 'One of the myths that historians of communal conflict have held clear, and that victims of such conflict often help to perpetrate, is that the aggressors are always "outsiders". This list, to me, was conclusive proof of the opposite: so many women had been picked up by men of the same village.'

7. Ranjit Kaur, 'Back Again, After 40 Years', in Ritu Menon (ed.), No *Woman's Land: Women from Pakistan, India & Bangladesh Write on the Partition of India,* New Delhi, 2004, pp. 147-53.

8. Krishna Mehta, *Crisis in Kashmir,* Kolkata, 1954, republished most recently as *Kashmir 1947: A Survivor's Story,* New Delhi, 2005.

9. Margaret Brown, *Cross Every Mountain: The Story of Lily Boal, Missionary to Kashmir, India & Pakistan,* Newtownabbey, 1992, p. 67. For a passing reference to a Kashmiri Sikh boy orphaned in 1947-48 who converted to Islam, see J.H. Harvey-Kelly, 'Kashmir—1948', *Hagha Dagha,* August 1993.

10. Kamla Patel, *Torn from the Roots: A Partition Memoir,* New Delhi, 2006, pp. 171-76. See also Parvez Dewan, *Jammu, Kashmir and Ladakh: Jammu, New* Delhi, 2007, pp. 154-57.

11. Robert Trumbull, *As I See India,* New York, 1956, p. 89. A cruder version of the same argument was put forward by an Indian army veteran of the conflict: 'Had the tribesmen not delayed at the Baramulla convent for a little recreational rape, the Kashmir war might have been fought differently'—E.A. Vas, *Without Baggage: A Personal Account of the Jammu and Kashmir Operations, October 1947-January 1949,* Dehra Dun, 1987, p. 11.

12. Akbar Khan, *Raiders in Kashmir,* Delhi, n.d., pp. 37-38.

13. *The Times,* 10 November 1947. The estimate of 10,000 fighters in the lashkar was one repeated by the *Observer,* the *New York Times* and the *Hindustan Times.*

14. *Times of India, 6* November 1947.

15. 'Note on Visit to Abbottabad', 3 ff., DO 142/494, British National Archives. This is a fascinating and detailed account apparently written by C.B. Duke, a British diplomat based in Lahore.

16. Smith's testimony is recorded in DO142/194, as told to British diplomats in Delhi on 11 November 1947.

17. Saraf, Vol. 2, p. 908.

18. *Times of India,* 11 November 1947—a slightly different account appeared in the *Hindustan Times,* 12 November 1947.

19. 'The Burning of Baramulla' by Frank Moraes, *Times of India,* 13 April 1957. Father Shanks's manuscript account of the raid suggests that the Pir of Manki Sharif came to the mission on 29 October.

20. Sir George Cunningham's diary for 29 October 1947, MSS Eur.D.670/ 6, India Office Records. Much of this entry is also cited in Norval Mitchell, *Sir George Cunningham: A Memoir,* Edinburgh, 1968, pp. 143-45.

21. An authoritative and sympathetic history of the Pakistan army—Brian Cloughley, A *History of the Pakistan Army: Wars and Insurrections,* Oxford, 2000, pp. 18-19—concluded: 'Certainly, the invasion was conducted by tribesmen, but as time went on they were joined and indeed directed by Pakistani officers in civilian guise although referred to by military rank.'

22. When British diplomats enquired about Sydney Smith's account of this large contingent of Punjabis, the Pakistani military authorities suggested that these men were in fact Poonchis, Muslim ex-soldiers from the Poonch area of the princely state. Like Punjabis, Poonchis would have been quite distinct in appearance from both Kashmiris and Pathans.

23. Personal communication from Jim Michaels.

24. Sardar Patel, India's deputy prime minister, was regarded by the Pakistani leadership as a hawk.

25. LP8cS/13/1845b, ff.213-9, India Office Records.

26. The article in *Dawn* was datelined Karachi, 7 December 1947 and was included in India's *White Paper* of 1948.

27. Frank Leeson, *Frontier Legion: With the Khassadars of North Waziristan,* Ferring, 2003, p. 211.

28. Qayum Khan's remarks about military training for the Frontier tribes were reported in the *Hindustan Times,* 22 November 1947.

அத்தியாயம் 8: ஸ்ரீநகரை நோக்கி

1. There are several Indian military memoirs of 1947—48, and some disagreement between them. The most detailed published narrative of the first few days of the Sikh regiment's deployment in Kashmir, in

Amarinder Singh, *Lest We Forget,* Patiala, 2000, pp. 19-68, has made use of otherwise unavailable Indian military records. Other Indian accounts with a claim to authority are Kuldip Singh Bajwa, *Jammu and Kashmir War (1947-48): Political and Military Perspective,* New Delhi, 2003, Bharat Kumar, *An Incredible War: Indian Air Force in Kashmir War 1947-48,* New Delhi, 2007; and History of *Operations in Jammu 6- Kashmir (1947-48),* Ministry of Defence, New Delhi, 1987. A detailed Pakistani account of the fighting is given in *History of the Azad Kashmir Regiment, Vol. 1,1947-1949,* Mansar, 1997.

2. DO 142/494, British National Archives. The despatch from Lahore was written on 31 October 1947. In the margin in pencil next to the reference to the presence of a British officer in Kashmir is the word 'Untrue'.

3. Cranston's note of 27 November 1947 is in the India Office Records at the British Library, LP&S/13/1850,f.38. Cranston had also made an earlier trip to Srinagar in mid-October 1947.

4. DO 142/494. The official Indian account suggests nine Indian fatalities in these initial exchanges—Amarinder Singh, p. 42.

5. Agha Humayun Amin, 'The war of lost opportunities: Part 1', from the online edition of the *Defence Journal,* Karachi, April 2000.

6. Kumar, p. 53.

7. *New York Times,* 2 November 1947. L.P. Sen, *Slender Was the Thread: Kashmir Confrontation, 1947-48,* Delhi, 1994, pp. 60-61.

8. *The Times,* 1 November 1947.

9. Brigadier Hiralal Atal provided a detailed account of the evacuation, conducted 'without exposing the family to detection which would have brought [Sheikh Abdullah] into disrepute and gravely affected his leadership", in his book *Nehru's Emissary to Kashmir,* New Delhi, 1972, pp. 51-54. Nehru wrote from Delhi to Sheikh Abdullah in Srinagar on 31 October, mentioning in passing that 'Begum Abdullah and family are leaving by plane early tomorrow for Indore', *Selected Works, 2:4,* pp. 294-95.

10. *Times of India, 9* October 1947.

11. Nehru to Hiralal Atal, *Selected Works, 2:4.* pp. 283-86.

12. *The Times,* 28,29 and 31 October 1947. Sheikh Abdullah's own brief account of the recruitment and deployment of 'the People's Militia' is in his autobiography, *Flames of the Chinar,* New Delhi, 1993, pp. 93-94.

13. Kuldip Singh Bajwa, pp. 112-13.

14. *Hindustan Times,* 3 November 1947. *Statesman,* 8 November 1947.

15. National Army Museum, London, 1963-12-248-4. The letter is dated '6.10.47' but that's clearly an error—it was probably written on or around 6 November. Gwen Burton (otherwise Mrs Gwen Bird) wrote as a postscript: 'I am giving this to a Air Pilot to post in Delhi.' The Delhi postmark is dated 10 November 1947. I am grateful to her nephew, Gilbert Burton, for permission to quote from this letter.

16. Ajit Bhattacharjea, *Kashmir: The Wounded Valley,* Delhi, 1994, p. x.

17. Margaret Parton's papers, including letters to her mother written while in Kashmir, are at the Division of Special Collections, University of Oregon. Margaret Parton, *Journey through a Lighted Room,* New York, 1973, pp. 113-14. See also her earlier book *The Leaf and the Flame,* New York, 1959.

18. *Hindustan Times, 6* November 1947.

19. *Dawn, 24* October 1947.

20. Sat Paul Sahni went on to be a key figure in the Kashmir press corps and later became the Director General of Information for Farooq Abdullah, Sheikh Abdullah's son and political heir.

21. *New York Herald Tribune,* 2 November 1947. Also *New York Times,* 2 November 1947. DO 142/494, report from British diplomat in Lahore on 28-29 October 1947.

22. Personal communication from Jim Michaels. He eventually got better access to Kashmir travelling from Rawalpindi in Pakistan, and met and interviewed leaders of the Azad Kashmir movement in Poonch.

23. Akbar Khan, *Raiders in Kashmir,* Delhi, n.d., pp. 35-36.

24. Akbar Khan, pp. *39-AO. Dawn,* 31 October 1947. Although there appear to have been no major accidents at the overcrowded airstrip at Srinagar, more than twenty Indian servicemen were killed on 31 October when a Dakota crashed near the Banihal pass-Kumar, p. 50.

25. L.P. Sen, pp. 66-67. *Washington Post, 3* November 1947. Personal communication from Max Desfor. Several of his photographs were published in *Sphere, 15* November 1947.

26. *Statesman,* 5 November 1947.

27. L.P. Sen, p. 74.

28. *Dawn* datelined Karachi, 7 December 1947 and cited in the Indian government's *White Paper* of the following year. Khurshid Anwar had been injured on 10 November, apparently by a splinter from an Indian bomb. He was getting medical treatment in Karachi at the time of the *Dawn* interview. He died a few months later.

29. Harbakhsh Singh, *In the Line of Duty: A Soldier Remembers,* New Delhi, 2000, pp. 200-03.

30. *History of Operations in Jammu & Kashmir,* pp. 38-39.

31. *Times of India,* 7 November 1947.

32. *New York Herald Tribune,* 7 November 1947.

33. L.P. Sen, pp. 98-99.

34. *Dawn,* 8 November 1947 and report datelined 7 December 1947.

35. Akbar Khan, pp. 47-55. M. Ibrahim Khan, *The Kashmir Saga,* Mirpur, 1990, p. 135. *History of the Azad Kashmir Regiment, Vol. 1,* pp. 206-07.

36. Agha Humayun Amin, 'The war of lost opportunities: Part 1'.

37. Parton, *The Leaf and the Flame,* p. 274.

அத்தியாயம் 9: பத்து நாள் பயங்கரம்

1. Father Shanks diary on pages for 14—21 June.

2. Father Shanks's typescript account of the attack on Baramulla, f. 6.

3. *jusqu'a La Mort,* Franciscan Missionaries of Mary, Paris, 1956, p. 113.

4. Shanks diary entry on pages for March 28-31.

5. Diary of Sir George Cunningham, 7 November 1947, MSS Eur.D 670/ 6, India Office Records, British Library. The extent to which Bates derived his account of Kaushalya from Smith's reports in the *Daily Express* is discussed in chapter 11.

6. 'Notes of a Statement made by Major J.E. Thomson [sic] . . .' 3 ff., DO 142/494, British National Archives.

7. A copy of the text of Father Shanks's letter is in the India Office Records, LP&S/13/1850, f. 114. It was also cited in the *Statesman,* 18 November 1947.

8. Aslam Khan's father, Brigadier Rahmatullah Khan, was placed under arrest and eventually released by the Indian authorities as part of a prisoner exchange, as detailed in Victoria Schofield, *Kashmir in Conflict: India, Pakistan and the Unfinished War,* London, 2000, p. 64 and P.N. Sharma, *Inside Pak Occupied Kashmir,* Delhi, 1958, p. 111.

9. The inscription on the rear, in Veronica Shanks's hand, dated the photograph to 1946. It is more likely to have been taken at the time of the lashkar's incursion in the following year.

10. Rev. G. Shanks, 'Au Revoir, Baramulla!', *Missions and Missionaries,* London, Summer 1948, pp. 8-10.

11. My lengthy attempts to track down Sydney Smith ended when I chanced upon his obituary in the *Daily Telegraph,* 6 February 2002, from which details

of his life and career are taken. Smith had lived for many years in France, where he died on 12 December 2001, aged eighty-nine.

12. DO 142/494, British National Archives.

13. Ignacio Omaechevarria, *Una Victima Perfecta,* Vitoria, 1949, p. 161, suggests that Smith joined the other captives on 2 November, the seventh day of their ordeal, relying apparently on the account of Sister Priscilla.

14. *Selected Works, 2: 4,* New Delhi, 1986, p. 317.

15. *Daily Express,* 11 November 1947.

16. Father Shanks, typescript, f. 7.

17. Jahan Ara Shahnawaz, *Father and Daughter: A Political Autobiography,* Lahore, 1971, pp. 232-38. Begum Shahnawaz's account is unreliable, suggesting among other things that her daughter flew into Baramulla. Tazi Shahnawaz died in a plane crash in 1948 at the age of 35. There is a brief but affectionate pen portrait of her by the *Herald Tribune's* Margaret Parton, *Journey through a Lighted Room,* New York, 1973, p. 109.

18. LP&S/13/1850, f.159, India Office Records.

19. A copy of Lily Boal's letter, written at Haripur in the North West Frontier Province and dated 8 November, is in the India Office Records at LP&S/ 13/ 1850, ff.66—67. Accounts of Davies's mission and death are given in Jock Purves, *Lal Sahib: The Story of Ronald Davies, Missionary, Soldier, Martyr,* Stirling, 1950, and in Margaret Brown, *Cross Every Mountain: The Story of Lily Boal, Missionary to Kashmir, India and Pakistan,* Newtownabbey, 1992.

20. *Daily Express,* 10 November 1947. I am grateful to the *Daily Express* for permission to include extracts from the newspaper in this book.

21. *Daily Express,* 11 November 1947.

22. L.P. Sen, *Slender Was the Thread: Kashmir Confrontation, 1947-48,* New Delhi, 1994, p. 103.

23. P.N. Sharma, p. 16.

24. *New York Herald Tribune,* 11 November 1947.

25. The *Times,* 11 November 1947.

26. Copyright by the New York Times Co. Reprinted with permission.

27. *Times of India,* 11 November 1947. Mahmud of Ghazni was an eleventh century Muslim ruler noted for the reputed violence of his incursions into India.

28. LP&S/13/1850, f.36, India Office Records.

29. LP&S/13/1850, ff. 20, 76.

30. *Hindustan Times,* 14 November 1947. *Times of India,* 13 November 1947.

அத்தியாயம் 10: போர்

1. There is a brief account of the demonstration at which Lone was beaten up in Manoj Joshi's *The Lost Rebellion: Kashmir in the Nineties,* New Delhi, 1999, p. 261.

2. Abdul Ghani Lone was shot dead on 21 May 2002 at a memorial meeting in Srinagar for Mirwaiz Maulvi Farooq, also believed to have been killed by armed separatists. For accounts of Lone's killing and the way it was reported, see Arun Joshi, *Eyewitness Kashmir,* Singapore, 2004, pp. 236-8, and Muzamil Jaleel, 'Deciphering Silence in Kashmir', in E.G. Verghese (ed.), *Breaking the Big Story: Great Moments in Indian Journalism,* New Delhi, 2003. Obituaries stated that Lone had been born in 1932.

3. L.P. Sen, *Slender Was the Thread: Kashmir Confrontation 1947-48,* New Delhi, 1994, pp. 80, 87.

4. *Times of India,* 10 November 1947.

5. Margaret Parton papers, Division of Special Collections, University of Oregon. This letter took the form of a travel journal, of which this section appears to have been written on 10 and 14 November 1947.

6. The *Times of India* and the *Statesman,* 15 November 1947, both quoted prisoners as alleging Pakistani government complicity in the raid. See also testimony included in Government of India *White Paper on Jammu & Kashmir,* 1948.

7. *Hindustan Times,* 20 November 1947. Similar remarks by Sheikh Abdullah were reported in the *Statesman,* 18 November 1947. In a robust piece of political rhetoric, Sheikh Abdullah also declared it a 'duty of every Mussalman to start a jihad (holy war) against these raiders who are spoiling the [fair] name of Islam'—*Statesman, 27* November 1947.

8. *Times of India,* 11 November 1947.

9. *White Paper on Jammu & Kashmir,* p. 26. See also Sheikh Abdullah, *Flames of the Chinar,* New Delhi, 1993, p. 99.

10. *New York Times,* 16 November 1947. *Hindustan Times,* 21 November 1947.

11. Sen, *Slender Was the Thread,* pp. 113-14.

12. *History of Operations in Jammu & Kashmir, (1947—48),* Ministry of Defence, New Delhi, 1987, pp. 71-76. The defence committee meetings referred were held on 28 November and 3 December 1947.

13. Harbakhsh Singh, *In the Line of Duty: A Soldier Remembers,* New Delhi, 2000, p. 207.

14. Akbar Khan, *Raiders in Kashmir,* Delhi, p. 47. *Dawn,* 12 November 1947.

15. Article in *Dawn* datelined 7 December [1947] cited in the Indian government's *White Paper* of 1948.

16. DO142/494, British National Archives.

17. Akbar Khan, *Raiders in Kashmir,* pp. 90-91.

18. *Statesman,* 28 November 1947.

19. Sen, *Slender Was the Thread,* p. 143.

20. *History of Operations in Jammu & Kashmir,* pp. 87-88. See also Sen, pp. 146-51 and Harbakhsh Singh, pp. 216-17.

21. For brief accounts of the Gilgit 'rebellion', see Victoria Schofield, *Kashmir in Conflict: India, Pakistan and the Unfinished War,* London, 2000, pp. 62-64, and Alistair Lamb, *Incomplete Partition,* Hertingfordbury, 1997, pp. 190-95. And for the account of the instigator, William A. Brown, *The Gilgit Rebellion 1947,* London, 1998.

22. Christopher Snedden, 'What Happened to Muslims in Jammu? Local Identity, "the Massacre" of 1947 and the Roots of the "Kashmir Problem"', *South Asia,* 2001,24/2, pp. 111-34.

23. Parvez Dewan, *Jammu, Kashmir, Ladakh: Jammu,* New Delhi, 2007, pp. 116-60. Alexander Evans's forthcoming essay on communal violence in Jammu division in 1947 argues that over 300,000 people were displaced from Indian-administered and Pakistan-administered Kashmir, and that thousands of Hindus and Sikhs and tens of thousands of Muslims were killed.

24. *History of the Azad Kashmir Regiment, Vol. 1 (1947-49),* Mansar, 1997, p. 27.

25. Autobiographical notes compiled by Russell Haight in 2005, and provided to me by his daughter, Alexandra Haight Furr. Haight—a veteran of both the Canadian and US armies who served in the Second World War and later in Korea and in Vietnam—died in Norman, Oklahoma, aged eighty-four in 2006.

26. *Rocky Mountain News,* undated cutting, probably November 1947. I am grateful to Alexandra Haight Furr for sending me copies of a compilation of newspaper cuttings relating to her father's time in Kashmir, and of the note from the Azad Kashmir government.

27. *Daily Express, 25* November 1947.

28. *New York Times,* 29 January 1948. Copyright by The New York Times Co. Reprinted with permission.

29. Robert Trumbull, *As I See India,* New York, 1956, pp. 92-93.

30. Letter dated 8 January 1948, DO142/494, British National Archives.

31. Cunningham Diary, 7 November 1947.

32. Brian Cloughley, *A History of the Pakistan Army: Wars and Insurrections,* Oxford, 2000, pp. 18-21.

33. *White Paper on Jarnmu & Kashmir,* pp. 52-55. The text of Nehru's broadcast was also carried in the *Times of India,* 3 November 1947 and in other daily papers.

34. *Hindustan Times,* 12 November 1947. *Times of India,* 17 November 1947.

35. Alongside Nehru's public stance, in private correspondence he showed some willingness to be flexible on the Kashmir issue. In a somewhat overlooked letter to the maharaja on 1 December 1947, Nehru canvassed the options of a plebiscite, or independence or various partition lines and was reconciled to the possibility of areas such as Poonch being part of Pakistan. Ramachandra Guha, *India After Gandhi: The History of the World's Largest Democracy,* London, 2007, pp. 71-72.

36. The full text of the resolution is given in Josef Korbel, *Danger in Kashmir,* Princeton, 1966, pp. 357-62. The resolution's failure to consider any other option for Kashmir but accession to either India or Pakistan was a blow to any remaining aspirations for independence.

37. Korbel, pp. 97,198, 207. Korbel's daughter, Madeleine Albright, was several decades later the US secretary of state.

38. The theme of Soviet ambitions in Kashmir formed the backdrop to a thriller set amid Srinagar and the ski slopes of Gulmarg, M.M. Kaye's *Death in Kashmir.* Mollie Kaye was born in India and knew Kashmir well.

39. Korbel, p. 121.

40. *History of Operations in Jammu and Kashmir,* p. 171 et seq.

41. Cited in R.J. Moore, *Making the New Commonwealth,* Oxford, 1987, p. 83.

42. Moore, p. 89. Alastair Lamb, *Incomplete Partition,* pp. 241-42, cites different figures, which show a less clear-cut but still significant imbalance in the role of British officers and troops in the Indian and Pakistani armed forces.

43. Lt Col. J.H. Harvey-Kelly's account of his mission to Kashmir was serialized in a regimental veterans' journal *Hagha Dagha* and republished in abridged form in the *Indian Army Association Newsletter* in April 1998. He named Major Johnnie Benskin of the Kurram Militia as another British officer who saw active service in Kashmir, and was later withdrawn on orders from above. The story of Harvey-Kelly's involvement in Kashmir also featured in his obituary in the *Daily Telegraph,* 17 October 1994.

44. Telegrams and letters dated 8 January, 16 January and 30 January 1948. DO142/494, British National Archives. Alastair Lamb suggests that one British officer died on service with Pakistan forces in Kashmir, and up to twelve others were at times deployed there in 1948—*Incomplete Partition,* p. 242. See also Parvez Dewan, *Jammu, Kashmir and Ladakh: Jammu,* New Delhi, 2007, p. 137. 45. Victoria Schofield, *Kashmir in Conflict,* p. 67.

அத்தியாயம் 11: புனைவுகளை உருவாக்குதல்

1. Sir George Cunningham, Diary, 4 November 1947, MSS Eur.D.607/6, India Office Records, British Library. The second woman journalist was probably Lee Eitingon, a *Life* reporter who often worked in tandem with the photographer Bourke-White.
2. Margaret Bourke-White, *Portrait of Myself*, New York, 1963, p. 272. Bourke-White died in 1971 at the age of sixty-seven.
3. Vicki Goldberg, *Margaret Bourke-White: A Biography*, London, 1987, p. 311. Several of Bourke-White's most memorable photographs of Partition were republished in 2006 in a special edition of one of the most famous of Partition novels, Khushwant Singh's *Train to Pakistan.*
4. Margaret Bourke-White, *Halfway to Freedom: A Report on the New India*, New York, 1949, p. xi.
5. Bourke-White, *Halfway to Freedom*, p. 206.
6. Despatch from Peshawar to Karachi, 27 November [1947], DO 142/ 494, British National Archives.
7. Bourke-White, *Halfway to Freedom*, pp. 207-08.
8. B.P.L. 'Baba' Bedi was a communist and close adviser to Sheikh Abdullah, who later moved away from political activism to pursue spiritual concerns. He died in 1993 aged eighty-three. His British wife, Freda, who also lived for several years in Kashmir, turned from left-wing politics to become a renowned practitioner of Tibetan Buddhism.
9. Bourke-White, *Halfway to Freedom, p.* 211. These reminiscences, while richly illustrated, contain no photographs from Baramulla or Abbottabad. Bourke-White's photos and negatives, as well as some personal papers, are held at Syracuse University Library in New York, which advises that none are labelled in a manner to suggest they were taken in Kashmir.
10. Bourke-White, *Halfway to Freedom*, pp. 210-11. 'Mujahid' means 'holy warrior', and in more recent years has come to denote an Islamic radical pursuing jihad in Afghanistan, Kashmir or elsewhere.
11. Muhammad Yusuf Saraf, *Kashmiris Fight for Freedom*, Vol. 2, Lahore, 1979, pp. *942-A3*. The incident during Jinnah's 1944 visit is recounted in Saraf, Vol. 1, p. 633 and Parvez Dewan, *Jammu, Kashmir and Ladakh: Kashmir*, New Delhi, 2004, p. 86.
12. *Times of India, Statesman, Hindustan Times*, 11 November 1947.
13. I am grateful to P.N. Jalali for making available to me cuttings from the *People's Age* apparently from issues of November and December 1947.
14. *Statesman*, 22 November 1947.
15. Sheikh Abdullah, *Flames of the Chinar*, New Delhi, 1993, p. 96. L.P. Sen, *Slender Was the Thread: Kashmir Confrontation, 1947-48*, New Delhi, 1994, p. 141.

Kashmir Defends Democracy, New Delhi, 1948, p. 10. *History of Operations in Jammu & Kashmir (1947—48)*, Ministry of Defence, New Delhi, 1987, p. 23. Parvez Dewan, *Parvez Dewan's Jammu, Kashmir and Ladakh: Kashmir*, New Delhi, 2004, p. 94.

16. Saros Cowasjee, So *Many Freedoms: A Study of the Major Fiction of Mulk Raj Anand*, Delhi, 1977, pp. 163-65.

17. *V.K. Krishna Menon's Marathon Speech on Kashmir at the U.N. Security Council*, Allahabad, 1992, p. 26.

18. From the section entitled 'Mujahid Sherwani' in Somnath Dhar's 'Tales of Kashmir', www.ikashmir.org/sndhar/9.html

19. *History of Operations in Jammu & Kashmir*, p. 31. Rai was posthumously awarded the Maha Vir Chakra, a decoration for military gallantry.

20. *I Will Be the First: The Story of Mother Mary Teresalina*, London, 1957, p. 29. In a later reprint, the dying words have been edited, rather clumsily, to suggest that the nun offered herself for the 'people' not the 'conversion' of Kashmir.

21. Father Ignacio Omaechevarria, *Una Victima Perfecta*, Vitoria, 1949, p. 142. *Jusqu'a la Mart*, Rome, 1956, p. 130.

22. H. Nirmalraj [Father Hormise Nirmal Raj], 'Unknown Churches, Unknown Martyrs', an undated 103ff. typescript in the Mill Hill archive. Spelling and grammar has been slightly amended. This study was written in 1976. I am grateful to the Mill Hill archivist, Father Hans Boerakker, for his kindness in making available to me a copy of the typescript and putting me in touch with Father Nirmal Raj.

23. There are better attested accounts of Hindu and Sikh women drowning themselves in Muzaffarabad, notably in Krishna Mehta, *Kashmir 1947: A Survivor's Story*, New Delhi, 2005, a new edition of a book first published in the 1950s.

24. The Thoa Khalsa deaths feature in Bhisham Sahni's novel *Tamas* and the incident is explored and recounted in Urvashi Butalia, *The Other Side of Silence: Voices from the Partition of India*, New Delhi, 1998, pp. 193-245.

25. *Daily Express*, 10 November 1947.

26. George Shanks to Very Rev. T. McLaughlin, 23 November 1947, Mill Hill archive.

27. The telegram is date-stamped 31 August 1948. I am grateful to Sydney Smith's daughter, Peta Ades, for lending me some of her father's cuttings books and much other help. She is unaware of the location of any diary kept by her father during this period.

28. Undated letter from Anthony Havelock-Allan at Constellation Films to the Very Rev. Thomas McLaughlin, who acknowledged receipt on 21 April

1949. The letter, along with several other documents relating to the Mill Hill missionaries in Kashmir, is in the 'Pakistan' files in the Mill Hill archive.

29. H.E. Bates, *The Scarlet Sword,* pp. 13-15. Page references are to the edition published by Cassell Military Paperbacks in 2001. The argument about Bates's literary borrowing from Sydney Smith was made in my review article, 'Bates and Baramulla', published in *Biblio,* New Delhi, November/December 2001, pp. 17-18. Father Shanks's account of Kaushalya has been discussed in Chapter 9.

30. Bates, *Scarlet Sword,* p. 157.

31. Dean R. Baldwin, *H.E. Bates: A Literary Life,* Selinsgrove, 1987, p. 169. I am grateful to Professor Baldwin for his readily offered insights into Bates's literary method, and his guidance on contemporary reviews of *The Scarlet Sword.* The review cited appeared in the *Saturday Review of Literature,* 27 January 1951.

32. Bates, *Scarlet Sword,* p. 52.

33. Alan Moorehead, *The Rage of the Vulture,* London, 1948, p. 136. Almost sixty years later, events in Kashmir in 1947 featured prominently in Salman Rushdie's Kashmir novel *Shalimar the Clown.*

34. lan Stephens, *Horned Moon: An Account of a Journey through Pakistan, Kashmir, and Afghanistan,* London, 1953, p. 109. The quotes were from a contemporary memorandum written by Stephens.

35. Stephens, *Horned Moon,* p. 202. Azad, or 'Free', Kashmir refers to that part under Pakistan's control.

36. Stephens, *Horned Moon,* p. 218.

37. lan Stephens, *Pakistan,* New York, 1963, pp. 193-203.

38. L.F. Rushbrook Williams, *The State of Pakistan,* London, 1962, p. 78.

39. Alastair Lamb, *Incomplete Partition: The Genesis of the Kashmir Dispute, 1947-1948,* Hertingfordbury, 1997, p. 187.

40. Hasan Zaheer, *The Times and Trial of the Rawalpindi Conspiracy 1951: The First Coup Attempt in Pakistan,* Karachi, 1998, p. 145.

41. *Times of India,* 13 April 1957.

42. 'Sack of Baramula Recalled: Story Told by Foreign Survivors', *Kashmir,* November 1958, pp. 273 et seq. I am grateful to Khurshid Guru for e-mailing me a copy of this article.

43. *New York Times,* 11 November 1947.

44. V.P. Menon, *Integration of the Indian States,* Hyderabad, 1985, p. 406. Other examples of misleading citing of Trumbull's figures include Sisir Gupta, *Kashmir: A Study in India-Pakistan Relations,* Mumbai, 1966, p. Ill; Jyoti

Bhusan Das Gupta, *Jammu and Kashmir,* The Hague, 1968, p. 96; Amarinder Singh, *Lest We Forget,* Patiala, 2000, p. 19.

45. Sheikh Mohammed Abdullah, *Jammu and Kashmir Constituent Assembly: Opening Address,* 1951, p. 17.

அத்தியாயம் 12: அவர்கள் மறுபடியும் முயற்சிசெய்வார்கள் என நினைக்கிறேன்

1. The downfall of Sheikh Abdullah and the breach between Srinagar and Delhi is told briefly but effectively in Sumantra Bose, *Kashmir: Roots of Conflict, Paths to Peace,* London, 2003.

2. The issue of what was said at Shimla is discussed, with varying conclusions, in Alastair Lamb, *Incomplete Partition: The Genesis of the Kashmir Dispute, 1947-1948,* Hertingfordbury, 1997, pp. 295-96; Victoria Schofield, *Kashmir in Conflict: India, Pakistan and the Unfinished War,* London, 2000, pp. 16-121; Sunlit Ganguly, *The Crisis in Kashmir: Portents of War, Hopes of Peace,* Cambridge, 1997, pp. 59-63; and Owen Bennett Jones, *Pakistan: Eye of the Storm,* Yale, 2002, pp. 80-81.

3. One senior Indian army officer commented of Kargil: 'What has happened seems similar to what Pakistan did in 1947 and 1965 when it used the fa9ade of Mujaheddins and Kabailis'—cited in Praveen Swami, *The Kargil War,* New Delhi, 2005, p. 27.

4. The most significant writings by Kashmiri Muslims about the conflict and its antecedents are in large part autobiographical, notably Sheikh Mohammad Abdullah, *Flames of the Chinar,* Delhi, 1993, and Muhammad Yusuf Saraf, *Kashmiris Fight for Freedom,* 2 Vols, Lahore, 1977 and 1979.

5. Saraf, Vol. 2, p. 903.

ஆதாரப் பட்டியல்

நேர்காணல்கள்:

All face-to-face interviews and most phone interviews conducted for this study were recorded on audio cassette or mini-disc. Recordings of interviews conducted in or before 2000, along with partial transcripts and interview notes, have been deposited in the archive of the School of Oriental and African Studies in London—reference GB 0102 OA3. The material relating to Kashmir is part of a bigger oral archive of memories of Partition compiled and largely conducted by Andrew Whitehead.

Recordings and transcripts of interviews conducted since 2000 are also being deposited in the SOAS archive.

Farooq Abdullah, one-time chief minister of Jammu and Kashmir: Delhi, 29 April 1997 and Srinagar, 1 May 2003

Khan Shah Afridi, veteran of tribal lashkar: Mattni near Peshawar, May 2003 [by Haroon Rashid]

Harshi Anand: Delhi, 25 May 2005

Angela Aranha: Bangalore, 8 February 2003 [by Charles Haviland]

Anoop Singh Bali, Gunwant Kaur Bali and Randir Singh Bali: Baramulla, 1 May 2003

Ajit Bhattacharjea: Delhi, 12 March 1997

Father Jim Borst, Mill Hill missionary: Srinagar, 1 May 2003

Kuldip Chadha, retired Indian army officer: London, 19 July 2002

Inder Cheema: Southport Island, Maine, 13 October 2003

Maureen Corboy, sister of Father Shanks: by phone to Cornwall, 24 January 2004

Father Gerry Dunne, Mill Hill missionary: Mill Hill, 19 April 2002

Tom Dykes, eldest son of Lt Col. Tom Dykes: Johannesburg, 22 January 2001 [by Bhavna Kumar] and Dorking, 24 June 2001

Patric Emerson, Indian Army Association: Kingston, 31 January 2001

Sister Emilia (Emilia Montavani): Baramulla, 8 March 1997, 15 April 2001 and 2 May 2003

Inayatullah: Baramulla, 8 March 1997

Pran Nath Jalali: Delhi, 30 March 2007 and 11 April 2007

D.N. Kaul, one-time senior police officer in Srinagar: Delhi, 29 April 2003

Sardar Abdul Qayum Khan, former president and prime minister of Azad Jammu and Kashmir: Islamabad, 6 April 1997 and Muzaffarabad, 6 April 2001

Manmohan M. Khanna, retired Indian army general: Delhi, 11 July 1996

Frank Leeson: Worthing, 20 June 2001

Abdul Ghani Lone, All Parties Hurriyat Conference: Srinagar, 9 March 1997

Mohammed Asadullah Malik: Zandfaran near Baramulla, 1 May 2003

Sam Manekshaw, retired Indian army field marshal: Delhi, July 2000 [by Bhavna Kumar]

Sardar Sherbaz Khan Mazari: by phone to Karachi, 12 May 2003 Dr Melanie (Melanie Rodrigues), nun and hospital doctor: Baramulla, 15 April 2001

Stanley Menezes, retired Indian army general and historian of the Indian army: London, 5 October 2001

Krishna and Mohan Lal Misri: Faridabad, 26 May 2007

Sheikh Ghulam Mohammed: Baramulla, 1 May 2003

Sofi Ghulam Mohammad, editor, *Srinagar Times:* Srinagar, 7 March 1997

Noor Mohammed Mugloo: Srinagar, 9 March 1997

Abdullah Muntazer, Lashkar-e-Toiba: Islamabad, 25 January 2000

Francis Rath: Baramulla, 8 September 2006; by phone to Baramulla, 7 September 2005, 26 September 2005

Sister Rosy Joseph, sister superior, St Joseph's convent: Baramulla, 2 May 2003

Sat Paul Sahni, journalist: Jammu, 27 March 2005

G.M. Sherwani: Baramulla, 8 March 1997

Arjan Singh, retired Indian air chief marshal: Delhi, 18 April 2007

Harbakhsh Singh, retired Indian army general: Delhi, 6 March 1997

Karan Singh, son and heir of the last maharaja of Jammu and Kashmir: Delhi, 2 May 1997 and 29 April 2003

Ben and Marguerite Suter: Guildford, 4 August 2002

Leela Thompson: Boothbay Harbour, Maine, 12 October 2003; by phone to Boothbay Harbour, 17 April 2002

In addition, I have gained greatly from personal communications from Max Desfor, Clare and Albert Godin, Jim Michaels, Charles Rath, Richard Rath and Andy Roth, and from others who have asked not to be named.

ஆவணங்கள்:

India Office Records, British Library

LP&S/13/1845b, 1845c, 1850: files relating to the internal situation in Kashmir, 1947-8, including the death and the evacuation of British nationals

MSS Eur.D.670/6: Diary of Sir George Cunningham, 1947-8

Record of service of Lt Col. D.O.T. Dykes

British National Archives, London

DO 142/494: files relating to the local military and political situation in Kashmir

Central Archive, Mill Hill Missionaries (being relocated to Freshfield in Merseyside)

Manuscript, typescript and published accounts by Monsignor George Shanks concerning the attack on Baramulla; correspondence, news cuttings and typescript reports relating to the Baramulla mission and its missionaries

H. Nirmalraj [Father Hormise Nirmal Raj], 'Unknown Churches, Unknown Martyrs', a 110ff. typescript compiled in 1976 about the church in Kashmir, with particular emphasis on the Baramulla attack

Division of Special Collections, University of Oregon

Margaret Parton papers, including letters written during her reporting assignment in Kashmir in October-November 1947

National Army Museum, London

6312/248/4: letter written by Gwen Burton, Nedou's Hotel, Srinagar, probably in November 1947

I have also benefited from documents, correspondence, cuttings, books and photographs kindly made available to me by Peta Ades, Angela Aranha, Tery Barreto, Father Jim Borst, Sudeep Budhiraja, Maureen Corboy, Doug Dykes, Tom Dykes, Patric Emerson, Johnnie Girling, Alexandra Haight Furr, P.N. Jalali, Frank Leeson, Stanley Menezes, Sister Sheila O'Neill, Harbakhsh Singh and Alison Spurway.

ஆய்வுகள்:

Mridu Rai. 2000. 'The Question of Religion in Kashmir: Sovereignty, Legitimacy, and Rights, c1846-1947', Columbia University, PhD.

William A. Reid. 2000. 'Sir Owen Dixon's Mediation of the Kashmir Dispute, 1950', Deakin University, Australia, BA.

புத்தகங்கள், அறிக்கைகள்:

Abdullah, Sheikh Mohammed, *Jamtnu and Kashmir Constituent Assembly: Opening Address,* Srinagar, Constituent Assembly Secretariat, 1951.

___. 1993. *Flames of the Chinar: An Autobiography.* Delhi: Viking.

Ahmed, Akbar S. 1991. *Resistance and Control in Pakistan.* London and New York: Routledge.

Akbar, M.J. 2002 (first published 1991). *Kashmir: Behind the Vale.* Delhi: Roli Books.

Alam, Jawaid (ed.). 2006. *Jammu and Kashmir, 1949-64: Select Correspondence between Jawaharlal Nehru and Karan Singh.* New Delhi: Penguin Viking.

Ali, Chaudhri Muhammad. 1967. *The Emergence of Pakistan.* London: Columbia University Press.

Ali, Tariq. 2002. *The Clash of Fundamentalisms: Crusades, Jihads and Modernity.* London: Verso.

Anand, Mulk Raj. 1963. *Death of a Hero: Epitaph for Maqbool Sherwani.*

Mumbai: Kutub Popular. Atal, Hiralal. 1972. *Nehru's Emissary to Kashmir,* New Delhi: Army Educational Stores.

Bahl, Mohinder. n.d. *Whither Kashmir.* New Delhi: National Book Stall.

Bajwa, Kuldip Singh. 2003. *Jammu and Kashmir War (1947-48): Political and Military Perspective.* New Delhi: Har-Anand Publications.

Baldwin, Dean R. 1987. *H.E. Bates: A Literary Life,* Selinsgrove: Susquehanna University Press.

Bamford, P.G. 1948.*1st King George V's Own Battalion The Sikh Regiment, the 14th King George's Own Ferozepore Sikhs, 1846-1946.* Aldershot: Gale & Polden.

Bamzai, Sandeep. 2006. *Bonfire of Kashmiriyat: Deconstructing the Accession.* New Delhi: Rupa & Co.

Banerjee, Mukulika. 2000. *The Pathan Unarmed: Opposition and Memory in the North West Frontier.* Karachi: Oxford University Press.

Barretto, Pamela. 1997, *Looking Back After 50 Years,* privately printed in Australia.

Bates, H.E. 2001 (first published 1950). *The Scarlet Sword,* London: Cassell & Co.

___. 1972. *The World in Ripeness.* London: Michael Joseph.

Battye, Evelyn Desiree. 1997. *The Kashmir Residency: Memories of 1939 and 1940.* Putney: British Association for Cemeteries in South Asia.

Bazaz, Prem Nath. 1941. *Inside Kashmir.* Srinagar: Kashmir Publishing Co.

Beattie, Hugh. 2002. *Imperial Frontier: Tribe and State in Waziristan.* Richmond: Curzon Press.

Bennett Jones, Owen. 2002. *Pakistan: Eye of the Storm.* Yale: Yale University Press.

Bhattacharjea, Ajit. 1994. *Kashmir: The Wounded Valley.* New Delhi: UBS.

Lord Birdwood. 1956. *Two Nations and Kashmir.* London: Robert Hale.

Bose, Sumantra. 2003. *Kashmir: Roots of Conflict, Paths to Peace,* Harvard: Harvard University Press.

Bourke-White, Margaret. 1949. *Halfway to Freedom: A Report on the New India.* New York: Simon and Schuster.

Brass, Paul R. 2006. *Forms of Collective Violence: Riots, Pogroms, and Genocide in Modern India.* Gurgaon: Three Essays Collective.

Brecher, Michael. 1953. *The Struggle for Kashmir.* New York: Oxford University Press.

Brown, Margaret. 1992. *Cross Every Mountain: The Story of Lily Boat, Missionary to Kashmir, India & Pakistan.* Newtownabbey: Christian Life.

Brown, William A. 1998. *The Gilgit Rebellion 1947.* London: Ibex.

Butalia, Urvashi. 1998. *The Other Side of Silence: Voices from the Partition of India.* New Delhi: Viking.

Campbell-Johnson, Alan. 1985 (first published 1951). *Mission with Mountbatten.* London: Hamish Hamilton.

Caroe, Olaf. 1983 (first published 1958). *The Pathans, 550* BC-AD 1957. London: Macmillan.

Chopra, Surendra. 1971. *U.N. Mediation in Kashmir: A Study in Power Politics.* Kurukshetra: Vishal Publications.

Choudhury, G.W. 1968. *Pakistan's Relations with India, 1947-1966.* London: Pall Mall Press.

Cloughley, Brian. 2000. *A History of the Pakistan Army: Wars and Insurrections.* London: Oxford University Press.

Coen, Terence Creagh. 1971. *The Indian Political Service: A Study in Indirect Rule.* London: Chatto 8c Windus.

Cohen, Maurice. 1955. *Thunder over Kashmir.* Kolkata: Orient Longman.

Collins, Larry and Dominique Lapierre. 1995 (first published 1975). *Freedom at Midnight.* New Delhi: Vikas Publishing House.

Copland, lan. 1997. *The Princes of India in the Endgame of Empire, 1917-1947.* Cambridge: Cambridge University Press.

Cowasjee, Saros. 1977. So *Many Freedoms: A Study of the Major Fiction of Mulk Raj Anand.* Delhi: Oxford University Press.

Dasgupta, C. 2002. *War and Diplomacy in Kashmir, 1947-48.* New Delhi: Sage Publications.

Dasgupta, Jyoti Bhusan. 1968. *Jammu and Kashmir.* The Hague: Martinus Nijhoff. *Defending Kashmir.* 1949. Delhi: Government of India.

Dewan, Parvez. 2007. *Jammu, Kashmir and Ladakh: Jammu.* New Delhi: Manas Publications.

___. 2004. *Jammu, Kashmir and Ladakh: Kashmir.* New Delhi: Manas Publications.

Escalando La Cumbre. 1957. Madrid: Franciscan Missionaries of Mary.

Even unto Death. 1953. London: Franciscan Missionaries of Mary.

Ganguly, Sumit. 1997. *The Crisis in Kashmir: Portent of War, Hopes of Peace.* Cambridge: Cambridge University Press.

Guha, Ramachandra. 2007. *India After Gandhi: The History of the World's Largest Democracy.* London: Picador.

Gupta, Sisir. 1966. *Kashmir: A Study in India—Pakistan Relations.* Mumbai: Asia Publishing House.

Heren, Louis. 1978. *Growing Up on The Times.* London: Hamish Hamilton.

History of the Azad Kashmir Regiment, Vol. 1, (1947-49). 1997. Mansar: Azad Kashmir Regimental Centre.

History of the Corps of Engineers. 1980. New Delhi. *History of Operations in Jammu & Kashmir (1947-48).* 1987. New Delhi: Ministry of Defence.

Hodson, H.V. 1969. *The Great Divide: Britain-India-Pakistan.* London: Hutchinson.

Huttenback, Robert A. 2004. *Kashmir and the British Raj, 1847-1947.* Karachi: Oxford University Press.

I Will Be the First: The Story of Mother Mary Teresalina. 1957. London: Franciscan Missionaries of Mary.

Jan, Asifa. 2006. *Naya Kashmir: An Appraisal.* Srinagar: Zeba Publications.

Jansson, Erland. 1981. *India, Pakistan or Pakhtunistan? The Nationalist Movement in the North-West Frontier Province, 1937—47.* Uppsala: The University.

Jha, Prem Shankar. 1996. *Kashmir 1947: Rival Versions of History.* New Delhi: Oxford University Press.

___. 2003. *The Origins of a Dispute: Kashmir 1947.* New Delhi: Oxford University

Press.

Jinnah, Mohammad Ali. 2001. *Quaid-i-Azam Mohammad Ali Jinnah Papers: Pakistan Battling Against the Odds.* First series, Vol. 6. Islamabad: Government of Pakistan.

Jones, George E. 1948. *Tumult in India.* New York: Dood, Mead 8c Co.

Jusqu'a la Derniere Goutte. 1952. Vanves: Franciscan Missionaries of Mary. *Jusqu'a la Mart.* 1956. Rome: Franciscan Missionaries of Mary. Joshi, Arun. 2004. *Eyewitness Kashmir: Teetering on Nuclear War.* Singapore:

Marshall Cavendish Academic.

Joshi, Manoj. 1999. *The Lost Rebellion: Kashmir in the Nineties.* New Delhi: Penguin.

Kalkat, O.S. 1983. *The Far-Flung Frontiers.* New Delhi: Allied Publishers.

Kashmir: A Way Forward. 2005. New York: Kashmir Study Group.

Kashmir Defends Democracy. c1948. Delhi: Kashmir Bureau of Information.

Kashmir on Trial: State versus Sheikh Abdullah. 1947. Lahore: Lion Press.

Khan, Akbar, n.d. (first published in Karachi in 1970). *Raiders in Kashmir.* Delhi: Army Publishers.

Khan, Mohammad Ishaq. 2007 (first published 1978). *History of Srinagar, 1846-1947: A Study in Socio-Cultural Change.* Srinagar: Gulshan Books.

Khan, Mohammad Saleem. 2006. *The History of Modern Kashmir.* Srinagar: Gulshan Books.

Khan, Sardar Muhammad Abdul Qayyum. 1992. *The Kashmir Case.* Rawalpindi.

Khan, Sardar M. Ibrahim. 1990 (first published 1965). *The Kashmir Saga.* Mirpur: Verinag Publishers.

Khan, Sirdar Shaukat Hayat. 1995. *The Nation That Lost Its Soul: Memoirs of a Freedom Fighter.* Lahore: Jang Publishers.

Khan, Wali. 1987. *Facts Are Facts: The Untold Story of India's Partition.* New Delhi: Sangam.

Korbel, Josef. 1966 (first published 1954). *Danger in Kashmir.* Princeton. Princeton University Press.

Krishna Menon, VK. 1992. *V.K. Krishna Menon's Marathon Speech on Kashmir at the U.N. Security Council.* Allahabad: Wheeler Publishing.

———. 1992. *Krishna Menon on Kashmir: Speeches at United Nations.* New Delhi: Sanchar Publishing House.

Kumar, Bharat. 2007. *An Incredible War: Indian Air Force in Kashmir War, 1947-1948.* New Delhi: Knowledge World.

Lal, PC. 1986. *My Years with the IAF.* New Delhi: Lancer International.

Lamb, Alastair. 1991. *Kashmir, a Disputed Legacy, 1846—1990,* Hertingfordbury: Roxford Books.

___. 1994. *Birth of a Tragedy, Kashmir 1947.* Hertingfordbury: Roxford Books.

___ 1997. *Incomplete Partition: The Genesis of the Kashmir Dispute, 1947-1948.* Hertingfordbury: Roxford Books.

Leeson, Frank. 2003. *Frontier Legion: With the Khassadars of North Waziristan.* Ferring: Leeson Archive.

List of Non-Muslim Abducted Women and Children in Pakistan and Pakistan Side of the Cease-Fire Line in Jammu & Kashmir State. 1954. New Delhi.

Mahajan, Mehr Chand. 1963. *Looking Back.* Mumbai: Asia Publishing House.

Mazari, Sherbaz Khan. 1999. *A Journey to Disillusionment.* Karachi: Oxford University Press.

Mehta, Krishna. 1954 (republished in 2005 as *Kashmir 1947: A Survivor's Story). Crisis in Kashmir.* Kolkata: Signet Press.

Menezes, S.L. 1999. *Fidelity and Honour: The Indian Army from the 17th Century to the 21st Century.* New Delhi: Oxford University Press.

Menon, VP. 1985 (first published 1956). *Integration of the Indian States.*m Hyderabad: Orient Longman.

_____. 1957. *The Transfer of Power in India.* Mumbai: Orient Longman.

Mitchell, Norval. 1968. *Sir George Cunningham: A Memoir.* Edinburgh: William Blackwood.

Moore, R.J. 1987. *Making the New Commonwealth.* Oxford: Clarendon Press.

Moorehead, Alan. 1948. *The Rage of the Vulture.* London: Hamish Hamilton.

Musa, Mohammad. 1984. *Jawan to General: Recollections of a Pakistani Soldier.* Karachi: East & West Publishing Co.

Nehru, Jawaharlal: 1986. *Selected Works of Jawaharlal Nehru.* Second Series, Vol. 4. New Delhi: Jawaharlal Nehru Memorial Fund.

New Kashmir. 1948. New Delhi: Kashmir Bureau of Information.

Omaechevarria, Ignacio. 1949. *Una Victima Perfecta.* Vitoria: Editorials Catolica.

Pandey, Gyanendra. 2001. *Remembering Partition: Violence, Nationalism and History in India.* Cambridge: Cambridge University Press.

Parton, Margaret. 1959. *The Leaf and the Flame.* New York: Bodley Head.

___. 1973. *Journey through a Lighted Room.* New York: Viking Press.

Patel, Kamla. 2006. *Torn from the Roots: A Partition Memoir.* New Delhi: Women Unlimited.

Patel, Sardar Vallabhbhai. 1971. *Sardar Patel's Correspondence, 1945-1950, Vol. 1, New Light on Kashmir.* Ahmedabad: Navajivan Publishing House.

Purves, Jock. 1950. *Lal Sahib: The Story of Ronald Davies, Missionary, Soldier and Martyr.* Stirling: Stirling Tract Enterprise.

Rahman, Mushtaqur. 1996. *Divided Kashmir: Old Problems, New Opportunities for India, Pakistan and the Kashmir People.* Boulder: Lynne Rienner Publishers.

Rai, Mridu. 2004. *Hindu Rulers, Muslim Subjects: Islam, Rights, and the History of Kashmir.* Delhi: Permanent Black.

Rooney, John. 1995. *Of Ground Broken.* Hyderabad: Mill Hill Missionaries.

Rushbrook Williams, L.F. 1962. *The State of Pakistan.* London: Faber and Faber.

Russell, Wilfrid. 1951. *Indian Summer.* Mumbai: Thacker and Co.

Saraf, Muhammad Yusuf. 1977 and 1979. *Kashmiris Fight for Freedom,* 2 vols, Lahore: Ferozsons.

Saxena, H.L. 1975. *The Tragedy of Kashmir.* New Delhi: Nationalist Publishers.

Schofield, Victoria. 1996. *Kashmir in the Crossfire.* London: I.E. Tauris.

___. 2000. *Kashmir in Conflict: India, Pakistan and the Unfinished War,* London: I.B. Tauris.

Sen, L.P. 1994 (first published 1969). *Slender Was the Thread: Kashmir Confrontation, 1947—48.* Delhi: Orient Longman.

Shahnawaz, Jahan Ara. 1971. *Father and Daughter: A Political Autobiography.* Lahore: Nigarishat.

Sharma, P.N. 1958. *Inside Pak Occupied Kashmir.* Delhi: Delhi Press.

Singh, Amarinder. 2000. *Lest We Forget.* Patiala: Regiment of Ludhiana Welfare Association.

Singh, Harbakhsh. 2000. *In the Line of Duty: A Soldier Remembers.* New Delhi: Lancer Publishers.

Singh, Karan. 1982. *Heir Apparent: An Autobiography.* Delhi: Oxford University Press.

___. 1994. *Autobiography.* Delhi: Oxford University Press.

Singh, Madanjeet. 2005. *The Sasia Story.* Lalitpur: UNESCO.

Sinha, S.K. 1977. *Operation Rescue: Military Operations in Jammu & Kashmir, 1947-49.* New Delhi: Vision Books.

Spain, James. 1962. *The Way of the Pathans.* London: Robert Hale.

___. 1963. *The Pathan Borderland.* The Hague: Mouton.

___. 1995. *Pathans of the Latter Day.* Karachi: Oxford University Press.

Stephens, lan. 1953. *Horned Moon: An Account of a Journey through Pakistan, Kashmir, and Afghanistan.* London: Chatto 8c Windus.

___. 1963. *Pakistan.* New York: Ernest Benn.

Suharwardy, A.H. 1983. *Tragedy in Kashmir.* Lahore: Wajidalis.

Symonds, Richard. 2001. *In the Margins of Independence: A Relief Worker in India and Pakistan, 1942-1949.* Oxford: Oxford University Press.

Taseer, C. Bilqees. 1986. *The Kashmir of Sheikh Muhammad Abdullah.* Lahore: Ferozsons.

Trumbull, Robert. 1954. *India since Independence.* Washington: Foreign Policy Association.

___ 1956. *As I See India.* New York: William Sloane Associates.

Vas, E.A. 1987. *Without baggage: A Personal Account of the Jammu and Kashmir Operations, Oct. 1947-jan. 1949.* Dehradun: Natraj Publishers.

Warren, Alan. 2000. *Waziristan, the Faqir of Ipi, and the Indian Army: The North-West Frontier Revolt of 1936-37.* Oxford: Oxford University Press.

White Paper on Jammu & Kashmir. 1948. Delhi: Government of India.

Wirsing, Robert G. 1998. *India, Pakistan and the Kashmir Dispute: On Regional Conflict and Its Resolution.* New York: St Martin's Press.

Wolpert, Stanley. 1992. *Jinnah of Pakistan.* Delhi: Oxford University Press.

___. 1996. *Nehru: A Tryst with Destiny.* Oxford: Oxford University Press.

___. 2006. *Shameful Flight: The Last Years of the British Empire in India.* New York: Oxford University Press.

Zaheer, Hasan. 1998. *The Times and Trial of the Rawalpindi Conspiracy 1951: The First Coup Attempt in Pakistan.* Karachi: Oxford University Press.

Ziegler, Philip. 1985. *Mountbatten: The Official Biography.* London: Collins.

Zutshi, Chitralekha. 2003. *Languages of Belonging: Islam, Regional Identity, and the Making of Kashmir.* Delhi: Permanent Black.

கட்டுரைகள்:

Ahmed, Akbar S. 1980. 'Tribes and States in Central and South Asia', *Asian Affairs,* 11/2, pp. 152-68.

Ali, Tariq. 19 April 2001. 'Bitter Chill of Winter', *London Review of Books,* pp. 18-27.

Amin, Agha Humayun. 2000. 'The War of Lost Opportunities: Part One', *Defence Journal,* published on the internet from Karachi, http://www.defencejournal.com/2000/apr/war-lost.htm

Copland, Ian. 1991. 'The Abdullah Factor: Kashmiri Muslims and the Crisis of 1947', in D.A. Low (ed.), *The Political Inheritance of Pakistan,* pp. 218-54. London: Macmillan.

Evans, Alexander. 2002. 'A Departure from History: Kashmiri Pandits, 1990-2001', *Contemporary South Asia,* 11/1, pp. 19-37.

___. 2005. 'Kashmir: A Tale of Two Valleys', *Asian Affairs,* 36/1, pp. 27-38.

Harvey-Kelly, J.H. April 1998. 'British Involvement', *Indian Army Association Newsletter,* pp. 42-7.

___. August 1993, August 1994, August 1995. 'Kashmir-1948', *Hagha Dagha* regimental veterans' newsletter in three parts.

Jaleel, Muzamil. 2003. 'Deciphering Silence in Kashmir', in E.G. Verghese (ed.), *Breaking the Big Story: Great Moments in Indian Journalism,* pp. 68—83. New Delhi: Viking.

Kaur, Ranjit. 2004. 'Back Again, after 40 Years', in Ritu Menon (ed.), No *Woman's Land: Women from Pakistan, India & Bangladesh Write on the Partition of India,* pp. 147-53. New Delhi: Women Unlimited.

Messervy, Sir Frank. January 1949. 'Kashmir', *Asiatic Review,* 45/161, pp. 469-82.

O'Kelly, K.H. April 1998. 'Kashmir Convoy', *Indian Army Association Newsletter, pp.* 48-51.

Rowley, Peter. November 2001. 'A Perilous Leave', *Indian Army Association Newsletter, pp.* 41-4.

'Sack of Baramula Recalled: Story Told by Foreign Survivors'. November 1958. *Kashmir,* Indian ministry of information and broadcasting, pp. 273-7.

Siddiqi, A.R., 1985. 'Mohammed Akbar Khan Talks on Pakistan's First War and First Coup', 11/6-7, pp. 11-33. Karachi: *Defence Journal.*

Snedden, Christopher. 2001. 'What Happened to Muslims in Jammu? Local Identity, "the Massacre" of 1947 and the Roots of the "Kashmir Problem"', *South Asia* 24/2, pp. 111-34.

Varshney, Ashutosh. 1992.'Three Compromised Nationalisms: Why Kashmir Has Been a Problem', in Raju G.C. Thomas (ed.), *Perspectives on Kashmir: The Roots of Conflict in South Asia,* pp. 191-234. Boulder: Westview Press.

பத்திரிகைகள்:

Christian Science Monitor, Boston

Daily Express, London

Dawn, Karachi

Hindustan Times, Delhi

New York Herald Tribune, Paris

New York Times, New York

Observer, London

Statesman, Calcutta

The Times, London

Times of India, Bombay

Washington Post, Washington D.C.

ஆன்லைனில் ஆர்டர் செய்ய

www.nhm.in/shop

- உலகின் எந்த மூலையில் இருந்தாலும் வீட்டில் இருந்தபடியே புத்தகம் வாங்கும் வசதி.
- கிரெடிட் கார்டு, டெபிட் கார்டு, இண்டர்நெட் பேங்கிங், பே பால் மூலம் எளிதாகப் பணம் செலுத்தும் வசதி.
- வெளிநாடுகளில் இருந்து இந்தியாவில் உள்ள நண்பர்களுக்கு, உறவினர்களுக்குப் புத்தகங்கள் பரிசளிக்கும் வசதி.
- கிழக்கு பதிப்பகத்தின் புத்தகங்கள் மட்டும் அல்லாது பல முன்னணிப் பதிப்பகங்களின் புத்தகங்களும் வாங்கலாம்.
- Western Union Money Transfer வழியாகவும் பணம் செலுத்திப் புத்தகங்கள் வாங்கலாம்.

மேலதிக விவரங்களுக்கு:

www.nhm.in/shop

www.ingramcontent.com/pod-product-compliance
Lightning Source LLC
LaVergne TN
LVHW040329051026
849518LV00001B/125
* 9 7 8 8 1 8 4 9 3 2 0 6 5 *